ప్రేమరత్నాంకితము

...ద్గుణమణికిన్
...చార్యమణికి దివ్య ప్రేమా
...జీవనమణికిన్
...టరత్న భక్తి చింతామణికిన్.

...మృతపదముల లేఁ
...పాలముల లేఁ గంటఁబడిన గనికలెన్
...లిచి యాగతిజవ
...ఁ గరుణించుచున్న మానితమణికిన్.

...మయమైన కవిలోకఁ బ్రభవించి
ఘనతపోమయమైన తనువుగాంచి
...మయంబైన జ్ఞానభూష్టఁదేలి
ధర్మమయంబైన తలఁపుఁ దాంచి
...మయమైన సాధుసాళినిఁ జేరి
ఐశ్వర్యమయంబైన విభవ నలరి
...మయమైన యమృత తేజము నొంది
విజ్ఞానమయమైన వెలుఁగు నూని
అమృతకళలచే పల్లిలంబు నలరఁజేయు
...ముఁటతిశలా...కాముకీరత్నమునకు
రమ్యగుణనిధి వేంకటరత్నమునకు
నంకితంబుగ నీకృతి యొసఁగనాత!

గోరా

౧

శ్రావణమాసమందలి యొకనాఁటి ప్రభాతసమయమునఁ గలకత్తానగరమున ఘనాఘనవినిర్ముక్తమగు నాకాశము నిర్మలబాలాతపకాంతులచే విరాజిల్లుచుండెను. అప్పుడు పనియేమియు లేకయున్న వినయభూషణుఁడు తనసౌధమున రెండవయంతస్తునందలి వరండాలో నొంటిగ నిలువఁబడి వీధివెంట వచ్చుచు బోవుచుండు వారిని గనుంగొనుచుండెను. కాలేజీచదువు చాలదినములక్రిందటనే పూర్తియైనను నాతఁడింకను సంసారమధ్యమునఁ బ్రవేశింపలేదు. ఆతనికి సభలను సాగించుట యందును వర్తమానపత్రికలకు వ్రాయుటయందును మనసున్నది గాని యంతగా వానియందుఁగూడ శ్రద్ధపూర్తిగా లేదు అందుచేతనే నేఁటియుదయమున నాతనికేమిచేయుటకుఁ దోఁచక చంచలహృదయముతో నటునిటు జూచుచుండెను. అప్పుడు పరవశుడైయున్న హరిదాసుఁడొకడు చెంగటనున్న యంగడి కెదురుగనిలువఁబడి యీక్రిందివిధముగ గానము చేయుచుండెను.

"అపరంజిగూటిలో, నంతలో నెటోఁచి యపురూపమై పోవుచిలుకా!
ఎపుడువచ్చెదవో నీవెపుడుఁబోయెదవో నిన్నెన్నఁడే నెఱుఁగనే చిలుకా!
జీవరత్నమువోలి నీవెప్పుడైన, నాచేతికందితివేనిఁ చిలుకా!
భావసూత్రంబుతోఁ బట్టి నీపాదాల బంధించివైతునే చిలుకా!

ఆ హరిదాసునిఁబిలిచి యాచిలుకపాట పూర్తిగఁబాడించి వ్రాసికొనవలయునని వినయునకుఁ గోరికగలిగెను; కాని రాత్రియంతయును జలిగానుండుటచేఁ గప్పుకొన్న దుప్పటమునయినను దొలగించుట కిష్టములేనంతటి బద్ధకముగా నుండుటవలన నాతఁడాగీతమును వ్రాసికొనఁజాలకపోయెను. కాని యాగీతస్వర మాతనిహృదయమధ్యమున బ్రతిధ్వనించుచునే యుండెను.

అప్పుడాతనియింటి కెదురుగా వీధినిపోవుచున్న యొకయద్దెబండిపై బలమైన జోడుగుఱ్ఱములబండి యొకటి పడుటచే బండిచక్రము విరిగిపడిపోయెను. గుఱ్ఱపుబండి యతివేగముగ నదృశ్యమైపోయెను. అద్దెబండి పూర్ణముగా బోగగిలఁబడలేదు. కాని యొకప్రక్కకుమాత్రము వొరిగిపోయెను. అదిచూచి వినయభూషణుఁడు తత్తరముఁతోఁగ్రిందికిదిగి వీధిలోనికివచ్చెను. అప్పటికాబండిలోనుండి పదునేడు పదునెనిమిదేండ్ల వయసుగల యొకయువతీరత్నము మెల్లగాదిగియెను. మరియు లోపలనున్న పెద్దమనుష్యుడగు నొకవృద్ధుడు దిగుటకుపక్రమించుచుండెను. వినయభూషణుడా వృద్ధునిఁబట్టుకొని మెల్లగాక్రిందికిదింపెను. అప్పుడావృద్ధుని వదనము వివర్ణమైయుండుటంగాంచి వినయుఁడాదరముతో 'అయ్యా! మీకు దెబ్బతగిలినదా?' అని ప్రశ్నించెను.

వృద్ధుడు లేదని చెప్పుచు నించుక మందహాసము తెచ్చుకొన బ్రయత్నించెను. గాని యానవ్వంతలోనే విలీనమైపోయి యాతఁడు మూర్ఛిల్లుటకు సిద్ధముగానుండెను. వినయుఁడాతనిం బట్టుకొని యుత్కంఠితుఁడై చూచుచున్న యాసుందరిం గాంచి 'ఈ యెదుటిదియే మాయిల్లు! లోపలకింబోవుదము!" అనియెను.

తోడనే వినయుఁడా వృద్ధుని లోనికిఁదీసికొనిపోయి యొకపర్యంకముపైశయ నింపఁజేసెను. ఆసుందరి యప్పుడాగది నలువంకలను బరికించి యొకమూలనున్న జలకలశమును గాంచి యంజలిజలము నొకగ్లాసులోఁ దెచ్చి యావృద్ధుని మొగముపైఁజల్లి చల్లగా విసరుచు వినయభూషణునిఁ గాంచి 'వైద్యుఁ డెవఁడైన దొరకునా?" అని ప్రశ్నించెను.

ఆయింటికి సమీపమునందే యొకడాక్టరుండెను. వినయుఁడాతని దీసికొని వచ్చుటకై యొకసేవకునిఁబంపించెను. ఆగదిలో నొకబల్లపై నొకయద్దమును, దలనూనె సీసాయును, దలదువ్వుకొను వస్తువులునుండెను. వినయుఁడాయువతి వెనుక నిలువఁబడి యద్దములో నామెవదనప్రతిబింబమును దదేకదృష్టితోఁ గాంచుచు స్తంభీభూతుఁడై యుండెను అతఁడు చిన్నతనమునుండియుఁ గలకత్తాయందే యుండి చదువుకొనుచుండెను. అతనికిఁగల లోకజ్ఞానమంతయును బుస్తకములవలనఁ గలిగినదిమాత్రమే. సంబంధములేని గొప్పయింటి యాడువాండ్రతో నాతఁడిదివఱకెన్నడును గలిసియుండ లేదు.

ఆయద్దములో నాతఁడా రమణీమణి మనోహరవదనమండలమును గాంచుచుండెను. ఏమి యారామణీయకము! అతనిచూపులలో నాసుందరి వదనసౌందర్యమున శృంగారరేఖలను విభజించి చూడవలయునను నుద్దేశములేదు.

కేవలము ప్రేమోద్వేగముచే నించుక వంగియున్న యా రమణీయతరుణ ముఖకమలమందలి లావణ్యసౌకుమార్యము లాతనివృత్తులకు సృష్టియందలి సద్యఃప్రకాశితమగు నొకనూతనవిస్మయము నాపాదించుచుండెను.

కొంతసేపటి కావృద్ధుడు మెల్లమెల్లగఁగన్నులను విచ్చి 'అమ్మా!' అని యొక నిట్టూర్పు విడిచెను. అప్పుడాయువతి కన్నులనీరునిండఁ దన నెమ్మొగము నాతని మొగమునొద్దఁజేర్చి ప్రేమార్ద్రస్వరముతో "బాబా!" మీకెక్కడదెబ్బ తగిలినది? అనియెను.

"నేనెక్కడకు వచ్చితిని?" అనిపలుకుచు వృద్ధుఁడు మెల్లగ లేచి కూర్చుండుటకుఁ బ్రయత్నించెను. అంతలో వినయుఁడాతని యొద్దకువచ్చి "అయ్యా! మీరు లేవవలదు. ఇంచుకవిశ్రమింపుఁడు. ఇంతలో డాక్టరువచ్చును!" అనియెను.

అప్పుడు వృద్ధునకు బాగుగ స్మృతి కలుగుటచే "నాతలపైని భాగమునసించుక వేదనగా నున్నది; కాని యంతవిశేషబాధ యేమియును లేదు." అనియెను.

అంతలోఁ బాదరక్షల శబ్దముతో డాక్టరచ్చటికివచ్చి యావృద్ధుని బరీక్షించి "విశేషాపాయ మేమియునులేదు. కొంచెము వేఁడిపాలలో నించుక బ్రాందినిచేర్చి త్రాగింపుడు!" అనిచెప్పి వెడలిపోయెను. ఆమాటకు వృద్ధుఁడతి సంకుచితచిత్తముతో విరక్తుడయ్యెను. ఆసుందరి వృద్ధునిభావమును గ్రహించి "బాబా! ఏలసంకోచించెదరు? డాక్టరువచ్చినందులకును మందునకును గావలసినసొమ్ము మనమింటికిబోయి పంపించి వేయుదము!'' అనిపలుకుచు నామె వినయభూషణుని మొగమువంక జిలకించెను.

"ఆహా! ఏమి యానయన విలాసము! ఆకన్నులు పెద్దవియా, చిన్నవియా, నల్లనివా, యెఱ్ఱనివా యను వితర్కము మనసునకు దోఁపించుటలేదు! చూపులయందొక యసందిగ్ధప్రభావము విరాజమానమగుచున్నట్లు ప్రథమదర్శనముననే పొడకట్టు చుండెను. ఆదృష్టులయందెట్టి సంకోచమును లేదు. ఎట్టిద్వైధీభావమునులేదు కేవలము నవి యేకమాత్ర స్థిరశక్తిసంపన్నములై యుండెను."

వినయభూషణుఁడు ప్రయత్నపూర్వకముగ మాటాడుట కుపక్రమించి "వైద్యునకిచ్చినది స్వల్పము అందుకొఱకు — అదిమీరు — అదినేనే" అనియెను. ఆ సుందరి యాతని మొగమువంకనే చూచుచుండుటచే సరిగానాతడు మాటాడఁజాలక పోయెను. కానివైద్యునకుఁ గొంతసొమ్మీయవలసియుండు ననుసంగతి మాత్రము నిస్సంశయముగాఁ దెలిసిపోయెను.

అప్పుడు వృద్ధుడు "నాకు బ్రాందియక్కరలేదు" అనియెను. ఆయువతి యామాట కడ్డమువచ్చి "ఏమిబాబా! డాక్టరుగారు చెప్పినట్లు చేయవలదా? అనియెను.

వృద్ధుడు 'ఇప్పటి డాక్టరులకది దురభ్యాసమైపోయినది నానీరసము వేఁడి పాలుపుచ్చుకొన్నను దగ్గిపోవును." అనిచెప్పియాతడు పాలనుమాత్రము త్రాగి యించుక విశ్రాంతినంది వినయభూషణునింగాంచి 'ఇక మేము పోయెదము. మీకుఁ జాలశ్రమకలిగించితిమి' అనియెను. తోడనే యాసుందరి వినయునివంకఁజూచి "ఒకబండి" అనియెను. వృద్ధుడు సంకోచముతో 'ఆయనకింకను తొందర గలిగించుట యేల? మనయిల్లు సమీపమేగదా! ఒకనిమిషములోఁ బోవుదుము!" అనియెను. అంత నారమణీమణి 'వలదుబాబా! మీరునడువజాలరు" అనియెను.

వృద్ధుడింక మాటాడలేదు. వినయుఁడు స్వయముగఁబోయి బండిని దీసికొని వచ్చెను. బండినెక్కుటకుముందేవృద్ధుఁడాతనింగాంచి 'మీపేరేమి?" అనిప్రశ్నించెను.

విన:— నాపేరు శ్రీ వినయభూషణచట్టోపాధ్యాయుడు.

వృద్ధ:— నా పేరు పరేశచంద్రభట్టాచార్యుడు. మేమీసమీపమునందే 78 వ నంబరు గృహమునందున్నాము. అవకాశము గలిగించుకొని యెప్పుడైనను మీరు మాయింటికి వచ్చినచో జాలసంతోషించెదను.

అప్పుడాయువతియుఁ దననయనద్వయ విలాసముచేతనే నిశ్శబ్దముగా నాప్రార్థనమును సమర్థించెను. వినయుఁడాబండిమీదనేపోయి వారినింటికిఁజేర్చి రావలయునను కొనియెను; గాని యదిశిష్టాచార మగునో కాదో యనుసంశయముచే నిలిచిపోయెను. బండికదలునప్పుడాసుందరి వినయునకొక చిన్ననమస్కారమును గావించెను. ఆమె అట్లుచేయునని యాతఁడిదివఱ కెంతమాత్రమును దలంచియుండకపోవుటచే హతబుద్ధియై ప్రతినమస్కారము చేయజాలకపోయెను. ఈవిధముగా నాతఁడీ చిన్నతప్పుచేసి గృహంబునఁ బ్రవేశించి పలుమాఱు తన్నుఁదానే నిందించుకొనఁదొడంగెను. తరువాత నాతఁడు వారువచ్చినది మొదలు పోవువఱకును దానాచరించినపనులన్నిటిని విమర్శించు కొనియెను. అప్పుడు తన యాచరణమంతయు నసభ్యముగనే యున్నట్లాతనికిఁదోచెను. సమయోచితముగఁ బ్రవర్తింపజాలక పోయినందుల కాతఁడాందోళన పడఁదొడంగెను. ఆరమణీమణి వృద్ధుని మొగము దుడిచినచేతిరుమాలు గదిలో నాపర్యంకముమీదనే పడియుండెను. వినయుఁడు తత్తరముతోఁ బోయి దానిని దీసికొనియెను. అప్పుడాతని హృదయాంతరాళమున—

'అపరంజి గూటిలో వంతలో సాకోచి
యపురూపమైపోవు చిలుకా
ఎపుడు వచ్చెదవో నీవెపుడుపోయెదవో ని
న్నెన్నడే నెఱుగనే చిలుకా!"

అనగీతము ప్రతిధ్వనితము కాదొడంగెను. ప్రొద్దెక్కుచుండెను. వర్షాకాలాతపము తీక్ష్ణమగుచుండెను. వినయున కాదినమున నేపనియందును మనసు లేక పోయెను. అతనికప్పుడు తనభవనముతోఁగూడ కలకత్తాపుర మంతయును మాయానగరముగా దోచుచుండెను. ఆవర్షాప్రభాత తీవ్రాతప మాతని మస్తిష్కమధ్యమున ప్రవేశించి ఆతని రక్తనాళములలో ప్రవహించి అతని యంతఃకరణసాన్నిధ్యమునందొక జ్యోతిర్మయయవనికబోలి దోచుచు నాతని సమస్తజీవితమును నికృష్టమైనదిగా దోపజేయుచుండెను.

అప్పుడే డెనిమిదేండ్ల బాలుఁడొకడు వీధిలో నిలువంబడి యింటినంబరును బరిశీలించుచుండెను. వినయుఁడు మేడపైనుండి అతనిగాంచి 'ఈయిల్లే' అని చెప్పుచు జటాలున క్రిందికిదిగిపోయి పరమాదరముతో నాబాలకునిలోనికిదీసికొనివచ్చి అతని మొగము వంక దిలకించుచుండెను. ఆబాలుఁడప్పుడు 'మాయక్క మీకీచీటినిచ్చిరమ్మని నన్ను

బంపినది' అనియుత్తరము వినయునకిచ్చెను. వినయుడు దానినందుకొని చూచెను. కవరుపై నింగ్లీషులిపితో దనపేరు వ్రాయబడియుండెను. లోపల నెట్టిచీటియును లేదు. కేవలమును కొన్ని రూపాయలుమాత్రముండెను.

తరువాత నాబాలకుడు వెడలిపోవదలంచెను గాని వినయుడాతనింబోనీయక చేయిపట్టుకొని రెండవయంతస్తుమీదికి దీసికొనిపోయెను ఆబాలకుని వెమ్మెనిరంగాతని సోదరికంటె నొకింతచాయతక్కువ. కాని అతని మొగమున నామె పోలికలు కావలసినన్ని యున్నవి. అతనింగాంచుటచే వినయునిహృదయము ప్రేమానంద రసప్రపూర్ణమయ్యెను. ఆపిల్లవాడు మిగుల ప్రతిభావంతుడు. అతడుగదిలో నున్న యొక చిత్రఫలకముగాంచి "ఇది యెవ్వరిప్రతిబింబము?" అనిప్రశ్నించెను.

విన:— ఇదినామిత్రునిది.

బాలు:— మిత్రునిదా? అతఁడెవ్వరు?

విన:—(నవ్వుచు) నీవాతని నెఱుంగవు. నామిత్రుడు గౌరమోహనుఁడు అతనిని గోరా యని పిలుతురు. చిన్నతనమునుండియు నేను నాతఁడు నొకచో జదువుకొంటిమి.

బాలు:— ఇంకను జదువుకొనుచున్నారా?

విన:— లేదు. ఇప్పుడు చదువుమానివైచితిమి.

బాలు:— మీకు జదువంతయును బూర్తియైనదా?

వినయభూషణుఁ డంతటిపిల్లవాని యెదుటనైనను దనగర్వమును బ్రకటించు నుత్సాహము నడంచుకొనఁజాలక "ఔను నాకుఁ జదువంతయును బూర్తియైనది" అనియెను. అప్పుడాబాలుడు విస్మితుఁడై యొక్కనిట్టూర్పు విడిచెను. అంతవిద్యయు దనకెప్పుడు పూర్తియగునో యని అతడు భావించుకొనియెను గాఁబోలు!

విన:— అబ్బాయీ! నీపేరేమి?

బాలు:— నాపేరు సతీశచంద్రముఖోపాధ్యాయుఁడు.

వినయుఁడు విస్మితుడై 'ముఖోపాధ్యాయుడా! అనిప్రశ్నించెను.

క్రమముగా వినయుఁడాబాలకునిఁ బ్రశ్నించి పరేశచంద్రుడు వారితండ్రి కాఁడనియు నాబాలకుని నాతనిసోదరిని జిన్నతనమునుండియు, నాతఁడు పెంచుచుండె ననియు బాలునిసోదరిపేరు రాధారాణి యనియు, పరేశుని సహధర్మిణి యాపేరునకు బదులుగా నామెకు 'సుచరిత' యని నామకరణము గావించెననియుఁ దెలిసికొనియెను.

చూచుచుండగనే బాలుఁడగు సతీశునకు వినయునికడ మిగులఁజనువు కలిగెను సతీశుడు కొంతసేపైనతరువాత నింటికిఁబోయెద ననియెను. వినయుఁడు [illegible]

సతీశుఁడు గర్వముతో 'ఏమి! నేనొంటిగ నేపోఁగలము!' అనియెను.

వినః— వలదు. నేనుగూడ వచ్చి నిన్నింటికిఁ బంపెదను.

తనసామర్థ్యమునుగూర్చి వినయుఁడు సంశయించుచుండెనని సతీశుడభిమానపడి "నేనొంటిగ బోలేనా? అనిచెప్పుచు దానిదివఱకొంటిగా బోయినసంగతులం గూర్చి యనేకవిస్మయకరంబులగు దృష్టాంతములనువర్ణింపదొడంగెను. కాని, వినయుఁడాబాలకునితోఁగూడ వానిని యింటిగుమ్మమువఱకును బోయెను. దానికి గారణమాబాలునకు దెలియలేదు. అప్పుడు సతీశుడు మీరులోనికి రారా?" అనిప్రశ్నించెను.

వినయుఁడు తనమనశ్చాంచల్యము నంతయు నణఁచుకొని 'మఱియొకప్పుడు వచ్చెదను" అనియెను.

తరువాత వినయభూషణుఁడింటికివచ్చి తనపేరువ్రాసిన యాకవరును జేబులోనుండి పైకితీసి చాలసేపటివఱకును జూచుకొనియెను. పిమ్మట నాతఁడాకవరును రూపాయలతోఁగూడ నొకపెట్టెలో భద్రముగా దాచిపెట్టెను. ఆసొమ్మెట్టి యావశ్యకసమయమందైనను వ్యయపఱుపగూడదని యాతఁడు నిశ్చయించుకొనియెను.

౨

వర్షాసంధ్యాకాశ నతినిబిడముగ నంధకార మాక్రమించుకొనియెను. వర్ణహీనంబులును, వైచిత్ర్యవిహీనంబులు నగు మేఘముల నిశ్శబ్దశాసనమునకు లోబడి కలకత్తానగరమంతయు బ్రకాండశునకముంబోలి గుండెలపై మెంగ నుంచుకొనిచుట్టి చుట్టుకొని పడియుండెను. సాయంకాలమునుండియును జినుకులు పడుచుండుటచే వీథులన్నియును బురదగానుండెను. ఆబురదను దేల్చికొని పోవునంత బలముగా వర్షించుటలేదు. అట్టిసమయమున—నిర్జనగృహమధ్యమునందుటకే గాని వెలుపలకు బోవుటకుగాని యుత్సాహము కలిగింపని యాసమయమున నిరువురుపురుషులు మేడమీఁదియంతస్తుపై కూర్చుండియుండిరి.

ఆమిత్రులిరువురును జిన్నతనమునుండియు బడిలోనుండి వచ్చి యచ్చటనే కూర్చుండి మాటలాడుకొనుచుండెడివారు. పరీక్షకు ముందచ్చటనే బిగ్గరగాఁ బాఠములచు జింతనసేయుచు నున్మత్తులవలెఁ బ్రచారముచేయుచుండెడివారు. 'బడినుండివచ్చి వేసవికాలపు రాత్రులలో నచ్చటనే భోజనముచేసెడివారు. అచ్చటనే రాత్రిరెండుగంటలవరకును దర్కవితర్కములు చేసుకొనుచు నిదురించి సూర్యకాంతులు మొగంబులపైఁబడినతరువాత నదరిపడిలేచి లోనికిఁబోవుచుండెడివారు. కాలేజిచదువు ముగిసినతోడనే వారామేడమీఁదనే హిందూహితైషిణీసభను నెలకొల్పి నెలకొకసారి మీటింగుచేయుచుండిరి. అందొకఁడాసభకధ్యక్షుఁడు, రెండవవాడు కార్యదర్శి.

సభాధ్యక్షుని పేరు గౌరమోహనుడు. అతనిమిత్రులాతని 'గోరా' యని పిలుచుచుందురు. అతఁడందఱ కసందర్భముగాఁదిరస్కరించుచుండును. అతనిని గాలేజి పండితుఁడు రజతగిరి యనిపిలుచుచుండెను. అతనిశరీరచ్ఛాయ కేవలమును దెలుపు, అతఁడుసామాన్యముగ నాఱడుగుల పొడుగుండును; జమిలిరొమ్ముకవాఁడు అతని ముష్టిబంధము వ్యాఘ్రముష్టివలె దృఢమైనది. కంఠస్వరము పొటుగను, గంభీరముగ నుండును. ఆకస్మికముగ విన్నచో నదటుకలిగించును. అతనివదన ముండవలసినదాని కంటెఁ బెద్దదియుఁగఠినమైనదియు నైయుండెను. అతని క్రిందదౌడయు జాబుకమును దుర్గద్వారమునందలి దృఢార్గళమువలెనుండెను. అతనికన్నులపై భ్రూరేఖలు లేవనియే చెప్పవచ్చును. అతనికౌష్ఠాధరములు సన్ననివై తప్పవడి యుండును వానిపై నాసికఖడ్గమువలె వంగియుండును. కన్నులు చిన్నవియే కాని తీక్ష్ణములైయుండును. అతనిదృష్టి బాణమువలె నతిదూరమున నదృశ్యస్థానమునుగూడలక్ష్యముచేసి క్షణములో వచ్చి సమీపవస్తువునందుఁగూడ విద్యుచ్ఛక్తిని బ్రయోగింపఁగలదు. గౌరమోహనుఁడు చూపులకంత సుందరుఁడని జెప్పుటకవకాశములేదు. కానియాతని జూడకుండ నున్న వారులేరు. అతఁడెల్లప్పుడు నందరికన్నులఁబడుచునేయుండును.

అతని మిత్రుఁడగు వినయభూషణుడు చదువుకొన్న గొప్పయింటి బంగాళీ బిడ్డవలెనే నమ్రస్వభావుడు. స్వభావసౌకుమార్యమును కుశాగ్రబుద్ధియును గలసిన యాతని ముఖశ్రీ విశిష్టతేజముతో విరాజిల్లుచుండును కాలేజితరగతులలో నాతఁడెప్పుడును మొదటివాడుగనేయుండెను. గోరా యేవిధముచేతను నాతనితో సమానుఁడు కాజాలకుండెను. గోరాకుఁజదువునందంత యాసక్తియును లేదు; అంతత్వరగాఁ దెలిసికొను బుద్ధిశక్తియును లేదు. వినయభూషణుఁడే తగినంతసాయముచేసి గౌరమోహనుని గాలేజిపరీక్షలలోఁ దనవెనువెంటనే యుత్తీర్ణుఁడగునట్లు గావించెను.

గోరా — వినయా! వింటివా? అవినాశచంద్రుఁడు బ్రహ్మసమాజమును నిందించెను. దీనినిబట్టి యాతఁడు స్థిరహృదయుఁడై స్వాభావికావస్థ యందుండెనని తోఁచుచున్నది. ఏమినీవంతగా మొగము ముడుచుకొనుచున్నావు?

విన:— ఎంతపనిచేసెను; ఈసంబంధమున నింకను సెట్టిప్రశ్నలు వచ్చునో నేనూహింపఁ జాలకున్నాను.

గోరా:—అట్లయినచో నది నీమానసిక దోషము! ఒకసమాజమువారు మనసమాజమును భేదించివైచుచుండఁగా మనము నిశ్చలభావముతోఁ బ్రవర్తింపవలయు ననుట స్వాభావికనియమము కాదు. మనసమాజమువారు వారితప్పులను దెలుపవలయును. వారు నేర్పుతోఁజేయు పనులన్నియును మనకన్నులతో సామాన్యములుగాఁ జూడవలయును. వారిగొప్పతనము మనకంటెఁ దక్కువగా నుండునట్లు చేయవలయును-

ఇవియే మనసమాజమున కుచితకృత్యములు. పరసమాజ బలమేవిధముగ క్షీణించునో యావిధముగఁ బనిచేయవలయును.

వినయ:— ఇట్టిపనులు స్వాభావికముగా మంచివని నేను చెప్పజాలను.

గోరా:— ఇంచుక తీవ్రస్వరముతో 'మనకు మంచిచెడ్డలతోఁ బనిలేదు. ఈ పృథివియందుఁ గేవలము మంచివారేయిద్దరుముగ్గురుందురో కాని తక్కినవారంబును సాధారణులే. అట్లుగాకున్నచోఁ జనులు నడుచుటయును, జీవితములు గడచుటయును గూడ కష్టమే. బ్రాహ్మసామాజికుఁడు తనగొప్పతనమును బ్రకటించుచుండగా నితరమతస్థుఁ డాతనిలోపల మగ్గడించినప్పు డాతఁ డాక్షేపమును సహించియుండవలయును. వారుసంతోషముతోఁ గులుకుచుండఁగా విరుద్ధపక్షమువారుఁగూడ వారిని గీర్తించుచు వారివెనుకనే పోవుట యెన్నఁటికిని కలుగదు. అట్లుచేయవలయుననుట లోకవిరుద్ధము.

వినయ:— నేనుసమాజమును నిందించుటలేదు. వ్యక్తులనుగూర్చి—

గోరా:— ఇఁక సమాజనింద యనిన నెట్టిది? మతామతవిచారముచేయుటయే సమాజకార్యము. వ్యక్తులమూలముననే సమాజమైనది, ఆహా! ఎంతయోగ్యుడవు! అట్లయినచో నీవుమాత్రము నిందనీయుఁడవు గావా!

వినయ— కావచ్చును. కాని నేనందుకొఱకు సిగ్గుపడుచుందును.

గోరా:— వినయుని కుడిచేతి మణిబంధమును గట్టిగఁ బట్టుకొని "వినయా! న్నిమాటలేల? ఇఁక నీపనిజరుగదు. ఎంతమాత్రమును జరుగదు" అనియెను.

వినయుఁడొక నిమిషమూరకుండి 'ఏమి? ఏమిజరిగినది? నీకాభయమేల?" అనియెను.

గోరా:— నీహృదయము దుర్బలమైపోయినట్లు నాకుస్పష్టముగా దెలియుచున్నది!

వినయుఁడించుక యుత్తేజితుఁడై 'దుర్బలమా? ఏమి! నాకిష్టమేయున్నచో నేనిప్పుడే వారియింటికిఁ బోఁగలను. వారుగూడనన్నుఁ బిల్చియే యున్నారు. కాని నేనుపోవుటలేదు' అనియెను.

గోరా:— వెళ్లలేదు కాని యామాటమాత్రము మఱచిపోవుటలేదు. వెళ్ళ లేదుగదా యని రేయింబవలు భావించుచునే యున్నావు. అట్లుచింతించుటకంటె వెళ్ళుటయే మంచిదికాదా?

వినయ:— అట్లయినచో నీవునన్ను వెళ్ళుమనియే చెప్పుచుంటివా?

గోరా:— నవ్వుచుఁ దొడలపైఁ జఱచుకొనుచు "లేదు—నేను వెళ్ళుమనుటలేదు. కాని వెళ్ళినప్పుడు నీయంతట నీవే యెవ్వరికిని దెలుపకుండఁ బరుగెత్తి పోయెదవని మాత్రము నేనువ్రాసియియ్యఁగలను. తరువాత దినమంతయునాయింటనేయుండి

యచ్చుట భోజనమునకు బ్రారంభించెదవు. క్రమముగా బ్రాహ్మసమాజపుపట్టీలోఁ బేరు వ్రాయించుకొని యొక్కసారిగా దిగ్విజయ ప్రచారకుఁడ వయ్యెదవు!" అనియెను.

విన:— ఏమనుచున్నావు? తరువాత?

గోరా.— తరువాత నేమున్నది? చచ్చినను గౌరవములేదుగదా! బ్రాహ్మణకులమునఁబుట్టి జంతువుంబోలి చావవలయును. నీయాచార్య వ్యవహారము లన్నియుఁ బోవును దిక్ప్రదర్శనయంత్రములేని యోడవలె నీకు దిక్కు తెలియకుండఁబోవును. అప్పుడు నీవు, నౌకయొడ్డునకుఁ జేరుటయే కుసంస్కారమనియు సముద్రమధ్యమునఁ గేవలమును దేలిపోవుటయే స్వభావగమనమనియును దోఁచును. కాని నాకీవిషయమునఁ బూర్ణముగాఁ దెలుపుటకు ధైర్యముచాలదు. ఇంతయేల? నీవు వెళ్ళుము. అధఃపతనమున కభిముఖుఁడవై నిలిచియుండి మమ్మూరక యేలభయపెట్టెదవు?

వినయుఁడు మందహాసముచేయుచు "వైద్యుఁడాశ వదలుకొన్నచోటుల నెల్ల రోగి మరణించుటగలుగదు. ఇప్పుడంతటి వినాశకాల సూచనలేవియు నగపడుటలేదు, అనియెను.

గోరా:— లేదా?

విన:— లేదు.

గోరా:— నాడి చెదరిపోవుటలేదా?

విన:— లేదు దివ్యముగా నున్నది.

గోరా:— స్త్రీహస్తముచే స్పృశింపఁబడినంతమాత్రమున మ్లేచ్ఛాన్నము దేవతా నివేదనమున కర్హము కానేరదని నీమనమునకుఁ దోఁచుటలేదా?

వినయుఁడు విరక్తిభావముతో "గోరా! ఇఁక చాలింపుము! కూర్చుండుము!" అనియెను

గోరా:— నామాటలోఁ దప్పేమున్నది? స్త్రీహస్త మెందుకన్న నుఁగనిది కాదు. పురుష కరస్పర్శము చేసిన యాపవిత్ర కరపల్లవము పేరెత్తుటయే నీకుఁగష్టముగా నున్నది.

విన:— గోరా! నాకు స్త్రీజాతియందు భక్తిగలదు. మనశాస్త్రములును—

గోరా:— స్త్రీజాతి నెట్లుభజింపవలయునో యాశాస్త్రములే చెప్పుచున్నవి గాదా! అదిభక్తిగాదు – అట్లన్నచో వెంగము పైనమియూదురు.

విన:— నీవు కేవలమును మొండివాదము సేయుచున్నావే!

గోరా:— స్త్రీలగురించి "పూజార్హాగృహదీప్తయః" అనిశాస్త్రములు చెప్పుచున్నమాటనిజమే-ఏమనిన వారుగృహమును బ్రకాశింపజేయువారు గావున పురుషుల హృదయమును బ్రకాశింపఁజేయుదురు గావున వారు పూజార్హాలనిచెప్పు పాశ్చాత్య సాంప్రదాయము కేవలము నింద్యమైనది.

వినః— అక్కడక్కడ లోపము లగపడినంతమాత్రమున నుత్తమపద్ధతుల నీవిధముగా విమర్శింప వచ్చునా?

గోరా:— (తెల్లబోయి) వినయా! నీకాలోచనాశక్తి శూన్యమైపోయినది అందుచేతనే యీమాటలకొక్కటున్నది. విదేశసాంప్రదాయమున స్త్రీలనుగూర్చి చెప్పిన యత్యుక్తులన్నియును కేవల మోహపూర్ణములైనవి. దివ్యమందిరమున గృహిణీపీఠము నలంకరించియున్న శ్రీ గౌరీ సరస్వతులుమాత్రమే పూజార్హలు. ఆమెట్టుదిగి యీవలకు వచ్చినతరువాత స్త్రీలనుగురించి కావించుస్తుతిభాషణము లన్నియు దూషణములే కాని వేఱుకావు. ఎందుచేత నీమనసు పక్షివలె నెగిరిపోయి పరేశబాబుగృహము చుట్టును దిరుగుచున్నదో; యాభావమునే యింగ్లీషుభాషలో 'లవ్' అనిచెప్పుదురు. దానినే యింగ్లీషువారీ ప్రపంచమునందలి పరమపురుషార్థముగా భావించుచుందురు. నీవిట్టి చిక్కులలోఁ బడకుందువుగాక!

వినయుఁడు చబుకుదెబ్బ దిన్న క్రొత్తగుఱ్ఱమువలె నెగసిపడి 'గోరా! ఇంకఁ జాలింపుము. శ్రుతిమించిపోవుచున్నది' అనియెను.

గోరా:— మించుటకేమున్నది. ఏమియును లేదు. స్త్రీ పురుషుల పరస్పర సంబంధము మనోవికారమునకుఁ గారణమని మనమెన్ని యింగ్లీషుపుస్తకములలోఁ జదువలేదు!

వినః— ఓహో! బాగుగ సంగ్రహించితివి. స్త్రీ పురుషసంబంధ మెట్లుండవలయునో యట్లుండనీయక మోహావేశముచే నియమోల్లంఘనము చేసినచో నది యనర్థదాయకమేయగును. ఈయపరాధ మెక్కువిదేశీయులది మాత్రమేనా? ఈసంబంధమున నింగ్లీషువారి కవిత్వము మిథ్యయైనచోఁ గామినీకాంచనములఁ బరిత్యజించుటయే సర్వవిధముల శ్రేయోదాయకమని చెప్పిన మనవారికవిత్వమును మిథ్యయే! మానవహృదయములు కాంతాకనకములయెడల మోహామగ్నములైపోవుట స్వభావము. అందుచేతనే నీతిబోధకులగు కొందఱుకవులు ప్రియయందలి సౌందర్యాంశమును మాత్రమే సముజ్జ్వలముగవర్ణించి మోహమును నిందించియున్నారు. మరికొందరుకవులు మోహపరిపూర్ణములగు కామినీకాంచనములు కేవలము పరిత్యాజ్యములనియే విధించియున్నారు. ఈరెండును నిరుదెఱఁగులగు భిన్నప్రకృతుల భిన్నపద్ధతులు. ఇందొకదానినిమాత్ర మామోదించి రెండవదానిని దిరస్కరించుట సమంజసము కాదు.

గోరా:— కాదు! నీవు పొరపాటుపడుచున్నావు. నీయవస్థ యింతవఱకు మారిపోయినది. అంతకువేదాంతము నీతలలోనున్నప్పుడు నీవునిర్భయముగా 'లవ్' చేయవచ్చును. కాని సమయమువచ్చినప్పు డట్టిభావము నడఁచుకొను సామర్థ్యముండవలయును. ఇదియే మనసామాజిక నియమము.

వినః— (వ్యస్తహృదయముతో) గోరా! నీకు మతిపోవుచున్నదా! ఇంకను నాకు 'లవ్' అనియెదవేమి? కాని నేనొకమాట యంగీకరించెదను. నేను పరేశ బాబునుజూచి యాతనిసంగతి తెలిసికొన్నప్పటినుండియు నాకువారియందు గౌరవము కలిగినది అందుచేతనే వారిజీవితచరిత్రములు దెలిసికొనవలయునని నాకుఁ గోరిక కలుగుచున్నది.

గోరాః— మంచిమాటయే. అట్టికోరికలనే యడంచుకొనవలయును. నీవెంత ప్రయత్నించినను వారిజీవితచరిత్రము నందొక్క యధ్యాయము నైనను ముగింపఁజాలవు. వారు కేవలమును ప్రార్థనాపరులు. నీవు వారిస్థితిగతులనుగూర్చి ప్రయత్నించుటకుఁ గడంగితివేని నీకుఁ దుదకు వారి యనుజ్ఞాపత్రము లేకుండ దర్శనము చేయుటకుఁగూడ నవకాశము లేకుండఁబోవును.

విన— నీయందున్న గొప్పదోషమే యిది. పరమేశ్వరుఁడు సర్వశక్తులను నీకొక్కనికే ప్రసాదించెననియు, దక్కిన మావంటివారంఱును కేవలము దుర్బలులనియు నీయభిప్రాయము!

గోరాకీమాట క్రొత్తగాదోఁచెను. అందుచే నాతఁడుత్సాహముతో వినయుని వెన్నపైఁ జరచుచు 'మిత్రమా! సరిగాఁజెప్పితివి! ఇదియే నాయందున్న దోషము' అనియెను.

విన:— కాదు. నీబుద్ధియందింతకంటెను మఱియొకదోషమున్నది. పరులనెల్లప్పుడును దిరస్కరించుచుండుటయేగాని వారియందలి మంచితనమును గ్రహించునుద్దేశము నీకెంతమాత్రమును లేనేలేదు.

వారిట్లు సంభాషించుకొనుచుండఁగా గోరా సవతియన్నయగు మహిముఁడు లంబశరీరము కలవాఁడగుటచే వగర్చుకొనుచు మేడమీఁది కెక్కివచ్చి 'గోరా!' అని పిలిచెను. గోరాత్తరముతో లేచి నిలువఁబడి 'ఏమి సెలవు?' అనియెను.

మహి:— విశేషములేమి? వర్షాకాల మేఘములన్నియు మనమేడమీఁదనే యలముకొని గర్జించుచున్నట్లగుపడుచున్నది. ఇంగ్లీషు తెలిసికొని భారతసముద్రమున సగముదూరము దాఁటితివా? ఇంగ్లీషునకు లోపము లేదు; కాని 'క్రిందిగదిలోఁ దలనొప్పితోఁ బడియున్న మీవదినకు నీసింహనాదము దుస్సహముగానున్నది.

అనిచెప్పి యాతఁడు దిగిపోయెను.

3

గోరాయును వినయుఁడును మేడదిగుట కుపక్రమించుచుండఁగా గోరాతల్లి పైకివచ్చెను. తోడనే వినయుఁడామెకుఁ బ్రణామంబుచేసి యామె పాదధూళిని శిరంబునఁదాల్చెను. గోరాతల్లియగు నానందమయిని జూచినచో నామె గోరాతల్లి యని యెవ్వరు ననుకొనరు. ఆమె సన్నముగాఁ బలుచగా సమోన్నతముగా నుండును.

ఆమె కుంతలము లందందు నరసియున్నను వైకిమాత్రము స్పష్టముగా నగపడుటలేదు. ఆకస్మికముగఁ జూచినచో నామెనలువదియేండ్లకు లోఁబడి వయసు గలదానివలె నగపడును. ఆమెవదనమండల మతిసుకుమారమైనది. నాసికయు, నోష్ఠాధరములును, చుబుకమును, లలాటమును దిద్దితీర్చినట్లుండును. ఆమొగంబునఁదేజోమయంబగు బుద్ధిశక్తి యెప్పుడును దాండవించుచుండును. ఆమె శ్యామలాంగి గోరాశరీరచ్ఛాయతో నామెను బోల్చుట కెంతమాత్రము నవకాశము లేదు. ఆమెను జూచినంతమాత్రముననే యొకవిధమగు వింతకలుగును. ఆమెలంగాయును' గమీజును ధరించును. మన కథాకాలమునాటి కప్పటినవనాగరిక యువతులందఱట్టి దుస్తులను ధరించుట యున్నదిగాని చాలమంది యిల్లాండ్రట్టివారిని కిరస్తానీలని నిందించుచుండిరి. ఆనందమయి భర్త కృష్ణదయాళుఁడు కమిషనరుపని చేసెను. చిన్నతనమునందేయామె యాతనితోఁ గలసి పశ్చిమదేశమంతయును దిరిగివచ్చెను. అందుచేతనే యామెకట్టి దుస్తులను ధరించుట కెట్టిసంశయమును లేకుండబోయెను. సామాన్య గృహిణివలె నామె యింటిపనులను జేయుచు, బంధువులతో భాషించుచుఁ బొరుగిండ్లకుఁ బోవుచు నీవిధముగాఁ బ్రొద్దుపుచ్చుకొను స్వభావముగలది కాదు.

ఆమె మేడమీఁదకువచ్చి 'గోరా! నీకేకలు క్రిందికిఁగూడ వినఁబడునంతటి యుత్సాహపూరితములై యుండుటచే వినయుఁడు వచ్చియుండునని నేనప్పుడే యనుకొంటిని. చాలదినములనుండి యిల్లంతయు నిశ్శబ్దముగా నున్నది. ఏమి బాబూ! వినయా! వచ్చుటలేదేమి? అనారోగ్యముగ లేదుగద?" అనియెను.

విన:— లేదమ్మా వర్షాకాలముగదా!

గోరా:— అమ్మా! వింటివా యీతని ప్రత్యుత్తరము! ఈవర్షాకాలము పోయి వచో నెండకాలము వచ్చెననును! ఊరక దేవతలపై దోషారోపణము చేసినను వారు ప్రత్యుత్తరము చెప్పరుగదా! మనసులోని యుద్దేశ మాయంతర్యామి యొక్కఁడే తెలిసికొనగలడు.

విన:— గోరా! నీమాటలకర్థము లేదు.

ఆనం:— వినయా! ఆమాట నిజమే బాబూ! నేనెందుకో అడుఁ జెప్పుటలేదు. మానవహృదయము లొకప్పుడు నిర్మలములుగను, మఱియొకప్పుడు కళంకితములుగను నుండును. కాని యెల్లప్పుడు నేకరీతిగానుండవు. ఈవిషయమును గూర్చి చెప్పవలసిన వచ్చినచో నెంతయోయున్నది. వత్సా! రమ్మా! లోనికిరమ్మా! తినుటకేమైనఁ బెట్టెదనురమ్మా!

గోరా తీవ్రముగఁ దలవడ్డముగఁ ద్రిప్పుచు "వలదు! వలదు! అట్లెన్నటికిని జరుగదు! వినయుని నీయింటిలో నేమియును దిననీయను" అనియెను.

ఆనం:— ఔనుబాబూ! నిన్ను నేను దినుమని చెప్పలేదు. నీతండ్రి శిష్టాచార సంపన్నుఁడు! స్వయముగ వండుకొనిగాని భుజింపడు! వినయుఁడు నాప్రియ

కుమారుడు. అతఁడు నీవలె దుడుకువాఁడు కాఁడు. కేవలము నీవే యాతని బలవంతముగ నిరోధించుచున్నావు.

గోరా:— ఆమాట నిజమే. ఆక్రిష్టియనుదాసిని వెలగించువరకును నీయింట భుజించుట జరుగదు.

ఆనం:— గోరా! నీవంతమాటయనకుము! చాలకాలమునుండి నీవామె చేతియన్నము తినుచున్నావు. చిన్నప్పటినుండియు నిన్నామెయే పెంచినది. ఆమెచేసిన పచ్చడియేగాని నీకు రుచిగానుండేదు. చిన్నతనమున నీవు స్ఫోటకి పడినప్పుడామె నీకుఁజేసిన యుపచారము నేను నాజీవితములో మఱచిపోఁగలనా?

గోరా:— అవిశ్వాసము కలదేని నీవామె కూరక జీతమునిమ్ము, భూమిని గొని పెట్టుము; ఇల్లుకట్టించి పెట్టుము; నీయిష్టమువచ్చిన యుపకారము చేయుము. అంతే కాని దాని నింటియందుంచుకొనుట మర్యాద కాదమ్మా!

ఆనం:— గోరా! కావలసినంత ధనమిచ్చివైచినచో ఋణము తీరిపోవు ననుకొనుచున్నావు కాఁబోలును! దానికిభూములక్కఱలేదు; ఇల్లక్కఱలేదు; నిన్నొక నిమిషము చూడకున్నచో నది బ్రతుకఁగలదా?

గోరా:— సరే. అట్లయినచో నీవామె నేయుంచుకొనుము. కాని వినయుఁడు మాత్రము నీయింట భుజింపఁడు. నియమమును పాలింపవలయును అమ్మా! నీవంతటి శిష్టవంశమున జన్మించితివిగదా ఆచారమును పాటింపనక్కఱలేదా?

ఆనం:— బాబూ! ఈ మీయమ్మ యొకప్పుడాచారమున పాలించినదే! అందుకొఱకప్పుడెందఱితో కన్నులనీరునిండినది. అప్పుడు నీవెక్కడనున్నావు? ప్రతిదినమును శివాలయమునకుఁబోయి పూజచేయుచుఁ గూర్చుండి మీతండ్రి వచ్చి పిలిచినను నెంతసేపటికిని వచ్చెడిదానను గాను. అపరిచితుఁడగు బ్రాహ్మణుని చేతియన్నమునైనను దినుటకు సందేహించెడిదానను. ఆకాలమున నిప్పటివలె రైలు చాలదూరము వఱకును లేదు. అప్పుడు బండ్లమీఁదను, పల్లకులమీదను గొన్నిదినములు తిండిలేకుండ ప్రయాణము చేయవలసివచ్చెడిది. మీతండ్రిగారెంత ప్రయత్నించియు నాయాచారమును మాన్పింపఁజాలకపోయిరి. భార్యవగు నన్నుఁగూడ వెంటబెట్టుకొని యాయన తనయుద్యోగపు గ్రామములు తిరుగుచుండుటచేఁ బెద్దయుద్యోగులగు దొరలాయనను బొగడుచు నధికారములు జీతముగూడ వర్ధిల్లజేయుచుండిరి. ఆగౌరవము వలననే మాకుఁదరుచుగా నొకచోటునుండి యొకచోటికి మారుటయుండెడిది కాదు. ఇప్పుడాయన పెద్దవారై యుద్యోగమును వదలుకొని కావలసినంత ధనము సంపాదించి యాకస్మిక పరివర్తనముఁగాంచి శిష్టాచార సంపన్నుడయ్యెను. కాని, నాకుమాత్ర మట్టిభాగ్యము కలిగినదికాదు. నాసప్తపురుషాంతర సంస్కారము లన్నియుఁ గ్రమముగా నిర్మూలములైపోయినవి. అవి యింకనెంత ప్రయత్నించినను లభించునా?

గోరా:— నీపూర్వ పురుషులమాట యటుంచుము. వారిప్పుడు నిన్నేమైన నిరోధింతురా? కాని నీవు మేము గౌరవించుపద్ధతుల నవలంబింపవలయును. నీకు శాస్త్రమునందు గౌరవములేకపోయినను శ్రేయమందభిమాన ముండగూడదా?

ఆనం:— ఓరీ! నీవింతగా నాకు బోధింపనక్కఱలేదు. నాహృదయమును నేనె యెఱుంగుదును. నాస్వామి, నాపుత్రుండు, నన్నుం దమస్వత్వముగాం జేసికొని నాపాదములకు సంకెలలు వైచినప్పుడింకను నాకు సుఖమెక్కడిది? నిన్నెప్పుడు నాయుత్సంగమునం జేర్చుకొంటినో యప్పుడే నాయాచారమంతయుం గొట్టుకొనిపోయినది. చంటిబిడ్డను వక్షమునం జేర్చుకొను నానందము నెఱింగి యింకను కులాచారమునం గ్రమముగ బాలింపంగలవా రీపృథివియందెవ్వరును జన్మించియుండలేదు. ఆయానందమును గ్రహించినప్పుడే నేనిట్లు నిశ్చయించుకొంటిని. ఇప్పుడు నేనెవ్వరినైనం గ్రిస్టియనులనిగాని, హీనకులజులనిగాని నిందించినచోం బరమేశ్వరుండు నాకునునీకును నెడంబాటు ఘటిల్లంజేయునేమోయని భయపడుచుందును. కుమారా! నీవు నాయొడి నిండించి నాగృహంబును బ్రకాశింపంజేయుచు నుండుము! నేనీప్రపంచమునందలి యెల్లజాతుల చేతినీళ్ళను ద్రాగెదను.

అప్పటి యానందమయిమాటలకు వినయుని హృదయమునందేదియో యస్పష్టముగ నొక సందేహచ్ఛాయ పొడకెను. అప్పుడాతండొక్కసారిగా నానందమయి వంకను గౌరమోహనుని వంకను దిలకించెను. తోడనే యాతని సంశయము దూరమై పోయెను.

గోరా — అమ్మా! నీమాటలంత యుక్తియుక్తములుగాలేవు. శాస్త్రగౌరవము గలిగి యాచారమును బాటించువారి యిండ్లయందుం గూడ బిడ్డలు జీవించుచునే యున్నారు. అట్టిచో నీశ్వరుండు కేవలము నీవిషయమునమాత్రమే క్రొత్తచట్టము నుపయోగించుననుబుద్ధి నీకెట్లు కలిగినది?

ఆనం:— బాబూ! ఎవ్వండు నిన్ను నాకొసంగెనో యాతండే నాకిట్టి బుద్ధిని గూడం బ్రసాదించినాండు. ఆసంగతి నేనేమని చెప్పుదును! ఈవిషయమున నా స్వాతంత్ర్య మేమియును లేదు. కాని, వెఱ్ఱివాడా! నీవెఱ్ఱితనమును జూచి నవ్వవలయునో యేడువవలయునో నాకేబోధపడకున్నది. సరే, ఆమాటలకేమి! వినయుండు నాయింటిలో భుజింపండుగదా?

గోరా:— అమ్మా! ఒక్కసారి కక్కుర్తిపడినచోం బరిసారులుబడవలసివచ్చును. అదినాకిష్టములేదు. అతనిది శుద్ధబ్రాహ్మణకుటుంబము. అతండొకటిరెండు మంచిమాటలకుం బొరపాటు పడకూడదు. అతండెన్నింటినో వదలుకొనవలయును; ప్రవృత్తిని నిగ్రహించుకొనవలయును; జన్మగౌరవమును నిలుపుకొనవలయును; తల్లీ! కోపపడకుము నీపాదధూళిని గైకొందును.

ఆనం:— ఏమంటివి? నాకుఁగోపమా? నీవుచేయుపను లేవియును జ్ఞానముతోఁ జేయుటలేదని చెప్పుచున్నాను. నేనునిన్ను బెంచి పెద్దవానిని జేసితిని. ఏమైననేమి-నీమతమునందు నాకెంతమాత్రమును గౌరవములేదు. అదియే నాకుఁగష్టముగ నున్నది. పోనిమ్ము నీవు నాయింటిలోనుండి నాచేతులతో విహరింపకపోయినను నీవు ప్రతిదినమును ప్రాతస్సాయంకాలముల వచ్చి నాకన్నులఁబడుచున్నచో నదియే నాకుఁ బరమానందము. వినయా! అట్లు బిక్కమొగము వైచికొనియుంటివేమి బాబూ! నీ మనసు మిగుల మెత్తనిది. నాకుఁగష్టముగా నున్నదనుకొంటివి కాఁబోలును? లేదు నాయనా! మఱియొకప్పుడెప్పుడైన నిన్నుఁబిలచి మంచిబ్రాహ్మణునిచేతనే వంటచేయించి పెట్టెదను లెమ్ము! నీవు మఱియొకలాగనుకొన వలదు. నేనుమాత్రము మాలక్ష్మి దాసి చేతియన్నము నే తినియెదను.

అని చెప్పి యామె క్రిందికిదిగిపోయెను. వినయుఁడు కొంతసేపటివఱకు మౌనముతో నిలువఁబడి పిదప మెల్లమెల్లగా 'గోరా! నీకక్షిచాలవరకు ముదిరిపోయినది' అనియెను.

గోరా:— అణుమాత్రమైనను లేదు. ఎవ్వరిమతమును వారు నిలుపుకొనుటకు బ్రయత్నించుచుందురు లోపమున కేమాత్రమును సందొసంగినను గ్రమముగ నంతయును జెడిపోవును.

విన:— ఆహా! ఏమితల్లీ!!

గోరా:— ఆసంగతి నీవు బోధింపనక్కరలేదు. నాకును దెలియును! నాతల్లివంటి తల్లి యెవ్వరికిని లేదు. కాని యాచారమును బాలింపనప్పుడు తల్లినైనను నేనొక్కనాఁటికి గౌరవింపను. చూచితివా వినయా! నీకొక్కటేమాట చెప్పుచున్నాను. మనసు నదుపుంచుకొనుము. హృదయ మత్యుత్తమమైనదే కాని సర్వోత్తమమైనది మాత్రము కాదు.

విన:— గోరా! ఇప్పటియమ్మమాటలవలన నామనసునకే కాతల్లడముగానున్నది. ఆమె తనమనసులోని యుద్దేశమును మనకుఁ దెలుపఁజాలనందులకుఁ జితిల్లుచున్నట్లగుపడుచున్నది.

గోరా — (యించుక యధీరుఁడై) వినయా! అంతదూరముగా నాలోచింపవలదు. అందువలన వృధాకాలహరణమే గాని లాభము లేదు' అనియెను.

విన:— మిత్రమా! నీవీప్రపంచమునందలి యొట్టియుత్తమవస్తువైనను మంచికంటితోఁ జూడఁజాలవు. ఇంతేకాక కల్పనాబలముచే నీవుచూడనివస్తువునుగూడఁ దిరస్కరించుచునేయుందువు. అమ్మ యెందుచేతనో గాని వ్యస్తహృదయయైనట్లున్నది. ఆమెకేదియో గృహసంబంధమగు విచారముండియుండును. గోరా! నీవామెచెప్పిన మాట వినగూడదా?

గోరా:— వినవలసినంతవఱకు వినియేయుంటిని. ఇంకను విననలంచినచో, చెడ్డ మాటలుకూడ వినవలసివచ్చునని నాప్రయత్నము మానుకొంటిని.

౪

మతప్రసిద్ధమగు నొకయుపదేశము నెంతతీవ్రముగ విందుమో యంతతీవ్రముగ దానిని మానవులయెడలఁ బ్రయోగించుపట్టున నెల్లసమయములందును ధైర్యమును వహింపఁజాలము. విశేషించి వినయునికడ నట్టిధైర్యము లేదు. వినయుని హృదయప్రవృత్తి యతిప్రబలమైనది. అందుచేతనే యాతఁడు మతచర్చ చేయుపట్టున మతమే సర్వోత్తమమైనదని భావించుచుండెను. కాని వ్యవహార సమయములయందు మానవులనంతకంటెను విశేషముగ గౌరవింపకుండ నుండఁజాలఁడు. గోరాచేఁ బ్రచారితములగు మతపద్ధతులలో నెన్నిటిని వినయుఁడు మతమునందలి గౌరవముచేఁ బ్రేమించుచుండెనో, యెన్నిటిని గోరాయందలిప్రీతిచే గౌరవించుచుండెనో చెప్పుటకష్టము.

ఆవర్షాకాలసంధ్యాసమయమున వినయుఁడు గోరా యిల్లువిడచి పంకిలమగుమార్గమున మెల్లఁగా దనయింటికిఁ బోవుచుండెను. అప్పుడాతని హృదయమున మతము, మానవుఁడు నను రెండువిషయములను గూర్చి చర్చ జరుగుచుండెను. కాలము ననుసరించి ప్రకాశముగనో, గూఢముగనో తటస్థించుచుండు నానావిధములగు నాఘాతములనుండి సమాజమును రక్షింపదలంచినచో, నాహారవిహార విషయములయందుసయితము విశేషించి జాగ్రత్తగా నుండవలయునని గోరా వినయునకు బోధించియుండెను. వినయుఁడు దానినతి సులభముగనే గ్రహించెను. ఆయుపదేశమునకు విరుద్ధముగానున్నవారితో గోరా యతితీవ్రముగ వాదించియుండెను. శత్రువులు కోట నలుదెసల ముట్టడించినప్పు డాత్మసంరక్షణమునకై కోటయందలి ప్రత్యేకమార్గములను, సందులను, ద్వారములను, గిటికీలను, రంధ్రములను బంధించి యుంచుట యౌదార్యమునకు లోపము కాదనిగూడ నాతఁడుపదేశించియుండెను. కాని నేఁడు తల్లియగు నానందమయి యింట భుజింపుటకు గోరా యడ్డగించుట వినయునకు హృదయాఘాతమై యూఁతలేక వేదనను గలిగించుచుండెను.

పాపము వినయునకుఁ దండ్రిలేఁడు; తల్లి చిన్నతనమునందే మరణించినది; పినతండ్రిమాత్రము స్వదేశమునందుండెను వినయుఁడు చిన్నతనమునుండియుఁ గలకత్తాయందే యొంటరిగానుండి చదువుకొని పెద్దవాఁడయ్యెను. గోరాతో స్నేహము కలిగినప్పుడే యాతని కానందమయి వాత్సల్యము లభించినది. అప్పటినుండియు వినయుఁడామె నమ్మాయని పిలుచుచుండెను. వినయుఁడు తఱచుగా నానందమయి యింటికిఁ బోవుచు నామెయొద్దనుండి తనకుఁ గావలసిన వన్నియును బలవంతముగఁ దీసికొని తినుచుండెడివాఁడు; ఆమె తనను గోరాను వడ్డించుసమయమున 'నీవు పక్షపాతము చేయుచున్నావు" అని యామెపైఁ గృత్రిమకోపమును జూపుచుండెడివాఁడు తానొకటి రెండుదినములు రాకుండినచో నానందమయి తనకొఱ కెంతయాతురపడుచుండెడిదో, వచ్చినప్పుడు చెంతగూరుచుండి తనకుభోజనము పెట్టుట కామె యెంత వేడుక

పడుచుండెడిదో, సభముగించి యెప్పుడువచ్చునా యని యామె తనకొఱకెట్లు నిరీక్షించుచుండెడిదో వినయునకు బాగుగఁదెలియును. అట్టి వినయుఁడిప్పుడు సామాజిక నియమముల ననుసరించి తనయింట భుజింపకుండుట యానందమయి సహింపఁగలదా? వినయుఁడు మాత్రము సహింపఁగలఁడా?

“ఇంతటినుండి నీకు మంచిబ్రాహ్మణునిచే వండించి పెట్టెదను. ఇఁక నెన్నఁడును నాచేతియన్నమును బెట్టను లెమ్ము” అని నగుమొగముతోఁ దల్లి చెప్పినది. కాని యీపలుకు హృదయశల్యముగాదా! ఈమాటనే వినయుఁడు సారెసారెకు మనంబున భావించుకొనుచు నిల్లుచేరుకొనియెను.

ఆ శూన్యమందిర మంధకారమయమై యుండెను. నలుదెసలఁ గాగితములును, పుస్తకములును గత్తరగాబడియుండెను. వినయుఁడగ్గిపుల్లతో దీపమును వెలిఁగించెను. ఆతని వ్రాఁతబల్లపై గప్పఁబడిన తెల్లనిబట్టపై నందందుఁ జమురుడాగులు పడియుండెను. ఆయింటిలో నాతనిప్రాణములు కొట్టుకొనిపోవుచుండెను. మానవసంఘమును, స్నేహభావము ననువిషయము లిప్పుడాతని హృదయమున ముద్రితములై యుండెను. దేశోద్ధరణము సమాజరక్షణము నను సమస్తకర్తవ్యములు నేమతమునందును, స్పష్టముగను, సత్యముగను, నాతని కగుపడుటలేదు. ఒకనాఁటి శ్రావణ నిర్మలప్రభాతసమయమునఁ బంజరమునొద్దకువచ్చి మరల నాపంజరమునుండి వెడలిపోయిన యాచిలుకయే యాతనికిఁ బ్రత్యక్షసత్యముగాఁ గానవచ్చుచుండెను. ఆయజ్ఞాతవిహంగింగూర్చి యాతనిహృదయ మందింకను నెట్టియాలోచనయుఁ బుట్టలేదు. కాని యింతకుముందే గోరా తన్నుఁ బ్రవేశింపకుండఁజేసిన యానందమయి మందిరప్రతిబింబమే యాతని హృదయమునం దంకితమైయుండెను.

ఆగదియందలి చలువఱాతినేల మిలమిల మెరయుచుండెను. ఒకసోఫాపై రాయంచ ఱెక్కఁబోలి తెల్లని మెత్తని పాన్పు పఱుపబడియుండెను. దానిప్రక్కనున్న చిన్నబల్లపై దీపమింకను వెలుఁగుచునే యుండెను. ఆదీపమునొద్ద నిజముగా నానందమయి వన్నెవన్నెల దారములను గైకొని యొక కంబళముపైఁ జిత్రశిల్పమును గావించుచుండెను. దాసి లక్ష్మి క్రింద నొకపీటపైఁగూర్చుండి యొక్కటేధోరణిగా నేమేమియో మాటలాడుచుండెను. చాలవఱకానందమయి యామాటలను వినుచుండుటయేలేదు. తల్లియగు నాయానందమయి మనసునకుఁ గష్టముగా నున్నప్పుడెల్ల గుట్టుపనిలో నిమగ్నయగుచుండును. అట్టిపనిలో నిమగ్నరైయున్న యామెనిస్తబ్ధవదనమండలమే యిప్పుడు వినయుని మనోనయనములకు గోచరించుచుండెను. అప్పుడాతఁడు తనలో “ఈవదనమునందలి ప్రేమతేజమే నామనోవైకల్యమును బాఱఁదోలి నన్ను రక్షించుఁగాక! ఈపవిత్రముఖమండలమే నామాతృభూమి ప్రతిమాస్వరూపమగుగాక! ఇదియే నాకుఁ గర్తవ్యకార్యప్రేరకమగుఁగాక! ఇదియే నన్ను స్వధర్మనిరతునిం

గావించుఁగాక అని యనుకొనుచు మనసునందే యామెంగూర్చి యొకసారి అమ్మా!" యని పిలిచి అమ్మా! నీయన్నము నాకమృతము కాదని యెట్టిశాస్త్రములు సప్రమాణముగ నిరూపించినను నేను విశ్వసింపను" అనియెను

నిశ్శబ్దముగానున్న వినయునిగృహమునందలి పెద్దగడియారము టిక్కుటిక్కు మనుచు నేయుండెను. అయింటనుండుట యాతనికి దుస్సహమయ్యెను. దీపమునొద్ద గోడపైనుండి యొకబల్లి పురుగులను బట్టుకొనుచుండెను. వినయుఁడు దానివంక నించుక సేపు చూచిచూచి చటాలునలేచి గొడుగుఁదీసికొని వెలుపలికివచ్చెను. ఏమిచేయవలయునో యాతఁడు నిశ్చయించుకొనలేదు. మరల నానందమయి నొద్దకుఁ బోవలయు ననియే యాతని యభిప్రాయమైయుండును. కాని యాకస్మికముగా నాతనికి నేఁడాది వారమనియు, బ్రహ్మసభయందు కేశవచంద్రుఁడుపన్యసించు ననియు జ్ఞప్తికివచ్చెను. అది తోఁచినవెంటనే వినయుఁడు తక్కినవాని నన్నింటిని మఱచిపోయి వేగముగా నడవ నారంభించెను. ఉపన్యాసమీపాటికిఁజాలవఱకు ముగియవచ్చునని తోఁచినది గాని యాతఁడు మాత్రము తనయుద్దేశమును మార్చుకొనలేదు.

అతఁడు పోవునప్పటికి సామాజికులంతఱును వెలుపలికి వచ్చుచుండిరి. వినయుఁడు గొడుగువైచుకొని యొకప్రక్కను నిలువఁబడిపోయెను. అప్పటికి పరేశబాబు శాంతప్రశన్నవదనముతో మందిరమునుండి యీవలకువచ్చెను. అతనితో నలుగురైదుగురు పరిజనులుండిరి. వారిలోనొకతరుణ మనోహరవదనమును వీధిదీపపువెలుఁగున వినయుఁడొక్కసారి మాత్రము వీక్షించెను. తోడనే బండిచక్రములచప్పుడయ్యెను. వెంటనే యదృశ్యమైపోయెను, వినయుఁడింక నింటికిఁబోక తిరిగితిరిగి తిన్నగా గోరా యింటికిఁబోయెను. అప్పటికి సంధ్యాంధకారము సాంద్రమైపోయెను. అప్పుడు గోరా యొక దీపము నొద్దఁగూర్చుండి యేమియో వ్రాయుచు మొగము పైకెత్తకయే "వినయా! ఇదియేమి! ఈగాలి యేవైపునుండి వచ్చినది?'' అనియెను.

వినయుఁడామాటవినకయే ''గోరా! నిన్నొక్కమాట యడిగెదను. నీయుద్దేశమున భారతవర్షము సత్యస్వరూపమైనదేనా? స్వప్నస్వరూపమైనదేనా? రేయింబవలు నీవాలోచించుచుందువుగదా- ఈవిషయమున నీయభిప్రాయ మేమి?'' అనియెను.

గోరా వ్రాయుట మాని తీవ్రదృష్టితో వినయునివంక నించుక సేపు విలకించి కలము నొకచోనుంచి కుర్చీవెనుకకు మొగముద్రిప్పి 'వినయా! నావికుఁడు తననావను సముద్రమున విడిచి యేపనులలో నిమగ్నుఁడైయున్నను దానుపోవు రేవును లక్ష్యము నందుంచుకొనునట్లే నేనును నాభారతవర్షమును నామనసునందునిలుపుకొనియున్నాను" అనియెను.

వినః— నీభారతవర్షమెక్కడనున్నది?

గోరా:— గుండెలపైఁ జేయుంచి "ఈదిక్ప్రదర్శనయంత్రము (కంపసు) నిరంతరము నేవైపునకు ముల్లనూపుచున్నదో నాభారతవర్షమచ్చటనే యున్నది. అంతేకాని మీమార్షల్ దొరగారి హిందూదేశచరిత్రలో లేదు" అనియెను.

వినః— నీముల్లేవైపునకు దిరిగియున్నదో అచ్చటనేమైననున్నదా?

గోరా:— లేకేమి? నేను దారితప్పిపోవుచున్నను; మునిఁగి చచ్చిపోవచ్చును; కాని నాముల్లా యదృష్టస్థానమునే—భాగ్యలక్ష్మీస్వరూపమగు నారేవునే లక్ష్యము చేయుచున్నది. అదియే నాసమగ్రభారతవర్షము అదియే ధర్మపూర్ణమైనది; జ్ఞానపూర్ణమైనది. అట్టిభారతవర్షము మరియెచ్చటనులేదు. అదికానిదంతయు నలువైపుల నసత్యమే—ఈనీకలకత్తాపట్టణము, ఈకచేరీలు, ఈకోర్టులు, ఈభవనములు – ఇవియన్నియును బుద్బుదప్రాయములు! ఛీ!

అనిచెప్పి గోరా వినయుని మొంగమువంకఁ దదేకదృష్టితోఁ గొంతసేపటివఱకును జూచుచుండెను. వినయుఁడేమియును మాఱాడక భావించుకొనఁ దొడఁగెను. అప్పుడు గోరా మరల నందుకొని 'వినయా! ఎచ్చట మనము చదివియుంటిమో, వినియుంటిమో, ఉద్యోగములకొఱకగపడ్డవారినెల్ల నాశ్రయించుచుంటిమో, ఇంతచేసినను గుటుంబపోషణమునకుఁ దగినంత సంపాదించుకొనుటకు దిక్కులేక యుంటిమో యట్టి యీయైంద్రజాలిక మిథ్యాస్వరూపమునే భారతవర్ష సత్యస్వరూపముగా భావించుచు నిందలి యిరువదియైదుకోట్లప్రజలును మిథ్యాగౌరవమును గౌరవముగను మిథ్యాకర్మమును సత్కర్మముగను నెంచుకొనుచు విభ్రాంతులై సంచరించుచున్నారు. ఇట్టిమరుమరీచికా మధ్యమునందేయుండి యెట్లో మనమందఱమును ప్రాణములనునిలుపుకొనఁగలుగుచున్నాము. అందుచేతనే నానాఁటికిఁ గృశించి పోవుచున్నాము. సత్యభారతవర్షమొకటియున్నది. అదియే పరిపూర్ణభారతవర్షము! అందుండుభాగ్యమే లభింపకున్నచో మన మేజ్ఞానముతో, నేప్రాణముతో సత్యజీవామృతమును గ్రోలఁగలుగుదుము? అందుచేతనే సర్వమును మఱచిపోవలయునని చెప్పితిని. బిరుదుచదువులు బిరుదుమాయలు, ముష్టిమోహములు సర్వమును ద్రోసివైచి మనదోనెను నారేవున కభిముఖముగా నడిపింపవలయును. మునిఁగిన మునుఁగుగాక! చచ్చినఁజత్తుముగాక! కాని నేను నాభారతవర్ష సత్యమూర్తిని-పూర్ణమూర్తిని ఎప్పటికైన మఱచిపోఁగలనా? అనియెను.

వినః— గోరా! నీవిట్లుద్రేకముతోఁ జెప్పుచుంటివా, సత్యముగనే చెప్పుచుంటివా?

గోరా:— మేఘగంభీర భాషణములతో 'సత్యమే చెప్పుచున్నాను!" అనియెను.

వినః— గోరా! నీవలె నెవ్వరును గ్రహింపలేరా!

గోరా:— అట్లందఱును గ్రహించునట్లు చేయుటయే నాపని! సత్యస్వరూపమును దెలిసికొనజాలకున్నచో లోకులు ఛాయాస్వరూపమునందే యాత్మసమర్పణముచేసికొనరా? భారతవర్షసర్వాంగసౌందర్య మందఱికన్నులయెదుటను బ్రదర్శింపవలయును. అప్పుడందఱును దానికివశులైపోవుదురు. అప్పుడునీవు చందాలకొఱకు గుమ్మముల వెంటఁ దిరుగవలసియుండదు; జనులు తమకుఁదామె ప్రాణములనైన సమర్పించుటకు సర్వసిద్ధులైయుందురు!

వినయ:— గోరా! అట్లయినచో నాకాసత్యస్వరూపమును జూపింపుము! కాదేని లోకముతోఁబాటుగ నన్నుఁబోనిమ్ము!

గోరా:— సాధనచేయుము! విశ్వాసమున్నచో నుపాసనాబలమువలన నీకు సుఖముకలుగఁగలదు. సుఖాసక్తులగు మనదేశాభిమానులంతగా సత్యవిశ్వాసము కలవారుగారు. అందుచేతనే వారు తమశక్తియందును, నితరులశక్తియందునుగూడ నమ్మకములేనివారగుచున్నారు. స్వయముగాఁ గుబేరుఁడు ప్రత్యక్షమై వరమిచ్చెదననినను గవర్నరు దొరగారి జమాదారు మెడలోని గిల్టుడవాలికంటె నెక్కువ కోరుకొనుటకు వారికి ధైర్యముండునని నేననుకొనను. వారికి విశ్వాసములేదు కావుననే ధైర్యమును లేదు!

వినయ:— గోరా! అందఱిస్వభావము నొక్కరీతిగా నుండదు. నీవు నీబుద్ధియందే విశ్వాసము కలిగియున్నావు; స్వశక్తినే యాశ్రయించి పనిచేయుచుందువు అందుచేతనే నీవితరుల స్థితిగతులను గ్రహింపఁజాలవు. నీవునన్నేదైన పనియందు నియోగింపుము. నాకుఁ బొద్దుపోవుటలేదు. నీయొద్ద నున్నప్పుడుమాత్రమే నాకుఁ గొంచెము కాలక్షేపమగుచున్నది తరువాత నూరక యుండవలసివచ్చుచున్నది.

గోరా:— నీవు పనిమాట యడుగుచున్నావా? స్వదేశసంబంధమగువానిని నిస్సంకోచముగను, నిస్సంశయముగను, సంపూర్ణముగను బ్రేమించుటయును, దేశమునందు విశ్వాసములేనివారి హృదయములయందట్టి ప్రేమభావమును బుట్టించుటయును మనకిప్పుడవశ్య కర్తవ్యమై యున్నది. దేశవిషయమున నభిమానహీనులమైయుండి మనము మనహృదయములను దాసత్వవిషయముచే దుర్బలములైనవానిగాఁ జేసివైచుకొన్నాము. మనలో నొక్కొక్కఁడు నాదర్శకుఁడై దానికి బ్రతీకారమును గావింపఁగలిగినచో నప్పుడు మనకార్యక్రమమునకు సుక్షేత్రము లభింపఁగలదు. అట్లుకాక మనమేపని చేసినను గేవలమును బాఠశాలయందలి చరిత్రపాఠపుస్తకము ననుసరించి యితరులందఱు చేసినపనివలెనే యుండును. ఇట్టి నిరర్థక కార్యమునకై సత్యముగా మన సర్వశక్తులను, బ్రాణములను నెట్లర్పింపఁగలుగుదుము! అట్లుచేయుట మన హైన్యమును మఱింత వర్ధిల్లఁజేసికొనుటయే.

ఇట్లు వారు సంభాషించుకొనుచుండఁగా నొకహుక్కాను చేతఁబట్టుకొని మృదుమందాలస భావముతో మహిముఁడాయింటఁ బ్రవేశించెను. ఇది కచేరినుండి వచ్చి, తేనీరుత్రాగి హుక్కాగొట్టము నోటఁబెట్టుకొని, హుక్కాను చేతఁబట్టుకొని, వీధిగుమ్మమునొద్దఁ గూర్చుండి మహిముఁడు తంబాకు సేవించు సమయము! ఇఁకగొంత సేపటికి నొక్కొక్కరుగా నిరుగుపొరుగు స్నేహితులందఱును వత్తురు. అప్పుడు సింహద్వారముకడనున్న గదిలోఁగూర్చుండి వారందఱును పేఁకాట యాడుకొందురు. మహిముఁడు లోపలఁ బ్రవేశించినతోడనే గోరా కుర్చీనుండిదిగి నిలువఁబడియెను. మహిముఁడు హుక్కాను పీల్చుచు 'భారతోద్ధరణమునకై కొట్టుకొనుచున్న నీవు సంపూర్ణముగా నీసోదరు నుద్ధరింపఁగలవు!'' అనియెను.

గోరా మహిమునివంకఁ జూచుచు నూరకుండెను. అప్పుడు మహిముఁడు 'మా ఆఫీసునకుఁ గ్రొత్తగావచ్చిన దొర బుల్‌డాగ్‌వలెఁ జాలదుర్మార్గుఁడు. అతడుబంగాళిబాబులను 'బేబూ' అని పిలుచుచుండును. తల్లిచచ్చుచున్నదన్నను నెవ్వరికిని సెలవీయఁడు. ఒక్కనికైనను నెలజీతము పూర్తిగాముట్టనీయఁడు. గుమస్తాలజీతమంతయును జరిమానాలక్రిందనే కడతేరిపోవుచున్నది. అతనిపేరనే యాకాశరామన్న యుత్తరమువచ్చినను దానిని నేనువ్రాసితిననియే యనుమానించి సత్యాసత్యములు గ్రహింపకుండగనే నాచేత క్షమాపణపత్రమును బలవంతముగ వ్రాయించుకొనుచుండును. మీరు, యూనివర్సిటీసముద్రమును మథించి బయలుదేరిన రత్నములు. ఈయుత్తరమును బాగుగ సవరించి వ్రాసిపెట్టుఁడు "even handed justice neverfailing generosity, kind courteousness'' మొదలగునవి తీసివేయవలయును.

గోరామాటాడకయూరకుండెను. వినయుఁడు నవ్వుచు 'అన్నా! ఇన్నితప్పులొక్కగుక్కలో నెవఁడు పలుకఁగలఁడు?" అనియెను.

మహి:— శత్రునియందు శాఠ్యమునే ప్రయోగింపవలయును. నాకుఁజాలదినములనుండి వారితో సంబంధమున్నది వారిసంగతి నాకుదెలియనిదేదియును లేదు. ఆదొర లసత్యము చెప్పువారినే గౌరవించుచుందురు. ఆవశ్యకమైనచో వారట్టిపనియైనను జేయుదురు. వారిలోనొకఁడు తప్పుపనిచేసినను నందఱు దానినే యామోదించుచుందురు. మనమట్లు చేయఁగలమా? కావునఁ దెలియకుండులాగున వారినెంత మోసముచేసినను మనకుఁ బాపములేదు"

అని మహిముఁడు పకపక నవ్వసాగెను. వినయుఁడుగూడ నవ్వు నాఁపుకొనఁ జాలకపోయెను.

మహి:— సత్యము చెప్పియే వారినప్రతిభులం గావింపవలయునని మీరనుకొనుచున్నారు కాఁబోలును! పరమేశ్వరుఁడు మీకిట్టిబుద్ధులు ప్రసాదించుటచేతనే

దేశమునకిట్టి గతికలిగినది! ఎవ్వడైనను సాహసించి యీ తనిదొంగతనము బట్టుకొన్నచో నాతడే తనమాత్రమును దనపనికి సిద్ధపడక పైపెచ్చు పరమసాధువుగతె పైఁబడి కొట్టుటకు సిద్ధపడును ఇదినిజమే నా?

విన:- సత్యము కాకేమి?

మహి:- అంతకంటెను నసత్యప్రవర్తనముకు దిగి మిథ్యావినయముతో నాతని పాదములను సేవించినచో నప్పుడాతఁడు నీకు సేవకుఁడైపోవును. అందువలన మనకు మంచి కితాబులు లభించుటయే కాక మనశ్శాంతికి భంగములేకుండ నుండును. బాగుగ నాలోచించినచో నిదియే దేశభక్తి. కాని మన గోరాకీమాటయున్నఁగోపము. అతఁడు హిందువుఁడైనప్పటినుండియు వజ్రసోదరుఁడనని నన్ను గౌరవించు చుండెను. కాని యిప్పుడేమో నామాట లాతనికి నచ్చుటలేదు. కాని, యేమి చేయుదును. అతఁడు సోదరుఁడు! అసత్యసంబంధమునందుగూడ సత్యమునే చెప్పవలసివచ్చుచున్నది. వినయా! ఆయుత్తరము నొకసారి చూడుము! ఉండుముండుము! నేను చిత్తుప్రాసి యున్నాను. అదితీసికొని వచ్చెదను.

అని చెప్పుచు మహిముఁడు తంబాకు సేవించుచు వెలుపలకుబోయెను. అప్పుడు గోరా వినయునింగాంచి "వినయా! నీవన్నగారి గదిలోనికిఁబోయి చూచుచుండుము. ఇంతలో నేను నాయుత్తరమును బూర్తిచేసికొందును" అనియెను.

౩

'వినుచున్నారా? నేను పూజామందిరములోనికి రానులెండి! భయములేదు. ఆహ్నికకృత్యములు ముగిసినచో మీరొకసారి యాగదిలోనికి రండు! మాటాడవలసిన పనియున్నది. ఎవ్వరైన సన్యాసులు వచ్చినచో నింక మీదర్శనమే దొరకదు అందు చేతనే యిప్పుడు వచ్చి మనవిచేసుకొనుచున్నాను! మఱచిపోక యొకసారి రండు" అని భర్తకుదెలిపి ఆనందమయి యింటిపనులు చేసికొనుటకుఁ బోయెను.

కృష్ణదయాళుఁడు శ్యామలశరీరుల తరగతిలోనివాఁడు. అతఁడంత పొడుగరి కాఁడు. అతని మొగమంతయును నెఱసినగడ్డముచేఁ గప్పబడియుండును. అందలి పెద్ద కన్నులుమాత్రమే స్పష్టముగఁ గానవచ్చుచుండును. అతఁడెప్పుడును గైరికవసనము లను ధరించి చేతియందుఁ గమండలువును, పాదములయందుఁ బాదుకలను దాల్చి యుండును. అతని నడినెత్తి యంతటను బట్టదలయయ్యెను. మిగిలిన కుంతలములను జేర్చి యాతఁడు వెంగము మీఁదనే ముడివైచుకొని యుండును.

పశ్చిమమునందున్న దినములలో నాతఁడు గోరాతోఁ గలసి మద్యమాంసములను భుజించినవాఁడే. ఇప్పుడాతనికి దేశమునందలి పూజారులు, పురోహితులు, వైష్ణవులు సన్యాసులు మొదలగువారి పాదములపైఁబడి ప్రణిపత్తిని జూపుటయే పౌరుషమును

జ్ఞానము కలిగినది. అట్టివారిలో నిప్పుడాతఁడు గౌరవింపనివారెవ్వరును లేరు. క్రొత్త సన్యాసియెవ్వడైన నగపడినచో నాతనియొద్దఁ గ్రొత్తమార్గమును నేర్చుకొనవలయునని ప్రయత్నించుచుండును. నిగూఢమగు ముక్తిపథమునందును, నిగూఢమగు యోగమార్గమునందును నాతనికిఁగల యాశకు మేర లేదు. తాంత్రికసాధనము నభ్యసింపవలయునని యాతఁడుపదేశమునంది కొంతకాలము ప్రయత్నము చేసెను. అప్పుడొక బౌద్ధపురోహితుని దర్శనము లభించుటచే నాతనియుపదేశములవలనఁ గృష్ణదయాళుని ప్రథమోద్దేశ మిప్పుడు మాఱిపోయెను.

అతని ముప్పదియవయేఁట నాతనిప్రథమభార్య యొకమగశిశువును బ్రసవించి స్వర్గస్థురాలయ్యెను. తల్లిచావునకుఁ గారణమయ్యెనను కోపముతో నాతఁడాబిడ్డను మేనమామగారియింటికిఁ బంపివైచి యావైరాగ్యముచేఁ బశ్చిమమునకు వెడలిపోయెను. మఱి యాఱుమాసములకుఁ దరువాతఁ గాశీవాసియగు సార్వభౌముని మనుమరాలిని, పితృహీనను, ఆనందమయిని నాతఁడు పెండ్లిచేసుకొనియెను. పశ్చిమదేశమునందే యాతఁడుద్యోగము చేసి పెద్దయధికారుల గౌరవమును సంపాదించియుండెను. ఇంతలో సార్వభౌముఁడు మరణించుటచే నితరపోషకు లెవ్వరును లేని యానందమయి నాతఁడు తన యొద్దకే తీసికొనిపోయెను

సిపాయిమ్యూటిని సమయమునందుఁ గృష్ణదయాళుఁడు తన నేర్పరితనముచే నొకరిద్దఱు పెద్దదొరలప్రాణములను రక్షించెను. అందుచే నాతనికి యశస్సును, జాగీరును గూడ లభించెను. మ్యూటినీ ముగిసిన కొలఁదికాలములోనే యాతఁడుద్యోగమును వదలుకొని పసిబిడ్డయగు గోరాను దీసికొని కొంతకాలము కాశీయందు నివసించియుండెను. గోరా కైదేండ్ల వయసు వచ్చునప్పటికి కృష్ణదయాళుఁడు కలకత్తానగరమునకు వచ్చి యప్పుడు తనపెద్దకుమారుఁడగు మహిముని గూడ మేనమామయొద్దనుండి తనయింటికిఁ బిలిపించుకొని పెద్దవానిఁ జేసెను. ఇప్పుడు మహిముఁడు తనతండ్రి గౌరవమును బట్టి దొరతనమువారి ట్రెజరీలో నతిగౌరవముగఁ బనిచేయుచుండెను.

గోరా చిన్నతనమునుండియుఁ దనబడియందును బడిపిల్లలయందును నధికారము చేయుచుండెను. ఉపాధ్యాయపండితుల జీవితములు మంచివి కావని నిరూపించుటయే యాతనిప్రధానోద్దేశము, నామోదము నైయుండెను. అతనికించుక వయసు వచ్చినప్పుడే బడిపిల్లల క్లబ్బునందు "అస్వతంత్రులై యెవ్వరు జీవింపఁగోరుదురు? ఇరువదికోట్ల ప్రజలనివాసము!" అను విషయములనుగూర్చి యింగ్లీషుభాషయందుపన్యసించి క్షుద్రవిద్రోహులకు సేనాపతియయ్యెను. క్రమముగా గోరా బాలకసభయను గ్రుడ్డును భేదించుకొని వచ్చి యువకసభయందుఁ గాకలీస్వరమును విస్తరింపఁజేయుచుండెను. అది కృష్ణదయాళుని హృదయమున కతికుతూహలముగనే యుండెను.

నాచుచుండగనే నగరమందు గోరాకు గౌరవప్రపత్తులు గల్గుచుండెను. కాని యింటియందు మాత్రము మట్టు లేదు. మహిముఁడప్పటికి యుద్యోగము చేయుచుండెను. అతఁడు గోరాను జూచి యొకప్పుడు "దేశాభిమానాగ్రణి" అనియు నొకప్పుడు "అపరహరిశ్చంద్రుఁడ!" అనియుఁ బరిహసించుచుండెను. అందుచే గోరా యొకప్పుడప్పుడన్నను కొట్టఁబోవుటకూడ జరుగుచుండెను. గోరాకుగల [illegible] యానందమయి మనసున విచారించుచుండెను. ఆమె యాతని శాంతింపఁజేయుటకనేక విధముల ప్రయత్నించెను. గాని లాభము లేకపోయెను. గోరా వీధులయందును ఘట్టములయందును నెట్టియిన నింగ్లీషువారితో డీకొనఁగలిగినచో, దానిజీవనము ధన్యమగునట్లు తలంచుకొనుచుండును.

క్రమముగా నప్పుడు గోరా కేశవచంద్రుని యుపన్యాసములకు ముగ్ధుఁడై బ్రహ్మసమాజముచే విశేషముగా నాకర్షింపబడియెను. మొగలనిప్పుడు కృష్ణదయాళుఁడు పూర్వాచార పరాయణుఁడై గోరా తన గదిలోపలికి వచ్చుటకుఁగూడ సహింపకుండెను. అతఁడు ప్రత్యేకముగ నొకయిల్లు తీసికొని దానియందు సాధనాశ్రమము అనుపేరుతో నొకబోర్డును గట్టుకొనియెను. తండ్రి యిట్లు చేయుటచే గోరాకుగ్గుబగా నుండెను. 'ఈ మూఢత్వమును నేను సహింపఁజాలను! అది నా కన్నులకు శూలమువలె నున్నది.' అనియనుకొనుచు గోరా తండ్రితోడి సర్వసంబంధములు తెగద్రెంచుకొని యెక్కడికైనఁ బోవుటకుఁ బ్రయత్నించుచుండెను. ఆనందమయి యాతని నెట్లో మందలించి, బోధించుచుండెను

గోరా యవకాశము దొరికినప్పుడెల్లఁ దండ్రికడకు వచ్చుచుఁ బోవుచుండు బ్రాహ్మణపండితులతో వాదములు చేయుట కారంభించుచుండెను. అది తర్కమే కాదు. విచారణమనియే చెప్పవచ్చును. అందుఁజాలమంది పండితులకుఁ బాండిత్యముకంటె ధనలోభమే హెచ్చుగానుండుటవలన వారు గోరా నతిక్రమింపఁజాలక యాతఁడనినఁ బెద్దపులివలె భయపడుచుండిరి. వారిలోఁ గేవల మొకహరచంద్ర విద్యావాగీశ్వరునియందు మాత్రమే గోరాకు గౌరవము కలిగెను.

కృష్ణదయాళుఁడీ విద్యావాగీశ్వరుని వేదాంతచర్చకొరకు నియోగించియుండెను. గోరా మొట్టమొదట నీతనితోఁగూడ నుద్ధతభావముతో వివాదపడుటకుఁ బ్రయత్నించెను, గాని యది కొనసాగలేదు. విద్యావాగీశ్వరుఁడు కేవలము పండితుఁడు మాత్రమే కాక యత్యాశ్చర్యకరముగ నుదారస్వభావుఁడు కూడ నైయుండెను. కేవలసంస్కృతవిద్యాభ్యాసమువలన నిట్టి తీక్ష్ణపరిశాంతబుద్ధి లభించునని గోరా యూహించియైన నుండలేదు. విద్యావాగీశ్వరుని నడవడియందు శాంతిక్షమములును ధైర్యగాంభీర్యములును బరిపూర్ణములై యుండుటచే నాతనియెదుట గోరా విధేయత చూపకుండ నుండఁజాలకపోయెను. అప్పటినుండి గోరా హరచంద్రునియొద్ద వేదాంతదర్శ

నములను జదువుట కారంభించెను. గోరా యేపనినైనను సగముసగమా చేయువాఁడు కాఁడు. అతఁడు కేవలము నప్పుడు దర్శనాలోచనమునందే నిమగ్నుఁడైపోయెను.

ఘటనాక్రమమున నాసమయమునం దొక యాంగ్లేయ మతగురు వొకపత్రిక యందు హిందూశాస్త్రములను సమాజమును నెదిరించియావిషయమునఁ దనతో వాదించుటకు హైందవపండితుల నాహ్వానించెను. అదిచూచి గోరా మండిపడియెను. అవకాశము దొరికినప్పుడెల్ల దాను శాస్త్రములను లోకాచారములను నిందించుచు విరుద్ధమతస్థుల నెంతగాఁ బీడించుచున్నను నిప్పుడు విదేశస్థుఁడొకఁడు హిందూమతము నధిక్షేపించుట గోరా కంకుశముతోఁ బొడిచినట్లయ్యెను. గోరా యప్పుడు పత్రికామూలమునవే వాదించుట కారంభించి ప్రతిపక్షుల హిందూమతమునందును, సమాజమునందును నారోపించిన దోషములలో నొకదానినైనఁ గొంచెమైన నంగీకరింపలేదు. పత్రికాధిపతియింక నేమి ప్రకటింపఁజాలననునంతవఱకును వాదము జరిగెను. గోరా యికఁగోపమునడంచుకొని యింగ్లీషులో "హిందూయిజమ్" అను నొకపుస్తకమును వ్రాయనారంభించెను. అందుసాధ్యమైనంతవఱకు సమస్తయుక్తులను శాస్త్రములను నుద్ఘాటించి హిందూధర్మమును గూర్చియు హిందూసమాజ శ్రేష్ఠత్వమునుగూర్చియుఁ బ్రమాణములను సంగ్రహింపఁదొడంగెను. ఈవిధముగా గోరా మిషనరీలతో వాదించి తుదకు దనవాదమును నెగ్గించుకొనియెను "నాదేశము విదేశీయుల కోర్టులయందు, విదేశీయుల శాసనానుసారముగా విచారింపఁబడుటకు నేనంగీకరింపను. ఏమైననేమి విదేశీయులయాదర్శములతో మేమేకీభవింపఁజాలము. మాజన్మభూమియందలి యాచారములను విశ్వాసములను, శాస్త్రములను సమాజములను గౌరవించుటయందు మేమెవ్వరియొద్దను నించుకంతయైన సంకుచితులమై యుండఁజాలము సబలముగ—సగర్వముగ మాదేశగౌరవమును మా నెత్తిపైఁ బెట్టుకొని మాదేశమునకు మాకు నెట్టి యవమానమును గలుగకుండ రక్షించుకొందుము" అనిచెప్పుచు గోరా గంగాస్నానములను సంధ్యాహ్నికములను జేయుటకారంభించెను.

అతఁడు నెత్తిపైనొక చిన్నజుట్టుపిలక నుంచుకొని తినుట త్రాగుట మొదలగు వానిలోఁగూడ జాగరూకుఁడైయుండెను. ఇది మొదలాతఁడు ప్రతిదినమున సంధ్యా కాలమున దల్లిదండ్రుల పాదధూళిని దలనుదాల్చుట కారంభించెను. ఇదివరకు వలె నింగ్లీషుభాషలో 'కాడ్, స్నోబ్' అని నిందించుటమాని గోరా తనయన్నగారగు మహిముని జూడఁగనే లేచి నమస్కారముచేయ మొదలుపెట్టెను. ఈయాకస్మికభక్తిం గాంచి మహిముఁడు నోటికివచ్చినట్లెల్ల ననుచున్నను గోరా దానికిఁ బ్రత్యుత్తర మిచ్చుటలేదు. గోరా తనయుపదేశముచేతను నాచరణముచేతను దేశమునందలి కొంతమందిని దనతోఁ జేర్చుకొనఁగలిగెను.

ఆసమాజమువారందఱును నాతని సహాయ్యముచే నెమ్మదిగనుండి "మేము మంచిచెడ్డలనుగూర్చిగాని, సభ్యతాసభ్యతలనుగూర్చిగాని యొకరియొద్దఁ బ్రకటించుకొను నుద్దేశము గలవారము కాము. మాకు మేమే తోఁడుగా కేవలమును మాకష్టసుఖములను మేమే యనుభవించుచుందుము." అని పలుకుచు సర్వసంసిద్ధులైయుండిరి.

గోరాయెడలం గలిగిన యీనూతనపరివర్తనము కృష్ణదయాళున కెంతమాత్రము నిష్టముగ లేకుండెను. అతఁడొకనాఁడు గోరానుబిలిచి 'బాబూ! హిందూశాస్త్రమతి గంభీరమైనది. మహర్షులు స్థాపించిన యీధర్మమునుగూర్చి తెలిసికొనుట సామాన్యులకు సాధ్యముకాదు. నీవిట్టిపనికిఁబూనుకొని కష్టపడకుండుటయే మంచిదని నాకుఁదోఁచుచున్నది. నీవు చిన్నవాఁడవు. ఇంగ్లీషువిద్య బాగుగ నభ్యసించితివి. నీవు బ్రహ్మసమాజమునఁ జేరినచో వారందఱును నీవుచెప్పినట్లు చేయుచుందురు. నీవట్లు చేరుట నాకెంతమాత్రమును గష్టముగనుండదు. మఱియు సంతోషముగనే యుండును. కాని నీవీమార్గమునే యవలంభించినచో నీకంతగా నుపయోగము కలుగదు. ఇది నీకుఁ దగినపద్ధతిగాదు.' అనియెను.

గోరా:— అదియేమి చెప్పుచున్నారు? నేను హిందువుడను. నాకిప్పుడు గాకున్న నెప్పటికైనఁ బ్రయత్నించినచో హిందూధర్మతత్త్వము తెలియకమానదు. ఎప్పటికిని దెలియకున్నచో నప్పుడుదీని బరిత్యజింపవచ్చును. నేను పూర్వజన్మము హిందూసమాజసంబంధమును విడువఁజాలనివాఁడ నగుటచేతనే నాకిప్పుడీబ్రాహ్మణజన్మము లభించినది. ఇట్లే ప్రతిజన్మమునందును హిందూధర్మము నవలంభించుచు నుత్తముఁడనై సర్వోత్తమస్థానముఁ గాంచెదను. ఎదైనఁబొరపాటుచే నిప్పుడైనఁ దారి తప్పినను మరల ద్విగుణీకృత వేగముతో యథామార్గమునకు మరలవలయును.

కృష్ణదయాళుఁడు తలద్రిప్పుచు "కాని, బాబూ! హిందువునని చెప్పుకొన్నంత మాత్రమున హిందువు కానేరడు. ముసల్మానుకా వచ్చును—క్రిస్టియను కావచ్చును; కాని హిందువగుటయా? ఏతమాట! అదిమాత్రము సాధారణ కార్యముకాదు! అనియెను.

గోరా:— ఆమాట నిజమే కాని నేను హిందువునై జన్మింపఁగలుగుటచేత సింహద్వారమునొద్దకు రాఁగలిగితిని ఇప్పుడు సరిగఁ బ్రయత్నించినచో నతిసులభముగనే లోపలఁబ్రవేశింపఁగలను.

కృష్ణ: - బాబూ! నేను నీతో వాదింపఁజాలను. కాని నీమాటయందును సత్యము లేకపోలేదు. ఎవ్వరికర్మఫల మెట్లున్నదియో యట్లు కాకమానదు. దానినిమాత్ర మెవ్వరు నడ్డగింపఁజాలరు. భగవత్సంకల్పమునకు మనమేమి చేయగలము? మనకే తెలియును?

భగవదుద్దేశము, కర్మఫలము, సోహంవాదము, భక్తితత్త్వము నను నీసమస్తవిషయములను కృష్ణదయాళుఁడు సంపూర్ణముగను, సమానముగనే గ్రహించెను. కాని వీని సమన్వయమునుగూర్చి గాని ప్రయోజనమునుగూర్చిగాని యాతనికింతవఱకు నెంతమాత్రము ననుభవము కలుగలేదు.

ఇన్నాళ్లకు నేఁడు కృష్ణదయాళుఁడు స్నానాహ్నికములను ముగించుకొని యానందమయి గదిలోనికివచ్చి యొకబల్లపైఁ దనచిత్రాసనమునే పఱచికొని యెట్టి సంపర్కమును దనకుఁగలుగకుండునట్లు చూచుకొని సావధానముగఁ గూర్చుండియుండెను.

ఆనం: — మీమీ తపస్సులో నింటిగోడవయే లేకుండఁబోయినది. కాని నేను మాత్రము నిరంతరమును గోరాకొఱకు భయపడిపోవుచున్నాను.

కృష్ణ:— భయమేమి!

ఆనం:— నేను సరిగాఁ జెప్పఁజాలను. గోరా యిప్పుడు హిందూమతము నవలంబించి పనిచేయుచున్నాడు. క్రమముగా నందువలన నెట్టికష్టములు సంఘటిల్లునో యని భయపడుచున్నాను. ఈతనికి వడుగు చేయవద్దని నేనప్పుడే చెప్పియుంటిని. మీరు నామాట లెక్కచేసినారు కారు. మెడలో రెండు మూడు నూలుపోచలను వైచినంత మాత్రమున వచ్చినదియు లేదు; పోయినదియు లేదని నాకు సమాధానము చెప్పితిరి. కాని యవి వట్టి నూలుపోగులు కాలేదు. ఇంతకును బుట్టిముంచినవి!

కృష్ణ:— ఔను. ఆతప్పంతయును నాదే—నీబలవంతముచేతనే నేను పొరఁబడితిని. అప్పుడు నీమాటను నెంతమాత్రము వినఁజాలకుంటిని. ఆదినములలో నేనును నిర్లక్ష్యముగా నుంటిని. ధర్మకర్మములుగూర్చి నాకెప్పు డెట్టిజ్ఞానమును లేనేలేదు. ఇప్పుడైనచో నట్టిపని చేయఁగలుగుదునా?

ఆనం:— మీరేమన్నను సరియే! నేనుమాత్ర మధర్మము చేయలేను. నేనాబిడ్డను బెంచుట కెంతకష్టపడితినో మీరే యెఱుఁగుదురు. ఎవ్వరేమిచెప్పిన నట్లు చేసితిని! ఎన్నిమందులు ఎన్నిమంత్రములు నుపయోగించితినో మీరెఱుఁగరా? ఒకనాఁటి రాత్రి సజ్జనిండఁ బువ్వులుంచుకొని శివపూజ చేయుచున్నట్లు కలగంటిని తరువాతఁ గొంతసేపటికి నాపువ్వులు మాయమైపోయి యంతకంటెను దెల్లనగు పిల్లవాఁడొకఁడు నాకాసజ్జలో నగపడియెను. అప్పుడు నాకేమియును బోధపడలేదు. నాకన్నుల నీరు నిండిపోయెను. నేనప్పుడాబిడ్డను తత్తరముతోఁబోయి యెత్తుకొంటిని. తోడనే నాకు నిద్రాభంగమయ్యెను. తరువాతఁ బదిదినములు గాకుండఁగనే నాకీగోరా లభించెను. ఇదినా కీశ్వరప్రసాదము! నేనాతని నెట్లువిడువగలను? నేనీతనిని బూర్వజన్మమున గర్భమునుధరించి యెంతయో కష్టపడియుందును. అందుచేతనే యీతఁడు నన్నమ్మాయని పిలుచుటకు వచ్చియున్నాఁడు. ఈతఁడెంత విధాయకుఁడుగా మనకు

లభించెనో యాలోచించి చూడుఁడు. అప్పుడు నలువంకల హత్యలు యుద్ధములు జరుగుచున్నవి. మనమే ప్రాణభయముచేఁ జచ్చిపోవుచుంటిమి. అట్టిసమయమున నర్ధరాత్రి వేళ నాయాంగ్లేయయువతి మనయింటికి వచ్చి దాఁగినది. ఆమె నింటనుంచుకొనుటకు మీరు భయపడితిరి. నేనప్పుడు మీకుఁదెలియకుండ నామెను బసులసాలలోఁ గాఁచితిని. ఆరాత్రియే యామె యొకమగశిశువును బ్రసవించి మరణించినది. అట్టితల్లిదండ్రులులేని యాబిడ్డను నేను బెంపకున్నచో నాతఁడెట్లు బ్రతుకును? మీరప్పుడా బిడ్డను పాదిరీకొప్పగింపవలయునని తలంచితిరి. పాదిరీ యాబిడ్డకుఁ దల్లియా తండ్రియా? అతనికేల యొప్పగింపవలయును? అతఁడేల యాబిడ్డను రక్షించును? అట్లు లభియించిన యాబిడ్డ కడుపునంబుట్టిన బిడ్డకంటెఁ దక్కువా? మీరేమన్నను సరియే నాబిడ్డ నెవ్వఁడు ప్రసాదించెనో స్వయముగా నాతఁడే తీసికొనవలయును గాని నా ప్రాణము లుండగా నేనీతని నెవ్వరికి నొప్పగింపఁజాలను.

కృష్ణ:— ఆసంగతి నాకుఁదెలియును. అందుచేత నీవునీగోరాతోనే యుండుము. నాకా యభ్యంతరమేమియును లేదు. అతఁడుమనబిడ్డయేయని చెప్పుచున్నప్పుడాతనికి వడుగుచేయకున్నచో సంఘములో గౌరవము కలుగదు. అందుచేత నేయాతని నుపనయనము చేసితిమి కాని యిప్పుడు రెండుసంగతులాలోచింపవలసి యున్నది. న్యాయానుసారముగా నాసర్వస్వమును మహిమునకే చెందవలసియున్న—అలాగు—

ఆనం:— మీ ఆస్తిలో భాగమెవ్వరు కోరుచున్నారు? మీసర్వస్వమును మహిమునకే యీయవచ్చును— అందొకపైసయైనను గోరాకక్కఱలేదు. వాఁడు మగవాఁడు! బాగుగఁ జదువుకొన్నవాఁడు స్వయముగా సంపాదించుకోఁగలవాఁడు వానికొకరిధనములో భాగమెందుకు? వాడు బ్రతికియుండుటయే పదివేలు, నాకట్టి భాగ్యముతోడను బనిలేదు.

కృష్ణ:— అక్కఱలేదు అతనికంత యన్యాయముచేయను. భూసంపత్తియంతయు గోరాకేయిచ్చెదను. అందువలన నాతనికి వత్సరమునకు వేయిరూపాయిలు వచ్చును. ఇప్పుడాతని వివాహమునుగురించి యాలోచింపవలయును. ఇదివఱకుజరిగినదేదియో జరిగినది. ఇఁక నేనాతనికి బ్రాహ్మణకన్యను మాత్రము హిందూమతప్రకారము పెండ్లిచేయవలఁచుకొనలేదు. నీకుఁగోపమువచ్చినను సరియే; ఏమైనను సరియే—

ఆనం:— అహాహా! మీకువలెఁ బ్రపంచమంతయును గంగానదియే ప్రవహింపవలయుననునంతటి ధర్మజ్ఞానము నాకులేదు. బ్రాహ్మణకన్యనే పెండ్లిచేయవలయు నని నేనేల కోరవలయును? ఏలపట్టుపట్టవలయును?

కృష్ణ:— బ్రాహ్మణుల బిడ్డవై యుండియు నీ కట్టిమాటయనుచున్నావు?

ఆనం: — అయిననేమి? నేనునాబ్రాహ్మణత్వమును వదలుకొన్నాను. మన మహిముని పెండ్లిసమయమున కిరస్తానీదాననని నన్నందఱును నిందించియేయున్నారు.

అప్పుడు నేనన్నిటికి నంగీకరించి మారుమాటచెప్పకుండఁ దప్పుకొనియే యుంటిని. లోకులందఱును నన్ను గిరస్తానీయనుచున్నారు. ఇంకను ననేకవిధముల ననుకొనుచున్నారు. నేనందఱిమాటలను సహించి చెప్పుచున్నాను! కిరస్తానీలుమాత్రము మనుష్యులు కారా? మీరుమాత్రమే గొప్పజాతివారని పరమేశ్వరుఁడు నిశ్చయించి నాదరించి యున్నచో నాతఁడొకప్పుడు పటానుల పాదధూళియందును, మఱియొకప్పుడు మొగలాయీల పాదధూళియందును నిప్పుడు కిరస్తానీల పాదధూళియందును మీతలలను దొరలించుట కేల యంగీకరించును?

కృష్ణః— ఆమాటలకేమిలెమ్ము! నీవాఁడుదానవు. ఆసంగతులు నీవు గ్రహింపఁ జాలవు కాని, సంఘమొకటియున్నది. దాని కంతయును దెలియును. దానిని నీవు గౌరవింపవలయును.

ఆనం:— నాకుఁ దెలిసికొనవలసిన పనిలేదు. నేను గోరాను నాబిడ్డగా నెంచుకొని పెంచుకొన్నప్పుడే నాయాచారవ్యవహారములను మతమునుగూడ వదలుకున్నాను. నేనుమతముకొఱకు భయపడి యెప్పుడును దాఁగియుండలేదు! నేను ప్రత్యక్షముగ నే ప్రవర్తించుచు నెల్లర నిందలకును లోనగుచునేయున్నాను. కేవల మొక్కసంగతి మాత్రమే దాఁచియుంచితిని. దానికొఱకే దేవుని కెక్కడఁగోపము వచ్చునో యని భయపడుచున్నాను. చూడుడు! గోరా కిదియంతయును జెప్పివేయవలయునని యున్నది తరువాత నేమైనను సరియే.

కృష్ణదయాళుఁ డాత్రముతో 'వలదు, వలదు. నేను జీవించియుండగా నారహస్యము బయటఁబెట్టవలదు. గోరానే తెలిసికొననిమ్ము! తెలిసినతరువాత నాతఁడేమి చేయునో మనమూహింపఁజాలము. సమాజములో గోలపుట్టును. ఇంతేకాదు; దొరతనమువారేమి చేయుదురో చెప్పఁజాలము. గోరాతండ్రి యుద్ధములో మరణించినట్లును, నాతనితల్లి ప్రసవించి మరణించినట్లును మన మెఱిఁగియుండియు నప్పుడు రిపోర్టుచేయలేదు. ఇప్పుడది యంతయును గలసి పెద్దగందరగోళమగును. అట్లయినచో నాసాధనయును, భజనయును, మంటఁగలసిపోవును. ఇంకను నెట్టికష్టములు కలుగునో!" అనియెను.

ఆనందమయి నిరుత్తరయై కూరుచుండెను. కృష్ణదయాళుఁడు గొంతసేపటివఱకు నూరకుండి యనంతరము మెల్లగా గోరా పెండ్లివిషయమై నేనొకవిధముగా నాలోచించితిని. పరేశభట్టాచార్యుఁడు చిన్నతనమునందు నాతోఁ జదువుకొన్నవాఁడు. అతఁడు స్కూళ్ళఇన్స్పెక్టరుపనిచేసి పెన్షను తీసికొని యిప్పుడుకలకత్తాయందున్నాఁడు. ఆతఁడు ఘోర బ్రహ్మసమాజికుఁడు. అతనియింటఁ జాలమంది కన్యలున్నట్లు వినియున్నాను. గోరా కెట్లయిన నాతనితోఁ జనువు గలిగించినచో వాఁడు తఱచుగా నాయింటికిఁ బోవుచుండును. అప్పుడు వాని కాకన్యకలలో నెవ్వ

రైనఁ బెండ్లియాడవలయు నను కోరిక కలుగవచ్చును. తరువాత దేవుఁడున్నాఁడు' అనియెను.

ఆనం:— ఏమనుచున్నారు? గోరా బ్రహ్మసామాజికుల యిండ్లకుఁ బోవుటయా! ఇప్పుడాతనికా కాలము తిరిగిపోయినది.

ఇట్లనుచుండఁగనే గోరా తన మేఘమంద్రస్వరముతో 'అమ్మా!' యని పిలుచుచు నాగదిలోఁ బ్రవేశించి కృష్ణదయాళుఁడట నుండుటఁ గాంచి విస్మితుఁడై పోయెను. ఆనందమయి చటాలున లేచి యాతనియొద్దకుఁబోయి ప్రేమాశ్రుపూర్ణనయనములతో 'ఏమి బాబూ! ఏమి కావలయును?' అనియెను.

“విశేషమేమియును లేదు. ఏమియు నక్కఱలేదు. కూర్చుండుము” అని చెప్పి గోరా వెడలిపోవుట కుద్యుక్తుఁడగుచుండెను. అప్పుడు కృష్ణదయాళుఁడు “రమ్ము! కొంచెము నీవు కూరుచుండుము! నిన్నొకమాట యడుగవలసి యున్నది. నా బ్రాహ్మణమిత్రుఁ డొకఁడిప్పుడు కలకత్తాకువచ్చి హిదోశలాయందు వసించి యున్నాఁడట!” అనియెను.

గోరా:— పరేశభట్టాచార్యుఁడా?

కృష్ణ:— ఔను, నీవాతని నెఱిఁగియుందువు?

గోరా:— మనవినయుఁడు యిల్లాతని యింటియొద్దనే, వినయునివలన నేనాతని సంగతి వినియుంటిని.

కృష్ణ:— నీవాతని క్షేమసమాచారమును దెలిసికొని నాకుఁ జెప్పెదవా?

గోరా యించుక నేపాలోచించి యాకస్మికముగా “రేపటియుదయమున నచ్చటికిఁ బోయెదను” అనియెను. ఆనందమయి యామాటకించుక వింతపడియెను. గోరా మరల నాలోచించి యంతలోనే 'రేపు నేనచ్చటికిఁ బోఁజాలను.” అనియెను.

కృష్ణ:— ఎందుచేత?

గోరా:— రేపు నేను త్రివేణికిఁ బోవలయును.

కృష్ణదయాళుఁ డాశ్చర్యముతో 'త్రివేణియా?' అనియెను.

గోరా:— ఔను. రేపు సూర్యగ్రహణస్నానము!

ఆనం:— అదియేమియని గోరా! స్నానము చేయఁదలఁచినచోఁ గలకత్తాయందు గంగలేదా? త్రివేణి లేకయున్నచో నీవు స్నానము కాదా? ఇక్కడ స్నానము చేయువారందఱును మూఢులేనా?

ఆమాటకు గోరా యెట్టిప్రత్యుత్తరము నీయలేదు. చాలమంది తీర్థయాత్రిక న్చటికి వత్తురను నుద్దేశముతో గోరా త్రివేణికిఁ బోవలయునని సంకల్పించుకొనియెను. కాలము దొరకినప్పుడెల్ల నాతఁడు తనసమస్తసంకోచములను, సకలపూర్వసంస్కా

రములను బరిత్యజించి దేశమునందలి సామాన్యులందఱితోడను కలసి సమానక్షేత్రమున సమభావముతో నిలిచి 'నేను నీవాఁడను! మీరు నావారు!' అని చెప్పుకొనుట కభిలాష పడుచుండెను.

౨

సగమురాత్రివేళకే యాకసమంతయును నిర్మలమైనట్లు వినయుఁడు ప్రాతఃకాలమున లేచి చూచి తెలిసికొనియెను. అప్పటి యాప్రభాతకాంతి పసిబిడ్డపాలబుగ్గలపైఁ జిఱునవ్వుఁబోలి నిర్మలమై వికసించియుండెను. ఒకటిరెండు తెల్లని మేఘశకలములు మాత్రము నిష్ప్రయోజనముగ నాకసమునం దండండుఁ దిరుగాడుచుండెను.

వినయుఁడు వరండాలో నిలువఁబడి పులకితశరీరుఁడై యాప్రభాత సౌందర్యమును దిలకించుచుండెను. అప్పుడు పరేశబాబొకచేతితోఁ గఱ్ఱను, రెండవచేతితో సతీశుని హస్తమును బట్టుకొని యావీధిని బోవుచుండెను. సతీశుఁడు తలయెత్తి వినయునింగాంచి చప్పటులు చఱచుచు 'వినయబాబూ!' అని కేకవైచెను. అప్పుడు పరేశుఁడును మొగమెత్తి వినయునిఁగాంచెను. తోడనే వినయుఁడు క్రిందికిదిగియెను. పరేశుఁడు సతీశునితోఁగూడ వినయుని మందిరమునఁ బ్రవేశించెను. అప్పుడు సతీశుఁడు వినయునిచేయి పట్టుకొని మీరాదినమున మాయింటికి వచ్చెదనంటిరి. రాలే దేమి?' అనియెను. వినయుఁడు సస్నేహముగ నాబాలుని వెన్నుపైఁదట్టుచు మందహాసము చేసెను.

పరేశుఁడు సావధానముగఁ దనచేతికఱ్ఱను బల్లపైనుంచి కుర్చీపైఁ గూర్చుండి 'ఆనాడు మీరులేకున్నచో మేము చాలఁగష్టపడిపోయి యుందుము! చాల నుపకారము చేసితిరి." అనియెను.

వినయుఁడు వ్యస్తహృదయముతో 'నేనుచేసిన దేమున్నది? అనియెను.

అప్పుడు సతీశుఁ డాకస్మికముగా 'వినయబాబూ! మీకుఁ గుక్కలేదా!' అని ప్రశ్నించెను.

విన:— లేదు కుక్కలేదు.

సతీ:— కుక్కను బెంపకపోవుటయేమి?

విన:— ఆమాట నాకెప్పుడును దోఁచలేదు.

పరే:— ఈసతీశుఁడాదినమున మీయింటికి వచ్చినట్లు వినియుంటిని. చాలనల్లరి చేసెనుగాఁబోలును! వీఁడెప్పుడు నిట్లే వదరుచుండును. అందుచేతనే వీనికి వీనిసోదరి 'భక్తియార్ ఖిల్జీ' యని పేరుపెట్టినది.

విన:— నేనుకూడ మాటకారినే! అందుచేతనే మాయిద్దఱికిని స్నేహము కలిసినది. ఔనా సతీశా?

సతీశుఁడామాట కుత్తరము చెప్పలేదు. కాని తన నూతననామకరణము వినయునకు దెలిసిపోవుటచేఁ దనగౌరవమునకు భంగముకలిగెనని యాతఁడు మనసులో సిగ్గుపడుచు "అదియును మంచిదే. భక్తియార్ ఖిల్జీయును మంచివాఁడే. వినయబాబూ! భక్తియార్ ఖిల్జీ యుద్ధముచేసెనుగదా? ఆతఁడు బంగాళమును జయించెను. గదా" అనియెను.

వినయుఁడు నవ్వుచు మొదట నాతఁడు యుద్ధమే చేసెను. ఇఁక నిప్పుడు యుద్ధముతోఁ బనిలేదు. ఇప్పుడాతఁడొక్కటే ధోరణిగా మాటలాడుటయే గాని బంగాళావిజయముతో నాతనికిఁ బనిలేదు.' అనియెను.

ఈవిధముగ కొంతసేపు సంభాషణ జరిగెను. అందరికంటెను దక్కువగా మాటాడినవాఁడు పరేశుఁడు. ఆతఁడు కేవలమును సుప్రసన్న శాంతవదనముతో నడుమనడుమ నవ్వుచు నొకటిరెండుమాటలాడుచుండెను. సెలవుదీసికొను సమయమున నాతఁడు కుర్చీనుండి దిగిలేచి "మాయిల్లీవైపుననేయున్నది." అనియెను.

సతీ:— ఈయనకు మనయిల్లు తెలియును; ఆనాఁడీయన నాతోఁగలసి మన యింటి గుమ్మమువఱకును వచ్చియున్నాఁడు.

ఆమాటకంతగా సిగ్గుపడవలసిన పనిలేదుగాని వినయున కదియేమో దొంగతనము చేసి దొరికిపోయినట్లు మనసులో సంకోచము కలిగెను.

పరే:— అట్లయినచో మీరు మాయిల్లెఱుఁగుదురు. కావున నెప్పుడైన మీరు—

విన:— అట్లు మీకు సెలవీయనక్కఱలేదు. నేను—

పరే:— మన మొక్కచో నుండియు నింతవఱకును గలిసికొనుటయే లేదు.

వినయుఁడు వీధివఱకును వచ్చి పరేశుని సాగనంపి ద్వారమునొద్ద నించుకసేపు నిలుచఁబడియుండెను. పరేశుఁడు మెల్లమెల్లగ నడచుచుండెను. సతీశుఁడేమేమో మాటలాడుచు నాతని ననుసరించి పోవుచుండెను. వినయుఁడు తనలో "ఈపరేశబాబువంటి వృద్ధుని నేనెన్నఁడును జూడలేదు. ఈతనిపాదధూళిని తలఁదాల్పవలయునని కోరికయగుచున్నది. ఈసతీశుఁడో, అతిచమత్కృతి గలపిల్లవాఁడు! బ్రతికి బాగుగ నున్నచో గొప్పవాఁడు కాఁగలడు. వీనికెంతబుద్ధియో యంత సరళత యున్నది" అని యనుకొనియెను.

ఆబాలకుఁడును, వృద్ధుఁడును నెంతమంచివారైనను వారియెడల నీయల్పపరిచయమాత్రమున నింతటిస్నేహమును, భక్తియుఁ గలుగుట యసంభవమే కాని వినయుని హృదయమింతకంటె నధికపరిచయమైనచో సహింపఁజాలదనియే తోఁచుచున్నది. అప్పుడు వినయుఁడిఁక నెట్లయినఁ బరేశునింటికిఁ బోకతప్పదనియుఁ బోకున్నచో మర్యాద కాదనియు నిశ్చయించుకొనియెను. కాని గోరాబోధించిన భారతవర్ష మాతనిఁ గూర్చి "నీవచ్చటికి బోవలదు! జాగ్రత్త!" అని నిషేధించుచుండెను వినయుఁడు

తరచుగా సమాజము నిషేధించిన నియమముల నన్నిటిని పాలించుచుండెను. అనేక సమయముల యందాతఁడు సంశయముగఁదోఁచిన నియమములనుగూడ నంగీకరించెను. ఇప్పుడాతని హృదయాంతరము నందొక విద్రోహభావము కలిగెను. భారతవర్షమనినఁ గేవలమును నిషేధముల ప్రత్యక్షస్వరూపమువలె నాతనికిఁ దోఁచెను.

ఇంతలో సేవకుఁడు వచ్చి వంట యైనదని చెప్పెను. కాని వినయుఁ డింకను స్నానమే చేయలేదు. పండ్రెండు గంటలయ్యెను. అతఁడాకస్మికముగా 'నేను భోజనముచేయను. మీరుపొండు.' అని యొకగొడుగు వైచుకొని వీధిలోఁబడియెను. ఒక యుత్తరీయమైనను బుజముపై వైచుకొనలేదు; తిన్నగా గోరాయింటికిఁ బోయెను. గోరా ప్రతిదినమును మధ్యాహ్నసమయమున 'ఆమ్‌హెర్‌స్టు' వీధినున్న హిందూహిత సమాజమునందుండి బంగాళమునందున్న తమసమాజమువారి కందఱకును జాబులు వ్రాయుచుండును. అచ్చటనే యాతనిభక్తులాతనియుపదేశములంగాంచుచు నాతనికిఁ దోడుపడి పనిచేయుటయే ధన్యత్వముగా భావించుచుందురు. నేఁటిదినమునఁగూడ గోరాయచ్చటికే పోయియుండెను. అందుచే వినయుఁ డొక్కసారిగా గంతువైచి యంతఃపురమున నానందమయి గదిలోఁ బ్రవేశించెను. అప్పుడానందమయి భోజనము చేయుచుండెను. లక్ష్మిదాసి పార్శ్వమునఁ గూర్చుండి యామెకు వడ్డించుచుండెను.

ఆనందమయి యాశ్చర్యముతో వినయునిఁగాంచి 'ఏమిబాబూ! ఇప్పుడు వచ్చితివి?' అనియెను.

వినయుఁ డామెదగ్గఱకుఁబోయి కూర్చుండి 'అమ్మా! నాకుఁజాల నాఁకలిగానున్నది. అన్నము పెట్టుము!' అనియెను.

ఆనందమయి వ్యస్తహృదయముతో 'అయ్యో! బాబూ! ఎంతపనిజరిగినది! వంటబ్రాహ్మణుఁడిప్పుడే వెళ్ళిపోయినాఁడు. మీరు-మీరి-' అనియెను.

విన:— నేను నీయింటి బ్రాహ్మణుని చేతియన్నమును దినుటకై రాలేదు! అట్లయినచో మాయింట బ్రాహ్మణుఁడులేఁడా? అతఁడేమిపాపముచేసినాఁడు? నేనిప్పుడు నీపాత్రలోని ప్రసాదమును భుజించుటకే వచ్చియుంటిని—లక్ష్మీ! నాకొకగ్లాసుతో మంచినీళ్లు దెచ్చిపెట్టుము.

లక్ష్మి జలమును దెచ్చెను. వినయుఁడు గడగడత్రాగెను. అప్పుడానందమయి యొకప్లేటును దెప్పించి తనపాత్రలోనియన్నము నతిప్రేమతో దానినిండ నెత్తి యాతని కొసంగెను. వినయుఁ డెన్నిదినములనుండియో తిండిలేనివానివలె నాయన్నమును దినుచుండెను.

ఆనందమయి హృదయవేదన యిప్పుడు దూరమైపోయెను. ఆమె సుప్రసన్న వదనముఁగాంచుటచే వినయునిగుండెలలోని బరువుదిగిపోయెను. ఆనందమయి బాలీసు

కుట్టుచుఁగూరుచుండెను. వినయుఁడామె పాదములచెంతఁ జేతిపైఁ దలనుంచుకొని యర్ధశాయియై పడియుండెను. మఱియు నాతఁడు ప్రపంచమంతయును మఱచిపోయి పూర్వమువలెనే యుత్సాహముతో సానందమయితో మాటలాడుచుండెను.

౮

ఈబంధమొకటి తెగినను, వినయుని హృదయమునందింకొక బంధ మతిదుస్సహమ గా నుండెను. అతఁడానందమయి మందిరమునుండి వెడలి యొక్కసారిగా వీథి వెంట బయలుదేఱెను. పాదములు భూమిపై నిలువనంతటి వేగముతో నాతఁడు పోవు చుండెను. అతఁడింతవఱకు నొరులకడఁ దెలుపుటకుఁగూడ సంశయించుచున్న కార ము నిప్పుడింపఁబోయెదుటను బ్రత్యక్షముగఁ జేయవలయునని నిశ్చయించుకొనియెను. వినయుఁడొక ముహూర్తములో 78 వ నంబరు గృహద్వారమునొద్దకుఁ జేరుకొనియెను. అప్పటికే యావలివైపునుండి పరేశుఁడు వచ్చుటికివచ్చి చేరుకొనియెను.

"వినయబాబూ! దయచేయుము! చాలసంతోషముగానున్నది." అని చెప్పుచు బరేశుఁడు వినయుని వీథిగదిలోనికిఁ దీసికొనిపోయి కూర్చుండఁజేసెను.

ఒకచిన్న టేబిలు, క్రింద నొకపక్క నొకబెంచి, మఱియొకవైపునఁ గ కుర్చీలును బెత్తపుఁగుర్చీలును, గోడపై నొకవైపున రంగువేసిన యేసుక్రీస్తుని ప మును, మఱియొకవైపునఁ గేశవచంద్రసేనుని పటమునుండెను. టేబిలుపై నొకటిరెం వార్తాపత్రికలుండెను. పక్క నొక పేపరువెయి టుండెను.

ఒకమూలఁ జిన్న యలమారుండెను. దానినిండ వరుసలువరుసలుగా థియోడ పార్కరుగారిచే రచింపఁబడిన పుస్తకములన్నియు నమర్పఁబడి యుండెను. అలమా రదుఁ బైభాగమున గుడ్డతోఁ గప్పఁబడిన యొక గ్లోబుండెను.

వినయుఁడు కూరుచుండెను. కాని యాతని హృత్పిండ మతివేగముగఁ గొ కొని పోవుచుండెను. అతనివెనుకవైపునున్న ద్వారమును దెఱచుకొని యెవ్వరై నాలోపలఁ బ్రవేశింతురేమో యని యాతనిమనసునఁ దట్టుచుండెను.

పరే:— వినయబాబూ! నేఁడు సోమవారముగావున సుచరిత నామిత్రునికుమా ర్తెకుఁ జదువుచెప్పుటకై వారియింటికిఁ బోయినది. చదువుకొనువానిలోఁ దనయా వారుగూడ నుండుటచే సతీశుఁడు నామెతోడనే యచ్చటికిఁ బోయియున్నాఁడ ఇప్పుడేవారిని నేనచ్చటికిఁబంపి వచ్చితిని. ఇఁక గొంతయాలస్యమైనచో మీదర్శ ము దొరకక పోయియే యుండును.

ఆమాటవిని వినయుఁడొక్కసారిగా నాశాభంగమును, హృదయపరితాప ననుభవించెను. పరేశునితో నాతఁడు మనోహరముగను సహజముగనే మాటలాడెన ప్రసంగవశమునఁ బరేశుఁడువినయునిచరిత్రమంతయును దెలిసికొనియెను. వినయునక

తల్లిదండ్రులులేరు. ఆతనిపినతండ్రి స్వగ్రామమునందే యుండి జమీని జూచుకొనుచుండెను. ఆతనికిరువురు తనయులుండిరి. వారిరువురును వినయునితోఁగలసి యొకచోట నేజదువుకొనిరి. అందుఁబెద్దవాఁడిప్పుడు జిల్లాకోర్టులోఁ బేరుగలవకీలైయుండెను. చిన్నవాఁడు చదువుకొను సమయమునందే యీకలకత్తానగరమున మరణించెను. వినయుఁడు డిప్యూటీ మేజస్ట్రీటుపనికొఱకుఁ బ్రయత్నించునని పినతండ్రి యాశపడుచుండెను. కాని వినయుఁడెట్టియత్నమును జేయక నిరర్థక కార్యములయందు నియుక్తుఁడైయుండెను. ఈసంగతులన్నియును బరేశుఁడు దెలిసికొనెను.

గంటసేపయ్యెను పనిలేకుండ నూరకచాలసేపు గూరుచుండుట మర్యాద కాదని యెంచి వినయుఁడులేచి 'నాప్రియమైన సతీశునిఁజూచుట కలుగనందులకు విచారగానున్నది. నేనువచ్చితినని యాతనితోఁజెప్పుడు!' అనియెను.

పరే:— ఇఁకనించుక సేపాఁగినచో నాతనిఁగూడఁ జూడవచ్చును. వారువచ్చువేళయైనది. ఆలస్యముకాదు.

ఆచిన్నమాటపై నాధారపడి మగలఁగూర్చుండుట వినయునకుఁ జిన్నతనముగాఁదోఁచెను. పరేశుఁడింకొకసారి నిర్బంధించినచో నాతఁడాఁగియే యుండును. కాని పరేశుఁ డధికప్రసంగము చేయుస్వభావము కలవాఁడు కాఁడు. అందుచే వినయునకు సెలవుగైకొనవలసియే వచ్చెను. అప్పుడు పరేశుఁడు ''మీరప్పుడప్పు డొకసారి దయచేయుచుండుఁడు'' అనియెను.

వినయుఁడు వీధిలోనికివచ్చెను గాని యప్పుడాతనికిఁ దనయింటికిఁ బోవలసినపని యేమియు నున్నట్లు దోఁచలేదు. అచ్చట నేమియుఁబనిలేదు. ఆతఁడు పత్రికలలో లేఖలను వ్రాయుచుండును. ఇంగ్లీషువారందాతని లేఖలను జాలమంది గౌరవముతోఁ జదివి ప్రశంసించుచుండిరి. కొన్నాళ్లనుండి యాతనికి వ్రాయుటకుఁ దోఁచుటలేదు వ్రాయుటకు బల్లయొద్దఁ గూర్చుండుటయే తడవుగా నాతనిమనసు చెదరిపోవుచుండెను. అందుచేతనే వినయుఁడిప్పు డింటివైపు తిరుగక యకారణముగ మఱియొకవైపునకుబయలుదేరెను. ఆతఁడు రెండుమూఁడడుగులు వడచునప్పటికే 'వినయబాబూ! వినయబాబూ!' అనియొక బాలకంఠస్వరము బిగ్గఱగా వినవచ్చెను.

వినయుఁడు వెనుదిరిగి చూచెను. ఒకయద్దెబండిలోనుండి తొంగితొంగి చూచుచు సతీశుఁడట్లు పిలుచుచుండెను. ఆబండిలో నింకొకరుకూడఁ గూర్చుండియుండిరి. దుస్తులనుబట్టి వారెవ్వరో తెలిసికొనుట యాతనికంత కష్టము లేకపోయెను. బంగాళీ పెద్దమనుష్యుల మర్యాదననుసరించి యాతఁడాబండివైపునకుఁ జూపులు నిగుడింపకుండ నుండుటకు సమర్థుఁడు కాకపోయెను. ఇంతలో నచ్చటనే బండిదిగి సతీశుఁడు వచ్చి యాతనిచేయిపట్టుకొని "రమ్ము! మాయింటికిరమ్ము!" అనియెను.

విన.— నేనిప్పుడు మీయింటియొద్దనుండియే వచ్చుచున్నాను.

సతీ:— ఆహా! మేము లేనప్పుడు వచ్చితివా?

సతీశుని నిర్బంధమును వినయుఁడు తప్పించుకొనఁజాలకపోయెను. ఆబాలుఁడు వినయుని బందితునివలెఁ గావించి గృహంబునఁ బ్రవేశించి బిగ్గఱగా 'బాబా! వినయబాబును దీసికొనివచ్చితిని' అని కేకవైచెను. పరేశుఁడు లోపలినుండి వచ్చి వినయునింగాంచి మందహాసముచేయుచు 'బలవంతునిచేతికి దొరకితిరి. శీఘ్రముగఁ దప్పించుకొనుటకు కవకాశము లేదు. సతీశా! మీయక్కను బిలువుము!' అనియెను.

వినయుఁడు లోనికిఁబోయి కూర్చుండెను. ఆతనిగుండెలు కొట్టుకొనుచుండెను. పరేశుఁడాతనిఁగాంచి 'మీకాయాసముగ నున్నట్లున్నది! సతీశుఁడు కొంటెపిల్లవాఁడు బలవంతముగ లాగికొనివచ్చెను గాఁబోలును! అనియెను. సతీశుఁడు తన సోదరిని వెంటఁబెట్టుకొని యాగదిలోఁ బ్రవేశించెను. అప్పుడు వినయుఁడొక మృదుమధుర పరిమళము నాఘ్రాణించెను; అంతలోనే పరేశుఁడు 'రాధా! వినయబాబు వచ్చెను. నీవీయన నెఱుఁగుదువు!" అనిపలికిన పలుకు నాకర్ణించెను. అందుచే వినయుఁడదరిపడి మొగమెత్తి చూచెను. సుచరిత యాతనికి నమస్కారముచేసి యెదురుగ నొకకుర్చీపైఁ గూర్చుండెను. ఈసారిమాత్రము వినయుఁడు ప్రతినమస్కారము చేయుట మఱచిపోలేదు.

సుచ:— మీరు వీధి వెంటఁబోవుచుండిరి. సతీశుఁడు మిమ్ములను జూచి యెంత యాఁపిన నాఁగక బండిలోనుండి తొంగితొంగి చూచుచు మిమ్ములను బిలువనారంభించెను. మీరేదియో పనిమీఁదఁ బోవుచుండి యుందురు—ఇబ్బంది యేమియును లేదుగద!

సుచరిత నిస్సంకోచముగఁ దనతో మాటలాడునని వినయు డూహించియైన నుండలేదు. ఆతఁడు నివ్వెఱపడి తత్తరముతో "లేదు చెడిపోవు పని యేమియును లేదు" అనియెను.

అప్పుడు సతీశుఁడు సుచరితకొంగు పట్టుకొని లాగుచు 'అక్కా! ఒకసారి తాళము నిమ్ము! నాసంగీతపుబెట్టెను దెచ్చి వినయబాబునకుఁ జూపించెదను" అనియెను.

సుచరిత నవ్వుచు 'ఈభక్తియార్ ఖిల్జీతో సహవాసముచేసినవారికి నెమ్మది యుండదు. వారీతనిసంగీతము వినవలసినదే. ఇంకను నెన్నికష్టములైనఁబడవలసినదే. వినయబాబూ! నీ యీస్నేహితుఁడు చిన్నవాఁడేకాని యీతని స్నేహాధికారము మాత్రము చాలగొప్పది. దీనినిమీరు సహింపఁజాలుదురో చాలరో మాత్రము నే నెఱుంగను" అనియెను.

ఇట్లు నిస్సంకోచముగఁ దనతో సంభాషించుచున్న సుచరితతో స్వాభావముగ మాటలాడుటకు వినయునకు సాధ్యముకాకపోయెను. ఆతఁడుసిగ్గుపడఁగూడదని ప్రతిజ్ఞ

చేసికొనియును నేదియో యొకవిధమున దొంగచాటుగా నతికియు నతుకనట్లు 'లేదు- ఏమియును లేదు. మీరట్లు — నేను — నాకట్లుండుట చాలసంతోషమే!" అనియెను.

ఇంతలో సతీశుఁడు సోదరియొద్దనుండి తాళమును దీసికొనిపోయి సంగీతపుఁబెట్టెను దీసికొనివచ్చెను. అదియొక యద్దపుఁబెట్టెలోఁ దరంగిత నీలసముద్రమునకు నల్లనిరంగుగల గుడ్డపై నాటపడవతోఁగూడ నమర్పఁబడియుండెను. సతీశుఁడు సంతోషముతో దానిని వాయించుట కారంభించెను. ఆస్వరముతోఁగూడ నాయాటపడవ కదలుచుండెను. అప్పుడాబాలుఁడు పడవ వంకను వినయునివంకను చూచుచు, దన హృదయోత్సాహము నడఁచుకొనఁజాలక యదేపనిగ వాయించుచుండెను. ఈవిధముగా సతీశుఁడు నడుమనుండి వినయుని సంకోచమును మెల్లమెల్లగాఁ దొలఁగించుచుండెను. నడుమనడుమఁ దలయెత్తి యొకసారి సుచరితతోఁగూడ నాతఁడు మాటలాడుచునేయుండెను.

ఇట్లు కొంతసేపయినతరువాత లీలయాగదిలోనికి వచ్చి 'అయ్యయు, నమ్మయును మిమ్ములను మేడమీఁదికి రమ్మనుచున్నారు.' అనిచెప్పెను.

౬

మేడమీఁది వరండాలో నొకబల్లపైఁదెల్లనివస్త్రము పరుపబడియుండెను. దానికిఁజుట్టును కుర్చీలమర్పఁబడెను. ఆపరిక్కను పిట్టగోడవంచను జిన్నచిన్న కుండీలతోఁ బూలమొక్కలుంపఁబడియెను. ఆయూరనే వీధిలోని దిగసెనచెట్లకొమ్మలును, దమాలవృక్షశాఖలు నలముకొనియుండెను. వాని నవపల్లవములు వర్ష జలక్షాళితములై మిలమిల మెరయుచుండెను. ఇంకను సూర్యాస్తమయము కాలేదు. పశ్చిమాకాశము నుండి నీరెండ యావరండాయందొక భాగమునకుఁ బ్రసరించుచుండెను.

మేడపైనెవ్వరును లేరు. కొంతసేపటికి సతీశుఁడు తెల్లనివల్లని రంగులుగల కుక్కపిల్లను వెంటబెట్టుకొని యచ్చటికివచ్చెను. ఆకుక్కపేరు కుడే. ఆకుక్క నేర్చిన విద్యయంతయును సతీశుఁడు వినయునకుఁజూపించెను. అది ఒక కాలెత్తి సలాముచేయును; తలనేలపైనుంచి ప్రణామముచేయును; చిన్నబిస్కట్టుముక్కను జూపినచోఁ దోఁకపైఁగూర్చుండి రెండుకాళ్ళనుజోడించి భిక్షమడుగును. ఈవిధముగా కుక్క సంపాదించిన కీర్తిని సతీశుఁడు తనవశముచేసుకొని గర్వపడుచుండును. ఈయశోలాభ మాత్రమున నాకుక్కకించుకంతయు నుత్సాహములేదు. అది 'కీర్తికంటె బిస్కట్టు ముక్కనే యెక్కుడుగా గౌరవించుచుండును.

ఎదిరియొ యొకగదిలోనుండి రమణీమణుల మందహాసములును, కౌతుకకలనిస్వనములును, వానితోఁగూడ నొక పురుషకంఠస్వరమును వినవచ్చుచుండెను. అంతులేని యాహాస్యాలాపములు వినయుని హృదయాంతరమునందొక యపూర్వ మాధుర్యమును, దానితోఁగూడ నొకవిధమగు నీర్ష్యావేదనమును గలిగించుచుండెను. ఈవిధముగా

మందిరములోపలి సుందరీమణుల యానంద కలకల స్వనములను వినయుఁడు తనవయస్సు వచ్చిన తరువాత నెన్నఁడును వినియుండలేదు. ఈయానంద మధురరస మాతని కంఠసమీపమునఁ బొంగిపొరలుచున్నను, నాతని, కదిదూరమునందున్నట్లే యుండెను. అప్పుడు వినయుఁడు చెవులు గింగురుమనునట్లు సతీశుఁడు పలుకుచున్న పలుకులలో నొక్కదానినైనను మనసుంచి వినుటకు సమర్థుఁడు కాఁజాలకపోయెను.

ఇంతలో పరేశునిభార్య తనమువ్వురుతనయలను వెంటఁబెట్టుకొని యటకువచ్చెను. వారితోఁగూడ నొకయువకుఁడుకూడ వచ్చెను. అతఁడు వారికి దూరబంధువు.

పరేశునిభార్యపేరు వరదాసుందరి. ఆమె యంతచిన్నవయసుదికాదు. కాని యామె యతిప్రయత్నముతో నలంకరించుకొని వచ్చినట్లు చూచినమాత్రముననే బోధపడును! ఆమె చాలాకాలము క్రిందటివఱకును సామాన్యస్త్రీలవలెనే కాలముగడిపి యాకస్మికముగా మారి యిప్పటికాలపు నాగరికయువతులను మీరి చరింపవలయునని యాత్రపడుచుండెను. అందుచేతనే యామె సిల్కుచీర యంతగా గరగరలాడుచుండును. ఆమె జోటిపడిమ లంతగా టకటకలాడుచుండును. ఆమె యీపృథ్వియందలి యన్ని వస్తువులను బ్రాహ్మసామాజికు లుపయోగించునవి యగునా కాదాయని కడు జాగరూకతతోఁ బరిశీలించుచుండును. ఆకారణముచేతనే యామె సుచరితకు రాధారాణి యనునామము మార్పివైచెను.

ఆమె పెద్దకుమార్తె పేరు లావణ్య. ఆమె లావుగానుండును. నగుమొగముతో నుత్సాహముగా నుండును. అందఱితోడను గలసిమెలసి మాటాడుట యామెకెంతో వేడుకగా నుండును. ఆమెముఖమండలము వర్తులమై, కన్నులు విశాలములై శరీరచ్ఛాయ సముజ్జ్వలశ్యామలమై యుండును. ఆమె వేషభూషణ రచనలయందంతటి జేసికపడు స్వభావముకలదికాదు. కాని యీవిషయమున నామె తల్లి యిష్టమును ననుసరించి ప్రవర్తించుచుండును ఎత్తుమడిమలుగలజోళ్ళను! తొడుగుటయామెకిష్టము లేదు. అయినను మానుటకవకాశములేదు! ఉదయముననే దుస్తులను దొడుగుసమయమునందల్లియే యామెకు పౌడరువైచి చెక్కులకు రంగువైచుచుండును. ఆమె లావుగనుండుటచేఁదల్లి యామెకు దుస్తులను గుత్తముగఁ గుట్టించును. వానిని దాల్చి యామె మరలో నొక్కఁబడిన బేలువలె నుండును.

రెండవకుమార్తె పేరు లలిత. ఆమె యెల్లవిషయములందును నక్కగారికి విపరీతముగ నుండును. ఆమెయక్కకంటెఁ బొడుగు-సన్నము-మఱియు నించుకనలుపు. ఆమె మితభాషిణి—తనకుదోఁచినపద్ధతికిని మెలఁగుట కిష్టపడుచుండును. ఆమె స్పష్టముగను, గర్వముగను, ఖండితముగను మాటలాడుచుండును. వరదాసుందరియామె యనిన భయపడుచుండును. ఆమెమనసు నొప్పించుటకుఁ దల్లి యెంతమాత్రమును సాహసింపఁజాలదు.

చిన్నబిడ్డయగు లీల పదునొకొండేండ్లది. ఆమె పరుగెత్తుటయందును, గంతులు వైచుటయందును, నల్లరిచేయుటయందును మిగులసమర్థురాలు. ఆమెకును సతీశునకును నిరంతరమును పోరాటము జరుగుచునే యుండును. విశేషించి కుక్కనుగూర్చియే నాదినాదియని యీయిరువురకును జగడము! ఇంతవఱకది యెవ్వరిదైనట్లును దేలనేలేదు. ఆకుక్కయింతవఱకు నెవ్వరిని దనయధికారిగా నిశ్చయించుకొనలేదు. కాని యీయిరువురిలోవను సతీశునే యదియెన్నుకొనియుండెను. ఏమనిన—లీల యనుగ్రహావేగమును భరించుట కాక్షుద్రజంతువు సహింపఁజాలకపోయెను. ఆబాలిక యాదరముకంటె నాబాలకుని శాసనమే దానికి సహ్యముగా నుండెను.

వరదాసుందరి వచ్చినతోడనే వినయుఁడు లేచి యించుకవంగి నమస్కారముచేసెను. అప్పుడు పరేశుఁడు భార్యంగాంచి "ఆదినమున వీరిగృహమునందే మేము" అనియెను.

వర:— ఔను! మంచియుపకారము చేసినారు. మీకు నేననేక ధన్యవాదములఁ గావించుచున్నాను.

ఆమాటలువిని వినయుఁడు సంకుచితుఁడై యెట్టిప్రత్యుత్తరమును జెప్పఁజాలక పోయెను. ఆకాంతలతో వచ్చిన యువకునితోడనే యాతఁడు సంభాషించుచుండెను. అతని పేరు సుధీరుడు; కాలేజీలో బి యే పరీక్షకు జదువుచుండెను. అతని యాకృతిదర్శనీయమైనది. గౌరవర్ణము; అతఁడు సులోచనములను దాల్చియుండెను. అతనికప్పుడే నూగుమీసములు మొలకెత్తుచుండెను. అతని హృదయము చంచలమైనది. ఒక్కచోనొక ఘడియైన గూర్చుండజాలఁడు; ఏదియో యొకపని చేయుచునేయుండును. అతఁడెప్పుడు నాఁడువారితోఁగలసి నవ్వుచుఁ బరిహసించుచు నల్లరిచేయుచుండును. వారుకూడ నాతనిఁ దర్శించుచుందురు. కాని యాతఁడు లేకున్నచో వారి కొకనిమిషమైనగడవదు. సర్కసులు చూపించుటకు, జూయలాజికల్ గార్డెనునకుఁ దీసికొనిపోవుటకును, మంచిమంచివస్తువులను గొనితెచ్చి పెట్టుచుండుటకును నాతఁడు సిద్ధముగానుండును. స్త్రీలతోఁగలసి యంతనిస్సంశయముగా సుధీరుఁడు మెలంగుట వినయున కాశ్చర్యముగను, గ్రొత్తగను దోఁచెను. ఇట్టివ్యవహారమునుగూర్చి వినయుఁడు మొదటమనసులోనే యాతని నిందింపఁ దొడఁగెను. కాని క్రమముగా నాతనిహృదయమునఁదిరస్కారముతోఁబాటు నీర్ష్యాభావముకూడ సమ్మిళితమయ్యెను.

వరదాసుందరి వినయునింగాంచి "మిమ్ములనొకటి రెండుసారులు సమాజములోఁ జూచినట్లున్నదే!" అనియెను.

వినయునకప్పుడు తనతప్పు బయటబడినట్లయ్యెను. అతఁడనావశ్యకముగా సిగ్గుపడుచు "ఔను. నేను కేశవచంద్రుని యుపన్యాసమును వినుటకై యప్పుడప్పుడు వచ్చితిని'' అనియెను.

వర:— మీరు కాలేజీలోఁ జదువుకొనుచున్నారా?

విన — లేదు ఇప్పుడు చదువుకొనుటలేదు.

వర:— ఎంతవరకుఁజదివితిరి?

విన:— ఎం. యే. ప్యాసుచేసితిని.

ఆమాటవిని బాలకునింబోలియున్న యాయువకునియందు వరదాసుందరి కత్యంత ప్రేమ యుదయించెను. అప్పుడామె పరేశునివంకఁ దిరిగి నిట్టూర్పు విడుచుచు "మన మనూ బ్రతికియున్నచో నిప్పటికి వాడును ఎం. యే. ప్యాసగునుగదా!" అనియెను.

వరదాసుందరి ప్రథమసంతాన మగు మనోరంజనుఁడును తొమ్మిదవయేఁట నే మరణించెను. ఏయువకుఁడు పెద్దపరీక్ష ప్యాసయినను, పెద్దయుద్యోగము చేసినను పెద్ద పుస్తకమును వ్రాసినను, మంచిపనిచేసినను దనకుమారుఁడు జీవించియున్నచో నిట్లు చేయఁ గలుగును గదా యని వరదాసుందరి భావించుకొనుచుండును. ఏమైననేమి ఆతఁడు లేఁడు. ఇంక నిప్పు డామెకుఁ దనకుమార్తెల గుణములను జనసమాజమునందుఁ బ్రచారము చేయుటయే యవశ్యకర్తవ్యమై యుండెను.

ఆమె తనకుమార్తెల చదువునుగురించి విశేషముగా వినయునకుఁ దెలియఁజేసెను. తనకుమార్తెల బుద్ధిగుణమునుగూర్చి దొరసాని యెప్పుడెప్పు డేయేరీతిగా గౌరవించెనో యాసంగతులుకూడ వినయునకుఁ దెలుపకుండ నుండలేదు. ఒకప్పుడు గరల్సు స్కూలులో బహుమతులిచ్చు సందర్భమున లెప్టినెంటు గవర్నరు దొరయు, దొరసానియు వచ్చియుండిరి. అప్పుడు వారికిఁ బుష్పహారము వైచుటకు బడిపిల్ల లందఱిలోను లావణ్యమయి యొక్కతెయే నియోగింపఁ బడియెను. అప్పుడు దొరయును దొరసానియుఁగూడ లావణ్యమయి నెన్నియో ప్రియభాషణములతో నాదరించిరి. ఆ సంగతియు నామె వినయునకుఁ దెలుపకపోలేదు.

తుట్టతుద కామె లావణ్యమయింబిలిచి "అమ్మా! కుట్టుపనినిగురించి నీవు బహుమానము వచ్చినదికాదా? ఏదీ! దానిని దీసికొనిరమ్ము!" అనియెను.

ఉలుగారముతోఁ జేయఁబడిన చిలుక-ఇదియాయింటికి వచ్చు మిత్రులచేతను బంధువులచేతను విఖ్యాతిఁగాంచినది. ఇది చాలాదినములక్రిందట దొరసాని సాయముచే లావణ్యమయిచేఁ జేయఁబడినది. ఈరచనమునందు లావణ్యమయి గొప్పతనమున్నదని కాదు—నూతనముగ నుండుటచేఁ బ్రదర్శనీయమయ్యెను. ఆప్రదర్శన మెందులకని పరేశుఁడు వారించుచునే యుండును. గాని క్రమముగా నాతఁడట్లు చెప్పుటమానుకొనియెను. లావణ్యమయి యాయూలు-చిలుకను దెచ్చి చూపెను. వినయుఁడు విస్మయవిస్ఫారిత నయనములతో నందలి చిత్రరచనముం గాంచుచుండెను. అంతలో సేవకుఁడు వచ్చి పరేశబాబునకొకయుత్తరమునిచ్చెను. పరేశుఁడాచీటిని జదువుకొని ప్రఫుల్లవదనముతో "బాబును మేడమీఁదికి దీసికొనిరమ్ము!" అనియెను.

వర:— వారెవరు?

పరే:— నాచిన్ననాఁటి స్నేహితుఁడు కృష్ణదయాళుఁడు. నాకు పరిచితునిఁ జేయుటకై తనకుమారుని బంపియున్నాఁడు.

అకస్మికముగ వినయుని గుండె గుభిల్లుమనియెను. మొగము వివర్ణమైపోయెను. పరక్షణమందే యాతఁడు ధైర్యము తెచ్చుకొనియెను. ఇప్పుడాతఁడెట్టి ప్రతికూల వాదమునైనను ఖండించి తన్ను సమర్థించుకొనుటకు సంసిద్ధుఁడైయుండెను. బ్రాహ్మ సామాజికుల నగౌరవముగఁ జూడవలయుననియు, వారిని బాగుగఁ బరిశీలించి పరీక్షింప వలయుననియు గోరా మొదటినుండియు బోధించుచు వినయున కించుక యుత్తేజమును కలిగించి యుండెను.

౧౦

ఒకతబుకులో రుచ్యములగు ఖాద్యవస్తువులను, తేనీటికిఁ గావలసిన వస్తువులను, సిద్ధముచేసి యొకసేవకునిచేఁ బట్టించుకొని సుచరిత మేడమీఁదికి వచ్చికూర్చుండెను. ఆసమయముననే సేవకునితోఁగూడ గోరాయునచ్చటఁ బ్రవేశించెను. సుదీర్ఘమును శుభ్రమునగు నా గోరా రూపమును, వేషమును గాంచి యందఱును విస్మితులైపోయిరి.

అతని కపాలమున గంగామృత్తికారేఖలు ముద్రితములై యుండెను. అతఁడొక ముదుకధోవతిని గట్టి పట్టుపట్టీలుగల చొక్కాను దొడిగి ముదుక చాకమును భుజముపై వైచుకొని స్వదేశపాదరక్షలను దాల్చియుండెను. అతఁడు వర్తమానకాల నూతన పద్ధతులకు విరుద్ధముగా మూర్తీభవించి విద్రోహమువలెఁ గానవచ్చుచుండెను. అతని యిట్టి వేషము నిదివఱకు వినయుఁడును జూచియుండలేదు. ఇప్పుడు గోరా హృదయమున నొకవిరోధాగ్ని కూడాఁ బ్రజ్వరిల్లిపోవుచున్నది.

అతఁడు ప్రాతఃకాలమున నొకస్టీమరుపై నెక్కి గ్రహణ స్నానమునకు యాత్రికులతోఁగలసి త్రివేణికిఁబోవుచుండెను. మార్గమధ్యమున నొక్కొక్క స్టేషనునుండి చాలమంది స్త్రీ లొకరిద్దఱు పురుషుల సాయముఁదీసికొని స్టీమరు నెక్కుచుండిరి. కాని కావలసినంత చోటు లేకపోవుటచే సమ్మర్దముగా నుండెను. కాలిబురదచే స్టీమరంతయును పాడియగుటవలనఁ దొందరలో నెక్కినప్పుడు జారి కొందఱు గంగాజలమునఁ బడిపోవుచుండిరి. కొందఱిని కళాసులు త్రోసివైచుచుండిరి. ఎక్కినవారు కొందఱు తమతోడివారు రాలేదని వెనుదిరిగిచూచి వ్యాకులపడుచుండిరి నడుమ నడుమ జడివాన యొకటిరెండుసారులు కురిసి వారిని దడిపివైచుచుండెను. కూర్చుండు తావంతయును బురదతో నిండియుండెను. పాపమప్పుడా యాత్రికుల మొగములను, కన్నులను భయము, చాంచల్యము ఔత్కంఠ, కరుణ మున్నగు భావములచేనిండి

యుండెను. సామాన్యులగు వా రేమిచేయఁగలరు? స్టీమరు నాయకుఁడు మొదలు సేవకులవఱకు నెవ్వరును దయ కల్గి సాయము జేయకుండుటచే నేమియు గత్యంతరముం గానక వారు కొట్టుమిట్టాడుచుండిరి. ఇంతేకాక కళాసులుకూడ వారిని భయపెట్టుచుండిరి. అట్టిసమయమున గోరా సాధ్యమైనంతవఱకు యాత్రికులకు సహాయ్యము చేయుచుండెను.

అప్పుడు పైని మొదటిక్లాసు డెక్కుమీఁద నొకయాంగ్లేయుఁడును నొకనవనాగరిక బంగాళీబాబును గూర్చుండి పరస్పరము హాస్యసంభాషణము చేసికొనుచుఁ జుట్టలు కాల్చుకొనుచుఁ జిత్రముగఁ జూచుచుండిరి. అప్పుడప్పుడు యాత్రికుల కష్టములను వారి యవివేకమునుగూర్చి పరిహసించుచు నాయాంగ్లేయుఁడు నవ్వుచుండెను. బంగాళీబాబును వానితోఁగూడఁ బండ్లిగిలించుచుండెను. ఈవిధముగా నొకటిరెండు స్టేషనులు గడచునప్పటికి గోరాయిఁక సహింపఁజాలకపోయెను. తోడనే యాతఁడు పైకిఁబోయి వజ్రగర్జనము చేయుచు "ఛీ! మీకు సిగ్గు లేదా" అనియెను. ఆంగ్లేయుఁడు కఠోరదృష్టితో గోరా యాపాదమస్తకమును బరీక్షించెను. అప్పుడు బంగాళీయువకుఁడు "సిగ్గా? ఔను; మనదేశమునం దింతమంది పశువులవలె మూఢులైపోయిరని సిగ్గు పడవలసినదే!" అనియెను.

గోరామొగ మెఱ్ఱవడిపోయెను. అతఁడు తీవ్రస్వరముతో 'మూఢునిమించిన పశువుకూడనున్నాఁడు, వాఁడే హృదయములేనివాఁడు' అనియెను.

బంగాళీ కోపముతో "నివిక్కడ నిలువఁగూడదు. ఇది మొదటిక్లాసు. ఇది నీచోటుకాదు!" అనియెను.

గోరా:— కాదు. నీవంటివారితోఁ గలసియుండుచోటు నాకక్కరలేదు. ఈ యాత్రికులున్నచోటే నాచోటు! మీక్లాసునకురమ్మని నన్ను మీరు బలవంతపెట్టవలదు

అనిచెప్పి గోరా క్రిందికిదిగిపోయెను. తరువాత నయ్యాంగ్లేయుఁడు తనపడకకుర్చీ చేతులపైఁ బాదములను సాచి పరుండి యొకనవలను జదువుకొనుచుండెను. అతనితో నున్న బంగాళీయువకుఁడు మరలనాతనితో మాటలాడుటకుఁ బ్రయత్నించెను, గాని యాంగ్లేయుఁడు వినిపించుకొనలేదు. అతఁడు తాను సామాన్యులగు నేగస్తుల వంటివాఁడఁ గానని నిరూపించుటకై బట్లరునుబిలిచి 'తినుటకేమైన నున్నదా?' అని ప్రశ్నించెను. బట్లరు 'లేదు. కొంచెము తేనీరు, రొట్టెయుమాత్రమే యున్నవి" అనియెను. ఆమాట విని దొరకు వినుపించులాగున నింగ్లీషుభాషతో బంగాళీయువకుఁడు 'ఈస్టీమరునందు సదుపాయములు చాలహీనముగా నున్నవి?" అనియెను.

దొర యెట్టిప్రత్యుత్తరము నీయలేదు. అప్పుడాతని బల్లపైనుండి న్యూసుపేపరు క్రిందపడిపోయెను. తోడనే బంగాళీలేచి దానిని దీసి దొరకిచ్చెను. కాని యాదొ

యాతనికొక్క ప్రశంసావాక్యము నైనను బహుమానముగ నీయలేదు. స్టీమరు చందన నగరమునకుఁ బోయెను. అందఱును దిగిపోవు సమయమున నాకస్మికముగా దొర గోరా యొద్దకు వచ్చి తనటోపీని దీసివైచి 'అయ్యా! నేనుచేసిన తప్పునకు సిగ్గుపడుచున్నాను. నన్ను క్షమింపవలయునని కోరుచున్నాను." అని వేడుకొని వెడలిపోయెను. కాని చదువుకొన్న బంగాళీవాఁడు సామాన్యులగు తనవారి దుర్గతిని గాంచుచుఁ దానేమో గొప్పవానివలె విదేశీయునితో నవ్వుచుండెనే కాని, తుదకైనఁ దనతప్పు తెలిసికొని పశ్చాత్తాపపడలేదను క్రోధముచే గోరా హృదయము దగ్ధమైపోవుచుండెను. దేశమునందలి జనసామాన్యమంతయు నిట్లే తమ్ముఁ దామవమానించుకొనుచు దుర్గతికి లోనై పోవుచున్నారు. పశువులతో సమానముగఁ జేసినను సహించుచున్నారు దేశమంతయు నిట్టి యజ్ఞానముచే నికృష్టమై పోవుటకు గోరాగుండెలు పగిలిపోవుచుండెను.

దేశమునకుఁ జిరకాలమునుండి సంభవించుచున్న యవమానము దుర్గతిని గాంచుచు విద్యార్థులగువారేమియును కలుగఁజేసికొనక తమ్ముగానట్లు నిర్భయముగా సంచరించుచు నదియే తమకెంతయో గౌరవముగా భావించుచున్నారు. ఇది యన్నిటికంటెను గోరాహృదయమును బాధించుచుండెను. అందుచేతనే యాతఁడిప్పుడు విద్యార్థులగు వారిసమస్త పుస్తక విజ్ఞానమును, వారియనుకరణ సంస్కారములను సంపూర్ణముగ నాక్షేపించుటకే కపాలమున గంగామృత్తికా రేఖలనుదాల్చి చెప్పులజోడు తొడిగికొని వికసితహృదయముతో బ్రాహ్మసామాజికుల యింటికి వచ్చియుండెను.

గోరా యిప్పటివేషముంగాంచి యుద్ధవేషమని వినయుఁడనుకొనియెను. గోరా యిప్పుడెచ్చటి కెందుకొఱకు వచ్చెనో తెలియకుండుటచే వినయునిహృదయమున భయమున్ను నించుక సంకోచమును, విరోధభావమును గూడఁగలిగెను.

వరదాసుందరి వినయునితో మాటలాడుచున్నంతసేపును సతీశుఁడొకమూలఁ గూర్చుండి బొంగరము త్రిప్పుకొనుచు నాటలాడుకొనుచుండెను. గోరావచ్చినతోడనే యాతఁడాయాటమాని వినయుని ప్రక్కకు వచ్చి నిలిచి తదేకదృష్టితో గోరాను జూచుచు వినయుని చెవిచెంతఁ జేరి "నీస్నేహితుఁడాతఁడేనా?" అని ప్రశ్నించెను. వినయుఁడు 'ఔను!' అనియెను.

గోరా మేడమీఁదికి వచ్చినప్పుడే యొకసారి వినయుని మొగమువంకఁ జూచెను. మఱి యాతనిఁజూడనట్లే యుండెను. అతఁడు పరేశునకు నమస్కారముచేసి, నిస్సంశయముగా టేబిలుకడనున్న యొకకుర్చీనీవలకులాగి వారికిఁ గొంచెముదూరముగా వైచుకొని కూర్చుండెను. అచ్చట నాఁడువాండ్రున్నారని యైన నాతఁడు లక్ష్యముచేయలేదు. అట్లుచేయుట యాతనికి గౌరవముగా నగపడలేదు. అట్టి యసభ్యచరిత్రునియెదుట నుండి తనబిడ్డలను దీసికొని పోవలయునని వరదాసుందరి భావించు

చుండెను. ఇంతలో బరేశుఁడామెను బిలిచి 'ఈతని పేరు గౌరమోహనుఁడు. నా స్నేహితుఁడగు కృష్ణదయాళుని కుమారుడు" అని చెప్పెను.

అప్పుడు గోరా యామెవంకకుఁ దిరిగి నమస్కారము చేసెను. సుచరిత యిది వఱకే వినయునివలన గోరాసంగతి వినియున్నను, నీవచ్చినవాఁడే వినయుని మిత్రుఁడని యామె తెలిసికొనజాలకపోయెను. ప్రథమదృష్టియందే యామెకు గోరాపైఁ గోపము కలిగెను. ఇంగ్లీషు చదువుకొన్న వారిలో నింతటి పూర్వాచారపరాయణత్వ ముండుటం గాంచి సహించియుండునంతటి సంస్కారమును, సహనభావమును నామెకు లేవు.

పరేశుఁడు తనబాల్యమిత్రుఁడగు కృష్ణదయాళునిఁగూర్చి గోరాకుఁ జెప్పఁ దొడంగెను. మాచిన్నతనమున మేమిరువురము కాలేజీలో జతగానుండి చదువుకొన్నాము. మాయిరువురిబుద్ధులును గొండశిఖరములపై నుండెడివి. ఎట్టిదానిని విశ్వసించు వారము కాము; హోటలులలో భుజించుటయే కర్తవ్యకార్యముగా భావించెడివారము. మేమిరువురమును జాలదినములు సంధ్యాసమయమున గోళదిఘ్ఘికయందుండి ముసల్మానుదుకాణమున కబాబులను దినుచు రాత్రి రెండుజాములవఱకును హిందూసమాజ సంస్కారవిషయమునుఁ జర్చించుచుండెడివారము.

వరదాసుందరియంతయును విని ఇప్పుడాయన యేమి చేయుచున్నారు? అని ప్రశ్నించెను.

గోరా:— ఆయనయిప్పుడు హిందూమతాచారములను బాలించుచున్నారు.

వరదాసుందరి కోపముతో మండిపడుచు "అట్లుచేయుట కాయనకు సిగ్గులేక పోయినదా" అనియెను.

గోరా నవ్వుచు సిగ్గుపడుట దుర్బలస్వభావుల లక్షణము! కొందఱు కొందఱు తండ్రిపేరు చెప్పుకొనుటకుగూడ సిగ్గుపడుచుందురు" అనియెను.

వర:— పూర్వమాతఁడు బ్రాహ్మసామాజికుఁడు కాఁడా?

గోరా:— ఒకప్పుడు నేనుకూడా బ్రాహ్మసామాజములోనివాఁడనే.

వర:— ఇప్పుడు మీరు సాకారోపాసమునఁ విశ్వసించుచున్నారా?

గోరా — కారణములేకుండ సాకారమును నిరసించునంతటి కుసంస్కారము నాహృదయమునకులేదు. సాకారమును నిందించునంతమాత్రమున దానికి లోపము కలుగునా? ఆకారరహస్యమును భేదించుటకు సమర్థు లెవ్వరున్నారు?

పరేశుఁడు మందహాసము చేయుచు "ఆకారమనఁగనే యంత విశిష్టమై యుండును." అనియెను.

గోరా:— అంతము లేకున్నచోఁ బ్రకాశమే లేదు. అనంతుఁడు తనప్రకాశము కొఱకే యంతము నాశ్రయించుచుండును. కాకున్నచో నాతనికిఁ బ్రకాశమెక్కడిది

ఎవ్వనికిఁ బ్రకాశము లేదో యాతనికి సంపూర్ణత్వమును లేదు. వాక్యమధ్యమునందలి భావమువలెనే యాకారమధ్యమున నిరాకారము పరిపూర్ణమై యున్నది.

వరదాసుందరి తలయూచుచు "నిరాకారముకంటె సాకారమే పరిపూర్ణమైనదనియా మీరు చెప్పుచున్నారు?" అనియెను.

గోరా:— నేను చెప్పకపోయినంతమాత్రమున వచ్చిన హేమియును లేదు. ఈ ప్రపంచమునం దాకారము మనమాటలపై నాధారపడి యుండలేదు. నిరాకారమే సత్యముగాఁ బరిపూర్ణత్వము నందియున్నచో నిఁక సాకారమున కిచ్చటను జోటులేకయే యుండును.

ఈ యుద్ధతుని వాదమును ఖండించి యెవ్వరైన నీతనికిఁ బరాభవము కల్పించిన బాగుగ నుండునని సుచరిత వేడుకపడుచుండెను. వినయుఁడాతనిమాటల నాలకించుచు నూరకుండుట యామెకుఁ గష్టముగా నుండెను. గోరా యెంతతీవ్రముగ మాటలాడుచుండెనో యాతనిఁ దిరస్కరింపవలయునను నుద్దేశము సుచరిత హృదయములో నంతకంటెఁ దీవ్రమగుచుండెను.

ఇంతలో సేవకుఁడు తేనీరుకొఱకు వేడినీళ్లను దెచ్చెను. సుచరితలేచి తేనీరు సిద్ధముచేయు పనియందుండెను. నడుమనడుమ నొకసారి వినయుఁడు భయముతో సుచరిత మొగమువంకఁ దిలకించుచుండెను. ఉపాసనాసందర్భమున నిప్పుడు గోరా చెప్పినమాటలయెడలఁ దనకభిప్రాయభేదములేకపోయినను బిలువని పేరంటముగా నితరమతస్థుల యింటికివచ్చి గోరావారికి విరుద్ధమగు తనయభిప్రాయమును నిస్సంశయముగా బ్రకటించుట వినయునకుఁ జాలకష్టముగా నుండెను. గోరా యిప్పటి కలహాచరణముతోఁ బరేశుని యాత్మసమాహిత ప్రసన్నభావమును బోల్చి యెల్లవిధముల విమర్శింపఁగా వినయుని హృదయము పరేశునియెడల భక్తిపరిపూర్ణమైపోయెను. అప్పు డాతఁడు తనలో 'అభిప్రాయభేదములతో నిమిత్తము లేదు. అంతఃకరణమధ్యమునఁ బూర్ణత్వము స్తబ్ధత్వము, ఆత్మ ప్రసన్నత్వము—ఇవియే యన్నిటికంటెను దుర్లభములైనవి. మాటలలోఁ గొన్ని సత్యములును, గొన్ని యసత్యములను నైకొని యెంత తర్కించిన నేమిలాభము? అనుభవమునందు సత్యమైన దేదియో యదియే శుద్ధసత్యము" అనిభావించుకొనియెను.

పరేశుఁడు సంభాషణ సమయమునం దప్పుడప్పుడు తనకన్నులను మూసికొని తనహృదయాంతరాళమునందలి దివ్యశక్తిని సాకర్షించుచుండును. ఇదియాతని కభ్యాసము. అప్పటి పరేశుని నిర్మలాంతఃకరణ విశిష్టంబగు శాంతవదనమును వినయుఁడు తదేకదృష్టితో గాంచుచుండెను. అట్టి వృద్ధునియందు భక్తినిఁజూపక మొండివాదము చేయుచున్న గోరాను జూచి యాతఁడు చిరాకుపడుచుండెను.

సుచరిత తేనీయసిద్ధముచేసి పరేశుని మొగమువంకఁ జూచెను. ఎవరికీయవచ్చునో యెవ్వరికీయఁగూడదో యని యామెకు సంశయముకలిగెను. అప్పుడు వరదాసుందరి గోరానుజూచి "మీరివి యేమియును దీసికొనరుకాఁబోలును!" అనియెను.

గోరా:—తీసికొనను.

వర:—ఏమి? జాతిబోవునా?

గోరా:—ఔను.

వర:—మీరు—జాతిని విశ్వసింతురా?

గోరా:— ఏలవిశ్వసింపఁగూడదు? సమాజమును గౌరవించుచున్నప్పుడు జాతిని గూడ గౌరవింపవలయును.

వర:—సమాజము చెప్పినవానినెల్ల మీరు నమ్మెదరా?

గోరా:—నమ్మకున్నచో సమాజమునకు భంగముకలుగదా?

వర:—కలిగినచో నష్టమేమి?

గోరా:—అందఱమును గూర్చుండియున్న కొమ్మవిరిగిపోయినచో నష్టములేదా?

సుచరిత మనసులో నత్యంతవిరక్తురాలై "అమ్మా! ఈ వృథావాదమువలన నేమి లాభము? వారు మనతేనీరు త్రాగరు!" అనియెను.

అప్పుడు గోరా తనతీవ్రదృష్టి నొకసారి సుచరితవంకకు మరలించెను. సుచరిత వినయునివంకఁ జూచి యించుక సంశయముతో "మీరో?—" అనియెను.

వినయుఁడెప్పుడును తేనీరు త్రాగలేదు; ముసల్మానులు చేయురొట్టెలను, బిస్కట్లను దినుట యాతఁడు చాలదినములు మానివైచెను. కాని యిప్పుడు తినకుండ నుండుట లేదు. వినయుఁడప్పుడు ధైర్యముతో మొగమెత్తి 'తినకేమి?' అని గోరాముఖమువంక జూచెను. గోరా యోష్ఠప్రాంతమున రేఖామాత్రముగనున్న కఠోరహాస మాతని కగపడెను. వినయునకా తేనీరుతిక్తముగను, నరుచిగనే యుండెను; గాని యాతఁడు త్రాగుటమాత్రము మానలేదు. అప్పుడు వరదాసుందరి తనలో "అహా! ఈ వినయకుమారుఁడు చాలమంచివాఁడు." అని యనుకొని గోరా యొద్ద నుండి తనదృష్టిని వినయునివంకకు మరలించెను. అదిచూచి పరేశుఁడు తన కుర్చీని గోరాకు సమీపముగఁ దీసికొని మృదులస్వరమున నాతనితో సంభాషించుచుండెను.

ఇంతలో చీనాబాదముహల్వా నమ్మువాఁడొకఁడు వీధిని బోవుచుండఁగా లీల చూచి చప్పటులు చఱచుచు 'అన్నా! సుధీరా! ఆచీనాబాదమువానినిఁ బిలువుము!" అనియెను. ఆమాటలోనే సతీశుఁడు లేచి వరండా పిట్టగోడ యొద్దకుఁబోయి వానిని గేకలువైచి పిలువఁదొడఁగెను.

ఆ సమయమునందొక పెద్దమనుష్యుఁ డచ్చటికి వచ్చెను. ఆతని నందఱును 'పానూబాబూ!' అనిపిలుతురు. కాని యాతనిపేరు హారానచంద్రనాగుఁడు. ఈతఁడు

బుద్ధిమంతుఁడనియు; విద్వాంసుఁడనియు సమాజములోఁ బ్రసిద్ధియున్నది. ఏపక్షమందును, నెట్టిమాటయు నింతవరకు స్పష్టముగాఁ జెప్పకపోయినను నీతనికిని సుచరితనను బెండ్లియగునను నూహ యాకాసము వఱకు వ్యాపించి యుండెను. పానూబాబు హృదయము సుచరితయందు లగ్నమయ్యెననుట కెవ్వరికిని సందేహము లేదు. దీని ననుసరించియే యాకన్యలందఱును సర్వదా సుచరితను బరిహాసము చేయుచుండిరి.

పానూబాబు స్కూలుమాష్టరుపని చేయుచుండెను. వరదాసుందరి స్కూలు మాష్టరని చెప్పి యాతని గౌరవించుటలేదు. ఆతఁడు తనకుమార్తెలలో నెవ్వరినైన ప్రేమించుటకు సాహసింపలేదుగదా యనియే యామె కాతనియెడల గౌరవము! ఆమెకుఁ గాఁబోవు జామాతలు డిప్యూటీ మెజస్ట్రేటుగిరీ యనులక్ష్యమును భేదింపఁగల వారై యుండవలయునని యామెకోరిక.

సుచరిత హారానబాబున కొకకప్పు తేనీటి నిచ్చుచుండగా లావణ్య దూరమునుండి యామె మొగముకంకఁ జూచి తానించుక మొగము త్రిప్పుకొని నవ్వెను. ఆ నవ్వును వినయుఁడు చూడకపోలేదు. స్వల్పకాలములోనే యొకటిరెండు విషయములందు వినయుని దృష్టియించుక తీక్షణముగను, సతర్కముగను బ్రవర్తింపఁదొడంగెను. పూర్వమాతని కింతటిదర్శన నైపుణ్యములేదు. హారానబాబును, సుధీరుఁడును నీయింటి లోని యాఁడువాండ్రకందఱకును చాలదినములనుండి పరిచితులై యుండిరి. వారు వీరి జీవితచరిత్రములో నేకీభవించి యుండుటయేకాక యింటియందలి స్త్రీల పరస్పర రహస్య సంజ్ఞలకుఁ గూడ లక్ష్యములై యుండిరి. ఇది కేవలమును వినయున కసహ్యముగాఁ దోఁచెను.

హారానబాబు వచ్చుటవలన సుచరిత హృదయమునందొకింత యాశకలిగెను. ఆతఁడెట్లయిన వాదించి గోరాకు గర్వభంగముచేసి తనయొడలిమంట చల్లార్చునని యామె యుద్దేశము! ఆతని తర్కములకామె యిదివఱ కనేకపర్యాయములు విరక్తిమేయై యుండెను. కాని యిప్పుడాతర్కవీరునిం గాంచి సుచరిత యానందముతో రొట్టెయునుఁ దేనీరును నొసంగెను.

పరే:—పానూబాబూ! ఈతఁడు నాస్నేహితుని—

హారా:—నేనీతనిని బాగుగ నెఱుంగుదును. ఈతఁడొకప్పుడు మనబ్రాహ్మ సమాజమునం దత్యుత్సాహము గల సభ్యుఁడై యుండెను.

అని చెప్పి హారానబాబు గోరాతో మాటలాడకుండగనే తేనీరు త్రాగుటకై యుపక్రమించెను. అప్పుడు సుధీరుఁడు సివిల్ సర్వీసు పరీక్ష ప్యాసయి యింగ్లండు నుండివచ్చిన యొకబంగాళీయువకుని గౌరవించు సందర్భమును గుఱించి ప్రస్తావించెను హారానబాబు తూష్ణీభావముతో మన బంగాళీ లెంతెంతటి పరీక్షలు ప్యాసయినను సరియే, వారేమియును జేయఁజాలరు. ఏబంగాళీయైనఁ గలెక్టరుపని చేసెనా? జడ్జీపని

చేసెనా? జిల్లాపై నధికారము వారికిదొరకదు" అని బంగాళీ చరిత్రమునందలి దోషములను, దుర్బలత్వమును వ్యాఖ్యానముచేయ నారంభించెను.

చూచిచూచి గోరాముఖ మెఱ్ఱనైపోయెను. అతఁడప్పుడు తన సింహనాదమును సాధ్యమైనంతవఱకడంచుకొని "ఆమాటలే సత్యమైనచో నింతయానందముతో టేబిలు నొద్దఁగూర్చుండి రొట్టె నారగించుటకు మీకు సిగ్గుగలుగుటలేదా?" అనియెను. హారానబాబు విస్మితుడై కనుబొమలు ముడివైచి 'ఏమిచేయమనియెదవు?' అనియెను.

గోరా:—బంగాళీ చరిత్రమునందలి కళంకమోచనమును జేయనైనఁ జేయవలయును కాదేని గొంతున కురిపోసికొని చావనైనఁ జావవలయును. అంతేకాని యట్టి మాటలతో బంగాళీజాతి నిష్ప్రయోజన మైనదని నిందించుటా? ఆరొట్టెముక్క మీగొంతులో నడ్డుకొనుటలేదా?

హారా:—నేనేమి యసత్యము చెప్పితినా?

గోరా:—కోపపడవలదు. కాని యీసంగతి సత్యమే యని మీరు నిశ్చయముగా భావించియున్నచో నింతయుత్సాహముగను, నింతవిలాసముగను, బలికియే యుండరు. ఇది యసత్యము కావుననే యీమాట మీనోటినుండి యలవోకగా వెలువడినది. హారానబాబూ! అసత్యము పాపము! అసత్యనింద యంతకంటెనుఁ బాపము! స్వజాతి నన్యాయముగ నిందించునంతటి పాపము మఱియొకటి లేనేలేదు.

హారానబాబు క్రోధోద్దీప్తుఁ డయ్యెను. అప్పుడు గోరా మరల నందుకొని "అయ్యా! మీజాతివారందరికంటెను మీరే గొప్పవారు కాఁబోలును? మీరు కోపపడియెదరని మాపితృపితామహులను నిందించుచుండఁగా మేము సహింపవలయునా? అనియెను.

హారానబాబిఁక సహించి యుండఁజాలక కంఠస్వరమును మఱింత హెచ్చించి బంగాళీలను మఱియును నిందించుట కారంభించెను బంగాళీసమాజమునందలి దురాచారముల నన్నిటి నుగ్గడించి యధిక్షేపించెను. బంగాళీ లెందులకైనను బనికివత్తురను నాశ యొంతమాత్రమును లేదని సిద్ధాంతముచేసెను.

గోరా:—మీరిప్పుడు చెప్పిన దురపవాదము లన్నియు ఇంగ్లీషుగ్రంథములలోఁ జదివి వల్లించినవే—అంతేకాని మీరిందులో స్వయముగా గ్రహించిన దొక్కటియును లేదు. ఇంగ్లీషువారి సమస్తదురాచారములనుగూడ నీమర్యాదగాఁ దిరస్కరించుటకు మీరు సమర్థులు కాఁగలిగినచోఁ నప్పుడు మీకీవిషయమున మాటలాడుట కధికారము కలుగును.

పరేశుఁడీవాదము నడంచివేయవలయునని ప్రయత్నించెను. కాని క్రుద్ధుఁడగు హారానబాబు విరమింపఁడయ్యెను. సూర్యాస్తమయ మయ్యెను. మేఘముల లోపలనుండి యొకవిధమగు నపరూప రక్తకాంతి వెలువడి యాకసము నంతను లావణ్య

మయముగఁ జేసివైచెను. ఆ తర్కకోలాహలముచే వినయుని చెవులు గింగురుమనిపోవుచుండెను. పరేశుఁడు సాయంకాలప్రార్థనమునకై లేచిపోయి యుద్యానవనమునందలి యొక చంపకవృక్ష వేదికపైఁ గూరుచుండెను. వరదాసుందరికి గోరా యెడల నెంతటి వైముఖ్యముకలిగెనో హారానబాబు నెడలనంతటి సౌముఖ్యము కలిగియుండెను. ఆయుభయుల వాదము నామె కసహ్యముగా నుండుటచే వరదాసుందరి వినయునింగాంచి “వినయబాబూ! మనము లోనికిఁబోవుదము రమ్ము!” అనియెను.

ప్రేమపూర్వకమగు నామె యాదరమునుబట్టి వినయున కటనుండి తప్పుకలోనికిఁబోవలసి వచ్చెను, వరదాసుందరి తనకుమార్తెలనుగూడఁ బిలిచెను. సతీశుఁడా వాదమునకుఁ బూర్వమే కొంచెము బాదముహల్వాను తీసికొని తనకుక్కతో నంతర్ధానుఁడైపోయెను.

వరదాసుందరి లోపలికిఁబోయి లావణ్యంగాంచి ‘అమ్మా! నీనోటుబుక్కును దీసికొనివచ్చి వినయబాబునకుఁ జూపుము!’ అనియెను.

ఆయింటికిఁ గ్రొత్తగ వచ్చినవారి కందఱకును దననోటుబుక్కును జూపుట లావణ్యమయి కభ్యాసమై యుండెను. వినయునకుఁ జూపవలయునని యామెయును వేడుకపడుచునే యుండెను, గాని యీవృథావాదము జరుగుచుండుటవలన నవకాశము కలిగినది కాదు.

వినయుఁడాబుక్కును దెఱచి చూచెను. అంమూర్, లాంగ్ ఫెల్లో మొదలగు నింగ్లీషుకవుల పద్యములు లిఖింపఁబడి యుండెను. అందలియక్షరములు పట్టిపట్టి వ్రాసినట్లు చక్కగా నగపడుచుండెను. విషయముల నామములును, పద్యముల ప్రథమాక్షరములును, చక్కని చిలుగక్షరములతో వ్రాయఁబడియెను. ఆదస్తూరి చూచి వినయుఁడు నిజముగా విస్మితుఁడయ్యెను. ఆదినములలో పట్టి యింగ్లీషుపద్యముల నాఁడువాండ్రు కాపీచేయఁగలుగుట యెంతగౌరవము! అప్పటివినయుని యాభిముఖ్యముంగాంచి వరదాసుందరి తన రెండవబిడ్డయగు లలితంబిలిచి ‘అమ్మా! నీకీపద్యములు——” అనియెను.

విస్పష్టముగా “అమ్మా! నాకాపద్యములు రావు. నాకవి బాగుగ జ్ఞప్తియందు లేవు” అని చెప్పి దూరమునందున్న కిటికీయొద్దకుఁబోయి వీథివంకఁ జూచు చుండెను.

వర:——బాబూ! ఈమె కన్నియును వచ్చును. కాని యాడంబరముగాఁ దనకు వచ్చునని చెప్పుకొనుట దీనికిష్టములేదు. ఈమె చిన్నతనమునుండియు నిట్లేయున్నది. ఎంతదుఃఖ సమయమందైన నీమె కన్నీరుపెట్టుకొనదు. ఈవిషయమున నీమె తండ్రిని బోలినది.

అని యీవిధముగా లలితవిద్యాబుద్ధులను గుఱించి వినయునకుఁ బరిచయము కలిగించెను. ఇఁక లీల వంతువచ్చినది. మొట్టమొదట మాత్రము లీల సిగ్గుపడియెను. కాని పిమ్మటఁ గిలకిలనవ్వుచు సంగీతపుఁ బెట్టెవలె నర్థములేకుండ నొక్క గుక్కలో

"Twinkle twinkle little Star'' అనుపద్యమును గడగడఁజదివి వైచి యిఁక సంగీతవిద్యాపరీక్ష జరుగునని యనుకొని యొక్కపరుగున నటనుండి వెడలిపోయెను.

ఆవల మేడపై నింకను బ్రబలముగా వాదము జరుగుచునేయుండెను. క్రమముగా హారానబాబు కోపము హెచ్చుటచేఁ దర్కమును విడిచి తిట్లలోనికి దిగుచుండెను. ఆతని యసహనభావమునకు విరక్తురాలై సుచరిత సిగ్గుపడి గోరాపక్షము నవలంభించెను. అది హారానబాబునకు హృదయశల్యముగా నుండెను. ఆకసమున నంధకారమును, శ్రావణమేఘములును ఘనీభవించుచుండెను. వీధిలోఁ బువ్వులమ్మువారు పుష్పహారములను తీసికొని కేకలువైచుచుఁబోవుచుండిరి. ఎదుటనున్న తమాలశాఖయందలి చిగురు జొంపమున మిణుగురు పురుగులు మిలమిల మెరయుచుండెను. అప్రక్కనున్న పుష్కరిణీ జలంబులపై నిబిడాంధకారచ్ఛాయ లలమికొనియుండెను.

పరేశుఁడు సంధ్యోపాసనము గావించుకొని మరల మేడమీఁదికి వచ్చెను. ఆతనిఁ గాంచి గోరాయును హారానబాబును సిగ్గుపడి తమవాదమును విరమించిరి. అప్పుడు గోరా లేచి నిలువఁబడి "రాత్రియైపోయినది నేను మరల నింకొకప్పుడు వచ్చెదను!" అనియెను.

ఇంతలో వినయుఁడును లోపలినుండి సెలవుగైకొని మేడమీఁదికివచ్చెను. పరేశుఁడు గోరానుజూచి "బాబూ! నీవు బుద్ధిపుట్టినప్పు డెప్పుడైననిటకువచ్చుచుండుము. కృష్ణదయాళుఁడు నాసోదరునివలె నుండెడివాఁడు. ఆతనికి నాకు నిప్పుడు మతభేదము కలిగినది. అందుచేఁ జూచుకొనుటయైనఁ దటస్థించుటలేదు. ఉత్తరప్రత్యుత్తరములైనను లేవు. అయినను జిన్ననాఁటి స్నేహభావము మాత్రము రక్తనాళములలోఁ బ్రవహించుచునే యున్నది. కృష్ణదయాళుని సంబంధమువలన నీవుమాకుఁ జాలదగ్గఱివాఁడవైతివి." అని ప్రేమచేత శాంతస్వరముతోఁ బలుకుచు వాదముచే నలసియున్న గోరా హృదయమునకు విశ్రాంతిని గలిగించెను.

మొట్టమొదటమాత్రము గోరా పరేశునంతగా లెక్కచేయలేదు. కాని వెడలిపోవునప్పుడుమాత్ర మాతఁడు భక్తిపూర్వకముగాఁ బరేశునకుఁ బ్రణామము చేసిపోయెను. అప్పుడు గోరా సుచరితతో నెట్టిమాటయు నాడకుండఁగనే సెలవు గైకొనకుండఁగనేపోయెను. ఆఁడుదియగు సుచరిత [illegible]మగవాఁడగు తనయెదుట నుండుటకుఁ దానాచరణరూపముగా నంగీకరించుటయే యగౌరవమని గోరాకుఁ దోఁచెను. వినయుఁడును బరేశునకు వంగినమస్కరించి సుచరితవంకఁదిరిగి యామెకును నమస్కరించి సిగ్గుపడుచుఁ దత్తరముతో గోరా వెనువెంటనే వెడలిపోయెను.

వినయుఁడును గోరాయు నట్లు వెడలినతోడనే హారానబాబు తొందరగాఁ బరేశునియొద్దకువచ్చి "మనస్త్రీల నింటికివచ్చినవారందఱితోడను మాటాడనిచ్చుట నాకంత బాగుగఁ దోఁచుటలేదు!" అనియెను.

సుచరిత యిదివఱకే లోలోపలఁ గ్రోధముతో మండిపోవుచుండెను. ఇఁక నామె యడఁచుకొనఁ జాలక "బాబా! అట్టినియమము నే గౌరవింపవలసివచ్చినచో నింకటి నుండి మేము మీతోఁగూడ మాటాడుట న్యాయముకాదు, అనియెను.

హారా.— సమాజమువారితో మాత్రము మాటాడవచ్చునను నియమ మొకటి యుండవలయును.

పరేశుఁడు నవ్వుచు 'నీవు పారివారికజనానాపద్ధతి నొకదానినిఁ జూపి క్రమముగా సమాజమున కంతటను మరల జనానాపద్ధతిని గల్పింపఁ జూచుచున్నట్లున్నావు! కాని సకలమతములయందలి పెద్దమనుష్యులతోడను గలసి స్త్రీలు సంభాషించుట యుచితమనియే నాయుద్దేశము! అట్టియవకాశము కల్పింపకున్నచో బలవంతముగ వారి బుద్ధిశక్తుల నడ్డగించినవారమగుదుము! ఈవిషయమున భయపడుటకుఁగాని, సిగ్గుపడుటకుఁగాని కారణమేమియును లేదు'' అనియెను.

హారా:—భిన్నమతములవారితో స్త్రీలు కలిసియుండఁగూడదని చెప్పుటలేదు. స్త్రీలయెదుట నెట్లు మసలవలయునో యితరమతములవారి కాగౌరవము తెలియదని చెప్పుచున్నాను.

పరే:— కాదు కాదు అట్లనుకొనుట తప్పు! అది గౌరవము తెలియకపోవుట కాదు. అది కేవలమొకవిధమైన సంకోచము—స్త్రీలతోఁగలసి మెలసి యుండినఁగాని యట్టి సంకోచము పోనేరదు.

౧౧

ఆదినమున వాదమునందు గోరా నోడించి సుచరితయెదుటఁ దనజయపతాకను స్థాపింపవలయునని హారానబాబెంతో యాశపడియుండెను. మొదట సుచరితయు నట్టి యాశతోనే యుండెను. కాని దైవయోగముచే నదివిపరీతమైపోయెను. ధర్మవిశ్వాసమునందును, సామాజిక నియమముల యందును గోరా భిన్నాభిప్రాయుఁడై యున్నను స్వదేశాభిమానము, స్వజాత్యభిమానము ననువిషయముల యందుగల సుచరిత యభిప్రాయమున కాతఁడనుకూలుఁడై యుండెను. ఆమెయెల్లప్పుడును స్వదేశవ్యవహారములను గూర్చియే యాలోచించుచుండునది కాకపోయినను, స్వజాతినిందను విన్నంత మాత్రమున గోరాయప్పుడాకస్మికముగ సింహనాదము చేయుచు విజృంభించుట యామె హృదయాంతరమునందున్న దేశాభిమానభావమున కనుకూల ప్రతిధ్వనివలెనుండెను. ఇంతటి ధైర్యముతో; నింతటి దృఢవిశ్వాసముతో నామెయెదుట దేశమునుగూర్చి యీవిధముగ మాటాడిన వాఁడింతవఱ కెవ్వరును లేరు.

ఇంతేకాక గోరాయును వినయుఁడును వెడలిపోయినతరువాత హారానబాబు వారియెడల నవమానకరమగు నపవాదము నారోపించెను, అప్పుడే సుచరిత నీచస్వభావుఁ

డగు పరేశబాబుకంటె గోరాయె నిశ్చలహృదయుఁడని నిశ్చయించుకొనియెను. అందుచేతనే మొదటినుండియు గోరానుజూచి యసహ్యించుకొనుచున్న సుచరితహృదయము మారిపోయెను. కాని యాతనిహిందూమత ప్రబలాభిమానమిప్పటికి నామెహృదయమును వేధించుచునే యుండెను, హిందూమతమునం దొక విధమగు ప్రతికూలభావమున్నది. ఇది సహజముగ బ్రశాంతమైనది కాదు. ఇదికేవలమును స్వభక్తి విశ్వాసములమీఁదనే యాధారపడియున్నది— ఇదికేవల మితరులను బాధించుటకే యెల్లప్పుడు నుగ్రభావముతోఁ బ్రయత్నించుచుండును'' అని హిందూమతమును గూర్చియామె యొకమాదిరిగా దెలిసికొనఁగలిగినదై యుండెను.

ఆనాఁటిసంధ్యాసమయమున మాటలాడునప్పుడును బనులుజేయునప్పుడు, భుజించునప్పుడును, లీలకుఁగథలు చెప్పునప్పుడును గూడ సుచరిత హృదయాంతరమునం దేమోకాని యొకవిధమగు వేదన కలిగియుండెను. ఆమెదాని నేయుపాయముచేతను మఱలించుకొనఁజాలకుండెను. ముల్లుగ్రుచ్చుకొన్నచోటును దెలిసికొనఁగలిగినచో ముంటిని దీసివేయవచ్చును. సుచరిత తనమనసులో నాటుకొన్న కంటకమును వెదకి తీసివైచుకొనుటకై యానాఁటి రాత్రి యామేడమీఁది వరండాలో నొక్కతెయును గూర్చుండి యుండెను. ఆగభీరాంధకారముతోఁ దనహృదయమునందలి యకారణపరితాపమును గలిపివేయవలయునని యామె యెంతయో ప్రయత్నించెను; కాని యెట్టిలాభమును లేకపోయెను. అప్పుడామె తనహృదయమునందలి నిర్దేశింపరాని యనుభవమునుగూర్చి యేడువవలయునని కోరుకొనియెను—కాని కన్నీరు వచ్చినదికాదు!

అపరిచితుఁడగు నొకయువకుఁడు కపాలమునఁ దిలకమును ధరించివచ్చెను. అతనిని వాదమునవోడించి గర్వభంగము సేయుట తటస్థించినదికాదు—ఇందుచేతనే నాహృదయమట్లు పరితపించుచున్నదా యని సుచరిత యింతసేపటివరకు నాలోచించుచుండెను. ఇంతకంటెను బరిహాసాస్పదమగు విషయమేమైన నుండునా యనియామె యాతలంపును దనమనమునుండి తోసివైచుకొనియెను. అప్పుడు ప్రధానకారణమామె మనసునకుఁ దట్టెను. తోడనే యామె భరింపరానంత సిగ్గుతోఁచెను. సుచరిత నేఁడా వినయునిసన్నిధిని నాలుగైదు గంటలసేపటివరకును గూర్చుండియున్నది. నడుమనడుమ నాతనిమాటలతో మాటలనుగూడఁ గలిపినది. కానియొక్కసారియైనను నాతనిఁగన్నెత్తి చూడకలేదు! వెడలిపోవునప్పుడైననునొక్కసారి కన్నులారఁ జూడఁజాలకపోయెను. సంపూర్ణముగ నీయుపేక్షాభావమే యామెహృదయమును భేదించుచుండెను. సందేహము లేదు. ఇతర స్త్రీలతోఁ గలసిమెలసి యుండుట యభ్యాసములేనివారి కట్టిసంకోచముండునో యట్టిసంకోచమేవినయునిపనులలో నగపడుచుండెను. కానియాసంకోచమధ్యమున నొకవిధమగులజ్జయు; నమ్రత్వమును మిళితములై యుండెను. గోరాయందట్టి

లక్షణము లేశమాత్రమును లేదు—అంతటి కఠోరంబును, బ్రబలంబు నగు నాతని యౌదాసీనభావమును సహించుటకుఁ గాని, తిరస్కరించి త్రోసివైచుటకుఁ గాని సుచరిత కిప్పు డసంభవముగా నున్నదా? అంతమంది ప్రతిపక్షులయెదుట నాతఁ డాత్మగౌరవమును బోఁగొట్టుకొనకుండఁ బ్రాగల్భ్యముచే ఖండింపఁబడుచు వాదమునకు డీకొనియెను. ఆసమయమునందొకప్పుడు సుచరిత హారానబాబు చేసిన యన్యాయవాదమును విని మెచ్చుకొననట్లుగ పడెను; అప్పుడొకసారి గోరా యామె మొగమువంకఁ జూచెను. ఆచూపునందు లేశమాత్రమైనను సంకోచభావము లేదు! ఆచూపులలో నెట్టిభావమున్నదో యవేద్యముగా నుండెను. 'ఈయువతికి సిగ్గులేదా? ఈమెకింత గర్వమా? మగవారలు మాటాడుకొనుచుండఁగా బిలువని పేరంటముగా నిచ్చటి కేలవచ్చినది? అని యప్పు డాతఁడు తనమనసులో ననుకొని యుండునా? ఒకవేళ నిజముగా నప్పు డాతని మనసులో నట్లేయున్నను నంతమాత్రమునఁ బోయినదేమి? ఏమియును లేదు. కాని సుచరిత హృదయమింకను బరితపించుచునే యుండెను. దానిని మఱచిపోవుటకును, గప్పివైచుటకును నామె యనేక ప్రయత్నములను జేయుచుండెను కాని సాధ్యమగుటలేదు. గోరాపై నామెకుఁ గోపమున్నది, ఆతఁడు దురాచారి యనియు, నుద్ధతుఁడనియు నామె మనసులో నిందించుచుండెను. కాని, విపులకాయుఁడును వజ్రకరుఁడు నగు నాతని నిస్సంకోచదృష్టి స్మృతి సమ్ముఖమునఁదా నెంతయో హీనముగా నుండెనని సుచరిత యనుకొనుచుండెను. ఏవిధముచేతను నామె తన గౌరవమును నిలుపుకొనఁ జాలకుండెను.

సుచరిత యీవిధముగాఁ జాలరాత్రివరకును మనఃపరితాపము ననుభవించుచుఁ గూరుచుండెను. దీపములను సన్నముగఁ జేసికొని యింటివారందరును నిద్రించుచుండిరి. ఇంతలో ద్వారము మూసినచప్పుడయ్యెను. సేవకులు పనులను ముగించుకొని నిద్రించుటకుఁ బ్రయత్నించుచున్నట్లామె గ్రహించెను. అప్పుడు లలిత రాత్రిదుస్తులను దాల్చి యచ్చటికి వచ్చి సుచరితతో మాటాడకుండ నామెప్రక్కనే యొకగోడ నానుకొని నిలిచియుండెను. లలిత తనపైఁ గోపగించినదని గ్రహించి సుచరిత మనసులోనే నవ్వుకొనియెను. నేఁడు లలితయు నామెయు బరుండవలయునని నిశ్చయించుకొనియుండిరి. సుచరిత యామాటయే మరచిపోయెను. కాని మఱచిపోయితినని చెప్పినమాత్రమున లలిత క్షమించునది కాదు. అన్నింటికంటె మఱపునే యామె గొప్పతప్పుగా భావించుచుండెను. సమయోచిత వాక్యములచే నామె సమాధానపడునదియును గాదు. ఇంతవరకు నామె యెట్లో నూహించి యొంటరిగాఁ బరుపుపైఁ బడియుండెను. ఆలస్యమైనకొలఁదియు నామెకోపము హెచ్చిపోవుచుండెను. తుదకామె యెట్లును సహింపఁజాలక ప్రక్కవిడిచి లేచివచ్చి మౌనముచేతనే తానింకను మేల్కొని యున్నట్లు తెలియఁజేయుటకై యచ్చటికి వచ్చెను.

సుచరిత కుర్చీనుండిలేచి మెల్లమెల్లగా లలితయొద్దకుఁబోయి యామెను గౌఁగిలించుకొని "కన్నతల్లీ! లలితా! కోపగించుకొనకమ్మా!" అనియెను.

లలిత సుచరితచేతులను విదలించివైచి "లేదు. నాకేమికోపము? నీవుగూర్చుండఁగూడదా?" అనియెను.

సుచరిత యామెచేతులను బట్టుకొని "సోదరీ! రమ్మ! శయనింతము రమ్మ!" అనియెను.

లలిత యెట్టిప్రత్యుత్తరమును జెప్పకుండ మౌనముతో నిలువఁబడియెను. తుదకు సుచరిత బలవంతముగా నామెను బడకటింటికిఁ దీసికొనిపోయెను. అప్పుడు లలిత రుద్ధకంఠస్వరముతోఁ "ఇంతఆలస్యమేలచేసితివి? పదునొకండుగంటలయ్యెను. నేనన్నిగంటలను వినుచునే యున్నాను. ఇప్పుడా నీకు నిద్రవచ్చుట?" అనియెను. సుచరిత లలితను గౌఁగలించుకొని "నేనీదినమునఁ జాల తప్పు చేసితిని తల్లీ!" అనియెను.

తప్పునొప్పుకొన్నతోడనే లలితకుఁ గోపము వదలిపోయెను. ఆమె యొక్కసారిగాఁ బ్రసన్నమై "సోదరీ! ఇంతసేపటివఱకు నొంటిగాఁగూర్చుండి యెవ్వరిసంగతి నాలోచించుచున్నావు? పానూబాబును గూర్చియా?" అనియెను. సుచరిత యామెను దర్జనితోఁగొట్టుచుఁ 'చాలును' అనియెను!

లలితకు పానూబాబనిన నంతగా నిష్టములేదు. అందఱు సోదరీమణులవలెనే పానూబాబు పేరుచెప్పి సుచరితను హాస్యమాడుట లలితకలవాటును లేదు. పానూబాబు సుచరితను బెండ్లియాడఁదలచె ననుమాటయే యామె మనసునకుఁ గష్టముగా నుండును. లలిత కొంతసేపటికివరకు నూరకుండి "అక్కా! వినయబాబు మాత్రము చాల మంచివాఁడు! నిజమేనా!" అనియెను.

ఈప్రశ్నలో సుచరితమనోభావము దెలిసికొనవలయు ననునుద్దేశ మున్నదియౌ లేదో చెప్పఁజాలము!—అప్పుడు సుచరిత లలితవంకఁజూచి "వినయబాబు మంచివాఁడు కాకేమి? చాలమంచివాఁడు" అనియెను.

సుచరిత యెట్టికంఠస్వరముతోఁ బ్రత్యుత్తర మీయవలయునని లలిత వాంఛించియుండెనో యట్టిస్వరముతో సుచరిత మాటాడలేదు! అప్పుడు లలిత మరల "సోదరీ! నీవేమన్నను సరియే—కాని గౌరమోహనబాబుమాత్ర మంత మంచివాఁడుగా నగపడలేదు. అసహ్యకరమగు రూపము—అతఁడీ పృథ్వియం దెవ్వరినిగూడ లక్ష్యముచేయుడు నీకెట్లు తోఁచుచున్నది" అనియెను.

సుచ:—అతఁడు విశేషముగ హిందూమతాభిమానము కలవాఁడు.

లలి:—కాదు కాదు, మా మేనమామగారు గొప్ప హిందూమతాభిమాని—కాని యాయన యొకరకము! ఈతఁడే రకపువాఁడో నేను సరిగా జెప్పజాలను.

సుచరిత నవ్వుచు 'ఏదియో యొకరకము!" అని చెప్పుచు సన్నతశుభ్రలలాటమున దిలకధారణముఁగావించి యున్న యాగోరామూర్తి నొకసారి మనసునకుఁ దెచ్చుకొని తిరస్కరించెను. అట్లు నిందించుటకుఁ గారణమేమనఁగా — అతని కపాలమునందలి గంగామృత్తికాతిలకమునందుఁ బెద్దపెద్ద యక్షరములతో 'మీతో నాకెట్టి సంబంధము లేదు!'' అని లిఖింపఁబడి నట్లుండెను. ఈ భేదబుద్ధి సంబంధమగు దుర్గర్వమును ధూళిపాలు చేయఁగలిగినప్పుడుగాని సుచరిత యొడలిమంట చల్లారదు—

క్రమముగా నాలోచన లడఁగిపోయెను. ఇరువురును నిదురించిరి. రాత్రి రెండు గంటలవేళ సుచరిత మేల్కాంచి చూచెను. వర్షము కురియుచుండెను. నడుమ నడుమ దోమతెరను భేదించుకొని వచ్చి విద్యుత్కాంతులు కన్నులు మిఱుమిట్లు గొలుపుచుండెను. గదిలో నొకమూల నింతవఱకును వెలుఁగుచున్న దీపమారిపోయెను. ఆనిశ్శబ్ద నిశీథసమయమునందు—ఆయంధకారమునందు — ఆ యవిరామ వర్షనిస్వనములందు— సుచరిత హృదయమునందేదియో యొకవిధమగు వేదన యగుచుండెను. ఆమె యిటునటు దొరలుచు నిద్రించుటకుఁ బ్రయత్నించెను. లలిత హాయిగఁ గాఢముగ నిదురించుచున్నందుల కసూయపుట్టినది గాని సుచరితకించుకంతయైనను నిద్రపట్టినది కాదు. ఆమె చిరాకుతో శయ్యనుండి లేచి వెలుపలికి వచ్చి తలుపునొద్ద నిలిచి చూచుచుండెను. అప్పుడప్పుడు వాయువేగముచే వానజల్లామెపైకి వచ్చుచుండెను. ఇప్పుడు మరలఁ దిరిగితిరిగి సాయంకాలపు సంగతులన్నియు నొక్కొక్కటిగా నామెహృదయమునఁ బొడకట్ట నారంభించెను.

ఆసంధ్యారాగ రంజితమగు వరండాయందు గోరా ప్రచండ వదనమండలము స్పష్టచిత్రమువలె నామెస్మృతిపటమునఁ దోఁచుచుండెను. మఱియు వాదమునందు విని మఱచిపోయిన మాటలన్నియును గోరా గంభీర ప్రచండ స్వరముతోఁగూడ నొక్కొక్కటిగా జ్ఞప్తికి వచ్చుచుండెను. చెవులలోఁ బ్రతిధ్వనించు చుండెను.—"మీరెవ్వరి నవివేకులమనుచున్నారో, నేనాజాతివాఁడనే. మీరేసంస్కారము దుష్టమైన దనుచున్నారో ఆసంస్కారమే నాది. మీరు మీ దేశమును బ్రేమింపనంతవఱకు — మీ దేశమునందలి ప్రజలతో సమానముగ నిలువఁబడనంతవఱకు— దేశమును నిందించు మీ నోటినుండి వెలువడు నొక్క యక్షరమునైనను నేను సహింపజాలను!" అనిగోరాపలుకుచుండును. దానికిఁ బ్రత్యుత్తరముగా హారానబాబు 'ఇట్లున్నచో దేశమును బాగుచేయుటెట్లు?" అనియెను. గోరాగర్జించి లేచి బాగుచేయుటయా? అదితరువాతిమాట! బాగుచేయుట కంటెను బ్రేమించుట గొప్పది. శ్రద్ధగలిగి యుండవలయును. మనమందఱ మేకము కావలయును. అప్పుడు దేశము తనంతటఁదానే బాగుపడును. మీరు వేఱై దేశమును ఖండఖండములుగఁ జేయుచున్నారు. దేశమంతయును జడ్డసంస్కా

రములతో నిండియున్నదనియు మేము మంచి సంస్కారములతోఁ గూడినసామాజిక
మనియును మీరు చెప్పెదరు. ఎవ్వరికంటెను శ్రేష్ఠుఁడనుగా నుండుటయు నెవ్వరినుండియు
వేఱుగా నుండుటయు నన్నిటికంటె ముఖ్యమైన నాయాకాంక్షయని నేను చెప్పుచున్నా
ను. తరువాత నే సంస్కారముండునో యే సంస్కారము పోవునో దేశమే తెలిసికొ
గాక! దేశవిధాతయగు దేవుఁడే పాలించును గాక!'' అనియెను. దానిపై పానూబాబు
"ఇన్ని మతములు నిన్ని భేదములు గల దేశమంతయు నేకమగుట పొసఁగదు!" అనియెను
ఆమాటకు గోరా "మీ కట్లు తోఁచినచో ముందుగా వట్టిభేదభావమును నిర్మూల
చేయవలయును. అప్పుడు దేశమంతయు నేకమగును. అప్పుడీ హిందూమహాసము
మున మనవిహారనౌక నిరపాయముగ విహరించుటకుఁ బ్రయత్నింపవలయును. అహం
రమును, అవజ్ఞతను దూరముచేసి నమ్రభావముతోఁ బ్రేమమయ హృదయమున సత్
కార్యముల నాచరింపవలయును. ఆ ప్రేమభావము నెదుట వేయి యపరాధములు
వేయిలోపములును గూడ బరిమార్జితములై పోవును. ప్రతిదేశమందును, ప్రతి సమా
మునందును నేవియో కొన్ని తప్పులును, లోపములు నుండియే యుండును; కాని జ
లలో స్వజాత్యభిమానమును బ్రేమయు నున్నంతవఱకు కాలోపమనియెడివిషము సమా
జమునకు గాయమును మాత్రమే చేయఁగలిగియుండును, కాని కుళ్ళించి దుర్గంధము
వ్యాపింపనీయదు. దుర్గంధమునకుఁ గారణము శ్వాసములందే యున్నది. సమాజ
జీవించియున్నచో నిది గాయముగ నేయుండును. చచ్చినచోఁ గుళ్ళి కంపుగొట్టు
మీరు దేశమును బాగుచేయుదు మని చెప్పుకొను మాటలను మేము సహింపఁజాలము
మీరుగాని మీ మిషనరీలుగాని యట్లు చేయఁజాలరు." అనియెను, పానూబాబు "
చేయఁజాలము?" అనియెను. అంతట గోరా మనబాగుకొఱకు మనతల్లిదండ్రులు చె
న బోధనలను మనము వినఁగలము కాని పోలీసువాఁడు చెప్పిన యధికారవాక్య
లింపుగా లేకుండుటయే కాక యవమానకరముగఁగూడ నుండును. అట్టిబోధనల
సహింపవలసివచ్చినచో మనుష్యత్వమును జంపుకొనవలసి యుండును. అందుచే
ముందుగ నాత్మీయుఁడు కాకుండ సంస్కర్త కాఁగూడదు. ఆత్మీయుఁడు కాని
డెంత మంచిమాటలతో సంస్కరణము నారంభించినను బ్రజల కనిష్టముగ నే యుండు
అనియెను — ఈవిధముగా వారివాక్ప్రతివాక్యము లన్నియును సుచరిత హృదయము
బ్రతిధ్వనించుచుండెను. వానితోఁగూడ ననిర్దేశ్య మగునొక వేదనకూడఁ గల
చుండెను. అప్పుడు సుచరిత యాయాసముతో మరల శయ్యయొద్దకువచ్చి చేతుల
గట్టిగఁ గన్నులను మూసికొని సకలాలోచనములను దోసిపైచి నిద్రించుట
బ్రయత్నించెను. కాని యామె మొగమును జెవులును మండిపోవుచుండెను. వా
సర్వమును దలంపునకు వచ్చుచుండెను. ఆమె హృదయ మంతయును గందరగో
ముగా నుండెను.

౧౨

గోరాయును వినయుఁడును వీథిలోనికి వచ్చినతోడనే వినయుఁడు "సోదరా! రా! కొంచెము మెల్లగా నడువుము! నీయడుగులు నాయడుగులకంటెఁ జాల పెద్దవి. వడుగులంబాఁచి వడిగ నడచుటచే నాకు నీతోఁ గలసివచ్చుట కాయాసముగా నున్నది' యెను.

గోరా:—నేనొంటిగనే పోవఁదలఁచితిని. నాకనేకవిషయములను గుఱించి లోచించుకొనవలసి యున్నది.

అని చెప్పుచు నాతఁడు స్వాభావిక శీఘ్రగమనముతోఁ బోవుచుండెను. విన ని హృదయము పరితపించిపోవుచుండెను. వినయుఁడిప్పుడు గోరాకు విరుద్ధముగా మోల్లంఘనమును గావించెను. ఈవిషయమున గోరా యాతనిఁ దిరస్కరించి ట్లు పెట్టినచో వినయునకు సుఖముగనే యుండును. ఒక్కతుపాను పట్టినచో వారి కాలస్నేహమును నాకాశము నిష్కళంకమే యైయుండును. అట్లు జరిగినచో విన డొక్క నిట్టూర్పు విడిచి బ్రతికితి ననుకొనియే యుండును.

గోరాయిట్లు కోపగించి తన్నుఁ బరిత్యజించి పోవుట వినయున కన్యాయముగా పడలేదు. అయినపుర చిరస్నేహబంధమున కింతకాలమున కిప్పుడొకవిధమగు శ్వాసము కలిగెను.

ఆ వర్షరాత్రియందలి నిస్తబ్ధాంధకారమును జలింపజేయుచు నడుమనడుమ వర్ష ఘు మాహ్వానించుచుండెను. వినయుని హృదయమున దుస్సహమగు భారముతోఁ చుండెను. చిరకాలమునుండి పట్టియున్న మార్గమును విడిచి తనజీవిత మింకొక నమార్గమునకు మరలుచునట్లాతనికిఁ బొడకట్టెను. ఆయంధకార మధ్యమునం ప్పుడు గోరా యొకవైపునకుఁ బోయెను; వినయుఁడు మఱియొక వైపునకుఁ బోయెను.

మఱునాఁటి యుదయమున లేచినప్పటికి వినయుని హృదయము తేలికయైబో ను. రాత్రియంతయు నాలోచనలతో నాతఁడు తనహృదయ వేదనను నిష్కారణ గఁ జేసికొనియెను— ఉదయమున లేచి విమర్శింపఁగా గోరాతోడి స్నేహమున ను, బరేశుని పరివారముతోడి సంభాషణసంబంధమునకును గేవలము పరస్పరవిరోధ మియును లేదని యాతనికిఁ దోఁచెను. అప్పుడు వినయుఁడు తాను రాత్రి పడిన రితాపమునంతయును దలంచుకొని "ఎంతపని జరిగినది" అని యొకసారి నవ్వు నియెను.

తోడనే యాతఁడొక యుత్తరీయమును బైనివైచుకొని త్వరితగమనముతో రాయింటికిఁ బోయెను. అప్పటికి గోరా క్రిందిగదిలోఁ గూర్చుండి వార్తాపత్రికను దువుకొనుచుండెను. వినయుఁడు వీథిలో నుండగనే గోరాచూచెను. కాని విన

యుఁడు వచ్చెనని తెలిసికొనియుండియు గోరా తనదృష్టిని వార్తాపత్రికనుండి మ
లింపలేదు. వినయుఁడు లోపలఁ బ్రవేశించియుఁ బ్రవేశింపకుండఁగనే గోరాచే
-యందలి పత్రికను మాటాడకుండ లాఁగికొనియెను.

గోరా:—వినయా! నీవు పొరపాటుపడితి వనుకొనుచున్నాను. నేను గౌ
మోహనుఁడను. కుసంస్కారాచ్ఛన్నుఁడవగు నొకహిందువును!

విన:—నీవే పొరబాటుబడుచున్నావు! నేను శ్రీయుత వినయభూషణుఁడ
అట్టి కుసంస్కారాచ్ఛన్నుఁడగు గౌరవమోహనుని మిత్రుఁడను.

గోరా:—కాని, గౌరమోహనుఁడెంత ధైర్యములేనివాఁడైనను, నాతఁడెన్నఁ
నెవ్వరియొద్దను దనకుసంస్కారమునకై సిగ్గుపడి యుండలేదు!

విన:—వినయుఁడుకూడ నట్టివాఁడే! కాని యాతఁడు తనసంస్కారమూలము
నితరుల నాక్రమింపవలయు నను స్వభావము కలవాఁడు మాత్రము కాఁడు!

చూచుచుండఁగనే యిరువురకును వాదము పెరిఁగిపోయెను. వినయుఁడు గో
యొద్దకువచ్చిన ట్లిరుగుపొరుగు వారందరకును దెలిసిపోయెను.

గోరా:—నీవు పరేశబాబు గృహమునకుఁ బోవుచు వచ్చుచున్నట్లాదినమున
యొద్ద నొప్పుకొనకుండుటకుఁ గారణ మేమి?

విన:— ఏమియును లేదు. పోవుట లేకుండుటచేతనే యప్పు డొప్పుకొనలే
ఇన్నాళ్ళకు నిన్నటిదినమే మొదటిపర్యాయముగా నే నాతనియింటికిఁ బోయితి

గోరా:—నీకభిమన్యునివలె లోపలఁ బ్రవేశించుత్రోవయేగాని వెలుపలికివచ్చు
మార్గము తెలియదని నాకు సందేహముగా నున్నది.

విన:—అట్లే కావచ్చును. అదియే నాసహజ ప్రకృతియైయుండును. నే నెవ్వ
ప్రేమించుచుందునో, గౌరవించుచుందునో, వారి నెన్నఁటికిని బరిత్యజింపఁజాలను

గోరా:—అట్లయినచో నింతటినుండి నీకచ్చటికి రాకపోకలు జరుగుచుండు న
కొనియెదను.

విన:—గమనాగమన సామర్థ్యము నాకొక్కనికే కలదనియా నీయుద్దేశ
నీకును జలనశక్తి యున్నది! నీవు కేవలమును స్థావరపదార్థమవు కావు!

గోరా:—నేను పోఁగలను; రాఁగలను—కాని నీలక్షణమును బట్టి చూడఁగ
బోవుట మాత్రమే నీకుఁ దెలియునని తోఁచుచున్నది. ఆ వేఁడి తేనీరెట్లున్నది?

విన:—కొంచెము దుస్సహముగానే యున్నది?

గోరా:—ఎందుచేత?

విన:—దానిని దీసికొనకుండుట అంతకంటెను దుస్సహముగా నుండెను!

గోరా:—సమాజరక్షణ మనఁగాఁ కేవలము గౌరవమును గాపాడుకొనుట యేనా?

విన:—అన్ని సమయములయందు నట్లుకాదు చూడుము గోరా! సమాజ శాసనము నాహృదయమునకుఁ గష్టముగా నున్నప్పుడు మాత్రము నేను—

గోరా యింక శాంతమును సహింపఁజాలక వినయునింక మాటాడనీయక గర్జించుచు "నీవు మాటిమాటికిని నీహృదయాఘాతమును గూర్చియే చెప్పుచు సమాజమునల్పమైనదానిగను, నీచమైనదానిగను దూషించుచున్నావు కాని సమాజమున కాఘాతమైనచో నాబాధయెంతవరకు వ్యాపించునో నీవనుభవమునకుఁ దెచ్చుకొనఁ గలిగినచో నీమనఃకష్టమునుగూర్చి తెలుపుటకు సిగ్గుపడియే యుందువు! పరేశబాబు కుమార్తెల హృదయముల కించుకకష్టమును గలిగించుట నీకు దుస్సహముగాఁదోచెను. కాని స్వల్పమాత్రమగు నీమనఃకష్టముకొఱకు సంఘమునంతను బాధించుటకు సిద్ధపడఁగలిగితివి!" అనియెను.

విన:—గోరా! అట్లయినచో సత్యము చెప్పుచున్నాను. ఒకగ్లాసు తేనీరు త్రాగినంత మాత్రమున నే దేశమున కంతకును బాధకలిగినచో నాబాధయందే దేశమున కుపకారము కలుగఁగలదు. ఈమార్గము ననుసరించియే ప్రయత్నించినచో దుర్బలమగు మనదేశము నుద్ధరింపవచ్చును.

గోరా:—ఓమహాశయా! ఈయుక్తులన్నియు నేను నెఱుంగుదును. నేనంతటి బుద్ధిహీనుఁడనని తలంపవలదు. కాని యివి యన్నియు నప్రకృతి విషయములు కావు. జబ్బుచేసినబిడ్డ మందు మ్రింగనప్పు డారోగ్యవతియగు తల్లి యౌషధమును దాను సేవించి యాతనికి బోధించును నీకును నాకునుగల సంబంధమట్టిది. ఇది యుక్తివచనము గాదు. ఇందుఁ బ్రేమ ప్రధానమైనది. అట్టి ప్రేమయే లేకున్నచోఁ దల్లికిని, బిడ్డకును గలసంబంధము నష్టమైపోవును. ప్రేమ లేకున్నచోఁ గార్యమును నష్టమైపోవును. నేనిప్పుడు తేనీటిగ్లాసును గూర్చి వాదించుటలేదు. కాని సమాజముతోడి సంబంధమును విచ్ఛేదము కావించుకొనుట నేను సహింపఁజాలను. దానిముందఱఁ దేనీటిని బహిష్కరించుట యేపాటిపని? పరేశబాబు తనయలహృదయములకుఁ గష్టముగలిగించుట యొక్కలెక్కయా? విదేశీయులగునందఱితోడను గలసిమెలసి యేకమైయుండుటయే యిప్పటి యవస్థలో మనకన్నిటికంటెను ప్రధానకార్యమైయున్నది అట్లు కలిసికొన్నప్పుడు తేనీరు త్రాగుటయా, మానుటయా యను విషయము రెండుమాటలలో సిద్ధాంతము గాఁగలదు.

విన:—అట్లయినచో నాకు రెండవ తేనీటిగ్లాసు చాలకాలమువఱకును లభింపకపోవును!

గోరా:—అక్కఱలేదు. ఎంతయో కాలము పట్టదు! కాని, వినయా! ఇంకను నేనెందులకు? హిందూమతమునందలి ప్రియవిషయములతోఁగూడ నన్నును విడువవలసిన సమయము వచ్చినది! కాకున్నచోఁ బరేశబాబు పుత్రికలకు మనఃకష్టముగా నుండదా?

ఇట్లు సంభాషణ జరుగుచుండఁగా, అవినాశుఁడువచ్చి గదిలోఁ బ్రవేశించెను. ఆతఁడు గోరా శిష్యుఁడు. గోరా చెప్పిన యుపదేశములన్నిటి నాతఁడు తనబుద్ధిచే సంకుచితములుగాను, దనభావముచే వికృతములుగనుచేసి యెల్లెడల బోధించుచుఁ బ్రచారము చేయుచుండును. గోరాయుపన్యాసములను గొంచెమైనను గ్రహింపఁజాలని వారందఱు నవినాశునిమాటలను బాగుగ గ్రహించి ప్రశంసించుచుందురు. అవినాశుఁడు వినయుని యెడల నసూయఁగలిగి యుండెను. అందుచేత నే యాతఁ డవకాశమైనప్పుడెల్ల వినయునితో బుద్ధిహీనునివలె వాదము చేయుచుండును. వినయుఁడాతని మూఢత్వమును సహింపక తిరస్కరించుచుండును. అట్టివేళల గోరా యవినాశుని పక్షమును గైకొని వినయునితో వాక్కలహమునకుడీకొనుచుండును అప్పు డవినాశుఁడు తన యుక్తులే గోరానోటినుండి వెలువడుచున్నట్లానందించుచుండును! అవినాశుఁడు వచ్చిన తోడనే వినయుఁడు గోరాయొద్దనుండి లేచి పైకిఁబోయెను.

అప్పుడానందమయి వంటయింటి యెదుటఁ గూర్చుండి కూరలను దఱుగుచుండెను. ఆమె వినయునింగాంచి 'బాబూ! నీమాట చాలసేపటినుండి వినఁబడుచునే యున్నది. ఇంత పెందలకడ వచ్చితివేమి? ప్రాతఃకాలభోజనము చేయకుండఁగనే బయలుదేఱితివా?" అనియెను.

మఱియొకప్పుడైనచో 'నేను భోజనముచేయలేదు' అనిచెప్పి యానందమయియొద్దఁ గూర్చుండి వినయుఁడు భుజించియే యుండును. కాని యిప్పుడాతఁడు 'అక్కఱ లేదమ్మా! భుజించియే వచ్చితిని!" అనియెను.

ఇప్పుడు వినయుఁడు మరలగోరాకిష్టములేని యింకొకపనిచేయుటకు సాహసింపఁజాలకపోయెను. వినయుఁడు పరేశునియింటికిఁ బోయినందులకే గోరాకుఁగోపముగా నున్నది. అది యింకను శాంతింపనేలేదు. అది యెంతవఱకు వచ్చునో యనియే వినయునిహృదయము పరితపించుచుండెను. వినయుఁడప్పుడు తనజేబులోనుండి చాకును దీసి యానందమయి చెంతఁగూరుచుండి బంగాళాదుంపలను దఱుగుచుండెను.

పది పండ్రెండు నిమిషములకుఁ దరువాత వినయుఁడు క్రిందికివచ్చి చూచెను. గోరాయవినాశుని వెంటఁబెట్టుకొని వెలుపలకు బోయియుండెను. వినయుఁడు చాలసేపటివఱకును గోరాగదిలో మౌనముతోఁ గూర్చుండి యుండెను. తరువాత వార్తాపత్రికను దీసికొని శూన్యహృదయముతో విజ్ఞాపనమును జూచుచుండెను. పిమ్మట నొక దీర్ఘశ్వాసమును విడిచి యటునుండి వెడలిపోయెను.

౧౩

మధ్యాహ్నభోజన మైనతోడనే వినయునకు గోరాయింటికిఁ బోవలయునని తొందరకలిగెను. గోరాయెడల విధేయుఁడై యుండుటకు వినయుఁ డెన్నఁడును సంకో

చించియుండలేదు. కాని, వినయుఁడు తన గౌరవముమాట యేమైనను స్నేహగౌరవమును మాత్రము బాగుగఁ బరిశీలించుచుండును. పరేశబాబు నింటికిఁ బోయి తాను గోరాయెడల నెన్నఁడును జేయని యపచారమును జేసితినని వినయుఁడు తెలిసికొనియేయుండెను. కాని యట్లు చేసినందులకు గోరా తన్నుఁ బరిహసించి తిరస్కరించునని మాత్రమే యాతఁడు నిశ్చయించుకొనియెను. అట్లు కాక గోరా యీవిధముగాఁ దన్నుఁ దృణీకరించిపోవునని గా నాతఁడూహించియైన నుండలేదు. వినయుఁడిట్లు విడిచి కొంతదూరము మాత్రము పోయి మరల వెనుకకుఁ దిరిగి వచ్చెను. మిత్రభావమున కట్టి యగౌరవము కలుగునో యనుభయముచే నాతఁడు గోరాయింటికిఁ బోఁజాలక పోయెను.

అప్పుడు వినయుఁడు గోరా కొక యుత్తరమును వ్రాయఁదలఁచి కలమును గాగితమును దీసికొని కూర్చుండెను. ఆతఁడు వ్రాయుచు నకారణముగాఁ గలము పెద్దుగ వ్రాయుచున్నదని విసిఁగికొని యొక కత్తితో దానిని జాగరూకతతో సంస్కరించుచుండెను. ఇంతలోఁ గ్రిందినుండి "వినయా!" అను కేక వినఁబడియెను. తోడనే వినయుఁడు కలమును గ్రిందఁ బడవైచి తొందరగాఁ గ్రిందికిఁ బోయి "సోదరా! మహిమా! దయచేయుము! పైకి రమ్ము!" అనియెను.

మహిముఁడు మేడమీఁదికి వచ్చి వినయుని మంచముపైఁ గూర్చుండి యింటియందలి వస్తుసముదాయమును బాగుగఁ బరీక్షించుచు "చూడుము వినయా! నాకు నీయిల్లు తెలిసికొనవలయుననియే కాక యప్పుడప్పుడు నీక్షేమ సమాచారములు తెలిసికొనవలయుననికూడఁ గోరిక కలుగుచుండును. కాని మీరు పరిష్కృతకాలపు నాగరిక బాలకులు. మీయింట తంబాకు దొరకుట కవకాశము లేదు — అందుచేతనే విశేష ప్రయోజనము లేక —" అనియెను.

వినయుఁడు తత్తరముతో లేచెను. అతనిం గాంచి మహిముఁడు నీవిప్పుడు బజారునకుఁ బోయి నాకై తంబాకు తెచ్చిపెట్టవలయునని యనుకొనుచున్నావు కాఁబోలును! అక్కఱలేదు. నూతనముగా నపరిశుభ్రమగు చేతులతోఁ జేసిన హుక్కాను నే నుపయోగింపఁజాలను" అని చెప్పి యొక విసనకఱ్ఱ నందుకొని విసరుకొనుచు "నేఁటి యాదివారమునఁ బగటినిద్రకు నీళ్ళువదలుకొని నీయింటికి వచ్చుటకొక ముఖ్యకారణమున్నది. నీవు నాకొక యుపకారము చేయవలయును!" అనియెను.

విను:—ఎట్టి యుపకారము?

మహి:—చేసెదనన్నచోఁ జెప్పెదను.

విన:—నాచేతనైనచోఁ జేసెదను.

మహి:—అది కేవలము నీచేతనే కాఁగలదు. మఱియేమియును గాదు. నీవొక్కసారి 'ఊఁ' యనినఁ జాలును!

వినః—నన్నింతగా నడుగవలయునా? నేను మీయింటివాఁడనే యనిమీ రెఱుఁగుదురుగదా! చేతనైనచో మీకుపకారము చేయుటకంటెను నాకుఁగావలసిన దేమున్నది?

మహిముఁడు తనజేబులోనుండి తమలపాకులను దీసి కొన్నిటిని వినయునకిచ్చి కొన్నిటిని దననోట వైచుకొని నములుచు "మాశశిముఖిని నీవెఱుఁగుదువుగదా! ఆమె చూపుల కంతగాఁగురూపిణికాదు. తండ్రినైన నన్ను బోలలేదు. ఆమెకిప్పుడు పదియేండ్లయీడు వచ్చినది. పెండ్లిచేయవలసిన సమయము! ఏనిర్భాగ్యుని చేతులలోఁ బెట్టవలసివచ్చునో యని నాఁకు రాత్రులయందు నిద్రపట్టుట లేదు!'' అనియెను.

వినః—అంతతొందర పడియెదరేల? ఇంకను గావలసినంత కాలమున్నది.

మహి·—నీకొక్క యాఁడుబిడ్డయున్నచో నప్పుడు నాతొందరనుగూర్చి గ్రహింపఁగలిగియుందువు. వత్సరములు గడచినకొలఁదియు వయస్సు తనంతనే వచ్చును గాని వరుఁడట్లువచ్చునా? అందుచేతనే దినములు గడచినకొలఁదియు నావ్యాకులత్వము వర్ధిల్లిపోవుచున్నది! ఇప్పుడు నీవు నాకించుక యూఁత కలిగించినచో నేను ధైర్యము వహించి యుండఁగలను.

వినః—నాకంతగా నెవ్వరితోడను విశేషపరిచయము లేదు. కలకత్తానగరమున మీయిల్లుతక్క మఱియేయిల్లును నేనెఱుంగనని యే చెప్పవచ్చును. అయినను నేను ప్రయత్నించి చూచెదను.

మహి:—శశిముఖి స్వభావచరిత్రముకూడ నీకుఁదెలియునుగదా!

వినః— తెలియుటకేమి? ఆమె నెన్నాళ్ళనుండి చూచుటలేదు! ఆమె కడుఁ జక్కనిబాలిక!

మహి:—అట్లయినచోఁ జాలదూరము పోయి వెదకుట యెందులకు బాబూ! ఆబిడ్డను నీహస్తములయందే సమర్పింతును.

వినయుఁడొక్కసారిగా నదరిపడి "ఏమనుచున్నారు?" అనియెను.

మహి:—ఏమి? నేనేమైనఁ దప్పాడితినా? కులగౌరవమున మాకంటె మీరు గొప్పవారనుమాట నిజమే కాని వినయా! ఇంతగాఁ జదివిన మీవంటివారే కులముకొఱకు సంకోచించుచున్నచో నింక జెప్పవలసిన దేమున్నది?

వినః—కాదు, కులము మాట కేమిలెండు! కాని—వయస్సు

మహి:—ఏమనియెదవు శశిముఖిమాత్ర మంతచిన్నవయసా? ఆమె హిందువులయింటిబిడ్డ గాని దొరసాని కాదుగదా! సమాజనియమమున బాలింపకున్నచో నేమి లాభము?

మహిముఁడు సాధారణముగా విడిచిపెట్టుస్వభావము కలవాఁడు కాఁడు. అతఁడిప్పుడు వినయుని స్తిమితునిగాఁ జేసివైచెను. వినయుఁడేమి చెప్పుటకును దోఁచక తుదకు ఆలోచించుకొనుటకు నాకించుక గడువీయవలయును!" అని వేఁడుకొనియెను.

మహి:—అలాగే! నేనుమాత్రము మీరాత్రియే స్థిరపరుపుమని చెప్పితినా?

విన:—కాని, నేను మావాళ్ళతో—

మహి:—ఔను! వాళ్ళతోఁ దెలుపకుండ నెట్లు? మీపినతండ్రి జీవించియుండఁగా వారియిష్టము వచ్చినట్లే నడచుకొనవలయును.

అని చెప్పిమహిముఁడు తనజేబులో మిగిలియున్న తమలపాకుల నన్నిటిని దీసికొని నమలుకొనుచు దనయభీష్టము సఫలమైనట్లుగనే భావించుకొనుచు వెడలిపోయెను.

ఈవివాహవిషయమునుగూర్చి యానందమయి యింతకుముందే వినయునియొద్ద నన్యాపదేశముగా బ్రస్తావించి యుండెను. కాని వినయుఁడప్పుడామాట చెవినిబెట్టనేలేదు. ఇప్పటిప్రస్తావనమైనను వినయుఁడంతగాఁ బాటింపలేదు. కాని యాప్రశ్న యాతనిహృదయమునందొకచో స్థానమును గాంచకపోలేదు. ఈవివాహముస్థిరపడినచో వినయుఁడు గోరాకుటుంబములోనివాఁడగును. అప్పుడు గోరా వినయుని సులభముగా విడువఁజాలడు. వివాహవ్యాపారమును హృదయవేగముతోఁ గలిపి ముడిపెట్టుట యింగ్లీషుపద్ధతియని యాతఁడింతవరకును బరిహసించుచుండెను. అందుచేతనే శశిముఖిని బెండ్లియాడుట యాతని కసంబద్ధముగాఁ దోఁచుటలేదు. ఈవిషయమును గుఱించి మహిముఁడు గోరాతోఁ బ్రస్తావింపక మానఁడని యాతఁడనుకొని సంతోషించెను. ఈసందర్భమునఁ గోరా తన్ను నిర్బంధించు ననికూడ వాతఁడు భావించుకొనియెను. తాను మహిమునియొద్దఁ దనసమ్మతిని దెలుపకపోవుటచే మహిముఁడు గోరామూలమునఁ దన్ను నిరోధించుటకుఁ బ్రయత్నించు ననియును భావించుకొనియెను.

ఈయాలోచనలతో వినయుని హృదయమవసన్నమైపోయెను. వినయుఁడప్పుడు గోరాయింటికిఁ బోవలయునని యుత్తరీయమును పైనివైచుకొని బయలుదేఱెను. ఆతఁడు కొన్నియడుగులు నడచునప్పటికి వెనుకనుండి 'వినయబాబూ!' అని పిలిచినట్లయ్యెను. వినయుఁడు తిరిగిచూచెను. సతీశుఁడాతని బిలుచుచుండెను. అప్పుడు సతీశుని వెంటఁబెట్టుకొని వినయుఁడు మరల నింటఁ బ్రవేశించెను. సతీశుఁడు జేబు నుండి యొకరుమాలుమూటను బైకిదీసి 'దీనిలో నేమున్నదో చెప్పుకో!" అనియెను.

వినయుఁడు "తలకాయ, కుక్కపిల్ల—"అని యీవిధముగా నసంభవములగు మాటలుచెప్పి సతీశునిచేఁ గాదనిపించుకొనియెను. అప్పుడు సతీశుఁడు మూటను విప్పియైదునల్లనిపండ్లను బైకిఁదీసి "యివియేమిటో చెప్పుము చూతము!"అనియెను.

వినయుఁడు నోటికివచ్చినపేరు లన్నియును జెప్పి తానోడినట్లంగీకరించుటయు నప్పుడు సతీశుఁడు "రంగూనులో మామామ యున్నాఁడు. ఆయన యచ్చటి యీ పండ్లను మాయమ్మకు బంపినాఁడు. అమ్మ యీరైదుపండ్లను నీకుఁబంపినది!" అనియెను.

బర్మాదేశమునందలి మంగుస్తానీ పండ్లాదివములలోఁ గలకత్తా కంతసులభముగా వచ్చుటలేదు. అందువలన వినయుఁడా పండ్లను త్రిప్పిత్రిప్పి వేడుకగాఁ జూచుచు "సతీశబాబూ! ఈపండ్లను దిందురా' అనియెను. సతీశుఁడు వినయుని రొమలుంగని తనచునవు నవ్వుచు 'చూడుము! వానిని గొఱికి తినవలదు. కత్తితోఁ గోసికొని తినవలయును'' అనియెను.

సతీశుఁడింతకు ముందాపండ్లను గొఱికి తినవలయునని ప్రయత్నించి తనవారందఱి యెదుటను హాస్యాస్పదుఁడయ్యెను. అందుచేతనే యిప్పు డాతఁడు వినయుని యజ్ఞానమునకుఁ దనవిజ్ఞానోచితముగు నవ్వునవ్వి తనపరాభవమును దూరము చేసికొనియెను. ఈడుజోడుగాని యాయిరువురు మిత్రులకును నీవిధముగఁ గొంతసేపటివఱకు ముచ్చటలు జరిగెను.

సతీ:—వినయబాబూ! మీకుఁ గొంచె మవకాశమున్నచో మాయింటి కొకసారి రమ్మని యమ్మ చెప్పినది. నేఁడు మాలీల పుట్టినరోజు!

విన:—బాబూ! నాకిప్పుడు తీరికలేదు. నేనొకచోటికిఁ బోవలసియున్నది.

సతీ:—ఎక్కడకుఁ బోయెదవు?

విన:—నామిత్రునియింటికి—

సతీ:—ఆస్నేహితుఁడేనా?

విన:—ఔను.

మిత్రునియింటికిఁ బోవుటకును, దమయింటికి రాకపోవుటకును గల హేతువును సతీశుఁడు తెలిసికొనఁజాలకపోయెను.

విశేషించి వినయుని యామిత్రునియెడల సతీశున కంతగా నిష్టములేదు. ఆతఁడు తనస్కూలులోని ప్రధానోపాధ్యాయునికంటెను బెద్దవాఁడుగా నాతని కగపడు చుండెను. అతఁడు తనసంగీతపుఁబెట్టెను వినిపించి మెప్పొందుటకుఁ దగినవాఁడు కాఁడు. అట్టివానియొద్దకు వినయుఁడు పోవుట సతీశునకిష్టములేకపోయెను. అప్పుడు సతీశుఁడు వినయునిఁగాంచి "వినయబాబూ! అక్కడకుఁ బోవలదు. మీరు మాయింటికేరండు!" అనియెను

వినయునకప్పుడు సతీశునిమాటను మన్నించుటకెంతసేపు పట్టలేదు. పోనా; మాననా?" అనియోచించి యోచించి తుదకు వినయుఁడా బాలకునిచేయి పట్టుకొని తిన్నగా 78 నెంబరు గృహమువైపునకేపోయెను బర్మానుండి వచ్చిన దుర్లభఫలములలో

గొన్నిటిని దనకుఁ బ్రేమపూర్వకముగఁ బంపి తనయెడల నాత్మీయత్వమును బ్రకటించి యున్న యామెను గౌరవింపకుండుట వినయునకు దుర్ఘటమయ్యెను.

వినయుఁడు పరేశబాబు నింటియొద్దకుఁ బోవునప్పటికి లోపలనుండి పానూబాబును, మఱికొందర పరిచితవ్యక్తులును వెలుపలికి వచ్చుచుండిరి. ఆనాఁడు లీల జన్మదినము కావున వారందఱును మధ్యాహ్నిక భోజనమునకు నిమంత్రితులై యుండిరి. అప్పుడె పానూబాబు వినయుని జూచియుఁ జూడనట్లు వెడలిపోయెను.

లోపలఁ బ్రవేశించునప్పటికి వినయునకు హాసకోలాహల ధ్వనులును, గమనాగమనపద శబ్దములు వినవచ్చెను. సుధీరుఁడు లావణ్య తాళపుఁజెవిని దొంగిలించెను; అంతేకాదు—ఆమె డ్రాయరులోని నోటుబుక్కునుదీసి యందలి కవియశఃప్రార్థినుల నధిక్షేపించు పద్యముల నాడొంగ నలువురియెదుటను జదువుటకుఁ బ్రయత్నించుచుండెను. అదికారణముగా నుభయపక్షములకును సంఘర్షణ మగుచుండెను. అప్పుడా సంకుల సమరరంగమున వినయుఁడు ప్రవేశించెను.

అతనిం గాంచినంతనే లావణ్యపక్షము వారందఱు నంతర్ధానమైపోయిరి. సతీశుఁడు వారియానందమును బంచుకొనుటకై వారివెన్నంటియే పోయెను. మఱికొంత సేపటికి సుచరిత యాగదిలోనికివచ్చి "అమ్మ మిమ్మించుకసేపాఁగుమన్నది. ఆమె యిప్పుడే వచ్చును. తండ్రిగా రనాథబాబుగారి యింటికిఁ బోయియున్నారు. ఆయనకూడఁ ద్వరలోనే వచ్చెదరు!" అనియెను.

సుచరిత యప్పుడు వినయుని సంకోచభావము వెడలించుటకై గోరాప్రస్తావము నెత్తినవ్వుచు "ఆయన యింక నెప్పుడును మాయింటికి రారని తోఁచుచున్నది!" అనియెను.

విన:—ఎందుచేత?

సుచ:—మేము పురుషులయెదుట బహిరంగముగా సంచరించుట యాతనికి విరుద్ధముగాఁ దోఁచినది. ఆఁడువాండ్రిల్లు విడిచి బయటికి వచ్చుట యాతఁడు సహింపఁజాలఁడని తోఁచుచున్నది.

దీనికిఁ బ్రత్యుత్తరము చెప్పుటకు వినయుఁడు చిక్కులఁబడియెను. ఆవాదమును ఖండింపగలవాఁడనని యాతనికి గుతూహలముగనే యుండెను. కాని యసత్యము చెప్పుటయెట్లు? వినయుఁడప్పుడు సుచరితం గాంచి 'ఆఁడువాండ్రకు గృహకార్యములయందు సంపూర్ణమగు శ్రద్ధ లేకయున్నచో వారిస్వధర్మనిష్ఠకు నష్టము కలుగునని గోరా యుద్దేశము!" అనియెను.

సుచ:—అట్లయినచో స్త్రీపురుషులు కలిసియింటిపనులను వీధిపనులను బ్రత్యేకముగ విభాగించుకొనుట బాగుగా నుండును; అప్పుడు పురుషుని లోపలికి రానిచ్చినచో వారివీధిపనులన్నియు జెడిపోవునని చెప్పవలసి యుండునుగదా! మీరును మీమిత్రునిమతములోఁ జేరినవారేనా?

వినయుఁ డింతవఱకు స్త్రీనీతిసంబంధమున గోరామతమునే యవలంభించి యుండెను. ఆమతము ననుసరించియే యాతఁడు పత్రికలకుఁగూడ వ్రాసియుండెను. కాని యీవిషయమున వినయుని స్వతంత్రాభిప్రాయ మింతవఱకును వెలువడి యుండలేదు.

విన:— కేవలము నీసందర్భమున మనమందఱము నభ్యాసమునకు దాసులమై యున్నాము. అందుచేతనే స్త్రీలు, వీధిలోఁ దిరుగుచుండగా జూచినప్పుడు మనః కష్టము గలుగుచున్నది. అదియన్యాయమని గాని, యకర్తవ్యమని గాని యితరులు నిందించినచో దానిని ఖండించుటకు మనమనేకవిధములగు ప్రమాణములను నిరూపించుటకు బ్రయత్నించుచుందుము. ఈసందర్భమున యుక్తి కేవలము నుపలక్ష్యమాత్రమైనది. సంస్కారమే ప్రధానము!

సుచరిత గోరాప్రస్తావమును విడువక యేవియో చిన్న చిన్న ప్రశ్నలను వైచుచుండెను. వినయుఁడును గోరాపక్షమున దాను జెప్పవలసిన దంతయును బాగుగనే చెప్పుచుండెను. ఇంతయుక్తియుక్తముగను నింతయుదాహరణపూర్వకముగను, నింత స్పష్టముగను వినయుఁ డీవఱ కెన్నఁడును మాటలాడియుండలేదు. తనమతమును గోరా సయిత మింతస్పష్టముగను, సముజ్జ్వలముగను జెప్పఁజాలునో చాలఁడో సందేహమే! తనబుద్ధికిని, బ్రబోధసామర్థ్యమునకును నింతటి యపూర్వోత్తేజము కలిగినందులకును వినయుని హృదయమున నొకవిధమగు నానందముదయించెను. ఆయానందముచే నాతని వదనమండలము దీప్తిమంతము కాఁజొచ్చెను. వినయుఁడప్పుడు సుచరితంగాంచి 'చూడుము! ఆత్మానం విద్ధి' తన్నుఁదాను దెలిసికొనవలయునని శాస్త్రములు చెప్పుచున్నవి. అట్లు కానిచో ముక్తిలేదు. మాగోరా యీయాత్మ ప్రబోధమును భరతఖండమంతటను వ్యాపింపఁజేయుటకే యావిర్భవించెనని చెప్పఁగలను! నేనాతని సామాన్యమానవునిగాఁ దలఁచుటలేదు. మనవంటివారి హృదయములన్నియును, దుష్ప్రార్షణములకును, నవీనప్రలోభములకును వివశములై పోవుచున్నప్పుడుగూడ నాతఁ డొక్కఁడే యీసమస్తనిక్షిప్తతామధ్యమున సుస్థిరుఁడై నిలువఁబడి సింహగర్జనముతో "ఆత్మానం విద్ధి" అను పురాతన దివ్యమంత్రమును ప్రబోధించుచుండును."

ఈవిధముగాఁ జాలసేపటివఱకు నాలోచన జరుగుచునే యుండెను. సుచరితయు నాతురముతో వినుచునేయుండెను. కాని, యింతలో నాకస్మికముగా సతీశుఁడు ప్రక్కగదిలోనుండి కేకలువైచుచు

'సర్వదృష్టమైన జగముమాయ యటంచు
సర్వజీవితంబు స్వప్నమనుచు
సత్యమరయకుండ సర్వము తొట్రిలుచుండ
బోధనంబుసేయఁ బోకుమోయి!'

అని యొకగీతమును బాడుచుండెను. పాపము, సతీశునకుఁ దమయింటికి వచ్చి పోవువారియెదుటఁ దనవిద్యాప్రాగల్భ్యమును జూపుట కవకాశములేదు. లీలగూడఁ దనయింగ్లీషుకవితా పఠనముచే సభలో మెప్పందుచుండును. కాని వరదాసుందరి యెన్నఁడును సతీశుని సభకుఁ బిలుచుటలేదు. మఱియు నెల్లవిషయములందును సతీశుఁడు లీలకుఁ బ్రతిద్వంద్వియై యుండెను. ఎట్లయిన నామెకు గర్వభంగము చేయవలయుననియే యాతనిప్రధానోద్దేశము! నిన్నను వినయునియెదుట లీలకుఁ బరీక్షయైనది. అప్పుడనాహూతుడగు సతీశుఁడామె నోడించుట కట్టి ప్రయత్నమును జేయలేదు. చేసినను, వరదాసుందరి యాతని నడ్డగించియే యుండును.

అందుచేతనే యిప్పుడాతఁడు ప్రక్కగదిలోఁ గూర్చుండి యుచ్చైస్స్వరముతో నీవిధముగాఁ గార్యచర్యయందుఁ బ్రవృత్తుఁడైయుండెను. ఆపాట నాలకించి సుచరిత నవ్వు నాఁపుకొనఁజాలకపోయెను.

ఇంతలో లీల విడిపోయినజడ వెన్నునఁ జీరాడుచుండ నచ్చటికివచ్చి సుచరితను గౌఁగిలించుకొని యామెచెవిలో నేమియో చెప్పుచుండెను. అప్పుడే సతీశుఁడును జటాలున వచ్చి లీలవెనుక నిలువఁబడి 'లీలా! చెప్పుము చూతము! మనోయోగము అనగా నేమి? " అనియెను.

లీల:—చెప్పను.

సతీ:—ఓస్! చెప్పవు తెలియదుగనుక చెప్పవు!

వినయుఁడు సతీశునిదగ్గఱకుఁ దీసికొని నవ్వుచు 'నీవు చెప్పుము! మనోయోగమనగా నేమి?" అనియెను.

సతీశుఁడు సగర్వముగాఁ దలయెత్తి 'మనోయోగమనగా, మనోనివేశము!" అనియెను.

అప్పుడు సుచరిత "మనోనివేశమనఁగా నీకేమిబోధపడినది?" అనిప్రశ్నించెను.

ఆత్మీయుని విపత్తునఁ బడఁద్రోయుట కాత్మీయుఁడు కాక మఱియెవ్వఁడు సమర్థుఁడు కాఁగలఁడు? సతీశుఁడా ప్రశ్నమును వినియు విననట్లుగా నొక్కపరుగునవ్వలకుఁ బోయెను. వినయుఁడు పరేశునింటినుండి సెలవు గైకొని గోరాయింటికిఁ బోవఁదలఁచి వచ్చియుండెను. ఇంతసేపటినుండియు గోరా ప్రస్తావమే చెప్పుకొనుచుండుట వలన నాతనికాయుద్దేశము మఱియును బ్రబలమయ్యెను. అందుచేతనే యాతఁడు గడియారము నాలుగు గంటలు కొట్టుట నాలకించి చటాలునఁ గుర్చీనుండి లేచెను.

అప్పుడు సుచరిత "మీరిప్పుడే పోవలయునా? అమ్మ మీకొఱకు తేనీరుసిద్ధము చేయుచున్నది. ఒక్కించుక సేపాఁగి పోఁగూడదా?" అనియెను.

వినయునకిది పరీక్షగాలేదు— ఆజ్ఞవలెనుండెను. అందుచే నాతడట్లే కూర్చుండిపోయెను. ఇంతలో లావణ్య సిల్కుదుస్తులనుధరించి యచ్చటికి వచ్చి 'సోదరీ! టేబిలు సిద్ధమైనది. అమ్మ మేడమీఁదికి రమ్మన్నది!" అని చెప్పెను.

మేడమీఁదికిఁబోయి వినయుడు టీతాగుటయందుఁ బ్రవృత్తుఁడై యుండెను. అప్పుడు వరదాసుందరి తనపుత్రికల జీవితచరిత్రమంతయు నాతనికిఁ దెలుపుచుండెను. లలిత సుచరితను గదిలోనికిఁ దీసుకొనిపోయెను, లావణ్య యొక కుర్చీపైఁ గూర్చుండి కుట్టుపని చేసికొనుచుండెను. కుట్టుపని చేయునప్పుడామె కోమలాంగుళము లెంతయో సుందరములై యుండునని యెవ్వరో యొకప్పుడు ప్రశంసించియుండిరి! అప్పటి నుండియు నామె యేదియో ప్రత్యేక కారణ మున్నప్పుడు తప్ప యెల్లప్పుడును బది మందియెదుటనే కుట్టుపని చేయుచుండును.

ఇంతలోఁ బరేశుఁడు వచ్చెను. సాయంకాలమయ్యెను. నేఁడాదివారము ఉపాసనా మందిరమునకుఁ బోవలసియుండెను. అప్పుడు వరదాసుందరి వినయునింగాంచి "అభ్యంతరము లేకున్నచో మీరును మాతోఁగూడ సమాజమందిరమునకు వచ్చెదరా?'' అనియెను. వినయునినుండి వ్యతిరేకమగు ప్రత్యుత్తరమురాలేదు. తరువాత రెండుబండ్లు చేసికొని యందఱును బ్రాహ్మసమామందిరమునకుఁ బోయిరి. వారచ్చటి నుండి వెలుపలికివచ్చి మరలఁ బండ్లనెక్కుచున్నప్పుడు సుచరిత యాకస్మికముగా వదరిపడి "అదిగో! గౌరమోహనబాబు బోవుచున్నాడు!'' అనియెను!

గోరా వారినిజూచియే యుండుననుట కెట్టిసంశయమునులేదు. కాని చూడనట్లే యాతఁడతి త్వరితముగఁ బోవుచుండెను. అప్పటి గోరా యౌద్ధత్యమునకును, నశిష్టత్వమునకును, వినయుఁడు లజ్జించి పరేశబాబుయెదుటఁ దలవంచుకొనియెను. కాని తన్నుఁ జూచియే గోరాయింతటి ప్రబలవేగముతో విముఖుఁడై పోవుచుండెనని వినయుఁడు స్పష్టముగాఁ దెలిసికొనియెను. అందుచే నింతవఱకు నాతని హృదయమున వెలుఁగుచున్న యానందతేజోకళ యొక్కసారిగా నంతర్ధానమైపోయెను. వినయుని భావపరివర్తనమును, నందులకుఁ గలకారణమును సుచరిత యప్పుడే గ్రహింపగలిగెను. మిత్రుఁడగు వినయుని యెడల నిట్లు ప్రవర్తించినందులకును బ్రాహ్మసమాజము నింత యన్యాయముగ నగౌరవించినందులకును గోరాయెడల సుచరితకు మరలఁ గోపముకలిగెను. ఆతని నెట్లయినఁ బరాభవింపవలయునని యామె మనస్సులోనే సంకల్పించుకొనియెను.

౧౪

గోరా మధ్యాహ్నభోజనము చేయుచుండెను. ఆనందమయి యటకు వచ్చుచు వచ్చుచు "నేఁటిఉదయమున వినయుఁడు వచ్చియున్నాఁడు! నీవాతనిఁ జూచితివా?'' అనియెను.

గోరా భోజనపాత్రనుండి మొగము నెత్తకయే "ఆ! చూచితిని" అనియెను.

ఆనందమయి సమీపమునకు వచ్చి కూర్చుండెను; చాలసేపటివఱకును మాటాడలేదు. తరువాత నామె "అతని నుండుమని చెప్పుచునే యున్నాను. ఏమోగాని యాతఁడు పరాకుగ లేచిపోయినాఁడు." అనియెను.

గోరా మొట్టి ప్రత్యుత్తరము నీయలేదు. మరల నానందమయి 'అతనిమనస్సున కేదియో కష్టము తోఁచినది గోరా! అతఁడెట్లుండుట నేనెన్నఁడును జూడలేదు! నామనసంతయును కలఁగిపోవుచున్నది!" అనియెను.

గోరా మాటాడక భోజనముచేయుచుండెను. ఆనందమయి గోరానత్యధికముగ ప్రేమించుచునే యుండును. గాని యాతఁడనిన నింతక భయపడుచుండును. అప్రసన్నుఁడై యున్నప్పుడామె యాతనితో మాటలు పెట్టుకొని తొందర కలిగింపదు. ఇప్పుడైనను నామె మాటాడకయే యుండును. కాని వినయుని కొఱకామె మనసున వేదన కలుగుచుండుటచే నిట్లు సంభాషించినది. ఆమె మరల గోరానుద్దేశించి 'బాబూ! ఇటు చూడుము! పరమేశ్వరుఁడనేక జీవులను సృష్టించెను. కాని యందఱకు నొక్కటే త్రోవను దెలిచి యుంచలేదు! వినయుఁడు నిన్నుఁ బ్రాణముతో సమానముగఁ బ్రేమించి యున్నాఁడు. వాఁడు నీవుచేయువాని నన్నిటిని సహించుచున్నాఁడు. కాని అతఁడు నీత్రోవనే రావలయునని బలవంతపెట్టుట సమంజసము కాదు." అనియెను.

గోరా:— అమ్మా! మఱికొంచెము పాలు తెచ్చిపెట్టుము!

ఇంతటితో సంభాషణ మాఁగిపోయెను. అనంతర మానందమయియును భోజనము చేసి తనపఱుపుపై మౌనముతోఁ గూర్చుండి కుట్టుపని చేసికొనుచుండెను ఇంతలో లక్ష్మివచ్చి యొక సేవకుని యుపచారమునుగూర్చి యామెకు నివేదింపవలయునని వృథాప్రయత్నము చేసిచేసి తుదకొక బల్లపైఁ బరుండి నిదురించెను

గోరా యుత్తరములను వ్రాసికొనుచుఁ జాలసేపు కాలక్షేపము చేసెను. గోరా తనపైఁగోపముగ నున్నాఁడని వినయుఁడిదివఱకే స్పష్టముగ గ్రహించియుండెను. కాని యాకోపము నెట్లయిన శాంతింపఁజేయుటకై వినయుఁడు గోరాచెంతకు వచ్చియుండలేదు. కారణము తెలియక గోరా యెల్లపనులయందును వినయుని యడుగుల చప్పుడు వినుటకై చెవియొగ్గియే యుండెను. ప్రొద్దుపోవుచుండెను. వినయుఁడు వచ్చుటలేదు. వ్రాయుటమాని గోరా లేచుటకు సిద్ధముగనుండఁగా మహిముఁడా గదిలోనికి వచ్చి కుర్చీపైఁగూర్చుండి "గోరా! శశిముఖి పెండ్లిమాట యేమాలోచించితివి?" అనిప్రశ్నించెను.

ఈమాట గోరా యొకప్పుడైనను భావించి యుండలేదు. కేవలము నపరాధము చేసినవానివలె నాతఁడూరక నిర్విణ్ణుఁడై కూర్చుండెను. అప్పుడు మహిముఁ డర

శుల్కములం హెచ్చుటను గూర్చియు, గృహమున ధనాభావమై యుండుటంగూర్చి యుఁ దెలిపి యుపాయ మాలోచింపు మనియెను. గోరా యెంతయో యాలోచించి కర్తవ్యమును నిశ్చయింపఁజాలక పోయెను. మహిముఁ డప్పుడు వినయునిమాట నూహించెను. మహిముఁడింత తలక్రిందుగా నిప్పుడు మాటాడవలసినపని లేదు. కాని గోరా యభిప్రాయ మేమో, యతఁడేమిచెప్పునో యని మహిముఁడు భయపడుచుండెను.

ఈసందర్భమున వినయునిమాట వచ్చునని గోరాయెన్నఁడును స్వప్నమునందైనను భావించి యుండలేదు. పెండ్లియాడకుండ దేశోద్ధరణ కార్యములయందే జీవితములను గడపవలయునని గోరాయును వినయుఁడు నిదివఱకే నిశ్చయించుకొని యుండిరి అందుచేతనే గోరాయప్పుడు "వినయుఁడు పెండ్లిచేసికొనునా?" యని ప్రశ్నించెను.

మహి:—ఇదియేనా మీహిందూత్వము? ఎన్నిపిలుక లుంచుకొన్నను, ఎన్ని బొట్లు పెట్టుకొన్నను వెనుకలను బట్టియున్న యింగ్లీషుపద్ధతి మాత్రము మిమ్ములను విడువదు. శాస్త్రప్రకారము బ్రాహ్మణకుమారునకు వివాహమనునది యొకసంస్కార మని యెఱుఁగవా?

మహిముఁడిప్పటి యువకులవలె నాచారము నుల్లంఘించుటయును లేదు. శాస్త్రముల ననుసరించుటయును లేదు. హోటలులో భోజనములు చేసి గొప్పతనమును ప్రదర్శించుట గాని, గోరావలె నిరంతరమును శ్రుతిస్మృతుల రాద్ధాంతసిద్ధాంతములు చేయుచుండుట గాని వివేకలక్షణముగా మహిముఁడు భావించుటలేదు. కాని "ఏదేశమునం దాయాచారము!" అనునట్లు గోరాయెదుట శాస్త్రమునే ప్రదర్శింప వలసినవాఁ డయ్యెను.

ఈప్రస్తావము రెండుదినములకు ముందుగనే జరిగినచో గోరా వినిపించుకొన కుండెడివాఁడే—కాని యిప్పుడాతఁడెంతమాత్రము నుపేక్షింపఁ జాలకపోయెను. ఇంతే కాక యీప్రస్తావమును బట్టి యిప్పుడే వినయునింటికిఁబోయి యొకసారి చూడవలయు నని గోరా కుద్దేశము కలిగెను, తుట్టతుదకు గోరా మహిముని జూచి 'మంచిది! వినయుని యభిప్రాయ మెట్లున్నదియో చూచెదను!" అనియెను.

మహి:— అది తెలిసికొన వక్కఱలేదు. అతఁడు నీమాట నెంతమాత్రము నతిక్రమింప జాలఁడు. కాని తెల్పుటయును మంచిదే. నీవుగూడఁ జెప్పవచ్చును.

ఆసంధ్యాసమయముననే గోరా వినయునియింటికిఁ దుపానువలెఁబోయి చూచెను. ఇంటనెవ్వరును లేరు. సేవకునిఁ బిలిచి యడుగఁగా "బాబు 78 నెంబరుగృహమునకుఁ బోయియున్నారు" అనిచెప్పెను. పరేశుబాబు కుటుంబముమీఁదను బ్రహ్మసమాజముమీఁదను గోరా కొక్కసారిగా విరుద్ధభావమును, విరక్తిభావమును కలిగెను. అప్పుఁడు గోరా తనహృదయమధ్యమున భయంకర విద్రోహభావము తాండవమాడుచుండఁగా

బరేశుని యింటివైపునకుఁ బోయెను. వినయున కనిష్టముగ నున్నను బ్రాహ్మసామాజికులగు వారిహృదయము మండిపోవునట్లు స్పష్టముగా మాటలాడవలయునని గోరా నిశ్చయించుకొనియెను. అతఁడు తిన్నగాఁ బరేశునింటికిఁ బోయెను. కాని యచ్చట నెవ్వరును లేకపోయిరి. అందఱును బ్రార్థనామందిరమునకుఁ బోయియుండిరి. వినయుఁడు కూడ బోయియుండునా యని యాతని కొక్కింతసేపు సంశయము కలిగెను. కాని యాతఁడీపాటికి నాయింటికే పోయియుండునని గోరా యనుకొనియెను.

గోరా యింక నట నిలువఁజాలక స్వాభావికమగు శరవేగముతో మందిరమువైపునకుఁ బోయెను. గుమ్మమునొద్దకుఁ బోయి చూచునప్పటికి వినయుఁడు వరదాసుందరితోఁ గూడ బండి నెక్కుచుండెను. నట్టనడివీథిలో సిగ్గులేక యితరకుటుంబస్త్రీలతోఁ గలసి యొక్క బండిపై నెక్కి చనుచుండుటయా? మూఢుఁడా! ఈవిధముగా నింతలోనే నాగపాశ బద్ధుఁడవై పోయితివా? ఇంతశీఘ్రముగ—ఇంతసులభముగ—ఇఁక స్నేహమునకు గౌరవములేదు!— గోరా గిఱ్ఱునఁ దిరిగి ప్రబలవేగముతో వెడలి పోయెను. బండిలోని యంధకార మధ్యమునందుండి వినయుఁడు వీథివంకఁ బరిశీలించుచు మౌనముతోఁ గూరుచుండెను.

‘ఆచార్యునియుపదేశ మీతని హృదయాంతరాళమునఁ బనిచేయుచున్నది. ఈతఁడేమియును మాటాడుటలేదు’’ అని వరదా సుందరి యనుకొనియెను.

౧౫

గోరా రాత్రియింటికివచ్చి చీఁకటిలో మేఁడమీఁద నిటునటు తిరుగుచుండెను. మహిముఁడు వగర్చుకొనుచు వచ్చుటకివచ్చి ‘మనుష్యులు ఱెక్కలు లేనివారుగదా! వారు మూడంతస్తుల మేడలు కట్టుకొనుటయెందులకు? భూచరులగు మానవు లాకాశవిహారము చేయుటకు ఖేచరులు సహింతురా?— గోరా! నీవువినయునియొద్దకుఁ బోయితివా?’ అనియెను.

గోరా దానికి సరిగాఁ బ్రత్యుత్తరము చెప్పక వినయునితో ‘శశిముఖిఁ బెండ్లియగుట యసంభవము!” అనియెను.

మహి:—ఏమి? వినయున కిష్టములేదా?

గోరా:—నాకిష్టములేదు!

మహిముఁడు చేతులు త్రిప్పుచు ‘సరిసరి! మరల నింకొక నూతన చాంచల్యము కలిగినట్లున్నదే! నీకిష్టములేదా? కారణమేమి?” అనియెను.

గోరా:—వినయుని మాసమాజమున నిలిపి యుంచుట చాలకష్టమని నాఁకు దోచుచున్నది. మనయింటిబిడ్డ నాతని కిచ్చుట నాకిష్టములేదు.

మహి:—ఎంతమందిరో హిందూమతాభిమానులను జూచితిని. కాని నీవంటి వానినెచ్చటను జూడలేదు. నీయెదుటఁ గాశీపండితులుకూడ నిలువనట్లు కనఁబడుచున్నది. నీవు భవిష్యత్ఫలమును నిర్ణయించువానివలె నగపడుచున్నావు. అతఁడు క్రిస్టియనుఁడయినట్లును, గోమాంసమును దినుజాతివాఁడై పోయినట్లును నీకుఁ గలవచ్చినదని కూడ నెప్పుడో యొకప్పుడు చెప్పుదువు.

అని యిట్లెన్నియో మాటలాడి మహిముఁడు తుదకు "నేను నాబిడ్డ డొకమూర్ఖుని చేతిలోఁ బెట్టజాలను. చదువుకొన్నవాఁడు, బుద్ధిమంతుఁడైనవాఁడెప్పుడైన శాస్త్రము నతిక్రమించునగాక! అతఁప్పున కాతనితో వాదించి యాతనిఁ దిరస్కరింప వచ్చును. కాని యతనిపెండ్లికడ్డమువచ్చి 'నాబిడ్డకు శాస్తిచేయుచున్నావేమి? నీకన్నియును దలక్రిందులాలోచనములు!" అని చెప్పుచు మహిముఁడు క్రిందికి దిగిపోయి యానందమయింగాంచి "అమ్మా! నీవొకసారి గోరాను మందలింపుము' అనియెను.

ఆనందమయి యుద్విగ్నచిత్తముతో "ఏమిజరిగినది?'' అనియెను.

మహి:—వినయుఁడు మనశశిముఖిని బెండ్లియాడునట్లు నేనొక విధముగా నంగీకరింపఁజేసి యుంటిని. సాయంకాలము గోరానుగూడ సమ్మతింపఁజేసితిని. ఇంతలోనే గోరా వినయుఁడు సంపూర్ణముగ హిందువుఁడు కాఁడనియు, మనపరాశరులమతముతో వానికిఁ గొంచెమో గొప్పయో యభిప్రాయభేదమున్నదనియు, స్పష్టముగా గ్రహించినట్లు చెప్పి యండిపడుచున్నాడు. కోపము కలిగినప్పు డాతఁడెట్లుండునో నీకే తెలియును. కలియుగమున జనకుఁడెవ్వడైనను బణము నేర్పఱచి పరీక్షింపదరిచినప్పుడుగాని గోరా సీతాదేవినైనను శ్రీరామచంద్రుడైనను గౌరవింపఁడని నేను పందెమువైచి చెప్పఁగలను. మనుపరాశరులకుఁ దరువాత నీప్రపంచములో నాతఁడు నిన్నొక్కతెను మాత్రమే గౌరవించుచుండును. కావున నాబిడ్డ యుద్ధరింపఁబడుటకు నీవిప్పుడొక గతిని గల్పింపుము! అటువంటి వరుఁడెంత ప్రయత్నించినను మనకింక లభింపఁడు!

అని చెప్పి మహిముఁడు మేడమీఁద గోరాకును దనకును జరిగిన సంభాషణ మంతయు నెఱిఁగించెను. వినయునియెడల గోరా విరోధభావము కలిగియున్నట్లు తెలి కొని యానందమయి మిగుల నుద్విఘ్నహృదయరాలై పోయెను. తోడనే యామె మేడ మీఁదికిఁ బోయెను. గోరా యప్పటికిఁ బ్రచారమును మాని గదిలోనికిఁ బోయి యొక కుర్చీపైఁ గాళ్ళుసాచి యొకకుర్చీపైఁ గూరుండియుండెను. ఆనందమయియును నా కుర్చీని దెచ్చుకొని యాతని కెదురుగఁ గూర్చుండెను. గోరా యానందమయినిగాం చెందవకుర్చీపైనున్న పాదములను దీసివైచి లేచికూర్చుండెను.

ఆనం:—బాబూ! గోరా! నాదియొకమాటయున్నది. వినయునితో జగడమాడకుము! మీయిరువురును సోదరులుగనే నేను భావించుచున్నాను. మీయిరువురికి నెడఁబాటు కలిగినచో నేను సహింపఁజాలను!

గోరా:— బంధువు బంధమును ద్రెంచుకొనఁదలఁచుచుండగా నూరక యాతని వెను వెంటఁదిరుగుచు నేను నాకాలమును వ్యర్థము చేసుకొనఁజాలను!

ఆనం:—బాబూ! మీయిరువురిలో నేమి జరిగినదో నే నెఱుఁగను. కాని, వినయుఁడు బంధమును ద్రెంచుకొనఁ దలంచుచుండెనని విశ్వసించుచున్నావు. అట్లయినచో నిఁక నీస్నేహబంధమునకు దృఢత్వ మెక్కడనున్నది?

గోరా:—అమ్మా! నేను తిన్నని నడవడినిమాత్రమే ప్రేమింతును. రెండవనాక యందడుగు పెట్టు స్వభావముగలవారి పాదములు నానౌకనుండి తొలగింపఁబడవలసినదే. ఇది నాకుఁగష్టమైనను సరియే, వారికిగష్టమైనను సరే.

ఆనం:—ఏమి జరిగినదో చెప్పుము చూతము! బ్రహ్మసామాజికుల యింటికిఁ దఱచుగఁ బోవుచుండుటయే నా యాతని యపరాధము?

గోరా:— ఇంకనుజాల సంగతులున్నవి తల్లీ!

ఆనం:—ఉండిన నుండనిమ్ము! కాని నేనొక్కమాట యడిగెదను. నీవు సకల విషయములను దిరస్కరించుచుందువు. నీవు పట్టినపట్టు నెవ్వరును విడిపింపఁజాలరు. అట్టినీవు వినయునిపట్టు నంత తేలికగాఁజూచెద వేమి? ఒకవేళ నవినాశుఁడు మీసంఘమునుండి విడిపోవఁదలఁచినచో నీవు సులభముగా నాతనిని విడువఁగలవా? నీకన్నుల యెదుట వినయుఁడింత లోకువయైపోవుట నీస్నేహితుఁడగుట చేతనేనా?

గోరా మాఱుమాటాడక భావించుకొనుచుండెను. ఇప్పటి యానందమయి మాటలవలన గోరాకుఁ దనహృదయము విస్పష్టముగాఁ గానవచ్చెను. స్వధర్మ నిర్వాహణము కొఱకాతఁడు మిత్రత్వమునుగూడఁ బరిత్యజింప వలయుననియే యింతవఱకును దలంచుకొనుచుండెను. ఇప్పుడది యంతయును దప్పుత్రోవయని యాతనికి స్పష్టముగా నగపడుచుండెను. గోరా తనకు స్నేహాభిమానమున బాధ కలుగుటచే వినయునకు స్నేహసంబంధమున నంత్యశిక్ష చేయవలయునని ప్రయత్నించి యుండెను. కానియిప్పుడాతఁడు వినయునితోడిసంబంధమును నిలుపుకొనుటకు స్నేహమే సర్వసమర్థమైనదనియు మఱియొక విధముగాఁ బ్రయత్నించుట స్నేహమున కగౌరవమనియు సంపూర్ణముగ గ్రహించుకొనియెను.

తనమాట గోరాహృదయమునకు నాఁటినదని యానందమయి గ్రహించి మఱి యేమియు మాటాడకుండఁ జల్లగా వెడలిపోవుట కుద్యమించెను. ఆకస్మికముగ గోరాయును నదరిపడిలేచి చిలుకకొయ్యనున్న యుత్తరీయమును బైనివైచి కొనియెను.

ఆనం:—ఎక్కడకుఁబోయెదవు బాబూ?

గోరా:—వినయునియొద్దకు—

ఆనం:—వంటయైనది భోజనముచేసి మఱిపొమ్ము!

గోరా:—నేనిప్పుడు పోయి వినయుని దీసికొనివచ్చెదను. అతఁడుకూడ నిచ్చటనే భుజించును.

ఆనందమయి మాఱుమాట చెప్పక క్రిందికిఁబోవుచు మెట్లపై నడుగుల చప్పుడు విని యాఁగి—"ఇదిగో! వినయుఁడు వచ్చినాఁడు!" అని యామె యనుచుండఁగనే వినయుఁడు వచ్చిపడియెను. ఆనందమయి కన్నులఁ నీరునిండిపోయెను. ఆమె ప్రేమార్ద్ర హృదయముతో వినయుని వెన్నుపైఁ జేయివైచి దువ్వుచు "బాబూ! వినయా! నీవు భోజనము చేసి రాలేదా?" అనియెను!

విన:—లేదమ్మా!

ఆనం:—నీవిక్కడనే భుజింపుము!

వినయుఁడు గోరావంకఁ జూచెను. అప్పుడు గోరా "వినయా! నీకు వేయేండ్లాయుష్యమున్నది! నేనిప్పుడే నీకొఱకు రాఁదలఁచుకొంటిని. నీవే వచ్చితివి!" అనియెను. ఆనందమయి హృదయభారము తీరిపోయెను. ఆమె తత్తరముతోఁ గ్రిందికి దిగిపోయెను.

ఇరువురు మిత్త్రులును గదిలోఁ గూర్చుండిరి. ఎవ్వరినోటికిని మాటలు వచ్చుట లేదు. అప్పుడు గోరాయే యేదియో యొకమాట యెత్తుకొని "వినయా! మన చిన్నతనమునం దొక జిమ్నాస్టిక్ టీచరుండెడివాఁడు. అతఁడు మంచిబోధకుఁడు సుమా!" అనియెను. కాని తమ మనసులోని మాటలను వెలువరింపుట కెవ్వరును సాహసింపజాలకుండిరి.

తరువాత వారిరువురును భోజనమునకుఁ బోయిరి. భోజనసమయమున వారిమాటలను బట్టి యానందమయి వారిమనసులోని తెర యింకను మాయమైపోలేదని గ్రహింపఁగలిగెను. అప్పుడానందమయి 'వినయా! చాలరాత్రియైనది, నీవీరాత్రి యిచ్చటనే పరుండుము! ఇంటికిఁ గబురు పంపెదను!" అనియెను.

వినయుఁడు గోరా మొగమువంక బెదరిబెదరి చూచుచు 'భుక్త్వా రాజవదాచరేత్' భుజియించి వీధుల వెంటఁదిరుగుట శాస్త్రసమ్మతముగాదు. కావున నేనిచ్చటనే శయనించెదను" అనియెను.

భోజనానంతరమున నిరువురు మిత్త్రులును మేడమీఁదికిఁబోయి యొక చాఁప డాబాపైఁ బఱచుకొని కూర్చుండి యుండిరి. భాద్రపదమాసము—శుక్లపక్షచంద్రికలలో నాకాశము తేలిపోవుచుండెను. పలుచనైపోయిన తెల్లని మేఘశకలములు కునుకుపాట్లు పడుచున్నవియుంబోలె నప్పుడప్పుడొక్కొక్కసారి చంద్రకాంతికి మాంద్యమును గల్పించుచుఁ బోవుచుండెను. ఎల్లయెడల దిగంతములపర్యంతమును గల నానావిధమందిరముల నిమ్నోన్నతచ్ఛద శ్రేణులయందును, వాని నడుమనడుమ నున్న వాని

సమవిషమ వృక్షాగ్రములయందునుగూడ వెన్నెలలును, ఛాయలును సమ్మిళితములై యనిర్వేద్యంబును, నప్రయోజనంబును నగు నొక ప్రకాండస్వరూపమును దాల్చి యుండెను.

చర్చిలోని గడియారము పదునొకండు గంటలు కొట్టెను. మంచుసమ్మవాఁడు తనతుదికేకను వైచి వెడలిపోయెను. బండ్లునడుచు చప్పుడు తగ్గిపోవుచుండెను. గోరా యింటివీథియందు జాగరణ లక్షణము లేవియును లేవు. కేవలము సమీపమునందలి గుఱ్ఱపుసాలలోని గుఱ్ఱముల సకిలింపులును కుక్కల భౌభౌరావములు, నప్పుడప్పుడువిన వచ్చుచుండెను. ఇరువురును గొంతసేపటివఱకు మౌనముతోనే యుండిరి. వినయుఁడు మొట్టమొదటఁ గొంచెము సంశయించి క్రమముగా ధైర్యమువహించి తనమనసులోని మాటలకు బంధవిముక్తిని గావించెను. వినయుఁడు 'సోదరా! గోరా! నాహృదయము నిండిపోయినది! ఈమాట లన్నియును నీకునచ్చవని నేనెఱుగుదును! కాని నీకుఁ జెప్ప కున్నచో బ్రతుకఁజాలను! అది మంచిదియో చెడ్డదియో నేనెఱుఁగను — కాని దాని యెదుట నెట్టిచాతుర్యమును నిలువదని మాత్రము నిశ్చయముగఁ జెప్పఁగలను. పుస్తకములలో ననేకవిషయములనుగూర్చి చదివి నాకన్నియును దెలియునని నేఁటివఱకును, సంతోషించుచునే యున్నాను. చిత్రపటమున నదిని జూచినప్పుడు — ఈఁదుట సులభమేయని భావించుకొంటిని—కాని యిప్పుడు నిజముగ జలమధ్యమునఁ బ్రవేశించి యీఁదుట సాధారణకార్యము కాదని స్పష్టముగాఁ దెలిసికొనఁగలిగితిని!' అని యీవిధముగా వినయుఁడు తనజీవితమునఁ దోచిన యాశ్చర్య భావోదయమునుగూర్చి రహస్యముగా గోరాయెదుట నుపోద్ఘాతమును గావించెను.

వినయుఁడు చెప్పుచుండెను — ఇప్పుడాతనికి సమస్త దినములయందును, రాత్రులయందును, నెచ్చటను దెరపి లేనట్లును, సమస్తాకాశమునందు నెచ్చటను నెట్టి మిత్రుఁడును లేనట్లును దోఁచుచు సమస్తము నొక్కసారిగా నిండి నిబిడీకృతమై యుండెను. వసంతకాలమున మధుపూర్ణమగు వికసనోన్ముఖకదళీకుసుమమువలె నుండెను. ఇప్పుడు సమస్తమును నాతని కభిముఖముగా నుండెను. సమస్తము నాతని స్పృశించుచుండెను. సమస్తమును నొకవిధమగు నూతనభావముచేఁ బరిపూర్ణమై యుండెను. ఈ ప్రపంచము నింతగాఁ బ్రేమించుచున్నట్లును, ఈ యాకాశము నింతయాశ్చర్యముగఁ గాంచుచున్నట్లును, ఈయాలోకనము నింతియపూర్వముగఁ బ్రకాశించుచున్నట్లును, ఈవీథులయందలి పథికప్రవాహము నింతసత్యముగ భావించుచున్నట్లును, నాఁడింతవఱకెఱుఁగనే యెఱుఁగడు! అతఁడు తనశక్తినంతను నాకాశమునందలి సూర్యునివలెఁ బ్రపంచమునకుఁ జిరంతన సామగ్రిగాఁ జేయవలయునని సంకల్పించుకొనియెను.

ఈవిధముగా వినయుఁడు దానెవ్వరినిగుఱించి యీమాట లన్నియును జెప్పుచుండెనో సులభముగా బోధపడకుండునట్లు మాటలాడుచుండెను. ఎట్టినామ నిర్దేశ

మును జేయుటలేదు. సూచన జేయుటకుఁగూడ నాతనికి సంకోచము కలిగెను. ఇట్లు మాటాడి తానపరాధముచేయు చున్నట్లుకూడ నాతఁడు గ్రహింపఁగలిగెను. ఔనిది యన్యాయమే— అవమానమే — కాని యిప్పు డీనిర్జన నిశీథసమయమున — నీనిస్తబ్ధా కాశ మధ్యమున మిత్రుని సమీపమునఁ గూర్చుండి వినయుఁ డీయపరాధ లేశమును, బరిమార్జితముగఁ జేసికొనఁజాలకపోయెను.

ఆహా! ఏమి యీవదనమండలము! ఆకోమలవదనమున జీవకళ యెంతసుకుమార ముగఁ బ్రకాశించుచున్నది! ఆనవ్వులలో నాయంతఃకరణ మెట్టివింత కాంతులతో విస్పష్టమగుచున్నది! ఏమి యాలలాటమునందలి జ్ఞానతేజము! ఏమి యాచిగురుతొంగలి రెప్పలనీడల మిలమిల మెఱయు నాకన్నదోయి యనిర్వచనీయ సౌందర్యము! ఆహా! ఆహస్తములు సేవకును స్నేహమునకును వినియోగించి తమ సౌందర్యమును సార్థక పఱచుకొనుచున్నవి.

వినయుఁ డీవిధముగాఁ బ్రశంసించుచుఁ దనజీవనమును, యౌవనమును ధన్యమైన దానిగా భావించుచుండెను. ఆతని హృదయమంతయు నానందప్రపూర్ణమై యుండెను. లోకములోఁ జాలమంది జనులు దేనిని దమజీవితమునందు సంపూర్ణముగాఁ గనుఁగొనఁ జాలకుండఁగనే మరణించుచున్నారో, యట్టి ప్రేమమూర్తి నిప్పుడు వినయుఁడు తన కన్నులయెదుట మూర్తీభవింపఁజేసికొని సందర్శించుచు నానందించుచున్నాఁడు! ఇంత కంటె నాశ్చర్యకరమయ మేమున్నది?

కాని, ఇదియేమి వెఱ్ఱి! ఇదియేమి యన్యాయము! ఆన్యాయమే యగుఁగాక! ఇఁక సవరించుకొనుట కుపాయము లేదు. ఈప్రవాహమునందే పడి యేదియో యొక యొడ్డునకుఁ జేరవలయును. లేదా దీనిలోనే తేలిపోవలయును! లేదా దీనిలోనే మునిఁగి పోవలయును! ఇఁక నుపాయాంతరము లేదు! ఉద్ధరింపఁబడవలయు నను కోరిక యును లేదు. ఎప్పటికైన నీసమస్త సంస్కారములను, నీసమస్తస్థితులను మఱచిపోఁగలుగుట యే జీవితమునకు సార్థకపరిణామము!

గోరా మాటాడక వినుచుండెను. ఈమేడపై నాయిరువురకు ననేక సంభాషణ ములతో నిదివఱ కెన్నియో వెన్నెలరాత్రులు గడచిపోయినవి. వివిధసాహిత్యములను గూర్చి వివిధలోక చరిత్రములనుగూర్చి వివిధసమాజ హితపద్ధతులనుగూర్చి భవిష్యజ్జీవ సంబంధమున నిరువురకును గలుగుచుండు వివిధ సంకల్పములను గూర్చి యిదివఱక యిద్దఱికిని సంభాషణము జరిగెను. గాని యిప్పటి మాదిరి సంభాషణ మెన్నఁడును జరి యుండలేదు. మానవహృదయమునందలి యిట్టి సత్యపదార్థము, ఇట్టి ప్రబలప్రకాశము ఏ విధముగా నెన్నఁడును గోరకుఁ బ్రత్యక్షగోచరము కాలేదు. ఇట్టివిషయములన్నియు

గవిత్వాకర్షణములని యెంచుచు నింతకాలము వఱకును గోరా సంపూర్ణముగ నుపేక్షించి యుండెను. కాని యవి యిప్పుడు ప్రత్యక్షసిద్ధము లగుటచే వానిఁ ద్రోసివేయఁ జాలకపోయెను. ఇంతేకాదు—ఆ యావేగ మాతని హృదయమునందును వ్యాపించెను. ఆయుచ్ఛ్వాస మాతని సకలాంగకములయందును విద్యుద్వేగమున నుప్పొంగెను. ఆతని యౌవనసంబంధమగు నొక యగోచరస్థానము నావరించుకొనియున్న తెర యిప్పుడొక్క నిమిషములో విడిపోయెను! ఇంతకాలమునుండియు రుద్ధమైయున్న యాభాగమున శరన్నిశీథచంద్రిక లొక్కసారిగాఁ బ్రవేశించి యొకవిధమగు ప్రేమను వర్ధిల్లఁజేసెను.

చంద్రుఁడప్పటికిఁ గ్రిందికి దిగిపోయెను. నిద్రపోవుచున్నవాని మొగమునందలి నవ్వువలె నప్పుడు తూర్పుదిక్కునం దాలోకాభాస మల్పమాత్రమైయుండెను. ఇంత సేపటికి వినయునిమనసు తేలికపడియెను. అప్పుడాతని కించుక సంకోచము కలుగుటచే గొంతసేపూరకుండి పిమ్మట "గోరా! ఇప్పటికి నాసంభాషణ మంతయును నీకు క్షుద్రముగాఁ దోఁచియుండును. నీవు నీమనసులో నన్ను నిందించుచుంటివి కాఁబోలును! కాని యేమిచేయుదును. నీయెదుట నెన్నఁడు నేదియు దాఁపజాలను—ఇప్పుడును దాఁపలేదు. నీవుగ్రహించినను సరియే, గ్రహింపకున్నను సరియే!" అనియెను.

గోరా:—వినయా! ఈసమస్త విషయములను నేను సరిగాఁ దెలిసికొంటినని చెప్పఁజాలను. రెండుమూఁడు దినములక్రిందటివఱకు నీకును దెలియదు! జీవితమునందలి యిట్టియావేగములను, నావేశములను, నున్మాదములైనవని నేనింతవఱకు నుపేక్షించుచున్న మాటమాత్రము సత్యమే.—కాని నిజముగా నవియుపద్రవములు కావు. వీనిశక్తిని వీని గాంభీర్యమును, నేను ప్రత్యక్షము చేసికొనలేదు. అందుచేతనే యివి యవస్తువులనియు మాయామాత్రములనియు నేననుకొంటిని. కాని నీయందిప్పు డట్టితీవ్రానుభవమును గన్నులారఁ జూచియుండియు నేనెట్లు సత్యము చెప్పఁగలను? ముఖ్యవిషయ మేమనిన—స్వధర్మనిరతుఁడగు వాఁడితర ధర్మములయందలి సత్యము తనకంటె నల్పమైనదిగా భావింపకున్నచోఁ గార్యనిర్వహణము చేయఁజాలఁడు. అందుచేతనే పరమేశ్వరుఁడు దూరవస్తువులు మానవదృష్టులకు సూక్ష్మములగునట్లుగాఁ జేసియున్నాఁడు. సత్యాసత్యములను సమానముగఁ బ్రత్యక్షముజేసి మానవుని విపన్నమగ్ననిగాఁ జేయలేదు. మనమొక్క వేదిక్కు ననుసరించిపోవలయును. అన్నిటి నొక్కచో గుదిగ్రుచ్చవలయునను లోభమును త్యజింపవలయును—అప్పుడుగాని సత్యముగ్రహింపఁజాలము. నీవిప్పుడెచ్చట నిలిచి నీసత్యమూర్తిని బ్రత్యక్షము చేసికొంటివో, యాసత్యమూర్తిని గూర్చి నేనును నీవునిలిచినచోటున నిలిచి యభివాదము చేయఁజాలము. అట్లయినచో నాజీవితసంబంధమగు సత్యమును వదలుకొనవలసి వచ్చును. ఈమార్గమైనఁ గావలయును; లేదా యామార్గమైనఁ గావలయు!

వినః—సోదరా! వినయుఁడెన్నటికిని గోరా కాఁజాలఁడు! నేను నన్ను భరించుకొని నిలిచియున్నాను. నీవు నిన్నుఁ ద్యజించుకొని నిలిచియున్నావు!

గోరా యసహ్యాభావముతో 'వినయా! మాటమాటకును గవిత్వము చేయకుము. నీమాటలనుబట్టి నేనొకసంగతిని స్పష్టముగా గ్రహించితిని. నీజీవితమున నీవిప్పుడొక ప్రబలసత్యము నెదుట నభిముఖుఁడవై నిలిచియున్నావు. దానితో నాటలాడినలాభము లేదు. సత్యమును గ్రహించినంతనే దానియందాత్మ సమర్పణము చేయవలయును. అంతకంటె మఱియొక యుపాయములేదు. నే ననుసరించిన మార్గమునఁబట్టి యందలి సత్యమునుగూడ నెప్పటికైన నీవలెనే నేనును సంపాదింపఁగలనని నాయుద్దేశము. నీ వెప్పుడును బుస్తకములను జదివి ప్రేమపరిచయమునందే పరితృప్తుఁడ వగుచుంటివి. నేనును వట్లే చదువుచు స్వదేశప్రేమనే తెలిసికొనుచుంటిని. పుస్తకములలోని ప్రేమకంటె ననుభవసిద్ధమగు ప్రేమయెంత సత్యమైనదియో నీవిప్పుడు గ్రహింపఁగలిగితివి. ఇప్పుడా ప్రేమ నీసచరాచర సమస్తప్రపంచము నావరించుకొని యున్నది. దీనినుండి నిష్కృతినందుటకు నీకెచ్చటను దావులేదు—ఈవిధముగనే స్వదేశప్రేమ యెప్పటికైన సంపూర్ణరూపమేమో నాకుఁ బ్రత్యక్షమైనచో నాదినమున నాకును జోటు లేకుండఁబోవును. ఆదినముననే యది నాసమస్త ధనప్రాణములను, నాయస్థిమజ్జారక్తములను, నాయాకాశాలోకములను, నాసర్వస్వమును ననాయాసముగ నాకర్షించివైచును. స్వదేశ సంబంధమగు నాసత్యమూర్తి యెంత యాశ్చర్యకరమైనది! ఎంతయపురూపమైనది! ఎంతసునిశ్చితమైనది! ఎంతసుప్రసన్నమైనది! ఆ యానందము ఆ వేదన ఎంతప్రచండమైనది! ఎంతప్రబలమైనది! అది వననిర్ఝరిణింబోలి యొక్క నిమిషములో జననమరణములను దాఁటిపోవును! నీమాటలనుబట్టి నాకాసత్యమూర్తింగూర్చిన యనుభవము కొంచెముగాఁ గలుగుచున్నది! నీజీవితమునందలి యీయనుభవ మిప్పుడు నాజీవితమున కాఘాతమువలె నున్నది. నీవలె నేనుకూడ నాసత్యము నెప్పటికైన ననుభవింపఁజాలుదునో చాలనో చెప్పఁజాలకున్నాను, కాని నేను పొందగోరిన యనుభవమును ఛాయామాత్రముగ నీమూలముననే గ్రహింపఁగలిగితిని!

అని పలుకుచు గోరాలేచి యటునిటుఁ దిరుగ నారంభించెను. పూర్వదిక్కునందోఁచిన ప్రభాతకాంతు లాతనియెదుట మాటాలాడుచున్నట్లును, వార్తలను బ్రకటించుచున్నట్లును, ప్రాచీనతపోవన సంబంధములగు వేదమంత్రముల నుచ్చరించుచున్నట్లును బొడకట్టెను. గోరా సర్వాంగకములును బులకించిపోయెను. ఒక్కనిమిషమాత్రము స్తంభితుఁడై నిలువఁబడిపోయెను. అతని బ్రహ్మరంధ్రము భేదించుకొని యొకజ్యోతిర్రేఖ సూక్ష్మమృణాళముంబోలి బయలుదేఱి యొక జ్యోతిర్మయశతపత్రమును సమస్తాకాశమునందు వ్యాపించులాగున వికసింపఁజేసినట్లాతనికిఁదోఁచెను. అతని సమస్త ప్రాణములును

సమస్తచేతనములును, సమస్తశక్తులు నొక్కసారిగా దానియందానంద నిశ్శేషితములై పోయినట్లు పాడకట్టైను!

గోరా తన్నుఁదానే మఱలించుకొని వచ్చి యాకస్మికముగా 'వినయా! నీవిట్టి ప్రేమనుగూడ దాఁటవలసియున్నది. అచ్చటనే యాఁగిపోయినచో లాభములేదు. నన్నిపు డాహ్వానించిన మహాశక్తి యొట్టిసత్యస్వరూపిణియో యొకప్పుడు నీకు జూపించెదను. నా హృదయమిప్పు డానందముచే నిండిపోయినది. నేనిప్పుడు నిన్ను మఱి యెవ్వరి చేతులలోనను విడువఁజాలను!'' అనియెను.

వినయుఁడు గోరాసమీపమునకువచ్చి నిలువఁబడియెను. గోరా యప్పు డాతని నొకవిధమగు నపూర్వోత్సాహముతోఁ గౌగిలించుకొని 'తమ్ముడా! వినయా! మనము మరణించినచో నొక్కసారిగా మరణింతము! మనమిరువురము నొక్కటిగా నుందము మనకెవ్వరును విచ్ఛేదమును గల్పింపజాలరు! భేదమును గూర్పజాలరు!'' అనియెను.

గోరా యీగభీరోత్సాహవేగము వినయుని హృదయాంతరాళమును గూడఁ దరంగితముగఁ జేసివైచెను. వినయుఁడేమియు మాటాడకుండ గోరా ప్రేమాకర్షణవలన కాత్మసమర్పణముల గావించుకొనియెను. ఆయిరువురు నట్లే కౌఁగిలించుకొని ప్రచారము చేయుచుండిరి. పూర్వాకాశమున నుదయరాగ మలముకొనియెను. అప్పుడు గోరా 'సోదరా! నేను నాదేవిమూర్తిని గాంచినస్థానము సౌందర్యస్థానము కాదు—అది దుర్భిక్షదారిద్ర్యములును, దుఃఖావమానములును గలస్థానము! అక్కడ పాటలు పాడి పువ్వులతోఁ బూజ కాదు—రక్తమువర్పించి ప్రాణములతోఁ బూజింపవలయును! నాకుమాత్రమదియే యన్నిటికంటె నానందముగా నుండును. అచ్చట సుఖవిస్మృతి యెంతమాత్రములేదు! ఆత్మశక్తిపూర్ణమగు జాగరణమే నిండియుండును! అది మధుర మోహనమూర్తి కాదు!—దుర్జయమును దుస్సహమునగు నొక యావిర్భావము! ఎంత నిష్ఠురమైనది! ఎంతభీకరమైనది, అందలిశరిప ఝుంకారము సప్తస్వరముల యేకీభావ వినానందముకంటెను గభీరతమంబై యుండును. తలఁచుకొన్నచో నాహృదయమున నుల్లాసము పొంగిపోవుచున్నది. ఇదియే పురుషానందమని నాఁకుదోఁచుచున్నది. ఇదియే జీవిత సంబంధమగు తాండవనృత్యము! పురాతన ప్రళయ యజ్ఞకుండమునందలి యగ్ని జ్వాలలలో నూతనమనోజ్ఞ దివ్యమూర్తిని దర్శించుటకే పురుషునిసాధన! రక్తవర్ణమగు నాకాశక్షేత్రమున బంధముక్తంబును, జ్యోతిర్మయంబునగు భవిష్యత్తును జూడఁగలిగితిని! ఈయాసన్న ప్రభాతకాంతులలోపలను జూడఁగలిగితిని! చూడుము! వినయా! నాగుండెలలో నెవ్వరో డమరుకమును మ్రోగించుచున్నారు!'' అని వినయుని చేయి పట్టుకొని గోరా తన గుండెలపైఁ బెట్టుకొనియెను.

విన:—సోదరా! గోరా! నేను నీతోడనే యుండెదను. కాని, నీవెన్నఁడును నన్ను మఱియొకలాగు తలంపవలదు. విధివలె నిర్దయుఁడవై 'నీవు నన్నొక్కసారిగా నీతో నీడ్చుకొనిపొమ్ము! మనమిరువురము నొక్కదారినిఁబోవుదము. కాని నాకు నీయంతటి శక్తిలేదు!

గోరా:—మనయిరువురిలోను బ్రకృతిభేదమున్నది. కాని యొక మహానందమున మనభిన్నప్రకృతులను మన మేకముచేసికొనవలెను! నీయందును నాయందునుగల ప్రేమను మన మా యనంత ప్రేమము నందైక్యము చేయువరకును. ఆ ప్రేమ యట్టి సత్యస్వరూపము నందాల్పనంతవఱకు మనయిరువురిలోను ననేకాఘాతములును, సంఘాతములును, విరోధములును, విచ్ఛేదములును, గలుగుచునే యుండును. మన ప్రేమకు సత్యత్వము కలిగినచో నప్పుడు మనము భిన్నత్వమును బంధుత్వమును గూడ మఱచిపోయి ప్రచండమగు నాత్మసమర్పణ మధ్యమున నాత్మబలముచే నేకీభావముంగాంచి నిలువఁగలము! ఈదుర్భరానందమే మనమిత్రత్వమునకు శేషపరిణామము కావలయును!

వినయుఁడు గోరాచేయి పట్టుకొని "అట్లే యగుగాక!" అనియెను.

గోరా:—అంతవఱకును నేను నిన్ననేకవిధముల బాధించుచుందును. నాబాధలన్నియును నీవు సహింపవలయును. ఏమనిన—ఈ మనమిత్రత్వమే మనజీవితమునకు బరమలక్ష్యముగాఁ జూచుకొనఁగూడదు. అయినను దానినివర్ధిల్లఁ జేసికొనుటకే ప్రయత్నింపవలయును కాని తృణీకరింపరాదు. అది లేకున్నచో నుపాయమునులేదు. అది వర్ధిల్లినప్పుడే మనయత్నము సర్వము సార్థకము కాఁగలదు.

ఇంతలో నడుగులచప్పుడు వినవచ్చుటచే గోరాయదరిపడిచూచెను. ఆనందమయి మేడమీఁదికి వచ్చినతోడనే యాయిరువురను రెండుచేతులఁబట్టుకొని గదిలోనికిఁదీసికొనిపోయి "పొండు! ఈపాటికిఁ బరుండుడు!" అనియెను అప్పుడు గోరావినయు లిరువురును "మాకింక నిద్దురరాదమ్మా!" అనిచెప్పిరి "వచ్చును!" అనిచెప్పుచు నానందమయి యొక శయ్యపై వారిద్దరిని బరుండఁజేసి తలుపులుమూసి వారిప్రక్కయొద్ద గూర్చుండి విసరుచుండెను.

విన:—అమ్మా! నీవు విసరుచుఁగూరుచున్నచో మాకు నిద్దురరాదు.

ఆనం:—ఎందుకురాదో చూతము! నేనిక్కడనుండి లేచిపోయినచో మీరు మరల మాటలకారంభింతురు.

ఆయిరువురును నిద్రించినతరువాత నానందమయి మెల్లగా గదినుండి వెలుపలికిఁ బోయెను. ఆమె మెట్లను దిగుచుండఁగా మహిముఁడు మీఁదికెక్కుటకుఁ బ్రయత్నించుచుండెను. ఆనందమయి యాతని వద్దగించి "ఇప్పుడు వలదు! రాత్రియంతయును వాళ్ళకు నిద్రలేదు. ఇప్పుడే నేనువారిని నిద్రింపఁజేసి వచ్చుచున్నాను!" అనియెను.

మహి:—ఆహాహా! ఏమిమిత్రత్వము! పెండ్లిమాట లేమైన జరిగినవేమో తెలిసినదా?

ఆనం:—తెలియదు—

మహి.—ఏదికొంచెము జరిగియే యుండును. 'ఎప్పటికి లేచెదరు? శీఘ్రముగాఁ బెండ్లిజరుగకున్నచో నెన్నియో విఘ్నములు తటస్థించును.

ఆనందమయి నవ్వుచు 'వారినిద్రపోవుటలో మాత్రము విఘ్నములు లేవు. వారీ దినమధ్యమునందే లేచెదరు!' అనియెను.

౧౬

"మీరు సుచరితకింకను బెండ్లిచేయరు కాదా?" అని వరదాసుందరి ప్రశ్నించెను.

పరేశబాబు స్వాభావిక శాంతగంభీరభావముతోఁ గొంతసేపటివఱకును గడ్డమును దువ్వుకొనుచుఁ బిమ్మట మృదుస్వరముతో "వరుఁడెక్కడ నున్నాఁడు?" అనియెను.

వర:—ఏమి? పానూబాబునకు సుచరితకు పెండ్లిమాటలు జరుగనే జరిగినవి. మనమందఱము నెఱుంగుదుము! సుచరితయు నెఱుంగును.

పరే:—రాధారాణి పానూబాబును సరిగా నెన్నుకొన్నట్లు నాకుఁ దోఁచుట లేదు.

వర:—ఈమాటలు నాకంత బాగుగఁ దోఁచుటలేదు. సుచరితను మనము మన బిడ్డలకంటె నెప్పుడైనఁ దక్కువగాఁ జూచితిమా? అందుచేతనే యీమాటకూడఁ జెప్పవలసివచ్చుచున్నది. ఆమెకీ ప్రత్యేకభావమేల? పానూబాబువంటి విద్వాంసుఁడు, ధార్మికుఁడు తన్నుఁ గోరియున్నాఁడు, ఈయవకాశము సామాన్యముగఁ బోఁగొట్టుకొనవలసినదా? మీ రేమన్నను సరియే మనలావణ్య యీమెకంటె నెన్నియో విషయములందధికురాలు! నేనిప్పుడు చెప్పుచున్నాను. ఆమె సుచరితవలె మనము నిర్దేశించిన వరుని బెండ్లియాడదని చెప్పదు! ఎన్నటికిఁ జెప్పదు! మీరీవిధముగా సుచరిత యహంభావత్వమును వర్ధిల్లఁ జేయుచున్నచో నిఁక నామెకుఁ దగినవరుఁడు దొరకుటయే దుర్లభమైపోవును.

పరేశుఁడికఁ నేమియు మాటాడలేదు. వరదాసుందరితో నాతఁడెప్పుడును వాదము చేయఁడు! విశేషించి సుచరితవిషయమున నసలే వాదము చేయఁడు!

సుచరితతల్లి సతీశునిబ్రసవించి మరణించెను. అప్పటికి సుచరిత కేడేండ్లవయసు! ఆమెతండ్రి రామశరణ హావల్దారు. భార్యమరణానంతరమున బ్రాహ్మసామాజికుఁడయ్యెను. మఱియు రైతులదుర్మార్గమువలన నాతఁడు స్వగ్రామము విడిచి ఢాకాకు వచ్చి పోస్టాఫీసులో నుద్యోగము సంపాదించుకొని యుండెను. ఆసమయము

వందేయాతనికిఁ బరేశబాబుతో విశేషమైత్రి కలిగెను. అప్పటినుండియు సుచరిత పరేశుని దనతండ్రితో సమానముగఁ జూచుకొనుచుండెను. ఇంతలో రామశరణుఁడాకస్మికముగ మరణించెను. అతఁడు మరణసమయమునఁ దనసర్వస్వమును బుత్రికా పుత్రకులు సమానభాగములుగాఁ దీసికొనవలయుననియు, వారు పెద్దవారగువఱకును బరేశబాబు వ్యవహరించుచుండవలయు ననియు మరణశాసనము వ్రాసి బిడ్డలను బరేశున కొప్పగించెను. అదిమొదలుగా సతీశుఁడును, సుచరితయుఁగూడఁ బరేశుని కుటుంబమువారై యుండిరి.

పానూబాబు విశేషోత్సాహముగల బ్రాహ్మసామాజికుఁడనియు, సకల సమాజకార్యములయందును నాతనిచేయి యుండుననియుఁ బాఠకులిదివరకే వినియున్నారు. అతఁడు రాత్రిపాఠశాలయందు శిక్షకుఁడు, పత్రికాసంపాదకుఁడు; స్త్రీవిద్యాలయ కార్యదర్శి—అతని కెంతమాత్రమును శాంతిలేదు. ఈయువకుఁడెప్పటికైన బ్రహ్మ సమాజమునం దత్యున్నతాధికారముం గాంచునని యందఱు నాశపడుచుండిరి. అతని యింగ్లీషు భాషావైశద్యమునుగూర్చియు, దర్శనశాస్త్ర పారదర్శిత్వముం గూర్చియు సమాజమునందే కాక వెలుపల విద్యార్థులలోఁగూడ విఖ్యాతి వ్యాపించియుండెను. ఈ సకలవిశేష కారణములను గైకొని సమాజమువారివలెనే సుచరితయును, పానూబాబును విశేషముగ గౌరవించుచుండెను. ఆమె ఢాకానుండి క్రొత్తగాఁ గలకత్తాకు వచ్చిన దినములలో నెట్లయిన పానూబాబుతోఁ బరిచయము చేసికొనవలయునని యామెకు కుతూహలము కలుగుచుండెను.

తుట్టతుదకు సుప్రసిద్ధుఁడగు హారానబాబుతో నామెకుఁ బరిచయము కలుగుటయేకాదు. హారానబాబు తన హృదయమునందలి ప్రేమభావమును సుచరితయెదుట నిస్సంకోచముగఁ దెలుపఁగలుగునంతటి చనువుకూడఁ గలిగెను. అంతటినుండి యాతఁడు సుచరిత లోపములను బూరించుటయందును, నామెతప్పులను సవరించుట యందును, నామెయుత్సాహమును వర్ధిల్లఁజేయుటయందును, నామె యున్నతి సాధనముంగూర్చి యాలోచించుటయందును నిమగ్నుఁడైయుండెను. దీనినిబట్టి యాతఁడామెను దనకుఁ దగినసహధర్మిణిగాఁ జేసికొనఁగోరి ప్రయత్నించుచుండెనని యెల్లరకును స్పష్టపడిపోయెను. అంతటిసుప్రసిద్ధుఁడగు హారానబాబు హృదయమును జయింపఁగలిగి నందుల కప్పుడు సుచరితయును దనమనసులో భక్తిసమ్మిశ్రితమగు గర్వానుభవమును గాంచియుండెను.

పెద్దవారలెవ్వరును బ్రస్తావింపకపోయినను సుచరితను హారానబాబునకే యిచ్చుటనిశ్చయమని యందఱును భావించుకొనిరి. సుచరితయును దనమనసులో నట్లేయనుకొని యాతఁడు సమాజహితమునకై తనజీవితము నెట్లు ధారపోయుచుండెనో యట్లే తానును శిక్షాసాధనములమూలమున నాతనికుపయుక్తురాలను గావలయునని యొకవిధ

మగు నత్యంత కలిగియుండెను. ఈవివాహకల్పన యామెకు భయము, సంభ్రమము, బాధ్యతా నిర్దేశము మొదలగువానిచేఁ గల్పింపఁబడిన యొకవిధమగు జాతికోటవలె బోధయగుచుండెను. అది యుద్ధముచేయుట కుపయోగించునదిగాని సుఖముగ నివసించుటకుఁ గాదు—అది యైతిహాసికముగాని, పారివారికముగాదు!

ఇట్టి స్థితిలోఁగూడ గన్యకపక్షమువారి కందఱకు నీవివాహము సౌభాగ్యదాయకమనియే తోఁచుచుండెను. కాని హారానబాబుమాత్రము మనోవ్యాసానురాగము లేకుండ బాగుగనుండువంతమాత్రముననే పెండ్లి చేసికొనుట పరమోత్కృష్ట జీవితబాధ్యతల నెఱిఁగియున్న తనవంటివానికిఁ దగినపని కాదని భావించుచుండెను. ఈ వివాహమువలన బ్రహ్మసామాజమున కెంతవఱకు లాభము కలుగునో సంపూర్ణముగఁ దెలిసికొనకుండఁ గార్యప్రవృత్తుఁడగుటకాతఁడు సంశయించుచుండెను. అందుచేతనే యాతఁడాదిమునుండి సుచరితను బరీక్షించుచుండెను.

పరీక్షించుటయును, బరీక్షింపబడుటయుఁగూడ నయ్యెను. హారానబాబు క్రమముగాఁ బరేశుని కుటుంబమునకుఁ బరిచితుఁడైపోయెను. ఇంటివారందఱు నాతని పానూబాబని పిలుచునంతటి చనవయ్యెను. ఇప్పుడాతని విగ్రహము నింగ్లీషువిద్యాభాండారముగను, దత్త్వజ్ఞానసాధారముగను బ్రహ్మసమాజమంగళావతారముగను జూచుట యసంభవమయ్యెను. ఇప్పుడాతఁడందఱియెదుటను నొకమానవమాత్రుఁడుగనే యుండెను. ఇప్పుడాతఁడు కేవల గౌరవసంభ్రమముల కధికారిగాక, గుణదోషములకుఁ నిష్టానిష్టములకును నధీనుఁడైపోయెను.

ఆశ్చర్యవిషయమేమనిన—హారానబాబు సంబంధమగు నేభావ మిదివఱకు సుచరిత భక్తి నాకర్షించియుండెనో, యాభావమే యిప్పుడామె హృదయమున కాఘాతమగుచుండెను. హారానబాబు బ్రహ్మసమాజమునకు రక్షకుఁడైయుండి సమాజ సత్యమును, సమాజమంగళమును, సమాజసౌందర్యమును బాలించుభారమును వహించుపట్టున సమర్థునివలెఁ గానవచ్చుచుండెను. మానవునకు సత్యముతోడి సంబంధము భక్తిసంబంధమే—అది మానవుని వినయవంతునిగాఁ జేయును. అదిలేక యహంకారమును నౌద్ధత్యమును గలమానవునియందు సత్యము నెదుట క్షుద్రత్వముగ నగపడుచుండును. ఈవిషయమున సుచరిత హారానబాబును, బరేశునితోఁబోల్చి చూచి భేదమును గ్రహింపకుండ నుండఁజాలకపోయెను. పరేశుని ప్రశాంతవదనమును జూచినంతనే యాతని హృదయమందలి సత్యమహత్త్వము కన్నులఁబడుచుండును — హారానబాబు మొగమునందట్లగుపడుట లేదు. అతని బ్రాహ్మత్వ మనియెడు నొకవిధమగు నుగ్రమైన యాత్మ ప్రకాశమన్నిటికంటెను మంచి మాటలయందును గార్యములయందును నమంగళ స్వరూపముతో బహిర్గత మగుచుండును.

హారానబాబు బ్రహ్మసమాజమంగళమును గూర్చి యాలోచించుపట్టునఁ బరేశబాబునందుగూడఁ దప్పు పట్టకమానఁడు. అట్టిసమయములయందు సుచరిత యా హారభుజంగినివలె నసహిష్ణురాలై పోవుచుండును. ఆకాలమున బంగాళాదేశమునందలి ఇంగ్లీషువిద్యార్థులలో భగవద్గీత చదువునాచారము లేదు. కాని పరేశబాబు సుచరితచే నప్పుడప్పుడు గీతను జదివించుచుండెను. మహాభారతమంతయు నాతఁడు సుచరితకుఁ జదివి వినిపించియుండెను. హారానబాబున కది సమ్మతముగాలేదు. అతఁడిట్టిగ్రంథము లేవియు బ్రాహ్మగృహము లందుండఁగూడ దనుపక్షములోనివాఁడు! అతఁడు వీని నెన్నఁడును జదువలేదు. రామాయణము, భారతము, భగవద్గీత ఇవి యన్నియు హిందువుల గ్రంథములని యాతఁడు వేఱుపఱచుచుండును. శాస్త్రచర్చలయందును మంచిచెడ్డల నిర్ణయించు సకలవిషయములందును బరేశబాబు బ్రాహ్మనియమములను, నబ్రాహ్మ నియమములనుగూడ ఖండించుచుండును. అది హారానబాబునకు హృదయశల్యముగానుండును. పరేశునియందు బహిరంగముగఁ గాని రహస్యముగఁ గాని దోషారోపణము చేయుట సుచరిత యొంతమాత్రమును సహింపఁజాలకుండెను. హారానబాబట్లు ప్రవర్తించుచుండుటచేతనే క్రమముగా సుచరిత కాతని యందుఁ గటువుదోఁచెను.

ఈవిధముగాఁ దనసాంప్రదాయకోత్సాహవేగముచే హారానబాబు సుచరిత హృదయమునుండి నానాఁటికి వైముఖ్యమును బొందుచుండెను. కాని యిప్పటికినివారి వివాహవిషయమై యెవ్వరికి నెట్టిసంశయమును గలుగుటలేదు. ఎవ్వఁడైన నొకఁడు ధర్మసమాజమను దుకాణమునందుఁ దనపేరునఁ బెద్దయక్షరములతోడి పెద్దతరగతి టిక్కెట్టును గొనియున్నను, గ్రమముగా నితరలోకమునందాతఁడు తనయల్ప మూల్యమును దానే గ్రహింపఁగలఁడు! అందుచేతనే పరేశబాబు హారానుని వాంఛితమును గూర్చి యసహ్యించుకొనలేదు. హారానబాబు నందఱును సమాజమునకు భవిష్యదాలంబనస్వరూపముగ భావించుచుండిరి. అతఁడును వారియభిప్రాయముల నంగీకరించియే యుండెను. హారానబాబువంటి వానియెడఁ సుచరితకు సమ్మతికలిగెనో లేదో యను విషయమే విచారణీయము—హారానబాబు సుచరితకెంతవఱకు నచ్చియుండెనో యా సంగతి యామె హృదయమునకే తెలియకుండెను.

ఈవివాహవిషయమున సుచరిత యుద్దేశము తెలిసికొనుట ముఖ్యమని యెవ్వరును భావింపలేదు. అట్లే సుచరితయును దనసంగతిని భావించుకొనలేదు. బ్రాహ్మసమాజమునందలి యందఱివలెనే యామెయును బ్రవర్తించుచుండెను. హారానబాబు "నేనీమెను బెండ్లియాడెదను" అని చెప్పిన నాఁటినుండియు నామె వివాహరూపమగు కర్తవ్యము నంగీకరించియుండెను.

ఈ విధముగనే జరుగుచుండెను. ఇట్లుండగా నాదివసమున గోరా యెదుట సుచరిత హారానబాబుం గూర్చి యొకటిరెండు తీవ్రవాక్యముల నుచ్చరించి యుండెను. ఆస్వరమునుబట్టి యామె హారానబాబునంతగా గౌరవించుటలేదని పరేశుఁడు సంశయించెను. ఆయిరువురి హృదయములును గలియకుండుటకుఁ గారణమున్నదని యెంచియే పరేశుఁడు వరదాసుందరి ప్రశ్నలకుఁ బూర్వమువలె నిప్పుడు ప్రత్యుత్తరమీయఁ జాలకపోయెను. అప్పుడు వరదాసుందరి సుచరితను రహస్యముగఁ బిలిచి "నీవు మీ తండ్రిగారికి విచారమును గూర్చుచున్నావు'' అనియెను.

ఆమాటవిని సుచరిత యదరిపడియెను. ఆమెపొరపాటున నైనను, పరేశుని హృదయమున కెన్నఁడును గష్టము గలిగింపఁజాలదు. అప్పుడు సుచరిత వివర్ణవదనముతో "అమ్మా! ఇదియేమి? నేనేమిచేసితిని!" అనియెను.

వర:—నాకెట్లు తెలియును తల్లీ! నీవు పానూబాబును ప్రేమించుటలేదని యాయనకుఁ దోఁచినది కాఁబోలును! నీకు నాతనికిని వివాహము స్థిరపడినట్లు బ్రహ్మసమాజమువారందఱు నెఱుఁగుదురు. ఇట్టిస్థితిలో నీవుమాత్రము—

సుచ:—అమ్మా! అట్లనియెదవేమి? నేనెవ్వరి యొద్దను నసంబద్ధముగ నేమియు మాటాడలేదే!

సుచరిత కాశ్చర్యపడుటకుఁ గారణమున్నది. ఆమె హారానబాబు నెడలఁ గేవలము విరక్తయై యున్నమాటనిజమే—కాని వివాహమునుగూర్చి యామె యెప్పుడును మనసులోనైనను నెట్టియాలోచనమును జేసికొని యుండలేదు. తనసమస్త జీవిత సుఖదుఃఖములు నీవివాహమునందే యిమిడి యున్నవని పాపమామెకుఁ దెలియదు. ఆదినమునఁ బరేశబాబునెదుటనే తాను హారానబాబును దిరస్కరించినసంగతి యామెకప్పుడు జ్ఞప్తికివచ్చెను అందుచేతనే యాతఁ డుద్విగ్నుఁడై యుండెనని గ్రహించి సుచరిత పరితపించి పోవుచుండెను. ఆమె యిట్టి తప్పిదమిదివరకెన్నఁడును జేసియుండలేదు. ఇఁక నెన్నఁడును జేయనని సంకల్పించుకొనియెను.

అంతలో హారానబాబు వచ్చెను. వరదాసుందరి యాతని తనగదిలోనికిఁ బిలిచి "మంచిది. పానూబాబూ! నీవు మాసుచరితను బెండ్లియాడెదనని యందఱు ననుకొనుచున్నారు. కాని నీనోటినుండిమాత్రము నెప్పుడును నొక్క మాటయైనను వినలేదు. నీకు నిజముగా నట్టి యభిప్రాయమే యున్నయెడల స్పష్టముగాఁ జెప్పకపోవుటకుఁ గారణమేమి?" అనియెను.

హారానబా బిఁక విలంబనమున కోర్వజాలకుండెను, ఎట్లయిన సుచరితను దన బందీగాఁ జేసికొనుటయే సుఖమని యాతఁడనుకొనియెను. తనయందలి ప్రేమను గూర్చి, బ్రహ్మసమాజ హితమునుగూర్చి యోగ్యతాపరిశీలనముగూర్చి యోచించుట

యనంతర కరణీయముగా నాతనికిఁ దోఁచెను. తోడనే యాతఁడు వరదాసుందరిం గాంచి "పునరుక్తిగా నుండునని నేనీవిషయమునుగూర్చి మాటాడుటలేదు. సుచరిత పదునెనిమిదవ యేఁటికొఱకుఁ బ్రతీక్షించుచున్నాను" అనియెను.

వర:— మీరింకను బోడిగించుచున్నారా? నేను పదునాలుగేండ్లు వయసేచాలు ననుకొనుచున్నాను.

ఆనాఁడు తేనీరుత్రాగునప్పుడు పరేశుఁడు సుచరిత భావముంగాంచి యాశ్చర్య పడియెను. ఆమె యంతశ్రద్ధతో హారానబాబు నెన్నఁడును గౌరవింపలేదు. అతఁడు వెడలిపోవుటకు నుద్యమించుచుండఁగా లావణ్యచేసిన శిల్పకళను బరీక్షింపవలయునని చెప్పి సుచరిత యాతని నాఁపి కూర్చుండఁజేసెను! అందుచే బరేశుని హృదయము నిశ్చింతమయ్యెను, అతఁడప్పుడు తానుపొరబాటు పడితిననుకొనియెను. ఈయిరువురి లోనను నిదివఱ కొకవిధమగు ప్రణయకలహము జరిగినది. మరలనిరువురు నెప్పటివలెనే కలిసికొన్నారు!' అనిభావించి యాతఁడు మనసులోనే నవ్వుకొనియెను.

హారానబాబు వెడలిపోవునప్పుడు పరేశునియెదుట వివాహ ప్రస్తావముందెచ్చెను. ఇఁక నాలస్యము చేయుట నాకిష్టములేదనికూడఁ జెప్పెను! పరేశుఁడించుక యాశ్చర్యముతో 'నీవు బదునెనిమిదేండ్లు వయసు వచ్చినతరువాతఁగాని కన్యలకుఁ బెండ్లిచేయరాదని చెప్పితివి కాదా? ఇట్లునీవు పత్రికలలోఁ గూడఁ బ్రకటించితివి!' అనియెను.

హారా:— ఈమాట సుచరిత యెడల వర్తింపదు. ఏమనిన ఆమె మనఃపరిణామము వయోవృద్ధులగు స్త్రీలకంటెను మించియున్నది.

పరేశుఁడు ప్రశాంత దృఢస్వరముతో 'పానూబాబూ! అట్లేయుండుఁగాక! అయినను విశేషమగు నహితములేనప్పుడు నీమతము ననుసరించి రాధారాణివయసు పూర్ణమగువరకును బ్రతీక్షించుటయే కర్తవ్యము!' అనియెను.

హారానబాబు తనదౌర్బల్యము బయల్పడినందులకు లజ్జితుఁడై "నిశ్చయముగాఁ గర్తవ్యమే. కేవల మిప్పుడు నాయుద్దేశ మేమనిన—ఒకదినమున మనవారి నందఱిని బిలిచి యీశ్వరప్రార్థనము గావించి సంబంధము స్థిరపఱచుకొనవలయునని" అని యెను.

పరే:— సరే; మంచిమాటయే!

౧౭

రెండుమూఁడు గంటలు నిద్రించినతరువాత గోరాకు మెలకువవచ్చెను. పార్శ్వమున నింకను వినయుఁడు నిద్రించుచుండుటంగాంచి యాతనిహృదయమానంద ప్రపూర్ణమై పోయెను. ఒకప్రియమైన వస్తువును బారవైచికొన్నట్లు కలఁగని యంతలో మేల్కాని యావస్తువును జూచికొన్నప్పుడెంత యానందముగ నుండునో గోరాకిప్పుడట్లుండెను. వినయుని బరిత్యజించినచోఁ దనజీవిత మెంతవఱకుఁ గుంటుపడిపోవునో గోరా

యప్పుడు మేల్కొని లేచి ప్రక్కను నిద్రించుచున్న వినయునిఁ జూచి యనుభవమునకుఁ దెచ్చుకొనియెను. ఈయానంద ఘాతముచే నాతఁడు చంచలుఁడై తొందరగా వినయుని మేల్కొల్పి "పనియున్నది రమ్ము!" అనియెను.

గోరాకుఁ బ్రతిదినము చేయువిధాయక కార్యమొకటి యున్నది. ఆతఁడు చదువుకొన్న నిమ్నజాతి బాలురయిండ్లకుఁ బోవుచుండును. వారికుపకారము చేయుటకుఁ గాని, యుపదేశము చేయుటకుఁ గాని కాదు—కేవలమొకసారి వారిని జూచుటకే పోవుచుండును. తనతోఁ జదువుకొన్న వారినిఁ గూడ గోరా యింతగాఁ జూడఁడనియే చెప్పవచ్చును. ఆబాలకులందఱును గోరాను దాదాఠాకూరని పిలుచుచు నాతని హుక్కా మూలమున నభ్యర్థించుచుందురు. కేవలమును వారి యాతిథ్యమును స్వీకరించుటకే గోరా తంబాకును సేవించుచుండును.

వారిలో నందుఁడనువాఁడు గోరాకుఁ బ్రధానభక్తుఁడై యుండెను. ఆతఁడొక్క వడ్రంగికొడుకు! ఇరువదిరెండేండ్లవాఁడు, ఆతఁడు తనతండ్రిదుకాణమునందుండి కఱ్ఱపెట్టెలను జేయుచుండును. ఆతఁడు ఫుట్ బాల్ క్రికెట్టు మొదలగు నాటలయందద్వితీయుఁడు. ఖేలనరంగమునందాతని మించిన వాఁడెవ్వఁడును లేఁడు. గోరా యొకఖేలనరంగమును స్థాపించి యందుగొప్ప యింటిబిడ్డలతోఁగూడ నీవడ్రంగిపిల్లలనుగలిపి యాటలాడించుచుండెను. నందున కన్ని యాటలును సమానముగాఁ దెలియును. ఆతఁడాటలయందు మేలుచేయి వడయుచుండుట గొప్పయింటిబిడ్డల కందఱకు నసూయాకరముగా నుండెను. కాని గోరా శాసనముచే నాతని నెవ్వరు నేమియుఁ జేయఁజాలకుండిరి.

ఒకనాఁడా నందునికాలిలో 'ఉలి గ్రుచ్చుకొనియెను. అందుచే నాతఁడాటకు వచ్చుటలేదు. గోరా కొన్ని దినములనుండి వినయునిగూర్చి విచారము కలిగియుండెను అందుచే నాతనికి నందునిజూచుట తటస్థింపలేదు. నేఁటి ప్రాతఃకాలమున గోరా వినయుని వెంటబెట్టుకొని నందుని జూడవలయునని బయలుదేఱెను. వారట్లు యింటి గుమ్మమునొద్దకుఁ బోవునప్పటికి లోపలనుండి యాఁడువాండ్ర రోదనధ్వనివినవచ్చెను. నందునితండ్రిగాని మఱియితర పురుషులుగాని లోపలలేరు. అప్రక్కనొక తంబాకు దుకాణమున్నది. ఆయంగడివాఁడు వచ్చి నేఁటి తెల్లవారుజామున నందుఁడు మరణించెనని చెప్పెను.

నందుఁడు మరణించెను! అంతటి స్వాస్థ్యము, అంతశక్తి, అంతటి తేజము, అంతటి హృదయము, అంతటి యల్పవయసు—అట్టి నందుఁడీ తెల్లవారుజామున మరణించెను! నందుఁడొక సామాన్యుఁడగు వడ్రంగి పిల్లవాఁడు—ఆతనియభావముచే నింతటి ప్రపంచమునందొకచిన్న కుటుంబమునకు మాత్రము కొలదిసేపుమాత్రమే కష్టముగానుండును. కాని, గోరాకిప్పుడు నందునిమరణ మతిదారుణముగను, నసంగతముగను నసంభ

గను కోఁచెను—అతఁడు ప్రతివస్తువును బీదకళతోఁ జూచుచుండును. ఇంతమంది జీవించియున్నారు కాని యాతనివంటి ప్రియదర్శి యెక్కడనున్నాఁడు!

అతఁడు ధనుర్వాతముచే మరణించెనని తెలియవచ్చెను. నందునితండ్రి డాక్టరును కొనుటకుఁ బ్రయత్నించెను గాని నందుని తల్లిమాత్రము తనబిడ్డకు భూతము పట్టినదని చెప్పి డాక్టరు వలదని బలవంతముగ నడ్డగించెను. భూతవైద్యుఁడు రాత్రియంతయు వానిని శరీరమున రక్షలువైచెను; కొట్టెను; మంత్రములు చదివెను. జబ్బు హెచ్చుచేసెను! ఆసమయమునందే నందుఁడు గోరాను బిలువవలయునని బలవంతము చేసెను. అతఁడు వచ్చి డాక్టరు వైద్యము చేయించునేమో యనుభయముచేఁ దల్లి సమ్మతింపలేదు. గోరా యీసంగతులన్నియును తెలిసికొనియెను.

అటనుండి తిరిగివచ్చునప్పుడు వినయుఁడు 'ఆహా! ఎంతటి మూఢత్వమున కెంత శాస్తియైనది!" అనియెను.

గోరా:—ఇట్టిమూఢత్వము నొకమూలకుఁ ద్రోసివైచి వెలుపలనున్నచో శాంతి లభించునని నీవనుకొనుచున్నావు కాఁబోలును! కాదు ఈప్రబల మూఢత్వమునకుఁ బ్రబలశిక్ష యయ్యెనని నీవు స్పష్టముగాఁ దెలిసికొనఁగలిగినను, నీవీవిషయమును నీసన్నిధినుండి యొక్క యాక్షేపోక్తిమాత్రమునఁ ద్రోసివేయఁజాలవు.

మనసునందలి యుత్తేజనముచే గోరాపాదవిక్షేపము క్రమముగా వేగవంతమగుచుండెను. వినయుఁడాతనిమాటకు మాఱుచెప్పక వేగముగా నాతనితో నడచుటకు బ్రయత్నించుచుండెను. గోరా యించుక సేపూరకుండి యాకస్మికముగా "కాదు వినయా! నానందుని జంపివైచిన భూతవైద్యుని దెబ్బ నన్ను బాధించుచున్నది. నాదేశమునంతను బాధించుచున్నది. ఇట్టివిషయములన్నియు స్వల్పములనిగాని, విచ్ఛిన్నఘటనములనిగాని నేనింతమాత్రము నూహింపఁజాలను" అనియెను.

అప్పటికిని కూడ వినయుఁడు నిరుత్తరుఁడై యుండుటచే గోరా గర్జించుచు 'వినయా! ఇప్పటి నీమనసులోని యుద్దేశము నేను గ్రహించితిని! ఇట్టిదానికిఁ బ్రతీకారము లేదనియు నున్నను నట్టిది లభించుకాలము చాలదూరమునందున్నదనియు నీ వనుకొనుచున్నావు! నేనట్లనుకొనుటలేదు— అనుకున్నచో జీవింపఁజాలకయే యుందును—నాదేశమున కెట్టి యుపాతమైనను దానికిఁ బ్రతీకారమున్నది. అది యెంతగొప్పదైనను నేనే చేయఁగలను. అది నాకొంతమాత్రము నసాధ్యము కాదు—ఈవిశ్వాసము నాహృదయమున దృఢముగా నుండుటచేతనే నేనీదిగంత వ్యాప్తమగు నింతటి దుఃఖమును, నింతటిదుర్గతిని, నింతటి యవమానమును సహింపఁగలుగుచున్నాను!" అనియెను.

విన:—ఇంత తీవ్రముగా దేశమంతటను నాక్రమించుకొనియున్న యీప్రబల దుర్గతి కెదురుగా నిలువఁబడి విశ్వాసమును నిలిపి యుంచుకొను నంతటి సాహసము నాకులేదు.

గోరా:—దుర్గతి చిరస్థాయిగా యుండుననుమాట నేనెన్నటికిని విశ్వసింపఁ జాలను. ఈసమస్త ప్రపంచసంబంధమగు జ్ఞానశక్తియును, ప్రాణశక్తియును దానిని ద్రోసివైచుటకుఁ బ్రయత్నించుచునే యున్నది. వినయా! ఈసంగతి నీకు నేనెన్నియో సారులు చెప్పితిని, ఇది యసంభవమని నీవుకలలోనైనను భావింపవలదు! మనదేశమునకు ముక్తిలభించును! ఈమాట మనసునందుంచుకొనియే మనము ప్రతిదినమునను సంసిద్ధులమై యుండవలయును. భారతవర్ష విముక్తికై యెప్పుడో ముందొకప్పుడు మహారణము జరుగఁగలదని మీరందఱును దానిపై నాధారపడి నిశ్చింతులై యున్నారు! నేను చెప్పునదేమనిన, యుద్ధము జరుగుచునే యున్నది! ప్రతినిమిషమును జరుగుచునే యున్నది. ఇట్టి సమయమున మీఅందరును నిశ్చింతులైయుండుటకంటెఁ గాపురుషత్వము మఱియొకటి లేదు.

వినః—గోరా! నీకును మాకును జాలభేదమున్నది! మనదేశమందలి మార్గములందును, ఘట్టములందును ప్రతిదినమును జరుగుచుండుసంఘటనముల నన్నిటిని నీ వెప్పటికప్పుడే నూతనదృష్టులతోఁ బరీక్షించుచుందువు. ఇట్టివాని నన్నిటిని మేము మా నిశ్వాస ప్రశ్వాసములను మఱచినట్లే మఱచిపోవుచుందుము. వీనియందు మా కాశగాని నిరాశగాని లేదు. ఈవిషయమున మాకానందమును లేదు! దుఃఖమును లేదు. దినములపై దినములు గడచిపోవుచున్నవి. ఈప్రపంచ మధ్యమున మాకెచ్చటను మమ్మునుగూర్చిగాని మాదేశమునుగూర్చిగాని యనుభవము కించిన్మాత్రమును లేదు!

ఆకస్మికముగ గోరాముఖ మెఱ్ఱబడిపోయెను. ఆతని కపాలమునందలి రక్తనాళములు పొంగిపోయెను. ఆతఁడు రెండుచేతులను బిడికిలిబట్టి వీధినడుమ రెండుగుఱ్ఱముల బండివెనుక నేనడచుచు వజ్రగర్జన స్వరముతో వీధిలోనివారందరును భయపడునట్లు "బండినాపుము!" అని కేకవైచెను. లావుపాటి బంగాళీబాబొకఁ డాబండిని నడపుచుండెను. ఆతఁడొకసారి వెనుకకుఁ జూచి తనచురుకైన గుఱ్ఱములను జబుకుతో నదలించి యొక్కనిమిషములో నదృశ్యుఁడైపోయెను.

అప్పుడొక ముసల్మానువృద్ధుఁ డొకజంగిడిలో ఫలములు, ఖూరలు, రొట్టెలు, వెన్న, మొదలగు నాహారపదార్థముల నుంచి తలపైఁబెట్టుకొని యొకదొరగారి వంటసాలవైపునకుఁ బోవుచుండెను. ఆబంగాళీబా బాతనిని దప్పుకొమ్మని కేకవైచెను. గాని యావృద్ధుఁడాకేకను వినివినకుండగనే బండియాతని తలపైఁ బడునట్లువచ్చెను. ఆతఁడెట్లో తప్పించుకొని బ్రతికెను గాని నెత్తిపైనున్న పదార్థములు చెల్లాచెదరై క్రిందఁబడిపోయెను. ఇంతేకాక యాబంగాళీబాబు బండిపైనుండియే యాతనివంకఁ దిరిగిచూచి యావృద్ధుని నోటికివచ్చినట్లుతిట్టి చబుకుతోఁగొట్టెను. అందుచే నాతని మొగము చీరుకొనిపోయెను. పాపమావృద్ధుఁడు "అల్లా"ను స్మరించుచు నిట్టూర్పులు

విడుచుచుఁ బడిపోయినవస్తువులను జంగిడిలోని కెత్తుకొనుటకుఁ బ్రయత్నించుచుండెను. గోరా చటాలున నచ్చటికిఁబోయి యావస్తువుల నేరి యాతని జంగిడిలోనికిఁ జేర్పఁదొడంగెను. గోరావంటి గొప్పవాఁడట్టిపని చేయుచుండుట కావృద్ధుఁడు సంకుచితుఁడై "బాబూ! మీ రేలకష్టపడియెదరు? ఇఁక నివి యెందులకును బనికిరావు" అనియెను. అవి చెడిపోయినవని గోరాకుఁ దెలియును. తానాపని చేయుచున్నందులకా వృద్ధుఁడు సిగ్గుపడుచుండెననియు నెఱుంగును. సాహాయ్య మను కారణమునఁ జేయుచున్న యీపనిలో నంత విశేషము లేదనియును నెఱుంగును. కాని యొక పెద్దమనుష్యుఁడా వృద్ధు నవమానింపఁగా మఱియొక పెద్దమనుష్యుఁడా యవమానితునితోఁ దన్ను సమానునిగాఁ జేసికొని ధర్మ సంక్షోభమునందు సామంజస్యమును గల్పించెనని లోకులు గ్రహించుటకై యాతఁడా ప్రయత్నమును జేసెను. కాని యీసంగతిని గ్రహింపఁగలుగుట లోకులకుఁ జాల కష్టము! జంగిడి పూర్తియయ్యెను. గోరా యాముసల్మానునిం గాంచి "నీకు జాలనష్టము కలిగినది. నీవు దీనిని భరింపజాలవు రమ్ము! మాయింటియొద్ద నీకు దీనిమూల్య మంతయు నిచ్చివైచెదను. కాని నిన్న బంగాలీబాబు తిట్టినప్పుడు నీ వొక్క మాటయైన నాడక యవమానమును సహించియుంటివి! అల్లా నిన్ని విషయమున క్షమింపఁజాలఁడు!" అనియెను.

వృద్ధు:—బాబూ! ఎవ్వఁడు దోషియో, అల్లా వానికి శాస్తి చేయును నాకేల చేయును?

గోరా:—దోషమును సహించువాఁడు కూడ దోషియే. ఏమనిన—వాఁడు ప్రపంచమునం దొక దోషమును సృష్టించినవాఁడగుచున్నాఁడు. నీకు నామాట బోధపడ లేదు. కాని యిప్పుడు తెలిసికొనుము. మంచితనముగ నుండుటయే మతధర్మము కాదు. అట్లుండుటవలన దుష్టులను వర్ధిల్లఁ జేసినట్లగును. మీ మహమ్మదీసంగతిని స్పష్టముగ గ్రహించుటచేతనే యాతఁడు మంచితనమును రూపమునిచ్చి మతమును వ్యాపింపఁ జేయలేదు

అక్కడను గోరాయిల్లు దూరమగుటచే వృద్ధుఁడు వినయునింటికిఁ గొనిపోఁబడియెను. గోరా వినయుని డ్రాయరునొద్ద నిలువఁబడి "సొమ్ము తీయుము!" అనియెను.

విన:—అంత తొందరయేల—కొంచెమాగుము! నేనిచ్చెదను.

అని యాతఁడు తాళమును వెదకుచుండెను. అగపడలేదు—గోరాయిఁక వాఁగక డ్రాయరుతలుపును బలవంతముగఁ బట్టిలాగెను. తోడనే దుర్బలమైయున్న బీగము పట్టువదలి తలుపు తెఱువఁబడియెను. అప్పుడు గోరాకు ముందుగా నాపెట్టెలో నొక చిత్రపటము కన్నులఁబడియెను. అది పరేశబాబు కుటుంబ చిత్రపటము! దానిని వినయుఁడు సతీశునివలన సంపాదించియుండెను.

గోరా కొంతసొమ్ము తీసి ముసల్మానునకిచ్చి యాతనిఁ బంపివైచెను. కాని యా చిత్రపటమును గూర్చి యేమియును మాటాడలేదు. ఆతఁడట్లూర కుండుటం గాంచి విన

యుఁడును మాటాడజాలకపోయెను. తరువాత నొకటిరెండు మాటలు జరిగెను. వినయుఁడు స్వస్థుఁడయ్యెను. అప్పుడు గోరా యాకస్మికముగ లేచి 'నేను పోయెదను' అనియెను.

విన:—ఓహో! నీవొక్కఁడవే పోయెదవా? అమ్మ నన్నుఁగూడ మీయింటికి భోజనమునకుఁ బిలిచినది. కావున నేనుకూడ వచ్చెదను.

ఇరువురును బయలుదేఱిరి. త్రోవలో గోరా యేమియును మాటాడలేదు. ఆ డాయరులోని చిత్రపటమును జూచినతోడనే గోరా యాకస్మికముగాఁ దనజీవితములో నెట్టిసంపర్కమును లేని యొక మార్గము ననుసరించి వినయునిహృదయమింకను బ్రవహించుచునే యున్నదని స్మరించుకొనియెను. గోరాయట్లు మౌనమును వహించుటకుఁ గారణమును వినయుఁడు గ్రహించెను. కాని దానిని బలవంతముగ భంగించుట కాతఁడు సంశయించెను. గోరా హృదయము పడినచోట నొకవిధమగు నిగూఢసత్యమున్నదని కూడ వినయుఁడు గ్రహింపగలిగెను.

ఇంటియొద్దకుఁ బోవునప్పటికి మహిముఁడు ద్వారమునొద్ద వీధివంకఁ జూచుచు నిలువఁబడియుండెను. అతఁడా మిత్రులిరువురను గాంచి విశేషములేమి? రాత్రి యంతయును మీకునిద్దురయే లేదు. ఇంతసేపటివఱకు నింటికిరాకుండుటచే నేత్రోవలోనైన హాయిగ నిద్రించుచుంటిరేమో యనుకొంటిని. తక్కువపొద్దు పోలేదు! వినయా! పొమ్ము! స్నానమునకుఁ బొమ్ము!' అనియెను.

అట్లు వినయుని స్నానమునకుఁ బంపి మహిముఁడు గోరానుచూచి 'గోరా! నీతో జెప్పిన మాటనుగూర్చి యేమైన నాలోచించితివా! వినయుఁడనాచారి యని సందేహించినచో నీరోజులలోఁదగిన హిందూవరుఁడెక్కడ దొరకును? కేవలము హిందువైన నేమిలాభము! చదువుకొన్నవాఁడు కావలయును, అదియు నిదియును గలిగియున్నచో నాతఁడు కేవలము శాస్త్రసమ్మతుఁడును గాడు—శాస్త్రనిషిద్ధుఁడును గాఁడు మధ్యముఁడై యుండును. నీకొక్క కూతురున్నచో నామతముతో నీవేకీభవించి యుందువు!" అనియెను.

గోరా:—అన్నా! మీరుచెప్పినమాట సత్యమే. వినయుఁడుకూడ నభ్యంతరము చెప్పఁడనుకొందును.

మహి:— ఒక్కమాట వినయునియంగీకార మెవ్వరికిఁ గావలయును? నీయంగీకారమే సర్వప్రధానమైనది! నీవొక్కసారి వినయునితోఁ జెప్పుము! నాకింతకంటె నేమియునక్కఱలేదు. నీమాట ఫలించినను సరియే—ఫలింపకున్నను సరియే—

గోరా:—సరే—అలాగే!

మహిముఁడు తనలో "ఈసారి మిఠాయి దుకాణమున భక్ష్యములకును గొల్లవాని దుకాణమునఁ బాలుపెరుగులకు నుత్తరువు చేయుదును"అని యనుకొనెను.

గోరా తొందరగా వినయునిఁ గలసికొని 'వినయా! శశిముఖిని నీకుఁ బెండ్లి చేసెదనని దాదా గట్టి పట్టు పట్టి యున్నాఁడు. నీ యభిప్రాయమేమి?" అని ప్రశ్నించెను.

విన:—నీ యభిప్రాయ మేమో ముందుగాఁ జెప్పుము!

గోరా:—నాకది యేమో చెడ్డగాఁ దోఁచుట లేదు.

విన:—ఇదివఱకు నీవు చెడ్డయనియే చెప్పితివి మనయిరువురిలో నెవ్వరును బెండ్లి చేసికొనఁగూడదనియే నిశ్చయించుకొంటిమి.

గోరా:—ఇప్పుడు సవరించుకొందము నీవు పెండ్లిచేసికొనుము—నేను చేసికొనను.

విన:—ఒక్క యాత్రయందు పృథక్ఫలమేమి?

గోరా:—పృథక్ఫలము గురు వను భయముచేతనే నేనిట్లేర్పఱచితిని. పరమేశ్వరుఁ డొకొక్క మానవుని విశేషభారగ్రస్తునిగను, నొకొక్కని సహజముగనే భారవిహీనునిగను గల్పించుచుండును. ఈ యిరువురును సమానముగా నొండొకలసివచ్చినచో నిందొకఁడు బహిర్భారమును దనపైఁ బెట్టుకొనవలసియుండును. నీవు వివాహభారమును వహించినచో నప్పుడు నీకును నాకును సమానత్వము గలుగును.

వినయుఁడు నవ్వుచు "నీవు చెప్పినకారణములనుబట్టి నావైపుననే బరువుండవలయును!" అనియెను.

గోరా:—ఈభారమును సహించుటకు నీకభ్యంతరమున్నదా?

విన:—తూనిక సమానమగుటకుఁ జేతికి దొరకిన దేదైన వేసినను సరిపడును. అది రాయైననేమి? ఇటుకయైననేమి? ఏమైనను సరియే—

గోరా యీవివాహమును గూర్చి యింత యుత్సాహముతోఁ జెప్పుటకుఁ గారణము వినయుఁడు గ్రహింపక పోలేదు. పరేశబాబు నింటిలోనివారి నెవ్వరనైనఁ దాను పెండ్లియాడుదునని గోరా యనుమానించుచుండెనని తెలిసికొని వినయుఁడు నవ్వుకొనియెను. మధ్యాహ్నభోజనానంతరమున రాత్రినిద్రను దీర్చుకొనుట మూలముననే పగలు గడచిపోయెను. ఆపగలు వారి కెట్టిసంభాషణమును లేకపోయెను. సంధ్యాంధకారచ్ఛాయలు జగద్రంగమునఁ దెర వైచినప్పుడు—ఆమిత్రులయిరువురి హృదయములలోని తెర దిగిపోయినప్పుడు—మేడమీఁద వినయుఁడాకాశమువంకఁ జూచుచు "గోరా! చూడుము! నేనొక్కమాట చెప్పుచున్నాను. మన స్వదేశప్రేమయందొక విషయము గొప్పయసంపూర్ణత్వమున్నట్లు నాకుఁ దోఁచుచున్నది! మనము మన భారతవర్షమును సగముగాఁ జేసి చూచుచున్నాము!" అనియెను.

గోరా:—ఎట్లు చూచుచున్నాము?

విన:– మన మీ భారతవర్షము కేవలము పురుషులదని మాత్రమే చూచుచున్నాము. స్త్రీలది యెంతమాత్రమును గాదనియే—

గోరా:—నీవు లోపలను, వెలుపలను, జలములను, స్థలములను, ధాన్యములను, ఆహారములందును, సామోదములందును, కార్యములందును, సర్వస్థలములను, స్త్రీలను గూర్చి యింగ్లీషువారివలెఁ జూడఁదలఁచుచున్నావు. పురుషులకంటె స్త్రీలనే యధికముగఁ జూడవలయునని నీయుద్దేశము; దానియందు మాత్రము దృష్టిసామంజస్యమునకు నష్టము కలుగలేదా?

విన:—కాదు కాదు నీవీవిధముగా నామాటలను ద్రోసివేయవలదు. ఇంగ్లీషువారివలెఁ జూడవలయునని యెవ్వరుచెప్పిరి? మనదేశమునందలి స్త్రీ భాగమునుగూర్చి మనమెంతగాఁదగురీతి నాలోచించుటలేదని చెప్పితిని. నీమాట చెప్పుచున్నాను—నీవొక్క నిమిషములోనైనను స్త్రీలనుగురించి యాలోచించుటలేదు. ఈప్రపంచము స్త్రీహీనమైనట్లుగనే నీవు భావించుచుందువు. ఇట్టి జ్ఞానమెన్నటికిని సత్యజ్ఞానము కానేరదు.

గోరా:—నేను మాయమ్మను జూచినప్పుడు ఆమెను భావించినప్పుడు—ఈదేశమునందలి సమస్త స్త్రీల నాస్థానమునందే చూచి తెలిసికొనుచుందును.

విన:—ఇవి మఱపించుటకుఁ జక్కఁగాఁ గూర్చినమాటలే కాని వేఱుకావు. ఇంటిపనులలో నింటిలోని యాత్మీయస్త్రీలతోఁ బరిచయమున్నంతమాత్రమున నది స్త్రీజాతియందంతటను సత్యపరిచయము మాత్రముకాదు. ఇంగ్లీషుమతము ననుసరించి మాటాడినచో నీవు మండిపడియెదవు. నేనట్లు చెప్పఁదలఁచుకొనను లేదు. మన స్త్రీలెంతవఱకేవిధముగా సమాజమునఁ బ్రకాశితులై యున్నచో వారిమర్యాదకు భంగముకలుగకుండనుండునో నేను చెప్పఁజాలను. కాని వారిని బ్రచ్ఛన్నలంజేసి యుంచుటచే మన దేశస్థులందఱు నర్ధ సత్యజ్ఞానులై యున్నారనియు, వారిహృదయములయందుఁ బూర్ణప్రేమయుఁ బూర్ణశక్తియు మాత్రము ప్రకటితమగుట లేదనియు నేను చెప్పగలను.

గోరా:—వినయా! పగలు, రాత్రి, యనునవి దినమునకు రెండుభాగములు. అట్లే పురుషులు స్త్రీలును సమాజమునకు రెండుభాగములు. సమాజస్వభావము ననుసరించి స్త్రీలు రాత్రింబోలి ప్రచ్ఛన్నలు. వారిసమస్త కార్యములును నిగూఢములు, నిభృతములు అస్వాభావిక సమాజమునందు బలవంతముగ రాత్రి పగలు చేయఁబడుచుండును. అందు దీపప్రకాశములచే రాత్రియంతయును నృత్యగానములచేఁ గడచిపోవుచుండును. అంతమాత్రమున నేమిలాభము? రాత్రిసంబంధము లగు స్వభావనిభృత కార్యముల కన్నిటికిని నష్టముకలుగును. క్లాంతి యతిశయించుచుండును. క్షతిపూరణముగాక యుండును—మానవుఁడున్మత్తుఁడై పోవును. మనము మన స్త్రీలను బహిరంగకర్మక్షేత్ర

మునకుఁ దెచ్చినచోఁ వారి నిగూఢకార్యవ్యవస్థ యంతయును జెడిపోవును. అందువల సమాజస్వాస్థ్యమునకును శాంతికిని భంగము కలుగును. సమాజమునందొక విధమగు మత్త ప్రవేశించును. ఆమత్తతయే శక్తి యను భ్రాంతి కలుగును. కాని యాశక్తియే వినా శమును గలిగించును. సమాజశక్తి ఒకభాగము పురుషుఁడు; రెండవభాగము స్త్రీ పురుషుఁడు వ్యక్తుడు. వ్యక్తుడన్నంతమాత్రముననే ప్రధానుఁడు కాఁడు. స్త్రీయవ్యక్త ఈయవ్యక్తశక్తిని వ్యక్తగాఁజేయదలంచినచో సమస్తమూలధనమును వ్యయపఱచినస జమును దారిద్ర్యమున ముంచివైచినట్లగును. అందుచేతనే పురుషులందరును యజ్ఞక్షే మునిలిచి, స్త్రీలందరును భాండారములయందు నిలిచియున్నచో నప్పుడు స్త్రీలవ శ్యులైయున్నను యజ్ఞము సర్వసంపన్నమగునని చెప్పుచున్నాను. సమస్తశక్తి నొక్క సారిగా నొక్కవైపున నొక్కచోట నొక్కరీతిగా నుపయోగించువాడున్మత్తుఁడే కా వేఱుకాదు!

విన.—గోరా! నేను నీమాటకుఁ బ్రతివాదము చేయఁదలచుకొనలేదు. కా నేను చెప్పినమాటకు నీవును సరిగాఁ బ్రతివాదము చేయుటలేదు! ప్రధానాంశము.

గోరా:—వినయా! దీనినిగుఱించి యెంత మాటాడినను వాదము ముగియద స్త్రీలవిషయమున నీవు యోచించుచున్నంతబాగుగా నేనుయోచించుట లేదని యం కరించుచున్నాను. నీకావిషయమున ననుభవమున్నది. నాకాయనుభవమును గూర్చి ప్రయత్న మెప్పుడును సఫలముకాలేదు. అందుచే నీసంబంధమున నాకభిప్రాయభేదం కలుగుచున్నది. ఇంతవఱకు నేనంగీకరించుట చాలునా?

గోరా యాప్రసంగమును దాఁటవైచెను. కాని బీజమునువిడచివైచినను వదియె ప్రదేశమునందుఁ బడి యనుకూలసమయమున నంకురించుట కభ్యంతరముండదు. గో యింతవఱకుఁ దనజీవితక్షేత్రమున స్త్రీలను దూరముచేసియేయుంచెను. అట్లుచేయుం యభావమని నిలోపమనిగాని యాతఁడు కలలోనైనను భావింపలేదు. ఇప్పుడు యుని యవస్థగాంచుటచే లోకమున స్త్రీలకుఁగూడ విశేషశక్తియును బ్రభావము గలవని గోరాకు గోచరించెను. కాని 'వారిస్థాన మెక్కడ, వారిప్రయోజన మేమి అను విషయములఁగూర్చి యాతఁడింకను స్థిరపరచుకొనజాలకుండెను. అందుచేత వినయునితో నీవిషయమున వాదించుట యాతనికి బాగుగ లేకపోయెను. వినయు యభిప్రాయము నంగీకరించుటకుఁగాని త్యజించుటకుఁగాని గోరాశక్తుఁడు కాకపోయె: కావుననే యాతఁడావాదమును వదలుకొనియెను!

వినయుఁడు రాత్రి యింటికిఁబోవుచున్నప్పు డానందమయి యాతనిం బిలి "వినయా! శశిముఖిని నీవు పెండ్లియాడు సంగతినిశ్చయమైనదా?" అనిప్రశ్నించె.

వినయుఁడు సిగ్గుతో నవ్వుచు 'అమ్మా! స్థిరపడినది. ఈశుభకార్యమునకు గో యే సంధానకర్తయైనాఁడు" అనియెను.

ఆనం:—శశిముఖి మంచిబిడ్డ—కాని బాబూ! నీవు చిన్నతనపుఁబనిచేయవలదు. నీహృదయము నే నెఱుఁగుదును! కొంచెము హెూహెూట పెట్టుచున్నారని యెంచి తొందరపడి పనిచేయకుము. ఆలోచించుకొనుటకు నీకుఁగావలసినంత సమయమున్నది. నీవైనను బాలుఁడవు కావుగదా! ఇంతగొప్ప కార్యము నశ్రద్ధగాఁ జేయఁగూడదు!

అని బోధించుచు నాతనివీపుపై దువ్వుచుండెను. వినయుఁడేమియు మాటాడక మెల్లమెల్లగా వెడలిపోయెను.

౧౮

వినయుఁడానందమయి మాటలను భావించుకొనుచు నింటికిఁబోయెను. ఆనందమయి చెప్పిన యేమాటయును వినయుఁడింతవఱ కెన్నఁడు నుపేక్షించి యుండలేదు. ఆరాత్రియాతనిహృదయము నందొక భావము ముద్రింపఁబడియెను.

మఱునాఁటి యుదయమున లేచునప్పటి కాతని కొకవిధమగు బంధమునుండి విడివడినట్టుగా ననుభవమునఁదోఁచెను. విశేషమూల్యము నొసంగి గోరా స్నేహఋణమును దీర్పఁగలిగితినని యనుకొనియెను. వినయుఁడొకవైపున శశిముఖినిఁ బెండ్లియాడి జీవితవ్యాప్తమగు నొక బంధమును గల్పించుకొనుట కంగీకరించి మఱియొకవైపున నింకొక బంధమును వదల్చుకొనుటకు బాధ్యుఁడై యుండెను. వినయుఁడు బ్రాహ్మ వివాహము చేసికొనుటకు లుబ్ధుఁడైయుండెనని గోరాయనుమానించి యామిథ్యాసంచయమునకు శశిముఖి వివాహమును జామీనుఁజేసి నిశ్చింతుఁడై యుండెను. అటు తరువాత వినయుఁడు నిస్సంకోచముగాఁ బరేశబాబునింటికి రాకపోకలు సాగించుట కారంభించెను.

వినయుఁడెంత చనవుగలచోటనైనను నాత్మీయునివలె సంచరించు స్వభావము కలవాఁడు కాడు. కాని గోరావిషయమున సంశయము దూరమైనతోడనే యాతఁడు క్రమముగాఁ బరేశునియింటివారందఱికిని జిరకాలబంధునివలె నైపోయెను. సుచరితహృదయము వినయునిపై నించుక వ్రాలి యున్నదని భావించి మొట్టమొదటఁ గొంతకాలము వఱకును లలితహృదయము వినయునిపై గత్తిని దూయుచుండెను. కాని సుచరిత భావమంతగా నాతని యెడలఁ బక్షపాతము వహింపలేదని లలితయిప్పుడు గ్రహించెను. అందుచే నిప్పుడామె హృదయమునందలి విద్రోహము దూరమయ్యెను. వినయబాబు చాలమంచివాఁడని చెప్పుటకు లలితహృదయమున కిప్పుడెట్టి కష్టమును లేకుండబోయెను.

పానూబాబుకూడ నింతవఱకును వినయునియెడల విముఖుఁడై యుండెను. ఆతఁడుకూడ నిప్పుడు వినయుడు పెద్దమనుష్యుఁడే యని యంగీకరించుచుండెను. ఆతఁడు గోరా మంచివాఁడు కాఁడని చెప్పుట చేతనే వినయుఁడు మంచివాఁడను భావమును

సూచించుచుండెను. వినయుఁడిప్పుడును పానూబాబుతో వాదము పెట్టుకొనుట లేదు. అట్టివాదము జరుగకుండుటకే సుచరిత ప్రయత్నించుచుండెను! అందుచేతనే టీటేబిలు నొద్ద వినయుఁడు శాంతిభంగము చేయకుండ నుండెను.

కాని పానూబాబు లేనప్పుడు సుచరిత వినయునితో నాతనిమతవిషయమును గూర్చి మాటలాడుచుండెను. ఇంతటివిద్యాధికులగు గోరాయును వినయుఁడునుగూడఁ బ్రాచీన దురాచారముల నేల మన్నించుచుండిరో తెలిసికొనవలయు ననుకుతూహల మామెకు వర్ధిల్లుచుండెను. ఇట్టిమతము నవలంభించియున్న గోరాను గాని, వినయుని గాని యామె స్వయముగా నెఱుఁగకయే యున్నచో సుచరిత రెండవమాట వినకుండ వారిని గర్హించియే యుండును. కాని గోరాను జూచినప్పటినుండియు నామె యాతని నంతగా నగౌరవించి మనసులోనుండితోసివేయఁజాలకుండెను. అందుచేతనే యామె గోరా మతమును, జీవితమును సంపూర్ణముగఁ దెలిసికొనుటకై ప్రశ్నలపైఁ బ్రశ్నలను వైచి వినయు నడుగుచుండెను. అన్ని మతములను గూర్చియుఁ దెలిసికొనుటయే సుచరిత బుద్ధిమతి యగుట కుపాయమని పరేశబాబు నిశ్చయించుకొనియుండెను. అందుచేతనే యాతఁడెన్నఁడు నావాదమున కభ్యంతరమును గల్పింపఁడయ్యెను.

ఒకనాఁడు సుచరిత వినయునింగాంచి "గౌరమోహనుఁడు నిజముగా నే జాతి భేదమును గౌరవించుచుండెనా? కాక దేశాభిమానముచే నట్లు చెప్పుచుండునా?" అని ప్రశ్నించెను.

విన:—సోపానపరంపర యొకదానికంటె నొకటి మీఁదై విభాగింపఁబడవలయు నని నీవంగీకరింతువా?

సుచ:—అట్లున్నచోఁ గ్రిందినుండి మీఁదికెక్కుట కనుకూలముగా నుండునని యంగీకరింతును. లేకున్నచో వానిప్రయోజనమే లేదు. సమానప్రదేశమున సమానముగ నున్న మెట్లతోఁ బ్రయోజనమేమున్నది?

విన:—మన సమాజముకూడ నట్టి సోపానపరంపరయే. క్రిందినుండిమీఁదికెక్కించుటయే దానియుద్దేశము! ఆదిమానవ జీవితమున కొకవిధమగు పరిణామమునుగల్పించుచుండును! సమాజమే—ప్రపంచమే పరిణామశీల మైనదని చెప్పఁజూచినచో నీకనెట్టివిభాగ వ్యవస్థతోడను నిమిత్తములేదు. కాని యట్లయినచో యూరోపీయ సమాజములవలె నొకదాని నొకటి మించవలయుననునుద్దేశము ప్రబలినిరంతరమును బోరాటములు జరుగుచునే యుండును.

సుచ:—మీమాట నాకు స్పష్టముగా బోధపడుటలేదు! ఏయుద్దేశముచే సమాజమున వర్ణవిభాగము కల్పింపఁబడెనో యాయుద్దేశము సఫలమైనట్లు మీరు నిరూపింపఁగలరా?

విన:— ఈప్రపంచమున సఫలతాస్వరూపమును నిరూపింపఁ గలుగుట యసాధ్యకార్యము! భారతవర్షము సామాజిక ప్రశ్నకు జాతిభేదమను నుత్తరము నిచ్చియున్నది. ఆయుత్తర మింకను విస్మృతముగాలేదు—ఇప్పటికి నాప్రత్యుత్తరము భూద్యంతరాళములఁ బ్రతిధ్వనించుచునే యున్నది. యూరపుఖండమింకను సమాజ ప్రశ్న కింతకంటె మంచియుత్తర మేదియు నిచ్చియుండలేదు. అచ్చటఁ గేవలము గందరగోళమును బోరాటమును మాత్రమే జరుగుచున్నవి. కాని, భారతవర్ష సంబంధమగు నీప్రత్యుత్తరమింకను సాఫల్యముకొఱకుఁ బ్రతీక్షించుచునే యున్నది.

సుచరిత సంకోచముతో 'మీరు కోపపడవలదు. సత్యము చెప్పుఁడు! ఇవి యన్నియును గౌరమోహనుని మాటలకుఁ బ్రతిధ్వనులేనా? కాక మీరు సంపూర్ణముగ విశ్వసించియే చెప్పుచున్నారా?" అని ప్రశ్నించెను

వినయుఁడు నవ్వుచు 'నేను సత్యమునే చెప్పుచున్నాను. గోరామతమునే విశ్వసింపవలయునను బలవంతము నాకులేదు. సమాజమునందు జాతిభేదవిషయమునఁ గానవచ్చు వికృతులను జూచినప్పుడు నాసంశయముల నాతనికిఁ దెలుపుచునే యుందును. కాని యప్పుడాతఁడు గొప్పవస్తువునందలి ప్రత్యేకస్వల్పభాగమును బట్టి పరీక్షించినచో సందేహములు కలుగుననియు, విఱిగిన కొమ్మను బట్టిగాని, రాలినయాకును బట్టిగాని వృక్షసంబంధమగు చరమపరిణామమును నిశ్చయింపఁరాదనియు, వనస్పతినే పరీక్షించి దానిమంచిచెడ్డల నెఱుంగుటకుఁ బ్రయత్నింపవలయు ననియు బోధించుచుండును.

సుచ:— ఆకులను, కొమ్మలను బట్టి నిర్ణయింపరాదు గాని ఫలమునుబట్టి నిర్ణయింపవచ్చును. జాతిభేదఫలము మనదేశమున కెంతవఱ కుపకరించినది?

విన:— నీవిప్పుడు చెప్పినది యవస్థాఫలముకాని, కేవలమును జాతిభేదఫలము కాదు. కదలినదంతముతో నమలినచో మనకు బాధగా నుండును. అది దంతములతప్పు గాదు—కదలినదంతముతప్పు. నానాకారణముచే మనలో వికారమును దౌర్బల్యమును గలుగుచుండును. అంతమాత్రమున భారతవర్షాభిప్రాయమే వికృతమైనదిగా మనము భావింపఁగూడదు. గోరా యిందుకొఱకే తఱచుగా 'స్వస్థుఁడవై యుండుము.— సబలుఁడవై యుండుము!' అని బోధించుచుండును!

సుచ:— మంచిది. అట్లయినచో బ్రాహ్మణులు నరదేవతలని మీరంగీకరింతురా?

విన:— ఈపృథ్వియందలి గౌరవములన్నియును జాలవఱకు మనము కల్పించుకొన్నవే— బ్రాహ్మణుని యదార్థ బ్రాహ్మణునిగాఁ జేయఁగలిగినచో నది సమాజమునకు సామాన్యలాభ మనుకొంటివా? మనము నరదేవతలనే కోరుకొనుచున్నాము. మనము బుద్ధిపూర్వకముగా యథార్థముగా సమస్తాంతఃకరణములతోడను వాంఛించినచో నరదేవతలను బడయఁగలుగుదుము! అట్లుకాక మూఢులమై ప్రవర్తించినచో సమస్త

దుష్కర్మములను జేయుచు తనశిరంబులపైఁ బాదధూళిని బ్రసాదించు మూలముననే జీవితమును గడుపుకొనుచుండు నరదేవతను వర్ధిల్లఁజేసినవార మగుదుము.

సుచ:— మీరుచెప్పిన యిట్టి నరదేవత లెచ్చటనైన నున్నారా?

విన.—ఉన్నారు! బీజములందు వృక్షములిమిడియున్నట్లే యున్నారు. భారత వర్ష సంబంధమగు నాంతరంగికాభిప్రాయమిట్టి ప్రయోజనమధ్యమునందే యున్నది. ఇతరదేశములన్నియును విల్లింగ్టను వంటి సేనాపతులను, న్యూటను వంటి వైజ్ఞానికులను రాత్‌షైల్డువంటి లక్షాధికారులను గోరుకొనుచుండును—కాని, మనదేశ మెప్పుడును బ్రాహ్మణులనే కోరుకొను చుండును. ఎవ్వఁడుభయంకరుఁడు కాకుండునో, యెవ్వడు లోభమును నిరసించుచుండునో, యెవ్వఁడు దుఃఖమును జయించునో, యెవ్వడభావ మును లక్ష్యముచేయకుండునో, యెవఁడు పరబ్రహ్మమునఁ జిత్తమును నిలిపి యుండునో యాతఁడే బ్రాహ్మణుఁడు! గభీరుఁడును, శాంతుఁడును, ముక్తుఁడు నగు నట్టి బ్రాహ్మ ణునే భారతవర్షము వాంఛించుచున్నది. అట్టి యథార్థ బ్రాహ్మణుని బొందగలిగి నప్పుడే భారతవర్షమునకు స్వాతంత్ర్యము లభింపగలదు! మనము రాజు నెదుటఁదల వంచి యుండియు నత్యాచారము లనియెడు బంధనములలో మెడలు దూర్చుచుండుట లేదా? కేవలమును మనము మనభయములకు వినతులము; మనలోభములకు వివశులము! మనమూఢత్వములకు దాసానుదాసులము! బ్రాహ్మణులను దపస్సు చేయనిమ్ము; వారే భయమునుండియు లోభమునుండియు మూఢత్వమునుండియు మనల నుద్ధరించెదరు గాక! మనము వారినుండి యుద్ధమును గోరవలదు! వాణిజ్యమును గోరవలదు! మఱి యెట్టి ప్రయోజనమును గోరవలదు!

ఇంతవరకు నూరక వినుచున్న పరేశబాబప్పుడు మృదులస్వరముతో "భారత వర్షమన నేమో నే నెఱుఁగుదునని చెప్పజాలను; మఱియు దాని వాంఛిత మేమో, యది యెప్పుడు సిద్ధించునో కూడ నిశ్చయముగాఁ జెప్పఁజాలను. కాని జరిగిపోయిన దినమెప్పటికైనఁ దిరిగివచ్చునా? వర్తమానమున సంభవమగు దానినే మనము సాధింప వలయును కాని యతీత విషయములకై చేతులుచాచుచు వృథాకాలహరణము చేయుట వలన నేమిప్రయోజనము?" అనియెను.

విన:—నేనును మీరూహించినట్లే యూహించి చాలసారులు గోరాతోఁ జెప్పి యుంటిని. అప్పుడు గోరా 'అతీత మతీతమని త్రోసివైచి కూర్చున్నంతమాత్రమున నది యతీతమగునా? ఏసత్యముగూడ నెన్నటికిని నతీతము కాఁజాలదు!'' అని చెప్పు చుండును!

సుచ:—ఇప్పుడుమీరు చెప్పిన యీపద్ధతులు సాధారణజనుల కలవియగునట్లు లేవు. అందుచే మీమతము దేశమునంతటను వర్ధింపదేమోయని సంశయము కలుగు చున్నది.

విన:— మేము పరమహిందువులమని యభిమానముతోఁ జెప్పుకొనుచుండు దేశీయులందఱును హిందూబంధువులేయని గోరా యెన్నఁడు నంగీకరింపఁడు. ఆతఁడు హిందూధర్మము నంతరంగములనుండియే బాగుఁగ పరీక్షించుచుండును. అతఁడెన్నఁడును హిందూమతము సుఖప్రాణియని తలంచియుండలేదు. అది యెప్పుడు నేవియో కొన్ని యాకస్మిక సంపర్కములచేఁ గృశించుచుఁ బకారణాఘాతములచే బాధపడుచు నుండునని యాతని యుద్దేశము!

సుచ:— కాని యాతఁడీ యాకస్మిక సంపర్కముల విషయమునఁ జాలవఱకు సావధానుఁడై యుండుననియే తోఁచుచున్నది.

విన:— అతని సావధానత యత్యద్భుతమైనది.! ప్రశ్నించినంతమాత్రమున నాతఁడు ఇతరమతసంపర్కములచే జాతి పోవుననియు, నితరమతభోజనముచేఁ బాపము కలుగుననియు, నివి యన్నియు, నభ్రాంతసత్యములనియు, వీనినన్నిటిని నేనంగీకరింతు ననియుఁ జెప్పుచుండును. కాని యివియన్నియు నుద్రేకపూరితములగు మాటలని నా యభిప్రాయము. అతఁడీసంగతుల నందరియెదుటను బిగ్గరగా జెప్పుచుండును. సాధారణజనుల కెక్కడ మతగౌరవమునందశ్రద్ధ కలుగునో యనియు, నితరమతస్తుల వలన దనకెక్కడ నపజయము కలుగునో యనియు నాతఁడెల్లప్పుడును హిందూమతమందలి సామాన్యవిషయములను గూడఁ ద్రోసివేయక గౌరవించుచు జాగరూకుఁడైయుండెను. నాయొద్దఁగూడఁ దనశైథిల్యమును బ్రకటింపకుండ జాగ్రత్తగా మెలఁగుచుండును.

పరే:— బ్రహ్మసమాజమునందుఁగూడ నిట్టివారు చాలమందియున్నారు. వారు హిందూపద్ధతులనన్నిటి ననాలోచితముగఁ బరిహరించుచుందురు. కాని వారు తమ మతమునందలి కుసంస్కారములనుగూడ నంగీకరించుదురని యితర్లు ననుకొనునట్లుగాఁ బ్రవర్తించుచుందురు. ఈప్రపంచమునం దిట్టివారి ప్రవర్తనములు సహజములుగా నుండవు. ఊరక నటన మాత్రముననే గందరగోళము చేయుచుందురు. వారు సత్యమును దుర్బలమైన దానినిగా భావింతురు. సత్యమును గౌశలముచేతను బలవంతముచేతను రక్షించుటయే వారి కర్తవ్యవిషయము. 'సత్యము నాపై నాధారపడి యున్నది. నేను సత్యముపై నాధారపడియుండలేదు." ఇదియే వారి ప్రధానసూత్రము. నేనెప్పుడును పరమేశ్వరుని కభిముఖుఁడనై బ్రాహ్మసమాజమునందైనను సరియే, హైందవ చండీమండపమునందైనను సరియే, సర్వస్థలములయందును, సత్యమునకు సర్వదా వినతుఁడనై స్వభావముగ విద్రోహరహితముగ సాష్టాంగప్రణామము చేయుదును— బహిర్గతములగు నెట్టి యాటంకములను నన్నడ్డగింపజాలవు.

అనిచెప్పి పరేశబాబు తనహృదయమును హృదయాంతరమున సమాధానము చేసి వట్లు క్షణకాల స్తబ్ధుఁడైయుండెను. ఇంతసేపటివఱకును జరిగినమాటలపై నిప్పటి పరేశునిమాట లొకవిధమగు మధురస్వరముతోఁ గలసియుండెను. అది కేవలము మాటలలోని మధురస్వరమే కాదు—పరేశబాబు జీవితమునందలి గంభీర ప్రశాంత సంబంధమగు మధురస్వరము! అప్పుడు లలితా సుచరితల వదనకమలములం దానంద భక్తితేజము ప్రకాశితమయ్యెను. వినయుఁడు మౌనముతో నుండెను. గోరాయందుఁ బ్రచండ నిరోధభావ మున్నదనియు మతోద్ధారకులకు మనోవాక్కర్మములయందు సహజ సరళశాంతభావము ఉండవలయుననియు, గోరాకట్లు లేవనియు వినయుఁడెఱిఁగియే యుండెను. ఇప్పటి పరేశునిమాటలను విని వినయుఁడాసంగతి మఱియును స్పష్టముగా గ్రహించెను.

ఆరాత్రి సుచరిత పరుండి యుండఁగా లలితవచ్చి మంచముపై నొకపార్శ్వమున గూరుచుండెను. అప్పుడు లలితమనసులో నేదియో యుద్దేశమున్నదని సుచరిత గ్రహించెను. అది వినయుని సంబంధమై యుండునని కూడ ననుకొనియెను. అందుచేతనే సుచరిత తానే మాటలాడుట కారంభించి "లలితా! వినయుఁడు చాలమంచివాఁడు సుమా!" అనియెను.

లలి:— అతఁడెప్పుడును గోరామాటలనే చెప్పుచుండుటచే నీకు మంచివాఁడు కానేమి?

ఈ మాటలలోని భావమునుమాత్రము సుచరిత గ్రహింపలేదు. అందుచే నామె సరళభావముతో 'ఆమాట నిజమే! అతఁడు గోరా మాటలు చెప్పుచుండఁగా వినుట నాకుఁ బరమానందముగా నుండును. నిజముగా గోరాను జూచినట్లే యుండును.' అనియెను.

లలి. — నాకంతయానందముగా నుండదు—కోపముగా నుండును.

సుచ:— (ఆశ్చర్యముతో) ఏమి?

లలి:— గోరా, గోరా, యని రేయంబవలు గోరామాటలే! వినయుని మిత్రుఁడగు గోరా గొప్పవాఁడే యగుగాక! వినయుఁడు కూడ మనుష్యుడే నా?

సుచరిత నవ్వుచు "ఏమీ? నీకీ సంశయ మేల కలిగినది?" అనియెను.

లలి:— అతని మిత్రుఁడు వినయునిఁ దనప్రత్యేకత్వమును బ్రకటించుకొనజాలనంతటి యసమర్థునిగాఁ జేసివైచినాఁడు! గాజుపురుగు బొద్దింకను బట్టుకొన్నట్లున్నది ఈస్థితిలో నాకు గాజుపురుగునందును గోపమే; బొద్దింకయందు నగౌరవమే!

లలిత మాటలయందలి తీవ్రత్వమును గాంచి సుచరితయేమియు మాటాడక నవ్వుచుండెను. అప్పుడు లలిత "సుచరితా! నీవు నవ్వుచున్నావు! గోరా వినయునిఁ బోలె నన్నెవ్వరైన నాక్రమించి యనుచరురాలిగాఁ జేయఁదలంచినచో నే నెంతమాత్రము సహింపఁజాలను. లోకు లేమనుకొన్న నేమి! నీవుమాత్రము నన్నట్లాకర్షించి యూఁచ

న్ను రాలిగాఁ జేయలేదు. నీస్వభావముగూడ నట్టిదిగాదు. అందుచేతనే నేను నిన్నుఁ బ్రేమించుచున్నాను. నీవు తండ్రిగారియొద్దనుండి యీ యుపదేశమును బడయఁగలిగితివి. ఆయన ప్రకృతుల ననుసరించి స్థానములను నిర్ణయించుచుండును" అనియెను.

ఈకుటుంబమునందు లలితయు, సుచరితయు మాత్రమే పరేశునకుఁ బరమభక్తురాలై యుండిరి. తండ్రిపేరు విన్నంతమాత్రముననే వారిహృదయములు వికసించిపోవును.

సుచ:—తండ్రిగారితో సమానులెవ్వరున్నారు? కాని వినయబాబు మాత్రమతి నిపుణముగా మాటలాడఁగలఁడు! నీవేమన్నను సరియే.

లలి:—ఆమాటలాతనివి కావు గనుకనే యంతచిత్రముగా నున్నవి. ఆతఁడు స్వయముగనే మాటలాడినచో నింతకంటె దివ్యముగను సహజముగను నుండును. ఆలోచించి యాలోచించి జ్ఞప్తికిఁదెచ్చుకొని పలికినవాపలుకులు నాకంత బాగుగలేవు. ఆచమత్కారభాషణములకంటె స్వభావభాషణమే నాకు బాగుగనుండును.

సుచ:—కోపగింపకుము. సోదరి! గోరామాటలే వినయునకు స్వభాషణము లయిపోయినవి!

లలి:—అట్లైయైనచో నది యెంత యగౌరవము! ఈశ్వరుడు బుద్ధినిచ్చుట యితరులమాటలను వ్యాఖ్యానము చేయుటకా? వాక్కు నిచ్చుట యితరులమాటలను జమత్కరించుటకా? ఇట్టి చమత్కార భాషణములతో నాకుఁ బనిలేదు!

సుచ.—కాని వినయుఁడు గోరానంతగాఁ బ్రేమించుచుండెనని యేల భావింప గూడదు. ఆతనితో నీతనిమనసు కలసిపోయినది!

లలి:—(విసుఁగుతో) లేదు! లేదు! లేదు! పూర్తిగాఁగలిసిపోలేదు.! గోరాచెప్పినట్లు మెలంగుట యాతని కభ్యాసమై పోయినది! అది ప్రేమ కాదు — దాసత్వము! ఆయిరువురిమతము నొక్కటియే యనికూడ నీవు సాహసించి చెప్పుచున్నావు. ప్రేమయున్నచో నాతనిమతముతో నేనేకీభవింపకున్నను నాతని గౌరవింపవచ్చును. గ్రుడ్డితనము లేకున్నను నాతనికిఁ దన్నర్పించుకొనవచ్చును. నీవట్లు తలంచుటలేదు. వినయుఁడు గోరాను గౌరవించుచునే యున్నాఁడు. ప్రేమచేతనే—మఱియొక విధముగా గౌరవించుచున్నట్లు నేనంగీకరింపను. ఆసంగతి యాతనిమాటలలోనే స్పష్టపడుచున్నది. సోదరీ! నీవు గ్రహింపలేదా? నిజము చెప్పుము!

సుచరిత లలితయూహించిన ట్లూహింపలేదు. గోరా సంపూర్ణ స్వరూపమును గ్రహించుటయందే యామె వ్యగ్రయై యుండెను. ప్రత్యేకముగ వినయుని స్వభావమును బరీక్షించుటయందామెకుఁ గుతూహలములేదు. అందుచే సుచరిత లలిత ప్రశ్నకుత్తరము చెప్పక సోదరీ! నీసిద్ధాంతమే నిశ్చయ మనుకొందము! యిప్పుడు నీయుద్దేశమేమి?" అనియెను.

లలి:—ఆతని మిత్రుని నిర్బంధమునుండి వినయుని విడిపించి స్వాధీనము చేసి కొనవలయు నని నాయుద్దేశము!

సుచ:—సోదరీ! అట్లయినచోఁ బ్రయత్నము చేయఁగూడదా?

లలి:—నాప్రయత్నమాత్రమున లాభములేదు. నీవుకొంచెము తలఁచుకొన్నచో నగును.

వినయుఁడు తనయందనురాగము కలిగియుండెనని నిగూఢముగ నెఱిఁగి యుండియు నవ్వుచు సుచరిత యామాటను నవ్వులాటక్రిందఁ ద్రోసివైచుటకుఁ బ్రయత్నించెను.

లలి:—ఆతఁడు గోరా బంధమునుండి విడివడి నీకనుకూలములగు పద్ధతులనవలంబించి యున్నచో నప్పుడు నేను వినయుని మంచివాఁడందును. ఈతని మత మింకను గోరాతోఁ గలిసిపోలేదు. ఈస్థితిలో మఱియొకఁడెవ్వఁడైన నైనచో నీపాటికి బ్రాహ్మసమాజబాలికలను దిట్టుచు నొక నాటకమును వ్రాసియేయుండును! ఈతఁడింకను శాంతముగనే యుత్సాహముగనే యున్నాఁడు. నిన్ను బ్రేమించుచున్నాఁడు. తండ్రిగారి యెడల భక్తిగలిగియున్నాఁడు. ఆతఁడు గోరావంటివాఁడు కాఁడనుట కిదియే ప్రమాణము. అక్కా! వినయబాబు నెట్లయిన స్వతంత్రునిగాఁ జేసితీరవలయును! అంతటి వాఁడు కేవలము గోరాకుఁ బ్రచారకుఁడై యుండుట నాకసహ్యముగా నున్నది!

ఇంతలో "అక్కా! అక్కా!" అనిపిలుచుచు సతీశుఁ డాగదిలోనికి వచ్చెను. వినయుఁడాతని సర్కసులోనికిఁ దీసికొనిపోయెను. సతీశునకు సర్కసు చూచుట యిదియే మొదటిసారి. అందుచే నాతఁడు చాలరాత్రియైనను నుత్సాహముతో సర్కసును గూర్చి వర్ణించుచు "అక్కా! వినయబాబును బరుండుట కిక్కడకే తీసికొనిరావలయునని ప్రయత్నించితిని గాని రేపు మరల వచ్చెదనని చెప్పి తనయింటికిఁ బోయినాఁడు! అక్కా! నిన్నుఁగూడ నొక్కసారి సర్కసులోనికిఁ దీసికొనిపోవలయునని యాతనితోఁ జెప్పితిని!" అనియెను

లలి:—ఆతఁడేమనియెను?

సతీ:—ఆఁడువాండ్రు పెద్దపులినిఁజూచి భయపడుదురేమోయని చెప్పినాఁడు కాని నేనుమాత్రము పులిని జూచిభయపడలేదు!

అని యాతఁడు తనపౌరుషమును బ్రకటించి గర్వముతోఁ గూరుచుండెను.

లలి:—కాదామఱి? మీవినయబాబు సాహసము తెలిసిపోయినది. సోదరీ! ఈసారి మేమే యాతని బలవంతముగ సర్కసునకుఁ దీసికొనిపోయెదము.

సతీ:—రేపు పగలే సర్కసుజరుగును.

లలి:—అట్లయినచో బాగుగనున్నది. పగలేపోవుదము!

మఱునాఁడు వినయుఁడు వచ్చినతోడనే లలిత 'వినయబాబూ! సమయమునకు వచ్చితిరి! రెండు!" అనియెను.

విన:—ఎక్కడకుఁబోవలెను?

లలి:—సర్కసునకు.

పగటివేళ బహిరంగముగా నాఁడువాండ్రను వెంటఁబెట్టుకొని సర్కసునకుఁ బోవుట! వినయునకేమియుఁ దోఁచకుండఁబోయెను.

లలి:—గోరాబాబునకుఁ దెలిసినచోఁ గోపపడునారేమి?

లలిత యిట్లు ప్రశ్నించుటకు వినయుఁడదరిపడియెను. లలిత మరల "ఆఁడువాండ్రతోఁగలసి సర్కసునకుఁ బోవుటకు గోరాకిష్టముండునా?' అనియెను.

విన:—నిశ్చయముగా నుండదు.

లలి:—అయిష్ట మెట్టిదియో వ్యాఖ్యానముచేసి చెప్పుడు! నేను సోదరి సుచరితను దీసికొని వచ్చెదను. ఆమెకూడ వినును.

ఆమాట పొడిచినట్లున్నను వినయుఁడు నవ్వివైచెను. అప్పుడు లలిత 'వినయబాబూ! నవ్వెదరేమి? ఆఁడువాండ్రు పులినిజూచి భయపడెదరని రాత్రిమీరు సతీశుతోఁ జెప్పితిరఁట! మీరుమాత్ర మెవ్వరికిని భయపడరు కాబోలు?'' అనియెను.

తరువాత వినయుఁడాడువాండ్రతోఁగలసి సర్కసునకుఁ బోయెను. గోరాకును దనకును గలసంబంధమును గూర్చి లలితయు నాయింటిలోని స్త్రీలందఱు నెట్టియుద్దేశముతో నుండిరో వారిమాటలనుబట్టి వినయు డూహించుకొనఁదొడంగెను—

మఱియొకప్పుడు వినయుఁడాయింటికి వచ్చినప్పుడు లలిత రిక్తకుతూహలముతో 'వినయబాబూ! ఆనాఁటి సర్కసుకథ నంతయును మీరు గోరాబాబునకు నివేదించితిరా?' అనియెను.

ఈ రొత్తి పొడుపుమాట వినయుని చెవులలో గింగురుమనియెను. అతనికర్ణమూలములెఱ్ఱబడిపోయెను. అప్పుడు వినయుఁడు "ఇంకను జెప్పలేదు!" అని యుత్తరమిచ్చెను. ఇంతలో లావణ్యయటకు వచ్చి 'వినయబాబూ! ఒక్కసారి వచ్చెదరా? అనియెను.

లలి:—ఎక్కడకు? సర్కసునకా?

లావ:—సరిసరి! ఈవేళ సర్కసెక్కడనున్నది? నారుమాలుపైఁ బెన్సలుతో నందముగా నొకచిత్రమును వ్రాసి పెట్టినచో నేను దాలుతోఁ గుట్టుకొందును. వినయబాబు చాల సుందరముగాఁ జిత్రింపఁగలడు!

అనిచెప్పి లావణ్య యాతనిఁ దీసికొనిపోయెను—

౧౬

మఱునాఁటి యుదయమున గోరా వ్రాసికొనుచుండఁగా వినయుఁ డాకస్మికముగా వచ్చి యనావశ్యకముగనే "ఒకనాఁడు నేను పరేశబాబు కుమార్తెలను సర్కసులోనికిఁ దీసుకొనిపోయితిని" అని చెప్పెను.

గోరా వ్రాసికొనుచునే "వింటిని" అనియెను.

వినయుఁడు విస్మితుఁడై "ఎవ్వరు చెప్పిరి?" అనియెను.

గోరా —అవినాశుఁడు—అతఁడుకూడ నాదినమున సర్కసునకుఁ బోయెను" అని మఱియేమియు మాటాడకుండ గోరా వ్రాసుకొనుచుండెను.

గోరాకిదివఱకే యీ సంగతి తెలిసినది. అవినాశుఁడు మరలఁ జెప్పియుండెను. ఈవిషయమున వర్ణనములును వ్యాఖ్యానములును గూడ జరిగియే యుండును. తన పూర్వ సంస్కారమును బట్టి వినయునకిది యంతయును లజ్జాకరముగా నుండెను. ఈ సంగతి యితరుల కెవ్వరికినిఁ దెలియకున్నచో వినయునకు సంతోషముగా నుండును!

రాత్రియంతయును కలలో లలితతో వాక్కలహము చేసినసంగతు లన్నియు వినయునకప్పుడు స్మృతికి వచ్చెను— 'పిల్లవాఁడు తనసంరక్షకునకు భయపడినట్లు వినయుఁడు గోరాకు భయపడుచుండును. ఇట్టి తప్పుత్రోవను బడినచో మనుష్యుడు తనమానవత్వమునే మఱచిపోవును. వినయుఁడును గోరాయును సమానులు. ఇట్టిచో నసమానత్వము నారోపించి గోరాను బూజించుట వినయుని తప్పు! అట్లు పూజచేయించుకొనుట గోరాకును దప్పే. వినయుఁడు బాలకుఁడు కాఁడు. గోరా యాతనికి సంరక్షకుఁడు కాఁడు!' ఇదియే లలిత వాదము.

గోరా మాటాడక వ్రాసికొనుచున్న కొలఁదియు వాఁడిబాణములవంటి లలిత మాటలు వినయుని హృదయమునకుఁ దాఁకుచునే యుండెను. ఆశరాఘాతములను వినయుఁడు తప్పించుకొనఁజాలకుండెను. చూచుచుండఁగనే వినయున కొకవిధమగు కోపము కలిగెను. "సర్కసునకుఁ బోయినంతమాత్రమున నేమి? ఈ నా విషయమును గూర్చి గోరాయెదుటఁ దీవ్రముగా విమర్శించుట కవినాశుఁ డెవ్వఁడు? అకుఱ్ఱు గుమ్మడి కాయచేయు విమర్శనములను గోరామాత్ర మేల చెవియొగ్గి వినవలయును? నేనేమి గోరాకు బానిసనా? ఎవ్వరితోఁ గలిసితినో, యెక్కడకుఁ బోయితినో యీ సంగతు లన్నియు నాతనికి నేనేల నివేదింపవలయును? చెప్పకున్నంతమాత్రమున స్నేహమునకేమైన నుపద్రవము కలుగునా?" అని యిట్లాతఁడు భావించుకొనుచుండెను.

వినయునకు సహజముగాఁ దన మనసులోని పిఱికితన మగపడుచున్నది! అందుచేతనే యాతఁ డవినాశునియెడలను, గోరాయెడలను వంతగాఁ గోపపడుచుండెను. ఇంతసేపటివఱకును దనతో నొక్కమాటయైన నాడలేదని వినయునకు గోరామీఁదఁగూడఁ గోపము.

కలిగెను. సర్కారునకుఁ బోవుటనుగూర్చి గోరా కఠినముగా నొకటి రెండుమాటలన్నచో మిత్రత్వమునకు సమభావము కనఁబడి వినయునకుఁ గొంచెమూఱటకలిగియే యుండును. కాని గోరా గంభీరముగ నధికారివలెనుండి మౌనముచేతనే వినయు నవమానించెను. అందుచే లలిత వాఁడిబాణములవంటి మాటలు వినయుని హృదయమును మాటిమాటికిని భేదింపఁదొడఁగెను.

ఇంతలో మహిముఁడు హుక్కాతో నచ్చటికివచ్చి డబ్బీలోని తమలపాకులను గొన్నిటిని వినయునకిచ్చి బాబూ! వినయా! మేమంతయు స్థిరపరచుకొన్నాము. ఇఁక మీపినతండ్రియొద్దనుండి జాబువచ్చినచో నిశ్చింతగా నుందుము. నీవాయన కుత్తరము వ్రాసితివా?" అనియెను.

ఇప్పుడీపెండ్లిమాట వినయునకుఁ జిరాకుగానుండెను, ఇందు మహిముని తప్పేమియు లేదని యాతఁడెఱుంగును. మాట యిచ్చుటయు నైపోయినది. కాని, వినయుని మది యెంతో దీనత్వముగా దోఁచుచుండెను. ఆనందమయి యాతని నొక విధముగా హెచ్చరించినది! అతనికిఁగూడ నీవివాహ మంతయిష్టముగాలేదు. కాని గందరగోళములో నొక్కనిమిషములో నెట్లు స్థిరపడిపోయినది! గోరా యాతని బలవంతపెట్టెనని చెప్పుటకు వలనుపడదు. వినయుఁడభ్యంతరము చెప్పినప్పుడుగదా గోరా బలవంత పెట్టుట? అట్లు జరుగలేదు! కాని—ఈ కానిమీదనే లలితమాట బల్లెపుఁబోటువలె వినయుని దాఁకెను—అప్పుడెట్టిబలవంతమును లేదు గాని చిరకాలము నుండియున్న ప్రభుత్వమాతని లోఁబరచుకొనియెను. వినయుఁడు ప్రేమచేతను మంచితనముచేతను గోరాయధికారము ననాయాసముగా సహించుట కలవాటుపడియుండెను. అందుచే నాయధికారమే మిత్రత్వము నెత్తికెక్కి కూర్చుండెను! వినయుఁడీ సంగతి యింత వరకు నూహింపనేలేదు. కాని యిప్పు డంగీకరింపకుండుట కుపాయములేదు. అందుచే నాతఁడు శశిముఖిని బెండ్లియాడి తీరవలయును!

విన:—లేదు. ఇంకను మాతండ్రిగారికి జాబు వ్రాయలేదు.

మహి:—అదినాదేతప్పు. ఆయుత్తరము నీవు వ్రాయవలసినది కాదు. నేనే వ్రాయవలసినది—వారి సంపూర్ణవిలాస మేమో చెప్పెదవా?

విన—మీకింతతొందరయెందులకు? ఆశ్వీజ కార్తీకమాసములలోఁ బెండ్లిండ్లు జరుగుట కవకాశములేదు కదా! ఇఁక మార్గశిరము—కాని దానికిని గొడవయున్నది. మాకుటుంబములో నెప్పుడో యెవ్వరికో యామాసమునఁ గష్టముకలిగినది. అప్పటి నుండియు మాకుటుంబమునందు మార్గశిరమాసమున శుభకార్యములు జరుగుటలేదు.

మహిముఁడు హుక్కా నొకమూలనుంచి 'వినయా! విద్యాధికులగు మీవంటి వారే యిట్టిచిక్కులో మునిఁగిపోయినచో నిఁక మీచదువంతయును వల్లించి చచ్చుట

కేనా? ఈపాతుదేశములో శుభముహూర్తములు దొరకుటయే కష్టముగా నున్నది. అందుపై నింటింటికి నొకపద్ధతియని యభ్యంతరములు కల్పించుకొన్నచో నిఁక శుభకార్యము లెట్లు జరుగును?" అనియెను.

విన:—భాద్రపదాశ్వయుజమాసములను మీ రేల యంగీకరించుట లేదు?

మహి:—నేనా? ఏమిచేయుదును బాబూ! భగవంతుని నమ్మక పోయినను సరియే కాని భాద్రపదాశ్వయుజములను, శనిగురువులను తిథినక్షత్రములను నంగీకరింపక పోయినచో నింటిలో నిలువనే లేము? అంగీకరింపక యేపనియైనఁ జేసినచో నందెట్టిలోపమైనఁ గలిగినయెడల మనసునకుఁ గష్టముగ నుండును. లోకము ననుసరించి పోవలయును మలేరియాజ్వరమునకు భయపడినట్లు లోకాభిప్రాయమునకు భయపడవలయును! నేను సామాన్యముగాఁ ద్రోసివేయఁజాలను!

విన:—మావాళ్ళకుఁగూడ మార్గశిరమాస మనిన నదియే భయము! ఇంతకు మా పినతల్లి యసలే యంగీకరింపదు!

అని చెప్పి వినయుఁడప్పటికెట్లో తప్పించుకొనియెను. అతని మాటలయందలి స్వరమునుబట్టి వినయుని యుద్దేశము మారినదని గోరా గ్రహించెను. కొన్ని దినముల నుండి వినయునిరాక లేదు. పరేశునింటి కాతఁడు తఱచుగఁ బోవుచున్నట్లు గోరా వినియుండెను. వివాహసంబంధమున నిప్పటి వినయుని మాటలు గోరాకుఁ గష్టము గలిగించెను. గోరా యిఁక వ్రాయుటమాని మొగమెత్తి "వినయా! నీవొకసారి యంగీకరించితివి. మరల నన్నగారి నిప్పుడేల సంశయములోఁ బెట్టి బాధించెదవు?" అనియెను.

వినయుఁ డాకస్మికముగ నసహిష్ణుఁడై "నేనంగీకరించితినా, బలవంతముగ నంగీకరింపఁబడితినా?" అనియెను.

గోరా విస్మితుఁడై కఠినస్వరముతో "నిన్నెవరు బలవంతపెట్టిరి?" అనియెను.

విన:—నీవు—

గోరా:— నేనా? నేనీవిషయమున నీతో నైదాఱుమాటలకంటె నెక్కువ ప్రసంగించితినా? అదియేనా బలవంతము!

నిజముగా వినయుఁడన్నమాటకు నిదర్శనములేదు. గోరా చెప్పిన మాటయే నిజము. గోరా కొలఁదిగనే మాటాడెను; బలవంతముచేయలేదు. కాని యొకమాట సత్యము! గోరా వినయునికడనుండి యాతని సమ్మతిని లాగికొనియెను. దీనికి బాహ్యప్రమాణమల్పమే కాని, యిట్టి తగవునందు మానవహృదయమునం దోఁచు సంక్షోభము మాత్రమల్పమైనదికాదు! అందుచేతనే వినయుఁడసంగత క్రోధస్వరముతో "బలవంతము చేయుటకు విశేషప్రసంగ మక్కఱలేదు!" అనియెను.

గోరా యొక్క యెదుటను బల్లయొద్దనుండి లేచి "ఏమీ! మఱియొకసారి చెప్పుము! నిన్ను యాచించిరో, బలాత్కరించిరో యపహరించుట కీనీమాట వరాలమూట కాదు!" అని పలుకుచు 'దాదా!' యని పిలచెను.

ప్రక్కగదిలో నున్న మహిముఁడు పిల్లివలె నచ్చటికివచ్చి నిలువఁబడియెను. గోరాయాతనిఁగాంచి "దాదా! శశిముఖిని వినయుఁడు పెండ్లియాడఁడని నేను మొట్టమొదటనే చెప్పితిని గాదా? నాకిష్టములేదనికూడఁ జెప్పలేదా?" అని ప్రశ్నించెను.

మహి:—ఔను నీవుతక్క మఱియెవ్వఁడు నట్లుచెప్పలేదు. మఱియొక సోదరుఁడైనచో నన్న బిడ్డపెండ్లివిషయమున మొదటినుండియు నుత్సాహముగనే యుండును!

గోరా:—వినయునితోఁ జెప్పుమని మీరు నన్నెందులకుఁ గోరితిరి?

మహి:—నీవు చెప్పినచోఁ బనిజరుగునని నేననుకొంటిని. ఇంతకంటెఁ గారణ కేమున్నది?

గోరా మొగమడ్డుచేసుకొని "నాకీవ్యాపారముతో నిమిత్తములేదు. పెండ్లిండ్లను గూర్చుటయే నాపనికాదు! నాకింకను జాలపనులున్నవి!'' అని చెప్పుచు నాతఁడింటినుండి వెడలిపోయెను. హతబుద్ధి యగు మహిముఁడీవిషయమున మాటాడకుండఁగనే వినయుఁడు నటనుండి లేచిపోయెను. మహిముఁడు గోడకుఁ జేరగిలఁబడికూర్చుండి నోట మాట లేకుండ హుక్కాను పీల్చుకొనుచుండెను.

గోరా వినయులలోఁ బరస్పరము నిదివఱకనేక వాక్కలహములు జరిగినవి కాని యింతటి ప్రచండాగ్ని జ్వాలవంటి వ్యాపార మెన్నఁడును జరుగలేదు. వినయుఁడు తాను చేసిన యీపనికిఁ బ్రథమమున స్తంభితుఁడై పోయెను. అతఁడింటికిఁ బోయి తనహృదయశల్యమున బెఱికివైచుకొనుటకుఁ బ్రయత్నముచేయుచుండెను. అంతశీఘ్రముగా గోరాహృదయమున కంతటియాఘాతమును గలిగించినందుల కాతని కాహార విహారములపై నసహ్యభావము కలిగెను. విశేషించి గోరాపై దోషారోపణము చేయుట యాతనికి దుర్భరముగను, నసంగతముగను దోఁచెను! ఆబాధచే నాతనిహృదయముపరితపించు పోవుచుండెను. అతఁడప్పుడు నిశ్చయముగా "నేను చేసినది—అన్యాయము! అన్యాయము!! అన్యాయము!!!'' అని యనుకొనియెను.

రెండుజాములైనతరువాత నానందమయి భోజనముచేసి కుట్టుపని చేసికొనుచు గూర్చున్న సమయమున వినయుఁడు వచ్చి యామెచెంతఁ గూరుచుండెను. ప్రాతఃకాలమున జరిగినసంగతి యంతయు నానందమయి మహిమునివలన నిదివఱకే వినియుండెను భోజనసమయమున గోరామొగము చూచినప్పుడే యేదో పుట్టిమునిఁగినదని యామె గ్రహించియుండెను.

విన:—అమ్మా! నేను తప్పుచేసితిని. శశిముఖి పెండ్లివిషయమున నేనీయుదయమున గోరానన్న మాటలు చాల నసహ్యములైయున్నవి.

ఆనం:—అగుఁగాక! బాబూ! మనకునకుఁ గష్టముగా నున్నప్పు డిట్టివనులే జరుగుచుండును. దాని కేమి! ఈ కోప మొకటిరెండు దినములకు నీవును మఱచిపోవు దువు; గోరాయును మఱచిపోవును.

విన:—కాని, అమ్మా! శశిముఖిని బెండ్లిచూడుటకు నాయభ్యంతర మేమియు లేదు. ఆమాటయే నీకుఁ జెప్పవచ్చితిని.

ఆనం:—వత్సా! తొందరపడి పొరతగ్గించుకొనవలయు నని ప్రయత్నించి మఱియొక పొరపాటు తెచ్చుకొనవలదు. వివాహమనునది జీవితకాలబంధము—విరోధము రెండుమూఁడు దినములనాఁటిది!

వినయుఁడా మె మాటలను వినిపించుకొనలేదు. మరల గోరాయొద్దకుఁబోయి తన యభిప్రాయమును దెలుపుటకు కాతనికి ధైర్యము లేకపోయెను. వినయుఁడు మహిముని కడకుఁబోయి పెండ్లి కట్టియభ్యంతరమును లేదు. మాఘమాసమునఁ జేయవచ్చును. మా తండ్రిగారి నంగీకరింపఁజేయుభారము నాదే" అని చెప్పివైచెను.

మహిం:—తాంబూలములు పుచ్చుకొనవలయునుగదా, ఎప్పుడు?

విన:—అన్నియును గోరాతో నాలోచించి చేయవచ్చును.

మహిం:—మరల గోరాతో నాలోచనయా?

విన:—అది లేకుండ నేదియు జరుగదు

మహిం:—అట్లయినచో నట్లేచేయుదుము కాని—

అనిచెప్పి యాతఁడు తమలపాకులను నోటవైచుకొని నమలుచుండెను.

౨౦

ఆనాఁటికిఁ గాక మఱునాఁడు మహిముఁడు గోరాగదిలోనికిఁబోయెను. అతని నివిషయమున మరల నొప్పించుట చాలకష్టమని మహిముఁడను కొనియెను. కాని మహిముఁడు వచ్చి వినయుఁడు చెప్పిన మాటలనన్నింటిని జెప్పినతోడనే గోరా "మంచిది! తాంబూలములు పుచ్చుకొనవచ్చును!" అనియెను.

మహిం:—నీవిప్పుడు సరియే యంటివి. మరియెప్పుడైన నడ్డము చెప్పఁకువు.

గోరా:—నేనెప్పుడును నూరక యడ్డముచెప్పను. విరోధించి—

మహిం—అందుచేతనే నిన్నుఁ వేడుకొనుచున్నాను. నీవూరకుండవలదు; విరోధింపనువలదు! కురుపక్షమునందలి నారాయణ బలముతోఁగాని, పాండవపక్షమునందలి నారాయణునితోఁగాని మాకు నిమిత్తము లేదు. నేనే నాయిష్టమువచ్చినట్లు చేసుకొందును. నేను పొరపాటు పడితిని. నీసహాయ్య మింతవిపరీతమైనదని నాకిదివఱకుఁ దెలియదు. ఎట్లయిననేమి? ఈశుభకార్యము జరుగుట నీకిష్టమేనా?

గోరా:—ఆఁ నాకిష్టమే.

మహి:—అట్లయినచో నీయిష్టమే నాకుఁ జాలును. నీప్రయత్నముతోఁ బనిలేదు.

ఇఁక వినయుని దూరమునం దుంచరాదనియు, నాతని విపత్క్షేత్రమునఁ దాను గావలియుండవలయు ననియు గోరా తలఁచెను. తానుగూడఁ బరేశునింటికిఁ దఱచుగాఁ బోవుచున్నచో వినయు నొకహద్దులో నిలిపి యుంచినట్లగు నని యాతఁడు నిశ్చయించుకొనెను. జగడము జరిగిన మఱునాఁడే యపరాహ్ణ సమయమున గోరా వినయునింటికిఁ బోయెను. ఇంతలో గోరా తనయింటికి వచ్చునని వినయుఁడనుకొనలేదు. ఆ కారణముచే వినయుని హృదయమున నాశ్చర్యమును సంతోషమును గలిగెను. ఇంతేకాక ముందుగా గోరా యెట్టి విరూపభావము నగపఱకుండఁ బరేశబాబు పుత్రికలమాటయెత్తుట మఱియు నాశ్చర్యకరముగా నుండెను. ఈవిషయమున వినయుని హృదయమున నుత్తేజనము కలిగించుటకు గోరా విశేషప్రయత్నము చేయనక్కఱలేకపోయెను. వారామాటలను మరలమరలఁ జెప్పుకొనుచుండఁగనే రాత్రియైపోయెను.

గోరా యామాటలనే తలంచుకొనుచు నొంటిగా నింటికివచ్చి నిదురించువఱకును బరేశుని పుత్రికలను గూర్చియే భావించుచుండెను. ఆభావము నాతఁడేవిధమునను దన హృదయమునుండి మరల్చుకొనఁ జాలకుండెను. గోరా జీవితమునం దిట్టి భావమీవఱ కెన్నఁడును గలుగలేదు. ఆఁడువాండ్రను గుఱించి యాతఁడెన్నఁడును యోచించియే యుండలేదు! ఈజగద్వ్యాపారమునందు స్త్రీ సంబంధమగు నాలోచనము కూడ నొక విషయమే యని వినయుఁడీసారి సప్రమాణముగ నిరూపించియుండెను.

మఱునాఁడు వినయుఁడు గోరాయొద్దకువచ్చి "పరేశునింటికొకసారి పోవుదమా చాలదినములనుండి పోవుటలేదు. వారెప్పుడును నీమాటయే యడుగుచుందురు." అనియెను.

గోరా మాఱుమాట చెప్పక యంగీకరించెను. ఆతని హృదయమునఁ బూర్వమువలె నిరుత్సాహభావములేదు. గోరాకుఁ బ్రప్రథమమునఁ బరేశబాబు పుత్రికలయెడలఁ గేవల ముదాసీనభావమే యుండెను. తరువాత వారియెడల నవజ్ఞాపూర్ణ మగు నిరోధభావముండెను. ఇప్పుడాతని హృదయమున నొకవిధమగు కుతూహలభావ ముద్రేకించియుండెను. వినయుని హృదయ మేకారణముచే నింతగా నాకర్షింపఁబడుచుండెనో తెలిసికొనవలయునని గోరాకిప్పుడు విశేషాభిలాష కలిగెను.

ఆ యిరువురును బరేశునింటికిఁ బోవునప్పటికి సాయంకాలమయ్యెను. అప్పుడు మేడ రెండవ యంతస్తుపై దీపమునొద్దఁ గూర్చుండి హారానబాబు పరేశున కొకయింగ్లీషు లేఖను జదివి వినిపించుచుండెను. పరేశబాబు మాటమాత్రమే గాని యాచదువు సుచరిత వినవలయునని హారానుని యుద్దేశము. సుచరిత యెదురుగా టేబిలునకు దూరమునందొక కుర్చీపై గూర్చుండి విసనకఱ్ఱను వెలుతురులో మొగమునకుఁ జాటుచేసుకొని

మౌనముతోఁ గూర్చుండి యుండెను. సుచరిత తన బాధ్యతను ననుసరించి వినవలయునని విశేషప్రయత్నము చేయుచు నేయుండెను. కాని యుండియుండి యామెమనసు చెదరిపోవుచుండెను.

ఇంతలో సేవకుఁడు వచ్చి గోరావినయుల యాగమనమును దెలియఁజేసెను. అప్పుడు సుచరిత యాకస్మికముగఁ బులకితయైపోయెను. తోడనే యామె లేచిపోవుటకు నుద్యమించుచుండగాఁ బరేశుఁడు "రాధా! ఎక్కడకుబోయెదవు? వారు మనగోరాయును, వినయుఁడును" అనియెను.

సుచరిత సంకుచితయై కూరుచుండెను. హారానుని దీర్ఘలేఖాపఠన మాఁగిపోయినందులఁ గామెకు సంతోషము కలిగెను. గోరావచ్చెనని యామె కుత్సాహము కలుగక పోలేదు. గాని హానూబాబుండఁగా వచ్చినందులకామె కించుక సంకోచము నస్వస్థతయుఁ గలిగెను. ఇరువురకును వాదమును గలహమును గలుగుననియో మతియొందుచేతనో గాని యామెయట్లుండెను. దానికిఁ గారణమిట్టిదనిచెప్పుట కశక్యముగా నుండెను.

గోరాపేరు విన్నంతనే హారానుని మనసున విముఖభావము కలిగెను. గోరా నమస్కారమున కెట్లో ప్రతినమస్కారముచేసి గంభీరభావముతో నాతఁడుకూర్చుండెను. హారానునిఁ జూచినతోడనే గోరా యుద్ధముచేయుటకు శస్త్రసన్నద్ధుఁడై యుండెను.

వరదాసుందరియును, ముగ్గురి తనయలును సెచ్చటికో విందునకుఁబోయిరి. సాయంకాలమునకుఁ దిరువాత వారిని పరేశబాబు తీసికొనిరావలసియుండెను. ఇంతలో గోరా వినయులు వచ్చుటచేఁ బోవుటకుఁ పరేశుఁడించుక సంశయించెను! గాని వారినింటికిఁ దీసికొనివచ్చుట దప్పనిపని యయ్యెను. అప్పుడు పరేశుఁడు హారానుని, సుచరితను గాంచి "మీరు వీరితోఁగూడఁగొంచెము సేపటివరకును మాటలాడుచుండుఁడు! నేనిప్పుడే తిరిగివచ్చెదను!" అని చెప్పి వెడలిపోయెను.

చూచుచుండఁగనే గోరాకును హారానబాబునకును వాదము ప్రబలిపోయెను. ఆవాదమునకు విషయమిది:— పరేశబాబు ఢాకాలో నున్నప్పటినుండియుఁ గలకత్తాకు సమీపమునందలి జిల్లాకలెక్టరు బ్రౌనుదొరగారితో స్నేహముగలిగియుండెను. పరేశబాబు భార్యను బుత్రికలను జనానాలోనుంచుట లేదని యాదొర యాతని విశేషముగ గౌరవించుచుండెను. ఆదొర తనప్రీతి జన్మదినమునందును గృషి ప్రదర్శన సమావేశమును గూర్చుచుండెను. ఈసారి వరదాసుందరి యాదొరగారి దొరసానితోఁ గలిసికొని తనకుమార్తెల ఇంగ్లీషు భాషాపరిజ్ఞానమును గూర్చి విశేషముగ ముచ్చటించెను. దానిపై నాదొరసాని రాఁబోవు సమావేశమునకు లెఫ్టినెంటు గవర్నరు భార్య సహితముగ వచ్చుననియు నప్పుడు నీతనయచే నొక చిన్న యింగ్లీషు నాటకమును వారియెదుట నభినయింపఁజేసినచో బాగుగ నుండుననియుఁ జెప్పెను. అందుచే వరదాసుందరి యుత్సాహము మితిమీరిపోయెను. ఆమె యిప్పుడు తనబిడ్డలు చదివిన నాటకమును

ముందుగఁ బ్రదర్శించి చూచుకొనుటకై బిడ్డలతోఁగూడ నొకమిత్రుని యింటికిఁ బోయెను. ఈ సమావేశమునకు గోరావచ్చునా రాఁడా యను ప్రశ్న వచ్చినమీఁదట గోరా యనావశ్యక తీవ్రస్వరముతో "రాఁడు!" అని చెప్పెను. ఈప్రసంగమున నింగ్లీషువారికిని, బాంగాళీలకును బరస్పర సమ్మేళన సౌకర్యముల ననుసరించి వాద మారంభమయ్యెను.

హారా:—బంగాళీలదేశప్పు! ఇన్ని దురాచారములు, నిన్ని దుష్టపద్ధతులును గల మన మింగ్లీషువారితోఁగలసి యుండుటకు యోగ్యులము కాము!

గోరా:—మీమాటయే నిజమైనచో నింతటియయోగ్యుల మగు మన మింగ్లీషువారితోఁగలియవలయునని యాత్రత పడుచుండుట లజ్జాకరముగాదా!

హారా:—కాని యోగ్యులగువారే వారియొద్ద గౌరవమును బడయుచుందురు వీరివలెనే మనపరేశబాబు తనయలవలెనే!

గోరా:—ఒక్కరికిమాత్రము కలుగుగౌరవమువలన ననేకులకగౌరవము కలుగుచున్నప్పుడు నేనట్టిగౌరవము నవమానముగనే పరిగణింతును!

అయిరువురును నిట్లువాదించుకొనుచుండఁగా సుచరిత దూరమునందుండి విసనకఱ్ఱచాటునుండి యేకాగ్రదృష్టితో గోరావంకఁ జూచుచుండెను. అట్లురెప్పవాల్చక చూచుచున్నట్లు గ్రహింపఁగలిగియే యున్నయెడల సుచరిత సిగ్గుపడియే యుండును. కాని యప్పుడామె యాత్మవిస్మృతయైయుండెను. గోరా యప్పుడు తన బాహుద్వయము టేబిలుపైసాచి ముందఱికివంగి కూర్చుండియుండెను. అతని ప్రశస్త శుభ్రలలాటముపై దీపకాంతి ప్రసరించుచుండెను. అతని మొగమునం దొకప్పు డవజ్ఞాపూర్ణమగు హాసమును, నొకప్పుడు ఘృణాపూర్వకమగు భ్రుకుటియును దరంగితములగుచుండెను. అతని ముఖమునందలి ప్రతిభావమునందును నాత్మగౌరవ ముపలక్షిత మగుచుండెను. అతని మాటలు కేవలము సామాజికవితర్కములును, నాక్షేపోక్తులును మాత్రమే కావు; అతని ప్రతిభాషణమునందును జిరంతనవిజ్ఞానమును, జిరకాలానుభవమును నిస్సందిగ్ధరూపమును మూర్తీభవించి యుండెను. ఆమాటలయందు ద్వైధీభావముగాని, దౌర్బల్యముగాని యాకస్మికత్వముగాని యగుపడుటలేదు. అతని కంఠస్వరమే కాక ముఖమండలమును; సమస్త శరీరమును దృఢభావమును బ్రకటించుచుండెను.

సుచరిత యది యంతయు నాశ్చర్యముతోఁజూచుచుండెను. విశేషమానవత్వమును, విశేషపౌరుషత్వమును గల యొకపురుషునిఁ గాంచఁగలుగుట యామె జీవితమునందిదియే మొదటిసారి గోరాకుఁ బ్రతిపక్షమునందున్న హారానబాబు చాలలోకువగా నగపడుచుండెను. అతని ముఖశరీరాకృతులను, హావభావములును, వేషభాషణములును గూడ హాస్యాస్పదములుగాఁ దోఁచుచుండెను. ఇన్నాళ్ళనుండియు వినయునివలన గోరాసంగతులను దెలిసికొని యాతఁడొక విశిష్ట మతమునకును, విశిష్ట సామాజను

నతను సంబంధించిన యసాధారణ పురుషుఁడని సుచరిత భావించుకొని యుండెను. ఆతనిచే నేదేనొక విధమగు దేశక్షేమము సాధింపఁబడు ననికూడ నామె నిశ్చయించుకొని యుండెను. ఆమె యిప్పు డేకాగ్రదృష్టితో గోరాను సమస్త సమాజములకును, సమస్తమతములకును, సమస్తోద్దేశములకును వేఱుచేసి కేవలము గౌరమోహనునిగనే కాంచుచుండెను. పూర్ణచంద్రునిఁ గాంచినతోడనే సమస్త ప్రయోజనములను, సమస్త వ్యవహారములను నతిక్రమించి సముద్రము పొంగి పోయినట్లే, గౌరమోహనునిం గాంచి సుచరిత హృదయమిప్పుడు సమస్తాలోచనములను, సమస్త సంస్కారములను సమస్త జీవితములను నతిక్రమించి సమస్తమును మఱచి సమస్తస్వరూపముతో నుచ్ఛ్వసితమై పోవుచుండెను. మానవుఁడన నెట్టివాఁడో, ఆత్మయన నేమో యామె యిప్పుడె ప్రప్రథమమునఁ గ్రహింప గలిగెను. అందుచే నామె యిప్పుడు తన్నుఁ దానే మఱచియుండెను.

సుచరితయొక్క తన్మయత్వమును హారానబాబు గుర్తించెను. అందుచేఁగూడ నాతని వాదశక్తి విజృంభింపఁ జాలకపోయెను. ఆతఁడు మిగుల నధీరుఁడై చటాలున లేచి యెంతో యాత్మీయునివలె "ఒకసారి లోనికిరమ్ము! నీతో మాటాడవలసి యున్నది!" అనియెను.

సుచరిత తన్నెవ్వరో యాకస్మికముగఁ గొట్టినట్లుగా నదరిపడియెను. హారానబాబునకు సుచరిత నట్లు పిలుచుటకుఁ దగినంత చనువు లేకపోలేదు. మఱియొకప్పుడట్లు పిలచినచో నామెకును సంశయము లేకయుండును. కాని యిప్పుడు గోరా వినయుల యెదుట నుండుటచే నామె కామాట యవమానకరముగాఁ దోఁచెను. విశేషించి యామె వదనమువంకనే యేకమనస్కుఁడై చూచుచున్న గోరాయామె యిప్పటి హారాననిమాట కసహ్యపడుచున్నట్లు గ్రహించెను. మొదట నామాట విననట్లే యామె మౌనముతోఁ గూర్చుండి యుండెను. అప్పుడు హారానుఁడు మరల విరక్త కంఠస్వరముతో "వినఁబడలేదా? నీతో మాటాడవలసియున్నది! లోనికి వచ్చెదవా?" అనియెను.

సుచరిత యాతని మొగమువంకఁ జూడకయే "యిప్పుడు కాదు—తండ్రిగారు వచ్చెదరు! అప్పుడు మాటాడవచ్చును?" అనియెను.

వినయుఁడు లేచి "మేము పోవుదమా?" అనియెను.

సుచరిత తత్తరముతో "వలదు; వినయబాబూ! లేవవలదు! తండ్రిగారు మిమ్ము లనుండుఁడని చెప్పియున్నారు. ఇప్పుడే వచ్చెదనని చెప్పిరికదా!" అనియెను. వేఁటకాని చేతిలోఁ బడిపోవుచున్న విభీతహరిణీస్వరముంబోలి యప్పటి యామె కంఠస్వరమున వ్యాకులానునయభావము విస్పష్టమగుచుండెను.

'నేనిఁక నుండఁజాలను; పోయెదను' అని హారానుఁడు తొందరగా వెడలి పోయెను కోపముతో వెడలిపోయెను. కాని యానిమిషమునందే యాతనికిఁ బశ్చాత్తాపము కలిగెను. కాని మరల లోనికి వచ్చుట కుపాయ మేమున్నది? హారానబాబు పోవు

నప్పుడు సుచరిత గభీరలజ్జారక్తవదనమండలము నవగతముగఁ జేసికొని కూర్చుండియుండెను. ఏమనవలయునో, యేమిచేయవలయునో యామె భావింపనేలేదు. ఆసమయమున నామె నెమ్మొగమును స్పష్టముగఁ జూచుటకు గోరా కవకాశము కలిగెను.

చదువుకొన్న కాంతలు ప్రగల్భతయు, నౌద్ధత్యమును కలిగియుందురని గోరా యూహించియుండెను. కాని యిప్పుడు సుచరిత ముఖవిలాసమునందు ఛాయామాత్రముగనైన నట్టిభావమున్నదా? ఆముఖమునందు సముజ్జ్వలబుద్ధిశక్తియే నిస్సందేహముగఁ బ్రకాశితమగుచుండెను. ఆ కోమలసుందరవదనము లజ్జానమ్రత్వములచే నెంతటి మనోజ్ఞ విలసితమైయున్నది! ఆముఖకాంతి యెంతసుకుమారమైనదిఁ కనుబొమ్మలపైనున్న యాసుస్నిగ్ధలలాటము శరదాకాశఖండమువలె నెంతనిర్మలమై, యెంతస్వచ్ఛమై యున్నది! ఆమె యోష్ఠాధరపల్లవము లంచంచలములుగనే యున్నవి; కాని యాయనుచ్చారిత వదనమాధుర్యము వానినడుమఁ గోమలకోరకముంబోలి యెట్లు భాసిల్లుచున్నది! నాగరిక రమణీమణుల వేషభూషణముల నిదివఱకెన్నఁడును గోరా యింతస్పష్టముగాఁ జూచియుండలేదు. అట్టివానియందాతని కసహ్యాభావముకూడ నుండెను. ఇప్పుడు సుచరిత రమణీయదేహమునందలి నూతనరచనలుగల దుస్తుల యలంకార మాతని కన్నులకుఁ జాల బాగుగనే యగపడియెను.

సుచరిత చేయియొకటి టేబిలుపైనుండెను. ఆజాకెట్టు జాలువడుమనుండి కానవచ్చుచున్న యాకోమలకరపల్లవ మామె కోమలహృదయమునుండి వెడలివచ్చిన శుభసంవాదమో యనునట్లుగా గోరా కనుభవమగుచుండెను. దీపప్రకాశితమగు నాశాంతసంధ్యాసమయమున సుచరితను బరివేష్టించియున్న యామందిరమునందలి కాంతియును గుడ్యములయందలి చిత్రప్రతిమలును, గృహోపకరణరచనయు గృహాలంకారమును నొకవిధమగునంత సౌందర్యమును వహించియున్నట్లు గోరాకుఁ దోఁచెను. ఆగృహమంతయు సేవాకుశలయగు నారమణీమణి స్నేహోపచారములచే సౌందర్యమండితమై గోరాకన్నులయెదుట నిమిషములోఁ బ్రత్యక్షమైనట్లగపడుచుండెను. చూచుచుండగనే క్రమముగా నాతనికి సుచరిత కపోలములయందలి చెదరిన కుంతలములు మొదలు, పాదముల జీరాఁడు చీరకుచ్చిళ్లవఱకును గలసమస్తమును సత్యసౌందర్యమయముగను విశేషతేజోమయముగను గానవచ్చుచుండెను. ఒక్కసారిగా నామె సమగ్రశరీర సౌందర్యము బ్రత్యేకాంగక స్వతంత్రసౌందర్యమును గోరాదృష్టుల నాకర్షించివైచెను.

కొంతసేపటివఱకు నెవ్వరు నేమియు మాటాడఁజాలక యొక్కవిధముగఁ గుంఠితులై యుండిరి. అప్పుడు వినయుఁడు సుచరితవంకఁజూచి వెనుకఁదాము మాటాడుకొన్న ప్రస్తావము నెత్తి 'సుచరితా! మనము మనదేశమునుగూర్చిగాని, మన

సమాజమును గూర్చి గాని యేమియు పాటుపడుట కవకాశము లేదనియు, నెప్పటికిని రక్షిత బాలకులవలె నింగ్లీషువారి రక్షణమునందే నియుక్తులమై యుండవలసియుండు ననియు నీకాదినమునఁ జెప్పియుంటిని. మనదేశములోఁ జాలమంది యభిప్రాయము కూడ నిదియే. ఇట్టి స్థితిలో మానవుఁడు స్వార్థపరుఁడైనఁ గావలయును! ఉదాసీనుఁడైనఁగావలసి యుండును. నేనిట్లు నిశ్చయించియే గోరాతండ్రి నెట్లయినబలవంతపెట్టి ప్రార్థించి యొక యుద్యోగమును సంపాదింపవలయునని తలంచితిని. కాని గవర్నమెంటు నౌకరీ నీవు చేయవలదని గోరానన్ను నిరోధించెను"

ఆమాటకు సుచరిత మొగమునందుఁ దోఁచిన యాశ్చర్యచ్ఛాయం జూచినతోఁడనే గోరా "గవర్నమెంటుపైఁ గోపముచే నేనిట్లు చెప్పితినని భావింపవలదు! ఆ యుద్యోగమునఁ జేరినతోడనే గవర్నమెంటుశక్తి తమశక్తిగనే భావించి గర్వముచేఁ దామీ దేశస్థుల మనుమాటయే మఱచిపోవుదురు! దినములు గడచిన కొలఁదియు గర్వము వర్ధిల్లుచునే యుండును!— మాబంధుఁడొకఁడు డిప్యూటీకలెక్టరుగా నుండెడివాఁడు. ఆయననొకప్పుడు జిల్లాకలెక్టరు చూచి 'నీతీర్పులలోఁ జాలమందికి విడుదలలే యగపడుచున్నవి కారణ మేమి?" అని ప్రశ్నించెను. దానిపై నాతఁడు 'దొరగారూ! దానికిఁ గారణమున్నది. మీరెవ్వరిని జైలునకుఁ బంపుదురో వారినిఁ గుక్కలుగను పిల్లులుగను మాత్రమే మీరు భావింతురు. జైలునకు బంపవలసిన వారందఱును నా సోదరులని నేను భావింతును. ఇదియే నాతీర్పులలో శిక్షితులసంఖ్య తగ్గుటకుఁ గారణము!'' అని ప్రత్యుత్తరమిచ్చెను. అట్టి డిప్యూటీకలెక్టరులును, గలెక్టరులును నిప్పుడుగూడ లేకపోలేదు. కాని క్రమముగ నుద్యోగమే జీవితమునకుఁ బ్రధానాలంకారముగాఁ జూచుకొను నీదినములలో డిప్యూటీలు తమదేశస్థులను గుక్కలకంటె నధములనుగాఁ జూచుచున్నారు. వారి యుద్యోగము వర్ధిలుచున్నకొలఁదియు దేశస్థులకుఁ గేవలమధోగతి కలుగుచున్నది. ఒకరిపై నాధారపడి యున్నతి నందగోరువాఁడు తనవారిని నీచముగాఁ జూడవలసియుండును. అందుచేతచే వారికన్యాయము చేయుటకుఁ గూడ బాధ్యుఁడు గావలసివచ్చును. కావున గవర్నమెంటు నౌకరీవలన దేశమున కెట్టిలాభమును గలుగఁజాలదు!" అని గోరాబల్లపై నొకగుద్దు గుద్దెను. వత్తి దీపస్తంభము గడగడ వడఁకిపోయెను.

విన:—గోరా! ఈబల్ల గవర్నమెంటుకాదు — ఈదీపము పరేశబాబుగారిది!

ఆమాటవిని గోరాయుచ్చస్వరముతో నవ్వ నారంభించెను. ఆ హాస్యప్రబల స్వరముతో నామందిరమంతయు నిండిపోయెను. అట్లుబాలకునివలె నతి ప్రమోదముగ నవ్వుచున్న గోరాను జూచి సుచరిత యాశ్చర్యపడియెను. "ప్రబల విషయములను

గూర్చి బాగుగ హృదయమున భావింపఁగలవారే ప్రాణరసము పొంగిపొరలునట్లు నవ్వఁగలరు!" అనుసంగతి యామెకుఁ దెలియదు.

ఆ దినమున గోరా యెన్నియో విషయములను గూర్చి మాటలాడెను. సుచరిత మౌనముతో నున్నను నామెముఖభావమునందు సమ్మతియగుపడుటచే గోరా యుత్సాహపూరితహృదయుఁడైపోయెను. తుదకాతఁడు సుచరితనే సంబోధించి 'చూడుము! ఒక్కమాట మనసునందుంచుకొనుము! మన సంస్కారములు భ్రాంతిమంతము లనియు నింగ్లీషుపద్ధతుల నవలంబింపకున్నచో మనకేవిధముగను నున్నతి లభించుట కవకాశము లేదనియు భావించుట యవివేకము. అట్లు వారిపద్ధతులను కేవల మనుకరణమాత్రముగ నవలంభించుచున్నచోఁ గ్రమముగా మన సురక్షిత ప్రాకారద్వారములను దెఱచివైచుకొనుటయే యగునుగాని, యసంభవమగు నున్నతి యామూలమున నెన్నఁటికిని సంభవము కానేరదు. నీవీభారతవర్షమునందే యుండుమని నేను నిన్ను వేఁడుకొనుచున్నాను ఈ భారతవర్షమునందలి గుణదోషముల మధ్యస్థలమునందే సుస్థిరముగా నిలిచియుండుము! వికృతియేమైనను న్నచో లోపలినుండియే పరిశోధించుటకుఁ బ్రయత్నింపుము! సర్వదా, సర్వథా దీనినే చూచుచుండుము! భావించుచుండుము! తెలిసికొనుచుండుము! ఎప్పుడును నీ మొగము నావంకకే మరలించియుంచుము! దానితో నైక్యమై పొమ్ము!—దీనికి విరుద్ధముగ నిలిచి వెలుపలనుండి క్రిస్టియక సంస్కారములు చిన్నతనము మొదలుగా మనయెముకలవఱకును వ్యాపించి పోవుచున్నవి. అందుచే నీసంగతి నీవెంతమాత్రము నూహింపఁజాలకున్నావు! ఈసంస్కారములను కేవలమును ద్రోసివేయవలయును. ఏవిషయమునందును వీని నెంతమాత్రమును విశ్వసింపఁరాదు" అని చెప్పెను.

గోరా వేఁడుకొనుచుంటినని చెప్పెనుగాని, యదినిజము గాదు. ఆతఁడిట్లాజ్ఞాపించెను. ఆతని మాటలయందలి తీవ్రవేగ మితరుల యంగీకారము నపేక్షించి యుండదు! సుచరిత తలవంచుకొని యంతయును వినియెను. ఇంత యాదరముతో నీమాటలను దన్నుద్దేశించియే గోరాచెప్పుటచే నామెహృదయమునందొక విధమగు నాందోళనయు కలిగెను. సుచరిత యప్పుడు తనసంకుచితభావమును విడిచి సహజముగా వినయునిఁగాంచి "నేనెన్నఁడును దేశవిషయమున నింతగా, విశేషముగా, సత్యముగా భావించియుండలేదు! కాని యొక ప్రశ్న చేయుచున్నాను. మతమునకును దేశమునకును సంయోగ మననేమి? మతము దేశమున కతీతమైనదికాదా?" అనియెను.

సుచరిత మధురకంఠస్వరము గోరాచెవుల కతిమధురముగా నుండెను. ఆమెవిశాలనయనములలో నాప్రశ్న మఱియును మధురముగాఁ దోఁచుచుండెను. అప్పుడు

గోరా "దేశముకంటె పతితమైనవియు దేశముకంటె నధికమైనవియు నగువస్తువు దేశ నుండియే ప్రకాశించుచున్నది. ఈశ్వరుఁడిట్లే విచిత్రభావమునందుఁ దనయొక్క స్వరూపమును వ్యక్తపరచుచున్నాడు! సత్యమేకమైన దనియుఁ, గావున నేకమ సంబంధమైనదియే సత్యమనియు, ఏకమతసంబంధమగు నేకమాత్ర స్వరూప సత్యమనియు భావించువారు కేవలము, నేకము నగు సత్యమును మాత్రమే గ్రహిం చుందురు—కాని యనంతమగు సత్యమును వారు గ్రహింపజాలరు. అనంత మ నేకత్వమ నంత మగున నేకత్వమునందుఁ దన్నుఁ బ్రకాశింపఁజేసికొనుచున్నది. నే నిశ్చయముగాఁ జెప్పుచున్నాను! భారతవర్షమునందలి వివృత గవాక్షములనుండిఁ నీవుజ్ఞానసూర్యుని సందర్శింపగలవు! అందుకొఱకు నీవు సముద్రములను దాటిపో క్రైస్తవారాధనమందిరము లందలి కిటికీలయొద్దకూర్చుండ నక్కఱలేదు!" అనిరో

సుచ:—భారతవర్ష ధర్మతంత్ర మొకవిశేషమార్గమున దేవుని సన్నిధికిఁ గ పోవునని మీరు చెప్పుచున్నారుగదా! ఆవిశేషత్వ మెట్టిది?

గోరా:—నిర్విశేషుఁడవయ్యును విశేషమధ్యమున వ్యక్తుఁడగు వాతడే బ్ర నిరాకారుఁడగు వాతనియాకార మనంతమైనది. హ్రస్వదీర్ఘస్థూలసూక్ష్మానంత ప్రవా మాతనిదే. అనంతవిశిష్టుఁడగు వాతడు నిర్విశిష్టుడు. అనంతరూపుడగు వాతఁడరూపుఁ ఇదియే భారతవర్షధర్మవిశేషము. ఇతరమతము లన్నియు నయ్యాశ్వరుని గొలఁదిగ గొప్పగనో యేదోయొకవిధముగ నేకమాత్రవిశేషమధ్యమున బంధించుటకుఁ బ్రయత్ని చుచుండును. భారతవర్షముకూడ నీశ్వరుని విశేషమధ్యమునఁ గనుఁగొనవలయునని ప త్నించుచుండును గాని యావిశేషమే యేకమాత్ర మనియుఁ నేకప్రధానమనియు బరిగణించుటలేదు. ఈశ్వరుఁడావిశేషమున కనంతగుణము లతిక్రమించియున్నాఁ మాట భారతవర్షమునందలి యేభక్తుఁడు నెప్పుడు నంగీకరింపకుండ నుండఁజాలడు!

సుచ:—సరే జ్ఞానియగువాఁడట్లు చేయుఁడు. అజ్ఞానియో?

గోరా:—అజ్ఞాని యగువాఁడు సమస్త సత్యమును, సమస్త దేశమును గ వికృతముగనే చూచునని నేనిదివరకే చెప్పితిని.

సుచ:—కాని మనదేశమునుండి యావికార మింకను దూరముగఁ బోలేదా?

గోరా:—పోవును. ధర్మసంబంధము లగు స్థూలసూక్ష్మములును, బహిరంత లును, దేహాత్మలును గలిసియే పరిపూర్ణధర్మ మని తెలిసియుండియు సూక్ష్మమును హింప జాలనివారు స్థూలమును; దీపికొని యనేకద్భుత వికారఘటనములను గావి చుందురు. కాని యెవ్వఁడు రూపమునందును, నరూపమునందును, స్థూలమునంద

సూక్ష్మమునందును, ధ్యానమునందును, ప్రత్యక్షమునందునుగూడ సత్యమైయుండునో యట్టివానిని మనోవాక్కాయకర్మలచే సాధించుటకై భారతవర్షము సర్వతోభావముగ నద్భుతప్రబల ప్రయత్నములను జేయుచున్నది! ఇప్పట్టున మనము యూరపు ఖండ సంబంధమగు నష్టాదశ శతాబ్దికమైన యాస్తిక్య నాస్తిక్య సమ్మిశ్రితమగు నొక సంకీర్ణ నీరసవికారమతముచే నేకమాత్ర శరణ్యముగ నవలంబించుట సమంజసము కాదు.

సుచరిత యేమియు మాటాడకూరకుండెను. గోరామరల "నీవునన్ను దురభిమానిగా భావింపవలదు. హిందూమత సంబంధమున దురభిమానులగువారు చెప్పునట్లు నేను చెప్పుటలేదు. భారతవర్ష సంబంధము లగు నానావిధ ప్రదర్శనముల యందును, విచిత్ర చేష్టితములయందును నొకవిధముగా గభీరమును, ప్రకాండము నగునైక్యమును గాంచి యాయానందముచే నేనున్మత్తుడనై పోవుచుందును. ఈయైక్యానంద పారవశ్యముచేతనే భారతవర్షమునందలి మూఢజనులతోఁగూడఁగలసి పోవుటకు నాకెట్టిసంకోచమును గలుగుటలేదు. వారందఱును భారతవర్ష సందేశమును గ్రహించినను గ్రహింపకపోయినను సరియే—నేను నా భారతవర్షమునందందఱితోడ నేకమై యుందును, వారికి నా సర్వస్వమునందును స్వత్వమున్నది! వారందఱిలోననుగూడఁ జిరంతన భారతవర్ష నిగూఢానిర్భరము నియత కార్యాచరణము గావించుచునే యున్నదనుటకు నాకెట్టిసంశయమును లేదు" అనియెను. ఆతనిగభీరకంఠస్వరమునకు మందిరమును, గోడలును, బల్లలును, సకలవస్తువులునుగూడఁ గంపించిపోవుచుండెను.

ఈమాట లన్నియును సుచరితకు స్పష్టముగా బోధపడునట్టివి కావు. కాని యనుభూతిసంబంధ మగు నస్పష్టసంచారము ప్రప్రథమమున నతిప్రబల వేగముకలదై యుండును. జీవన మనునది కేవలమును నాలుగుగోడలనడుమను గాని సమాజమధ్యమునఁ గాని బంధింపబడునది కాదనిదెలిసికొనుట సుచరిత హృదయమునకుఁ బీడాకారముగానుండెను.

ఇంతలో మెట్లయొద్ద స్త్రీలనవ్వులతోఁగూడిన పదశబ్దములు వినవచ్చెను. వరదాసుందరిని, బిడ్డలను వెంటఁబెట్టుకొని పరేశబాబు వచ్చియుండెను. మెట్లనెక్కుచుండగాఁ సుధీరుఁడేదియో పరిహాసము చేయుటచే నాకాంతలలో హాసధ్వని బయలుదేఱెను. లావణ్యయు, లలితయు, సతీశుఁడును నింటఁ బ్రవేశించినతోడనే గోరానుజూచి నివ్వెఱపడి నిలిచిపోయిరి. లావణ్యయటునుండియే వెడలిపోయెను. సతీశుఁడు వినయునికుర్చీ యొద్దనిలువఁబడి యాతనితోఁ నేమేమో విస్రంభాలాపము లాడుచుండెను. లలిత సుచరిత వెనుకను గుర్చీ నానుకొని యామె వెనుక నగపడియు నగపడనట్లు కూర్చుండెను.

పరే:—నేనుమరలివచ్చుట కాలస్యమైపోయినది! పానూబాబు వెడలిపోయెనా?

సుచరిత యీప్రశ్న కెట్టియుత్తరము నీయలేదు. అప్పుడు వినయుఁడు "ఔను ఆతఁడాలస్యమును సహింపఁజాలకపోయెను!" అనియెను. అంతలో గోరా లేచి 'ఇఁక మేము సెలవు గైకొందుము!" అని చెప్పుచు వినతుఁడై పరేశునకు నమస్కరించెను.

పరే:—నేఁడు మీతోఁ గలసియుండుట కవకాశము కలిగినది కాదు. బాబూ! అప్పుడప్పుడు తెరపి చేసికొని యొకసారి వచ్చుచుండుఁడు!

గోరాయును, వినయుఁడును వెడలిపోవుట కుద్యమించుచుండఁగా వరదాసుందరి వచ్చెను. ఇరువురు నామెకు నమస్కారము చేసిరి. అప్పుడామె "మీరిప్పుడే పోయెదరా?" అని ప్రశ్నించెను.

గోరా:—ఔను!

వర:—వినయబాబూ! నీవు భోజనము చేసి పోవుదువుగాని—నీతో మాటాడ వలసినపని యున్నది?

సతీశుఁడు గంతులు వైచుచువచ్చి వినయునిచేయి పట్టుకొని "ఔను; మాయమ్మ వినయబాబును బోనీయదు! ఈతఁడీరాత్రికి మాయింటనే యుండును!" అనియెను. వినయుఁడు కుంఠితుఁడై మారుమాట చెప్పఁజాలకుండుటఁ గాంచి వరదాసుందరి గోరాను జూచి "వినయబాబునుగూడ మీరు వెంటబెట్టుకొని పోయెదరా? ఈయనతో మీ కావశ్యకమగు పనియున్నదా?" అని ప్రశ్నించెను.

గోరా:— ఏమియు లేదు—వినయా! నీవుండుము! నేను పోయెదను!

అని చెప్పి గోరా వెడలిపోయెను. వినయుఁ డాఁగుమని వరదాసుందరి గోరాను గోరుచున్న సమయమునందే యొకసారి వినయుఁడు లలిత మొగము వంకఁ జూడకుండ నుండఁజాలకపోయెను. లలిత చిరునగవుతో మొగము మరల్చుకొనియెను. లలిత కావించుచుండు నిట్టికొంటెతనపుఁజిఱునవ్వుల పరిహాసముల నెదిరించుటకు వినయుఁడు సమర్థుఁడు కాఁజాలకుండెను—ఇప్పటి లలిత చిఱునగవుతోడి గూఢచూపాతనికి మఱి యొక వాఁడి బాణమయ్యెను. అప్పుడు లలిత మృదులస్వరముతో "వినయబాబూ! మీ రీదినమునఁ దప్పించుకొని పోయిన బాగుగ నుండును!" అనియెను:

విన:—ఏమి?

లలి:—అమ్మ మిమ్ముఁ విపత్తునఁ బడద్రోయఁ జూచుచున్నది. జిల్లాకలెక్టరు వారి కృషిప్రదర్శన సమ్మేళన సమయమున నాటకమును బ్రదర్శించుట కొక యభినేత తక్కువగా నున్నాఁడు. అమ్మ యందుకొఱకు మిమ్మేర్పాటు చేసికొన్నది.

వినయుఁడు వ్యస్తభావముతో "ఎంతపని జరిగినది! ఈపని నావలనఁగాదు!" అనియెను.

లలి:—(నవ్వుచు) ఆసంగతి నేనమ్మతో ముందే చెప్పితిని. ఈయభినయమునఁ బ్రవేశించుటకు మిమ్ములను మీమిత్త్రుఁడంగీకరింప నీయఁడని కూడఁ జెప్పితిని!

వినయునకు మఱియొక యాఘాతమయ్యెను. అతఁడు నామిత్త్రునిమాట యటుంచుము! సప్తజన్మములనుండి యెన్నఁడును నేనభినయమున నేమో యెఱుంగను! నన్నేల బలవంతపెట్టెదరు?

లలి:—జన్మజన్మాంతరముల నభినయించియే వచ్చితి మని మేమందఱము ననుకొనుచున్నాము!

ఇంతలో వరదాసుందరి వచ్చెను. లలిత యామెం గాంచి 'అమ్మా నీవూరక ముందుగా వినయబాబు నభినయమునకుఁ బిలువఁదలఁచితివి. అతని మిత్త్రుఁడంగీకరించిన తరువాత నైనచో—" అనియెను!

వినయుఁడు కాతరస్వరముతో 'ఇందు మిత్త్రునియంగీకారముతో నావశ్యకము లేదు. అభినయించుటకు నాకు సామర్థ్యము లేదు!" అనియెను.

వరదా:—అందుకొఱకు మీరు సంశయింపవలదు. మేము ముందుగ మీకు నేర్పియే తీసికొనిపోవుదము! చిన్నచిన్న బిడ్డలకే తెలియుచున్నప్పుడు మీకుఁ దెలియదా?

వినయునకింక దప్పించుకొనుట కుపాయము లేకపోయెను.

౨౧

గోరా స్వాభావిక వేగమును విడిచి యన్యమనస్కుఁడై మెల్లమెల్లగ నడచుచు నింటికి బోవుటకు సహజమార్గమును వదలి చాలసేపు తిరిగితిరిగి గంగయొద్దు రోడ్డునుబట్టి పోవుచుండెను. ఆకాలమునాఁటికి గంగానదీజల ప్రదేశమునఁగాని గంగాకూలస్థల ప్రదేశమునందుఁగాని వర్తకసభ్యతా సంబంధమగు లాభలోభ మాక్రమించుకొని యుండ లేదు. అప్పటి కింకను గంగాతీరముపై రైలుగాని, గంగానీరముపై వంతెనగాని గల్పింప బడియుండలేదు. అప్పటి శీతకాల సంధ్యాసమయములందు నగరనిశ్వాసకాలుష్య మాకాశము నింత నిబిడముగా నాక్రమించుకొనుటలేదు. అప్పటి గంగానది బహుదూరమునందలి నిర్జన హిమాలయ శిఖరమునుండి కలకత్తానగర రజోలిప్తవ్యస్తతా మధ్యమునకు శాంతి సందేశమునే మోసికొని తెచ్చుచుండెను!

గోరా మనసు నాకర్షించుటకుఁ బ్రకృతి కింతవఱకెన్నఁడు నవకాశము కలుగ లేదు. గోరా హృదయ మెప్పుడును స్వకార్యాలోచనములలోనే కొట్టుకొనిపోవు చుండెను. దానికి స్థలజలాకాశములతో నెంతమాత్రము నిమిత్తమే లేకపోయెను. అది వీనిని లక్ష్యము చేయుటయే లేదు. కాని యిప్పుడు గంగాజలోపరిభాగమునందలి యాకాశము తన నక్షత్త్రములచే నభిషిక్తమైయున్న యంధకారమూలమున నాతని హృదయమును నిశ్శబ్దముగా స్పృశింప నారంభించెను. గంగానది నిస్తరంగితమై యుండెను.

తీరమునందలి కొన్ని నౌకలలో దీపములు వెలుగుచుండెను; కొన్ని దీపహీనములై యుండెను. తీరమునందలి దట్టములగు చెట్లగుంపులోఁ గాలచ్ఛాయ ఘనీభూతమై యుండెను. వానిపైభాగమున బృహస్పతిగ్రహ మంధకారాంతర్యామింబోలి తిమిరమును ఛేదించుచున్న తనయనిమేష దృష్టితో సుస్థిరమై యుండెను.

ఇప్పుడీ ప్రగాఢ నిస్తబ్ధప్రకృతి గోరాహృదయ శరీరముల వశీభూతములుగాఁ జేయుచున్నట్లుండెను. గోరాహృత్పిండ సంచలనముతో సమతాళమున నాకసమునందలి నిరాఘంధకారమూర్తి నర్తనముచేయుచుండెను. ప్రకృతియింతకాలమునకు ధైర్యము వహించి గోరాయంతఃకరణమునందలి యేద్వారము తెఱవబడియెనో గాని యాత్రోవను నిమిషములోఁ బ్రవేశించి భద్రతాప్రపూర్ణమగు నాతనిహృదయదుర్గము నాక్రమించుకొనియెను. గోరా యంతకాలమువఱకును దనవిద్యాబుద్ధులచేతనే యాలోచించిపనులను గావించుచుఁ గేవలమును స్వతంత్రుఁడై యుండెను—ఇప్పుడేమైనది? అతఁడిప్పుడొక్కించుక ప్రకృతి నంగీకరించినమాత్రమున నీగభీరమగు నీనీలజలములను నిబిడమగు నీనీలకూలమును, సముదారమగు నీనీలాకాశమును నాతని నొక్కసారిగా నావరించుకొనియెను! కావున నాతఁడిప్పుడు ప్రకృతికట్లో లొంగిపోయెను.

వీధిప్రక్కనున్న వర్తక కార్యస్థానమునందలి యుద్యానవనమున విదేశలతయొకటి యపరిచితములగు పువ్వులనుండి వెలువడు కోమలమృదుల పరిమళముచే గోరావ్యాకులహృదయముపై హస్తప్రసారణము గావించుచున్నట్లుండెను. ఆగంగానది యాతని కీలోకాలయ కర్మక్షేత్రమునుండి దూరమునున్న యొక యనిర్దేశ్యస్థానము నంగుళినిర్దేశమునఁ జూపించుచున్నట్లుండెను. ఆయనిర్దేశ్యస్థానమున నిర్జననదీతీరమునందలి వృక్షములు శాఖలచే దట్టముగ నొండొంటి నలముకొని వింతపూవులను బూచియుండెను; వింతనీడలను బ్రసరించి యుండెను. అచ్చటి నిర్మలనీలాకాశముక్రింది పగళ్లు వికచనయన దృష్టివిలాపములంబోలియు, రాత్రులు లజ్జావనతనయన పక్షచ్ఛాయలంబోలియు విలసిల్లుచుండెను! ఎల్లదెసలనుండియు మధురావర్తములు బయలుదేఱి యపూర్వశక్తులతో నాతని నాకర్షించి యిదివఱకెన్నఁడు నెట్టిపరిచయమును లేని గభీరస్థానమునకు గొనిపోవుచున్నట్లయ్యెను! ఒక్కసమయమునందే యాతని సమస్తహృదయమును వ్యథాహస్తములతో నీవైపునుండి యావైపునకుఁ గొట్టుకొనిపోవుచుండెను. ఇప్పుడీహేమంత నిశాసమయమునందు—ఈనదీతీరమునందు ఈయవ్యక్తనగర కోలాహలమునందు—ఈయస్ఫుట నక్షత్రాలోకమునందు—విశ్వవ్యాపినియు, నవగుంఠితయు, నజ్ఞాతయునగు నొకమాయావిని సాన్నిధ్యమున గోరా యాత్మవిస్మృతుఁడై నిలువఁబడి యుండెను. ఇంతవఱకు నీతఁడీమాయావిని నంగీకరింపకపోవుటచేతనే యిప్పుడామె శాసనబంధమగు నింద్రజాలము తనసహస్ర వర్ణసూత్రములతో గోరామజలస్థలాకాశసహితముగా

నలుదెసలనుండియు బంధించివైచెను! గోరా తన్నుఁగూర్చి తానే విస్మితుఁడైపోయి యానిర్జన నదీఘట్టమునందొక సోపానముపైఁ గూలఁబడిపోయెను.

అతఁడప్పుడు తనలోఁ "నాజీవితమునం దీక్రొత్తయనుభవ మేలకలిగినది? దీనితో నేమైనఁ బ్రయోజన మున్నదా? నాజీవిత సంకల్పానుసారముగా నాహృదయమునఁ బదిలపఱచుకొన్న విధిబంధములలో దీనికిఁగూడ నెచ్చటనైనఁ జోటున్నదా? కాక యిదివానికి విరుద్ధమైనదా? అయినచో దీనితోఁ బోరాడి జయమందగలనా?" అని యీవిధముగా దృఢముష్టియై ప్రశ్నించుకొనుచుండెను. ఆక్షణమునందే సుస్నిగ్ధ విశాలనయనములనుండి వెలువడిన విజ్ఞానోజ్జ్వలంబును, వినమ్రకోమలంబును, విభావసుందరంబును, విసంవాద పూర్ణంబును నగునొక మనోజ్ఞదృష్టి యాతనిమనోమధ్యమునందాకస్మికముగ జాగరితమయ్యెను. అనింద్యసుందరమగు హస్తపల్లవమునందలి కోమలాంగుళి స్పర్శసౌభాగ్యసంబంధమగు నొకానొక యనాస్వాదిత మధురసుధారస మాతని ధ్యానసమ్ముఖమున నుపలక్షిత మయ్యెను! గోరాసమస్తశరీరము బులకితమైపోయెను. ఏకాకియై యున్నయాతని నాయంధకార మధ్యమునందలి ప్రగాఢానుభవము సమస్త ప్రశ్నలనుండియు, సమస్తద్వైదీభావములనుండియును మరల్చివైచెను. అప్పుడాతఁడా నూతనానుభవమును మనఃపూర్వకముగ ననుభవించుచుండెను. దీనినిఁ ద్యజింపవలయు నను కోరిక యాతనికిఁ గలుగనేలేదు.

గోరా యింటికిఁ బోవునప్పటికిఁ జాలరాత్రియయ్యెను. ఆనందమయి యాతనిం గాంచి "బాబూ! భోజనమునకు వేళ మించిపోయినది. ఇంతరాత్రివరకు నేమిచేయు చుంటివి?" అనియెను.

గోరా:—నామనసేమైపోయినదో నాకుఁ దెలియలేదమ్మా! చాలసేపటి వఱకును గంగయొడ్డుననే కూరుచున్నాను!

ఆనం:—వినయుఁడు కూడ నున్నాఁడా?

గోరా:—లేఁడు! నేనొంటిగనే యుంటిని.

ఆనందమయి కది యత్యాశ్చర్యముగా నుండెను. గోరా యిదివఱకెన్నఁడును నిష్ప్రయోజనముగ నింతరాత్రివఱకును గంగయొడ్డునఁ గూర్చుండి యుండలేదు. అతఁ డూరక కూర్చుండి యాలోచించు స్వభావము కలవాఁడు కూడఁగాఁడు. భోజనము చేయునప్పుడుకూడ గోరా యన్యమనస్కుఁడై యుండుట యామెకుసంకోచముగా నుండెను. ఆనందమయి కొంతసేపైనతరువాత మెల్లగా "నేఁడు నీవు వినయునియింటికి బోయితివా?" అనియెను.

గోరా:—లేదు. నేఁడు మేమిరువురమును బరేశునింటికిఁ బోయితిమి.

ఆమాటవిని ఆనందమయి కొంతసేపాలోచించి 'ఆయింటివారందఱితోడను నీకు బరిచయమైనదా?" అనిప్రశ్నించెను

గోరా:—ఐనది!

ఆనం:—ఆయింటిలోని యాఁడవాండ్రకవరోధము లేదఁటగాదా!

గోరా.—ఎంతమాత్రమును లేదు.

ఇదివఱకిట్టి ప్రశ్నలకు గోరా తీవ్రముగఁ బ్రత్యుత్తరమిచ్చెడివాఁడు. ఇప్పుడట్టి లక్షణము కానరాకుండుటచే నానందమయి మరల నూరక కూర్చుండి యాలోచింపఁ గడంగెను.

మఱునాఁటి యుదయమున గోరా యెప్పటివలెఁ బెందలకడలేచి ముఖప్రక్షాళనముచేసికొని తనపనులయందుఁ బ్రవేశింపలేదు. ఆతఁడు తనగదిలోని కిటికీని దెఱచుకొని కొంతసేపటివఱకును నిలువఁబడి తూర్పువైపునఁగల వీథివంకఁ జూచుచుండెను. ఆవీథికిఁ దూర్పుభాగమునందొకపాఠశాల యున్నది. ఆపాఠశాల యావరణమునందున్న పురాతన జంబూవృక్షముపైఁ బలుచని తెల్లనిమంచు క్రమ్ముకొని యుండెను. క్రమముగ నుదయారుణకిరణములు వ్యాపించి గోరా చూచుచుండఁగనే కొంతసేపటి కామంచుతెరను వదల్చివైచెను. ప్రభాతబాలాతప మాతరుపత్రముల సందునందుండి మిలమిల మెఱయుచుండెను. చూచుచుండఁగనే కలకత్తానగరవీథులన్నియును జనకోలాహల పరిపూర్ణములైపోయెను.

ఇంతలో నవినాశుఁడు కొందఱు శిష్యులతోఁగలసి వచ్చుచు సందుమలుపునందగపడి గోరాభావావేశజాలమును బలవంతముగాఁ ద్రెంపివైచెను. అప్పుడు గోరా తనమనమున దానే నిందించుకొనుచు 'ఈపద్ధతియేమియును బాగుగలేదు! ఈయాలోచనకెన్నఁటికిని నెడమీయఁగూడదు!" అని యనుకొనుచు గదినుండి వెలుపలికిఁ బోయెను. తన సమాజమువారింటికి వచ్చునప్పటి కసంసిద్ధుఁడైయుండుట గోరాకిది వఱకెన్నఁడును దటస్థించియుండలేదు. ఈసామాన్యాపచారమునకే గోరా తన్ను నిందించుకొనియెను. ఇఁక నెన్నటికిని బరేశునింటికిఁ బోఁగూడదనియు, వినయునితోఁ గొంతకాలము వఱకును గలసియుండఁగూడదనియు నాతఁడప్పుడు మనసులో నిశ్చయించుకొనియెను. తరువాత నాతఁడు తనసమాజమువారితోఁ గలసి యొక నిశ్చయము చేసికొనియెను. ఒకరిద్దఱు మిత్రులతోఁగలసి గోరా వెంట నొకదమ్మిడీయైనఁ దీసికొనకుండ మార్గమధ్యమున దొరకిన యాతిథ్యమును గ్రహించుచు గ్రాండుట్రంకురోడ్డునుబట్టి కొంతకాలము దేశసంచారము చేయుట కేర్పఱచుకొనియెను.

ఈ యపూర్వసంకల్పముచే గోరా యత్యుత్సాహపూరితుఁడై పోయెను. సమస్త బంధములను ద్రెంచుకొని యీ విధముగాఁ నిరాబాధకమార్గము నవలంబించి పోవుట

యాతనికి బరమానందముగా నుండెను. అతని హృదయమందిదివఱకు లోలోపల నుండి రే యల్లుకొనియున్న జ్వాల మీసంకల్పమాత్రమున విచ్ఛిన్నమైపోయి నట్లాతనికిఁ జొడకట్టెను. ఈసమస్త భావావేశమును మాయామాత్ర మనియుఁ గర్మయొక్కటియే సత్యమైనదనియు నీప్రబోధవచన మతితీవ్రముగఁ నాతనిహృదయమునఁ బ్రతిధ్వనించుచుండెను. అతఁడు ప్రయాణోద్యతుఁడై బడినుండి వెడలు బాలకునింబోలి తనగది నుండి బయలువెడలెను. ఆసమయమునఁ గృష్ణదయాళుఁడు గంగాస్నానముచేసి కమండలువుతో గంగాజలమును దీసికొని నామావళిని బారాయణము చేసికొనుచు నింటికి వచ్చుచుండెను తీవ్రవేగముతోఁ బోవుచున్న గోరా యాతనిపైఁ బడినతోడనే లజ్జితుడై తత్తరముతో నాతనిపాదములకుఁ బ్రణామము చేసెను. “ఉండుము ఉండుము!” అనిపలుకుచుఁ గృష్ణదయాళుఁడు దూరముగ జరిగెను. పూజ కాకుండఁగనే గోరా ముట్టుకొనుటవలన నాతనిగంగాస్నానఫలము మంటఁగలసిపోయినది! శౌచమును గాపాడుకొనుటకై యాతఁడితర సంపర్కము కలుగకుండ మెలంగుచుండె ననిమాత్రమే యింతవఱకు గోరా యనుకొనుచుండెను. కాని ముఖ్యముగాఁ దనసంపర్కముచే నిషేధించి యుండెనను సంగతి గోరా గ్రహింపనేలేదు. కృష్ణదయాళుఁడు మ్లేచ్ఛయని యానందమయిని దూరముగఁ బరిత్యజించెను. మహిముఁడుద్యోగము నందే మునిఁగి యుండువాఁడగుటచే నాతనితోడి సంపర్కమున కవకాశమే లేదు. ఒక్క శశిముఖిని మాత్ర మాతఁడు తనయొద్దఁ జేర్చుకొని యామెకు సంస్కృతస్తోత్రములను జెప్పుచుఁ బూజార్చనావిధులయందామెను దీక్షితురాలిం గావించుచుండెను.

కృష్ణదయాళుఁడిప్పు డిట్లు తనసంపర్కమునకు సంకోచించిన సంగతి స్పష్టముగా గోరాకుఁదెలిసిపోయెను. అందులకాతఁడు మనసులో నవ్వుకొనియెను. ఈవిధముగా దండ్రితోడి సంబంధమంతయుఁ దనకు విచ్ఛిన్నమై పోయినను, దండ్రి తనతల్లి ననాచారిణి యని యెంతనిందించుచున్నను గోరామాత్రము తల్లియగు నానందమయిని ప్రాణసమానముగ భక్తిసమర్పణముంగావించి పూజించుచుండెను.

గోరా:—భోజనమైనతరువాతఁ గొన్ని బట్టలను మూటగట్టి విలాతీబాటసారివలె నెన్నునకుఁ గట్టుకొని తల్లియొద్దకువచ్చి ‘‘అమ్మా! నేనుకొంతకాలమువఱకును సంచారముచేసి వచ్చెదను” అనియెను.

ఆనం:—ఎక్కడకు బోయెదవు బాబూ!

గోరా:—ఆసంగతి నేనింకను స్థిరపఱచుకొనలేదు.

ఆనం:—పనియేమి?

గోరా:—చెప్పుటకు బోధపడినపని కాదు. పోవుటయే యొకపని.

ఆనందమయి యేమియు మాటాడకూరకుండెను. అదిచూచి గోరా "అమ్మా నన్ను దండింపవలదని వేఁడుకొనుచున్నాను. నీకు నాసంగతి యంతయును దెలియును. నేను సన్యాసినగుదునని భయపడవలదు. తల్లివగు నిన్ను విడచి చాలాకాలము నేనొంటిగా నుండఁజాలను!" అనియెను.

తల్లియందుఁ దనకుఁగల ప్రేమనుగూర్చి గోరా యింతవరకెన్నఁడును నోటితోఁ జెప్పియుండలేదు. అందుచే నాతఁడిప్పు డించుక లజ్జితుఁడయ్యెను. ఆనందపులకిత యగు నానందమయి యప్పుడాతని భావమును మరలించి "బాబూ! వినయుఁడుగూడ వచ్చునా?" అని ప్రశ్నించెను.

గోరా:—రాఁడమ్మా! వినయుఁడు రాఁడు. వినయుఁడు లేకున్నచో మార్గమునందును, ఘట్టములయందును నీగోరాకు రక్షణము లేదనుకొనుచున్నావు కాఁబోలును! అమ్మా! వినయుఁడే నాకు రక్షకుఁడని నీవు పొరపాటుపడుచున్నావు! నేను నిరపాయముగ నింటికి వచ్చినతరువాతనైన నీపొరపాటును సవరించుకొనఁగలవు.

ఆనం:—అప్పుడప్పుడుత్తరములు వ్రాయుచుందువా?

గోరా:—వ్రాయుననియే యనుకొనుము! వ్రాసినచో మంచిదే. భయములేదమ్మా నీగోరా నెవ్వరు నెత్తికొనిపోరు: అమ్మా! నీవు నన్నెంతయో విలువగలవానిగా భావించుచున్నావు. ఇతరులందఱు నట్లుచూడరు ఎవ్వరైన నాయీమూటపై లోభపడినచో వారికప్పుడే దీని నిచ్చి వేసెదను అంతేగాని దీనికొఱకు నాప్రాణదానమును జేయను. ఈసంగతి నిశ్చయముగా నమ్మియుండుము!

అనిచెప్పి గోరా యానందమయి పాదములకుఁ బ్రణామము చేసి యామె పాదధూళిని దలపైదాల్చెను. ఆమెయు నాతని మస్తకముపై హస్తముంచి చేతిని ముద్దుపెట్టుకొనియెను. ఒక్కనిషేధవాక్యమైనను బలుకలేదు. తనకెంత కష్టముగ నున్నను నమంగళశంకచే నామె యెన్నఁడును బ్రయాణసమయమున నిషేధవాక్యములు పలుకదు. ఆమె తన జీవితమునందనేక కష్టసుఖముల ననుభవించినది. ఈబహిఃప్రపంచమంతయు నామెకపరిచితమైనదికాదు. ఆమెహృదయమున భయముమాటయే లేదు: గోరా కేమైన కష్టము కలుగునను శంకయే యామెకుఁ గలుగలేదు. కాని గోరాహృదయమునందేదియో విప్లవము కలిగినదని మాత్రమామె నిన్నటినుండియును భావించుకొనుచుండెను. ఇప్పటి గోరా యాకస్మిక ప్రయాణమామె సంశయమునకు మఱింత తోడయ్యెను.

గోరా మూటగట్టుకొని యిల్లు వెడలిన తోడనే యెఱ్ఱని జంటగులాబీపువ్వుల గుత్తిని జేతఁబట్టుకొని వినయుఁడాతని కెదురుపడియెను. అప్పుడు గోరా "వినయా! నీశకునము మంచిదో కాదో యీ ప్రయాణమునందే తేలును!" అనియెను.

విన:—ప్రయాణమా యేమి?

గోరా:—ఔను.

విన:—ఎక్కడకు?

గోరా:—ప్రతిధ్వని ప్రత్యుత్తరము—ఎక్కడకు?

విన:—ప్రతిధ్వనికంటె మంచియుత్తరము లేదా?

గోరా:—లేదు. నీవమ్మయొద్దకుఁ బోయినచో నంతయును దెలియును. నేను పోయెదను.

అని యాతడతివేగముగఁ బోయెను. వినయుఁడు లోనికిఁబోయి యానందమయికి నమస్కరించి యామెపాదధూళిని గైకొని యాగులాబీపూవుల నామె పాదములపై నుంచెను. ఆనందమయి "ఈపువ్వు లెక్కడివి?" అనియెను.

వినయుఁడా ప్రశ్నకు స్పష్టముగా నుత్తరము చెప్పక "మంచివస్తువు లభించుటచే ముందుగాఁ దల్లిపూజకొఱ కుపయోగింపఁదలచితిని!" అనిచెప్పుచు నామెపర్యంకముపైఁగూర్చుండి 'అమ్మా! ఇదియేమి యన్యమనస్కవై యున్నావు?' అనియెను.

ఆనం:—ఎందుచేనట్లనుచున్నావు?

విన:—నీవు నాకెప్పటివలెఁ దాంబూలము నిచ్చుట మఱచిపోయితివి!

ఆనందమయి లజ్జితయై వినయునకుఁ దాంబూలము నిచ్చెను. తరువాత రెండు జాములవఱకును వారికి సంభాషణ జరిగెను. గోరా ప్రయాణమును గూర్చి వినయుఁ డొక్కమాటయైనను స్పష్టముగాఁ జెప్పజాలక పోయెను. ఆనందమయి ప్రసంగవశమున 'నీవు నిన్నటి దినమున గోరాను బరేశునింటికిఁ దీసికొనిపోయితివా?" అని ప్రశ్నించెను. వినయుఁడు సర్వమును స్పష్టముగాఁ దెలియఁజేసెను. ఆనందమయి ప్రతివిషయమును మనఃపూర్వకముగాఁ దెలిసికొనియెను. వినయుఁడు సెలవుదీసికొనునప్పుడు "అమ్మపూజ సాంగమైనది. ఇంక నీచరణప్రసాదములగు నీ నిర్మాల్య కుసుమములను దలపై బెట్టుకొని పోయెదను!" అనియెను.

ఆనందమయి నవ్వుచు నాగులాబీపువ్వులను వినయునిచేతి కిచ్చెను. అప్పుడామె తనలో 'ఈకుసుమములు కేవలము సౌందర్యముచేతనే యింతగా నాదరింపఁబడుటలేదు. ఈ యుద్భిజ్జతత్త్వమున కతీతమగు నింకొక గభీరతత్త్వ మేదియో నిశ్చయముగా వీనిలోపలనున్నది.' అని యనుకొనియెను.

అపరాహ్ణసమయమున వినయుఁడు వెడలిపోయెను. అప్పుడామె హృదయమున నెన్నియో భావములు తోఁచెను. అతఁడప్పుడు "ప్రయాణమున గోరాకెట్టి యసౌఖ్యమును గలుగకుండుఁగాక! గోరాకును నాకును గల మిత్రత్వమున కెన్నఁడు నెట్టి యాతంకమును గలుగకుండుఁగాక!" అని పరమేశ్వరునిఁ బ్రార్థించెను.

౨౨

గులాబీపువ్వులనుగూర్చి యొకచిన్న కథ యున్నది!

నిన్న రాత్రి గోరా పరేశునిల్లువిడిచివచ్చెను. కాని రాత్రి నాటకాభినయము గూర్చి పరిసంగము జరిగి వినయునిహృదయమునకుఁ జాలకష్టమును గలిగించెను. ఈవిషయమున లలిత కట్టియుత్సాహమును జూపుచుండుటయే కాక, యీ వ్యాపార మా కెంతమాత్రము నిష్టమే లేదు. కాని యెట్లయినను వినయు నీయభినయమునం జేర్ప యునని యామెకుఁబట్టుదల కలిగెను. గోరాకు విరుద్ధములగు పనులన్నియును వినయునిచేఁ జేయింపవలయునని యామె కోపముతోఁ బూనుకొని యుండెను. వినయుఁ గోరాకు విధేయుఁడైయుండుట లలితకు మితిలేనంత యసహ్యముగా నుండెను. ఎట్లైనను సమస్తబంధములను దెంచివైచి వినయుని దనకు స్వాధీనునిగాఁ జేసికొనుటే జీవితమునకుఁ జరితార్థత యని యామె భావించుకొని యుండెను.

అప్పుడు లలిత లలితవేణీబంధము చలించునట్లు తలయూఁచుచు 'ఏమయా, అభినయమునందు దోషమేమున్నది? అని ప్రశ్నించెను.

విన:—అభినయమున దోషము లేకుండుఁగాక! ఆదొరయింటికిఁబోయి అభినయించుట మాత్రము నాకంతబాగుగ లేదు.

లలి:—ఇది మీమనసులోని మాటయేనా? మఱియెవ్వరి యభిప్రాయమైన జెప చున్నారా?

విన:—ఇతరుల మనసులోఁ మాట చెప్పవలసిన భారమేదియు నామీఁదలేద అట్లు చెప్పుటయును గష్టమే—నాయభిప్రాయమే నేను చెప్పుచున్నట్లు నీవునమ్మక వ లేదు. ఒకప్పుడు నాయభిప్రాయమును, నొకప్పుడితరాభిప్రాయమును జెప్పుచుం నని నీయూహా కాబోలును?

లలిత యీమాటకు కట్టియుత్తరమును జెప్పక యొక్కించుక చిఱునవ్వుమాత్రమ నవ్వి కొంచెము సేపూరకుండి 'దొరగారింటికి వేళ నాహ్వానించినను నిరాకరించుట వీరత్వమని మీమిత్రు డభిప్రాయపడును గాఁబోలును. ఈమూలముననైన నింగ్లీషువా తో యుద్ధము చేసినఫలము లభించుననికూడఁ దలంచును గాఁబోలును!" అనియెను.

వినయుఁ డుత్తేజితుఁడై లేచి నామిత్రుఁడట్లనుకొనక పోయినను దప్పకుం నేనట్లే భావింతును! యుద్ధము కాకేమి? కేవలము వారు మనల ననాదరించుచు దురు. వారు తమకడ వ్రేలితో సంజ్ఞచేసి పిలచినంత మాత్రముననే మనలను కృతార్థ లనుగాఁ జేసినట్లు తలంచుచుందురు. అట్టియుపేక్షాభావముతో నుపేక్షామూలమున పోరాడకున్నచో నిఁక నాత్మగౌరవమును నిలుపుకొనుట యెట్లు?" అనియెను.

లలితయును సహజముగా నభిమానవతి! వినయుని యీ యభిమానవాక్యములామె కతిప్రియములే యైయుండెను. కాని లలిత యభిమానవతి యగుటచేతనే తనపక్షమున యుక్తిదౌర్బల్యము కలిగినప్పుడకారణముగ నెత్తిపొడుపుమాటలచే వినయుని నాహతునిం గావించుచుండును—తుట్టతుదకు వినయుఁడు 'లలితా! ఇంతవాగ్వాదమెందులకు? నీవభినయమున కంగీకరింపలయును. ఇట్లంగీకరించుటయే నాయిష్టము!" అని చెప్పఁగూడదా? అట్లయినచో నీకోరికను మన్నించి నాయభిమానమును విసర్జించుకొని సుఖపడుదునుగదా!" అనియెను.

లలి:—సరిసరి! నేనట్లేల చెప్పుదును? నిజముగా మీకొకమతమే యున్నచో నది నాకోరికకొఱకేల పరిత్యజింపఁబడవలయును? కాని యది సత్యముగా నుండవలయుననియే నాయుద్దేశము!

విన:—మంచిది. నాకునిజముగా నెట్టియభిప్రాయమును లేదు—కాని నీవిప్పుడు నన్నుఁగోరకుండఁగనే నీవాదమునకు విజితుఁడనై యీయభినయమున కంగీకరించితిని.

అనునంతలో వరదాసుందరి యటకువచ్చెను. వినయుఁడామెంగాంచి "నేనీయభినయమునకు సిద్ధుఁడనైతిని. ఏమిచేయవలయునో చెప్పుఁడు." అనియెను.

వరదాసుందరి గర్వముతో 'అందుకొఱకు మీరాలోచింపనక్కఱలేదు. మేము ముందుగా మీకునేర్పి సిద్ధముచేసియే తీసికొనిపోవుదుము! కేవల మభ్యాసముకొఱకు మాత్రము మీరు ప్రతిదినమును నియమిత కాలమునకు వచ్చుచుండవలయును!' అనియెను.

విన:—మంచిది! నేఁటికి సెలవు తీసికొందును.

వర:—అదియేమి మాట? భోజనముచేసి మఱిపొండు.

విన:—నేఁడు భోజనము చేయను.

వర:—అలాగు కాదు.

ఇఁక మాఱుమాటాడక వినయుఁడు భోజనముచేసెను. కాని మునుపటివలె స్వాభావిక ప్రఫుల్లత్వము మాత్రము లేదు. అప్పుడు సుచరితకూడ నన్యమనస్కయై యూరక కూర్చుండియుండెను. లలితకును వినయునకును వాదము జరుగుచున్న సమయమునందామె వరండాలోఁ బ్రచారము చేయుచుండెను. ఆరాత్రియిఁక నెట్టి సంభాషణము జరుగలేదు. వెడలిపోవునప్పుడు మాత్రము వినయుఁడు లలిత గంభీరవదనమండలము నుపలక్షించి "నేనూరక యంగీకరించితిని కాని నీకు సంతోషమును మాత్రము గలిగింపఁజాలకపోయితిని!" అనియెను.

లలిత యెట్టిప్రత్యుత్తరమును జెప్పక వెడలిపోయెను. లలిత సహజముగా నేడ్చుటయన నేమో యెఱుఁగదు. కాని యిప్పుడామె నయనకమలములనుండి కన్నీరుపొంగి పొరలిపోవుచుండెను. ఏమిజరిగినది? ఎత్తిపొడుపు మాటలచే మాటిమాటికిని విన

యొని హృదయమును బాధించుచుంటివని యామె యిప్పుడు స్వయముగా దుఃఖించుచున్నది కాఁబోలును?

వినయుఁ డభినయమున కంగీకరింపకున్నంతవఱకు లలిత పట్టుదల హెచ్చిపోవుచునే యుండెను. కాని యిప్పుడాతఁ డంగీకరించినంతనే యామె యుత్సాహమంతయును దగ్గిపోయెను. అంగీకరింపకుండుటకుఁగల ప్రబలకారణము లెప్పుడామెకు విశ్వసనీయములై యుండెనో యప్పుడే యామె హృదయమునకుఁ బరితాపము కలిగెను. అందుచేతనే యామె తనలో "కేవలము నా కోరికను మన్నించుటకే వినయబాబిట్లంగీకరించుట యుచితము కాదు. కోరిక—ఏలమన్నింపవలయును? నా కోరికను మన్నించి నన్ను గౌరవించితినని యాతఁడనుకొనియెను. కాని యాతని యీ గౌరవమును బడయఁగలుగుటచేతనే నాకింతటిబాధ!" అని భావించుకొనుచుండెను.

కాని యిప్పుడు వ్యతిరేకించుట యెట్లు? నిజముగా లలితయే యింతవఱకును వినయు నభినయమునకై నిర్బంధించినది. వినయుఁడు గౌరవము నాలోచించి తనకోరికను మన్నించినందులకుఁగూడ లలిత కోపగించుటయా?—ఈ సంఘటనముచే లలితకుఁ దనయందుఁ దనకే యసహ్యాభావమును సిగ్గును గలిగెను. ఇట్లగునని యామె భావించియైన నుండలేదు. లలితకు మనశ్చాంచల్యము కలిగినప్పుడు తఱచుగా సుచరితయొద్దకుఁ బోవుచుండెడిది. ఇప్పుడట్లు చేయక తనభావమును తనహృదయమునందే యడఁచుకొనుటచే నామె కన్నులనుండి యశ్రువులు వెలువడఁదొడంగెను. కాని యాకన్నీటి నామెయే సరిగాఁ జూచుకొనలేదు!

మఱునాఁటి యుదయమున సుధీరుఁడొక పూబంతిని లావణ్యకిచ్చెను. అందెఱ్ఱగులాబీపువ్వులజంట యొకటియుండెను. లలిత యాబంతిని విప్పి యాగులాబీగుత్తిని దీసికొనియెను. అదిచూచి లావణ్య యాబంతిని బాడుచేసినందులకుఁ గోపించెను. అప్పుడు లలిత "వట్టియాకులను, వట్టిపువ్వులను, నడుమ మంచిపువ్వులను బంధించుట నాకుఁ గష్టముగాఁ దోఁచినది. ఈవిధముగా నన్నిటినొక్కచో బలవంతముగ సమానముగఁ గూర్చియుంచుట యనాగరికపద్ధతి!" అని చెప్పుచు నాపువ్వుల నన్నిటిని గృహమునందచ్చటచ్చట వేఱువేఱుగ నలంకరించి యాగులాబీపువ్వులను మాత్రము తాను దీసికొనియెను.

ఇంతలో సతీశుఁడు వచ్చి "అక్కా! ఈపువ్వు లెక్కడివి?' అనియెను! లలిత యామాటలకు బదులు చెప్పకయే "నీవీదినమున నీమిత్రుని యింటికిఁ బోలేదా?" అనియెను. సతీశున కిప్పుడు వినయునిమాట మనసులోలేదు. కాని లలిత తలంపునకుఁ దెచ్చుటచే నాబాలుఁడు గంతులు వైచుచు "ఔను! ఇప్పుడే పోయెదను" అని యాత్రపడియెను.

లలిత యాతనింబట్టుకొని "అక్కడకుఁ బోయి యేమి చేసెదవు?" అని ప్రశ్నించెను. సతీశుఁడు సంక్షేపముగా "మాటలాడెదను!'' అనిచెప్పెను. అప్పుడు లలిత "నీకాతఁ డిన్ని బొమ్మల నిచ్చెనుగదా—నీవాతని కేమియు నీయనక్కరలేదా?'' అని మరలఁ బ్రశ్నించెను.

వినయుఁడు వార్తాపత్రికలలోని బొమ్మలను గత్తిరించి సతీశున కిచ్చుచుండెను. వాని నాబాలకుఁడు వరుసగా నొక పుస్తకములో నంటించుకొనుచుండెను. ఈవిధముగా మంచిబొమ్మలతోఁ దన పుస్తకమంతయు నిండించుకొనవలయు నని సతీశుఁడు మిగుల వేడుక కలిగియుండెను. లలిత యిప్పటిమాటవలన నీబొమ్మల నన్నిటిని వినయునియొద్ద నూరక తీసికొంటి నని యాతనికిఁ దోఁచినంతనే చాల కష్టముగానుండెను. ఈప్రపంచమునందు బ్రతిదినము ననేక బాధ్యతలకు లోనుగావలసియుండు నని యప్పు డాతని మనసులో నస్పష్టముగాఁ దోఁచెను. కాని యాబొమ్మలయం దాశక్తి నాతఁ డెడలించుకొనుట కష్టముగా దోఁచెను. కాని వాని నూరక దీసికొనుట యాతని కిప్పుడు చిన్నతనముగా నుండెను. అప్పుడు సతీశుని యుద్విగ్నవదనముఁ గాంచి లలిత యాతనిఁ గౌఁగలించుకొని "బాబూ! దానికేమిలెమ్ము! మరియొకలాగను గొనవలదు—ఈగులాబిపువ్వులను దీసికొనిపోయి నీవాతని కిమ్ము!" అనియెను.

సతీశుఁ డప్పుడీవిషయ మింతసామాన్యముగాఁ దేలిపోయినందులకు సంతుష్టహృదయుఁడై యాపువ్వులను గైకొని యప్పుడే తన మిత్రునిఋణమును దీర్చుటకై వెడలిపోయెను. వినయుఁడు వీధిలోనే యాతని కగపడియెను. సతీశుఁడాతని గట్టిగాఁ బిలుచుచు సమీపమునకుఁబోయి చొక్కాలోపలఁ బువ్వులను దాఁచుకొని "నీకొరకు నేనేమి తెచ్చితినో చెప్పుకో!" అనియెను. తుద కట్లో వినయునిచే జెప్పుకొనలే ననిపించి సతీశుఁడు పువ్వులను బయటికిఁ దీసెను.

అప్పుడు వినయుఁడు "ఆహా! ఈపువ్వు లెంతయందముగా నున్నవి! కాని సతీశా! ఇవి నీవి కానట్లున్నవే! ఈదొంగను దుదకుఁ బోలీసువారి కొప్పగింపవలసి వచ్చునేమో?" అనియెను. సతీశుఁడాపువ్వులు తనవని చెప్పవచ్చునో కూడదో యాకస్మికముగ నిశ్చయించుకొనఁజాలక యాతఁ డించుక సేపాలోచించి "మాసోదరి లలిత యాపువ్వులను మీకిమ్మని నాచేఁ బంపినది!'' అనియెను. ఈమాటల కిప్పటికే నివృత్తియైపోయినది. నేను మధ్యాహ్నము మీయింటికి వచ్చెద నని చెప్పి వినయుఁడు సతీశునిఁ బంపివైచెను.

నిన్నటిరాత్రి లలితచెప్పులవలనఁ గలిగినబాధ వినయుఁ డింకను మఱవజాలకుండెను. వినయుఁ డెవ్వరికిని గష్టము కలిగించుస్వభావముకలవాఁడుకాఁడు. అందుచేతనే యెవ్వరును దన్ను నొవ్వనాడకుండవలయు నని కోరుకొనుచుండును. ఇదివరకు

వినయుఁడు లలితను, సుచరితను సమానముగ భావించుచుండును. కాని యిప్పుడంకుశపుఁబోటు తిన్న యేనుఁగు మావటివానిని మఱవఁజాలనట్లు వినయుఁడు లలితను మఱవఁజాలకుండెను. ఎట్లులైన లలితను ప్రసన్నురాలిం గావించి శాంతినంద వలయుననియే యాతని ముఖ్యాలోచనమై యుండెను. అతఁడు సాయంకాలమింటికి వచ్చెను. లలిత చిఱునవ్వుచే జ్వాలామయము లైయున్న యామాట లన్నియు నొక్కొక్కటిగ నాతని హృదయమునఁ బ్రతిధ్వనించుచుండుటచే నాతనికి నిద్రపట్టలేదు. గోరాకుఛాయామాత్రుఁడవనియు, నీకుఁ బ్రత్యేకత్వము లేదనియు నామె పరిహసించి యుండెను. ఆమాట సత్యముకాదని నిరూపించుట కాతఁడెన్నియో కారణముల నూహించుకొనియెను. కాని యాయుక్తులవలన నాతనికిఁ బ్రయోజనమగపడలేదు. ఏమనిన—ఆమె యీ మతమున వినయునకు స్పష్టముగా వ్యతిరేకించి వాదింపలేదు అందుచేఁ బ్రతివాదము చేయుట కవకాశములేకుండఁ బోవుచున్నది. ఇన్ని యుపపత్తులున్నను వాదించుటకవకాశములేకపోయినందులకు వినయునకుఁ గష్టముగానుండెను. తెల్లవారిన తరువాతనైనను లలిత ప్రసన్నురాలుకాలేదు. అతఁడస్థిరుఁడై యింటికివచ్చి 'సత్యముగా నేనంతటి యవజ్ఞాపాత్రుఁడ నేనా?" అని భావించుకొనఁదొడఁగెను.

సతీశుఁడిప్పుడువచ్చి లలిత పంపినదని చెప్పి గులాబిపువ్వుల నిచ్చుట వినయుని హృదయమున కించుక యుల్లాసమును గలిగించెను. అప్పుడాతఁడు తనలో 'నేనభినయమున కంగీకరించుటయే సంధికి నిదర్శనస్వరూపముగా సంతోషించి లలిత నాకీపువ్వులను బంపినది!" అని భావించుకొనియెను. అతఁడాపువ్వుల నింటియందుంచి బయలుదేఱవలయునని మొదట ననుకొనియెను గాని ఈ శాంతికుసుమములను దల్లిపాదములపై నుంచి పవిత్రములుగఁ జేసి తీసికొని కావలయును!" అనితలంచి యానందమయియొద్దకు బోయెను!

ఆసాయంకాలము వినయుఁడు పరేశునింటికిపోవునప్పటికి సతీశుఁడు లలితయొద్ద బడిపాఠము చెప్పించుకొనుచుండెను. వినయుఁడు లలితంగాంచి రక్తవర్ణము యుద్ధసూచకమైనది! కావున సంధికుసుమములు శ్వేతములైనవో నుచితముగానుండును!' అనియెను. లలిత యాభావమును గ్రహింపఁజాలక వినయునివంకఁ జూచుచుండెను. వినయుఁడప్పుడు తెల్లపూలగుత్తి నొకదానిని రుమాలునుండి తీసి లలితకుఁ జూపుచు 'నీపుష్పములు లెంతయందము కలవైనను వానియందించుక క్రోధచిహ్నమున్నది! నా పుష్పము లంత యందమైనవి కాకపోయినను శాంతిని శుభ్రతను, నమ్రతను సూచించు నీసన్నిధిని నిలచియున్నవి!" అనియెను.

లలిత తనకర్ణమూలములయందుఁ గెంజాయగదుర 'మీ రేపువ్వులను నాపువ్వులని చెప్పుచున్నారు?' అని ప్రశ్నించెను.

వినయుఁడప్రతిభుఁడై "నేను పొరపాటు పడితిని. ఈ సతీశు డెవ్వరిపువ్వుల నెవ్వరికిచ్చెనో?" అనియెను.

తోడనే సతీశుఁ డుచ్చైస్స్వరముతో 'సరిసరి! అక్కయే యీపువ్వుల నిమ్మని చెప్పినది!" అనియెను.

విన:—ఎవ్వరి కిమ్మని?

సతీ:—మీకే—

లలిత మొగ మెఱ్ఱజేసికొని సతీశుని వెన్నుపైఁ జఱచి నీవంటి మూఢు నెచ్చటను జూడలేదు. వినయబాబు బొమ్మల నిచ్చినందులకే పువ్వుల నిచ్చెదనంటివి గాదా?' అనియెను.

సతీశుఁడు హతబుద్ధియై ఔను. ఆమాట నిజమే—కాని నీవే యట్లిమ్మని చెప్పితివి!' అనియెను.

సతీశుని మఱపింపఁబోయి లలిత మఱియొక చిక్కునఁ దగులుకొనియెను. ఆ పువ్వులు లలితవేయని వినయుఁడు స్పష్టముగా గ్రహించెను. కాని యట్లు తెలియకుండవలయు ననియే లలిత యభిప్రాయ మనికూడ గ్రహించెను. అప్పుడు వినయుఁడు 'నీపువ్వులకంటె నావి చిన్నవియే కాని, నాపుష్పములలో నీ ప్రమాణములలోవలెఁ బొరపాటేమియును లేదు. మనపరస్పర వివాద నివృత్తికీ కుసుమములు శుభసూచకములై యున్నవి!' అనియెను.

లలిత తలయూఁచుచు మన వివాదమేమి; దానికి నివృత్తి యేమి; అనియెను.

విన:—ఒక్కసారిగా సర్వమును మాయయేనా? వివాదము, పువ్వులు, నివృత్తి యన్నియును మిథ్యలేనా? శుక్తియందు రజతభ్రమయే కాదు—కేవలము శుక్తియే భ్రమయా! దొరగారియింట నాటకాభినయము మాటకూడ—

లలి:—అది భ్రమ కాదు! దానిని గూర్చి కలహమేమున్నది? దానికొఱకు మీరంగీకరింపవలయునని నేను పోరాడితిననియు, మీరంగీకరించినంతనే నేను కృతార్థురాలనైతివనియు భావించుచున్నారు కాబోలును! నిజముగా మీకిష్టమే లేకయున్నచో నొకరిమాటవిని యేల యంగీకరింపవలయును?

అని చెప్పుచు లలిత యాగదిలోనుండి వెడలిపోయెను. ఆమె నాటకాభినయము నకు బలవంతపెట్టినందులకు వినయుని యెదుటఁ దనతప్పు నంగీకరింపవలయునని యిది వఱకు స్థిరపరచుకొనియుండెను. కాని యీప్రసంగముతో నిప్పుడామె యుద్దేశమంతయును మాఱిపోయెను. ఆయభినయమునుగూర్చి తానంతదూరము వ్యతిరేకముగ వాదించుటవలనఁ గలిగినమామె మనఃకష్ట మింకను బోలేదని వినయుఁ డనుకొనియెను. వినయుఁ డావిషయమునఁ బైకంగీకరించెను. గాని లోపల నాతనికిఁ గష్టముగనే యుం

డెనని లలితమనస్సు క్షోభించుచుండెను. ఆమె హృదయమున నిట్లు బాధపడుచుండ
టు వినయునకు గష్టముగనె యుండెను. ఇంక నీవిషయమున నెన్నఁడును బరిహా
సమునకైన వాదింపఁగూడదనియు నీయభినయ కార్యమునందుఁ దా నుదాసీనుఁడైయున్న
ట్లితరు లెవ్వరును దోషారోపణము చేయకుండునట్లు మిగుల శ్రద్ధతోను నైపుణ్యము
తోను గార్యమును సంపూర్ణముగ నెరవేర్పవలయుననియు నాతఁడు నిశ్చయించు
కొనియెను.

సుచరిత నేఁటిప్రాతఃకాలమునుండియుఁ దనగదిలో నొంటిగఁ గూర్చుం
"క్రైస్తవానుకరణము" అనునొక యింగ్లీషు మతగ్రంథమును జదువుటకుఁ బ్రయత్ని
చుచుండెను. నేఁడామె యితర కార్యములయందు మనసు పెట్టలేదు. కాని యప్పుడప్పు
డామె మనసు చెదరుచుండుటచే నక్షరములు ఛాయామాత్రము లై పోవుచుండెను
ఆపరక్షణమునందే యామె తన్ను నిందించుకొనుచు మఱింతస్థిరబుద్ధితోఁ జదువుట
బ్రయత్నము చేయుచుండెను—ఒకప్పుడొక కంఠస్వర మామెకు వినవచ్చుటచే వినయ
బాబు వచ్చుచుండెనని యామెకుఁ దోఁచెను. తోడనే యామె యదరిపడి లేచి
మఱియొకగదిలోనికిఁ బోవలయునని యాత్రపడియెను. కాని యంతలోనే తనయు
మిత భావమును నిందించుకొనుచు మరలఁగూర్చుండి చదువుకొనఁదొడంగెను. మర
నేదియో శబ్దమైనట్లు తోఁచుటచే నాలించి వినుటకుఁ బ్రయత్నించెను.

తఱచుగా వినయుఁడు ముందువచ్చుటయును, తరువాత గోరా వచ్చుటయును
జరుగుచుండెను. నేఁడుకూడనట్లే జరుగునేమోయని యామెకు భయముగా నుండెను
ఆమెకప్పుడు గోరావచ్చునేమోయను భయమును, గాకుండునేమోయను సంశయము
హృదయావేదనమునుకూడఁ గలుగుచుండెను.

ఇంతలో లలిత యామెగదిలోనికి వచ్చెను. సుచరిత యామె మొగమువంక
జూచి "విశేషములేమి?" అనియెను.

లలి:—ఏమియును లేవు.

సుచ:—ఇంతసేపటివఱకు నెచ్చట నున్నావు?

లలి:—వినయబాబు వచ్చియున్నాఁడు—ఆయన నీతో మాటలాడఁదలఁచి
యున్నట్లున్నది.

సుచ:—నీవుకూడా రావా?

లలిత యధీరస్వరముతో నీవు పోయిమాటాడుము. నేను తరువాత వచ్చెదను!
అనియెను.

సుచరిత వెలుపలగదిలోఁ బ్రవేశించి సతీశునితో మాటలాడుచున్న వినయునిఁ
గాంచి వినయబాబూ! తండ్రిగారు షికారుపోయినారు. ఇప్పుడే వత్తురు. త

నాటకపాఠము నొప్పగించుటకై లీలయును, లావణ్యయును మాస్టరుగారింటికిఁ బోయినారు. లలిత మాత్రము పోలేదు. మీరుపోయి పరీక్షయిచ్చిరండని చెప్పి వారినిబంపి వైచినది. అనియెను.

విన:—నీ కీ నాటకమున సంబంధము లేదా?

సుచ:—అందఱును నాటకమాడు వారైనచో నిఁకఁ జూచువారెవ్వరు?

ఇట్టి సందర్భములలో వరదాసుందరి సుచరితను మాటలచేతనే సంతోషపెట్టి తప్పించివైచు చుండును. అందుచేతనే యీసారికూడా సుచరితకు దనసామర్థ్యము ప్రదర్శించుట కవకాశముగలిగినది కాదు. వినయుఁడును సుచరితయుఁ గలిసికొన్నప్పుడు సంభాషణమునకుఁ దెంపులేకుండ నుండెడిది. కాని, యిప్పు డుభయపక్షములయందును విఘ్నము తటస్థించుటచే మాటలేతోఁచుటలేదు. సుచరిత యింక గోరామాటయెత్త గూడదని యొట్టుపెట్టుకొని వచ్చియుండెను. వినయుఁడును మునుపటివలెఁ గోరాను గూర్చి మాటాడఁజాలకుండెను. లలితయేకాక యింటివారందఱును గోరానొక నీచోపగ్రహముగా భావించుచున్నారని యెంచి వినయుఁడిఁక నాతనిమాట యెత్తకయే యుండెను.

సుచరిత వినయునితో నెట్లోయొకటి రెండుమాటలాడి సతీశుని బొమ్మలపుస్తకమును గూర్చి సతీశునితో నేమేమో సంభాషింపఁదొడఁగెను. మఱియు నడుమనడుమ బొమ్మలను సరిగా నంటించుకొనలేదని సతీశునిపైఁ గోపపడుచుండెను. సతీశుఁడామెతో బిగ్గఱగా వాదప్రతివాదములు చేయుచుండెను. ఇఁక వినయుఁడు బల్లపైనుంచిన తనపుష్పములగుత్తి వంకఁ జూచుచు లజ్జాసంక్షుభితహృదయముతో "ఈపువ్వులను గౌరవము కొఱకైన లలిత కిచ్చుట యుచితముగా నుండును!" అని భావించుకొనుచుండెను. ఇంతలో నడుగులచప్పుడు వినవచ్చుటచే సుచరిత వెనుదిరిగి చూచెను. హారానబాబు వచ్చుచుండెను. సుచరిత బెదరిచూచినట్లందఱికిని స్పష్టపడుటచే నామె మొగమెఱ్ఱ వడిపోయెను. హారానుఁడొక కుర్చీపైఁగూర్చుండి 'ఏమి వినయాబాబూ! మీ గోరా బాబు రాలేదేమి?"అనియెను.

అనావశ్యకముగ హారానుఁడిట్లు ప్రశ్నించుటకు వినయుఁడు విరక్తుఁడై 'ఏమి? మీ కాతనితోఁ బనియున్నదా?' అనియెను.

హారా:—మీరు వచ్చితిరి. ఆయనరాలేదు! ప్రాయికముగా నిట్లు జరుగుటలేదు. కాన నిట్లు ప్రశ్నించితిని.

వినయునకు జాలకోపము కలిగెను. కాని యది వెల్లడియగునను నుద్దేశముతో సంక్షేపముగా 'అతఁడిప్పుడు కలకత్తానగరమున లేఁడు!" అనిచెప్పి యూరకుండెను.

హారా:—ప్రచారమునకుం బోయె ననుకొందును!

వినయునకు సహింపరానంతకోపము కలుగుటచే దాని కెట్టి ప్రత్యుత్తరము నీయలేదు. సుచరితయును మాటాడకుండ నటనుండి లేచిపోయెను. హారానుఁడతివేగముతో నామెను వెంబడించెను. కాని యామె యాతని కందలేదు. దూరమునుండియే యాతఁడు "సుచరితా! నీతో మాటాడవలసిన పనియున్నది!" అని కేకవైచెను.

సుచ:— నాకిప్పుడు స్తిమితముగా లేదు.

అని చెప్పుచు నామె తన శయనగృహమునకుఁ బోయెను.

ఇంతలో వరదాసుందరి వచ్చి నాటకాభినయమునుగూర్చి కొన్ని సంగతులను బోధించుటకై వినయునిఁ బిలుచుటచే నాతఁడు గదిలోనికిఁ బోయెను; తరువాత నప్పుడే వచ్చి చూచికొనియెను గాని, వినయునకా బల్లపైనున్న పువ్వులగపడలేదు. ఆరాత్రి యభినయపరీక్షకు లలిత యెంతమాత్రమును రాలేదు! సుచరిత యాయింగ్లీషు పుస్తకము నొడిలో నుంచుకొని లోపలిదీపము నొకమూలఁ జాటుగా నుంచి చాలరాత్రివఱకును వెలుపలి యంధకారమును జూచుచుఁ గూర్చుండియుండెను. అప్పుడామె కన్నుల యెదుట నొకయపూర్వము నపరిచితమునగు దేశము మరీచికంబోలి కానవచ్చుచుండెను. ఆమెజీవితమునందలి సమస్తాజ్ఞానుభవములకును, ఆదేశమునకును విశేష భేద మగపడుచుండెను. అచ్చటి వాతాయనములయందలి దీపకాంతులు తిమిరనిశీథిని యందలి నక్షత్రములంబోలి సుదూరగములగు రహస్యమునందు మనసునకు భయముగొలుపుచుండెను. మఱియు నామె కప్పుడు "నాజీవితము తుచ్ఛమైనది ఇంతకాలము నేను నిశ్చయ మనుకొన్నది సంశయాకీర్ణమైనట్లు తోఁచుచున్నది. నేనిదివఱకు జేసిన పనులన్నియు నర్థహీనములైనవి! ఇచ్చటనే జ్ఞానము సంపూర్ణము కావచ్చును. కర్మము మహాత్మ్యము గాంచవచ్చును! జీవితమునకు సార్థక్యము లభింపవచ్చును! ఈయపూర్వంబును, నపరిచితంబును, భయంకరంబు నగు దేశమునందలి యజ్ఞాతసింహద్వారము నెదుట నన్ను నిలిపినవారెవ్వరు? నాహృదయ మిట్లేలకొట్టుకొనుచున్నది? అగ్రసరంబులు గాఁగోరియు నాపాదము లిట్లేల స్తంభించి పోవుచున్నవి?" అని యీవిధముగా నాలోచనములు తోఁచుచుండెను.

౨౩

సుచరిత కొన్నిదివసములనుండి యుపాసనయందు మనసుంచియుండెను. కాని మునుపటికంటె నధికముగనే పరేశు నాశ్రయించుటకుఁ బ్రయత్నించుచుండెను. ఒకనాఁడు పరేశుఁడొంటిగాఁ గూర్చున్నప్పుడు సుచరితవచ్చి యూరక యాతనిచెంతఁ గూర్చుండెను. అప్పుడు పరేశుఁడును పుస్తకమును బల్లపైనుంచి "ఏమిరాధా!" అనియెను.

సుచ:—ఏమియును లేదు.

అనిచెప్పి బల్లపైనున్న పుస్తకములను, గాగితములను సవరించుచు నొకనిమిష మైన తరువాత "బాబా! పూర్వమువలె నన్నుఁ జదివించుట లేదేమి?" అనియెను.

పరేశుఁడు సప్రేమముగఁ జిఱునవ్వునవ్వుచు "అమ్మా! నీవు నాపాఠశాలలో నంతయునుఁ జదివి యుత్తీర్ణురాలవైతివి. ఇఁక నీవు స్వయముగనే చదువుకొని గ్రహిం పగలవు!' అనియెను.

సుచ:—కాదు. నేనేమియును గ్రహింపఁజాలను. మునుపటివలెనే మీయొద్ద జదివెదను.

పరే:—మంచిది. రేపటినుండి యారంభింపుము!

సుచరిత కొంతసేపూరకుండి యాకస్మికముగా 'బాబా! ఆదినమున వినయబాబు జాతిభేదముగూర్చి విశేషముగఁ జెప్పియున్నాఁడు. మీరు నాకావిషయమున నేమియు ను బోధింపలేదేమి?" అనియెను.

పరే:—అమ్మా! నేనుగాని యితరులుగాని, బోధించిన బోధనలను మాత్రమే చిలుకపలుకులవలె నేర్చుకొనుట గాక మీరు స్వయముగా నెల్లవిషయముల నాలో చించి తెలిసికొనవలయునని నాకోరిక! ఈసంగతి నీకును దెలియును. ప్రశ్న సరిగా మనసులో జాగరితము కాకముందే యుపదేశము కావించుట యాఁకలి కాకముందే యన్నము పెట్టుటవంటి దగుచున్నది. అందువలన నరుచియు, నజీర్ణమును గలుగుచుం డును. నీవు నన్నిప్పుడు ప్రశ్నించితివి. కావున నాకుఁ దెలిసినదానిని జెప్పెదను.

సుచ:—నేను మిమ్ములను బ్రశ్నయే యడిగితిని. మనము జాతిభేదమును నిందిం చుటకుఁ గారణమేమి?

పరే:—ఒకపిల్లి విస్తరిలోఁ గూర్చుండి యన్నము తినినను దోషములేదు. కాని యొకమనుష్యుఁడాయింటఁ బ్రవేశించినచో నన్నమును బారవేయవలయును. మను ష్యునందే మనుష్యునకసహ్యభావమును బుట్టించు నీజాతిభేదపద్ధతి యధర్మముకాక మఱియేమందువు? మనుష్యుల నింతభయంకరముగా నవమానించుట తమ్మవమానించు టయేయగును!

సుచరిత గోరామాటల ననుకరించి ఇప్పటి సమాజవికృతుల ననుసరించి యనేక దోషములు కలుగవచ్చును. అది సమాజదోష మనవలయుఁగాని యాదోషమును బ్రధాన ధర్మమున కారోపించుటయేల?" అనియెను.

పరే:—ఆప్రధానవస్తువెక్కడ నున్నదియో తెలిసినచోఁ జెప్పఁగలిగి యుం దును. కాని దేశమునందు మానవులు మానవులనే యసహ్యించుకొనుటయు, నవమానించు కొనుటయుఁ బరస్పరభేదముతోఁ జూచుకొనుటయు మనము కన్నులారఁ జూచు

చున్నాము! ఇట్టి యవస్థలో నేదియో కాల్పనికప్రధాన ధర్మముమాట యాలోచించుచు మనసున కూటిటు కలిగించుకొనుట యెట్లు?

సుచరిత చాలసేపటివరకును పరేశుని మాటలభావమును మనసునఁ బట్టించుకొనుచు దుదకు 'బాబా! అట్లయినచో నీసంగతి యంతయును వినయబాబునకు బోధింపఁగూడదా?' అనియెను.

పరేశుఁడు నవ్వుచు 'వినయబాబు గ్రహింపఁజాలడని నేనాతనికిది' యంతయును బోధించుట మానలేదు. వారెప్పుడు సర్వోత్కృష్టసత్యమగు ధర్మముపై పునుండి తమ హృదయములం దీవిషయమును గూర్చి యాలోచింతురో యప్పుడే వారికిది యంతయును నీతండ్రిగారి బోధనలతో నిమిత్తము లేకుండఁగనే స్పష్టపడిపోవును. ఇప్పుడు వారన్యదిక్కునుండి చూచుచున్నారు. కావున నిప్పుడు వారి యెడల నా బోధనము లెంతమాత్రమును బనిచేయఁజాలవు.'

గోరావాక్యములను శ్రద్ధతో వినుచున్నప్పుడైనను నామె హృదయమున సంశయ సహితమగు వివాదమే కలిగి బాధాకరముగా నుండెడిదిగాని శాంతి కలిగెడిది కాదు. ఇప్పుడామె పరేశునితో మాటలాడి క్షణకాలములో నా విరోధభావమునుండి విముక్తినందఁగలిగెను. సుచరిత గోరానుగాని, వినయునిగాని పరేశునికంటె గొప్పవారుగా నెల్లును భావించియుండలేదు. పరేశుని యుద్దేశముతో నేకీభవింపని వారియెడల నామెకు గోపముగూడఁ గలుగుచుండెను. ఇప్పుడు గోరాతో మాటలాడిన తరువాత నామె కాతని మాటల యం దవజ్ఞతనుగాని, కోపముగాని, చూపఁజాలకుండుట యామెకుఁ గష్టముగనే యుండెను. అందుచే నామె చిన్నతనమునందు వలెనే పరేశు నాశ్రయించి యెల్లప్పుడు నుండవలయునని వ్యాకులపడుచుండెను. ఆమె లేచి ద్వారము వరకును బోయి మరలవచ్చి పరేశుని వెనుకభాగమునఁ గుర్చిపైఁ జేతులానుకొని నిలిచి 'బాబా! నేఁడు మీరు నాతో గలసి యుపాసనచేయవలయును!' అనియెను.

పరే.—అలాగే తల్లీ!

తరువాత సుచరిత తనగదిలోనికిఁబోయి తలుపు మూసుకొని కూర్చుండి యామాటల నగ్రాహ్యములుగాఁ జేసికొనుటకు బ్రయత్నించుచుండెను. కాని జ్ఞానవిశ్వాస ప్రదీప్తమగు గోరా ముఖ మామెకన్నులయెదుఁ గట్టినట్లేయుండెను. "గోరామాటలు వట్టి మాటలు కావు. ఒక్కొక్క మాటయు నొక్కొక్క గోరాయే! గోరా మాటలలో నాకృతియున్నది; గతియున్నది; ప్రాణమున్నది! ఆమాటలు విశ్వాసబలముచేతను, స్వదేశప్రేమ పరితాపముచేతను, బరిపూర్ణములై యుండును. అవి ప్రతివాదములకు లోఁబడునవి కావు. వానియందు సంపూర్ణ మానవత్వమున్నది. అది సామాన్యమానవత్వము కాదు వానిని బూర్వపక్షముచేయుట కెవ్వరును సమర్థులు కాఁజాలరు!' అని యీవిధముగ

నామెహృదయమునకుఁ దట్టుచుండెను. ఇట్టిద్వంద్వ భావమధ్యమునం బడుటచే సుచరి తకుఁ గన్నుల నీరు నిండుచుండెను. ఎవ్వరో తన్నీద్వైవిధీభావమధ్యమునఁ ద్రోసివైచి తామూరక దూరమునుండి చూచుచున్నట్లామె కనుభవమగుచుండెను. అందుచేనామె హృదయము పగిలిపోవుచుండెను. పరితాపముచే నామె తన్నుఁదానే నిందించుకొనఁ దొడఁగెను.

౩౬

"డ్రైడన్" కవిచేఁ బద్యరూపముగ రచింపఁబడిన "సంగీతశక్తి" అను నాటకమును, వినయుఁడు ముఖస్థము చేసికొని చదువుటకును స్త్రీలందఱు నభినయరంగమున వేఱ రచనలతో నుండి కావ్య లిఖితవ్యాపారములను గూర్చి మూకాభినయములం గావించుటయే కాక సమయోచితములగు నింగ్లీషుపాటలను, బద్యములను జదువుచుండుటకును నేర్పాటు జరిగెను. వరదాసుందరి కష్టపడి నాటకాభినయమునకు వినయునిఁ దయారు చేయవలసియుండునని యనుకొని యుండెను. ఆమెకింగ్లీషునందు జ్ఞానము సామాన్యమే యైనను సమాజమునందలి యొకరిద్దఱు పండితులపై నామె యీవిషయమున నాధారపడి యుండెను.

కాని ప్రదర్శన మారంభించినతోడనే వినయుఁడు చదువుట కారంభించి వరదాసుందరికిని బండితులకును గూడ నత్యాశ్చర్యమును గలిగించెను. తమసమాజమువాఁడు కాని వినయుని దిద్ది తీర్పవలయునను కోరిక వరదాసుందరికిఁ దీరినది కాదు. ఇంతవరకును వినయుని సామాన్యముగఁ జూచువారందఱు నిప్పటియాతని యాంగ్లేయ భాషావైదుష్యమును గాంచి విస్మితులై యాతని గౌరవింపకుండ నుండఁజాలక పోయిరి. హారాన బాబు కూడఁ దన పత్రికకుఁ గొన్ని లేఖలను వ్రాసి యీయవలయునని యాతని వేఁడుకొనియెను. సుధీరుఁడు తమవిద్యార్థి సమాజమునం దొకటి రెండుపన్యాసముల నీయవలయునని యాతని బ్రార్థించెను.

లలితయవస్థ యద్భుతముగా నుండెను. వినయుఁడిప్పు డీయభినయ విషయమున నెవ్వరిసహాయమును నపేక్షింపకుండుట యామెకు సంతుష్టిగను నసంతుష్టిగను గూడ నుండెను. వినయుఁడు తమ సమాజములో నెవ్వరికిని లోకువపడకుండుటయే కాక యందఱికంటెను గొప్పవాఁడుకూడ నయ్యెను. అతఁడిప్పుడు తన శ్రేష్ఠత్వమును భావించుకొనును. ఆతనికిప్పు డెవ్వరియొద్దను నేర్చుకొనవలసిన దేదియును లేదు — లలితకదియే కష్టముగా నుండెను. వినయునిపట్ల నామెయేమి కోరుకొనుచున్నదో, యెట్లుండిన నామెకు శాంతిగా నుండునో యామెకే బోధపడుటలేదు. అప్పుడప్పుడామె యప్రసన్నత చిన్నచిన్న విషయములయందలి తీవ్రభావమునందు స్పష్టపడుచు వినయునకు లక్ష్యమగుచుండెను. వినయుని పట్లఁ దానిట్లుండుట గౌరవము కాదని లలిత

తెలిసికొనఁగలిగియే యుండెను. తెలిసికొని యామె పరితపించుచుండెను; తనతప్పు దిద్దుకొనవలయునని కష్టపడి ప్రయత్నించుచునే యుండెను; కాని సామాన్యవిషయములందుఁగూడ గలుగుచున్న యామె యంతర్జ్వాలను శాంతింపఁజేసికొనుట కామె కెట్టి యుపాయమును దోఁచుటలేదు. ఇదివఱ కామెయే యీ విషయమున వినయుని బలవంతపెట్టి యొప్పించినది. ఇప్పుడాతని నొక్క సారిగా మరలింపవలయు నను నుద్దేశ మామెను గలఁచివైచుచుండెను. కాని యిప్పుడీ సమస్తాయోజనమును విపర్యస్తముగఁ జేసి వినయుఁడకారణముగ నేమని చెప్పి తప్పించుకొనఁగలఁడు? సమయము కూడ సమీపించినది! వినయుఁడు తననైపుణ్య మంతయును జూపి తానే యీ విషయమునం దుత్సాహముతోఁ బనిచేయుచున్నాఁడు! ఇఁకఁ దప్పించుట కుపాయ మేమున్నది? తుదకు లలిత కేమియుఁదోఁచక తల్లిం గాంచి "నేనీయభినయమునఁ బనిచేయఁజాలను!" అనియెను.

వరదాసుందరికిఁ దనబిడ్డయగు లలితసంగతి బాగుగఁ దెలియును. అందుచే నామె యత్యంతమును శంకితయై "ఎందుచేత?" అని ప్రశ్నించెను. 'ఈపని నాచేతఁగాదు!' అని లలిత ప్రత్యుత్తరమిచ్చెను.

వినయుఁడు సమస్థుఁడు గాఁడని నిశ్చయింపఁబడి నప్పటినుండియు లలిత వినయునియొద్దఁ దననాటకభాగము నొప్పగించుటకుఁ గాని యభినయాభ్యాసముఁ గావించుటకుఁగాని యిష్టపడలేదు. ప్రత్యేకముగ నేనే యభ్యాసము చేసికొందునని చెప్పివైచెను. ఇందువలన నందరి యభ్యాసమునకును భంగముకలిగెను. కాని లలిత యెంతమాత్రము నంగీకరింపలేదు. తుదకు వారు లలిత లేకుండఁగనే యభ్యాసము కావించుకొను చుండిరి. తుట్టతుద కిప్పుడు లలిత పరోత్సాహమునకును భంగము చేయుటకు సిద్ధపడి యుండెను. ఇది వరదాసుందరికిఁ దలపైఁ బిడుగుపడిన ట్లుండెను. లలితయిఁకఁ దన మాట వినదని వరదాసుందరికి దెలియును. అందుచే నామె యిప్పుడు పరేశుని శరణము గోరెను. పరేశబాబు సామాన్యవిషయములలోఁ దనకుమార్తెల యిష్టానిష్టములను శాసించువాఁడు కాఁడు. కాని యాతఁడు కలెక్టరునొద్ద నంగీకరించి యీ యభినయ విషయమునఁ బ్రోత్సాహమును గూర్చుచు నుండెను. సమయముకూడ సమీపించినది. ఇది యంతయు నాలోచించుకొని పరేశుఁడు లలితను బిలిచి యామె మస్తకమున హస్తము నుంచి "అమ్మా! లలితా! నీవిప్పుడు వదలుకొన్నచోఁ జాలదప్పుగా నుండును సుమా!" అనియెను.

లలిత రుద్ధకంఠస్వరముతో "బాబా! నేనీపని చేయఁజాలను. నాచేతఁగాదు." అనియెను.

పరే:—నీవు బాగుగ నభినయింపఁజాలకున్నచో నపచారము లేదు; కాని, కేవల మభినయింపకుండుట తప్పు!

లలిత తలవంచుకొని నిలువఁబడియుండెను. పరేశుఁడు మెల్లగ "అమ్మా! ఈ భారమును నీవు వహించినప్పుడు సరిగాఁ దీర్పఁగలదా? ఇది కోపము తెచ్చుకొని తప్పించుకొన వలసిన విషయము గాదు. కష్టముగా నున్నను నీకిది కర్తవ్యము. అంగీకరింపవా తల్లీ!" అనియెను.

లలిత తండ్రి మొగము వంకఁ జూచి 'అంగీకరించితిని" అనియెను.

ఆనాఁటిసాయంకాలముననే లలిత వినయునియొద్దఁ దన సమస్త సంకోచమును దూరము చేసికొని యనుపమాన సామర్థ్యముతోఁ బంతము పట్టినదియుఁబోలెఁ దనయభినయభాగము నొప్పగించివైచెను. వినయుఁడిదివర కామె చదువును వినియుండలేదు; ఇప్పుడు విని పరమాద్భుత నిమగ్నుఁడై పోయెను. ఆహా! తేజోమయమగు నాయుచ్చారణ మెంతస్పష్టముగ నున్నది! అందెచ్చటను నొక్కించుకయైనను దడఁబాటు లేదు. ఆభావప్రకాశమెంత నిస్సంశయముగ నున్నది! విని వినయుఁడాశాతీతం బగు నానందము ననుభవించెను. ఆమనోహర కంఠస్వర మాతని వీనులయందుఁ జాలసేపటివఱకును బ్రతిధ్వనించుచుండెను. పాఠకుల మధుర కంఠస్వరమును బట్టి కూఁడ కవితలు శ్రోతల మనోమోహనకరములై యుండును. చెలువంపుఁ జిగురుఁగొమ్మలలో వికసించిన పువ్వులవలెనే పాఠకుల కల స్వనములలోఁ దిలకించు కవితలు శోభాసంపన్నములై యుండును.

లలితయును క్రమముగా వినయునియొద్దఁ గవితాప్రసంగమును గావింప నారంభించెను. ఆమె యింతవఱకును దన తీవ్రభావముచేతనే వినయును త్తేజితునిం గావించుచుండెను. సమయము వచ్చినప్పుడెల్లఁ దిరస్కారవచనములచేతను దీవ్రహాస్యముల చేతచే వినయుని నొప్పించుచుండెను. లలిత యెప్పుడేమి చేయునో, యెప్పుడేమనునో యనియే వినయుఁడు సంకోచింపవలసివచ్చుచుండెను ఆమె యసంతోష భావ రహస్యమును భేదింపజాలక వినయుఁడు నిరంతరము నామెను గూర్చియే యాలోచించుచుండెను. తెల్లవారి నిద్రనుండి లేచునప్పటికే యాతని కామె మాటలు స్మృతికి వచ్చుచుండెను. ఆతనికిఁ బ్రతిదినమును లలిత యీవేళ నెట్లుండునో యని యాలోచనమే తోఁచుచుండెను. ఆమెయందొక్కించుక ప్రసన్నభావ మగపడిననాఁడు వినయుఁడు నిట్టూర్పువిడిచి బ్రతికితిననుకొని యామెయెల్లప్పుడు నిట్లుండుట కేమిచేయవలయునో యని యాలోచించుకొనుచుండెను. కాని యేయుపాయమును దోఁచక కేవలమును వినయుఁడామె కధీనుఁడైయుండెను.

ఈవిచారములనడుమ నిప్పటిలలిత కావ్యపఠనమాధుర్యము వినయునకుఁ బరమానంద దాయక మయ్యెను. తనయానందమును గూర్చి యెట్లు ప్రశంసింపవలయునో యాతనికిఁ దోఁచుటలేదు. లలిత మొగమునెదుట మంచిమాట చెప్పుటఁగూడ వానికి సాహసము కలుగుటలేదు. మంచి మాటకు మానవులు సంతోషింతురను సామాన్యనియమము లలితకు వర్తింపదేమో యని యాతనికి సంశయము కలిగెను. అందుచేతనే వినయుఁడు తన యానందావేశమును బట్టఁజాలక వరదాసుందరితో లలిత భాషావైదుష్యమును గూర్చియు, పఠనమాధుర్యమును గూర్చియు విశేషముగఁ బ్రశంసించెను. అందువలన వినయుని విద్యాబుద్ధులయెడల వరదాసుందరికి గౌరవమును విశ్వాసమును మఱింత దృఢపడియెను.

మఱియొక వింతసంగతి! లలిత తన యభినయకౌశల్యమును వాక్చాతుర్యమును బ్రశంసనీయము లైనట్లు గ్రహించినతోడనే నిరుపద్రవకరములగు నోడ సముద్ధతతరంగములనుండి దాఁటివెళ్లుగా నామె తన కర్తవ్యాభిజ్ఞతనుండి తరింపఁగలిగెను. అప్పటినుండియు లలిత తన తీవ్రప్రభావమును వినయుని యెడల నుపయోగించుటలేదు. వినయునకు వైముఖ్యముఁగూర్చుపని యేదియు నామెచేయుటయే మానివైచెను. ఈ యభినయకార్యమునం దామె యుత్సాహముతో వినయునితోఁగలసి మెలసి పనిచేయుచుండెను. చదువుటయందును, నభినయించుటయందును, నామె వినయుని యుపదేశమునే కైకొనుచుండెను.

లలిత యట్లు మాఱుట వినయుని గుండెలలోని పెద్దబరువు దిగిపోయినట్లయ్యెను. ఆతనికిప్పుడానందమయి యొద్దకుఁబోయి బాలకునివలె మాటలాడుకొనవలయునను నంతటి యానందము కలిగెను. వినయునకప్పుడు సుచరితతో నెన్నియో మాటలాడవలయునని యుండెను. కాని సుచరిత నేఁడాతని కగపడనేలేదు. అవకాశము కల్పించుకొని లలితయొద్దఁ గూర్చుండి సావధానముగ మాటలాడవచ్చును. కాని లలిత తనమాటలను దీవ్రముగా విమర్శించు ననుసంశయముచే సహజముగా నాతనికి మాటలేతొణకవు.

లలితయప్పుడప్పుడు "ఇవి నీమాటలేనా? మఱియొకరివా?" అనుచుండును. 'నాకింతవయసు వచ్చినను, పుస్తకజ్ఞానమే గాని యనుభవజ్ఞానము కలుగలేదు! అందుచే నాజ్ఞానము గ్రంథముద్రణాలయమువంటి దైపోయినది" అని వినయుఁడు చెప్పుచుండును. 'నీవు బాగుగా మాటాడుటకుఁ బ్రయత్నింపుము? నీమాటలే నీవు సరిగా మాటాడవలయును. నీవు చమత్కారముగా మాటాడినప్పుడెల్ల నీమాటలు నీవి కావని సంశయము కలుగుచుండును!" అని లలిత చెప్పుచుండును. అందుచే నిపుణముగా మాటాడినచో లలిత సంశయించునని వినయుఁడు సులభముగను, సంక్షేపము

గను మాటాడవలసి వచ్చుచుండెను. ఏదైన నలవాటుచే నొక యలంకారవాక్యము నోటినుండి వెలువడినంతనే వినయునకు సంశయము కలుగుచుండెను.

ఆ కారణముగఁ గ్రమ్ముకొన్న మబ్బు వదలి లలితహృదయమిప్పుడు నిర్మలమై యుండెను. ఆమె పరివర్తనముఁ గాంచి వరదాసుందరియుఁ నాశ్చర్యపడియెను. లలిత యిప్పుడు మాటమాటకు నడ్డము చెప్పుచు విముఖియై యుండుటలేదు. అన్ని పనుల యందును నుత్సాహముతో మెలంగుచుండెను; రాఁబోవు నభినయ సందర్భమునకు వలయు పరికరములను గూర్చి నూతనోత్సాహముతో నాలోచించుకొనుచుండెను; అభినయమున నందఱను బ్రోత్సహించుచుండెను. వరదాసుందరి కందుచే సంతోషము కలుగవలసినదే కాని యామె కప్పుడు ధనవ్యయమును గూర్చి యాలోచన కలిగెను. ఆ కారణముచే లలిత యంగీకరించినప్పుడు కూడ నామెకించుక కష్టముగనే యుండెను. కాని యామె లలిత యుత్సాహము నడ్డగించుటకు సాహసింపఁజాలక పోయెను. లలిత సంతోషముతోఁ జేయు పనులయందెట్టి లోపము కలిగినను సహింపఁజాలదు. అందుచేతనే యామె సామాన్యముగ నెట్టిపనికిని బూనుకొనదు!

లలిత యిట్టియుత్సాహముతో సుచరితయొద్ద కనేక పర్యాయము లాత్రముతోఁ బోయియుండెను. సుచరిత నవ్వుచునే మాటాడినది. కాని లలితకుమాత్రమేమో మన సునకుఁ గష్టముగఁ దోఁచుచుండుటచే మనసులోనే కోపగించుకొని మరలివచ్చుచుండెను. ఒకనాఁడు లలిత తండ్రికడకుఁ బోయి "బాబా! అక్క సుచరిత యింటనే కూర్చుండి చదువుకొనుటయును, మేము మాత్రము నాటకాభినయమునకు శ్రమ పడుటయునా? ఇది తగదు! ఆమెకూడ మాతోఁ గలసి పనిచేయవలయును!" అనియెను.

సుచరిత కొలఁది దినములనుండి చెలులతోఁ గలియక వేఱుగ మెలఁగుచున్న సంగతి పరేశుఁడు గ్రహించియే యుండెను. ఈయవస్థ యామెనడవడి కుచితము కాదని కూడా నాతఁడు శంకించుచుండెను. ఇప్పటి లలిత మాటలవలన సుచరిత హృదయమున సంతోషముగ నందఱితోడను గలసి యుండఁజాలనంతటి వ్యత్యస్తభావ మేదియో కలిగియుండెనని పరేశుఁడనుకొనియెను. అప్పుడు పరేశుఁడు "అమ్మా! ఈసంగతి మీయమ్మతోఁ జెప్పలేదా?" అనియెను.

లలి:—అమ్మతోఁ జెప్పెదను కాని యక్క నంగీకరింపజేయు భారము మీ యందే యున్నది!

పరేశ్‌బాబు చెప్పినతోడనే సుచరిత యెట్టి యభ్యంతరమును జెప్పఁజాలక తన కర్తవ్యపాలనమున కగ్రసర యయ్యెను.

సుచరిత గదినుండి వెలుపలికి వచ్చినతోడనే వినయుఁడామెతో మునుపటి వలెనే మాటాడఁదలచెను. కాని యామె యాభిముఖ్యమును బడయఁజాలకపోయె

ను. ఆమె వేషమునందును, మాటలయందును బ్రసన్నత కానరాకుండుటచే నాతఁ డామెను సమీపింపఁ జాలకపోయెను. కలసిమెలసి యుండుటయందును బనులయందును సుచరిత మునుపుగూడ నిర్లిప్తతతోనే యుండెడిది. కాని యిప్పుడది స్పష్టముగా నగపడుచుండెను. సుచరిత క్రమముగా నభినయాభ్యాస సమయములయందుఁ గూడ బ్రత్యేకముగనే యుండెను. పనులలో నావశ్యకమైనంతవఱకే కలుగఁ జేసికొనుచుండెను. ఈవిధముగాఁ జూచుచుండఁగనే సుచరిత వినయునకు దూరమైపోయెను!

కొలఁది దినములనుండి గోరా లేకుండుటచే వినయుఁడు తఱచుగాఁ బరేశునింటికి వచ్చుచుఁ బోవుచుండెను. వినయుని స్వభావమునం దిట్టి యవారితభావముం గాంచి పరేశుని యింటివారెల్లరును సంతోషముతో నుండిరి. వినయుఁడును నిరాబాధకమగు స్వాతంత్ర్యలాభముంగాంచి యెన్నఁడు నెఱుఁగనియానందము ననుభవించుచుండెను. ఆయింటివారందఱు నాతని గౌరవముగాఁ జూచుచుండుటచే నాతఁడు తనగౌరవమును మఱింత వర్ధిల్లఁజేసికొనుటకుఁ బ్రయత్నించుచుండెను. ఇట్టిప్రకృతి ప్రసారణ సమయమున—ఇట్టిస్వాతంత్ర్యానుభవ సమయమున వినయునకు సుచరిత దూరమైపోయెను. ఈ లోపము — ఈయాఘాతము మరియొకప్పుడైనచో దుస్సహముగనే యుండును. కాని యిప్పుడది సామాన్యముగ జరిగిపోవుచుండెను. లలితకూడ సుచరిత భావాంతరమును గ్రహించి యామెను మునుపటివలె నాదరించుటలేదు! చదువునందు, నభినయమునందుఁ గల యుత్సాహమే యిప్పుడు లలితహృదయమున నిండియున్నదాయేమి?

ఆకస్మికముగ సుచరిత యభినయమునఁ జేరుటంగాంచి హారానుఁడును సంతోషముతో నుండెను. హారానుఁడిప్పుడు తానుగూడ 'Paradise Lost' నుండి కొంత భాగమును జదివెదననియును, Dry-den నాటకముపై సంగీతమునుగూర్చి యొకచిన్న యుపన్యాసము నిచ్చెదననియును జెప్పెను. వరదాసుందరి కీమాట యసహ్యముగా నుండెను. లలితకును సంతుష్టిగా లేదు. కాని, హారానుఁడిదివరకే యీ విషయమునుగూర్చి కలెక్టరుతో మాటలాడి వచ్చెను. లలిత యీవిషయమునఁ గలెక్టరు సమ్మతింపఁడని చెప్పినప్పుడు హారానుఁడు కలెక్టరుగారి యుత్తరమును జూపి యామెను నిరుత్తరం గావించెను.

గోరా పని లేకుండఁగనే ప్రయాణముచేసెను. ఎప్పుడు వచ్చునో యెవ్వరికిని తెలియదు. సుచరిత యీ విషయమున నేమియు నాలోచింపకపోయినను నెప్పటి కప్పుడే గోరా నేఁడు వచ్చునను నాశ యామెమనములోఁ గలుగుచుండెను. ఆయాశ నేవిధముచేతను నామె త్రోసివైచుకొనఁ జాలకుండెను. గోరా యుదాసీనతయుఁ దన మనసునందలి యశాంతతయు సుచరితను బీడించుచున్నప్పుడు, ఎట్లయిన నీజాలమును

దెగించుకొని పాటుపోవలయునని యామె హృదయము వ్యాకులపడుచున్నప్పుడు హారానుఁడు సుచరిత పెండ్లి సంబంధమును స్థిరపరుపవలయునని మరలనొకసారి పరేశునిఁగోరెను! అప్పుడు పరేశుఁడు "పెండ్లికింకను వ్యవధానమున్నది కదా! ఇంత తొందరగా స్థిరపరచుకొనుట యెందులకు?" అనియెను.

హారా:—వివాహమునకు ముందుఁ గొంతకాల మీసంబంధావస్థతోఁ గాలయాపనము చేయుట యుభయుల హృదయ పరిణామములకును ననుకూలముగా నుండును. సాంసారిక బాధ్యతలు లేకుండియు సంబంధము కలిగి యుండుట యను నీవివాహపూర్వపరిచయ మొకవిధముగా నాధ్యాత్మిక సంబంధమువంటిది. ఇది చాల నుపకారకమైనది.

పరే:—మంచిది. అట్లయినచో సుచరిత నడిగిచూడుము!

హారా:—ఆమె యిదివరకే యంగీకరించినది కాదా?

హారానునియెడల సుచరిత మనోభావమునుగూర్చి పరేశునకింకను సందేహముగనేయుండెను. అందుచే నాతఁడు సుచరితను బిలిచి హారానుని యభిప్రాయమును దెలిపెను. సుచరితయును దనద్విధాగ్రస్త జీవనము నెచ్చటనో యొకచోట సంపూర్ణముగా నర్పించువైమకొనుటయే మంచిదని యెంచి తొందరనే నిశ్చింతతోఁ దనసమ్మతిని దెలియఁజేసెను. పరేశుని సందేహమంతయును దూరమైపోయెను. వివాహమునకుముందే బంధింపఁబడుట యుక్తమగునో కాదో బాగుగ నాలోచించుకొమ్మని పరేశుఁడు చెప్పెను. కాని సుచరిత యెంతమాత్రము నభ్యంతరము చెప్పలేదు. నాటకాభినయమైనతరువాత నొకనాఁడందఱను బిలిచి వివాహసంబంధము స్థిరపఱచుట కేర్పాటు జరిగెను.

సుచరితకుఁ దనహృదయ మిప్పుడు రాహుగ్రాసమునుండి ముక్తమైనట్లొకించుక సేపు తోఁచెను. అప్పుడామె తనలో "హారానుని బెండ్లియాడి సమాజకార్యములయందే నాహృదయమును బంధించి యుంచవలయును! హారానబాబునొద్దఁబ్రతిదినము ధర్మతత్వసంబంధములగు గ్రంథములనుజదివి యాపద్ధతుల నవలంభించి యుండవలయును" అని స్థిరపఱచుకొని యప్రియమును తోఁచుచున్నను నాకార్యమును జేయుటకు మనఃపూర్వకముగఁ బ్రతిజ్ఞ చేసికొనియెను.

హారానుఁడు ప్రకటించుచున్న పత్రిక నెన్నఁడును సుచరిత చదివియుండలేదు. ఆపత్రిక యిప్పుడు ముద్రితమైనతోడనే సుచరిత కందెను; హారానుఁడే పంపుచుండెనని సుచరిత గ్రహించెను. ఆపత్రిక నందికొని యామె గదిలోనికిఁ బోయి ప్రయత్నపూర్వకముగా నందలి మొదటి పంక్తినుండియుఁ జదువనారంభించెను; తాను శిష్యురాలుగాభావించి శ్రద్ధతో నందలి యుపదేశముల ననుభవమునకుఁ దెచ్చుకొనుచుండెను.

కాని పడవ నడచుచు నడచుచు నాకస్మికముగాఁ గొండకుఁ దాఁకి వెనుకకు మరలెను—ఆపత్రికలో 'పూర్వకాల వాయుగ్రస్తులు' అను పేరుతో నొక వ్యాసమున్నది. అందు వర్తమాన కాలమునందుండి పూర్వకాలమునకు మొగము ద్రిప్పిచూచు వారినిగూర్చి నిందలున్నవి. యుక్తులంత యసంగతములుగ లేవు. ఇట్టియుక్తులను సంధానించుట సుచరిత క్షిప్రమే—కాని యావ్యాసమును జదివినంతనే యానిందలన్నియును గోరాను గూర్చియే యని యామెకుఁ దోఁచెను. అందు గోరా పేరులేదు; అతనివ్రాతల యుల్లేఖమును లేదు; తుపాకీగుండ్లతో నొకమానవుని గొట్టి యొకసైనికుఁడు సంతోషించుచున్నట్లే యావ్యాసము ప్రతివాక్యముచేతను నొక సజీవపదార్థమును భేదించి యొక విధమగు హింసానందముచే బ్రస్ఫుటితమై యుండెను.

అందుచే నావ్యాసము సుచరిత కసహ్యముగా నుండెను. అందలి ప్రతియుక్తిని బ్రతివాదముచే ఖండించివేయవలయునని యామెకుఁ దోఁచెను. గోరాతలఁచుకొన్న దీనిని దుమ్మున నెగురగొట్టి ధూళిపాలు చేయఁగలుగునని యామె యనుకొనియెను. తోడనే గోరా సముజ్జ్వలవదనమండల మామెకన్నులకు గట్టినట్లై యాతని గంభీరకంఠస్వరమామె హృదయాంతరాళమునఁ బ్రతిధ్వనించుచున్నట్లయ్యెను. ఆతని యసామాన్య వదనము నెదుట ఆతని గభీరభాషణములయెదుట నీవ్యాస లేఖకుఁడు నీచాతినీచునిఁ బోలె కానవచ్చుచుండెను. సుచరిత యప్పుడా పత్రికను గ్రిందఁబారవైచెను.

చాలకాలమున కానాఁడే సుచరిత వినయునికడఁ గూరుచుండి ప్రసంగవశమున "మంచిది. మీరిదివఱకుఁ బత్రికలకు వ్రాసినయుపన్యాసములన్నియును నాకుఁ జదువుట కిచ్చెదనంటిరి. ఈయలేదేమి?" అనియెను. సుచరిత హృదయమున భావాంతరము కలుగుటచేఁ దానాకాగితముల నిచ్చుట కవకాశము లేకపోయెనని చెప్పక వినయుఁడు మర్యాదగా "నేను వానినన్నిటిని సంగ్రహించి యుంచితిని. రేపు తెచ్చియిచ్చెదను" అనియెను.

మఱునాఁడు వినయుఁడు పుస్తకమును, గొన్ని కాగితములను దెచ్చి సుచరిత కిచ్చెను. సుచరిత వానిని తీసికొనియెను. గాని చదువలేదు. ఒకపెట్టెలో భద్రముగా నాఁచి యుంచెను. చదువవలెనని కోరిక యుండియును జదువలేదు. ఆమె తన చిత్తమునకుంజాంచల్యము కలిగింపనట్లు ప్రతిజ్ఞచేసికొని హారానుని శాసనాధీనముగాఁ జేయవలయునని మఱియొకసారి తన్నుఁదానె హెచ్చరించుకొనియెను!

౨౦

ఆదివార ముదయమున నానందమయి తేనీరు సిద్ధము చేయుచుండెను. ఆమె చెంతఁ గూర్చుండి శశిముఖి తాంబూలములకు వక్కలను గత్తిరించి ప్రోగుచేయుచ

నింతలో వినయుఁడు వచ్చుటచేఁ దనయొడిలోనున్న తమలపాకుల నట జారవిడిచి యొక్క పరుగున గదిలోనుండి యవ్వలకుఁ బోయెను.

వినయుని కందఱియందును సమభావమే. ఇంతవఱకును శశిముఖి యాతనికడ నెంతయో చనువుగలిగి యుండెడిది; ఆయుభయులకు నెన్నియో వాదములు జరుగుచుండెడివి. శశిముఖి వినయుని జోళ్ళనుదాఁచి యాతనితో వాదము పెట్టుకొనుచుండెడిది. వినయుఁడామె చిన్నతనపుఁబనులను గొన్నింటిని మెఱుఁగులు పెట్టి వర్ణించి పరిహసించుచుండెడివాఁడు. అవియన్నియు నసత్యములని యామె మొదటినుండియు వాదించుచుండెడిది. తుదకట్లు నిరూపింపఁజాలక యటనుండి పాఱిపోవుచుండెడిది. ఆమెయును వినయు నేదోవిధముగాఁ బరిహసింపవలయునని ప్రయత్నించుచుండెడిది. కాని రచనాశక్తియందు వినయునితోఁ జాలలేకపోవుచుండెడిది. ఎట్లయినను వినయుఁడింటికి వచ్చినది మొదలు శశిముఖి యాతనితో నల్లరిచేయుచునే యుండెడిది. ఒక్కొక్క దినమున నాయిరువురి యల్లరింగాంచి యానందమయి శశిముఖింగూర్చి కోపముకూడఁ జూపుచుండెడిది కాని దోషము శశిముఖిది కాదు. వినయుఁడామె కట్టి యుద్రేకముఁ గూర్చుచుండెడివాఁడు. అందుచే నామె యుత్సాహము నడఁచుకొనఁజాలకపోయెడిది.

అట్టి శశిముఖి యిప్పుడు వినయునిఁ జూచినంతనే పరుగెత్తిపోయెను! అదిచూచి యానందమయి నవ్వెను. ఆనవ్వు సుఖమైననవ్వు కాదు. ఈయల్ప సంఘటనము వినయునకు దారుణాఘాతమగుటచేఁ గొంతసేపటివఱకు నాతఁడు మాటాడఁజాలకపోయెను. శశిముఖీవినయుల వివాహ మసంగతమైనను చిన్నచిన్నమాటలచే నదియెట్లో స్థిరపడిపోయినది. వినయుఁడు గోరా మిత్రత్వము నాలోచించియే సమ్మతించెను; అంతేకాని బాగుగ నాలోచించుకొనలేదు. అంతేకాక వినయుఁడు మనదేశమున వివాహము వ్యక్తిగతము కాదనియు, నది పారివారికమనియు వ్యాసములనుగూడ వ్రాసియుండెను! ఆతఁడుకూడ నీవిషయమున నెట్టియాలోచనమునకును నెడమీయలేదు. ఇప్పుడు శశిముఖి తన్నుంజూచి మగఁడని సిగ్గుపడిపోవుటంగాంచుటచే వినయునకప్పుడామెకును దనకును గల భావిసంబంధము స్పష్టపడియెను. తనస్వభావమునకు విరుద్ధముగాఁ దన్నెంతవఱకు గోరా యీడ్చుకొని పోయెనో తెలిసికొని వినయుఁడు కోపముతోఁ దన్నుదాను నిందించుకొనియెను; మొదటినుండియు నీవిషయమునఁ దన్ను నిషేధించుచున్న యానందమయి దూరదృష్టింగూర్చి ప్రశంసించుచు వినయుఁడామె యెడల భక్తిపూర్ణుఁడయ్యెను.

ఆనందమయి వినయుని మనోభావము నెఱిఁగి యాతనిహృదయమును మఱియొక వైపునకుఁ ద్రిప్పనెంచి "బాబూ! నిన్నటిదినమున గోరాయుత్తరము వచ్చినది సుమీ!"

అనియెను. వినయుఁడు పరాకుగనే "ఏమని వ్రాసినాఁడు?" అనియెను, 'తనసంగతు లేమియును లేవు. దేశమునందలి నిమ్నజాతులవారి దుర్దశలను గాంచి దుఃఖపడుచు వ్రాసినాఁడు. కలెక్టరుచేయు నన్యాయములకు ఘోషపురమువారు పడు బాధలను గూర్చి వర్ణించి వ్రాసినాఁడు." అని యానందమయి చెప్పెను.

వినయుఁడప్పుడు గోరాయెడల గలిగిన విరుద్ధభావోద్రేకముచే నసహిష్ణుఁడై "గోరాదృష్టి యెప్పుడు నితరులమీఁదనే — మనసమాజమునందలి దురాచారములను మనము తొలగింపఁగలిగినప్పుడు మనకీపని చాల నుత్తమ మైనదని చెప్పుకొనుటకు బాగుగ నుండును!" అనియెను. ఆకస్మికముగ నిట్లు గోరాపై దోషారోపణముచేసి వినయుఁడు దాను ప్రత్యేకముగ నిలిచినందుల కానందమయి చిఱునవ్వు నవ్వెను.

విన:— అమ్మా! నీవు నవ్వుచున్నావు. వినయున కాకస్మికముగ నింతకోపమేల కలిగినదనుకొనుచున్నావు కాఁబోలును! చెప్పెదను వినుము! సుధీరుఁడొకనాఁడునన్ను సైహాట్ స్టేషనునొద్దనున్న తనమిత్రుని బంగాళాకుఁ దీసికొనిపోయెను. మేము సేయాల స్టేషను విడచినప్పటినుండియే వర్షమారంభమైనది. శోదపురపు స్టేషనునొద్ద బండి యాఁగినప్పుడొకవిశేషమును జూచితిమి. దొర దుస్తులను దాల్చియున్న బంగాళీ యొకఁడు తన నెత్తిపై మంచిగొడుగు వైచుకొని తనభార్యను బండినుండి దింపెను. ఆమె చంటిబిడ్డ నెత్తికొని యొకముదుకగుడ్డ నాబిడ్డపైఁగప్పి యావానలోఁ దడియుచు నొక్కప్రక్కను నిలువఁబడి యుండెను. చలిచేతను, సిగ్గుచేతను నామె వడఁకిపోవుచుండెను. అతఁడుమాత్రము నెత్తిపై గొడుగువైచుకొని హాయిగా మాటాడక చూచుచుండెను. ఆనిమిషమునందే నాకు 'అయ్యో! ఈమన దేశములో నెండలోనైనను, వానలోనైనను, గొప్పవారికైనను గొలఁదివారికైనను నాఁడువాండ్రకు నెత్తిపై గొడుగక్కఱలేదా?" అని విచారము కలిగినది. అతఁడట్లే సిగ్గులేక గొడుగువైచుకొని చూచుచునే యుండెను. పాపమామె యట్లే మాట్లాడక తడిసిపోవుచుండెను. ఇంతకంటె లజ్జాకరమగు వ్యాపారమేమైనయున్నదా? ఈసంగతి స్టేషనులోనున్న యొక్కనికైనను దప్పుగాఁదోచినదా? స్త్రీల నెల్లవిధముల కట్టిమాటలతోఁగాకుండ హృదయపూర్వకముగ నాదరింపవలయునని నేనప్పుడే ప్రతిజ్ఞ చేసికొంటిని.

అని చెప్పుచు వినయుఁడు తనధోరణికి లజ్జితుఁడై 'అమ్మా! వినయుఁడప్పుడప్పుడీవిధముగా నుపన్యసించి యుండెననియు నిదియు నొక యుపన్యాసమే యనియు నీవు భావింపవలదు. అభ్యాసవశమున నామాటలే యుపన్యాసములవలె నుండును. ఇందిప్పుడు కృత్రిమావిశేష మేదియును లేదు. దేశమునం దాఁడువాండ్రొక భాగమై యున్నారని నేనిదివరకు భావింపలేదు. ఎన్నఁడు నాలోచించి యుండలేదు. అమ్మా! నేనింక విశేషించి మాటలాడను. అట్లు మాటలాడినచో మనఃపూర్వకముగఁ జెప్పినవి కావని

యితరులు విశ్వసింపక పోవచ్చును. అందుచే నిక వక్తృత్వమును దగ్గించెదను." అని చెప్పినతోడనే యుత్సాహదీప్త హృదయముతో సెలవు గైకొని పోయెను.

అప్పుడానందమయి మహిమునిం బిలిపించి 'బాబూ! మన శశిముఖితో వినయునకుఁ బెండ్లి కుదరదు." అనియెను.

మహి: —ఏమి? నీకిష్టములేదా?

ఆనం:—ఇది తుదకు జరుగదు గావున నాకిష్టములేదు. జరిగినచో నిష్టముగాకేమి?

మహి:—గోరా యిష్టపడియెను. వినయుఁడంగీకరించెను. ఇంకను సంశయమేమున్నది? ఇఁక నీకిష్టములేకున్నచో వినయుఁడు మానుకొనవచ్చును. ఈ సంగతి నాకు బాగుగ దెలియును.

ఆనం:—వినయునిగూర్చి నాకు నీకంటె బాగుగఁ దెలియును!

మహి:—గోరా కంటెనా?

ఆనం:—ఆ—అందుచేతనే యెల్లవిధముల నాలోచించి నాయభిప్రాయమును జెప్పితిని.

మహి:—మంచిది. గోరావచ్చును గాగా?

ఆనం:—మహిమా! నామాటవినుము! దీనినిగూర్చి బలవంతముగఁ బ్రయత్నించినచోఁ దుదకు గందరగోళము పుట్టును. గోరా మరల నీవిషయమున వినయునితో మాటాడుట నాకిష్టములేదు!

'అట్లే చూచుకొందము.' అని తయలపాకులు నములుచు మహిముఁడు కోపముతో వెడలిపోయెను.

—౨౬—

గోరా బయలుదేఱినప్పుడాతనితో, అవినాశుఁడు మతిలాలు, వసంతుడు, రమాపతియు నలుగురును గలిసిపోయిరి. కాని, గోరా నిర్దయోత్సాహవేగమునకు వారు తాళముచు వేయఁజాలకపోయిరి! అవి దవినాశవసంతులు జబ్బు చేయుటచే నాలుగైదు దినములలోనే కలకత్తాకుఁ దిరిగివచ్చిరి. గోరాయందలి భక్తిచే రమాపతియు మతిలాలును మాత్రమాతని నొంటిగా విడిచి పోఁజాలక పోయిరి. కాని వారాతనితోఁ బడు కిష్టములకుఁ బరిమితిలేదు. గోరాపోయినచో నొక్కచోట నిలువక—నిలచినచో నొక్కచోటనే నిలుకడ! విశ్రవిరామము లేదు! గోరా బ్రాహ్మణుఁడని చెప్పి యే గృహస్థుఁడైన నాతిథ్యమునకుఁ బిలిచినచో నాయింట నెట్టి యసదుపాయములున్నను నాతఁడచ్చటనే దినములకొలది నిలిచి పోవుచుండెను. అతని యుపన్యాసముల నాలకించు కుతూహలముతో గ్రామస్థులందఱు నాతని విడువజాలకుండిరి.

కలకత్తాకు వెలుపలనున్న గొప్పకుటుంబమువారును, జదువుకొన్నవారును నెట్లుండిరో తెలిసికొనఁగలుగుటకు గోరాకిదియే మొదటిసారి. ఈపరికాండగ్రామ్య భారతవర్ష మెంతవఱకు విచ్ఛిన్నమై, సంకీర్ణమై దుర్బలమై యుండెనో, ఆత్మశక్తి నెఱుంగక యాత్మమంగళము నాలోచింపక యెంతవఱకుదాసీనమై యుండెనో, కొలఁదిదూరమునందలి గ్రామములతోనే యెంతటి పరస్పర వ్యత్యాసముకలిగియుండెనో, ఈవిశాలకర్మక్షేత్రమునఁ బ్రయాణముచేయుట కాత్మకల్పితములగు నెన్నెన్ని యడ్డంకులు ప్రతిబంధకములై యుండెనో నీచత్వమే యెంతవఱకు గౌరవముగఁ జూడఁబడుచుండెనో, దానియెదుట సంస్కారమున కెంతమాత్రము నెట్లు నిలువనీడ లేకుండఁ బోవుచుండెనో, దానిహృదయ మెట్లు విదీర్ణమగుచుండెనో ప్రాణమెట్లు కపేలంటియుండెనో చైతన్యమెట్లు క్షీణమైయుండెనో యిదియంతయును గ్రామ్య జనులనడుమ మెలంగకున్నచో గోరాకుదెలియకపోయియే యుండును. గోరాయొక గ్రామమునందుండఁగ నందొక యిల్లంటుకొనియెను. ఊరివారందఱును గోలపెట్టుచుఁ బరుగులెత్తుచు నేడ్చుచుండిరేకాని ప్రతీకారమును జేయఁజాలకపోయిరి. విపత్ప్రతీకారమునఁ బేదలగ్రామ్యజను లెంతయశక్తులై యుండిరో గోరా యిప్పుడు తెలిసికొనియెను. ఆయూరికి సమీపమునఁ జెఱువైనను లేదు. ఆఁడువాండ్రు దూరము నుండి నీరు తెచ్చుకొనుచుందురు. ఇట్లున్నను ధనవంతులగువారి కైనను దమయింట నొకనూయి త్రవ్వించుకొనవలయు ననునూహ తోఁచలేదు. ఇదివఱకుఁగూడ నా యూరు చాలసారులు కాలిపోయినది. అది దైవదుర్విపాకమనియెంచి నిరుపాయులై యుండిరేకాని యూరివారెవ్వరును సమీపమునందొక చెఱువైనను త్రవ్వించుకొనలేదు. ఒక్కయూరునకుగూర్చియే యిట్లుండఁగా దేశమునంతనుగూర్చి యాలోచించుట గోరాకిప్పుడెంతయో కష్టముగాఁ దోఁచెను. ఈవిషయమున మతిలాలుగాని, రమాపతిగాని యేమియు నాలోచింపకుండుట గోరాకన్నిటికంటెను నాశ్చర్యముగా నుండెను. అంతేకాక గోరా సంక్షోభపడుచుండఁగా వారిది యసంగతమనికూడా ననియుండిరి. "సామాన్యులందఱు నిట్లేయుందురు, ఇట్లే భావించుచుందురు; ఈకష్టములు వారికి కష్టములుగాఁ దోఁపవు; ఇంతకంటె నెక్కుడుగా మెలంగుట వారికి డంబముగాఁ దోఁచును! ఈయజ్ఞానము, ఈమాంద్యము, ఈదుఃఖానుభవము—ఇది యంతయును జేసి యెంతటి భయంకర దుస్సహ భారమై యున్నది! మనదేశమునందలి శిక్షితులు, నశిక్షితులు, ధనికులు, దరిద్రులు మొదలగు నందఱితలలమీఁదను నీభారము పడియేయున్నది! అదియెవ్వరినిగూడ ముందఱికిఁ గదలనిచ్చుటలేదు!' అనిగోరా యిప్పుడు స్పష్టముగాఁ దెలిసికొనియెను. అందుచే శేయంబవ జాతనిహృదయము క్లిష్టమైపోవుచుండెను.

ఇంటికడనుండి జాబు వచ్చినదని పతితాలాలు వెడలిపోయెను. ఇఁక గోరాతో రమాపతియొక్కఁడుమాత్రమే యుండెను. ఆయిరువురును గ్రామముగాఁబోయి యొక యేటియొడ్డున నున్న ముసల్మానుల పల్లెయందుఁ బ్రవేశించిరి. అందు బసకొఱకు హిందూ గృహములను వెదుకఁగాఁ దుదకొక మంగలివానియిల్లు గపడియెను. ఆమంగలియు నాతని భార్యయు నొక తురకపిల్లవానిని పెంచుకొనుచుండిరి. నిష్ఠాపరుఁడగు రమాపతి కది కేవలమును నికృష్టముగాఁ దోఁచెను. ఆమంగలి యనాచారమునుగూర్చి గోరా నిందించుచు "అయ్యా! మనము హరీ యందుము; వారు అల్లా యందురు. వీనిలో నేమియు భేదమగు పడుట లేదా?" అనియెను.

అప్పటికప్పుడే యెండ తీవ్రమైపోయెను; ఏరు దూరము; నడుమ నిసుక కాలి యున్నది. రమాపతి దాహతాపముతో "హిందువులకుఁ బానయోగ్య మగుజల మెచ్చట దొరకును?' అని ప్రశ్నించెను. ఆమంగలియింట నొకనూయియున్నది; కాని యాచారము లోపించునని రమాపతి యానీటిని త్రాగుటకు విరక్తుఁడయ్యెను. అప్పుడు గోరా 'ఈబాలునకుఁ దల్లిదండ్రులున్నారా?'' అని ప్రశ్నించెను. ఇరువురు నున్నారు; కానిలేనట్లే!' అని మంగలి బదులు చెప్పెను. "అదియేమి?" అని గోరా యడిగెను. మంగలి యాకథ యంతయును జెప్పెను—

వారు నివసించు జమీందారీ యంతయును నీలిపంట పండించుదొరల యిజారా క్రిందనుండెను. ఏటియొడ్డునఁ బండించు నీలిపంటనుగూర్చి రయితులకును దొరలకును తీరని వివాదము కలిగెను. అందఱు సంగీకరించిరి. కాని ఘోషపురపు రయితులుమాత్ర మేటి వాడవను దొరలకు వశపఱచుటకంగీకరింపలేదు ఆయూరివారందఱును దురకలే. వారి నాయకుఁడగు ఫరూసర్దారు దేవునికైనను భయపడువాఁడు గాఁడు. అసంతోషములో నతఁడు పోలీసువారి నెదిరించి జైలునకుఁబోయి వచ్చెను. ఆతనికింట నన్నము లేకుండఁబోయెను. అయిన నాతఁడట్లే యుండెను. మేనేజరుదొరగారు పోలీసులతో స్వయముగ వచ్చి యాయూరిరయితుల పంటలన్నియును బలవంతముగఁ దీసికొనిపోయిరి. ఆకలహములో ఫరూసర్దారు కుడిచేయివిరిగిపోయెను. ఆతరువాతఁగూడ గ్రామమునఁ బోలీసు గందరగోళము హెచ్చి ప్రజల బాధల కంతము లేకపోయెను. ప్రజలసొత్తులకుఁ గాని, స్త్రీల గౌరవములకుఁగాని, రక్షణ లేకుండఁబోయెను అందుచే నూరిలోనివారు చాలమంది లేచిపోయిరి. ఫరూకుటుంబమునకు గతిలేదు. కట్టుబట్టలు తప్ప వారికేమియును లేదు. వారిట్టియవస్థలో బయటికి రాఁజాలకుండిరి. వారికొక కుమారుఁడుండెను. వాఁడామంగలి భార్యను "పిన్ని" అని పిలుచుచుండును. అందుచే నామె యాబిడ్డను దనయింటికిఁ దెచ్చి పెంచుచుండెను! ఆయూరిలోని కల్లోలమింకను నడఁగనేలేదు. పోలీసువారిసేన యింకను నిలిచియున్నది. వారిప్పుడు

వచ్చి యేమిచేసినను నూరివారికి దిక్కులేదు. పోలీసువారు మంచిచెడ్డలఁ జూ డకుండ దినదినము వందలను బాధించుచుండిరి. ఇదివఱకెన్నడును పోలీసువారిఁ గావ నను వచ్చి యింతదౌర్జన్యము చేయుటలేదు. ఈయూరిలో నొక్కయువకుఁడు మ ము దొరకకుండఁ బాఱిపోయెను. అతని యనుసంధానముకొఱకు పోలీసువారిం కిచ్చటనున్నారు. ఇదివఱ కిచ్చటివారిని జాలమందిని వారు జైలునకుఁ బంపియుం రు. ఈయుగ్రహాచార మెప్పటికి వదలునో తెలియదు—ఇది కథ!

గోరా యాకథవినుచు నింకను లేవవలఁదుకొనలేదు. రమాపతి ప్రాణవ పోవుచుండుటచే "ఇచ్చటికి హిందూగృహ మేదియైన సమీపమున నున్నదా?" ప్రశ్నించెను.

మంగ:— ఇక్కడకు మూఁడుమైళ్ళ దూరమున నీలిఫ్యాక్టరీ యున్నది. ద తహశీల్దారు బ్రాహ్మణుఁడే. అతని పేరు మాధవచటర్జీ.

గోరా:— మంచివాఁడేనా?

మంగ:— యమదూతవంటివాఁడు! అంతనిర్దయుఁడు, నంతటి చమత్కారి నెచ్చటను లేఁడు. అతఁడే యీపోలీసులవారికర్చు లన్నియు నుమామీఁదఁ గట్టినవాఁ అందాతనికిఁగూడఁ గొంతలాభముండియుండును.

ఆమంగలిభార్య యాతురికపిల్లవానికిఁ దలయంటి స్నానము చేయించుచుండ గాంచి రమాపతి యసహ్యించుకొని యింకనచ్చట నిలువఁజాలక 'గోరాబాఁ పోవుదము రమ్ము" అనియెను. గోరా బయలుదేరునప్పుడు మంగలింబిలిచి "ఈబా పడుటకంటె నెక్కడకైనను బోఁగూడదా? నీకెచ్చటను జుట్టములులేరా" ప్రశ్నించెను.

మంగ:— చాలదినములనుండి వీరితోఁగలసి యున్నాను. నేనుహిందు నాకుభూమితోఁ బనిలేకుండుటచే ఫ్యాక్టరీవారు నన్ను బాధించుటలేదు. ఇ యూరిలోఁ దగినమగవాఁడేలేఁడు. నేనుకూడఁబోయినచో నిచ్చటియాఁడు డ్రిందఱును దొంగపెట్టుకొని చచ్చిపోవుదురు.

గోరా:— మంచిది. భోజనమైనతరువాత మరలవచ్చి నిన్నుఁ గలిసికొం

ఆఁకలివేఁడిచే రమాపతి కీయూరివారిమీఁదఁగూడఁ గోపము కలిగెను. ఇ బలవద్విరోధమునకుఁ దలయొగ్గుట వారిబుద్ధిహీనతయే యని యాతనికిఁ దోఁ వీరికిఁ దగినశాస్తియే యైనదని యాతఁడనుకొనియెను. ఇట్టిదరిద్రులను పోలీసు ధము నణఁచుంచవలసినదే యనియు, గొప్పవారితోఁగలసి యుండవలయును గాని ధము తెచ్చుకొని పౌరుషము చూపుట తగదనియు, ఫ్యాక్టరీదొరలీవిషయము బా చే చేసిరనియు నాతఁడు భావించెను.

భావించి యూరకుండెను. కొంతసేపైన తరువాత లలిత "నేను మీ గోరాబాబు నొక మాదిరిగా భావించి యుంటిని. ఎందుచేతనో గాని మొదటినుండియు నాతనిం జూచుట యాతని మాటలు వినుట నాకసహ్యముగా నుండెను. అతని తీవ్రభావణములను విని మీరందఱును దలలూఁచుచుండుట నాకుఁ గోపముగా నుండెను. నా స్వభావమే యట్టిది. పనులయందును, మాటలయందును దీవ్రభావము గలవారిని నేను సహింపలేను. కాని గోరాబాబితరుల విషయముననే గాక స్వవిషయమునఁ గూడ నట్లే యుండెను. అతని స్వభావమే యట్టిది. అట్టివానిని నేను చూడలేదు."

లలిత యీవిధముగా విడువకుండ మాటాడుచుండెను. ఇది కేవలము గోరాయెడల ననుతాపముచేతనే కాదు—తానిప్పటికిన్నియును ద్యజించి తప్పు చేసివచ్చితినను సంకోచ మామె హృదయమున దలసూపుచుండెను. చేసినపని మంచిదగును కాదా యను సంగతి తేల్చుకొనవలసి యున్నది. ఇంతేకాక వినయునితో నొంటిగా స్టీమరుపై నుండుట—ఇది యింతటి సాహసకృత్యమని యామె మొదట భావింపలేదు. కాని సిగ్గుపడినచోఁ జేసినపనియంతయు లజ్జాకరమైపోవునని యామె హృదయము కొట్టుకొనిపోవుచుండెను. అందుచేతనే యామె యిట్లు విడువకుండ మాటలాడుచుండెను. వినయుఁడు మాటాడఁజాలకుండెను. ఒకవంక గోరాయవమానము, ఒకవంక వారయింటికి వినోదమునకు వచ్చితినను సిగ్గు, ఒకవంక లలిత సంబంధమగు నాకస్మికావస్థ—ఇన్నియును గలసి వినయుని వాక్యహీనునిగాఁ జేసివైచెను.

పూర్వమైనచో లలితసాహసమును వినయుఁడు తిరస్కరించియే యుండును. ఇప్పు డట్లుతోఁచుట లేదు. అతనికి విస్మయముతోఁగూడ నాసక్తియుఁ గలిగియుండెను. అందఱిలోనను దానును లలితయు మాత్రమే గోరాయవమానమునకు సామాన్య ప్రతీకారమును జేయఁగలిగితిమను నానందముకూడ వినయునకుఁ గలిగియుండెను. ఈ విషయమున వినయున కెంతమాత్రమును కష్టములేదు. కాని లలితమాత్రము తనకర్మ ఫలమునఁ జాలదినములవఱకును బాధపడవలసి యుండును. లలితకు గోరాయెడల నసహ్యభావముండెనని వినయుఁ డనుకొనియెను. ఆలోచించిన కొలదియు నామెయుద్భత పరిణామమును, సాహసమును, స్వధర్మమునందలి నిరసనభావమును వినయునకు బ్రశంసనీయము లగుచుండెను. ఆవిషయమునఁ దనకుఁ గలిగిన భక్తిభావము నెట్లు ప్రకటింపవలయునో వినయునకుఁ దోచకుండెను. లలిత యిదివఱకు వినయునిఁ బరతంత్రుఁడనియు సాహసహీనుఁడనియు నిందించియుండెను. వినయుఁడిప్పుడది నిశ్చయమే యనుకొనియెను. అతఁ డెన్నఁడును దనబంధుమిత్రుల నుపేక్షించి యట్లు సాహసించి తన యుద్దేశమును నిలుపుకొనలేదు. అనేకసమయములయందు వినయుఁడు గోరాకుఁ గష్టముగా నుండునని తన స్వభావమును మార్చుకొని యుండెను. అనేక సమయములందు గోరామతమునే తనమతముగాఁ జిన్నచిన్న యుక్తులతోఁ దన్నుదానే మఱపించుకొనియెను.

తో విడిచిపోవుట యాతని కిష్టము లేకుండెను. అప్పుడు మంగలి యాతని పాదముల పైఁబడి "బాబూ! మీరు బ్రాహ్మణులు. మీరు మాయింటి కతిథులై వచ్చి యుండఁగాఁ బొమ్మనుటకంటె నపచారము లేదు. కాని మీరు మాయింట నున్నచోఁ బోలీసువారివలన భయము కలుగునని నాయందు దయగలవారు కావున నే మీతో మనవిచేసుకొనుచున్నాను" అనియెను.

మంగలిబుద్ధిలేక యకారణముగ భయపడుచుండెనని విరక్తుఁడై గోరా యపరాహ్ణసమయముననే యాయిల్లువిడిచిపోయెను. ఆమ్లేచ్ఛాచారునియింట భోజనము చేసి నందుల కాతనికిఁ గష్టముగూడఁ గలిగెను. అతఁడాయాసముతో సాయంకాలమునకు నీలిఫ్యాక్టరీ కచేరికిఁ బోయెను. రమారతి భోజనము చేసిచేయకుండఁగనే కలకత్తాకుఁబోయి యుండుటచేఁ గోరా కగపడలేదు. మాధవచటర్జీ గౌరవముతో గోరా నాతిథ్యమునకుఁ బిలిచెను. గోరా యగ్నిజ్వాలవలె మండుచు మీయింట నేను మంచి నీళ్ళయినను ద్రాగను." అనియెను మాధవుఁడు విస్మితుఁడై కారణ మడిగెను. గోరా యాతని నత్యాచారి యనియు, నన్యాయప్రవర్తకుఁడనియుం దూలనాడి చటాలున లేచెను. అప్పుడు కుర్చీపైఁ గూర్చుండి హుక్కాను సేవించుచున్న పోలీసుఇనస్పెక్టరు గంభీరముగఁ గూర్చుండి కఠినస్వరముతో "ఎవరు నీవు? ఏయూరు?" అని ప్రశ్నించెను.

గోరా యామాటకు బదులుచెప్పక నీ వినస్పెక్టరని యెఱుఁగుదును. నీవు ఘోషపురమునఁ జేసినచర్య లన్నియును విన్నాను. ఇంకనునిట్లే చేయుచున్నావా" అనియెను.

ఇన:— ఈరీతియుంచెదవు కాఁబోలు నేమి? అట్లే యగపడుచున్నావు. కడుపుఁ గూటికి వచ్చి కన్నులెఱ్ఱజేయుటయా? ఎవరక్కడ?—

మాధవుఁడు తత్తరముతోఁబోయి యాతని చేయి పట్టుకొని అంతపనియెందులకు? పెద్దమనుష్యుల నవమానింపవలదు!' అని వేఁడుకొనియెను.

ఇన:— ఎటువంటి పెద్దమనుష్యుఁడు? ఈతఁడిట్లు మాటాడుట మిమ్మవమానించుట కాదా?

మాధ:— అతఁడన్న మాటలోఁదప్పులేదు. కోపపడిన నేమిలాభము? మన మీ ఫ్యాక్టరీ కొంపల యన్నము తినుచున్నాము. ఇంతకంటె నింకఁ జెప్పవక్కఱలేదు. కోపమెందులకు బాబూ! నీవు పోలీసు యినస్పెక్టరువు; నిన్ను యమభటుఁడనినఁ దిట్టగునా? పెద్దపులి మనుష్యునిఁజంపి తినును. అది సాధుత్వము కాదని దానికే తెలిసియుండవచ్చును. కాని యేమిచేయును? దానికట్లేతిని జీవింపవలసి యున్నది.

మాధవుఁడు నిష్ప్రయోజనముగఁ గోపమును బ్రదర్శించు స్వభావము కలవాఁడు కాఁడు. ఎవ్వరివలన నెప్పుడపకారమగునో, యెప్పుడుపకారమగునో ముందుగాఁ దెలిసి యెవ్వరు చెప్పఁగలరు? మాధవుఁడెప్పుడు నెవ్వరికైన నవమానముగాని యనిష్టము గాని బాగుగా సూచించియే చేయుచుండును; కాని యూరక వృథాకోపముచే నితరులను నొప్పించి తన సామర్థ్యమును దుర్వినియోగము చేయువాఁడు కాఁడు.

అప్పుడినస్పెక్టరు గోరానుజూచి "బాబూ! మేము సర్కారుపనివాండ్రమై వచ్చియున్నాము. ఈవిషయమును గూర్చి యేమిచెప్పినను గందరగోళము పుట్టి మా కొంపలు మునిఁగిపోవును." అనియెను.

గోరా యేమియును మాటాడక వెడలిపోవుచుండెను. మాధవుఁడాతని వెంబడించి 'అయ్యా! నీమాటలలోఁదప్పులేదు. మేము కసాయిపని చేసితిమి. ఆ యినస్పెక్టరును జూచితివా? ఆతనిప్రక్కను గూర్చుండుట కూడఁబాపము! ఆతనిచే నోటితోఁ జెప్పజాలనంతటి దుష్కర్మల నెన్నిటినో జేయించితిని. ఇఁక నెంతయో కాలముండను. నాబిడ్డపెండ్లికిఁ దగినడబ్బు రెండుమూడేండ్లలో సంపాదించుకొని కుటుంబముతోఁ గాశికిఁ బోయెదను. ఒక్కొక్కప్పుడురి పెట్టుకొని చావవలయునని తోఁచుచుండెను. బాబూ! ఈరాత్రి యెక్కడకుఁబోయెదరు? ఇక్కడనే భుజించి పరుండుడు. ఆయినస్పెక్టరు మీ సమీపమునకైన రాకుండునట్టియేర్పాటు చేయుదును" అని వేఁడుకొనియెను.

అందఱికంటెను గోరాకాఁకలి యెక్కువ! నేఁటి మధ్యాహ్న భోజన మాతనికి సరిపడలేదు. కాని యిప్పుడాతనియొడలు మండిపోవుచున్నది; ఇక్కడనుండుటకిష్టము లేక తుదకాతఁడు 'నాకుఁజాలఁ బనియున్నది!" అనిచెప్పివైచెను.

మాధ:—అట్లయినచో నాగుఁడుం మీకు లాంతరునిచ్చెదను.

ఆమాటకు బదులుచెప్పక గోరా వెడలిపోయెను. మాధవుఁ డింటికివచ్చి యినస్పెక్టరును జూచి 'ఈతఁడు కలెక్టరునొద్దకుఁ బోవును. నీవుకూడ నేఁడొకమనుష్యుని బంపుము!' అనియెను.

మాధ:—ఎందుకొఱకు?

మాధ:—మఱి యేమియును లేదు. ఈపెద్దమనుష్యుఁ డెక్కడనుంచి వచ్చి యిక్కడిసంగతులను దెలిసికొనఁ బ్రయత్నించుచుండెనో తెలిసికొనివచ్చుటకు మాత్రమే.

౨౭

కలెక్టరు బ్రౌన్‌దొర సాయంకాలమున నేటియొడ్డున షికారు తిరుగుచుండెను. ఆతనితో హారానబాబుకూడ నుండెను. దూరమున దొరసాని పరేశునితనయలను

వెంటబెట్టుకొని బండిపై గాలిసికారుచేయుచుండెను. బ్రౌనుదొర తఱచుగాఁ బెద్ద మనుష్యులకుఁ దోఁటవిందులు చేయుచుండును; శుభకార్యములకుఁ బిలిచినచో గొప్పవారియిండ్లకు బోవుచుండును. పాఠశాలలయందలి బహుమతుల పరీక్షలకు సభాపతిత్వముంగాంచుచుండును. ఉత్సవములు గానసభలకును బోవుచునందఱితోడను కలసిమెలసి యుండును.

అతనిభార్య మిషనరీకన్య యగుటచే వారియింటఁదఱచుగా మిషనరీ స్త్రీలకు టీపార్టీజరుగుచుండును. ఆతఁడా జిల్లాలో నొకబాలికాపాఠశాలను స్థాపించి జాగ్రత్తగాఁ బరిపాలించుచుండెను. పరేశునితనయలు బాగుగఁ జదువుకొన్నవారగుటచే నాదొర వారిని గౌరవించుచుఁ దఱచుగా జాబులు వ్రాయుచు క్రిస్టమసులో వారికి మతగ్రంథములను బహుమానముల నిచ్చుచుండెను.

కృషిప్రదర్శనసమావేశ మారంభ మగుటచే హారానుఁడు, సుధీరుఁడు, వినయుఁడు, వరదాసుందరి, యామెబిడ్డలునుగూడ వచ్చియుండిరి. పరేశుఁడీసమ్మర్ధమున నుండఁజాలక యొంటిగా నింటనే యుండిపోయెను. అతని సంరక్షణకు సుచరిత యాఁగదలఁచెను గాని పరేశుఁడు మరియాదకాదని చెప్పి యామెనుగూడఁ బంపివైచెను. వారందఱు నిప్పుడు సర్కారుబంగళాలోనుండిరి. కమీషనరుదొరగారు సస్త్రీకులై వచ్చిన నాఁటిసాయంకాలమే నాటకాభినయమునకేర్పాటు జరిగెను. అందుకొఱకు కలెక్టరు తనజిల్లాలోని దొరలనెల్ల నాహ్వానించెను. కొందఱు బంగాళీ బాబులుకూడ నాహ్వానింపఁబడి వచ్చియుండిరి. వారికి వంటల కొకబ్రాహ్మణుఁడు కూడ నియమింపఁబడియెను.

హారానబాబు విశేషముగాఁ గ్రీస్తుమతమునుగూర్చి కలెక్టరుతో మాటలాడుచుండెను. ఆతనిమతజ్ఞానమునకు కలెక్టరు మిగుల నాశ్చర్యపడి యింకను నీవీమతము నేల స్వీకరింపలేదనికూడ నడిగియుండెను. ఈసాయంకాలము దొరగారు హారానబాబుతో బ్రహ్మసమాజమును గూర్చియు, హిందూసమాజమునుగూర్చియు నాలోచించుచుఁ దిరుగుచుండఁగా గోరా యచ్చటికి వచ్చి "గుడ్ ఈవినింగ్ సార్" అని యెదుట నిలువఁబడియెను. గోరా కచేరీ సమయమునందు దొరను జూడవలసినదే కాని డఫేదారుకు లంచమియ్యనిచో దర్శనము దొరకదు. అట్లుచేయుట యవమానముగా భావించి యాతఁడీ షికారుసమయమునఁ జూడవలసివచ్చెను. అప్పుడు హారానుఁడుగాని, గోరాగాని యొకరినొకరెఱిఁగియున్న ట్లెట్టిభావమును ప్రకటించలేదు.

గోరాయొడ్డుపొడుగులను గాంచి బంగాళీలలోనిట్టివారిని చూడలేదని కలెక్టరు విస్మితుఁడయ్యెను. ఆతనిదుస్తులన్నియును మాసియుండెను. ఒక రుమాలును దలకు జుట్టుకొని వెదురుకఱ్ఱను బట్టుకొని గోరా నిలువఁబడి "నేను ఘోషపురమునుండి

వచ్చితిని" అని చెప్పెను. కలెక్టరు విస్మితుఁడయ్యెను. ఘోషపుర వ్యవహారములను గుఱించి యెవ్వఁడో వచ్చి యాక్షేపించెనని దొర విన్నవించియుండెను. అతఁడే యీతఁడై యుండునని యనుకొని కలెక్టరాతని యాపాదమస్తకమును తీవ్రదృష్టితోఁ జూచి "నీవేజాతివాఁడవు?" అని ప్రశ్నించెను.

గోరా:—బంగాళీ బ్రాహ్మణుఁడను.

దొర:—ఆలాగా! పత్రికలతో నీకు సంబంధ మున్నదనుకొనియెదను.

గోరా:—లేదు.

దొర:—అట్లయినచో నీవు ఘోషపుర మెందులకు వచ్చితివి?

గోరా:—ప్రయాణము చేయుచు మార్గవశమున వచ్చితిని. పోలీసువారిదౌర్జన్యములచే నా గ్రామమంతయు దుర్గతిపాలై యున్నది. ఇంకను నుపద్రవములు కలుగునని తోఁచి ప్రతీకారమును గోరి మీయొద్దకు వచ్చితిని.

దొర:—ఆగ్రామస్తులందరును జాలదుర్మార్గులు.

గోరా:—కారు! నిర్భీకులు; స్వతంత్రులు! వారన్యాయములను, నత్యాచారములను నిశ్శబ్దముగ సహించి యుండఁజాలరు!

దొర:—(కోపముతో) ఇక్కడివారిసంగతులు నీకు బాగుగాఁ తెలియవు.

'ఇక్కడిసంగతులు నాకంటెను మీకెక్కువ తెలిసియుండవు?" అనిగోరా మేఘగంభీర స్వరముతో బదులుచెప్పెను.

దొర:—నీవీఘోషపుర వ్యాపారమునఁ గలుగఁ జేసికొన్నచోఁ జిక్కులలోఁ బడి పోవుదువు! జాగ్రత్త!

గోరా:—మీరే యిట్టిదౌర్జన్యము నడఁగించనప్పుడు గ్రామస్థుల నింకను బాధింప వలయునని మీకేపట్టుదలయున్నప్పుడు నాఁకిక నుపాయ మేమున్నది? పోలీసువారి నెదిరింపవలయునని నేను గ్రామస్థుల నందఱను బ్రోత్సహించుటకై ప్రయత్నింప వలసియుండును.

పచారుచేయుచున్న దొర యాకస్మికముగ నాఁగి గోరాను తీవ్రదృష్టితోఁ జూచి గర్జించుచు 'అబ్బా! అంతపంతమా?' అనియెను.

గోరా మఱి యేమియు మాటాడక ధీరగంభీర గమనముతో వెడలిపోయెను.

దొర:—హారానబాబూ! ఇప్పుడు మీదేశస్థులందఱిలోనను నిట్టిదుర్గుణములగ పడుచున్న వేమి?

హారా:—చదువులో నింతగంభీరభావము లేదు! ఆధ్యాత్మిక చారిత్రకనైతిక జ్ఞాన మసలే లేదు! అందుచేతనే యిట్లున్నారు! ఇంగ్లీషుచదివెడరే గాని యందలి మంచిని గ్రహించుట వీరికిఁ జేతగాదు. భారతవర్షము నింగ్లీషువారు పాలించుట

భగవదుద్దేశమని యావిశ్వాసహీను లంగీకరింపరు. ఎంతచదివినను వీరి కనుభవజ్ఞానము లేదు అదియే దీనికంతటికిని గారణము.

గోర:— క్రీస్తు నంగీకరింపకున్నచో నీభారతవర్షమున కెన్నఁటికిని సంపూర్ణ ధర్మబోధము కలుగదు.

హారా:— ఇదియు నొకవిధముగా సత్యమే!

అని హారానుఁడు తన క్రీస్తు మతజ్ఞానమును గూర్చియు నందలి యభిమానమును గూర్చియు విశేషించి మాటాలాడు చుండెను. ఇంతలో దొరసాని యింటికిఁ బోవుద మన్నామని కేకవైచుటచే దొర యదరిపడిపోయి తనబండి నెక్కి హారానునితో మనము రాత్రి మాటలాడుదమని చెప్పి వెడలిపోయెను.

హారానుఁడు బంగాళాకుఁబోయి యారాత్రి కలెక్టరుతోఁ గ్రీస్తుమతమును గూర్చియే విశేషముగ మాటలాడెను. కాని యప్పుడగపడిన గోరా ప్రశంసయేయెత్త లేదు.

౨౮

ఏదో యొకవిధముగా నేరమును విచారింపకుండఁగనే గ్రామస్తులకు భయము పుట్టించుటకై నలుబదియేడుగురు పౌరులు కైదునందుంపఁబడిరి. కలెక్టరును జూచిన దరువాత గోరా వకీలుకొఱకుఁ బ్రయత్నించుచుఁ దనసహపాఠియగు సాతకడీ హాల్దా రచ్చట వకీలుగా నుండెనని తెలిసికొని యాతనియొద్దకుఁ బోయెను. సాతకడీ యాతనిఁ గాంచి "ఓహో! గౌరమోహనుఁడా? ఇచ్చటికేలవచ్చితివి?' అనియెను.

గోరా:— ఘోషపురపుపౌరులను జామీనుమీఁద విడుదలచేయించుటకై వచ్చితిని

సాత:— ఎవ్వరు జామీనుందురు?

గోరా:— నేనే.

సాత:— నలుబది యేడ్వురకు జామీనుందుట నీకుసాధ్యమగునా?

గోరా:— సొమ్ము జామీనుమీఁద విడుదలయిచ్చినచో నేనుచెల్లించివైతును.

సాత:— తక్కువ సొమ్మగుననుకొంటివా యేమి?

మఱునాఁడు కలెక్టరుగారియొద్ద జామీనుకొఱకు దరఖాస్తుచేయఁబడెను. నిన్నటి మలినవస్త్రధారియగు వీరమూర్తిని గాంచి కలెక్టరాదరఖాస్తును త్రోసివైచెను. పది నాలుగేండ్ల బాలుఁడు మొదలు, పండ్లూడిన వృద్ధునివరకును గలవారందఱును ఖైదులోఁ బడికష్టపడవలసివచ్చెను.

గోరా యీయభియోగమును నడిపింపవలయునని సాతకడీని గోరెను. ఆతఁడు గోరానుగాంచి "సాక్షులెక్కడ దొరకుదురు? సాక్షులందఱు నపరాధులే. మఱియు నిది దొరలతోడి కలహము కావున నిరుగుపొరుగు గ్రామములవారందరును విచారి

పఁబడిరి. ఇందుఁ జదువుకొన్న గొప్పవారి ప్రోత్సాహ ముండునని కలెక్టరనుమాన పడుచున్నాఁడు. నన్నుఁగూడ నవమానించునేమో? ఇట్టియల్లరులకుఁ బ్రతీకారము చేయలేకున్నచో దొరలు గ్రామములో నుండుటకే యిబ్బందికలుగునని యింగ్లీషుపత్రికలు వ్రాయుచున్నవి. ఇట్టిస్థితిలో దేశస్థులే దేశమునందు సుఖముగా నుండుట కవకాశములేదు. దౌర్జన్యములు జరుగుచుండెనని తెలిసియు నూరకుండవలసి వచ్చుచున్నది.' అని చెప్పెను.

గోరా:—(తీవ్రస్వరముతో) ఏల యూరకుండవలయును?

పాత:—నీవింకను స్కూలులో నున్నరీతినే యాగపడుచున్నావు. ఎందుల కందువా? నాయింట భార్యాపుత్రులున్నారు. డబ్బు సంపాదింపకున్నచో దినము గడపక యుపవాసము చేయవలసి వచ్చును. ఇతరుల బాధలు నెత్తిపైఁ బెట్టుకొనుటకును, సంసారమునకును జాలదూరము. ఇంతేకాక యీదేశమున నొక్కనిపైఁబడిమందికుటుంబమాధారపడి యుండును. అట్టిచో మఱిపదిమందిని భరించుట కవకాశముండదు." అనియెను.

గోరా:—అట్లయినచో నీవేమియును జేయవా? హైకోర్టునకు—

పాత:—ఇది యింగ్లీషువారిని బాధించిన నేరమని నీకుఁదెలియలేదా? ప్రతీకారయును రాజే— ఒకచిన్నదొరను బాధించినను నది రాజద్రోహమే. ఉపయోగము లేని విషయమునఁ బనిచేసి కలెక్టరునకుఁ గోపము గలిగించుట క్షేమము లేదు.

అప్పుడు గోరా రేపటి పదిగంటలబండిలోఁ గలకత్తాకుఁ బోయి యొకవకీలును దీసికొనిరావలయునని నిశ్చయించుకొనియెను. మరునాఁడాతఁడు స్టేషనునకుఁ బోవుచుండగాఁ ద్రోవలోనే ప్రయాణమున కాటంకము కలిగెను.

ఆప్రదర్శన సమావేశసమయమున నాయూరివిద్యార్థులును గలకత్తావిద్యార్థులును రెండుపక్షములుగాఁజేరి పోటీగా క్రికెట్టు నాడుచుండిరి. అప్పుడు పొరపాటున బంతి చెదరి యొకని కాలికిఁ దగిలి గాయమయ్యెను. ఇరువురు విద్యార్థులాతనిఁ దీసికొనిపుష్కరిణి యొద్దకుఁ బోయి యొక గుడ్డను దడిపి యాతనిగాయమునకుఁ గట్టు కట్టుచుండిరి. అప్పుడు చెరువు కావలివాఁడు వచ్చి వారినిఁ గొట్టుచుఁ దిట్ట నారంభించెను. త్రాగుటకొరకు నియమింపఁబడిన యీపుష్కరిణిలో నెవ్వరును దిగఁగూడదు. ఆసంగతి విద్యార్థులకుఁ దెలియదు. తెలిసినను నొకసామాన్యుఁడగు పారావాని యాజ్ఞను బాలించు నంతటి సహనభావము విద్యార్థుల కుండదు. అందుచే వారందఱును నేకమై యాపారావానిని జావగొట్ట నారంభించిరి. ఇంతలో మఱికొందఱు పోలీసువారు వచ్చి తిట్టుచు విద్యార్థులను లాటీలతోఁ గొట్టుచుండిరి. ఆ సమయమునకు సరిగా గోరా యచ్చటికి వచ్చెను. ఆవిద్యార్థులందఱు నాతఁడెఱింగినవారే. వారికిట్టి యవమానము కలుగుట

గోరా సహింపక పోలీసువారిని డీకొనియెను. ఇంతలోఁ జాలఁమంది విద్యార్థులువచ్చి పోలీసువారిని జితుకఁగొట్టి పంపివైచిరి. దారినే పోవువారందఱును గుంపులుగా వచ్చి యిదియంతయును జూచి యానందించిరి. కాని యీతమాషా యంతయును దమాషాగాఁ బోలేదు.

మూడునాలుగు గంటల వేళదాక బంగాళాలో వినయుఁడు, హారానుఁడు, లలిత మొదలగువా రందఱు నభినయ ప్రదర్శనమును పరిమాచుకొనుటకుఁ బ్రవృత్తులై యుండిరి. అప్పుడు వినయుఁడెఱింగిన యిరువురు విద్యార్థులు వచ్చి గోరాను మఱికొందఱు విద్యార్థులను పోలీసువారు తీసికొనిపోయి చెఱయందుంచిరనియు రేపు కలెక్టరు నొద్ద విచారణ జరుగుననియుఁ జెప్పిరి. "గోరా చెఱయందున్నాఁడు!" అను నీమాటకు హారానుఁడు తప్ప నందఱు నదరిపడిరి. వినయుఁడు తక్షణమే లేచి తనసహపాఠియగు సాతకడీయొద్దకుఁబోయి సర్వమును దెలిపి యాతని వెంటఁ బెట్టుకొని కారాగృహము నొద్దకుఁబోయి గోరానుజూచి "ఈసాతకడీ నీపక్షమున వకీలుగా నుండి నిన్ను జామీనుపై విడుదల చేయించును!" అనిచెప్పెను. గోరా "నాకు వకీలును వలదు; నావిడుదలకొఱకుఁ బ్రయత్నమును వలదు!" అనిచెప్పెను.

సాతకడీ వినయునివంకఁజూచి 'ఇదియేమిమాట? చూచితివా? గోరా ఇంకను బడిపిల్లవానివలెనే మాటలాడుచున్నాఁడు. ఈతని తీవ్రస్వభావ మిప్పటికి నట్లే యున్నది!" అనియెను.

గోరా:— అదృష్టవశమున నాకుఁ గావలసినంత ధనమును, మిత్రులు నున్నారని యెంచి యీమూలమున జైలునుండి విడుదల నందవలయునని నేనూహించుట లేదు. మనదేశమునందును నీతిధర్మములున్నవని రాజు గ్రహించునట్లు చేయవలయును. ప్రజల యెడల నవిచారుఁడై యుండుట రాజునకు ధర్మముకాదు. కాని, యీదేశమున వకీళ్ళకు సొమ్ము నిచ్చుకొనలేనివారు జైళ్ళలోఁ బడి చావవలసి వచ్చుచున్నది. కోర్టులలో న్యాయము కొట్లకొలది వెచ్చించి కొనవలసి వచ్చుచున్నది. చచ్చినను సరియేగాని నేనీవిచారణమునం దొకదమ్మిడీయైనను వెచ్చింపఁదలచుకొనలేదు.

సాత:— కాజీపరిపాలన మైనచో లంచములకుఁ దలలే యమ్ముకొనవలసి యుండును.

గోరా:— లంచములఁదీసికొన వలయునని రాజశాసనము లేదు. అది దుష్టకారుల చేతులలోనున్నది. ఇప్పటి న్యాయసభలలో నిలువఁబడి వాదియైనను, ప్రతివాదియైనను దోషియైనను నిర్దోషియైనను కన్నీరు విడువవలసినదేగదా! మఱియు నిర్ధనుఁడగువానికి వ్యవహారమున జయముగాని, గౌరవముగాని లేదు. ఇఁక దొరతనమువారే వాదులగు నావ్యవహారమువంటిదానిలో వకీళ్ళను బ్యారిష్టరులను వారిపక్షమే. నాకున్యాయము

లభించినచో మంచిదే. లేకున్న నాయదృష్టము! విచారణయందు వకీలుతోఁ బ్రయోజనమే లేనప్పుడు సర్కారు పక్షమున వకీలేల? ప్రయోజనమున్నచో గవర్నమెంటునకు విరుద్ధపక్షమునఁగూడ నొకవకీలుండవలసిన యావశ్యకమేమున్నది? ఇది ప్రజలయెడల శత్రుత్వము కాదా? ఎట్టి రాజధర్మము!

పాత:— సోదరా! కోపపడియెదవేమి ? సివిలిజేషను చౌకసరుకు కాదు. సూక్ష్మవిచారణ కావలసియున్నచో సూక్ష్మశాసనములఁ జేయవలయును. అట్లు చేసినచో శాసనవ్యవసాయకులు లేక పనులాగిపోవును. వ్యవసాయకులున్నప్పుడే క్రయవిక్రయములుండును. అందుచేతనే కోర్టులు న్యాయసంపాదనమును జేయు క్రయవిక్రయ వ్యాపారులచే నిండవలసివచ్చెను—ఇచ్చట ధనము లేనివాని కపజయమే —కాని, నీవు రాజువైనచో నేమిచేసెదవో చెప్పుము.

గోరా:— వేలకొలఁది జీతములు తీసుకొనుచున్న యధికారులకే యర్థము కాని చట్టము లున్నప్పుడు నిర్భాగ్యులగు వాదిప్రతివాదుల పక్షపు వకీళ్ళఖర్చులు దొరతనమువారు భరించిన బాగుగానుండును. న్యాయముగు తీర్పు జరిగినతరువాత ఖర్చులు ప్రజలపైఁ గట్టవచ్చును.

పాత:— మంచిది. ఆదినము లింకను రాలేదు. నీప్రభుత్వము రాలేదు. నీవిప్పుడు సభ్య ప్రభుత్వమువారి కోర్టునందుఁ బ్రతివాదివై యుంటివి. నీవు ధనమును వెచ్చింపవలయును. లేదా వకీళ్ళ నాశ్రయింపవలయును. ఇంతకంటె నీకిప్పుడు మూఁడవగతి లేదు.

గోరా:— ఏప్రయత్నము జేయకున్నచో నేమగునో యాగతియే నాకుగలుగనిమ్ము. ఈరాజ్యమునఁ గేవలము నిరుపాయుఁడగువాని కేగతియో నాకు నదియే—

వినయుఁడెన్నియో విధముల ననునయించెను. కాని గోరా వానిని చెవినిబెట్టక "ఆకస్మికముగా నీవిచ్చటి కేలవచ్చితివి?" అనియెను. వినయుని మొగ మెఱ్ఱనయ్యెను. గోరా జైలునందుండెను గాని లేకున్నచో వినయుఁడాతనికిఁ దీవ్రముగానే బదులు చెప్పి యుండును. అతఁడు నామాటకేమి?—ఇప్పుడు నీవు"—అనియెను.

గోరా:— నేను రాజుగారి యతిథిని నన్నాయన గౌరవించుచున్నారు. నిన్నెవ్వరు నిటకుఁ బిలువలేదే!

వినయుఁడు గోరాకు విడుదలయగుట యసంభవమని యెంచి వకీలు నేర్పఱుచుటమాని "నీవిక్కడ భుజింపఁజాలవు. నీకు భోజనము పంపుట కేర్పాటుచేయుదును" అనియెను. 'నీవేల వృథాశ్రమ పడియెదవు? జైలులో నందఱివలెనే నేనును భుజింతును. నాకుమాత్ర మితరభోజనమేల?' అని గోరా బదులుచెప్పెను.

వినయుఁడు మనఃకష్టములో బంగాళాకుఁ బోయెను. సుచరిత యొకగదిలోఁ దలుపులు మూసికొని యుండి కిటికీ నుండి వినయుని రాక కెదురు చూచుచుండెను.

అందఱితోడను గలిసియుండుట యామెకు దుస్సహముగా నుండెను. శుష్కవదనముతో వచ్చుచున్న వినయునింగాంచి యామెహృదయమున భయసంశయములు గలిగెను. ఆమె యెట్లో మనసు కుదుట పఱచుకొనుటకుఁ బ్రయత్నించి పుస్తకమును జూచుకొనుచుఁ గూర్చుండెను. లలిత యిష్టములేకపోయినను నొకగదిలోఁ గూర్చుండి కుట్టుపని చేసికొనుచుండెను. లావణ్య సుధీరునితో నాడుకొనుచుండెను. లలిత వారిని జూచుచుండెను. హారానుఁడు కాఁబోవు ప్రదర్శనమునుగూర్చి వరదాసుందరితో నాలోచించుచుండెను. వినయుఁడు వచ్చి సుచరితతో గోరావృత్తాంతముఁ జెప్పెను. సుచరిత కొయ్యవడిపోయెను. లలిత కుట్టుపని మానివైచి కందిన మొగముతో వెలుపలకు వచ్చెను.

వర:—వినయబాబూ! నీవుయతిమొకలాగుండవలదు. గోరాబాబునుగూర్చి నేను దొరసానిని వేడుకొందును.

విన:—వలదు మీరట్లు చేయవలదు. ఇది గోరాకు దెలిసినచో జీవితమున్నంతవఱకు నన్నాతఁడు క్షమింపఁడు.

సుధీ:—ఆతనిపక్షమున సమర్థించుటకుఁ దగినయేర్పాటు చేయవలయును.

జామీనునకుఁగాని వకీలును బెట్టుటకుఁగాని గోరాయిష్టపడుటలేదని వినయుఁడు చెప్పెను. హారానుఁడసహ్యభావముతోఁ 'పోనిమ్ము! ఎంతవకీవట్టిగొడవ' అనియెను. లలితకు హారానునియందెట్టిభావమున్నను నింతవఱకామె యాతని నెదురించుటలేదు. ఇప్పుడామె తీవ్రభావముతోఁ దలయూచుచు 'ఇదివట్టిగొడవకాదు! గోరాబాబు మంచిపనియే చేసెను. కలెక్టరు మనపై నేరము మోపినప్పుడు మనలను మనమే కాపాడకొనవలయును. వారి పెద్దజీతములకొఱకు మనము పన్నులనిచ్చుకొనుచునే యున్నాము. ఇంకను వారిబాధలనుండి తప్పించుకొనుటకు వకీళ్ళకు ఫీజులుకూడా నిచ్చుకొనవలయునా? ఇట్లు న్యాయమును సంపాదించుట కంటె జైలునకుఁ బోవుటమంచిది!" అనియెను.

లలిత యిట్లుతన్నెదిరించునని యాతఁడెన్నఁడు ననుకొనలేదు. ఇప్పుడామెయింత తీవ్రముగ భాషించుట యాతని కాశ్చర్యముగా నుండెను. హారానుఁడప్పుడు లలితను దర్జించుచు 'ఈసంగతులన్నియు నీకేమి తెలియును? పట్టిచదువులను మాత్రము చదివియొట్టి యనుభవజ్ఞానమును లేక యొట్టిబాధ్యతయును లేక తిరుగుచుండు నాతతాయుల యున్మత్తప్రలాపములను విని నీతల తిరిగిపోయినట్లున్నది." అని మందలించి నిన్న గోరాకును, కలెక్టరుకును జరిగిన సంవాదమంతయును దెలిపెను. ఘోషపుర వ్యాపారమిదివఱకు వినయునకుఁ దెలియదు. అదివిని వినయుఁడింక గోరాను కలెక్టరు క్షమించు యసంభవమని యనుకొనియెను.

హారానుఁ డేయుద్దేశముతో నీసంగతి యంతయును దెలిపెనో యాయుద్దేశము నిష్ఫలమై పోయెను. ఇంతవఱకును హారానుఁడు గోరానుజూచినట్లే చెప్పక యూరకుండెను. ఇప్పుడు గోరాయెడల ననూయను బ్రకటించుచు మాటాడెను. ఇందువలన నాతని నీచత్వము వెల్లడియగుటచే సుచరితకు హారానునియెడలఁ గోపము కలిగెను. ఎదిరించి చూడవలయునని యుద్రేకము కలిగెను. కాని యామె యెట్లో మనసు త్రిప్పుకొని పుస్తకము విప్పి కంపితకరములతోఁ బత్రములను దిరుగవైచుచుండెను. అప్పుడు లలిత యుద్ధతభావముతో "హారానబాబు దొరయభిప్రాయముతో నేకీభవించుఁగాక! ఎట్లయినను ఘోషపురవ్యాపారమున గౌరమోహనబాబు గొప్పతనమే స్పష్టపడుచున్నది!" అనియెను.

౨౬

నేఁడు లెప్టినెంటుగవర్నరు వచ్చుటచే కలెక్టరుసరిగా బదిగంటలకుఁ గచేరికివచ్చి విచారణలన్నియును త్వరగా ముగించుటకుఁ బ్రయత్నించుచుండెను. సాతకడీబాబు విద్యార్థులపక్షమున నిలిచి యామూలముగాఁ దనమిత్రుని కుపకారము చేయఁదలఁచెను. కాని విచారణపద్ధతులనుబట్టి నేరము నంగీకరించి వేఁడుకొనుటయే మంచిదని యెంచి విద్యార్థులు బాధ్యత లెఱుంగనివారనియు, వ్యవహారజ్ఞానము లేనివారనియు నెన్నియో చెప్పి క్షమింపవలయునని కలెక్టరును వేడుకొనియెను. కలెక్టరు విద్యార్థుల వయస్సును, నేరమును ననుసరించి యైదుమొదలిరువది యైదువఱకును వారికి బెత్తపుదెబ్బల శిక్షను విధించెను. గోరాకు వకీలు లేఁడు. గోరా స్వయముగనే పోలీసువారి దౌర్జన్యమును గుఱించి చెప్పదలఁచెను, గాని కలెక్టరాతనిఁ దీవ్రముగఁ దిరస్కరించి మాటాడనీయక పోలీసువారి నడ్డగించిన నేరమునకై యాతనికొకనెల కఠిన శిక్షను విధించి దయయుంచి నీకీస్వల్పశిక్ష వైచితినని చెప్పి తన్నుఁదాను కీర్తించుకొనియెను. అప్పుడు సుధీరుఁడును వినయుఁడును గోర్టునందే యుండిరి. వినయుఁడిఁక గోరామొగము చూడఁజాలక పోయెను. అతనియూపిరి యాఁగిపోయినట్లయ్యెను; ఇఁక నట నిలువఁజాలక వినయుఁడు చటాలున వెలుపలికిఁబోయెను. అప్పుడు సుధీరుఁడు బంగాళాకు స్నానభోజనములకై పోవుదము రమ్మని వినయుని వేఁడుకొనియెను. వినయుఁ డొక చెట్టునీడనుగూలఁబడి "సుధీరా! నీవుపొమ్ము! నేను కొంచెముసేపాఁగి వచ్చెదను!" అని చెప్పెను. సుధీరుఁడు వెడలిపోయెను.

ఎంతసేపట్లు కూర్చుండెనో వినయునకుఁ దెలియుటయేలేదు. సూర్యుఁడు తల మీఁది నుండి పడమటి కొరగిపోయినతరువాత నప్పుడొకబండి వచ్చి యాతని సమీపమునందాఁగెను. వినయుఁడు తలయెత్తి చూచునప్పటికి సుచరితాసుధీరులు బండినుండి దిగి యాతనియొద్దకు వచ్చుచుండిరి. అప్పుడు తత్తరపడి వినయుఁడు లేచి నిలువఁబడి

రెను. సుచరిత యాతని సమీపించి ప్రేమార్ద్రస్వరముతో "వినయబాబూ! రమ్ము!' అనియెను. వినయున కాకస్మికముగాఁ జైతన్యము కలిగెను. అప్పుడు వీధిలోని వారందఱును దన్ను వింతగాఁ జూచుచున్నట్లు తోఁచుటచే వినయుఁడు తత్తరముతో బండి నెక్కెను. త్రోవలో నెవ్వరు నెట్టిమాటయు నాడఁజాలకపోయిరి.

అందఱును బంగాళాకుఁ బోయిరి. అప్పటికొక కలహమారంభమయ్యెను. నేను కలెక్టరుదొరయింటికి రానని లలిత పట్టుపట్టి కూర్చుండెను. వరదాసుందరి విషమ సంకటమునఁ బడిపోయెను. లలిత యసంగత విద్రోహమునకు హారానుఁడు క్రోధవివశుఁడైపోయెను. ఇప్పటి బాలికా బాలకు లందఱును బ్రహ్మోపదేశము నంగీకరింపక చెడిపోవుచుండిరనియు మంచిచెడ్డల నెఱుఁగక యెల్లవారితోడఁ గలసి మెలసి యుండుటచేతనే యిట్లు కలుషించుచుండె ననియును, హారానుఁడు తఱచుగాఁ జెప్పుచుండును.

వినయుఁడు వచ్చినతోడనే లలిత "వినయబాబూ! నన్ను క్షమింపుము' నేను మీవిషయమున గొప్పయపరాధము చేసితిని. మీరప్పుడు చెప్పినమాట నేనెంతమాత్రమును గ్రహింపఁజాలనైతిని. ప్రపంచజ్ఞానము లేకుండుటచేతనే నాకట్టిపొరపాటు కలిగినది! ఈభారతవర్షమునకు దొరగారి శాసనమె యీశ్వరవిధాన మని పానూబాబు చెప్పుచున్నాఁడు! అట్లయినచో నీశాసనమును మనోవాక్కర్మలచే నిందింపవలయు నను నిచ్ఛ కలుగుటయును విధాతృవిధానమే" అనియెను. హారానుఁడు క్రుద్ధుఁడై 'లలితా! నీవు—' అనియెను.

లలిత హారానునివంకనైనఁ జూడక 'ఊరకుండుఁడు! నేను మీతో మాటాడుట లేదు!— వినయబాబూ! మీరెవ్వరికొఱకును మన్నింపనక్కఱలేదు. నేఁడెట్లును నభినయము జరుగదు!" అనియెను. వరదాసుందరి సంభ్రమముతో నామాటను ద్రోసివైచి "లలితా! మంచిదానవే! వినయబాబునకు స్నానభోజనములమాట యూహింప నక్కఱలేదా? ఒంటిగంట దాటిపోయినది చూచితివా? చూడుము! చూడుము! వినయబాబు మొగ మెట్లు వాడిపోయినదో!' అనియెను.

విన:—మనమందరమును దొరగారి యతిథులము! నేనీయింట స్నానభోజనములు చేయఁజాలను.

వరదాసుందరి వినయుని బ్రతిమాలుకొని బుజ్జగించుచు సుచరిత మొదలగువారందఱు నూరకుండుటఁ గాంచి కోపించి 'మీరందఱు నేమిచేయుచున్నారు? సుచరితా! వినయబాబునకు నీవైనను బోధింప నక్కఱలేదా? మనము మాటయిచ్చితిమి; అందఱకు నాహ్వానములు జరిగినవి; ఏలాగో మర్యాదగా మనమీదినము గడుపుకొనవలయును; లేకున్నచో వారేమనుకొందురో! చూడుము! ఇఁక మనము వారియెదుటఁ దలయెత్తుకొనగలమా?" అనియెను.

సుచరిత మాటాడక తలవంచుకొని కూర్చుండెను. వినయుఁడు సమీపముననే యున్న నదియొద్దకుఁ బోయి స్టీమరుపై నెక్కిపోయెను. ఆస్టీమరు రెండుగంటలకు లోపలనే యటనుండి బయలుదేఱి కలకత్తాకుఁ బోయి రేపెనిమిది గంటలకు మరల నిచ్చటికి వచ్చును—హారానబాబు క్రోధముతో గోరా వినయులను నిందించుట కారంభించెను. సుచరిత చటాలునఁ గుర్చీనుండి లేచి గదిలోనికిఁ బోయి తలుపు మూసికొని కూర్చుండెను. కొలఁది సేపటిలోనే లలిత యాగదిలోఁ బ్రవేశించెను. అప్పటికి సుచరిత రెండుచేతులతోడను కన్నుల మూసికొని పఱుపుపై బోరగిలఁ బడియుండెను. లలిత లోపలినుండి తలుపుగొళ్ళెము వైచి మెల్లమెల్లగఁ బోయి సుచరితప్రక్కను గూర్చుండి యామె నీలశిరోజములను కరాంగుళులతో సంస్కరింప నారంభించెను. చాలసేపటికి సుచరిత శాంతయైనప్పుడు లలిత బలవంతముగ నామెను కౌఁగిలిఁ ద్రిప్పి మొగమునొద్ద మొగముచేర్చి చెవిలో 'అక్కా! నాకుఁ గలకత్తాకుఁ బోవలెనని యున్నది. నేఁడు దొరయింటికిఁ బోవజాలను!" అనియెను.

సుచరిత చాలసేపటి వరకును బదులుం జెప్పలేదు. లలిత మాటిమాటికి నట్లేచెప్పుచుండుటచే సుచరిత లేచికూర్చుండి 'సోదరీ! అదియెట్లు? నాకుమాత్ర మిష్టమున్నదా తండ్రిగారి యాజ్ఞయగుటచే వచ్చితిని! ఆయాజ్ఞ చెల్లింపకుండ మనము పోవుటయెట్లు? అనియెను.

లలి:—తండ్రిగారి కిచ్చట నిట్లు జరుగునని తెలియదు. తెలిసినచోఁ బంపకయే యుందురు.

సుచ:—సోదరీ ఆసంగతి మనకెట్లు తెలియును?

లలి:—అక్కా! నీవుండఁగలవా? ఆదొరయింటికిఁ బోఁగలవా? వేషము వేసికొని నాటకమాడఁగలవా? నావాలుక కోసినను రక్తమైన వెలువడునుగాని యొక్క మాటయైన వెలువడదు!

సుచ:—ఆసంగతి నాకును దెలియునుతల్లీ! కాని యీవరకబాధను సహింపవలయును. ఇఁక గత్యంతరము లేదు! ఈదినము జీవితమునందెన్నఁడును మఱపురానిదినము!

సుచరిత యిట్లుచెప్పుటయు లలిత కోపముతో నాయిల్లువిడిచి తల్లియొద్దకుఁ బోయి 'అమ్మా! మీరు బయలు దేఱరా?'' అనియెను.

వరదా:—నీకుమతిపోయినదా' రాత్రి నాటకమైనతరువాతఁ బోవచ్చును.

లలి:—నాకిప్పుడు కలకత్తాకుఁ బోవలసి యున్నది.

వర:—అదియేమట్లను చున్నావు?

లలి:—సుధీరా! నీవిక్కడ నేయుందువా?

గోరాకు శిక్షయగుట సుధీరునకు గర్వముగనేయుండెను. కాని పెద్దదొరల యొద్దఁ దనవిద్యను బ్రదర్శింపవలయు ననుకోరిక నాతఁడు త్యజింపలేక యస్పష్టస్వరముతో విడిచివచ్చుట కిష్టములేనట్లు సూచించెను.

అప్పుడు వరదాసుందరి 'ఈగొడవలతోనే పొద్దుపోవుచున్నది! అయిదుగంటలవఱకు నెవ్వరును బక్కలనుండి లేవవలదు. కొంచెము విశ్రమింపకున్నచో రాత్రి యభినయసమయమున మొగములువాడి వికారములుగా నుండును'' అనిచెప్పి బలవంతముగా నందఱను నిదురింపఁజేసెను. సుచరితకు నిద్రపట్టలేదు. లలిత పఱుపుఁపైఁగూర్చుండియే యుండెను—ఇంతలో స్టీమరుకూసెను. కదలుటకు సిద్ధముగా నుండెను. వినయుఁడు డెక్కుమీఁదనుండి చూచెను. ఒక స్త్రీ యతివేగముగ స్టీమరునొద్దకు వచ్చుచున్నట్లాతని కగపడియెను. వేషభూషణములనుబట్టి యామె లలితయైయుండునని యనుకొనెను గాని నమ్మలేకపోయెను. సమీపించినప్పటి కామె లలితయే! వినయుఁడప్పుడామె తన్నుఁ దీసికొనిపోవుటకై వచ్చుచుండెనని భావించెను. ఆమెకుగూడ నీయభినయ మిష్టములేదు గదాయని మరల ననుకొనియెను. అంతలో లలితవచ్చి స్టీమరునెక్కెను. డెక్కునుండిదిగి వినయుఁడామెయొద్దకు వచ్చుటయు లలిత "నన్నుఁ బైకిఁదీసికొనిపొమ్ము" అనియెను

విన:— స్టీమరు కదలిపోవుచున్నది.

"ఆసంగతి నే నెఱుఁగుదును' అని చెప్పుచు లలిత మెట్లపైనుండి పైకెక్కిపోయెను. స్టీమరుకూయుచుఁ గదలిపోయెను. వినయుఁడు లలితను మొదటితరగతి డెక్కుపై గూర్చుండఁజేసి యామె మొగమువంకఁ దిలకించి నిశ్శబ్దపరిప్రశ్నముంగావించెను.

లలి:— నేనిక్కడ నుండఁజాలక కలకత్తాకు వచ్చుచున్నాను.

విన:— వారందఱు నెఱుఁగుదురా?

లలి — ఇంతవఱకెఱుఁగరు. చీటివ్రాసి పెట్టితిని చూచినచోఁ దెలిసికొందురు.

ఆమె దుస్సాహసకార్యమునకు వినయుఁడు స్తంభితుఁడై సంకోచముతో 'కాని-'

లలిత యింక మాటాడనీయక స్టీమరు కదలిపోవుచుండగా నింకను కాని యేమి? ఆఁడువాండ్రై పుట్టుటచేతనే సర్వమును సహించి యుండవలసినదా? మాపక్షమునఁ గూడ న్యాయాన్యాయములును, సంభవాసంభవములు నున్నవి! నేఁటి యాహ్వానమును గౌరవించిపోయి యచ్చట నభినయించుటకంటె నాత్మహత్య చేసికొనుటయే మేలని తోఁచినది!" అనియెను. ఇఁక నీవిషయమున మంచిచెడ్డ లాలోచించి మనసు పాడు చేసుకొనుటెందులకనియు జరుగవలసిన దేదియో జరిగిపోయెననియు వినయుఁడు

భావించి యూరకుండెను. కొంతసేపైనతరువాత లలిత "నేను మీ గోరాబాబు నొక మాదిరిగా భావించి యుంటిని. ఎందుచేతనో గాని మొదటినుండియు నాతనిం జూచుట యాతని మాటలు వినుట నాకసహ్యముగా నుండెను. ఆతని తీవ్రభాషణములను విని మీరందఱును దలలూఁచుచుండుట నాకుఁగోపముగానుండెను. నా స్వభావమే యట్టిది. పనులయందును, మాటలయందును దీవ్రభావము గలవారిని నేను సహింపలేను. కాని గోరాబాబితరుల విషయముననే గాక స్వవిషయమునఁగూడ నట్లేయుండెను. ఆతని స్వభావమేయట్టిది. అట్టివానిని నేను చూడలేదు."

లలిత యీవిధముగా విడువకుండ మాటాడుచుండెను. ఇది కేవలము గోరాయెడల ననుతాపముచేతనే కాదు—తానిప్పటి కిన్నియును ద్యజించి తప్పు చేసివచ్చితినను సంకోచ మామె హృదయమున దలనూపుచుండెను. చేసినపని మంచిదగునా కాదా యను సంగతి తేల్చుకొనవలసి యున్నది. ఇంతేకాక వినయునితో నొంటిగా స్టీమరుపై నుండుట—ఇది యింతటి సాహసకృత్యమని యామె మొదట భావింపలేదు. కాని సిగ్గుపడినచోఁ జేసినపనియంతయు లజ్జాకరమైపోవునని యామె హృదయము కొట్టుకొనిపోవుచుండెను. అందుచేతనే యామె యిట్లు విడువకుండ మాటలాడుచుండెను. వినయుఁడు మాటాడఁజాలకుండెను. ఒకవంక గోరాయవమానము, ఒకవంక వారయింటికి వినోదమునకు వచ్చితినను సిగ్గు, ఒకవంక లలిత సంబంధమగు నాకస్మికావస్థ—ఇన్నియును గలసి వినయుని వాక్యహీనునిగాఁ జేసివైచెను.

పూర్వమైనచో లలితసాహసమును వినయుఁడు తిరస్కరించియే యుండును. ఇప్పు డట్లుతోఁచుట లేదు. ఆతనికి విస్మయముతోఁగూడ నాసక్తియుఁ గలిగియుండెను. అందఱిలోనను దాను లలితయు మాత్రమే గోరాయవమానమునకు సామాన్య ప్రతీకారమును జేయఁగలిగితిమను నానందముకూడ వినయునకుఁ గలిగియుండెను. ఈ విషయమున వినయున కెంతమాత్రమును కష్టములేదు. కాని లలితమాత్రము తనకర్మ ఫలమునఁ జాలదినములవరకును బాధపడవలసి యుండును. లలితకు గోరాయెడల ననహ్యాభావముండెనని వినయుఁ డనుకొనియెను. ఆలోచించిన కొలదియు నామెయద్భుత పరిణామమును, సాహసమును, నధర్మమునందలి నిరసనభావమును వినయునకు బ్రశంసనీయము లగుచుండెను. ఆవిషయమునఁ దనకుఁగలిగిన భక్తిభావము నెట్లు ప్రకటింపవలయునో వినయునకుఁ దోచకుండెను. లలిత యిదివరకు వినయునిఁ బరతంత్రుఁడనియు సాహసహీనుఁడనియు నిందించియుండెను. వినయుఁడిప్పుడది నిశ్చయమే యనుకొనియెను. ఆతఁడెన్నఁడును దనబంధుమిత్రుల నుపేక్షించి యిట్లు సాహసించి తన యుద్దేశమును నిలుపుకొనలేదు. అనేకసమయములయందు వినయుఁడు గోరాకుఁ గష్టముగానుండునని తన స్వభావమును మార్చుకొని యుండెను. అనేక సమయములందు గోరామతమునే తనమతముగాఁ జిన్న చిన్న యుక్తులతోఁ దన్నుదానే మఱపించుకొనియెను.

వినయుఁడంతయు నాలోచించుకొని లలితయే తనకంటె స్వతంత్ర హృదయ యని నిశ్చయించుకొనియెను. తానిదివఱకు లలితను మనసులో నిందించిన సంగతి తలఁచి కొని వినయుఁడు లజ్జితుఁడయ్యెను. అప్పుడాతఁడు లలితనుజేరి క్షమాప్రార్థనము గావింపఁదలంచెను. కాని యెట్లు గావింపవలయునో యాతనికిఁ దోఁచలేదు. లలి కమనీయమూర్తి వినయుని మనోనయనములను మహిమామయములుగఁ జేసివైచెను. ఆరమణీయమూర్తి యపూర్వపరిచయముచేఁ దనజీవితము సార్థకమయ్యెనని వినయు డప్పుడు భావించుకొనియెను.

30

లలితను వెంటఁబెట్టుకొని వినయుఁడు పరేశునింటఁ బ్రవేశించెను. స్టీమరునుం దిగువఱకును వినయుఁడు లలితయందలి తనమనోభావమును గ్రహించుకొని యుం లేదు. అతనిమీఁద నెప్పుడును లలితకు విరోధముగనే యుండెను. ఆమెను శాంతింప జేయవలయునను నాలోచనతోనే యాతని దినము గడచిపోవుచుండెను. వినయు జీవితమున స్త్రీమాధుర్య నిర్మలతేజముతో సుచరితయే మొదుగ సంధ్యాతారవలె నుద యించినది. ఆసందర్శనానందమే వినయుని ప్రకృతికిఁ బరిపూర్ణత్వము బ్రసాదిం నది. కాని యింటిలో నింకొకనక్షత్రము జ్యోతిర్మయమూర్తితో నుదయించుటయు మొదటినక్షత్రము దిశాంతరాళమున కొఱఁగుచుండుటయు వినయునకు స్పష్టముగ ననుభవమగుచుండెను.

అందఱిని విడిచివచ్చి లలిత స్టీమరెక్కినప్పుడే యామెయు నేను నేకపక్షమై యందఱకును బ్రతికూలముగనుంటి మని వినయుఁడనుకొనియెను. ఇందు లలితయుండ ను బరిత్యజించి తనపక్షమునకు వచ్చియుండె ననుసంగతి నాతఁడు మఱవఁజాల కుండెను. ఏకారణముచే నేమి లలితకిప్పుడు వినయుఁడందఱిలో నొక్కనివంటివాఁడు మాత్రముకాదు. లలితపార్శ్వమునం దాతఁడొక్కఁడే—ఒక్కఁడు మాత్రమే. ఆమె బంధుమిత్రులందఱును దూరమున — అతఁడొక్కఁడే సమీపమున! ఈసామీప్య సంబంధమగు పులకపూర్ణస్పందనము విద్యుద్గర్భాంబుదమువోలె యాతని హృద యాంతరాళమున విజృంభించుచుండెను. అప్పుడా డెక్కుపైఁ బరుండి లలిత నిద్రించు చున్నప్పుడు వినయుఁడు తానుగూడఁ దనతావున నిద్రింపఁజాలక జ్యోత్స్నను విడిచి వెలుపల నిశ్శబ్దముగఁ బచారుచేయుచు నామె కెట్టి యపాయమును గలుగకుండునట్లు చూచుకొనుచుండెను.

రాత్రి గంభీరాంధకారము—మేఘశూన్యమగు నంతరాళము తారకాచ్ఛన్నమై యుండెను. తీరములందలి తరుశ్రేణి నీలభిత్తికవలె నిబిడమై నిస్తబ్ధమై యుండెను. క్రిందనదీజలము నిశ్శబ్దముగఁ బ్రవహించిపోవుచుండెను. లలిత నిద్రించుచుండెను! మఱియేమియును లేదు — సుందరమును విశ్వాసపూర్ణమునగు నీ నిద్రనుమాత్రమే లలిత వినయుని హస్తముల యందర్పించుకొనియెను. ఈనిద్రనే మహామూల్యమగు రత్నముగా భావించి వినయుఁడు దీనిని రక్షించుభారమును వహించి యుండెను. తల్లిదండ్రులుఁ సోదరీసోదరులు నెవ్వరును లేరు. ఒకయపరిచిత శయ్యయందప్పుడు తన సుందరదేహమునువాల్చి లలిత నిశ్చింతతో నిదురించుచుండెను! ఆనిద్రాకావ్యమునందలి ఛందఃపరిమాణముల నిరూపించుచు నిశ్వాసప్రశ్వాసములు శాంతభావముతో యాతాయాతములగుచుండెను. ఆరమణీహృదయమునందలి మధురకోమలత్వముచేమండితములగు కరపల్లవములు శయ్యపై సంపూర్ణ విశ్రాంతిఁ గాంచియుండెను. ఆసుందరీమణి నిపుణకబరీభరమునందొక్క వేణియును జెదరియుండలేదు. కుసుమసుకుమారంబులగు నామెపాదములు తమ మధురగతిచేష్టల నుత్సవావసాన సంగీతములకుంబోలె స్వస్తిచెప్పి శయ్యపై సమ్మిళితములై యుండెను. ఆయేకాంతసమయమున నామధురమూర్తి వినయుని హృదయమును గల్పనలతో నింపివైచెను. శుక్తిమధ్యమున ముక్తామణియుంబోలి గ్రహతారాలంకృత నిశ్శబ్దతిమిరావృతాకాశ మండలమధ్యమునందు లలితాసుందరి యానిద్ర—ఈడోలాసుందర సంపూర్ణ విశ్రామము—ప్రపంచమున కేకమాత్రైశ్వర్యమువలె వినయునియెదుటఁ బ్రతిభాసితమగుచుండెను. "నేను మేల్కాంచియున్నాను! నేను మేల్కాంచియున్నాను—" అను నీవాక్యము వినయుని విస్ఫారిత చక్షుఃకవాటములనుండి యభయశంఖధ్వనింబోలి బయలుదేఱి మహాకాశమునందలి యనిమేషజాగ్రత్పురుషుని నిశ్శబ్దనిస్వనముతో సమ్మిళితమై పోయెను.

ఆకృష్ణపక్షరాత్రియం దింకొకమాటకూడ వినయునిహృదయమును బాధించుచుండెను—నేఁటిరాత్రి గోరా జైలులో నున్నాఁడు! ఇప్పటివఱకును వినయుఁడు గోరా సుఖదుఃఖములకు సహభాగియై యుండెను; వేఱగుటకిదియే ప్రథమము! జైలులో నుండుటకు గోరా భయపడువాఁడు కాఁడని వినయుఁడెఱుఁగును. కాని మొదటినుండియు నీవ్యాపారమున వినయునకు సంబంధము లేకపోవుటయు, గోరాకొక్కనికి మాత్రమే యాశిక్ష జరుగుటయుఁ దటస్థించినది! ఈమిత్రుల జీవితప్రవాహము లీస్థలమునందే విచ్ఛిన్నములై పోయెను. మరలఁ గలియుట తటస్థించినచో నప్పుడీలోపము తీరునా? ఇప్పుడు బంధుత్వమునందలి సంపూర్ణత్వమునకు భంగము కలుగలేదా? జీవితమునందింతటి దుర్లభము నింతటి యఖండమునగు బంధుత్వము! ఒక్కరాత్రియందే;

వినయుని కొకవంక శూన్యత్వమును, మఱియొకవంక బూర్ణత్వమును నొక్కసారిగా ననుభవమునకు వచ్చుచుండెను—జీవిత సంబంధములగు సృష్టి ప్రళయములు సంధ్యాకాలమున స్తబ్ధములై యంధకారమువంక నిరీక్షించుచుండెను!

బండి పరేశునింటియొద్దకు వచ్చెను. దిగునప్పుడు లలితపాదము లెట్లు వడఁకెనో, లోపలఁ బ్రవేశించుటకు నామెయెట్లు బెదరుచుండెనో వినయుఁడు స్పష్టముగా గ్రహించెను! క్రోధావేశముచేఁ దాను చేసిన యపరాధ మింత యని లలిత నిశ్చయించుకొనజాలక యుండెను. పరేశబాబు తనతో నెట్టి సంభాషణమును జేయఁడని లలిత భావించెను. మాటాడకుండుటయే గొప్పశిక్ష! ఆశిక్షయే యన్నిటికంటె నధికముగా భావించి లలిత భయపడుచుండును. లలిత సంకోచమును భావించి వినయుఁడింక నేఁబోయెదననియెను. లలితకుఁ దన యునికి యిష్టమున్నదో లేదో తెలిసికొనవలయుననియే యాతఁడిట్లు చెప్పెను. అప్పుడు లలిత "రమ్ము! తండ్రిగారియొద్దకు రమ్ము!" అనియెను.

లలిత యీసంభ్రమానురోధమునకు వినయుఁడానందితుఁ డయ్యెను. ఆమెను లోపలఁ బ్రవేశపెట్టినంతమాత్రముననే యాతనిపని తీరిపోదు! ఈ వ్యాపారమునందు లలితతో నాతనిజీవితమున కొక విశేషబంధము కలిగినది. అందుచేతనే యాతఁడు లలితపార్శ్వమునఁ ధైర్యముతో నిలువఁబడియుండెను. లలిత భారమంతయుఁ దనపైనున్నదను భావము వినయునకొక మధురస్పర్శమువలె సకలాంగకములను విద్యుత్సంచారముచేయుచుండెను. లలిత తనదక్షిణహస్తమును గ్రహించియున్నట్లాతని కనుభవమయ్యెను. అందుచే నాతని పురుషహృదయము పూర్ణానందపూరితమై పోయెను. లలితపైఁ పరేశుఁడు కోపించినచోఁ దప్పంతయుఁ దనపైఁ బెట్టుకొనవలయుననియును, ఆమె యవమానమును దానుభరింపవలయుననియు, ధర్మకవచమువలె నామె కెట్టి యఘాతమును గలుగకుండఁ దాను గాపాడవలయుననియు వినయుఁడు నిశ్చయించుకొనియెను. కాని లలిత నిశ్చయాభిప్రాయమును వినయుఁడు గ్రహింపఁజాలకపోయెను. ఆమె తప్పంతయు వినయునిపైఁ బెట్టఁదలఁచుకొనలేదు. సర్వమును దండ్రితో స్పష్టముగాఁ జెప్పదలఁచుకొనియెను! దానివలనఁ గలుగు ఫలమంతయుఁ దానే గ్రహింపఁ దలఁచుకొనియెను! అంతేకాని యేవిషయమును గప్పిపుచ్చుట యామెకిష్టములేదు.

నేఁటి యుదయమునుండియు లలిత వినయునిపై మనసులో నేమో కోపగించియుండెను. అదియసంగతమే యని యామె తెలిసికొనియెను. అందుచే నామెకోపము తగ్గుటకు బదులుగా హెచ్చిపోయెను.

స్టీమరులో నున్నంతసేపును నామె మనోభావ మన్యవిధముగానుండెను. లలిత చిన్నప్పటినుండియుఁ గోపముచేతను, బట్టుదలచేతను నభావనీయములగు ననేక కార్యములను జేసియుండెను. కాని యీ పనిమాత్రము దుస్సాహసమైనది. ఇందు వినయుఁడు

కూడఁ గలసియుండుట యొకవంకఁ సంకోచముగను, మఱియొకవంక సంతోషముగను నామెకుఁదోఁచెను. ఈహర్షసంకోచములచే నామె మనసు మథితమైపోవుచుండెను. ఆమె యిప్పు డితరపురుషు నాశ్రయించి యున్నది; ఆతనితో వచ్చియున్నది; చెంత నెవ్వరును బంధువులు లేరు—ఇవియే యామెసంకోచకారణములు! సంశయజనకంబగు నిట్టి యవస్థలో వినయుఁడు గౌరవముగాఁ బ్రవర్తించిన తనసుకుమారశీలమును బ్రదర్శించుటచే లలితకుఁ బరమానందముగా నుండెను. ఇప్పుడు వినయుఁడు తమతో విలాసముగాఁ గాలక్షేపము చేయుచుఁ దమ సేవకులయెడఁలకూడ నాత్మీయతనుబ్రదర్శించుచు మెలఁగు వినయుఁడు మాత్రమే కాఁడు! ఆతఁడు లలితభద్రతాభారమును సంపూర్ణముగ వహించియుండియు, గౌరవముతోఁ దనదూరత్వమును రక్షించుకొనుచు లలితహృదయమునకు మఱింతదగ్గఱవాఁడైపోయెను. ఈయూహలతో లలితకు రాత్రి సరిగా నిద్రపట్టలేదు. ఆమె కతి శీఘ్రముగఁ దెల్లవారినట్లు తోఁచెను. ఆమె మెల్లగా క్యాబినుతలుపు తెఱచి చూచెను. శేషరాత్రియందలి శిశిరార్ద్రమగునంధకార మింకను నాకాశనదీతీరవనశ్రేణుల నాక్రమించి యుండెను. శీతవాతములు మాత్రము నదీజలములఁ గలస్వనము జాగరితముగఁ జేయుచుండెను. కళాసు పనులు చేసికొనుచుండు సవ్వడి వినవచ్చుచుండెను. లలిత వెలుపలకువచ్చి చూచెను. అనతిదూరమున బెత్తపుఁ గుర్చిపై దుప్పటము గప్పుకొని వినయుఁడు నిద్రించుచుండెను. రాత్రియంతయు వినయుఁడిచ్చటనే కావలికాచి యుండెనని గ్రహించి లలిత హృదయము కొట్టుకొని పోయెను. ఇంతసమీపమునందుండియు నింతదూరము లలిత ద్వారముకడ నిలిచి యా హేమంతప్రత్యూషాంధకారమున, నపరిచిత నదీవృక్ష మధ్యమున నొంటిగ నిద్రించి యున్న వినయునివంకఁ జూచుచుండెను. ఎదుట దిగంతములందోఁచు తారకలు నిద్రించుచున్న వినయుని బరివేష్టించియున్నవియుంబోలె నగపడుచుండెను. లలిత హృదయ మప్పుడు గాంభీర్యమాధుర్యములచేఁ బరిపూరితమైపోయెను. చూచుచుఁ జూచుచుండఁగనే లలితకన్నులశ్రుపూర్ణములైపోయెను. ఆసంగతి యామెకుఁదెలియనే తెలియదు! తనతండ్రితో గలసి తానుపాసించుచున్న దేవత యప్పుడు సాక్షాత్కరించి చేయి పట్టుకొన్నట్లు లలితకుఁ దోఁచెను. మఱియుఁ దఱుపల్లవనిబిడంబును నిద్రితంబును నగు నదీతీరమున—నంధకారమునకును నవీనాలోకమునకును బ్రథమనిగూఢసమాగమస్థానమునఁ, బవిత్రసంధిక్షణమునఁ— బరిపూర్ణనక్షత్రసభామధ్యమున, ననాహతవీణానిర్గత మగు దివ్యసంగీతము దుస్సహానంద వేదనముఁ గూర్చుచు మెఱసి పోవుచుండెను.

ఆసమయమున నిద్రించుచున్న వినయునిచేయి యొకింత కదిలినంతనే లలిత చటాలునఁ దలుపు మూసికొని పర్యంకమునఁ బడియుండెను. ఆమె సకలాంగకము

లును జల్లనైపోయెను; గుండెలు కొట్టుకొనిపోవుచుండెను. అంధకారము దూరమయ్యెను. అప్పుడు లలిత మొగము కడిగికొని వెలుపలకు మరలవచ్చెను. అంతకు ముందే వినయుఁడు లేచి పూర్వతీరమునందలి ప్రథమప్రభాతాభ్యుదయముం గాంచుచుండెను. ఆతఁడు లలిత వచ్చుటంగాంచి దూరముగాఁ దప్పుకొనుట కుద్యమించుచుండెను. అప్పుడు లలిత "వినయబాబూ!" అని పిలిచి వినయుఁడు సమీపించినంతనే "రాత్రి నీకు బాగుగ నిద్రపట్టలేదనుకొనియెదను!" అనియెను. 'పట్టకపోలేదు!' అని వినయుఁడు బదులుచెప్పెను.

తరువాత నెవ్వరును మాటాడలేదు. అవ్వలియొడ్డున శిశిరసిక్తమగు సాకాళవనమున మాసన్న సూర్యోదయ స్వర్ణకాంతిని సముజ్జ్వలముగఁ జేయుచుండెను. ఆయిరువురును గూడఁ దమజీవితమునం దట్టిప్రభాతమును గాంచియుండలేదు! ప్రభాతాలోక మీవిధముగా వారి కెన్నడును స్పృశించియుండలేదు—ఆకాశము శూన్యముకాక యొక విధమగు విస్మయనిశ్శబ్దానందస్పృష్టిరంతకనిమేషదృష్టితోఁ జూచుచున్నట్లు గ్రహింపఁగలుగుట వారికిదియే ప్రథమపర్యాయము!

స్టీమరు కలకత్తాకు వచ్చిన తరువాత వినయుఁడొక బండినిగుదిర్చి లలితను దానిపై నెక్కించి తాను బండివాని ప్రక్కను గూర్చుండెను. ఆసమయమునఁ గలకత్తా వీదులఁబడి బండిపోవుచున్నప్పుడు చటాలున లలితహృదయభావము మారిపోయెను. ఈప్రతికూల సమయమున రాత్రి వినయునితో స్టీమరునందుండుట, వినయు నాశ్రయించి యుండుట, సంరక్షకునిబోలి వినయుఁడు తన్ను బండిపై నెక్కించి తీసికొని పోవుట—ఇది యంతయు నామెకు బాధాకరముగఁదోఁచెను. ఘటనావశమున దన కర్తృత్వభారము వినయునిపైఁబడుట యామె కసహ్యముగా నుండెను. ఇట్లగుటకుఁ గారణమేమి? రాత్రి సంబంధమగు నామధుర సంగీతము దినసంబంధమగు కర్మక్షేత్రమునకు వచ్చి యాకస్మికముగ నింతకఠోరమైపోయినదేమి?

అందుచేతనే ద్వారమువఱకును వచ్చి వినయుఁడు పోయెదననుటచే లలితకు మఱింతకోపము కలిగెను. తాను వినయునితోఁగూడి తండ్రియొద్దకుఁ బోవుటకు సంశయించుచున్నట్లు వినయుఁడనుకొనెనని లలిత భావించెను. అట్టిసంశయ మెంతమాత్రమును లేదని నిరూపించుటకును, తండ్రితో నన్నిసంగతులును దెలుపుటకును నిశ్చయించుకొనుటచేతనే లలిత యపరాధినివలె వినయుని బోనిచ్చినదికాదు. వినయునితోడి సంబంధము పూర్వమువలెనే నిర్మలముగాఁ జేయవలయుననియే యామెయుద్దేశము! అంతే కాని నడుమనడుమ సంశయములు లోపములు గల్పించి తన్ను వినయునకు భారముగాఁ జేయవలయునని యామె భావింపలేదు!

౩౧

వినయుని, లలితను జూచినంతనే సతీశుఁడు పరుగెత్తుకొని వచ్చి యిరువురినడుమను నిలచి యిరువురిచేతులను బట్టుకొని "పెద్దక్క రాలేదా?" అని ప్రశ్నించెను. వినయుఁడిటునటు నలుదెసలఁ బరికించి సుచరితయా? ఏమైనది? తప్పిపోయినది!" అనియెను! సతీశుఁడు వినయుని ద్రోసివైచి వట్టిమాట! సోదరీ! లలితా! నీవుచెప్పుము అనియెను. అప్పుడు లలిత "పెద్దక్క రేపువచ్చును" అనిచెప్పి పరేశబాబుగదివైపునకు బోవుచుండెను.

సతీశుఁ డాయిరువురి చేతులను బట్టుకొని "ఇప్పుడు మనయింటికెవ్వరు వచ్చిరో చూపించెదను రండు!" అనియెను. లలితయాతని బొమ్మని త్రోసివైచుచు 'ఎవ్వరు వచ్చిననేమి? నాకుఁ జిరాకుకల్గింపకుము! ఇప్పుడు నేను తండ్రిగారి యొద్దకుఁ బోవలయును!' అనియెను. అప్పుడు సతీశుఁడు 'ఆయన షికారుపోయినారు. ఇంతలో రారు" అనియెను.

ఆమాట లలితావినయుల కిరువురకును కష్టముగనే యుండెను. అప్పుడు లలిత "వచ్చినవారెవ్వరు?" అనియెను. సతీశుఁడు 'చెప్పను! వినయబాబూ! నీవుచెప్పుకో? అనియెను. వినయుఁ డెవ్వరో పేర్లుచెప్పి తుదకు మీయక్క లలిత మాది వచ్చిన తరువాత నేనుగూడ వారిని జూడవచ్చెదననియెను.

సతీ:— మీరిరువురును గావలయును.

లలిత:— ఏగదిలో నున్నారు?

సతీ:— మూడవయంతస్తుగదిలో నున్నారు.

అందరును మూడవయంతస్తునకుఁ బోయిరి! అచట నొకచో ప్రౌఢవయస్కయగు నొక స్త్రీ కుర్చీపైఁ గూర్చుండి సులోచనములనుదాల్చి కృత్తివాసరామాయణమును జదువుకొనుచుండెను. ఆమె కేబదియైదేండ్ల వయసుండును; మొగము నెదుట కుంతలములు విరళములైయుండెను; కాని మొగమింకను బరిపక్వఫలముఁబోలి పుష్టిగనే యుండెను. ఆమెభ్రూమధ్యమున బచ్చబొట్టుండెను. శరీరమునం దలంకారములు లేవు. విధవవలె గనపడుచుండెను. ఆమె వారిని జూచినతోడనే చటాలునలేచి మేలిముసుఁగు సవరించుకొని లోనికిఁబోవుట కుద్యమించెను. అంతలో సతీశుఁడామెచేయి పట్టుకొని దొడ్డమ్మా! పారిపోయెదవేమి? ఈమె మాసోదరిలలిత! ఈయనవినయబాబు పెద్దక్క రేపువచ్చును" అనిచెప్పెను. లలితయామె నెఱుంగదు కావున మాటాడక! నిలువఁబడిపోయెను. వినయుఁడామెకు నమస్కరించుటయు లలితకూడ నాతని ననుసరించెను. అప్పుడామె కత్తరముతో లోపలికిఁ బోయి చాపఁదెచ్చివైచి "బాబూ! అమ్మా! కూరుచుండుఁడు!" అనియెను.

లలితావినయులు కూర్చున్న తరువాత నామెయును గుడిచేతితో సతీశుని గౌఁగిలించుకొని కూర్చుండి "మీరు నన్నెఱుఁగరు! ఈసతీశునితల్లి మాచెల్లెలు" అనియెను. ఆమె విశేషముగ మాటాడలేదు గాని యామె జీవితమునందలి గభీరశోకాశ్రుసంసిక్త మగునొక పవిత్రతేజ మామెముఖమునందును, కంఠస్వరమునందును స్పష్టముగఁ గాన వచ్చుచుండెను. సతీశునిఁ బ్రేమతోఁ గౌఁగిలించుకొన్న యాదొడ్డమ్మం గాంచినంతనే యింతవఱకును రమణీజీవితచరిత్ర మించుకంతయు నెఱుంగని వినయుని హృదయము కరుణరస పూరితమైపోయెను. అప్పుడు వినయుఁడు "సతీశుఁ డింతవఱకును నన్ను దాదా యని పిలుచక వినయబాబూ! యని పిలుచుట చేఁ దొడ్డమ్మ నాకును దొడ్డమ్మయే యగునని కాఁబోలును! ఇఁక నట్లు పిలిచినచో నేను జగడము చేయక మానను" అనియెను.

అప్పుడా దొడ్డమ్మకు మనసు వివశమైపోయెను. ప్రియదర్శనుఁడును, ప్రియభాషియు నగువినయుని సతీశునిగనే భావించి యామె 'బాబూ! మీయమ్మయెచ్చట నున్నది?" అనియెను. వినయుఁడు "మాయమ్మ చాలాకాలము క్రిందటనే లేదు! కాని లేదని నేను నానోటితోఁ జెప్పఁజాలను" అని చెప్పి యార్ద్రనయనములతో నానందమయి నొక్కసారి భావించుకొనియెను. తరువాత వారిరువురకును క్రొత్త లేకుండఁ జాలకాలము సంభాషణ జరిగెను. లలిత మాటాడక కూర్చుండి యుండెను.

లలిత లేచి పోఁదలఁచెను గాని పోఁజాలదయ్యెను. ప్రథమదర్శనమునఁ జాలసేపు! అంతేకాక యామె మనసు బాగుగ లేదు. అపరిచితయగు నామెతో వినయుఁ డనాయాసముగా సంభాషించుచుండుట యామె కంతయిష్టముగా లేకుండెను. అందుచే వినయుఁడు లఘుచిత్తుఁడని తనమనసులో లలిత నిందించుచుండెను. అతఁడు విచారముతో నూరక కూరుచున్నచో నప్పుడుమాత్రము లలిత సంతోషించునా? తండ్రిగారి యెదుటఁ బడి భాషించుభారమంతయుఁ దననెత్తిమీఁదఁ బడినట్లు వినయుఁ డిట్లున్నాఁడేమని యప్పుడు నిందించును! ఇంతవఱకును గారణము నిన్నటిరాత్రి మధురసంగీత మీపగటి వేళ బాధాకర మైపోయినది! ఏమియు సుఖకరముగ లేదు. అందుచేతనే నేఁడు లలిత మనసులోఁ బ్రతివిషయమునందును వినయునితోఁ గలహించుచుండెను. ఇప్పటివినయుని యీవ్యాపారమును లలిత మనసులోని పోరాటము వదలింపఁజాలకుండెను. ఇదియెట్లు సంక్షోభితమగునో యంతర్యామి కొక్కనికే యెఱుక!

ఆలస్యమై పోవుచుండెను. పరేశుబాబింకను రాలేదు. లేచిపోవలయునను నుద్దేశము ప్రబలమగుచుండెను. వినయుఁడింకను దొడ్డమ్మతో మాటాడుచునే కూరుచుండెను. లలితయిఁక నధీరయై వినయునిమాటల కడ్డువచ్చి "మీరెవ్వరికొఱకుఁ గాలక్షేపము చేయుచున్నారు? తండ్రిగారెప్పుడు వత్తురో తెలియుటలేదు. ఒక

సారి గోరాబాబు తల్లియొద్దకుఁ బోఁగూడదా?" అనియెను. వినయుఁడదరిపడియెను. లలితవిరక్తస్వర మాతఁడెఱింగినదే. అతఁడప్పుడు లలితమొగమువంకఁ జూచి చటాలున లేచెను. అతఁడెవ్వరికొఱ కాలస్యము చేయుచున్నాఁడు? ఇక్కడ నేమియును బని లేకపోవుటచేతనే యాతఁడు వెడలిపోయెదనని ద్వారమునొద్దనే చెప్పియుండెను. లలిత యాతనిఁ బోవద్దనిచెప్పి మరల నిట్లు ప్రశ్నించుటా?"

వినయుఁడదరిపడి లేచుటంగాంచి లలిత విస్మితయైపోయెను. వినయుని ముఖము నందలి సహజమందహాస మొక్క ఫూత్కారముతో దీపాలోకమువలె నంతరించి పోయెను. వినయునివ్యథిత వదనమునుగాని, యాతనియాకస్మిక భావపరివర్తనమునుగాని లలిత యెన్నఁడును జూచియుండలేదు. అప్పటియాతని మొగముచూచినంతనే లలిత హృదయమునఁ దీవ్రపరితాపకశాఘాత మీవైపునుండి యావైపునకు మరలమరల శబ్దాయమానము కాఁజొచ్చెను. అప్పుడు సతీశుఁడాత్రముతో లేచి వినయునిచేయి పట్టుకొని బ్రతిమాలుచు "వినయబాబూ! కూరుచుండుము; పోవలదు! దొడ్డమ్మా! వినయబాబునకు భోజనము పెట్టుము! అక్కా! లలితా! ఈయన నేల పొమ్మనియెదవు?" అనియెను.

వినః— సతీశా! ఇప్పుడు కాదు మఱియొకప్పుడు వచ్చెదను. ఆలస్యమై పోయినది!

మాటలు స్వల్పమే కాని కంఠస్వర మశ్రురుద్ధమైనట్లుండెను. ఆకరుణస్వరము సతీశుని దొడ్డమ్మ చెవులకుఁగూడఁ దోఁచెను. ఆమె యొకసారి వినయునివంకను నొకసారి లలితవంకను జూచి యిరువురినడుమను నేదియో యదృష్టలీల ఖేలనము చేయుచున్నదని భావించెను.

తోడనే లలిత యేదియో సాకుచెప్పి లేచి తనగదిలోనికిఁ బోయెను. ఆమె కిపుడానే యీవిధముగా దుఃఖము దెచ్చుకొనుట యిదివరకెన్నిసారులో యైనది!

౪౫

వినయుఁడప్పుడు లజ్జావేదనలచే హృదయము పరితపించుచుండ నానందమయి యింటివైపునకుఁ బోయెను. అతఁడింతసేపటివఱకును దల్లియొద్ద కేలపోలేదు. మఱచి పోయెను! లలితతోడనే విశేషప్రయోజన మున్నట్లాతఁడు భావించెను! అతఁడు కలకత్తాకు వచ్చినతోడనే యానందమయిని దర్శింపలేదని యీశ్వరుఁడాతని ప్రయోజనమును భగ్నముచేసి తగినశాస్తిగావించెను. తుదకు లలితనోటినుండి 'గోరాబాబు తల్లియొద్దకైనఁబోఁగూడదా?' అనుమాట వెలువడియెను. గోరాబాబు తల్లిమాట వినయునికంటె నధికముగా లలిత హృదయమునఁ దోఁచుట యెన్నఁడైన జరుగునా?

లలిత యామెను గోరాబాబుతల్లి యని మాత్రమే యెఱుంగును. కాని వినయునకామె జగన్మాతృసంబంధమునకు నేకమాత్రప్రత్యక్ష ప్రతిమ!

ఆనందమయి స్నానముచేసి మేడపైఁ గూర్చుండి మంత్రపఠనము చేసికొనుచుండఁగా వినయుఁడు తత్తరముతోఁ బోయి యామె పాదములపైఁబడి పొరలుచు "అమ్మా!" అనియెను. ఆనందమయి యాతనికలపై ధూళిని దులుపుచు 'బాబూ! వినయా!' అనియెను. ఆతల్లివంటి మధురకంఠస్వర మెవ్వరికున్నది? వినయుని సమస్త శరీరమునను కరుణరసము ప్రవహించెను. ఆతఁడశ్రుజలమును గంఠమునందదుముకొని మృదుకంఠముతో "అమ్మా! నేనాలస్యముచేసితిని!" అనియెను. ఆనందమయి నాకంతయుఁ దెలిసినదని చెప్పి గోరా శిక్షకుఁ బూర్వమే వ్రాసినయుత్తరమును వినయునకుఁ జూపెను. అందిట్లున్నది:—

'అమ్మా! నీగోరాకుఁ గారాగృహ మనినఁ గష్టము లేదు. కాని నీమనసు కష్టపడుట యాతఁడు సహింపఁజాలఁడు! నీదుఃఖమే నాకు శిక్ష యగును. కాని కలెక్టరు నన్ను శిక్షింపఁజాలఁడు! నీబిడ్డ కొక్కనికే యిట్టిగతి గలుగుట లేదుతల్లీ! ఎందఱో తల్లులబిడ్డ లెట్టికష్టము లేకుండ జైలులోఁబడియున్నారు. నేనును వారితో సమసుఖదుఃఖముల ననుభవింపఁగోరుచున్నాను. నాకోరిక ఫలించునప్పుడు నీవు సంతోషింపవలయు. అమ్మా! ఒకప్పుడుకఱవుదినములలో నారూపాయలసంచి పోయినసంగతి నీకుజ్ఞప్తియున్నదా! అయిదునిమిషములలోఁదిరిగివచ్చి చూచునప్పటికేఁ బదిరూపాయల సంచియును బోయినది. వానితో మఱికొన్ని రూపాయలను జేర్చి నీపాదజలమునకుఁ గలశమును జేయింపవలయు ననుకొంటిని! అప్పుడు నాకాదొంగపై వృథాకోపావేశము కలిగినది! అంతలో నాకాకస్మికముగ దేవుఁడు నాకు మంచిబుద్ధిని బ్రసాదించుటచే ఈ దుర్భిక్ష దినములలో వాఁడీసొమ్ముతో సుఖముగా బ్రతుకును!" అనితోఁచినది. అంతలోనే నాహృదయక్షోభమంతయు శాంతించినది. ఇప్పుడు నట్లే నేను కోరుకొని జైలునకుఁ బోవుచుంటినని భావించుచున్నాను. అందుచే నాకెట్టి కష్టమును దోఁచుటలేదు. ఎవ్వరిమీఁదను కోపము లేదు. ఆహారవిహారకష్టములుగల జైలునందే నేనాతిథ్యమును గ్రహించితిని. ఇప్పటి నాసంచారమునందు దొరికినచోఁ దిని దొరకనిచోఁ బస్తుపడి కష్టసుఖముల ననుభవించితిని. కష్టముల కలవాటుపడితిని. అందుచే జైలునందు నాకెట్టి కష్టానుభవముండదని నీవునమ్మియుండుము! నేనింటియొద్ద సుఖముగా నున్నప్పుడు నాకు వెలుపలనున్న కష్టములను దెలిసికొనుట కవకాశము లేకపోయినది. ఈప్రపంచమునందలి యపరాధులును నిరపరాధులును గూడ ననేక ప్రజలీశ్వరదత్తమగు విశ్వాధికారమునుండి వంచితులై బంధనావమానముల పాలగుచుండిరను సంగతి నాకింతవఱకును దెలియనే లేదు. ఇప్పుడు నేనట్టివారి కష్టసుఖములకు భాగహారినై యుండఁదలఁచితిని

ఈప్రపంచమునందుఁ జాలమంది కృత్రిములైయుండిరనియుఁ బెద్దమనుష్యులుగా గౌరవింపఁబడుచున్నారు. అట్టివారితోఁ జేరి గౌరవమును వద్దిల్లఁజేసికొనుట నాకిష్టములేదు. అమ్మా! నేనీసారి ప్రపంచముతోఁ బరిచయముఁజేసికొని యనేకశిక్షల ననుభవించితిని. ఈజగమునందు విచారభావమును వహించువారే కృపాపాత్రులు! తాము శిక్షలననుభవించుచు, నొరులను శిక్షింపక జైలునందుండువారికే పాపశాంతి కాఁగలదు! వారే పాపములను, వానికిఁ దగినప్రాయశ్చిత్తములను నిరూపించు పెద్దలు! జైలునకు వెలుపల నుండి సుఖసన్మానముల ననుభవించువారి కెన్నటికిని నేవిధముగను పాపశాంతి లేదు. నేనట్టి సుఖసన్మానములను ధిక్కరించి మానవకళంకమను చిహ్నమును వక్షమునందాల్చి వెలువడితిని! అమ్మా! నీవు కన్నీరుపెట్టుకొనకుండ నన్నాశీర్వదింపుము తల్లీ! భృగుమహర్షి పదాఘాతముచేఁ గలిగినమచ్చను శ్రీమహావిష్ణువు చిరకాలమువఱకును వక్షమున ధరించియుండెను. ప్రపంచమునంగలి యౌద్ధత్య మెచ్చట నన్యాయముగఁ బదాఘాతము చేయునో యాచిహ్నముచే పరమేశ్వరుఁడు తనవక్షము పై గాఢతరముగఁ జేసికొనుచుండును! ఆచిహ్నమే యాపరాత్పరున కలంకారమైనచో నప్పుడింక నాకొఱకు మనస్తాప మెందులకు? నీవు నాకొఱకు దుఃఖించుట యెందులకు? —"

ఈయుత్తరము వచ్చినతోడనే యానందమయి మహిముని గోరానొద్దకుఁ బంపఁ బ్రయత్నించెనుగాని మహిముఁడు దొర తనకు సెలవీయఁడని చెప్పి గోరాతొందరను గూర్చి నిందించుచు నీవ్యవహారమునఁ దానుగలుగఁజేసికొన్నచోఁ దనయుద్యోగము కూడఁ బోవునని చెప్పెను. ఈసంగతి భర్తయగు కృష్ణదయాళునకుఁ దెలుపుటయు నావశ్యకమని యానందమయి భావించెను. గోరానుగూర్చి యామె భర్తయెడల మగ్నాంతరాభిమానము కలిగియుండెను. కృష్ణదయాళుఁడు గోరాను బుత్రునిగనే భావింపక విరుద్ధభావముతో నుండెను. ఆనందమయీకృష్ణదయాళులదాంపత్యమధ్యమున గోరావింధ్యపర్వతమువలె నడ్డముగానుండి యాదాంపత్యమును విభజించివైచెను. అందొకవంకఁ గేవలశుద్ధాచారియగు కృష్ణదయాళుఁడు; మఱియొకవంక మ్లేచ్ఛ గోరాసహితయగు నానందమయి! గోరాజీవితచరిత్రము నెఱింగియున్న యాయిరువురినడుమగల త్రోవ కట్టుపడియుండెను. ఈకారణముచే గోరా పేరను బాధ్యత లన్నియు నొక్క యానందమయిమీఁదనే పడియుండెను. గోరాభ్యుదయమున కామెయే యెల్లవిధములఁ బ్రయత్నించుచుండెను గోరామంచిచెడ్డల కన్నిటికి నామెయే యుత్తరవాదినియై యుండెను. గోరాదుడుకుదనములనుగూర్చి యనేకు లనేకవిధములుగా నామెకుఁ జెప్పుచుండిరి. ఆమె యందఱకును దగిన సమాధానములు చెప్పుకొనుచుండెను. గోరా సామాన్యుఁడా? అతని నదలించుట కెవ్వరికైన సాధ్యమా? అయినను నానందమయి యాతని కట్టి కష్టమును గలుగకుండఁ బెంచి పెద్దవానిని జేసెను! పడరాని మా

టులఁ బడినది, ఎవ్వరి కేమియు ననలేదు. పదిరాత్రికష్టములఁ బడినది; ఎవ్వరికి నెట్టి కష్టమును గల్గింపలేదు!

కృష్ణదయాళుఁడు గంగాస్నానముచేసి శుచివేషముతో మంత్రజపముచేసికొనుచు లోపలికి వచ్చుచుండఁగా నానందమయి కిటికీలోనుండి చూచెను; కాని యాతని దర్శింపఁజాలకపోయెను; నిషేధము; నిషేధము; సర్వత్రనిషేధమే! తుదకొక నిట్టూర్పువిడచి యానందమయి మహిమునియింటికిఁబోయెను. మహిముఁడప్పుడు పీటపైఁ గూర్చుండి పత్రికను జదువుకొనుచుండెను. భృత్యుఁడాతని శరీరమునఁ దైలమర్ధనము గావించుచుండెను. ఆనందమయి యాతనింగాంచి "మహిమా! నీవొకమనుష్యుని దోడిచ్చినచో నేనైనను బోయి గోరాను జూచివచ్చెదను. ఆతఁడు జైలునకుఁ బోయినచో నిఁక నాకుఁజూచుట కవకాశమే యుండదేమో!" అనియెను.

మహిముఁడు పైకెట్లున్నను గోరాయందాతనికిఁ బ్రేమయున్నది. "ఆ నిర్భాగ్యుని జైలునకుఁ బోనిమ్ము! ఆవేశముకూడఁ దీరనిమ్ము!" అని వెంటనే మహిముఁడొక గొల్లవానిఁ బిలిచి వకీలుఖర్చున కాతనిచేతికిఁ గొంతసొమ్మిచ్చి గోరాకడకుఁ బంపించి సెలవుదొరికినచోఁ దానుగూడఁ బోవుటకు స్థిరపఱచుకొనియెను. మహిముఁడెన్నఁడును గోరాపైఁ గోపము వహింపఁజాలఁడని యానందమయి యెఱుంగును. ఆతఁడు కావలసినపని చేయుటం గాంచి విని యామె తనగదిలోనికిఁ బోయెను. గోరా యిప్పుడున్న యపరిచితస్థానమున నాతని కిష్టమగు పరివారము గాని, లోక సంబంధములగు వేడుకలుగాని యుండవని యానందమయి స్పష్టముగా గ్రహించి యుండెను. ఆమె యప్పుడు తనచూపులయందలి నిశ్శబ్దవేదనచ్ఛాయ లోష్ఠాధరములముద్రితములగుచుండ నూరకకూర్చుండి యుండెను; ఇంతలో లక్ష్మి దాసియేడ్చుచు రాఁగా నామెను మఱి యొక గదిలోనికిఁ బంపివైచెను. సమస్తోద్వేగమును నిస్తబ్ధభావమునందే పరిపాకము గావించుట యామెకుఁ జిరకాలాభ్యాసము! సుఖదుఃఖముల నామె యెంతశాంతభావముతో గ్రహించుచుండెనో యామెహృదయముకంటె హృదయాంతర్యామికే గోచరించుచుండును!

ఆనందమయి కేమిచెప్పవలయునో వినయునకు బోధపడలేదు కాని యామె యెవ్వరిసాంత్వనవాక్యములకును నిరీక్షించియుండలేదు. ప్రతీకారములేని దుఃఖము కలిగియున్న తనయొద్దకువచ్చి యితరులూఱడిల్లఁజేయుట యామెస్వభావమునకు సంకోచముగాఁ దోఁచుచుండెను. ఆమె అప్పుడేమియు మాటాడఁజాలకున్న వినయునింగాంచి "బాబూ! నీకింకను స్నానములేనట్లున్నది! పొమ్ము! స్నానమునకుఁబొమ్ము! పొద్దుపోయినది!" అనియెను. వినయుఁడు స్నానముచేసివచ్చి భుజించుచుండఁగా నాతనిప్రక్కను గోరా లేకుండుటఁగాంచి యానందమయి హృదయమునందప్పుడు హాహాకారము

కలిగెను. "గోరా యిప్పుడు జైలులోని యన్నము తినుచున్నాఁడు! ఆయన్నము నిర్దయ శాసనముచేఁ గలుషమైనది. దానిలోఁ దల్లిచేతులయందలి మాధుర్యము లేదు!" అని తలంచుకొని యానందమయియును సహింపఁజాలక యటనుండి వెడలిపోయెను.

33

పరేశుఁడింటికి వచ్చినతోడనే యాసమయమున వచ్చిన లలితం గాంచి యాకొంటె బిడ్డ యేదియో కొంటెపని చేసినదని గ్రహించి జిజ్ఞాసదృష్టితో నామె మొగమువంక గాంచుటయు లలిత "బాబా! నేను వక్క వచ్చితిని; అచ్చట నుండలేక పోయితిని!" అనియెను. పరేశుఁడు "కారణమేమమ్మా!" అనియెను. గోరాబాబును గలెక్టరు జైలుఁ బెట్టినాఁడని లలిత చెప్పెను. ఈసందర్భమున గోరా యెట్లు వచ్చెనని ప్రశ్నించి పరేశుఁడు లలితవలన నంతయును దెలిసికొనియెను. తోడనే యాతనికి గోరాతల్లిమాట తలంపునకు వచ్చుటయు నాతఁడు మిగుల విచారించెను. ఒకదొంగకువలనే గోరాను శిక్షవిధించుట కలెక్టరునకు సులభసాధ్యమయ్యెను. ఇది కేవల మనాగరికత యనియు నధర్మమనియుఁ బరేశుఁడు భావించెను. మానవుని యెడల మానవుని దౌరాత్మ్యము ప్రపంచకమునందలి యన్నిహింసలకంటెను భయంకరమైనది! గానిపై సమాజశక్తియు గలసి యెట్లు ప్రచండప్రకాండమును గావించుచుండునో, గోరాశిక్ష వినుటవలనఁ బరేశునకది యంతయును గన్నులఁగట్టినట్లగపడుచుండెను. పరేశుఁడూరక యాలోచించుచుండుటం గాంచి లలిత యుత్సాహముతో "బాబా! ఇది ఘోరమగు నన్యాయము కాదా!" అనియెను.

పరేశుఁడు సహజ శాంతస్వరముతో "గోరా యేమిచేసినో నాకు సరిగాఁ దెలియలేదు. కాని యాతఁడు తనకర్తవ్యబుద్ధియందలి ప్రబలోద్రేకముచే నధికారోల్లంఘనము గావించి యుండుననుకొందును. అదిగోరాపక్షమునఁ దప్పని చెప్పుట ప్రకృతి విరుద్ధము సందేహములేదు! కాని అమ్మా! ఏమిచేయుము! ప్రకృతికాలమున న్యాయబుద్ధి యింకను నంతటివివేకలాభమును గాంచియుండలేదు. ఇప్పటికిని బొరపాటునకును, నపరాధమునకును నొక్కటే శిక్షజరుగుచున్నది. దీనింగూర్చి యొకమానవునిపై దోషారోపణముచేయుట కవకాశములేదు. ఈపాపమందరినెత్తిమీఁదను బడియున్నది" అని యాకస్మికముగాఁ బరేశుఁడా ప్రస్తావమును మార్చి "అమ్మా! నీవెవ్వరితో వచ్చితివి?" అనియెను.

లలిత బలవంతముగా ధైర్యము తెచ్చుకొని "వినయబాబుతో వచ్చితి" ననియెను.

సిగ్గు వచ్చిపడియెను. ఆసిగ్గును మొగమునందగపడనీయకయుండఁ బ్రయత్నించిన కొలఁదియు నది వర్ధిల్లిపోవుచుండెను.

చంచలయు దుర్జయురాలునగు లలితను బరేశుఁడు తనయ లందఱికంటె నధికముగఁ బ్రేమించుచుండెను. ఆమె పనులందఱకును వెగటుగనే దోఁచునుగాని యామె నడవడిలో సత్యపరత్వమున్నది. పరేశుఁడు దానినే గౌరవించుచుండును. ఆమె లోపమే యందఱికన్నులఁ బడుచుండును గాని యలోక సామాన్యమగు నామెగుణము నెవ్వరును గ్రహించి యాదరింపరనికూడ నాతఁడెఱుంగును. పరేశుఁ డాగుణముఁనే యత్నపూర్వకముగఁ బరిశీలించుచుండెను. ఆమె తీవ్రస్వభావము నడ్డగించి యామె హృదయమునందలి మహాత్త్వమునకు భంగముకల్గించుట పరేశునకిష్టము లేకుండెను. అతని తక్కినయిరువురు తనయలును జక్కనివారనియే చెప్పవచ్చును. వారి శరీరచ్ఛాయయు ముఖలక్షణమునుగూడ సుందరముగా నుండునుగాని, లలితవారికంటె నలుపు. ముఖసౌందర్యవిషయమునగూడ మతభేదమున్నది! అందుచేతనే లలితకుఁ ద్వరగాఁ బెండ్లిచేయవలయునని వరదాసుందరి తొందరపడుచుండెను. పరేశుఁడు లలితముఖమునందలి వర్ణసౌందర్యమునుగాని, యామె శరీరమునందలి యవయవ సౌందర్యమునుగాని చూడలేదు! ఆమె యంతరంగమునందలి గంభీరసౌందర్యమునే చూచుచుండెను. ఆసౌందర్యమునఁ గేవలలాలిత్యమే కాదు—స్వాతంత్ర్యమును దార్ఢ్యమునుగూడ నుండెను. ఆదార్ఢ్యముమాత్ర మందఱకును మనోహరముగానుండదు! అదిలోకుల నాకర్షించును. కాని చాలమందిని దూరమునకుఁ ద్రోసివైచెను. ఆమెయందింటిలో నెవ్వరికి నిష్టముండదని యెంచి పరేశుఁడు తఱచుగా లలితను దనయొద్దనే యుంచుకొనును—ఆమె నెవ్వరును క్షమింపరని చెప్పి తానేయామెను గారవించుచుండును.

లలిత వినయునితో నొంటిగ వచ్చితినని చెప్పినతోడనే పరేశుఁ డామె యీవిషయమునఁ జాలదినములనుండి కష్టమును సహించి యుండెనని తెలిసికొనియెను. ఆమె చేసినతప్పు చిన్నదైనను లోకులామెకుఁ బెద్దశిక్ష చేయుదురు. ఈవిషయమై పరేశుఁ డాలోచించుచుండఁగా లలిత "బాబా! దొరగారియాతిథ్యమునందు మనదేశస్థులకించుకంతయు గౌరవములేదు. కేవల మనుగ్రహముమాత్రమే. ఇదిచూచి సహించి నేనచ్చట నుండుటయే యుచితమా?" అనియెను.

పరేశున కీప్రశ్న సామాన్యమైనదిగాఁ దోఁచలేదు. అతఁడు దానికి బదులు చెప్పక నవ్వుచుఁ గుడిచేతితో నామె తలపై మెల్లగఁగొట్టి 'వెఱ్ఱిదానా!' అనియెను.

అపరాహ్ణసమయమున నీసంఘటనముఁగూర్చి యాలోచించుకొనుచు నింటివెలుపలఁ బరేశుఁడు పచారుచేయుచుండఁగా వినయుఁడువచ్చి యాతనికి నమస్కరించెను.

పరేశుఁడు డాతనితో గోరావినయములఁ జాలవఱకుఁ బ్రస్తావించెను. కాని లలితనుదీని కొనివచ్చినసంగతి యడుగనేలేదు. తరువాతఁ జీఁకటిపడుచుండుటంగాంచి పరేశుఁడు "వినయబాబూ! పొద్దుపోయినది! లోపలికిఁ బోవుదమురమ్ము!" అనియెను. వినయుఁడు నేనుమాయింటికిఁ బోయెదననియెను. పరేశుఁడు రెండవసారి బలవంతముచేయలేదు. అప్పుడు వినయుఁడు బెదరిబెదరి రెండవయంతస్తువంకఁ జూచుచు మెల్లమెల్లగా వెడలిపోయెను.

లలిత పైనుండి వినయుని జూచుచునే యున్నది. పరేశునితో మాటలాడినతరువాతఁ బైకిఁవచ్చునని యామె యనుకొనియెను. ఇంతలోఁ బరేశుఁ డొక్కఁడే పైకి వచ్చెను. వినయుఁడు రాలేదు. లలిత బల్లపైనున్న పుస్తకములను, కాగితములను జిందరవందరగఁ బారవైచి లేచి గదినుండి వెడలిపోవుచుండెను. అప్పుడు పరేశుఁడామెం బిలిచి యామెవివర్ణవదనమునఁ బ్రేమపూర్ణదృష్టిని స్థాపించి "లలితా! ఒక బ్రహ్మసంగీతమును బాడుము!" అనిదీపమును వెలిగించెను.

౩౮

మఱునాఁడు వరదాసుందరియుఁ దక్కినవారందఱును వచ్చిరి. హారానుఁడు లలితపైఁ గోపము నడఁగించుకొనఁజాలక యింటికైనఁబోకుండఁ బరేశునొద్దకుఁ బోయెను. వరదాసుందరి లలితవంకఁ జూడనైనఁ జూడక కోపముతో మాటాడక సంభ్రమముతోఁదనగదిలోనికిఁ బోయెను. లీలాలావణ్యలకును లలితపైఁగోపముకలిగెను. లలితా వినయులు లేక వారివాటకాభినయమున కెల్లవిధముల లోపముకలిగెను! సుచరిత హారానుని క్రోధావేశముతోఁగాని, వరదాసుందరి యశ్రుపూర్ణాక్షేపవాక్యములతోఁగాని, లావణ్యలజ్జా నిరుత్సాహముతోఁగాని కలియక కేవలము నిస్తబ్ధయై యుండెను. ఎట్లో యామెపని యామె చేసివైచినది ఇప్పుడును నామె యంత్రపుబొమ్మవలె నందఱివెనుకను నిలిచి లోపలఁ బ్రవేశించెను. సుధీరుఁడు లజ్జానతాప సంకుచితుఁడై వీధిగుమ్మమునొద్దనుండియే తనయింటికిఁ బోయెను. లావణ్య యాతనిఁ బిలిచినది గాని లాభములేకపోయెను. హారానుఁడు పరేశునిగదిలోఁ బ్రవేశించినతోడనే "చాలనన్యాయము జరిగిపోయినది!" అనియెను.

లలిత పరేశునిగదియందే యుండెను. ఆమాటవినఁబడినతోడనే యామెతండ్రి కుర్చీ వెనుకకుఁజేరి నిలువఁబడి హారానునివంకఁ దదేకదృష్టిం గాంచుచుండెను. అప్పుడు పరేశుఁడు "హారానుబాబూ! లలితవలన నన్నిసంగతులును దెలిసినవి. జరిగినదానిని గూర్చి యిప్పు డాలోచించుటవలన లాభములేదు" అనియెను. హారానుఁడు పరేశుని శాంతసంయతభావమును దుర్బలస్వభావముగాఁ దలంచుచుండును. అందుచేతనే

యాతఁడిప్పు డవజ్ఞాసూచక స్వరముతో 'కార్యమేమో జరిగిపోయినది. కానిచరిత్ర మున్నదిగదా. అందుచేతనే యది యేమైపోవునో యని మన మాలోచింపవలసి యున్నది! మీరింత చనువీయకున్నచో లలిత యింతపని చేయగలదా? ఈవ్యాపార మంతయు విన్నచోఁ జనవిచ్చి లలితను బాడుచేసితివి నను సంగతి మీరే తెలిసికొనఁగలరు!" అనియెను.

పరేశుఁడు వెనుకకుఁ జరిగి లలితను దనపార్శ్వమునకుఁ దీసికొని నవ్వుచు హారానునిం గాంచి 'బాబూ! బిడ్డలను బెద్దలం జేయుటకుఁ బ్రేమయే ప్రధానమైనదని సమయమువచ్చినప్పుడు నీవే తెలిసికొనఁగలవు!' అనియెను. లలితయప్పుడు తండ్రిని గౌఁగలించుకొని 'బాబా! మీరుస్నానమునకు వేళయైనది! లెండు!' అనియెను. పరేశుఁడు హారానునివంకఁ జూచుచు మృదుస్వరముతో 'కొంచెము సేపాఁగుము! వేళ మించిపోలేదు!' అనియెను. లలిత స్నిగ్ధస్వరముతో 'కాదుబాబా! మీరు స్నానమునకుఁ బొండు! మీరు వచ్చువఱకును నేను పానూబాబునొద్ద నుండెదను' అనియెను.

పరేశుఁడు వెడలిపోయెను. లలితకుర్చీపై గంభీరముగ గూర్చుండి హారానుని వంక స్థిరదృష్టిం గాంచుచు 'మీరు మీయిష్టమువచ్చిన ట్లందఱితోడను మాటలాడుట కధికారము కలదనుకొనుచున్నారు కాఁబోలును!" అనియెను.

సుచరిత లలితను బాగుగ నెఱుంగును. ఇప్పటి లలితస్థితిం గాంచి సుచరితహృదయము మఱియొకప్పుడైనచో నుద్విగ్నమైపోయియుండును. ఇప్పుడు సుచరిత కిటికీ యొద్దఁగుర్చిపైఁ బుస్తకముఁ బత్రములను దిరుగవైచుచుండెను. హృదయభావముల నడంచుకొనుటకు సుచరిత చిరకాలమునుండి యలవాటు పడియుండెను. కొలఁది దినములనుండి యనేకాఘాతముల వేదనలం జేరి యామెహృదయము నెంతగా బాధించుచున్నను నామె యంతకంటెను నిశ్శబ్దముగా నోర్చుకొనియుండెను. ఇప్పుడానిశ్శబ్దతాభారము దుస్సహమైయుండెను. అందుచేతనే లలిత తన యభిప్రాయమును హారానునకుఁ దెలుపుటకు సిద్ధమై కూర్చున్నప్పుడు సుచరిత రుద్ధహృదయమునకు ముక్తిలాభము బడయుట కవకాశము దొరకెను.

లలి:— మాకొండల మాతండ్రిగారి కర్తవ్యము మాతండ్రిగారికంటె మీకే యెక్కువ తెలియుననుకొనుచున్నారా? ఈసమస్తబ్రాహ్మసమాజమునకును మీరే ప్రధానాచార్యులనుకొనుచున్నారు కాఁబోలును!

లలిత యింతటి యౌద్ధత్యముం గాంచి హారానుఁడు ప్రప్రథమముననే హతబుద్ధియైపోయెను. కొంతసేపటి కాతఁడు సరిగా నుత్తరము చెప్పఁబోవుచుండఁగా లలిత వారించి 'ఇంతకాలమువఱకును మేము మీ శ్రేష్ఠత్వము సహించియుంటిమి. కాని యిప్పుడు మీరు తండ్రిగారికంటెను గొప్పవారుగాఁ జూచుచున్నారు. అట్లయినచో నీయింటివారెవ్వరు నిఁక సహింపఁజాలరు—మా సేవకులపర్యంతము—'' అనియెను.

హారా:— లలితా! నీవు—

లలిత యామాటకడ్డమువచ్చి తీవ్రస్వరముతో "ఊరకుండుఁడు! మీమాటలను జాలగావింటిమి! ఇప్పుడు నామాటవినుఁడు; మీకు విశ్వాసము లేకున్నచో సోదరి సుచరిత నడుగుఁడు!—మీరెంతగొప్పవారు కాఁదలచియుంటిరో మాతండ్రిగారంతకంటె వేయిరెట్లు గొప్పవారు. మీరు మాకుపదేశింపవలసిన దేమైన నున్నయెడల మీకే యుపదేశించుకొనుఁడు!" అనియెను. హారానుని మొగము నల్లపడిపోయెను! అతఁడు చటాలున లేచి 'సుచరితా!" అనియెను. సుచరిత పుస్తకమునుండి మొగ మెత్తిచూచెను. అప్పుడు హారానుఁడు 'నీయెదటనే లలిత నన్నవమానించినది!' అనియెను.

సుచరిత మృదులస్వరముతో 'మిమ్మవమానించుట లలిత యుద్దేశము కాదు. తండ్రిగారిని మీరు గౌరవింపవలయునని చెప్పినది. ఆయనవంటి సన్మానయోగ్యులు మనకిఁక నెవ్వరున్నారు?" అనియెను. హారానబాబు లేచిపోవలయు ననుకొనెను గాని పోలేకపోయెను. అతఁడు గంభీరముగఁ గూర్చుండెను. ఈయింటియందాతనికి గౌరవము తగ్గుచున్న కొలఁదియును దానిని నిలుపుకొనవలయునని యాతఁ డధికప్రయత్నమును గావించుచుండెను. ఆశ్రయించినశాఖ శిథిలమగుచున్నప్పుడు దానిని బలవంతముగ నూదిపట్టుటవలన భగ్నమైపోవుననుసంగతి యాతఁడు తెలిసికొనఁజాలకపోయెను. హారానుఁడట్లే కోపగాంభీర్యముతోఁ గూర్చుండియుండెను. లలిత సుచరిత ప్రక్కను గూర్చుండి మెల్లమెల్లగ నేమేమో మాటాడుచుండెను. ఇంతలో సతీశుఁడచ్చటికివచ్చి సుచరిత చేయిపట్టుకొని 'అక్కా! రమ్మ' అనియెను.

సుచ:— ఎక్కడకు?

సతీ:— రమ్ము! నీకొకచిత్రముచూపించెదను. సోదరీ! లలితా! నీవుచెప్పలేదా?

లలి:— లేదు.

దొడ్డమ్మసంగతి సుచరితకు సతీశుఁడు చెప్పవలెనను లలిత చెప్పకుండుట కంగీకరించి యుండును. అందుచేఁ జెప్పలేదు. ఇప్పుడు సతీశుఁడే చెప్పెను. అతిథినివిడిచి సుచరిత పోవఁజాలక 'తండ్రిగారు స్నానముచేసి రానిమ్ము! నేనతరువాత వచ్చెదను!" అనియెను.

పరేశుఁడు వచ్చినతోడనే సతీశుఁడిరువురక్కలను వెంటఁబెట్టుకొని లోనికిఁ బోయెను. హారానుఁడు పరేశునింగాంచి 'సుచరిత సంబంధవిషయమున మన మనుకొన్నట్లు కావించుట కిఁక నాలస్యము చేయవలదు. రేపాదివారము జరిగించిన బాగుగా నుండును' అనియెను.

పరే:— ఆవిషయమున నాకభ్యంతరమేమియును లేదు. సుచరితయిష్టపడినచో నట్లే చేయవచ్చును.

౩౫

ఆనాఁడు లలితకడనుండి వచ్చినతరువాత మరల నచ్చటికిఁ బోవుట వినయునకుఁ గష్టముగానుండెను; తనస్వమందిరము కూడ నాతని కసహ్యముగ నుండెను. మఱునాటి యుదయముననే యాతఁడానందమయియొద్దకుఁబోయి 'అమ్మా! నేను కొన్నాళ్ళు నీయొద్ద నుండెదను!" అనియెను. గోరాకొఱకు దుఃఖించుచు తన కూఱట కలిగించుటకు వినయుఁడిట్లనియెనని గ్రహించి యానందమయి పరిత పడుచు నేమియు ననక ప్రేమతో వినయుని దరిఁజేర్చుకొని యొడలు నిమ చుండెను.

వినయుఁడాయింటనే యాహారవిహారములఁ గావించుచు నుండెను. ఆ దప్పుడు మునుపటివలెఁ దనకు సరిగా జరుగుటలేదని పట్టుపట్టుచుండెను. ఎప్పుడేదియో మాటాడుచు నానందమయిని మఱపింపఁ జూచుచుండెను. ఆతని మ కూడ బాగుగలేని సంధ్యాసమయములందామె నింటిపనులు చేసికొననీయక యొక కూర్చుండఁజేసి తనచిన్ననాఁటికథలను ముచ్చటించుచుఁ గాలక్షేపము చేయుచుండె ఆనందమయి తనకుటుంబజీవిత వృత్తాంతమును జెప్పుచుండెను. అప్పుడు వినయు 'అమ్మా! ఎప్పుడు నీవు మాయమ్మవు కాకుండఁబోవుదువో యని నేను నిరంతరః భయపడుచుందును" అనియెను.

ఒకనాఁటిసాయంకాలమునఁ జాఁపపైఁగూర్చున్న యానందమయి పాదము వినయుఁడు తనతలనుంచి 'అమ్మా! నాసమస్తవిద్యాబుద్ధులను మరల దేవుని పైచి బాలుఁడనై నీయొడిలో నాడుకొనవలయునని యున్నది. కేవల మీ ప్రపంచ మున నీకంటె నిఁక నాకేమున్నదితల్లీ!'' అనియెను. వినయుని కంఠస్వరమున హృ భారాక్రాంతమగు నాయాసము ప్రకటితమగుచుండుటం గాంచి యానందమయి యము విస్మయవ్యథాకులమైపోయెను. ఆమె వినయుని దరిఁజేర్చుకొని యొడల దడవుచు గొంతసేపూరకుండి "బాబూ! పరేశబాబునింట నందఱును క్షేమ నున్నారా?" అనియెను.

ఈప్రశ్నకు వినయుఁడదరిపడి లజ్జితుఁడై "అమ్మయొద్ద నేమియును దా కవకాశములేదు అమ్మ నాయంతర్యామి." అనియనుకొని కుంఠితస్వరముతో అందరును బాగుగనే యున్నారు!" అనియెను. అప్పుడానందమయి "నాకా కాంతలతోఁ బరిచయము చేసికొనవలసియున్నది. మొదట గోరాకు వారనిన లేకుండెడిది. అట్టివాని యసహ్యభావమునుగూడఁ దొలగించినవారు సాధా యుండరు!" అనియెను. వినయుఁడుత్సాహముతో "నీకు వారిపరిచయము!

కలయునని నాకునుగోరిక యున్నది. గోరాకిష్టముండదని నేనుమాటాడలేదు" అని యెను. ఆనందమయి యూరకుండి 'అందుఁ బెద్దపిల్ల పేరేమి?' అనిప్రశ్నించెను.

ఈవిధముగా మాటలు జరుగుచుండఁగా లలితప్రసంగము వచ్చెను. వినయుఁ డావిషయమును సంక్షేపముగాఁ ద్రోసివైచుటకుఁ బ్రయత్నించెను. ఆనందమయి యట్లువిడువక మనసులో నవ్వుకొనుచు 'లలిత బుద్ధిమతి యని వినియుంటిని!' అని యెను.

విన: — ఎవ్వరు చెప్పిరి?

ఆనం:— నీవే చెప్పితివి కాదా?

ఇదివఱకు వినయుఁడు లలితయెడల నెట్టి సంకోచభావమును లేక యున్నప్పుడు నొకాహముత్తావస్థయం దానందమయితో లలిత బుద్ధిమతియని చెప్పియుండెను. ఇప్పు డాతఁ డామాట మఱచిపోయెను. ఆనందమయి యతినిపుణముగఁ బ్రశ్నించుచు లలితయెడలం గలవినయుని హృదయభావముతోఁగూడ నాయిరుపురిచరిత్రమునందలి ప్రధానాంశములను సంపూర్ణముగ గ్రహింపఁగలిగెను. గోరాశిక్షకు విచారించి లలిత యేకాకిరాలై తనతోఁగూడ స్టీమరుపైవచ్చియున్న సంగతి గూడ వినయుఁడు చెప్పివైచెను. మాటలాడుచున్న కొలఁదియు నాతనియుత్సాహ మతిశయించిపోవుచుండెను. ఆప్రసంగమున కెక్కడ నష్టము కలుగునో యనుభయముతో నాతఁడు విడువకుండ మాటాడుచుండెను. అప్పుడు వినయునకు లలితమూలముననే తనకింతటి స్వతంత్రశక్తి కలిగిన దనికూడ భావించుకొనియెను. ఇంతలో రాత్రిభోజనమునకుఁ బిలుపువచ్చెను. అప్పుడు వినయుఁడాకస్మికముగఁ గలనుండి మేల్కన్నవాఁడునంబోలి తనమనసులో మాటలన్నియు దల్లికిఁ జెప్పివైచితిని గదా యని సంతోషించెను. ఆతఁడెన్నఁడును దల్లియెద్ద దనమనసు దాఁచుకొనలేదు. ఆనందమయి యంతయును విని, యంతయును గ్రహించి వినయుఁడు సిగ్గుపడకుండఁగనే సర్వమును జెప్పివైచెనని యనుకొనియెను. వినయున కింతవఱకును దనతల్లియెదుటఁ దనజీవితచరిత్రమును దాఁచుకొనకుండఁ దెలిపి పవిత్రము చేసికొనలేమగదా యనువిచారము హృదయమధ్యమున మచ్చవలె నుండెను. ఇప్పు డామచ్చ మాసిపోయినది!

రాత్రియానందమయి యాప్రసంగమునుగూర్చి చాలసేపుయోచించుకొనియెను. గోరాజీవితసమస్య యుత్తరోత్తరజటిలమై తోఁచుచుండెను. పరేశబాబు గృహము నందేదో మీమాంస తేలవలయునని యనుకొని యామె యేవిధముగనైన నాయింటి యాఁడువాండ్రను జూడవలయునని నిశ్చయించుకొనియెను.

౩౬

మహిముని యింటిలోని వారందఱును వినయునితో శశిముఖికిఁ బెండ్లి స్థిరపడి నట్లే భావించియుండిరి. శశిముఖి వినయునికగపడుటకే సిగ్గుపడుచుండెను. శశిముఖి

తల్లితో వినయునకుఁ బరిచయము లేదనియే చెప్పవచ్చును. ఆమెచాల గుట్టయినది. ఆమె యింటిలోని పెత్తనమును మర్యాదయుఁ బనియే యుండును. ఆమెసంగతి యేదియును భర్తకుఁ దక్క నితరులకెంతమాత్రమును దెలియదు ఆమెయందు భర్తకెవను స్వాతంత్ర్యము లేదు. ఆమె గీచినగీత దాఁటుట కానికి సాహసము లేదు! ఈవిధముగా మహిముని రాణియగు లక్ష్మీమణి తామెప్రపంచ మంతయు సంపూర్ణముగ స్వాధీనమై యుండెను. అచ్చట లోపలివారు వెలుపలకును, వెలుపలివారు లోపలకును బ్రవేశించుమార్గము నిరాబాధకముగ లేదు. గోరాయధికారముకూడ లక్ష్మీమణీమహాలమందుఁ బనిచేయదు. ఆరాజ్యవిధానమున ద్వైధభావము లేదు. విధానాధీశ్వరి లక్ష్మీమణియే – క్రిందికోర్టు మొదలు హైకోర్టువఱకు సమస్తమును లక్ష్మీమణియే— ఎగ్జిక్యూటివ్, జ్యుడిషియల్ భేదము లేదు. ఇతర ప్రపంచమునందు మహిముఁడు స్వతంత్రుఁడే కాని లక్ష్మీమణి యధికారమునందు మాత్రము కేవల మస్వతంత్రుఁడై యుండెను.

లక్ష్మీమణి వినయుని దొంగచాటునుండియే చూచియుండెను. వినయుఁడు గోరాకు బాల్యమిత్రుఁడను కారణముచేతనే యామె తనకుమార్తె నాతని కీయఁదలఁచియుండలేదు అతఁడు తనయొద్దఁ గట్నము వాంఛింపఁడను కారణముచేతనే శశిముఖి నాతని, కిచ్చుట కంగీకరించి మహిమునిగూడ బలవంతపెట్టెను—వినయుఁడిప్పుడు తఱచుగా నింటికి వచ్చుచునే యున్నను గోరానుగూర్చిన విచారముచే మహిముఁడాతనియొద్దఁ బెండ్లిమాట తలపెట్టుట లేదు.

నేఁడాదివారము. లక్ష్మీమణి మహిముని సప్తాహికదివానిద్రకు భంగము కలిగించుటచే వినయుఁడానందమయియొద్ద బంకించంద్రుని రంగదర్శనమును జదువుచుండగా నచ్చటికిఁబోయి కూర్చుండెను. అతఁడు ముందుగా వినయునకుఁ దాంబూలమిచ్చి గోరామాహాత్మ్యమును నిందించుచుఁ గ్రమముగా నాతనికెప్పుడువిడుదలయగునో దినములను లెక్కింప నారంభించెను. అప్పుడాతని కాకస్మికముగా మార్గశిరమాసము సగము గడచిపోవుచున్నట్లు తలఁపునకువచ్చెను. తోడనే యాతఁడు వినయునిఁ గాంచి 'వినయా! మార్గశిరమాసము మీకుటుంబమునకు మంచిదికాదని చెప్పుట యుక్తియుక్తముగ లేదు, పంచాంగములలోని నిషేధములే కాక కుటుంబ నిషేధములనుగూడ మన్నించుచున్నచో నిఁక శుభకార్యములు జరుగుటయెట్లు?" అనియెను.

వినయుఁడు సంకోచించుచుండుటఁగాంచి యప్పుడానందమయి మహిమునిఁ గాంచి 'వినయుఁడు చిన్ననాఁటినుండి శశిముఖిని జూచుచున్నాఁడు. ఈతని కామెను బెండ్లియాడవలెయునని లేకయే మార్గశిరమాసమును మిష పెట్టినాఁడు!' అనియెను.

మహి:— ఈమాట మొదటనే చెప్పవలసినది!

ఆనం:—స్వయముగా గ్రహించుకొందురనియే యాతని యుద్దేశము! మహిమా! పెండ్లికొడుకులే దొరకరా? గోరాను రానిమ్మా! వాఁడు చాలమంచి సెలంబును ఏ సంబంధమైన నొకటి చూచుకొనవచ్చును!

మహిముని మొగము నల్లబడిపోయెను. అతఁడు కొంతసేపూరకుండి 'అమ్మా! నీవు వినయుని మనసు పాడుచేయుచున్నావు? వాఁడీవిషయమున నభ్యంతరము చెప్పఁడు!" అనియెను. వినయుఁడు వ్యస్తహృదయముతో నేమో చెప్పఁబోవుచుండఁగా నానందమయి వారించి 'మహిమా! నిజముచెప్పితివి! నేనీతని బోధింపఁజాలను వినయుఁడు బుద్ధిమంతుఁడు; తెలియక యేపనినైనఁజేసినచోఁ తుదకుఁ జిక్కులు కలుగును!" అని యానందమయి వినయునకు బాసటయై నింద యంతయుఁ దనమీఁదనేఁ పెట్టుకొనియెను. అది తెలిసికొని వినయుఁడు తనదుర్బలత్వమునకు లజ్జితుఁడయ్యెను. మహిముఁడిఁక వినయుని బ్రశ్నింపక 'సవతితల్లి యెప్పుడును సవతితల్లియే" అనియనుకొనుచు వెడలిపోయెను.

మహిముఁడిట్లు తన్ను లోకములోని సవతితల్లులవలెనే భావించియుండెనని యానందమయి గ్రహించెను. కాని యీవిషయమునఁ దన్ను లోకులేమనుకొందురో యను సంశయాభాసమైన నామెకుఁ గలుగలేదు. ఆమెయెప్పుడు గోరా నొడియందుఁ జేర్చుకొనియెనో యాదినమునుండియే లోకుల యాడికల నన్నిటిని దృణీకరించి వైచుచుండెను. ఒక్కసత్యమునుమాత్రము దాఁచి యుంచితినని యామె నిరంతరమును బాధపడుచుండెను. లోకనింద లాబాధను జాలవఱకుఁ దగ్గించివైచుచుండెను. లోకనిందలనుండి తనపనులను వేఱుచేసికొనుట మొదటినుండియు నామెకభ్యాసమై యుండెను. అప్పుడానందమయి వినయునింగాంచి 'బాబూ! నీవు చాలదినములనుండి పరేశు నింటికిఁ బోవుటలేదు కాఁబోలును!' అనియెను.

విన:— ఔను.

ఆనం:— నీవుస్టీమరునుండి వచ్చినతరువాత నొక్కసారియును బోలేదు.

అదియైనను జాలవాళ్ళు కాలేదని వినయుఁడిదివఱ కానందమయికిఁగూడ దర్శనము దుర్లభమగునట్లు తఱచుగాఁ బరేశునింటికిఁ బోవుచుండెను. ఆలెక్కనుబట్టి చూడఁగా నివి చాలదినములనియే చెప్పవచ్చును. వినయుఁడు తనయుత్తరీయమునందలి నూలుపోగులను లాగి యూరక వాలిపెట్టుచుఁ గూరుచుండెను. ఇంతలో సేవకుఁడువచ్చి "అమ్మా! ఎవ్వరో స్త్రీలు వచ్చియున్నారు?' అనియెను. వినయుఁడు తత్తరముతో లేచి నిలువఁబడియెను! "ఎవ్వరు? ఎక్కడనుండివచ్చిరి' అనిప్రశ్నించుచుండఁగనే లలితానుచరితలు లోపలఁ బ్రవేశించిరి. వినయుఁడు గదినుండి వెడలఁజాలక స్తంభితుఁడై నిలువఁబడిపోయెను. ఆయిరువురు యువతులు నానందమయికిఁ బ్రణామముచేసిరి.

లలిత వినయుని విశేషముగ లక్షింపలేదు. సుచరిత యాతనికి నమస్కరించి 'క్షేమమా? అని ప్రశ్నించి యానందమయిం గాంచి 'అమ్మా! మేము పరేశబాబు గృహమునుండి వచ్చితిమి!' అనిచెప్పెను.

ఆనందమయి వారి నాదరముతోఁ గూర్చుండఁజేసి 'అమ్మా! మాకు మీపరిచయము తెలుపవక్కఱలేదు. నేనుమిమ్ములను జూడలేదుగాని మాయింటిలోనివారివలనే మిమ్ములను బాగుగా నెఱుఁగుదును!" అనియెను. క్రమముగా సంభాషణ పెరిగిపోయెను. వినయుఁడు మాటాడకూరకుండుటంగాంచి సుచరిత యాతని మాటాడింపఁదలఁచి "మీరు చాలదినములనుండి మాయింటికి వచ్చుటలేదు" అనియెను.

వినయుఁడు లలితవంక నొక్కసారిచూచి సుచరితనుద్దేశించి "తఱచుగావచ్చి విరక్తికలిగించుటచే స్నేహమునకే భంగముకలుగునేమో యనిభయపడితిని!" అనియెను. సుచరిత నవ్వుచు "స్నేహముతఱచుగావచ్చి విరక్తిని కలిగించుటనే కోరుచుండునని మీరెఱుంగరు కాఁబోలును?' అనియెను. ఆనందమయి నవ్వుచు 'అమ్మా! ఆతనికిఁ దెలియకేమి? మీకేమని చెప్పుదును? దినమంతియు నాతో నుండి పనితోఁచనీయకుండ నాతో మాటాడుచునే యుండును. స్నేహమునకు నిరంతరసాన్నిధ్యమెట్టి సుఖకరమైనదో యీతనికిఁ బూర్తిగఁదెలియును.' అని ప్రేమమయ దృష్టితో వినయుని వంకఁజూచెను.

విన:— అమ్మా! పరమేశ్వరుఁడు నీ శాంతస్వభావమును నామూలముగాఁ బరీక్షించుచున్నాఁడు.

సుచరిత లలితకు సంజ్ఞచేసి 'సోదరీ! వింటివా? మనపరీక్ష ముగిసినట్లున్నది. ప్యాసైనట్లు తోఁచుటలేదా?" అనియెను. లలిత యేమియుమాటాడలేదు. ఆనందమయి నవ్వుచు "మావినయుఁడిప్పుడు తనధైర్యమును బరీక్షించుకొనుచున్నాఁడు. ఈతని హృదయము మీకింకను దెలియుటలేదు. సాయంకాలము మొదలు మీమాటకంటె వేఱొకమాటలేదు. పరేశబాబుమాటవచ్చినంతనే యొక్కసారి పొంగిపోవుచుండును.' అనిచెప్పి యామె లలిత మొగమువంకఁ దిలకించుచుండెను. లలిత బలవంతముగాఁ గన్నులెత్తెనుగాని యేమిలాభము? అవి రక్తవర్ణములైపోయెను.

'అమ్మా! లలితా! మీతండ్రిగారినిమిత్తము మావినయుఁడెంతటితోడనో కలహము తెచ్చుకొనియెను. వారీతని జాతిభ్రష్టుఁడనికూడ బహిష్కరింపఁదలఁచిరి — వినయబాబూ! అట్లుచూచెద వేమి? నేను సత్యము చెప్పుచున్నాను. ఇందు సిగ్గుపడవలసినదేమున్నది లలితా?'

ఈసారి యానందమయి లలిత మొగము వంకఁజూచినంతనే లలితకన్నులువాలిపోయెను. అప్పుడు సుచరిత 'వినయబాబు మమ్ములఁ నాత్మీయులుగనే చూచుకొను

చున్నాఁడని మేమెఱుంగుదుము. దానికిఁగారణము మా-యందలి గుణముకాదు, అతని యందలి ప్రేమస్వభావమే!' అనియెను. ఆమాటకు సంతోషించి యానందమయి 'అమ్మా! అంతేకాదు. నేను వీనిని చిన్నప్పటినుండి చూచుచున్నాఁను. ఈతనికి మా గోరా యొక్కఁడే మిత్రుఁడు. తమ సంఘమువారిలో నెవ్వరితోడను వీఁడు కలిసి యెఱుంగఁడు! కాని మిమ్ములను జూచినప్పటినుండియు నాకే వీనిదర్శనము దుర్లభమైనది. అందుచే నాకు మీమీఁద గోపముగనుండెను. కాని యిప్పుడు మిమ్ములను జూచి నేనును మీపక్షముననే చేరితిని. అమ్మా! మీవంటివారి నెవ్వరు గౌరవింపరు!" అనిచెప్పుచు నామె లలితాసుచరితలను స్పృశించి కరాంగుళులచేతనే ముద్దువెట్టుకొనియెను.

సుచరిత వినయుని మనఃకష్టముం గాంచి దయార్ద్రచిత్తముతో 'వినయబాబూ! తండ్రిగారు వచ్చి కృష్ణదయాళుబాబుతో మాటాడుచున్నారు!" అనియెను. వినయుఁడు తత్తరముతో వెలుపలకుఁ బోయెను. అప్పుడానందమయి గోరావినయుల ప్రాణమిత్రత్వముంగూర్చి ముచ్చటించెను. లలితాసుచరితల కాసంగతి యిదివఱకే తెలియును. ఆనందమయి తనజీవితమునం దీయిరువురినే తన మాతృప్రేమార్ఘముచే నర్పించుచుండెను. ఈప్రపంచమునం దామెకు వీరికంటెఁ బ్రియవస్తు వేదియును లేదు. ఒకమాలిక శివునిఁబూజించువట్లుగా వీరి నామె స్వహస్తములతోఁ బూజించినది. వీరు నామె యారాధనమును సర్వమును గ్రహించిరి. ఆనందమయి తనక్రీడదేవతలగు గోరావినయుల చరిత్రమును ప్రేమరస ముట్టిపడునట్లు మధురముగ సముజ్జ్వలముగ వారికిఁ దెలుపుచుండెను. లలితాసుచరితలు తనివితీరక వినుచుండిరి. వారి కిదివఱకే గోరావినయులయెడల గౌరవముండెను. ఈతల్లి ప్రేమమూలమున నదియిప్పుడు ద్విగుణీకృతమయ్యెను.

అప్పుడు లలిత గోరాను శిక్షించినకలెక్టరునందుఁ దనకుఁ గలకోపమును బ్రకటించెను. ఆనందమయి నవ్వుచు "అమ్మా! గోరానుగూర్చి నేను పడుచున్న దుఃఖ మాయంతర్యామికే తెలియును! కాని, యాదొరపై నాకుఁ గోపములేదు. నాకు గోరా సంగతిబాగుగాఁ దెలియును. వాఁడు తనకు మంచిదని తోఁచినపని చేసితీరును. శాసనమును లక్ష్యము చేయఁడు! ఇప్పుడు గోరాయును, దొరయునుగూడఁ దమ కర్తవ్యములను జేసియున్నారు. ఇందువలన దుఃఖపడవలసినవారికే దుఃఖము కలిగినది. గోరాయిందుకొఱ కెంతమాత్రమును విచారించుటలేదు. అతనియుత్తరమును జూడుడు!" అని యానందమయి గోరా యుత్తరమును వారికిచ్చెను.

ఉత్తరము చదివినతరువాతఁ గొంతసేపటివఱకు మువ్వురును నిస్తబ్ధులై కూర్చుండి యుండిరి. ఆనందమయి చీరచెఱఁగుతోఁ గన్నుల నొత్తుకొనియెను. ఆకన్నీటియందుఁ గేవలమాతృస్నేహదుఃఖమే కాదు—ఆనందమునుగూడ, గౌరవమునుగూడ సమ్మిళితములై

యుండెను. ఆమె 'గోరా సాధారణుఁడా! కలెక్టరునుగూడ క్షమింపుమనిగాని, దయఁజూపుమనిగాని ప్రార్థింపని గోరా! అతఁడు తప్పనొప్పుకొని కారాగార కష్టభారమును గోరి నెత్తిపైఁ బెట్టుకొనియెను. గోరా నిర్భయముగా నాకష్టమును సహింపఁగలిగెను. గోరాతల్లిమాత్రము సహింపలేదా?' అనుకొనియెను.

లలిత యాశ్చర్యముతో నానందమయి మొగమువంకఁ జూచుచుండెను. లలిత హృదయమునందు బ్రాహ్మసంస్కారములే దృఢపడియుండెను. ఆధునిక జ్ఞానములేని హిందూయువతులయెడల నామెకు గౌరవములేదు. హిందూయువతుల మూఢత్వముల గూర్చియే యామెకుఁ జిన్నతనమునుండియు వరదాసుందరి బోధించి యుండెను. అందుచే నిప్పటి యానందమయి సంభాషణసద్భావములు లలిత కద్భుతములుగాఁదోచెను. అట్టి సామర్థ్యము, అట్టిశాంతి, అట్టినైపుణ్యము, అట్టివివేచనము—అది యంతయుఁగాంచి లలిత యాతేజోమూర్తియెదుటఁ దనొక యల్పకణముగా భావించుకొనియెను. ఆమెహృదయము సంక్షుభితమై పోవుచుండుటచే వినయునివంకఁ జూచుటకుఁగాని యాతనితో మాటాడుటకుఁగాని సమర్థురాలు కాకపోయెను. కాని, శాంతస్నేహకరుణాపూర్ణముగు నానందమయి మొగముచూచినంతనే లలితమనస్తాపము చల్లారిపోయెను. అప్పుడు లలిత యానందమయింగాంచి 'అమ్మా! మిమ్ముఁజూచినంతనే గోరాబాబున కంతశక్తియెట్లుకలిగెనో మేము తెలిసికొనఁగలిగితిమి!" అనియెను.

ఆనం:— అదిసరికాదుతల్లీ! గోరా సాధారణ తనయుఁడే యైనచో నాకింతటి శక్తియెట్లు లభించును? ఇంతటిధైర్యముతో నింతటి దుఃఖమును సహింపగలశక్తి నాకానిమూలముననే కలిగినది!

32

లలిత హృదయ మప్పుడెంతగా నేల సంక్షోభించుచుండెనో దానినిగూర్చి యొక సంగతి చెప్పవలసియున్నది.

కొలఁదికాలమునుండి ప్రతిదినము దెల్లవారి లేచినతోడనే లలితహృదయమున 'నేఁడు వినయబాబు రాలేదు" అని తోఁచుచుండెను. దినమంతయు నామె ప్రతినిమిషమును వినయునిరాకకే నిరీక్షించుచుండెను. వినయుఁడు వచ్చి క్రిందిగదిలోఁ బరేశబాబుతో మాటలాడుచుండెనేమో యని యామె ప్రతిక్షణమును శంకించుచుండెను. అందుచే నామెదినమంతయు వెఱ్ఱిదానివలె నటునిటుఁదిరుగుచు రాత్రిపరుండి యేమేమో భావించుకొనుచుఁ గాలక్షేపము చేయుచుండెను. ఆమె కేమియును స్థిమితముగ లేదు. అప్పుడప్పుడేడ్చుచుండెను—ఒకప్పుడు కోపముకూడఁ దెచ్చుకొనుచుండెను. ఎవ్వరిపైఁ గోపమో తెలియదు! తనపైనే యని తోఁచుచున్నది! 'ఇదియేమి! నేను బ్రతుకుటయెట్లు?' అనిభావించుకొనుచుండెను. ఏవైపుచూచినను నామెకుఁ ద్రోవ యగుపడుటలేదు. ఈవిధముగా నెన్నాళ్ళుగడచును?

వినయుఁడు హిందువనియు, వానితోఁ దనకుఁ బెండ్లి జరుగదనియు లలిత యెఱుంగును. అయినను నామె తన మనసును మరల్చుకొనఁజాలక లజ్జాభయములచేఁ గృశించి పోవుచుండెను. వినయుఁడు తనయెడల విముఖుఁడు కాఁడని లలిత యెఱుంగును. అందుచేతనే మనసు త్రిప్పుకొనుట యామెకుఁ గష్టమగుచుండెను. ఆమె మేడపైనుండి వినయుని యాశాపథమును నిరీక్షించుచుండియు నాతఁడెక్కడవచ్చునో యని భయముకూడ పడుచుండెను. ఇట్లామె బాధపడుచు నేఁటియుదయమున ధైర్యము నిలుపుకొనఁజాలక వినయుఁడు రాకుండుటచేతనే తనకింత దుఃఖముగా నుండెననియు, నొక్కసారి యాతనిఁ జూచినచో శాంతికలుగుననియు భావించుకొనియెను.

అప్పుడామె సతీశుని దనగదిలోనికిఁ బిలిచెను. సతీశుఁడిప్పుడు దొడ్డమ్మ మాటలలోఁబడి సర్వమును మఱచియుండెను. లలిత యాతనింగాంచి "వినయబాబుతో నీకు విరోధము వచ్చినదనుకొందును! ఎప్పుడును నీ కాతనిమాటయే కాని యాతఁడు తిరిగిచూడ నైనఁ జూచుటలేదు!" అనియెను. సతీశుఁ డంగీకరింపక 'అలాగా అట్లెన్నటికిని జరుగదు!' అనియెను.

కుటుంబమునఁ జిన్నవాఁడగు సతీశుఁడు తనగౌరవమును స్వప్రమాణముగ నిరూపించుకొనుటకై యెప్పుడు నిట్లే దృఢముగ మాటాడుచుండును. తోడనే యాతఁడు పరుగెత్తుకొని వినయునింటికిఁ బోయి తిరిగివచ్చి 'అక్కా! ఆతఁడింటియొద్ద లేఁడు! మన యింటికే వచ్చుననుకొనియెదను' అని చెప్పెను.

లలి:—ఇన్నాళ్ళ వఱకును రాలేదేమి?

సతీ:—ఎన్నాళ్ళయినది?

అప్పుడు లలిత సుచరితకడకుఁబోయి "అక్కా! మనమొకసారి గోరాబాబు తల్లిని జూచివచ్చిన బాగుగనుండును'' అనియెను. "వారితో మనకుఁ బరిచయములేదు గదా యని సుచరిత సంశయించెను. గోరాబాబు తండ్రికిని దమతండ్రికిని బాల్యమిత్రత్వమునుగూర్చి లలితజ్ఞప్తికిఁ దెచ్చెను. అప్పుడు సుచరిత యుత్సాహితయై ''సోదరీ! నీవుపోయి తండ్రిగారి సెలవడుగుము!'' అనియెను. నీవేపోయి యడుగవలయునని లలిత బలవంతపెట్టెను.

తుదకు సుచరితయే పరేశుని సెలవడిగెను. పరేశబాబు నేనుకూడ వచ్చెదనని యెను. ప్రయాణము స్థిరపడినతోడనే లలితమనసు మారిపోయెను. ఎక్కడనుండియో, యభిమానమును, సంశయమును వచ్చి యామెను వెనుకకు లాగుచుండెను. ఆమె సుచరితం గాంచి "అక్కా! తండ్రిగారితో నీవు పొమ్ము! నేను రాను!" అనియెను. సుచరిత లలితచేయి పట్టుకొని "ఇదియేమి! నీవులేక నేనొంటిగాఁ బోవుదునా? అమ్మవు గాదా! సోదరివిగాదా! రాతల్లీ! గోలపెట్టకుము!" అనియెను

లలిత బలవంతముచే బయలుదేఱెను. కాని యామె వినయునిచే విజితయైనది! వినయుఁడామె యింటికి వచ్చుటలేదు! అట్టి వినయుని జూడఁ బోవుచుంటినను పరాభ

వాభిమాన మామెహృదయమును బాధించుచుండెను. వినయునింజూచుటకే యానందమయి యింటికిఁ దానువచ్చినట్లు వినయుఁడు భావింపకుండుటకై లలిత యెట్లో కష్టపడి ధైర్యము వహించి వినయునివంకఁ జూడనైన జూడలేదు! అతనికి నమస్కారమైనఁ జేయలేదు! అతనితో నొక్కమాటయైన నాడలేదు. వినయుఁడు తనమనోభావ మానందమయి మూలమున బయల్పడుటచే లలిత యిట్లులజ్జ చేయుచున్నదని భావించుకొనియెను. లలితకూడఁ దన్నుఁ బ్రేమించియే యుండునని భావించుకొనుటకుఁగూడఁదగిన యాత్మాభిమానము వినయునకులేదు—

తరువాత వినయుఁడు పరేశునికడనుండి వచ్చి లలిత కగపడకుండఁ దలుపుచాటున నిలిచి "పరేశబాబు బయలుదేఱినారు! మిమ్ములను రమ్మనుచున్నారు!" అని చెప్పెను. అప్పుడానందమయి "అదియెట్లు" ఫలహారమైనఁ జేయకుండఁగనే! ఆలస్యము కాదు! బాబూ! నీవిక్కడఁ గూర్చుండుము! నేనిప్పుడే వచ్చెదను! వెలుపల నిలుచఁబడియుండవేమి? లోపలికిరమ్ము!' అనియెను. వినయుఁడు లోనికివచ్చి దూరముగాఁ గూర్చుండెను. అప్పుడు లలిత సహజభావముతో "వినయబాబూ! మీరు మీ మిత్రుఁడగు సతీశుని మిత్రత్వమును బూర్తిగా వదలుకొంటిరో లేదో తెలిసికొనుటకై వాఁడు నేటియుదయమున మీయింటికిఁ బోయినాఁడు!" అనియెను.

ఆకస్మికముగ దైవవాణి నాలకించిన మానవునింబోలి వినయుఁడు విస్మితుఁడై యదరిపడియెను. ఆ భావమందలి స్పష్టపడుటచే నాతఁడు లజ్జితుఁడయ్యెను. స్వభావసిద్ధమగు నైపుణ్యముతో నాతఁడు బదులుచెప్పలేక పోయెను. అతఁడు తనమొగంబును, కర్ణమూలములను గెంపుగదుర "సతీశుఁడు మాయింటికిఁ బోయెనా? నేనింటనుండుటలేదు!" అనియెను

లలిత యీచిన్నమాటకే వినయునిహృదయ మపరిమితానందభరిత మయ్యెను. ఒక్కనిమిషములో నిశ్వాసనిరోధక మగు దుస్వప్నముంబోలియున్న యాతని ప్రబలసంశయ మంతయును దూరమైపోయెను. ఇంతకంటె నాతని కీప్రపంచమునఁ గోరదగినదేమియు లేదు. అతఁడప్పుడు తనలో 'బ్రతికితిని! లలితకుఁ గోపములేదు నాయందెట్టి సందేహమును లేదు!' అని యనుకొనియెను. క్రమముగా సమస్తనిర్బంధములును వదలిపోయెను. సుచరిత నవ్వుచు 'వినయబాబూ! నీవు మమ్ములను భీకర నఖదంతశృంగములుగల క్రూరజంతువులుగను, నాయుధపాణులగు దస్యులుగను సంశయించుచున్నట్లున్నావే!' అనియెను.

వినయుఁడు 'ఈప్రపంచమున బాకరించి మాటాడఁజాలక యూరకుండువారే యపరాధులగుచుందురు! సోదరీ! నీమాట బాగుగలేదు. నీవుదూరముగఁబోయిదూరమైతిరని యితరులపై నేరమారోపించుచున్నావు' అనియెను. వినయుఁడు సుచరితను సోదరీయని పిలుచుట యిదే మొదటిసారి. ఆపిలుపు సుచరిత చెవుల కమృతమువలె నుండెను. ప్రథమదర్శనమునందే యామెకాతనిపై సౌహృద్యము కలిగెను. అది యిప్పుడు సంపూర్ణమయ్యెను.

ఆసాయంకాలమునఁ బరేశుఁడు లలితాసుచరితలను దీసికొని యింటికిఁ బోయెను. వినయుఁడప్పు డానందమయికడకుఁ బోయి 'అమ్మా! నిన్నిప్పుడు పనిచేసికొననీయను. మేడమీఁదికి రమ్ము!" అనియెను. వినయుఁడుహృదయోద్రేకము నాఁచికొనఁజాలకుం డెను. ఆనందమయి మేడమీఁదికి బోయి కూర్చుండి వినయునింగాంచి "బాబూ! ఏమిచెప్పెదవో చెప్పుము!' అనియెను. వినయుఁడు "నేనుచెప్పునదేదియును లేదు! నీవుచెప్పుము!"అనియెను. లలితాసుచరితలంగూర్చి యామెయభిప్రాయము తెలిసికొన వలయునని వినయుని యూహ. అప్పుడానందమయి 'నన్నిందులకేనా తీసికొనివచ్చి తివి? నాకేమియును మాటలులేవు!" అనియెను.

వినయుఁడు 'అమ్మా! నిన్నిచ్చటికిఁ దీసికొని రాకున్నచో నీసూర్యాస్తమయ సౌందర్యము నీకన్నులఁబడునా?' అనియెను. ఆదినమునఁ గలకత్తాకాశమున మార్గశిర సూర్యుడు మలినభావముతోనే యస్తంగతుఁడగుచుండెను. వర్ణవైచిత్ర్యమేమియును లేదు. ఆధూమబాష్పమధ్యమున స్వర్ణకిరణము లస్పష్టములుగనే యుండెను, కాని యామ్లానసంధ్యాధూసరత్వముకూడ వినయున కందముగనే యుండెను. పదిదెసలు నాతని దట్టముగ నావరించి యున్నట్లును నాకాశ మాతని స్పృశించుచున్నట్లును దోఁచుచుండెను.

ఆనం:— లలితాసుచరితలు చాలమంచివారు!

వినయుఁడామాటతో నాఁగనీయలేదు. అతఁడిన్నాళ్ళనుండియుఁ దనకును వారి కినిగల పరిచయమునుగూర్చి యెల్లసంగతులను విశేషముగఁ దెలియఁజేసెను. అప్పుడా నందమయి యాకస్మికముగ నొక్కనిట్టూర్పు విడిచి 'మనగోరా సుచరితను బెండ్లి యాడినచో బాగుగనుండును' అనియెను. వినయుఁ డొక్క గంతువైచి 'అమ్మా! ఈ మాటయే నాకెన్నిసారులో తోఁచినది. సుచరిత గోరాకుఁ దగినది!' అనియెను.

ఆనం:— కాని, పెండ్లియగు టెట్లు?

విన:— కాకేమి? గోరా సుచరిత నంగీకరింపకపోఁడని నాయుద్దేశము!

గోరా మనసెవ్వరిచేతనో యాకర్షింపబడిరో యని యానందమయి యిదివఱకే గ్రహించి యుండెను. ఇప్పటి వినయుని మాటలవలన నామె సుచరితయే యైయుండు నని భావించుకొనియెను. ఆనందమయి కొంతసేపాలోచించి 'కాని' సుచరిత హిందు వును బెండ్లియాడునా?' అనియెను.

విన:— అమ్మా! గోరాయే బ్రాహ్మయువతిని బెండ్లియాడఁడేమో! నీకిష్ట మున్నదా?

ఆనం:— నాకిష్టమున్నది. లేకేమిబాబు! స్త్రీ పురుషుల హృదయసమ్మేళనమే వివాహము! దానికి మంత్రములతోఁ బనిలేదు. ఎట్లయినను నీశ్వరప్రార్థనముతో స్థిరపడవలసినదే!

వినయుని హృదయభారము దిగిపోయెను. అతఁడుత్సాహముతో 'అమ్మా! నీవిట్లు చెప్పుట నాకద్భుతముగా నున్నది; ఇంతటి యౌదార్యము నీ వెవ్వరివలన సంపాదించితివి?'' అనియెను. ఆనందమయి నవ్వుచు 'గోరా మూలముననే' అనియెను.

విన:—గోరా యిట్లేల చెప్పును?

ఆనం:—చెప్పకేమి? నాజ్ఞానమంతయును గోరావలనఁ గలిగినదే. ఈశ్వరుఁడు నాకు గోరాను బ్రసాదించినప్పుడే మానవత్వ మెంతవరకు సత్యమైనదియో, మానవుఁడు మానవునితో భేదము కల్పించుకొని పోరాడుట యెంతవరకధర్మమైనదియో యంతయును నేను గ్రహింపగలిగితిని! బాబూ! బ్రాహ్మసామాజికులన నేమి? హిందువులన నేమి? మానవహృదయమున నెట్టిజాతిభేదమును లేదు! అచ్చటనే పరమేశ్వరుఁ డందరను గూర్చి తానుఁ గూడ నచ్చటనే కూడియుండును! దానిని విడిచి మంత్రములచేతను, మతముచేతను సమ్మేళనము చేయఁ జూచుట యేమిలాభము?

వినయుఁ డానందమయి పాదములపైఁ బ్రణమిల్లి "అమ్మా! నీయుపదేశము నాకమృతమైనది. నాదినమిప్పుడు సార్థకమైనది.'' అనియెను.

౩౦

సుచరిత పెదతల్లియగు హరిమోహినిమూలమునఁ బరేశునికుటుంబమునం దశాంతి కలిగెను. ఆ కారణము తెలుపుటకుఁ బూర్వమే హరిమోహిని సుచరితకుఁ జెప్పినయామె జీవితచరిత్రమును సంక్షేపముగ నీక్రిందఁ బొందుపఱచుచున్నాము!

"నేను మీతల్లికంటె రెండేండ్లు పెద్దదానను. ఇంటియందు మేమిరువురమే బిడ్డలమగుటచే గారాబమునఁ బెరుగుచుంటిమి! పినతండ్రులు క్రిందఁ గాలుంచనీయకుండ మమ్ములను బెంచుచుండిరి. నేను నా యెనిమిదవయేటనే పాలసాయందలి విఖ్యాత వంశజులగు రాయచౌదరుల యింటికోడలనైతిని. వారు కులవంతులే కాక భాగ్యవంతులుకూడ నైయుండిరి. కాని నాకుమాత్రము సుఖపడునదృష్టము లేకపోయినది. మాపుట్టింటివారికిని, నత్తింటివారికిని కలహములు కలిగెను. వారు మరలఁ బెండ్లిచేసికొనవలయునని కూడ భయపెట్టిరి. నాతండ్రి యిది యంతయు ననుభవించి భాగ్యవంతుల కాఁడుబిడ్డ నీయఁ గూడదని యొట్టుపెట్టుకొనియెను.

నేను చిన్నతనమునుండియు నత్తవారింటనే యుండి యందఱకును వంటచేసి పెట్టుచుండెడిదానను. అత్తవారింట నేఁబదిమందివరకుఁ దినువారుండిరి. ఎప్పుడును నాకు వేళకుఁ దిండిలేదు! శయనించుటకు నిర్దిష్టస్థలమును లేదు. అంతఃపురకాంతలలో నెవ్వరియొద్దనో పరుండి నిద్రించెడిదానను. ఇంటివారందఱకును నాయందసహ్యభావమే! నాభర్తగారికిఁగూడ నట్లే యుండెను. చాలకాలమువఱకును వారు నన్ను దూరముననే యుంచిరి.

"నాకుఁ బదునేడవయేఁట మనోరమయను నొకతనయ కలిగినది. ఆఁడుబిడ్డను గన్నందుల కింటివారు నన్ను మఱింత బాధింప నారంభించిరి. ఆకష్టములనడుమ నాయేకపుత్రికయే యించుకయూరటయు నానందమును గల్పించుచుండెను. ఆబిడ్డను దండ్రిగాని యింటిలో నెవ్వరుగాని యాదరింపకుండుటచే నేనే ప్రాణపదముగఁ జూచుకొని పెంచుకొనుచుంటిని. మఱిమూఁడేండ్లకు నాకొక మగశిశువు కలిగెను. అప్పటికి నాకు గృహిణిగా నుండుటకుఁ దగినయోగ్యతకూడఁ గలిగెను. అత్తగారు నాకుతెలిసేలేదు— మనోరమపుట్టిన రెండేండ్లకు మామగారుకూడ మరణించిరి. తరువాత నాభర్తగారు నామఱఁదులను వేఱుపడిరి.

మనోరమకుఁ బెండ్లియీడు వచ్చినతోడనే పాల్వాయికిఁ బదిమైళ్ళదూరమునందలి సీమాలాగ్రామమునం దామెకు సంబంధము చేసితిమి. వరుఁడు కుమారస్వామివలెఁ జక్కనివాఁడైయుండెను. నేనెంతకష్టపడితినో యీశ్వరుఁడప్పుడు నాకంతటి సుఖమును బ్రసాదించెను. తుట్టతుదకు నాస్వామికి నాయందధికాదరము కలిగెను. ఆయన నాతోఁ జెప్పకుండ నేపనియుఁ జేయుటలేదు. ఇంతసౌభాగ్యము నేనుసహింపఁగలనా? ఇంతలోఁ గలరావలన నాభర్తయును బుత్రుఁడునుగూడ నాలుగుదినములు హెచ్చుతగ్గుగా మరణించిరి. భావించుటకుఁగూడ దుస్సహములగు దుఃఖములను మానవులు సహింపఁగలరని దృష్టాంతము చూపుటకుఁ గాఁబోలును, పరమేశ్వరుఁడు నన్నింతకను బ్రతికించియున్నాఁడు.

క్రమముగా నాయల్లుని సంగతి తెలియవచ్చెను. కమనీయకుసుమములచాటునఁ గాలసర్పముండునని యెవ్వరనుకొందురు? వాఁడు దుస్సహవాసముచేఁ జెడిపోవుచున్నట్లెప్పుడును నాబిడ్డయైనఁ జెప్పియుండలేదు! అల్లుఁడప్పుడప్పుడు నాయొద్దసొమ్ము తీసికొనిపోవుచుండెను. ఈప్రపంచమందిఁక నాకెవ్వరున్నారు! నాసొమ్మంతయు నిఁక నెవ్వరికి? అందుచేత నే కొంచెమడిగినను నెక్కుడుగా నిచ్చుచుంటిని. నేను సొమ్మిచ్చి తనభర్తను పాడుచేయుచుంటినని నాబిడ్డ నాపైఁగోపపడుచునేయుండెడిది. నాయల్లుఁడు త్రాగుఁబోతైచెడిపోయెను. నేనేసొమ్మిచ్చి యాతని పాడుచేసితినని తెలిసికొని విచారించితిని.

అంతటినుండి నేను సొమ్మియకుండుటచే మనోరమ నాచేమాన్పించినదని నాయల్లుఁడు గ్రహించి నాబిడ్డను బాధింపదొడంగెను. బిడ్డబాధ చూడఁజాలక చాటుగా నేనాతనికి మరల సొమ్మియ నారంభించితిని, కాని, యాతఁడు మామనోరమను బాధించుట మానలేదు. ఇట్లుండఁగా నొకనాఁడాకస్మికముగా మామనోరమ పల్లకినెక్కి మాయింటికి వచ్చెను. ఏమమ్మా! కబురుపంపకుండ నిట్లు వచ్చితివని నేనడిగితిని. కబురు పంపకుండఁ నాఁడుబిడ్డ పుట్టింటికి రాఁగూడదాయని నవ్వుచు నామె బదులుచెప్పినది.

మావియ్యపురాలు చాలనుత్తమురాలు! మామనోరమ యప్పుడు గర్భవతిగా నుండుటచే నామెయే మాయింటికిఁ బిలపించెను. తనకొడుకు బాధ తప్పించుటకై కోడలి నిట్లామె పుట్టింటికిఁ బంపెనని నేనప్పుడూహింపలేదు.

మనోరమ మాయింట నుండుటచే నల్లునకు నాయొద్దసొమ్ము తీసికొనుట కవకాశము లేకుండెను. అందుచే నాతఁడు తనభార్యను బంపవలయునని నన్ను నిర్బంధింప సాగెను. క్రమముగా మనోరమయెదుటనే నన్ను సొమ్మడుగ నారంభించెను. అప్పుడు మనోరమ నాపెట్టెతాళములను దీసికొని తనయొద్దనే యుంచుకొనియెను. ఇఁక లాభములేక నాయల్లుఁడొక నాఁడు వచ్చి బలవంతముగా మామనోరమను దీసికొనిపోయెను.

అమ్మా! ఏమని చెప్పుదును! ఆరాత్రియే గర్భపాతమై మనోరమ మరణించినట్లును రహస్యముగ దహనసంస్కారము జరిగినట్లును నాకుఁగబురువచ్చెను! అప్పుడు నేను పడినదుఃఖమునుగూర్చి చెప్పుటవలన నేమిలాభము! నాసర్వమును బోయినను నాకుఁ గష్టములు మాత్రము పోలేదు. నాభర్తయును, బుత్రుఁడును బోయినప్పటినుండియు నామఱఁదులు నాయాస్తికొఱకు కాశపడుచుండిరి. నాయనంతరమున వారికే చెందును. గాని యంతవఱకును వారు సహింపజాలకుండిరి. అదివారితప్పుకాదు. నావంటి నిర్భాగ్యురాలు బ్రతికియుండుటయేతప్పు! నా సొమ్ములో నొక్కటి దమ్మిడియైన నామఱఁదులకుఁ దక్కకుండ నాభర్తమిత్రుఁడగు నీలకాంతుఁడు నాపక్షమునఁ బనిచేయుచుండెను. మనోరమ మరణించినతరువాత నామఱఁదులు నన్నూరడించువారివలె వచ్చి 'నీవీ యవస్థలో సంసారమునందుండుట మంచిదికాదు. తీర్థయాత్రలు చేసికొనుట మంచిది. నీఖర్చులకు మేము యేర్పాటు చేసెద" మని బోధించిరి.

తరువాత నేను మాగురువుగారిని బిలిపించి "మహాత్మా! నేనీదుఃఖమునుండి తప్పించుకొనుట కుపాయమేమి? నేనగ్నిహోత్రమధ్యమునందున్నాను. నాకెచ్చటను శాంతిలేదు. నాయీపరితాపాగ్నిజ్వాలలు చల్లారునుపాయమును నాకు బోధింపుఁడు" అని ప్రార్థించితిని. ఆయన నన్నుఁ బూజామందిరమునకుఁ దీసికొనిపోయి యొకగోపాల విగ్రహము నిచ్చి "దీనినిఁ బూజించుకొనుచుండు" మని బోధించెను. నేను సర్వాంతఃకరణములచేతను దేవుని రేయింబవలు పూజించుచుంటిని. కాని, యాతఁడు నాపూజలను గ్రహింపకున్నచో నేను పూజించుట యెట్లు? ఆతఁడెట్లు నాపూజలను గ్రహించునో నే నెఱుఁగను!

తరువాత నేను నీలకాంతునిఁ బిలిచి యేమియుఁ దోఁచక "నాయాస్తి యంతయును మఱఁదులకు వ్రాసి యిచ్చివైచెద" నని చెప్పితిని ఆశలన్నియు నడఁగిపోయిన నా

శాస్త్రియొందులకు నీలకాంతుఁ డంగీకరింపలేదు. అయినను నేవారనికిఁ దెలియకుండ సర్వస్వమును మఱఁదులకు వ్రాసియిచ్చితిని. నీలకాంతున కైదువందల నీయఁబోయితిని. కాని యాతఁడు తీసికొనక కోపగించి వెడలిపోయెను. నేను పూజా మందిరమున నేయుండి పూజచేసికొనుచు నుంటినిఁ. నామఱఁదులు మరల నన్నుఁ దీర్థయాత్రలకు బొమ్మనిరి. ఆఁడువాండ్రి కత్తవారింటికంటెను నధికములగు పుణ్యతీర్థము లెక్కడ నుండుననని నేను చెప్పితిని.

కాని నేనాయింటిలో నుండుట కూడ వారికిష్టము లేకపోయెను. నీదేవునిఁ దీసికొని నీవుపోవలయునని నన్ను నామఱఁదులు నిర్బంధించిరి. నాజీవితమునకే మైన నిచ్చుటకుఁగూడ వారంగీకరింపలేదు. ఇఁక గత్యంతరము లేక నాదేవునిఁ దీసికొని నా పెండ్లియైన ముప్పదినాలుగేండ్ల కొక్కసారిగా నత్తవారిల్లువిడచి నీలకాంతుని కడకుఁ బోఁదలఁచితిని గాని యాతఁడప్పుడే నాకంటె ముందుగా సంసారమును విడిచి బృందావనమునకుఁ బోయియుండెను. అప్పుడుకొందరు తీర్థయాత్రికులతోఁగలిసి కాశికి బయలుదేఱి పోయితిని. కాని యీ పాపహృదయమున కెక్కడను శాంతిలేక యుండెను. నేను ప్రతిదినమును నాదేవునుద్దేశించి “దేవా! నేను నిన్ను నాస్వామితోడను సంతానముతోడను సమానముగ భావించి నమ్ముకొని యున్నాను.'' అని ప్రార్థించుచుంటిని. కాని యాతఁడు నా ప్రార్థనము నాలకించుటలేదు. నాసమస్తాంగకములను దుఃఖజ్వాల లావరించుకొన్నను నాగుండెలు పగిలిపోవుటలేదు. ఆహా! మనుష్యప్రాణ మెంతకఠినమైనది?

నేనెనిమిదవయేట నత్తవారింటికిఁ బోవుటయే కాని మరల నెన్నఁడును బుట్టింటికి రాలేదు. మీయమ్మ పెండ్లికి రావలెనని యెంతో ప్రయత్నించితిని గాని, లాభములేక పోయెను. తరువాత తండ్రిగారి జాబులవలన మీపుట్టుకయును, మీయమ్మ మరణమును వినియుంటిని. తల్లియొడిని విడచిన తరువాత మిమ్ములను నాయొడిని జేర్చుకొనుటకు దేవుఁడింతవఱకును నవకాశము కల్పింపలేదు! ఎన్ని తీర్థయాత్రలు చేసినను పామరత్వమింకను వదలుటలేదు. ప్రియవస్తువును బడయవలయు నను హృదయతృష్ణ యింకను చావలేదు! అప్పుడు మీసంగతి తెలిసికొనవలయునని ప్రయత్నించితిని. మీతండ్రి మతభ్రష్టుఁడయ్యెనని వింటిని ఏమిచేయుదును? మీయమ్మయును నేనునొక్క తల్లి బిడ్డలము.

కాశిలో నొకపెద్దమనుష్యునివలన మీసంగతి తెలిసికొని యిచ్చటికి వచ్చితిని. పరేశబాబు దేవతాపూజను గౌరవింపఁడని యెఱుఁగుదును. కాని దేవుఁడాతని యెడలఁ బ్రసన్నుఁడై యున్నట్లాతని మొగము చూచినంతనే తోఁచుచున్నది! పూజవంటినవో దేవుఁడు మఱచిపోఁడని నేనెఱుంగుదును. పరేశబా బెట్టి పూజచేసి

దేవుని బ్రసన్నునిఁ జేసికొనియెనో నేను దెలిసికొనవలయును. ఏమైనను సరియే! తల్లీ! ఇఁక నేనొంటిగా నుండఁజాలను! దేవునిదయ యెట్లున్నదో యట్లగును. కాని నాబిడ్డలగు మిమ్ములను విడిచి యిఁక నేనొక్క నిమిషమైనను జీవింపఁజాలను!—"

౩౮

పరేశుఁడు వరదాసుందరి యింట లేనప్పుడు హరిమోహినికిఁ దనయింట నాశ్రయ మొసంగి యామె యాచారమున కెట్టివిఘ్నములును గలుగకుండు నట్టియేర్పాటులను గావించి యుండెను. వరదాసుందరి వచ్చినతోడనే తనయింట నీయభావనీయప్రాదుర్భావమునుగూర్చి మండిపడిపోయెను. ఆమెభర్తంగాంచి తీవ్రస్వరముతో "నేనది సహింపఁజాలను" అనియెను. పరేశుఁడు శాంతముతో "మమ్మందఱను సహింపఁజాలిననీవు దిక్కుమాలిన యొకవిధవను సహింపఁజాలవా?" అనియెను.

'ఈయనకు వ్యవహారజ్ఞానము లేదు. సంసారమునందలి కష్టసుఖములనుగూర్చి యాలోచనయే లేదు! ఆకస్మికముగఁ దోఁచినపని చేయుచుండును! ఎంతచెప్పినను నెంతకోపగించినను నెంతయేడిచినను పాషాణమూర్తివలె సుస్థిరుఁడై యుండును! ఇట్టివారితో నెవ్వరోపఁగలరు? ఏమిచేసిన నేమియుననఁగూడదు! ఇట్టియవస్థలో నేయువతి కాఁపురము చేయఁగలదు!" అని వరదాసుందరి యనుకొనుచుండెను.

హరిమోహినికి సుచరితను జూచినప్పటినుండియుఁ దనమనోరమను జూచినట్లే యుండెను. ఆయిరువురిదియు నొక్కటేయీడు; రూపగుణస్వభావము లొక్కటే విధముగా నుండెను. హరిమోహిని యాకస్మికముగ సుచరితను వెనుకనుండి చూచి మనోరమ యనుకొని యదరిపడుచుండును. ఆమె యొక్కొక్కప్పుడు సంధ్యాంధకారమున నొంటిగాఁగూర్చుండి యేడ్చుచుండును. అప్పుడు సుచరిత వచ్చినంతనే యామెను గౌఁగిలించుకొని "ఆహా! నాకు మనోరమను గౌఁగిలించుకొన్నట్లే యున్నది! అది యిఁక రాఁదలఁచుకొనలేదు. బలవంతముగ నేనేదానికి సెలవిచ్చి పంపివైచితిని. ఈప్రపంచమునందెప్పటికి నేవిధముగను నాశిక్ష కవసానము లేదు. నాకుఁ గావలసిన శిక్షయైనది—ఈసారి యదియే వచ్చినది! ఆరూపుతోనే, యానగుమొగముతోనే మరలవచ్చితిని! ఇదిగో! నాబంగారుతల్లి! నారత్నాలరాశి! నావరాలమూట!' అని సుచరిత నెమ్మోము నిమురుచు ముద్దుపెట్టుకొని కన్నీరు విడుచుచుండును. సుచరితయు నశ్రుపూరితనయనయై దొడ్డమ్మను గౌఁగిలించుకొని 'అమ్మా! తల్లియాదరము నాకెంతయో కాలము లభింపలేదు. ఇప్పుడు మాయమ్మ మఱలవచ్చినట్లున్నది! తీవ్రదుఃఖవేదనచే దేవునిఁగూడ బ్రార్థింపఁజాలనప్పు డతిదారుణ పరితాపముచే నంతరంగము శూన్యమైపోయినప్పుడు—ఎన్నియో సమయములయం దెన్నియోపాపములు నే

నమ్మాయని పిలిచితిని. ఆపిలుపుల నాలకించి మాయమ్మయే యిప్పు డిట్లు వచ్చినది!" అని చెప్పుచుండును!

హరిమో:—అమ్మా అట్లనవలదు. నీమాటలు నాకానందమునే కాక భయమును గూడఁ గల్పించుచున్నవి! ఓగోపీవల్లభా! మరలఁ నాకీదృష్టి కల్పింపకుము! నాకుఁ బ్రేమింపవలయునని లేదు! మనసు రాయిచేసుకొనఁదలఁచితిని! కాని సాధ్యపడుట లేదు! స్వామీ! దుర్బలహృదయ నగునన్ను దయఁజూడుము! నన్నిఁక బాధింపవలదు! అమ్మా! పొమ్ము పొమ్ము! నాయెదుట నిలువకుము! అమ్మా! నాకుఁ భ్రాంతినిఁ గల్పింపకుము!—గోపాలకృష్ణా! జీవితేశ్వరా! గోపాలా! నానీలమణీ! నన్ను మరల విపత్తునఁ బడద్రోయకుము!

సుచ:— అమ్మా! నీవునన్ను బలవంతముగా విడిపించుకొనఁజాలవు! నేను నిన్నెన్నఁటికిని విడువను. నేనెప్పుడును నీయొద్దనే యుండెదను.

అనిచెప్పి యామెవక్షమునఁదలనుంచి బాలికవలె నూరకుండెను. రెండుదివసముల లోనే యీతల్లిబిడ్డల యిరువురిసంబంధమును గాలముచేఁ బరిగణింపరానంతటి గభీర తమమై పోయెను. అందుచే వరదాసుందరి విరక్తయై 'ఏమి! సుచరిత యేనాఁడును మాయాదరము నెఱుఁగనట్లేయున్నది! ఈదొడ్డమ్మ యిన్నాళ్ళు నెక్కడనున్నది? చిన్నతనమునుండియుఁ బెంచినది మేము! ఇప్పటికి దొడ్డమ్మ యెలువేల్పయినది! ఎంత పెంచినను పైమెప్పులే కాని, దీనిమనసు మంచిది కాదని నేనిదివఱకే నాధునకుఁ జెప్పి యుంటిని. మేము దీనికిఁ జేసిన దంతయును బూడిదలోఁ బోసినపన్నీరై పోయినది.' అని యనుకొనుచుండెను.

తననాథుఁడు తనయిష్టమును జెల్లనీయఁడనియు, హరిమోహినింగూర్చి యేమి తప్పుగఁ జెప్పినను నాతనికిఁ గటువుగనే తోఁచు ననియును వరదాసుందరి యెఱుఁగును. అందుచేతనే యామెకుఁ గోపము హెచ్చి పోవుచుండెను. పరేశుఁడేమనుకొనినను సమాజములోని పెద్దమనుష్యులచే నాతనికిఁ జెప్పింపవలయునని యామె ప్రయత్నించుచుండెను; సమాజమువారి నందఱను బిలిపించి వారియెదుట హరిమోహిని సంగతులను దెలిపి యాక్షేపించుచుండెను; ఆమెహిందూత్వము, ఆమెపూజలు, ఆమెయాచారము లు ఇవియన్నియు నింటిలోబిడ్డలకు దుస్సంస్కారబోధకములై బాధించునని యామె నిరంతరమును వాదించుచుండెను.

ఇంతేకాక యామె యెల్లవిషయములందును హరిమోహినికిఁ బ్రతికూల్యములను ఘటింపఁజేయుచుండెను; ఆమెకు నీళ్ళు తెచ్చు గొల్లవానికి సమయమునకు మఱియొక పని చెప్పుచుండెను; ఇదియేమని యడిగినచో రాముదీనునిచేఁ దెప్పించుకొనఁ గూడదా యనుచుండెను; రాముదీనుఁడు హీనకులుఁడగుటచే హరిమోహిని

యూతని నీళ్ళు త్రాగదని వరదాసుందరి రొఱుఁగుచును: 'అంతయాచారము కలదిమా యింట నెలయుండవలయును? ఇక్కడ జాతిభేదము పెట్టుకొనుటకు వీలులేదు.' అని యీవిధముగాఁ జెప్పుచు నామె ప్రతిఘటించుచుండెను. "బ్రహ్మసమాజ మిదివఱకే క్రమముగా శిథిలమైపోవుచున్నది! క్రమముగాఁ బనిచేయుటలేదు. నా సాధ్యమైనంతవఱకు నేనట్లు కాకుండఁ జూచుకొందును! ఇతరులు నన్ను నిందించినను సరియే! నాబంధువులు నాతో విరోధించినను సరియే! నేనన్నిఁటికిని దలయొగ్గి యుండెదను. ఈప్రపంచమున సత్కార్యములు చేయుమహాపురుషులందఱును నిందావిరోధములను సహింపవలసినదే యుండును!' అని వరదాసుందరి యందఱితోడను జెప్పుచుండెను.

హరిమోహిని నావిఘ్నము లేవియును జయింపఁజాలకపోయెను. ఆమె కష్టసాధన సీమాంతముం గాంచవలయునని పంతముపెట్టెనా యున్నట్లుండెను. ఆమె లోన యంతరమునందలి దుస్సహదుఃఖముతో సమానముగ బాహ్యమునఁ గూడఁ గఠోరాచారములచే దినదినమునుఁ గష్టములను సృష్టించుకొనుచుండెను. ఈవిధముగాఁ గష్టముల నలవాటుచేసికొనుటయే యామెసాధన! ఆమెకు జలముదొరకుట కష్టముగఁ దోఁచినంతనే యామె వంటయే మానివైచి దేవునకు నివేదించినపండ్లను, పాలను మాత్రమే యాహారముగఁ గైకొని కాలము గడపుకొనఁదొడంగెను అది సుచరితకుఁ గష్టముగా నుండుటం గాంచి హరిమోహిని 'అమ్మా! ఇదియే నాకు సుఖముగా నున్నది! నాకిందువలన లాభమున్నది. ఈయాహారము నాకానందముగనే యున్నది' అనియెను సుచరిత కష్టముతో "అమ్మా! నేనిఁక నెయితరుల జలాహారములను దీసికొనకున్నచో నీసేవకుఁ బనికివత్తునా!" అనియెను

హరి:— అదియేమి తల్లీ! నీకు నచ్చినమతమునందే నీవుండుము! నాకొఱకు నీవు మాఱులోనికిఁ ద్రొక్కవలదు. నిన్ను దరికిఁజేర్చుకొని, కౌఁగిలించుకొని ప్రతిదినమును జూచుకొనుభాగ్యము నాకులభించినది. ఇదియే నాకానందము. పరేశబాబు నీకుగురువు; తండ్రివంటివాఁడు; నీవాయన యుపదేశమునే గౌరవించి మెలంగినచో నీశ్వరుఁడు నీకు శుభ మొసంగును!

వరదాసుందరి కల్పించుకష్టముల నన్నిటిని గొంచెమైన నెఱుంగనట్లే హరిమోహిని సహించియుండెను. పరేశుఁడు ప్రతిదినమునువచ్చి 'మీకెట్టిలోపమును లేదు గద?' అని యడుగుచుండెను. ఏమియును లోపములేదని యామె చెప్పుచుండెను. వరదాసుందరి యన్యాయమునకు సుచరిత మండిపడిపోవుచుండెను. కాని యామె తృణీకరించు స్వభావముకలదికాదు. ఆవిషయమునుగూర్చి యామె యెన్నఁడును బరేశునితో నెట్టిమాటయుఁ జెప్పలేదు. ఇది వెల్లడించుట మర్యాదకాదని యామె

లోలోపలనే సహించియుండెను. ఈకారణముచే సుచరిత యెల్లప్పుడును పెద్దమ్మ యొద్దనే యుండవలసివచ్చెను. సుచరితకుఁ గష్టముగా నుండుటఁ గాంచి క్రమముగా మరల హరిమోహిని వంటచేసికొనఁ దలఁచెను. అప్పుడు సుచరిత 'అమ్మా! నన్ను నీవెట్లుండుమన్న నట్లేయుండెదను. నేనే స్వయముగా నీకు జలము తెచ్చునట్లనుగ్రహింపుము!" అనియెను.

హర:— అమ్మా! నీవు తెచ్చెదవు. కాని నీనీళ్ళు నాదేవున కుపయోగించునా? నీవు మఱియొకలా గనుకొనకుము!

సుచ:— అమ్మా! నీదేవునకు జాతిభేదమున్నదా? అతనికిని పాపమున్నదా? ఆయనకును సమాజమున్నది కాఁబోలునేమి?

తుదకు హరిమోహిని, సుచరిత నిష్ఠతోఁ దనకుపచారములుచేయుట కంగీకరించెను. సతీశుఁడుకూడ నామెయొద్దనే భుజించుచుండెదనని పట్టుపట్టెను. ఈవిధముగా నామువ్వురును గలసి పరేశునింటియందు మఱియొకచిన్న సంసార మయ్యెను. లలిత యీరెండు సంసారములకును నడుమ సేతువువలె నుండెను. వరదాసుందరి తన తక్కినబిడ్డల నావంకకుఁ బోనిచ్చుటలేదు. కాని లలితనుమాత్ర మామె యడ్డగింపఁ జాలకపోయెను.

౪౦

వరదాసుందరి తమసమాజమువారిని దఱచుగాఁ బిలిపించి తమ మేడమీఁదనే సభలు చేయుచుండెను. హరిమోహినియును సహజగ్రామ్య సరళభావముతో నందఱ నాదరించుటకుఁ బ్రయత్నించుచుండెనే గాని వారు తన్నవమానింతురని సంశయించుట కైనలేదు. ఏదోయొక విధముగా హిందూసమాజాచారములనుగూర్చి వరదాసుందరి వారి యెదుట నాక్షేపించుచుండెను. చాలమంది స్త్రీలు వింతగా హరిమోహినిం గాంచుచు వరదాసుందరిమాటల నామోదించుచుండిరి. సుచరిత తల్లిచెంతనే కూర్చుండి యివి యంతయును సహించి చూచుచుండెను; నేనును నాతల్లిపక్షమే యని వారికిఁ దోఁచునట్లు ప్రయత్నించి ప్రవర్తించుచుండెను. ఒకరోజున విందు జరిగినప్పు డందఱును సుచరితను భోజనమునకు రమ్మని పిలిచిరి. సుచరిత రాననియెను. అప్పుడు వరదాసుందరి "కేవలమిప్పుడు సుచరిత హిందువైపోయినసంగతి మీకుఁ దెలియదా? ఈమె యిప్పుడు మనతేనీరు త్రాగదు" అనియెను. "సుచరిత హిందువైనదా? ఏకాలమున కేమిజరుగునో యెవ్వరుచెప్పఁగలరు!' అని యొకరనిరి. అప్పుడు హరిమోహిని వ్యస్తహృదయముతో 'రాధా! వెళ్ళుమమ్మా!" అనియెను. సమాజమువారందఱును సుచరిత నిట్లుచెప్పుచుండుట హరిమోహినికిఁ గష్టముగానుండెను. కాని సుచరితమాత్ర మంగీకరింపదయ్యెను.

ఒకనాఁడొక బ్రాహ్మయువతి వేడుకకొఱకుఁ బాదరక్షలతో హరిమోహిని యింటఁ బ్రవేశింపఁ జూచుటయు సుచరిత యామెనడ్డగించి "లోపలికి రావలదు" అనియెను.

యువ:— ఏమి?

సుచ:— లోపల నామె దేవుఁడున్నాఁడు.

యువ:— దేవుఁడున్నాఁడా? ఆమె ప్రతిదినమును దేవునిఁ బూజించునా?

హరి:— ఔను. పూజింపకేమి?

యువ:— ఆ దేవునియందామెకు భక్తియున్నదా?

హరి:— భక్తిసామాన్యముగ లభించునా తల్లీ! భక్తిదొరకినచో బ్రతికియే పోదుము! నేను దురదృష్టవంతురాలను!

అప్పుడు లలితకూడ నచ్చటనుండెను. ఆమె మొగమెఱ్ఱఁజేసికొని యాయువతి నుద్దేశించి 'నీవుపాసించు దేవునియందు నీకుభక్తియున్నదా?' అనిప్రశ్నించెను.

యువ:— సరిసరి! భక్తిలేకున్నచో నెట్లు?

లలిత తీవ్రముగఁ దలయూఁచుచు 'నీకుభక్తిలేనే లేదు సరిగదా; అదియెట్లు లభించునో కూడ నీకుఁ దెలియదు!' అనియెను. సుచరిత సమాజమునుండి వేఱుపడకుండుటకై హరిమోహిని యెంతయో ప్రయత్నించెను గాని లాభములేకపోయెను.

ఇంతవఱకు వరదాసుందరీహారానులకుఁ బరస్పరము మనోభావములు చెదరియుండెను. ఈవ్యాపారమువలన నిప్పుడు మరలవారికి సమభావము కలిగెను. బ్రాహ్మసమాజాదర్శములకు భంగముకలుగకుండ వేయికన్నులతోఁ జూచుచుండువాఁడొక్క హారానబాబేయని వరదాసుందరియు, బ్రాహ్మకుటుంబములు నిష్కలంకములుగా నుండుటకై కష్టపడి పనిచేయుగృహిణియొక్క వరదాసుందరియే యని హారానుఁడును సంగతి యొద్దఁ బొగడుకొనుచుండిరి. వారిపొగడ్తలలో ఛాయామాత్రముగఁ పరేశబాబును గూర్చి నిందకూడానుండెను. హారానబాబొకనాఁడు పరేశునియొద్ద నున్న సుచరితం గాంచి "నీవిప్పుడు విష్ణుప్రసాదమును భుజించుట కారంభించితివఁట! నిజమేనా?" అనిప్రశ్నించెను.

సుచరిత మొగమెఱ్ఱజేసుకొని యామాట వినిపించుకొనకుండఁగనే బల్లపైనున్న కలందానుపైఁగలములను సవరించుచుండెను. పరేశుఁడు కరుణార్ద్రదృష్టితో నొకసారి సుచరితం దిలకించి "హారానబాబూ! మనముభుజించుచున్నదిమాత్ర మీశ్వరప్రసాదముకాదా?" అనియెను.

హారా:— కాని, సుచరిత మనయీశ్వరునిఁ ద్యజింపఁజూచుచున్నది?

పరే:— అట్లైయెనచో నందుకొఱకు విచారించుటవలన లాభమేమున్నది?

హారా:— ఏటినిబడి కొట్టుకొనిపోవుచుండఁగా నెట్లో యొడ్డుఁజేర్పఁ బ్రయత్నించుట మంచిదికాదా!

పరే:— కాని యందఱునుగలసి తలపైరాళ్ళను పనుపుటమాత్రము తీరమునకుఁ జేర్చుప్రయత్నము కానేరదు హారాబాబూ! నిశ్చింతుఁడవై యుండుము. నేను సుచరితను చిన్నప్పటినుండి యెఱుఁగుదును. ఈమె మునిఁగిపోవుచున్నచో నాకు మీయందఱికంటెను ముందుగనే తెలియును. నేనట్టిస్థితిలో నూరకుండఁగలనా?

హారా:— సుచరిత యిచ్చటనే యున్నది. మీరడుగఁగూడదా? ఈమె మన యందఱితేనీరును ద్రాగుట లేదఁట! అది యసత్యమా?

అప్పుడు సుచరిత మౌనమును విడిచి 'నేను తేనీరు త్రాగుటలేదని తండ్రిగారెఱుఁగుదురు. ఆయన సహించియుండుటచేతనే నేనట్లు చేయుచుంటిని. మీకిష్టము లేకున్నచో మీరందఱును మీయిష్టమువచ్చినట్లు నన్ను నిందింపుఁడు. తండ్రిగారిని బాధించెదరేల? మీవిషయమున నెన్నియోవిధముల శాంతి సహించియున్నందుల కాయన కిదియా ప్రతిఫలము?' అనియెను. హారానబాబాశ్చర్యముతో "ఇప్పుడు సుచరిత తనపక్షమును సమర్థించుకొనుమాటలను నేర్చియున్నది!" అని భావించుకొనుచుండెను.

పరేశుఁడు శాంతిప్రియుఁడు; తనవిషయమునఁగాని యితరులవిషయమునఁగాని విశేషముగఁ దర్కించుస్వభావము కలవాఁడుకాఁడు. తానెవ్వరికిని లక్ష్యముకాకుండ నిగూఢముగ జీవయాత్రచేయుచుండెను. పరేశుని యాభావమును హారానుఁడు నిరుత్సాహమనియు, నౌదాసీన్యమనియు భావించియుండెను. హారానుఁడు తఱచుగాఁ బరేశుని గాఢస్థితింగూర్చి యధిక్షేపించుచుండెను. పరేశుఁ డట్టిసమయములందు 'ఈశ్వరుఁడు సచలాచలము లను నిరుదెఱంగుల వస్తుజాలమును సృజించియుండెను. నేనందుఁ గేవల మచలవస్తువును. నావంటివానివలనఁ గాఁదగినపనులనే దేవుఁడుచేయించుచుండును. తీరని కోరికలఁ గోరుటవలన లాభమేమున్నది? నావయసు చెల్లిపోయినది. నాకేశక్తి యున్నదో యేది లేదో యాసంగతి తేలిపోయినది. ఇప్పుడు నాకుఁ దొందరకలిగించుటవలన లాభములేదు" అనిచెప్పుచుండెను.

ఉదాసీన హృదయములకుఁగూడ నుత్సాహము పుట్టింపవచ్చునని హారానుని యుద్దేశము! జడచిత్తమును కర్తవ్యపథమునకు మఱలించుటయందును స్ఖలితజీవితమును బశ్చాత్తాపముచేఁ దేర్చుటయందును దనకు సహజసామర్థ్యమున్నదని యాతనినమ్మకము. ఏకాగ్రమును బలిష్ఠమునగు తన శుభాకాంక్ష నెవ్వరును జాలాకాలము ప్రతిఘటింపఁజాలరని యాతనివిశ్వాసము. తన సమాజమునందలి వ్యక్తిగతదోషములనుసవరించు భారమంతయుఁ దనమీఁదనే యున్నట్లాతఁడు స్థిరనిశ్చయుఁడై యుండెను. తన

యలక్ష్యప్రభావమే లోలోపలనుండి పనిచేయించుచున్నదని యాతని నిశ్చయము, సుచరిత జీవితచరిత్ర మంతటి ప్రశంసాపాత్ర మగుటకుఁ దానే కారణమని యాతఁడు పొంగిపోవుచుండెను. ఆమెజీవితముమూలముననే తనయద్భుతప్రభావము ప్రకటిత మగునని యాతఁడాశపడుచుండెను. ఇప్పుడు సుచరిత యిట్లు మాఱిపోవుట తన సామర్థ్యములోపమని యాతఁడనుకొనలేదు. ఆతప్పంతయు నాతఁడు పరేశుని నెత్తిపై వైచెను. పరేశబాబు నందఱును ప్రశంసించునప్పుడు హారానుఁడు వారిలోఁగలయు టలేదు. తానట్లు పొగడకుండుటచేతనే తనప్రాశస్త్యము వెల్లడి యగునని యాతని యూహ. హారానబాబు బన్నియు సహింపఁగలఁడు గాని తనసమాజహితమునకై తాను బోధించుపద్ధతులను విడిచి స్వబుద్ధిచే స్వతంత్రమార్గముల నవలంబించువారి యపరాధములనుమాత్రము సహింపఁజాలఁడు. తనయుపదేశమును దిరస్కరించువఱకు వారి కాతఁడు బోధించుచునేయుండును; మాటిమాటికిని వారి నాకర్షించుచునే యుండును, ఇంజను పనిచేయుచుండఁగా మిను నాఁగఁజాలనట్లే యుత్సాహము పనిచేయుచుండఁగా నాతఁ డాత్మసంవరణము చేసికొనఁజాలఁడు. విముఖకర్ణములకు వేయిమాటలు వినపించుటకైనను నాతఁడు వెనుదీయఁడు.

ఇది సుచరితకుఁ జాలకష్టముగా నుండెను. తనకొఱకుఁగాదు. పరేశబాబు కొఱకు. పరేశునిగూర్చి సమాజమువారందఱును జెప్పుకొనుచుండిరి ఈ యశాంతి నివారణోపాయ మేమున్నది! హరిమోహిని నమ్రస్వభావముతో నెంతజాగ్రత్తగ మసలుకొనుచున్నను నింటిలో నందఱకు నసహ్యముగనే యుండెను. ఆమె యవమానమును, సంకోచమును గలసి సుచరితను బ్రతిదినమును దహించివైచుచుండెను. ఈ యాపత్తునుండి విడివడు నుపాయము సుచరితకేవిధమునను నగపడుటలేదు. ఇట్లుండఁగా వరదాసుందరి సుచరితకుఁ ద్వరగాఁ బెండ్లిచేయవలయునని పరేశునిఁ బీడించుచు "ఇఁక సుచరితభారము మనపై నుండవలసిన పనిలేదు. అది యిప్పుడు తనమనసు వచ్చినట్లు పోవుచున్నది. దానిపెండ్లి యాఁగిపోయినచో నేను నాబిడ్డలతో మఱియొకచోటికిఁ బోయియుండెదను. దానివడవడి బిడ్డలకందఱకు ననిష్టకారణమగుచున్నది. మీరును దరువాత ననుతాపపడక మానరు లెండు! లలిత మునుపిట్లున్నదా? అదియు నిప్పుడు తనయిచ్చవచ్చినట్లు మసలుచున్నది. దీనికంతకును గారణ మేమందురు? సిగ్గుసిగ్గు ఆనాఁడదిచేసినపని! అందులో సుచరితచేయి లేదందురా? మీకు మీబిడ్డలకంటెను సుచరితయనినఁ బ్రేమ! అందుచేతనే నేమియునుఁ జెప్పుటలేదు, కాని యెన్నాళ్ళు చెప్పక యూరకుండఁగలను." అనియెను.

పరేశుఁడు సుచరితకై విచారింపలేదు గాని, కుటుంబమునందలి యశాంతికై చింతితుఁడయ్యెను. వరదాసుందరి చిన్నచిన్న కారణములను గల్పించుకొనిచేయుచున్న

యాందోళనమంతయు నిరర్థకమైనను నది దుర్వారమైనదని పరేశుఁడు తెలిసికొనియెను. వివాహము సంభవమగునేని వర్తమానావస్థయందు సుచరితకు శాంతికరముగనే యుండునని భావించి పరేశుఁడు 'హానూబాబూ సుచరితను సమ్మతింపఁజేసినచోఁ బెండ్లి జరుగుట కెట్టియాభ్యంతరమును లేదు." అనియెను. వరదాసుందరి వినుఁగుతో 'ఇంకను యెన్నిసారులు కావలయును మీరు మాటాడకూరకుండుఁడు. ఇంతగందగోళ మెందులకు! హానూబాబువంటివరుఁడు దొరకునా? మీకుఁ గోపమైనను నిజము చెప్పుచున్నాను. సుచరితయే యాతనికిఁ దగినది కాదు.' అనియెను.

పరే:— అతనియెడల సుచరిత కెట్టిభావమున్నదో నాకింకను స్పష్టముగాఁ దెలియలేదు. అందుచేతనే యాయిరువురు సంగీకరించువఱకును నే నీవిషయమునఁ జేయి చేసికొనఁజాలను.

వర:— ఇన్నాళ్ళకుఁ దరువాత మరల సంగీకారమనఁ నేమో నాకు బోధపడుట లేదు. దానికి బోధించుట నాచేఁతఁగాదు. లోపల నొకలాగు, పైకొకలాగు.

అని యామె హారానబాబునకుఁ గబురుపంపెను. నాఁటి వార్తాపత్రికలో వర్తమాన బ్రహ్మసమాజదుర్గతిఁగూర్చి వ్రాయఁబడియుండెను. అందుఁ బరేశుని కుటుంబమునుగూర్చి యన్యాపదేశముగా వ్రాసినసంగతు లందఱకును స్పష్టము లగుచుండెను. వ్రాసినలేఖకుఁడెవ్వఁడో కూడ వ్రాఁతనుబట్టి స్పష్టముగాఁ దెలియవచ్చుచుండెను. సుచరిత యాపత్రికనుజూచి చించివైచుచుండెను. ఆమెకు దానిని బరమాణువులుగాఁ జేచి పారవేయవలయు ననునంతటికోపము కలిగెను. ఇంతలో హారానుఁడువచ్చి యామె ప్రక్క నొకకుర్చీపైఁ గూర్చుండెను. ఆమె యొకసారియైన మొగమెత్తి యాతనివంక జూడక కాగితమును జించివైచుచుండెను. అప్పుడు హారానుఁడు "సుచరితా! నీతో నిప్పుడొక ముఖ్యవిషయమునుగూర్చి మాటాడవలసియున్నది" అనియెను. సుచరిత యట్లే కాగితమును జించుచు గోళ్ళకిఁక స్వాధీనముకాకుండుటచే కత్తితోఁ గోసివైచుచుండెను.

ఇంతలో వచ్చుటికి లలిత వచ్చుటయు హారానుఁడు 'లలితా! నేనిప్పుడు సుచరితతో మాటాడవలసియున్నది.'' అనియెను. లలిత వెడలిపోఁవ జూచుచుండఁగా సుచరిత యామెచెఱఁగు పట్టుకొని యాపెను. అప్పుడు లలిత 'అక్కా! హానూబాబు నీతో మాటాడునఁటగాదా?" అనియెను. సుచరిత బదులుచెప్పక యామె చెఱఁగువదలకయే యుండెను. అందుచే లలిత సుచరితకుర్చీమీఁద నే యొక ప్రక్కను గూర్చుండెను. హారానుఁ డంతరాయములకు లొంగువాఁడు కాడు. అతఁడిఁక సుపోద్ఘాతము లేకుండగనే మాటాడుట కారంభించి 'సుచరితా! నీవు సమ్మతియైనచోఁ దనకభ్యం

తరము లేదని పరేశబాబు చెప్పినాఁడు. అందుచే నేనిట్లు స్థిరపఱచుకొంటిని. రేపటి యాదివారము కాక పైవారమునాఁడు"

ఆమాట ముగింపనీయకుండఁగనే సుచరిత "కాదు." అనియెను. సుచరిత నోటి వెంట సముద్ధతముగను, సంక్షిప్తముగను, స్పష్టముగను వెలువడిన "కాదు.' అను నీమాట విని గోరాను అదరిపడియెను. సుచరిత 'కాదు' అను నీవాఁడిబాణములతోఁ దన మాటలన్నిటిని మార్గమధ్యముననే ఖండించివైచునని గోరానుఁడు భావించియైనను లేదు. అతఁడు తెల్లపోయి "కాదా? కాదనుట కర్థమేమి? ఇంకను గొంతకాలమాఁగ వలయుననియా?" అనియెను.

సుచ:— కాదు.

గోరా:— ఐనచో నీయభిప్రాయమేమి?

సుచ:— (తలవంచుకొని) పెండ్లి నాకిష్టములేదు.

గోరా:— (హతాశుఁడై) ఇష్టములేదనిన నర్థమేమి?

లలిత యప్పుడు దృఢస్వరముతో 'పానూబాబూ! మీకిప్పుడు దేశభాషాజ్ఞానము కూడ లేకుండఁబోయినదా?" అనియెను.

గోరానుఁడు లలితవంకఁ గఠోరముగఁజూచుచు 'నేను మాతృభాషను మఱచిపోయితిననుటకైనను నంగీకరింతును గాని యింతకాలమునుండి నమ్మియున్న యీమానవ భావములను బొరపాటుగ గ్రహించితిననుట కింతమాత్రము నంగీకరింపఁ జాలను' అనియెను.

లలి:— మానవస్వభావము గ్రహించుటకుఁ గొంతకాలము పట్టును. ఈధర్మము మీయెడలను వర్తించును!

గోరా:— నామనసులోఁగాని మాటలోఁగాని యింతవఱకెట్టి వ్యత్యయమును గలుగలేదు. నాపైదప్పు పెట్టుటకు నేనెవ్వరికి నవకాశమీయలేదని దృఢముగాఁ జెప్పఁగలను! ఇది నిజమో కాదో సుచరితను చెప్పమనుము!

లలిత మరల నేమో చెప్పబోవుచుండఁగా సుచరిత వారించి 'మీరు చెప్పిన మాట సత్యమే! మీతప్పేదియును లేదు!' అనియెను.

గోరా:— తప్పులేకున్నచో నీవు నాయెడల నీయన్యాయ మేల చేసితివి?

సుచ:— (దృఢస్వరముతో) దీనిని మీరన్యాయమే యన్నచో నేనీయన్యాయము నే చేయుదును! కాని—

ఇంతలో వెలుపలనుండి 'సోదరీ!' అని పిలుపు వినఁబడియెను. సుచరిత యానందముతో 'వినయబాబూ! దయచేయుము!' అనియెను. అంతలో వినయుఁడువచ్చి సోదరీ! పొరపాటున నీవు వినయబాబు వచ్చెననుకొంటివి! లేదు. నేను వినయుఁ

దను మాత్రమే!'' అని చెప్పుచు హారానుని యప్రసన్న వదనముఁగాంచి "హారానబాబూ! చాలా దినములనుండి యగపడుటలేదని మీకుఁ గోపముగనున్నదా యేమి!" అనియెను. హారానుఁడు పరిహాసమున కన్నట్లుగా 'కోపపడవలసినదే యున్నది. కాని మీరిప్పు డసమయమున వచ్చితిరి. నేను సుచరితతో మాటాడవలసి యున్నాను' అనియెను. వినయుఁడు సంశయముతో "నేను వచ్చుట కిప్పుడు మంచిసమయమో నాకింతవఱకు బోధపడలేదు. అందుచేతనే వచ్చుటకు సాహసింపఁ 'జాలకుంటిని.'' అని చెప్పి పోవుట కుద్యమించుచుండెను.

సుచరిత తత్తరముతో "వినయబాబూ! పోవలదు! మామాటలైపోయినవి. కూర్చుండుము!" అనియెను. తాను వచ్చుటచేతనే సుచరిత కష్టమునుండి విడివడియెనని గ్రహించి వినయుఁడు కుర్చీపై గూర్చుండి "ఆశ్రయమిచ్చినచో నేను విడువఁజాలను కూర్చుండుమని చెప్పినచోఁ గూర్చుండుటయే నాస్వభావము! సోదరీ! నాసంగతి తెలిసికొనియే యన్నుండుమనవలయును. కాదేని మనకిరువురకును గష్టములుకలుగును!" అనియెను. హారానుఁడు మౌనముతో నిస్తబ్ధుఁడై కూర్చుండి 'నేను చెప్పవలసిన మాటలు చెప్పువఱకు నిట్లే వేచియుండెదను' అని మౌనముచేతనే తెలియఁజేసెను. వెలుపల నుండి వినయుని కంఠస్వరము వినవచ్చినతోడనే లలితహృదయ రక్తము పొంగి పోయెను. ఆమె యతికష్టములో భావగోపనము చేసికొనఁ బ్రయత్నించెను. గాని సాధ్యము కాకపోయెను. వినయుఁడు లోనికి వచ్చినతరువాత లలిత యాతనితో నెప్పటివలె మాటాడఁజాలకపోయెను. ఆమె దిక్కులు చూచుచుఁ దోఁచని పనులు చేయుచుండెను; ఒకసారి లేచిపోవలెననికూడఁ బ్రయత్నించెను గాని సుచరిత చెఱఁగు వదలినది కాదు!

వినయుఁడు సుచరితతోడనే మాటాడుచుండెను. అంతటి వాక్పటుత్వము గల యాతఁడుకూడ లలితతోనొక్కమాటయైన నాడఁజాలకపోయెను. అందుచేతనే ద్విగుణవేగముతో నాతఁడు సుచరితతో మాటాడుచుండెను. కాని లలితావినయుల యీనూతన సంకోచము హారానునకు గోచరము కాకపోలేదు! తనతో నింతప్రగల్భయై భాషించిన లలిత యిప్పుడు వినయునియొద్ద సంకోచపడుచుండుటకు హారానుఁడు మండిపడుచు సమాజమునకు భిన్నులగువారితోఁ దనపుత్రికలకు నిరాఘాటపరిచయావకాశము కల్పించి దురాచారములకుఁ దోవచూపుచున్న పరేశుని మనసులో నిందించుచు దీనికి దగినఫల మాతఁడెప్పటికైన ననుభవించునని శపించుచుండెను.

చాలసేపు గడచెను. హారానుఁడు లేచిపోఁడని తేలిపోయెను. అప్పుడు సుచరిత 'వినయబాబూ! దొడ్డమ్మ నిన్నుఁజూచి చాలనాళ్లయినది. ఆమె తఱచుగా నీమాట యడుగుచుండును. ఒకసారి యామెను జూడవలదా?'' అనియెను. వినయుఁడు

చటాలున లేచి 'దొడ్డమ్మను నేను మఱచిపోయితినని నన్ను నిందింపవలదు!" అనియెను. సుచరిత వినయుని హరిమోహినియొద్దకుఁ దీసుకొనిపోయెను. అప్పుడు లలితయును లేచి "పానూబాబూ! మీకు నాతో మాటలాడవలసినపని యేమియు లేదనుకొనియెదను!" అనియెను.

హారా:— లేదు. నీకు మతియొకచోటఁ బనియున్నదని తోఁచుచున్నదిఁ నీవును బోయెదవు కాఁబోలును!

లలిత యామాటలోని భావమును గ్రహించెను. ఆమె యుద్ధతభావముతోఁ దలయూచుచు నాభావమును స్పష్టముగఁ జేసి "ఔను. వినయబాబు చాలదినములకు వచ్చెను. అతనితో మాటలాడవలదా? అంతవఱకును మీరొంటిగఁ గూర్చుండి యేమి చేయుదురు? మీరువ్రాసినవ్యాసము లైనఁ జదువుకొనకుండ సోదరి సుచరిత యాకాగితములను దునకలుచేసి తుక్కులోఁ బాఱవైచినది. ఇతరులవ్యాసములు మీకు సహ్యము లైనచో నీకాగితములను చదువుకొనుఁడు!" అనిచెప్పుచు డ్రాయరులో దాఁచియుంచిన గోరావ్యాసములను దీసి యాతనిచేతి కిచ్చి చటాలున వెడలిపోయెను.

హరిమోహిని వినయునింగాంచి పరమానందభరిత యయ్యెను. కేవలము వినయుఁడు ప్రియదర్శనుఁడని మాత్రమే కాదు—ఈయింటికి వచ్చువారందఱును హరిమోహినిని వెరసుగాఁ జూచుచుందురు. అందఱును కలకత్తావారే అందఱును బాగుగఁ జదువుకొన్నవారే కానివారిభేదభావమును, తిరస్కారావమానములును, నామెహృదయమునకు బాధాకరములై యుండెను. వినయుఁడు వారికంటెఁ దక్కువచదివినవాఁడు కాఁడు. అతఁడును కలకత్తావాఁడే. అయినను వినయుఁడామె నెంతమాత్రము నగౌరవించుటలేదు. ఆత్మీయురాలినిగా భావించి గౌరవించుచుండెను. అందుచే నొలఁదిపరిచయముచేతనే వినయుఁడు హరిమోహిని కాత్మీయుఁడై పోయెను.

వినయుఁడు హరిమోహినియొద్ద నున్నప్పుడు లలితయచ్చటికి సహజముగాఁ బోజాలకుండెడిది. కాని యిప్పుడు హారానుని యెత్తిపొడుపుమాటలచే నామె సంకోచమంతయును బోవుటవలన లలిత యుత్సాహముతో మేడమీఁదికి హరిమోహిని యొద్దకుఁ బోయి యెడతెగకుండ వినయునితోడనే సంభాషించుట కారంభించెను. నిమిషములో నదియొక సభయైపోయెను. నడుమనడుమ వారినవ్వులు క్రిందిగదిలో నొంటిగఁ గూర్చుండియున్న హారానునకుఁ గర్ణశూలములై వినవచ్చుచుండెను. అతఁడిఁక నొంటిగాఁ గూర్చుండఁజాలక వరదాసుందరితో మాటాడి తనహృదయతాపమును శమింపఁజేసికొనఁదలంచెను. సుచరిత హారానునిఁ బెండ్లియాడుట కంగీకరింప లేదనుసంగతి వరదాసుందరి విని యిఁక ధైర్యమును నిలుపుకొనఁజాలక "పానూబాబూ! నీవిప్పుడు

చల్లగా నూరకున్నచో లాభములేదు. ఆమె సంపూర్ణముగా సమాజము వారందఱి యెదుటను నంగీకరించినది. అందఱు నీపెండ్లికై యెదురుచూచుచున్నారు. ఇట్టిస్థితిలో నది వలదని చెప్పినంతమాత్రమున నంతయు వదలుకొనఁగూడదు. నీయవకాశమును నీవెంత మాత్రమును విడువవలదు. తరువాత నదియేమిచేయునో చూతము!" అనియెను.

ఈవిషయమున గోరానున కుత్సాహము కల్పింపనక్కఱయేలేదు. అతఁడు వ్యగ్రచిత్తుఁడై కూర్చుండి తనలో "అకారణముగా బాధ్యత నేలవదలుకొనవలయును? సుచరితను వదలుకొనుట నాకొకగొప్పపని కాదు. కాని సమాజమువఁ దలవంపులకు సహింపజాలను" అని యనుకొనియెను.

వినయుఁడు తనయాత్మీయతను బలపఱచుకొనుటకై హరిమోహినిని నేమైనఁబెట్టుమని యడిగెను. హరిమోహిని తొందరతో నొకపళ్ళెమునఁ గొన్ని నానఁబోసిన సెనగలు మీఁగడ వెన్న, పంచదార, అరఁటిపండ్లును జేర్చి యొకకంచుచెంబుతోఁ బాలను గూడఁ దెచ్చి యాతనియెదుటఁబెట్టెను. వినయుఁడు నవ్వుచు 'ఆసమయమున నాఁకలి యని చెప్పి దొడ్డమ్మకుఁ దొందరకలిగింపఁదలచితిని; కాని నాకే పరాభవమైనది!'' అని యాడంబరముతో వానిని భుజించుటకు గూర్చుండెను. ఇంతలో నటకు వరదాసుందరి వచ్చుటయు వినయుఁడామెకు నమస్కరించి 'నేను క్రిందఁ జాలసేపుంటిని. మీదర్శనము కాలేదు." అనియెను. వరదాసుందరి యామాటకెట్టియుత్తరమును జెప్పక సుచరితనుపలక్షించి "ఇదిగో! ఇక్కడనేయున్నది! నేననుకొన్నట్లేయైనది! సభచేసినారు! సరసాలాపములతోనున్నారు! పొద్దుటనుండి పానూబాబు వీరితోఁటమాలివలె వీరికావలిఁ గాచుకొనియున్నాఁడు! చిన్ననాఁటినుండివీరినిఁబెంచితిని. ఎన్నఁడునిట్లు లేదు! యిప్పుడువీరికీబుద్ధులెట్లు పుట్టుచున్నవో తెలియుటలేదు! మాయింటనెన్నఁడు లేనిపద్ధతి యిప్పుడారంభమైనది. సాటివారియెదుటదలయెత్తుకొనుటకుసిగ్గుగానున్నది. ఇన్నాళ్ళనుండి నేర్పినవిద్యాబుద్ధులు తుదకీరీతిగాఁ బరిణమించినవి! ఏమిది'' అనియెను.

హరిమోహిని వ్యస్తహృదయముతో సుచరితం గాంచి "క్రింద నెవ్వరో వేచియున్నారని నేనెఱుంగను. ఎంతతప్పు! అమ్మాపొమ్ము! శీఘ్రముగఁబొమ్ము! నే నపరాధము చేసివైచితిని!'' అనియెను. ఇందులేశమాత్రమైనను హరిమోహినితప్పు లేదని లలిత చెప్పఁజూచెను, కాని సుచరిత యామెనడ్డగించి మాఱుమాటచెప్పక క్రిందికి దిగిపోయెను.

వరదాసుందరికి వినయునియం దిష్టము కలిగియుండెనని యిదివఱకే చెప్పియుంటిమి. వినయుఁడు తమకుటుంబగౌరవముంబట్టి క్రమముగా బ్రాహ్మసామాజికుఁడగునని కూడ నామె నిశ్చయించి యుండెను. అతనిని దానే యింతవానిగాఁ జేసితినని

యామె గర్వపడుచుండెను; ఒకరిద్దరితోఁ గూడ నట్లు చెప్పియుండెను. అట్టి వినయుఁ డిప్పుడు శత్రుశిబిరమునం దుండుటగాంచి యామె హృదయము జ్వాలామయమైపోయెను. మఱియు తనతనయ లలితయే యాతని పునఃపతనమునకు సహకారిణి యగుటం గాంచి యాజ్వాలలు ద్విగుణీకృతము లైపోయెను. అప్పుడామె రూక్షస్వరములో "లలితా! ఇక్కడ నీకేమైనఁ బనియున్నదా?" అనియెను.

లలి:—ఉన్నది. వినయబాబు వచ్చియున్నాఁడు—అందుచేత

వర:—వినయబా బెచ్చటకు వచ్చెనో యచ్చటనే యాతిథ్యమును గైకొనును! నీవు కిందికి రమ్ము! పని యున్నది!

తన్నుఁ గూర్చియు, వినయుని గూర్చియు, హారానుఁడు తల్లితో నేమియో చెప్పియుండునని లలిత నిశ్చయించుకొనియెను. అట్లు చెప్పుట కాతఁ డెవ్వఁడని యామె కోపముతో "అమ్మా! వినయబాబు చాలనాళ్ళకు వచ్చినాఁడు; ఆతనితోఁ గొంచెము సేపు మాటాడి వచ్చెదను" అనియెను. వరదాసుందరి లలిత కంఠస్వరము గ్రహించి మఱి బలవంతము చేయలేదు. లలిత యవిధేయత జూపినచో హరిమోహిని యెదుటఁ దనకుఁ బరాభవమగునేమో యని వరదాసుందరి సంశయించి వినయునితో నింక మాటాడకుండఁగనే వెడలిపోయెను. లలిత వినయునితో మాటాడివచ్చెదనని తల్లితోఁ జెప్పినది కాని వరదాసుందరి వెడలిపోయినతరువాత నచ్చట నెవరికి నుత్సాహము లేకపోయెను. మువ్వురు ఒక్కటేరీతిని కుంఠితులైయుండిరి. కొలఁది సేపటిలోనే లలిత తనగదిలోనికిఁ బోయి తలుపు మూసికొనియెను.

హరిమోహిని యాయింటియందెట్టి యవస్థలోనున్నదో వినయునకు బాగుగఁ దెలిసిపోయెను. ప్రసంగవశమున నామె చరిత్రముగూడ నాతఁడు గ్రహించెను. అన్ని మాటలు నైనతరువాత హరిమోహిని "బాబూ! నావంటి యనాథల కీలోకమునఁ జోటు లేదు. ఏతీర్థమునకైనఁ బోయి యీశ్వరసేవా నిమగ్నయై యుండుట నాకుచితమైనపని. నాయొద్ద నిప్పటికి మిగిలియున్న స్వల్పధనముతో నాకింకను గొన్ని దినములు గడచును. ఇంకను జీవించియున్నచో నెవ్వరియింటనైనఁ వంటచేసిపెట్టి కాలము గడపవచ్చును. కాశీలో నెందరట్లు జీవించుటలేదు! కాని పాపాత్మురాలనగు నేనట్లు చేయఁజాలకున్నాను. ఒంటిగఁ గూర్చున్నచో నాసమస్తదుఃఖములను స్మృతికి వచ్చుచుండును. నాగోపాలమూర్తి నాకడ నెవ్వరి నుండనిచ్చుటలేదు. ఒక్కొక్కప్పుడు మతిపోవునేమో యని భయముగూడ నగుచున్నది. ఈరాధారాణీసతీశులు నాచావున కభ్యంతరముగానున్నారు. వీరియెడఁబాటు తలఁచుకొన్నంతనే నాప్రాణము లెగిరిపోవుచుండును, అందుచేతనే వీరినెక్కడ విడువవలసి వచ్చునోయని రేయింబవలు భయపడుచుండును, కాకున్నచో సర్వమును బోఁగొట్టుకొన్న నేను కొలఁదిదినములలోనే వింతగా బ్రేమింప

వలయును! బాబూ! నీకొక్కటేమాట చెప్పుచున్నాను. ఈబిడ్డలను జూడఁగలిగి నప్పటినుండియే మనఃపూర్వకముగ నాదేవపూజ సాగుచున్నది. వీరినిఁక విడచుటయే తటస్థించినచో నాదేవుఁడు నల్లరాయియైపోవును!" అని చెప్పుచు నామె వస్త్రాంచలముచేఁ గన్నుల నీరొత్తుకొనియెను.

౪౧

సుచరిత క్రిందిగదిలోనున్న హారానొద్దకుఁబోయి "మీరు మాట్లాడవలసిన దేమియో చెప్పుఁడు" అనియెను. హారానుఁడు కూర్చుండుమనియెను. సుచరితకూర్చుండలేదు. అట్లే నిలువఁబడియుండెను. అప్పుడు హారానుఁడు "సుచరితా! నీవు నాయెడల నన్యాయముచేసితివి" అనియెను. "మీరును నాయెడల నన్యాయముచేసితిరి." అని సుచరిత బదులుచెప్పెను. హారానుఁడు "ఏమి! నేను నీతో నేమనిచెప్పి యెట్లు చేసితిని!" అనియెను. సుచరిత వెంటనే మాటలో మాటగలిపి "న్యాయాన్యాయములు మాటలలోనేనా? మాటలపై నాధారపడి మీరు నాయెడల నక్రమముగఁ బ్రవర్తింపఁ దలంచితిరా? ఒక్కసత్యము వేయి యసత్యములకంటెను గొప్పది కాదా? నేను పొరపాటుపడి యుండవచ్చును. మీరుపొరపాటునే నిలువఁబెట్టఁదలంచుట న్యాయమా! నేను పొరపాటు పడితినని యిప్పటికిఁ దెలిసికొన్నాను. కావుననే వెనుకటిమాట లేవియు నంగీకరించుటలేదు. తెలిసినవెనుకఁగూడ నంగీకరించుట యన్యాయముగాదా!" అనియెను.

హారానుఁ డెంతయోచించినను సుచరిత యిట్లుమారుటకుఁ గారణ మూహింపఁజాలఁడయ్యెను. ఆమె సహజస్తబ్ధత్వమును నమ్రత్వమును నిప్పుడెట్లు పరిణమించిపోయినవో తెలిసికొను శక్తికూడ నాతనికి లేకపోయెను. అతఁడప్పుడు సుచరిత నూతనపరిచితులనుగూర్చి మనసులోనే నిందించుచు 'సుచరితా! నీవు పొరపాటు పడితివా' అనియెను.

సుచ:— ఆప్రశ్నలన్నియు నేల? మునుపు నాకిష్టమున్నది. యిప్పుడులేదు. ఇదిచాలదా?

హారా:— మనము సమాజమువారికెట్లు బ్రత్యుత్తరము చెప్పవలయును గాదా! అప్పుడు నీవుమాత్ర మేమిచెప్పగలవు! నేనైన నేమిచెప్పఁగలను?

సుచ:— నేనేమియుఁ జెప్పను. మీరుఁ జెప్పవలసియున్నచో సుచరిత యల్పవయస్క యనియు, బుద్ధిమాలినదనియు, మతిలేనిదనియు మీయిష్టమువచ్చినట్లు చెప్పుఁడు! కాని యీవిషయమున నిదియే నాతుదిమాట!

హారా:— ఇదియే తుదిమాట కానేరదు. పరేశబాబు—

అనుచుండఁగనే పరేశుఁడువచ్చి "పానూబాబు! నామాట వచ్చిన అది ప్రశ్నించెను. అప్పుడు సుచరిత గదిలోనుండి వెడలిపోవుచుండఁగా హారా "సుచరితా! నీవు పోవలదు! పరేశబాబునొద్ద నంతయుఁ దేలిపోవలయును" అని సుచరిత వెనుకకుఁదిరిగెను. హారానుఁడు బరేశుంగాంచి ఇన్నాళ్లయిన ఆ నిప్పుడు సుచరిత పెండ్లికంగీకరించుటలేదు. ఇంతటి ఘనవిషయమునం దిన్నా! నీమె యీవిధముగా నటించుట యుచితముగా నున్నదా! ఇది మీకుఁగూడ సె కాదా!" అనియెను.

పరేశుఁడు సుచరిత యొడలఁదడవుచు "అమ్మా! నీవిచ్చట నుండవక్క పొమ్ము!" అనియెను. ఆచిన్నమాట కొక్క నిమిషములో సుచరితకన్నుల నీఁ పోయెను. తోడనే యామె యటనుండి వెడలిపోయెను.

పరే:— సుచరిత తనమనసు తాను బాగుగఁ దెలిసికొనకుండఁగనే మీ సమ్మతించినదను సంశయము నాకుఁ జాలకాలమునుండియున్నది. అందుచేత నింతవఱకును సమాజముసెదుట సంబంధనిశ్చయము చేసికొనవలయు నను నీక సెఱవేర్పఁ జాలకపోయితిని.

హారా:— సుచరిత యప్పుడు తెలిసియే యంగీకరించినదనియు నిప్పుడ యకయే నిషేధించుచున్నదనియు మీకు సంశయము కలుగుటలేదా?

పరే:— ఎట్లయినను గావచ్చును కాని యిట్టి సంశయావస్థలో వి కాఁజాలదు.

హారా:— మీరు సుచరితకు సద్బోధ చేయఁగూడదా?

పరే:— నేను నాసాధ్యమైనంతవఱకు కన్నఁడు నామెకు దుర్బోధ లేదని నిశ్చయముగా నెఱుంగుము.

హారా:— మీరట్లేచేసినచో సుచరిత యీవిధముగా మారుట యె సంభవింపదు. మీకుటుంబమునందు నేఁడుజరిగిన యీవ్యాపార మంతయు యవివేచనాఫలమే యని నేను మీమొగముసెదుటనే చెప్పుచున్నాను.

పరే:— (చిఱునగవుతో) నీవన్నమాట నిజమే—నాకుటుంబమునందలి చెడ్డలన్నియు నావిగాక మఱియెవ్వరివి?

హారా:— మీరీవిషయమున నెప్పటికైనఁ బశ్చాత్తాప పడకమానరు.

పరే:— పానూబాబూ! పశ్చాత్తాపము భగవత్కృపవలనఁ గలుగును పాపమునకు వెఱచినట్లు పశ్చాత్తాపమునకు వెఱవను.

ఇంతలో సుచరిత గదిలోనికివచ్చి పరేశునిచేయి పట్టుకొని 'బాబా! మీ సనకు వేళయైనది!' అనియెను. పరేశుఁడు పానూబాబునుజూచి "ఇప్పుడ

నుందుము!' అనియెను. "ఉండను." అనిచెప్పి హారానుఁడతి త్వరితముగ వెడలి పోయెను.

౪౨

ఒక్కసారిగా బహిరంతరములఁ దుములసంగ్రామము సంఘటిల్లి సుచరితను భీతురాలినిగాఁ జేసివైచెను. గోరాయెడల నామెకుఁగల మనోభావ మిన్నాళ్ళవఱకును దెలియకుండఁగనే బలపడి గోరాజైలునకుఁ బోయినప్పటినుండి సంపూర్ణముగ విస్పష్టమై దుర్నివారముగఁ గానవచ్చుచుండెను. దానికైయేమిచేయవలయునో యది తుదకేవిధముగఁ బరిణమించునో యామె యించుకంతయు నూహించుకొనుటలేదు. ఆమెయీసంగతి యెవ్వరికినిఁ జెప్పక తనలోఁ దానే కుతితర్చి పోవుచుండెను. ఈ నిగూఢ పరితాపముచే రహస్యముగ నొక్కచోఁ గూర్చుండి తనలోఁదానే యాలోచించుకొని కార్యనిశ్చయము చేసికొనుటకైనను నామె కవకాశము దొరకుటలేదు. హారానుబాబు సమాజమునందంతటను నల్లరిచేయుట కారంభించుచుండెను. ఈసంగతులు వార్తాపత్రికలకెక్కును వచ్చునట్టి లక్షణములు కానవచ్చుచుండెను. ఇన్నిటికంటెను నామె పెద్దతల్లివిషయము మఱింతబాధాకరముగా నుండెను. శీఘ్రముగ నామె కేదియో యేర్పాటుచేయకున్నచో మాటదక్కదు. సుచరిత యిప్పుడు తనజీవితమునందిది యొక సంధి క్షణమనియుఁ జిరపరిచిత మగుమార్గమునఁ జిరాభ్యస్తమగు భావముతోఁ బ్రచారముచేయుదిన మిఁక లేదనియు స్పష్టముగాఁ దెలిసికొనియెను.

అట్టి కష్టసమయమునందామెకుఁ బరేశుఁడొక్కఁడే శరణ్యుఁడై యుండెను. ఆమె యిప్పుడాతని యాదరమును గోరుటలేదు. ఆతని యుపదేశమును వాంఛించుటలేదు. ఆతని మొగము నెదుటఁ జెప్పఁగూడని మాటలెన్నియో యున్నవి. లజ్జాకరంబగు హీనతావళులను నాతనిచెంత వెల్లడించుటకు యోగ్యములుకాని మాటలెన్నియో యున్నవి. కాని కేవలము పరేశబాబుజీవితమును, నాతనిస్నేహమును మాత్రమే సుచరితకు జనకోత్సంగమునందలి వాత్సల్యమును, జననీవక్షమునందలి ప్రేమమును బ్రసాదించుచుండెను

ఇది శీతకాలమగుటచేఁ బరేశుఁడు సాయంకాలముల నుద్యానవనమునకుఁ బోవుటలేదు. ఇంటికిఁ బడమటనున్న యొకచిన్నగది గుమ్మమునొద్ద నొకయాసనముపైఁ గూర్చుండి యాతఁ డుపాసన చేయుచుండెను. శుక్లకుంతలాలంకృత మగు నాతనిశాంతవదనముపై నస్తంగతసూర్యకాంతి ప్రసరించుచుండెను. ఆసమయమున సుచరిత నిశ్శబ్దముగవచ్చి మౌనముతో నాతనిచెంతఁ గూర్చుండి తనశాంతవ్యథిత హృదయము నాతని యుపాసనా గభీరశాంతరమున నిమజ్జితముఁ గావించి యుండెను. నేఁటి యుపాసనాంతమునందుఁ బరేశబాబు తనచెంతఁ గూర్చుండియున్న ప్రియతనయయుఁ బ్రియ

శిష్యురాలునగు సుచరితం గాంచి యనిర్వచనీయంబు లగు తన యాధ్యాత్మిక మధురావలోకనంబులచే నాబాలికను బరివేష్టించి సమస్తాంతఃకరణంబులచేతను నిశ్శబ్దముగ నామె నాశీర్వదింపఁగలఁడు!

ప్రధానవస్తువుతో నైక్యముచేయుటయే తనజీవితమున కేకమాత్రలక్ష్యముగాఁ జేసికొని పరేశుఁడెప్పుడును దనచిత్తమును శ్రేయోమయంబును సత్యతమంబునునగు వస్తువునకే యభిముఖముగఁ జేసికొనియుండెను. అందుచే సంసార మాతనికంతభారము కాకుండెను. ఈవిధముగా నాతఁడు తనలోనుండియే తానొకవిధమగు స్వాతంత్ర్య లాభముం గాంచియుండెను. అందుచేతనే యాతఁడు మతాచారములనుగూర్చి యితరులతో నెట్టివివాదములను పెట్టుకొనుటలేదు. సౌభాగ్యముంగూర్చి నిబ్బరమును, సంసారమునుగూర్చి ధైర్యమును నాతనికి సహజమైపోయెను. ఈవిధముగా నాతఁడెంత యున్నతుఁడైనను సమాజమువారియెదుట నిందితుఁడే యగుచుండెను. కాని యాతఁడానింద తన్ను బాధించునని గాని ఖేదించునని గాని యెంతమాత్రమును లక్ష్యము చేయుటలేదు. ఆతఁడు నిరంతరమును దనలో "నాకిఁక నెవ్వరియొద్దను గోరఁదగిన దేదియును లేదు. సమస్తమును నేనాతనియొద్దనుండియే గైకొందును" అని మాటిమాటికిని స్మరించి మననము చేసికొనుచుండును.

పరేశుని గభీరనిస్తబ్ధజీవిత శాంతిస్పర్శలాభమునకు గోరియే సుచరిత యంత కౌతూహలతో వచ్చి యాతనిచెంతఁ గూర్చుండెను. పాపమిప్పుడా యమాయికబాలికవిశుద్ధహృదయమును విరుద్ధసంసారము దన్నొక్కసారిగా విభ్రాంతిలో ముంచివైచుటచే నొక్కసారి తండ్రిగారిపాదములపైఁబడి కొంతసేపు పాదధూళిం బొరలినచో దనకించుక మనశ్శాంతికలుగునని భావించుకొనియెను. మనశ్శక్తినంతను జాగరితముగఁ జేసి నిశ్చలధైర్యముతో సమస్తాఘాతముల నెదిరింపఁగలిగినచో సకలప్రాతికూల్యములును దమంతదామే పరాస్తంబులగునని యామె భావించుకొనుచుండెను.

సుచరితపైఁ గోపించుటకుఁ గాని యామెను శిక్షించుటకుఁగాని, బలముపడకుండుటచేతను, బరేశుని స్వాధీనునిగఁ జేసికొనుట కెట్టియాశయును లేకుండుటచేతను వరదాసుందరి క్రోధము హరిమోహినియెడల నత్యంతదుర్ధాంతమైపోయెను. హరిమోహిని తనయింటనుండుట వరదాసుందరి కెల్లవిధముల యాతనగా నుండెను. నేఁడామె తండ్రి మృతదినమగుటచే నుపాసనకొఱకామె వినయునింబిలువనంపెను. సాయంకాల ముపాసనయగును. అంతకుముందే సుచరిత మొదలగువారి సాహాయ్యముచే నామె సభాగృహము నలంకరించియుండెను. ఇంతలో వినయుఁడువచ్చి ప్రక్కనున్న సోపానములనుండి హరిమోహిని యొద్దకు మేడమీఁదికి బోవుచుండెను. మనస్సునకు

భారముగ నున్నప్పుడు స్వల్పవిషయములుకూడ గొప్పవిగనే తోఁచుచుండును. వర
దాసుందరి వినయుని పోకం గాంచినంతనే యసహ్యమగు క్రోధముతో గృహాలంకార
మును విడచి తత్క్షణమే హరిమోహిని యొద్దకుఁబోయెను. వినయుఁ డప్పుడు చాపపైఁ
గూర్చుండి యాత్మీయునివలె హరిమోహినితో మాటలాడుచుండెను. అప్పుడు వరదా
సుందరి హరిమోహినిం గాంచి నీయిష్టమున్నంతకాలము నీవు మాయింట గౌరవముగా
నుండవచ్చును. కాని, నీదేవునిమాత్ర మిచ్చట నుంచినచో బాగుగ జరుగదు"
అనియెను

హరిమోహిని చిరకాలము పల్లెటూరియందె యున్నదగుటచే నామె బ్రాహ్మ
సామాజికులను గొంచె మించుమించుగాఁ గ్రిస్టియనులవంటివారినిగా భావించు
చుండెను వారితోఁ గలసియుండుట యామెకు విచారముగ నుండెను. వారుకూడ
నట్టి సంబంధమునకు సంకోచించుచున్నట్లామెయును గ్రహముగా గ్రహించెను. ఏమి
చేయుటకును దోఁచక యాలోచించుకొనుచుండఁగా నిప్పుడు వరదాసుందరి వచ్చి
స్పష్టముగాఁ జెప్పివైచినది. ఇఁక నాలోచించుట కవకాశము లేదనియు నేదియో
యొకపద్ధతి స్థిరపఱచుకొనవలయుననియు నామె నిశ్చయించుకొనియెను కలకత్తాయం
దెచ్చటనైన నున్నచో నప్పుడప్పుడు సుచరితా సతీశులను జూచుచుండవచ్చునని యామె
మొదట ననుకొనియెనుగాని పట్టణములో నుండగలుగునంతటిశక్తి యామెకు లేదు.

వరదాసుందరి తుపానువలెవచ్చి పోయినతరువాత వినయుఁడు కొంతసేపటివఱ
కును తలవంచుకొని కూర్చుండెను. అప్పుడు హరిమోహిని "నేను తీర్థయాత్రకుఁ
బోయెదను. మీ రెవ్వరైనను నన్నుఁ దీసికొనిపోఁగలరా?" అనియెను.

విన:— అలాగే. కాని నాలుగైదుదినము లోపికపట్టవలయును. అంతవఱకును
మీరు మాయమ్మయొద్ద నుండవచ్చును.

హరి:— బాబూ! నాభార మతివిషమమైనది. పరమేశ్వరుఁడు నాతలపై నెట్టి
బరువు పెట్టెనో తెలియుటలేదు. నన్నెవ్వరును భరింపఁజాలరు. నాభారము నాయత్త
వారికే దుస్సహమైనప్పుడు నాబ్రతుకెంతహీనమైనదో చెప్పవలయునా? కాని
బాబూ! నేనేమియు నెఱుంగనిదానను! నాహృదయము శూన్యమైపోయినప్పుడు
దాని నెట్లయిన బూర్ణముగఁ జేసికొనవలయునని తిరిగితిరిగి చచ్చుచుంటిని. కాని నా
దురదృష్టము నన్ను వెంబడించియే వచ్చుచుండును. ఇఁక వలదు బాబూ! ఇఁక నెవ్వరి
యింటికిఁ బోయినను లాభము లేదు. ఈవిశ్వభారమునంతను వహించు విశ్వేశ్వరుని
పాదపద్మములనే నేనాశ్రయించెదను. కాని నాకాయుపాయము లభింపకున్నది.

అనియామె కన్నుల నీరొత్తుకొనఁదొడఁగెను. అప్పుడు వినయుఁడు "దొడ్డమ్మా! నీవట్లనుకొనవలదు. మాయమ్మ నందరితోఁ బాగుగఁ జూడఁగలదు. ఆమె తనజీవితభార మంతయు నీశ్వరునకు సమర్పించినదగుటచే నితరులభార మామె కెంతకష్టముగా నుండదు. నీవిచ్చటఁ బరేశబాబును జూచితివిగదా! మాయమ్మయునట్టిదే. నీవిఁక మాఱుమాట చెప్పవలదు. ఒకసారి నిన్ను పాత్రిక్షముఁ దీసికొనిపోయి విడిచెదను. తరువాత నిత్యమును జూడవచ్చును" అనియెను.

హారి:— అట్లయినచో నామెకు ముందుగాఁ గబురు—

విన:— మనము పోవుటయే యామెకుఁగబురు—

హారి:— సరే. రేపటిదినమున—

విన — ఈరాత్రి యేల పోఁగూడదు?

ఇంతలో సాయంకాలమయ్యెను. సుచరిత వచ్చి "వినయబాబూ! అమ్మ మిమ్ముఁ బిలుచుచున్నది. ఉపాసనా సమయమైనది" అని చెప్పెను.

విన:— దొడ్డమ్మతో మాటాడుచున్నాను. నేను రాజాలను.

నేఁడు వరదాసుందరి యుపాసనకుఁ బిలుచుట వినయుని కెంతమాత్రము నిష్టము లేదు. ఇదియంతయు విడంబనామాత్రమని యాతనికిఁ దోఁచెను. అప్పుడు హరిమోహిని వ్యస్తహృదయముతో "బాబూ! నీవుపొమ్ము! నాతో మాటాడుచుండుట యామె సహింపజాలదు. నీపని తీర్చుకొని తరువాత నిటకు రావచ్చును" అనియెను. 'నీవువచ్చుటయే బాగుగ నుండును' అని సుచరితయును జెప్పెను.

తాను సభకుఁ బోకున్నచోఁ గుటుంబకలహము కలుగుననియు పీనికంతకును దానే కారణమగుననియు వినయుఁడప్పు డూహించుకొని యుపాసనకై వెడలిపోయెను. కాని సంపూర్ణఫలమాత్రము కలుగలేదు. ఉపాసనానంతరమున భోజనము చేయవలసియుండెను. అప్పుడు వినయుఁడు నాకాకలి లేదనియెను. వరదాసుందరి యాతనింగాంచి "ఇది యాఁకలి తిప్పకాదు. నీవు మేడమీఁద నేదియో యారగించియే వచ్చియుందువు" అనియెను. వినయుఁడు నవ్వుచు 'ఔను లోభులగతి యంతయు నిట్లే యుండును. ఉన్నదానియందలి లోభముచే వారు రానున్న దానిఁ బోఁగొట్టుకొనుచుందురు" అని మాటాడుచు లేచిపోవుచుండెను. వరదాసుందరి 'మేడమీఁదికే పోవుదువా?' అనియెను. వినయుఁడు సంక్షేపముగా నౌనని చెప్పి వెడలిపోవుచు ద్వారము కడనున్న సుచరితంగాంచి మృదుస్వరముతో "సోదరీ! ఒకసారి దొడ్డమ్మ కడకుఁ బోయెదను మాటాడవలసిన పని యున్నది" అనిచెప్పి వెడలిపోయెను.

ఆనాఁడు లలిత యాతిథ్యమునకు నియుక్తయయ్యెను. ఆమె యప్పుడు హారానునికడకుఁ బోయి వడ్డించుచుండఁగా నాతఁడకారణముగా 'వినయబాబిచ్చట లేఁడు;

మేడమీఁదికిఁ బోయినాఁడు" అనియెను ఆమాటవిని లలిత యచ్చటనే నిలిచి యాతని మొగమువంకఁ జూచి నిస్సంకోచముగా 'నేనెఱుంగుదును. ఆతఁడు నాతో మాటాడకుండఁ బోలేదు! ఈపని ముగించుకొని నేనును మేడమీఁదకే పోయెదను!" అనియెను.

లలిత నింతకంటె నెక్కువ జంకింపఁ జాలకుండుటచే హారానునిహృదయజ్వాల మఱింత వర్ధిల్లఁదొడంగెను. వినయుఁడు సుచరితతో సాకస్మికముగ మాటాడి పోవుటయు, నావెనుకనే సుచరితయును పోవుటయు హారానుఁడు చూడకుండలేదు. నేఁడాతఁడు సుచరితతో మాటాడఁ బ్రయత్నించి మాటిమాటికి నకృతార్థుఁడయ్యెను. ఒకటిరెండుసారు లాతని నిష్ప్రత్యాహ్వానములనుగూడ సుచరిత తృణీకరించి పోయినది. అందుచే సభలోఁదన కగౌరవము కలిగినట్లు భావించుకొని యాతనిహృదయము పరితపించి పోవుచుండెను.

సుచరిత మేడమీఁదికిఁ బోవునప్పటికి హరిమోహిని తనసామానంతయును మూటఁగట్టుకొని యెచ్చటికో వెడలిపోవువానివలె నుండెను అది చూచి సుచరిత "దొడ్డమ్మా! ఇదియంతయు నేమి?'' అని ప్రశ్నించెను. హరిమోహిని ప్రత్యుత్తరము చెప్పఁజాలక యేడ్చుచు 'అమ్మా సతీశుఁడెక్కడ నున్నాఁడు! ఒక్కసారి పిలువుము! తల్లీ!'' అనియెను సుచరిత వినయునివంకఁ జూచెను. అప్పుడు వినయుఁడు 'దొడ్డమ్మ యిచట నుండుటకును గష్టముగ నెంచుచున్నది. నేనిమెను మాయమ్మయొద్దకుఁ దీసికొనిపోయెదను'' అనియెను

హరి:— అమ్మా! నేనటనుండి తీర్థమునకుఁబోవఁదలఁచితిని నావంటిది యీవిధముగా నెవ్వరియింటను నుండుట మంచిది కాదు. చిరకాలమువఱకు నన్ను భరించుటకు సహించువారెవ్వరున్నారు?

సుచరిత యీసంగతి యిదివఱకే యూహించుకొన్నది. హరిమోహినియీయింట నుండుట యగౌరవమే యని గ్రహించినదగుటచే నామె యేమాట చెప్పఁజాలక మౌనముతో దొడ్డమ్మ చెంతకుఁబోయి కూర్చుండెను. రాత్రి యైపోయెను. ఇంట నింకను దీపము వెలిఁగింపలేదు. ఆహేమంతాస్వచ్ఛాకాశమునఁ దారకలు బాష్పాచ్ఛన్నములై యుండెను. అట్టిదెవ్వరికన్నులు బాష్పాచ్ఛన్నములై యుండెనో యీయంధకారమున నిం దగపడుటలేదు. మెట్లమీఁదనుండి సతీశుఁడు "దొడ్డమ్మా!" యని బిగ్గఱగాఁ బిలుచుచుండెను. "ఏమిబాబూ!" అని హరిమోహిని తత్తరముతో లేచి నిలువఁబడియెను. అప్పుడు సుచరిత 'దొడ్డమ్మా! ఈరాత్రినీ వెక్కడకును బోవలదు రేపటియుదయమునఁ బోవచ్చును తండ్రిగారితోఁ జెప్పకుండ నెట్లుపోయెదవో చెప్పుము! అదియుపచారముగాదా?'' అనియెను.

వరదాసుందరి హారిమోహినిని నవమానించినదని క్రోధముచే మండిపడుచున్న వినయుఁడీసంగతి యూహింపలేదు. ఒక్కరాత్రియైన హారిమోహిని యటనుండుట వినయున కిష్టములేకపోయెను. హారిమోహిని దిక్కులేక సర్వమును సహించి తనయింట బడియుండెనని వరదాసుందరి యనుకొనుచుండెను. ఆమె నీచోద్దేశమునకుఁ బ్రతిక్రియ చేయవలయునని వినయుఁడు హారిమోహిని నటనుండి తీసికొనిపోవుట కించుకయు విలంబము నోర్వఁజాలకుండెను. కాని హారిమోహిని యీయింట వరదాసుందరి యొక్కతెతో మాత్రమే సర్వప్రధాన సంబంధముకలది కాదని యప్పటి సుచరిత మాటల వలన వినయున కాకస్మికముగాఁ దలఁపునకు వచ్చెను. ఆగ్రహించి యవమానించిన యామెనుపేక్షించి పోయినచో నాదరించి యాశ్రయ మొసంగిన యాతని మఱచిపోయి నట్లగును! అదికేవల మన్యాయమని తెలిసికొని వినియుఁడు "మంచిది. పరేశబాబునకుఁ దెలుపకుండ నెంతమాత్రము బోఁగూడదు!" అనియెను.

ఇంతలో సతీశుఁడు పైకివచ్చి "దొడ్డమ్మా! రష్యావారు భారతవర్షము నాక్రమింప వచ్చుచున్నారఁట! మంచిబాగుగనున్నది!" అనియెను.

విన: నీ వెవ్వరిపక్షము?

సతీ:— నేను రష్యావారిపక్షము.

విన:— సరే. అట్లయినచో నిఁక రష్యావారికి విచారమక్కఱలేదు.

ఈవిధముగా దొడ్డమ్మ సభనుండిపోయెను. కొంతసేపటికి మెల్లమెల్లగా లేచి సుచరిత వెడలిపోయెను. పరేశబాబు తఱచుగాఁ బరుండుటకు ముందేదియో చదువుకొనుచుండు నని సుచరిత యెఱుంగును. చాలదినములనుండి సుచరిత యట్టివేళకే యాతనియొద్దకుఁ బోయి ప్రార్థించుచుండుటచే నాతఁడామెకుఁ జదివి బోధించుచుండెను. నేఁడును బరేశుఁడు తన నిర్జనమందిరమున దీపమునొద్దఁ గూర్చుండి యెమర్సను (Emerson)కవి సంపుటమును జదువుచుండెను. సుచరిత మెల్లగా నటకుఁబోయి కుర్చీపైఁ గూర్చుండెను. పరేశుఁడు గ్రంథమును గ్రిందనుంచి యామె మొగమువంకఁ జూచెను. తోడనే యామెకు సంకల్పభంగమయ్యెను ఇఁక నామె యెట్టి సంసారప్రసంగమును నాతనితోఁ జెప్పఁజాలకపోయెను. "బాబూ! నాకుఁ జదివి బోధింపుము!" అని ప్రార్థించెను. పరేశుఁడు చదివి వివరించుచుండెను. రాత్రి పదిగంటలకుఁ జదువుపూర్తియయ్యెను. పరేశబాబునిద్ర కెట్టియాటంకము కలుగునో యని సుచరిత యిఁక నేమియు మాటాడక లేచి మెల్లమెల్లగా నవ్వలికిఁ బోవుచుండెను. అప్పుడు పరేశుఁడు ప్రేమస్వరముతో "రాధా!" అనిపిలిచెను సుచరిత మరల లోనికివచ్చెను. పరేశుఁడు మృదుస్వరముతో "నీవు మీదొడ్డమ్మను గూర్చి మాటాడవలయునని వచ్చితివిగదా?" అనియెను

పరేశబాబు తనమనసులోనిమాట వెల్లడించినందులకు సుచరిత విస్మితయై 'ఔను బాబా! కాని యిప్పుడు వలదు. రేపు మాటాడుకొందము' అనియెను. పరేశుఁడామెను గూర్చుండుమని చెప్పి 'అమ్మా' మీదొడ్డమ్మ యిచ్చట కష్టపడుచుండుట నాకు విచారముగానున్నది. ఆమె మతవిశ్వాసమును, నాచారమును లావణ్యతల్లికి వెగటుగానుండునని మొట్టమొదట నేనెఱుంగనైతిని. ఆమెకు బాధగానుండెనని తెలిసిన తరువాత మీదొడ్డమ్మ నీయింట నుంచుటకు సంకోచముగానే యున్నది!' అనిచెప్పెను

సుచ:— మాదొడ్డమ్మ యిచటనుండి పోవలయుననియే సిద్ధముగానున్నది.

పరే:— ఆమెపోవునని నేనెఱుఁగుదును. మీయిరువురుమాత్రమే యామెకాత్మీయులైయున్నారు. మీరామెను దిక్కుమాలినదానివలెఁ బంపివైవఁజాలరనియు నేనెఱుఁగుదును. అందుచేతనే నేనీవిషయమై కొన్నాళ్లనుండి యాలోచించుచున్నాను.

తనదొడ్డమ్మ కష్టపడుచుండెనని పరేశుఁడు గ్రహించినట్లుగాని, యాతఁడా విషయమై యాలోచించుచున్నట్లుగాని సుచరిత యిదివఱకనుమానించియైన నుండలేదు. అంతేకాక యీసంగతి తెలిసినచో నాతనికిఁ గష్టముగానుండునని యామె జాగ్రత్తగా మెలఁగుచుండెను. ఇప్పటి పరేశుని మాటలువిని యామె యాశ్చర్యపడియెను. మఱియు నామె నయనపక్ష్మము లశ్రుజలములచే మెఱసిపోవుచుండెను.

పరే:— నేను మీదొడ్డమ్మకొఱకయిల్లు సిద్ధముచేసితిని.

సుచ:— కాని యామెఁ దక్కి —

పరే:— అద్దె యిచ్చుకొనవక్కఱలేదు. ఆమెయిచ్చుకొనుటేల? నీవీయ వలయును.

సుచరితనోట మాటలేకుండఁ బరేశునివంకఁ జూచుచుండెను. పరేశుఁడు నవ్వుచు 'అమ్మా! నీయిల్లే యున్నది. అద్దె నిచ్చుకొనవక్కఱలేదు.' అనియెను సుచరిత మఱియును విస్మితయయ్యెను. అప్పుడు పరేశుఁడు 'అమ్మా! కలకత్తాలో మీకురెండిండ్లుండెననుసంగతి నీవెఱుంగవు! అందొకటినీది; ఇంకొకటి సతీశునిది. మరణకాలమున మీతండ్రి కొంతసొమ్ము నాచేతికిచ్చెను. నేనుదానిని వృద్ధిచేసి కలకత్తాలో రెండిండ్లనుగొంటిని ఇప్పటివఱకు వానియద్దెవలనఁ గొంతసొమ్ముచేరినది. కొలఁదిదినముల క్రిందటనే నీయిల్లు ఖాళీయైనది. అచ్చట మీదొడ్డమ్మయుండుటకెట్టి యాతంకమును లేదు" అనియెను.

సుచ:— అచ్చటనామె యొంటిగా నుండఁగలదా?

పరే:— మీరును నావారును నుండఁగా నామె యొంటిగా నేల యుండవలయును?

సుచ:— మీకీమాట చెప్పుటకే నేనిప్పుడు వచ్చియుంటిని. ఆమె యిప్పుడు పోవుటకు సిద్ధముగానున్నది. ఒంటిగాఁ బంపివైచుట యెట్లని నేను సంశయించితిని. అందుచేతనే మీ యాజ్ఞను గోరివచ్చితిని. మీ రెట్లు చెప్పిన నట్లు చేసెదను.

పరే:— మన యింటిప్రక్కనున్న సందెఱుఁగుదువా? ఆసందులో మూఁడిండ్లు దాఁటిన తరువాతనే నీయిల్లు. ఈవరండాలో నిలుచున్నచో నీయిల్లు కనఁబడును. అచ్చట మీరున్నచో భయములేదు నేను తఱచుగవచ్చి మిమ్ముఁజూచి మీ క్షేమము తెలిసికొనుచుందును.

సుచరిత గుండెలలోని బరువు దిగిపోయెను. తండ్రిని వదలిపోవుట యెట్లని విచారపడుటకుఁగూడ నవకాశము లేకపోయెను కాని పోవుటయే యామెకు నిశ్చయమై యుండెను. సుచరిత యావేగపూర్ణహృదయముతో మౌనము వహించి పరేశుని చెంతఁ గూర్చుండెను. పరేశుఁడు స్తబ్ధభావముతోఁ దన యంతఃకరణ మధ్యమునఁ దన్నుఁ జేర్చుకొని కూర్చుండి యుండెను. సుచరిత యాతని ప్రియశిష్యురాలు — ప్రియపుత్రిక — ప్రియసుహృత్తు! ప్రాణప్రియయగు నాతని యీశ్వరోపాసనతో నామె యొక్కతెయే యేకీభావముం గాంచియుండెను. ఆమె నిశ్శబ్దముగఁ జెంతఁ గూర్చున్న యప్పుడే యాతని యుపాసన పరిపూర్ణతం గాంచుచుండెను. ఆతఁడు ప్రతిదినమును సుచరిత జీవితమును సౌభాగ్యమయ స్నేహామృతమున వర్ధిల్లఁ జేయుచుఁ దనజీవితమునకు విశేష పరిణామమును గల్పించుకొనుచుండెను. సుచరితవలె నంతటిభక్తితో దను నంతటివిశ్వాసభావముతోఁ దన నాతని చెంత కెవ్వరును జేరఁజాలరు! వికచకుసుమ మాకసము వంకనే తిలకించుచున్నట్లామె తన సమస్త ప్రకృతి నాతనివంకకే యూర్ధ్వముఖముం గావించి, యుద్ఘాటితముం గావించుచుండును. ఇంతటి యేకాగ్రభావముతో నెవరైన సమీపించినచో మానవునకుఁ ద్యాగశక్తి తనంతనే వర్ధిల్లిపోవుచుండును; అంతఃకరణము జలభారవినమ్రజలదముంబోలి పరిపూర్ణమై వినతమైపోవును! తనయొద్దనుండు సత్యంబును, శ్రేష్ఠంబును, సనాతనంబునగు హృదయమునకుఁ బ్రతిదినము నాత్మప్రదానముం గావించు భాగ్యముకంటె మానవునకింకఁ గోరఁదగినదేమున్నది? అట్టి దుర్లభమగు సుయోగమును సుచరిత పరేశునకుఁ గల్పించినది. అందుచే సుచరితతో నాతని సంబంధ మతి గభీరమయ్యెను. ఇప్పుడట్టి సుచరితతోడి బాహ్యసంపర్కము విచ్ఛిన్నమగు సమయము వచ్చినది! జీవరసమిచ్చి పండించిన ఫలమును వృక్షమున విడువవలసి వచ్చినది! అందువలన నాతనికింక గలుగుచున్న నిగూఢవేదన నాతఁడంతర్యామికే నివేదించుచుండెను. సుచరితకుఁ బాథేయము సమకూరినదనియు, నిప్పుడామెకు స్వశక్తిచేఁ బ్రశస్తపదమున సుఖదుఃఖములయందును, సంఘాత ప్రతిఘాతములయందును నూతనజ్ఞానలాభముం గాంచుట కాహ్వానము వచ్చినదనియుఁ బరేశుఁడు కొలఁది దినములనుండి

లక్ష్యము చేయుచుండెను. ఆతఁడు తనమనసులోనే "అమ్మా! నీజీవితయాత్రను సుఖముగ సాగించుకొనుము! నీచిరజీవితమును కేవలము నాబుద్ధిచేతను నాయాశ్రయము చేతను మాత్రమే యాచ్ఛన్నముగఁ జేయుట యెన్నఁటికిని బొసఁగదు! ఈశ్వరుఁడు నిన్ను నన్నుండి విడిపించి యొక విచిత్రాంతరమున నీకుఁ జరమపరిణామముఁ గూర్చుటకై యాకర్షించుచున్నాఁడు! ఆ విచిత్రమధ్యమున నీజీవనము సార్థకమగుఁగాక!" అని యనుకొనుచు నాతఁడు చిన్నతనమునుండియుఁ బ్రేమతోఁ బెంచిన సుచరితను బలితోత్సర్గసామగ్రింబోలి తనదెసనుండి పరమేశ్వరునిదెసకు మరలించి విడుచుటకు సంసిద్ధుఁడై యుండెను. పరేశునకుఁ వరదాసుందరిపైఁ గోపములేదు. సంసారవిరుద్ధానుభవముల కాతఁడు మనసునం దెడమిచ్చుటలేదు. సంకీర్ణోపకూలమధ్యమునం దాకస్మికముగఁ గొంతవరద వచ్చినచో నొకవిధమగు సంక్షోభము కలుగుననియు, నావరదను, ప్రశస్తక్షేత్రమునకు మగలించుటయే దానికిఁ బ్రతీకారమనియు నాతఁడెఱుంగును. కొలఁదిదినములనుండి తనకుటుంబమునందు సుచరితవిషయమున నెన్నఁడును భావించియైన నెఱుఁగని కృత్యములు జరుగుచున్నవనియు, ప్రస్తుతసంస్కార నిర్బంధములచే నామె బాధింపఁబడుచున్నదనియు, నింకను నామె నట్లు బంధించియుంచుట తగదనియు, ముక్తిదానముం గావించినచో నామె యిచ్ఛవచ్చినరీతిని మెలంగుచు శాంతిలాభముం గాంచుననియుఁ గూడ నాతఁడెఱుంగును అందుచేతనే యాతఁడట్టి శాంతిసామరస్యమును సంఘటింపఁజేయుటకు నిశ్శబ్దముగ నాయోజనముం గావించుచుండెను.

ఇరువురు నట్లు మౌనముతోఁ గూర్చుండి యుండఁగనే గడియారము పదునెకండు గంటలఁ గొట్టెను. పరేశుఁడు లేచి సుచరిత చేయిపట్టుకొని వరండాలోని కామెను దీసికొనిపోయెను అప్పుడు సంధ్యాకాలమునందలి యావిరి వదలిపోవుటచే నిర్మలమై యున్న యాకసమున నంధకారములోఁ దారకలు దీప్తిమంతములై యుండెను. పరేశుఁడు సుచరితను దనచెంత నుంచుకొని యీనిస్తబ్ధరాత్రియం దీవిధముగా నీశ్వరప్రార్థనగావించెను—"ఈప్రపంచమునందలి యసత్యమంతయును మాయమైపోయి పరిపూర్ణమగు సత్యమొక్కటియే నాజీవితమధ్యమున నిర్మలమూర్తిం దాల్చి సముద్భాసితంబగుఁగాక"

౪౩

మఱునాఁటి యుదయమున హరిమోహిని వచ్చి పరేశునకు సాష్టాంగప్రణామముం గావించుటయు నాతఁడదరిపడి యించుక జరిగి వలదువలదనియెను హరిమోహిని కన్నీరు నించుచు 'నేనుమీఋణము నెన్నిజన్మములకైనను దీర్చుకొనఁజాలను. నావంటి నిరాధారురాలి కాధారముం గల్పించితిరి. ఇదిమాత్రమేగాక యెవ్వరు

చేయఁగలరు? ఎంతయిష్టమున్నను నాకెవ్వరు నుపకారము చేయఁజాల రనుకొంటిని— మీయెడల నీశ్వరునకుఁ బరమానుగ్రహమున్నది. అందుచేతనే మీరు మావంటివారి యందనుగ్రహము కలిగియున్నారు.'' అని విన్నవించెను. పరేశుఁడు సంకుచితుఁడై లేచి 'ఇందు నేను చేసినదేదియును లేదు. అంతయును రాధారాణియే చేసినది!'' అనియెను. హరిమోహిని యామాటకడ్డమువచ్చి 'తెలిసినది. తెలిసినది కాని రాధారాణి మీబిడ్డ కాదా? ఆమె చేసినది మీరు చేసినట్లే! చిన్నతనమునఁ దల్లిదండ్రులు పోవుటచే నామె నిర్భాగ్యురాలనుకొంటిని. అట్టి దీనురాలిని భగవంతుఁడిట్టి ధన్యురాలినిగా జేయునని నేనెట్లెఱుంగగలను? దేశదేశములు తిరిగితిరిగి వచ్చి మిమ్ము దర్శించినప్పుడే యీశ్వరుఁడు నాయందుఁగూడ దయగలిగియుండెనని గ్రహించితిని' అనియెను

ఇంతలో వినయుఁడువచ్చి "దొడ్డమ్మా! నిన్నుఁ దీసికొనిపోవుటకై యమ్మవచ్చినది" అనియెను. సుచరిత చటాలునలేచి ఆమె యెచ్చటున్నది?' అని యడిగెను. 'క్రింద మీయమ్మయొద్దనున్నది!' అని వినయుడు చెప్పెను. సుచరిత యాత్రముతో క్రిందికిదిగిపోయెను. అప్పుడు పరేశుఁడు హరిమోహినింగాంచి 'నేను ముందుగఁ బోయి మీయింటియందన్నియు సమకూర్చివచ్చెదను" అని చెప్పి వెడలిపోయెను. ఆమాటకు వినయుఁడు విస్మితుఁడై 'దొడమ్మా! మీకిచ్చట నొకయిల్లున్నట్లే నాకుఁ దెలియదు! అనియెను. 'నాకును దెలియును బాబూ! పరేశబాబునకొక్కనికే తెలియును. అది మారాధారాణి యిల్లట' అని హరిమోహిని చెప్పెను.

వినయుఁడు సర్వము నామెవలన విని "అమ్మా! నేనీప్రపంచమునం దెవ్వరో యొక్కరికైన నుపయోగపడవలయునని యనుకొనుచుందును. ఎన్నటికి నాకట్లు ప్రాప్తించుటలేదు. ఇంతవఱకు మాయమ్మకు నేనేమియుఁ జేయఁజాలకపోయితిని. చేయఁదగిన దంతయు నామెయే నాకుఁ జేయుచున్నది నీకును నేనెట్టి యుపకారమును జేయకలేపోయితిని. నీవలన నెన్నివిధముల నాదరమును గాంచితిని నిర్భాగ్యుఁడగు వినయునకిఁక బ్రతిగ్రహించుటయే కాని ప్రతిదానము చేయునదృష్టము లేదు కాఁబోలును!' అనియెను.

కొలఁదిసేపటిలో లలితాసుచరితలతోఁ గలసి యానందమయి యచ్చటికిఁ వచ్చెను. హరిమోహిని యామె కెదురుపోయి 'సోదరీ! ఈశ్వరానుగ్రహము కలిగినప్పుడు లోపమేమియు నుండదు. నేనిప్పుడు నిన్నే పొందగలిగితిని' అని పలుకుచు నామె చేయి పట్టుకొని చాఁపపైఁ గూర్చుండఁజేసి 'సోదరీ! ఈవినయునకు నిరంతరము నీమాటతప్ప వేఱుమాట లేనేలేదు!' అనియెను.

ఆనందమయి నవ్వుచు "చిన్నతనమునుండియు వీని కిదియే వెఱ్ఱి. ఏమాటపట్టిన నామాటయే! దొడ్డమ్మ ద్వారక నింటికిఁ దీనికొనిపోవలయునని యిప్పు డీతనిపట్టు!" అనియెను.

వినః— ఔను! నేనామాట మొదటినుండియుఁ జెప్పుచున్నాను. ఇంత వయసు వచ్చినతరువాత నాకుదొడ్డమ్మ దొరకినది. నేనే సంపాదించుకొంటిని. ఇంతకాలము వఱకును దొడ్డమ్మ లేనిలోపము నిప్పుడు నేను కష్టపడి తీర్చుకొంటిని.

ఆనందమయి లలితవంకఁజూచి నవ్వుచు 'లేనిదానిని సంపాదించుటయును సంపాదించినదానిని ప్రాణమువలె నాదరించుటయును మావినయునకు బాగుగఁ దెలియును. మీరందఱు నీతని నెట్లాదరించుచుంటిరో నేనెఱుంగుదును. భావించిరైన నెఱుంగని యట్టియాదరము నీతఁడాకస్మికముగఁ బొందఁగలిగెను. మీతో నీతఁడు కలసి మెలసి యున్నందులకు నాకుఁగల యానంద మేమనిచెప్పుదును తల్లీ! మీయింటిపై మనసు నిలుపుటవలన మావినయునకు మహోపకారము కలిగినది. ఈసంగతి యాతనికి బాగుగఁ దెలియును!" అనియెను. లలిత యేమేనా బదులుచెప్పుటకుఁ బ్రయత్నించెను గాని యామెకు మాటలు దొరకలేదు. ఆమె మొగ మెఱ్ఱపడిపోయెను. సుచరిత లలిత యసమర్థతంగాంచి "అమ్మా! మావినయబాబు సకల జనులయందునుగల యాంతరిక తేజముచే లక్ష్యముచేయుచుండును. అందుచే నాతనికిఁ బ్రతిజనునియందునుగల గుణముమాత్రమే కానఁబడుచుండును. ఇదియే గుణగ్రహణపారీణుఁడగు నీతనియందుఁగల విశేషము!" అనియెను.

వినః— అమ్మా! నీవు నీవినయుని నెంతగొప్పవానిగాఁ దలంచుకొనుచుంటివో, నిజముగాఁ బ్రపంచమువంటాతని కంతగా గౌరవయోగ్యతలేదు. నీకు స్వప్నపఱుపవలయునని తలంచుచుందునుగాని యహంకారమున నట్లు సేయఁ జాలకుంటిని. కాని యిఁక జెప్పక తప్పదు. అమ్మా! ఇఁక వలదు వినయునిమాట లిప్పు డింతవఱకే చాలును!

ఇంతలో సతీశుఁడు చిరపరిచిత మగుతనకుక్కను నెత్తికొని గంతులు వైచుచు నచ్చటికి వచ్చెను. వారిమోహిని తత్తరముతోఁ జటాలున లేచి 'నాతండ్రీ! సతీశా! కుక్కనిటనుండి తీసికొనిపొమ్ము!" అనియెను.

సతీః— దొడ్డా! ఇదియేమియును జేయదుఁ నీయింటిలో దూరదులెమ్ము! నీవు దీని నించుక యాదరించినచో నిది నిన్నేమియు ననదు!

వారిమోహిని యించుక రోసరిల్లి "వలదు బాబూ! దీనిని తీసికొనిపొమ్ము!" అనియెను. అప్పుడానందమయి కుక్కతోఁగూడ సతీశుని దరిఁజేర్చికొని యొడిలోఁ గూర్చుండఁజేసికొని "బాబూ! నీవేనా సతీశుఁడవు! నీవు మావినయుని మిత్రుఁడ

వా' అనియెను. వినయుని మిత్రుఁడుగాఁ బరిచితుఁడగుట సతీశునకంత యసంగతము గాఁ దోఁచలేదు. అతఁడు నిస్సంకోచముగా 'ఔను!' అని చెప్పి యానందమయి మొగ మువంకఁ జూచుచుఁ గూర్చుండెను. అప్పుడానందమయి "బాబూ! నేను వినయుని తల్లిని!' అనియెను అప్పుడు సుచరిత సతీశునితో నానందమయికి వందనము చేయు మని చెప్పెను సతీశుఁడు సిగ్గుతో నెట్లో ప్రణామము నుంగావించెను ఇంతలో వరదా సుందరి పైకి వచ్చి హరిమోహినివంక! జూడకయే యానందమయింగూర్చి 'మీరు మా యింట నేమైన ఫలహారము చేయరా!'' అనియెను.

ఆనం:— ఆహారపానీయములకు నాకెట్టి యభ్యంతరము నులేదు. కాని నేఁడు మాత్రము వలదు గోరా తిరిగి వచ్చినతరువాత నేను మీయింట భుజింతును.

గోరా చెంత లేకుండిన యీసమయమును నానందమయి యాతనికి క్షేమమగు నెట్టిపనియును జేయుట మానివైచెను! అప్పుడు వరదాసుందరి వినయునివంకఁ జూచి "వినయబాబూ! ఇచ్చటనే యున్నట్లున్నది! నీవు రావనుకొంటినే!'' అనియెను.

విన:— నేను వచ్చినట్లు మీకుఁ దెలుపకుండగనే పోయెద ననుకొంటినా?

వర — నిన్న నేను పిలిచినప్పుడే నీవు భోజనము చేయనైతివి. నేఁడు పిలువ కుండ వచ్చి భుజింతువా?

విన:— అట్లుచేయుటయందే నాయాశయెందు! జీతముకంటె లంచము ప్రియ మైనది గాదా?

వినయుఁడీయింట దఱచుగా భుజించుచుండుననియు, నానందమయికూడ గాని కభ్యంతరము చెప్పలేదనియుఁ దెలిసికొని హరిమోహిని మనసులోనే విస్మితయై పోయెను. అందుచే నామె మనసు తేరుకొనకుండెను వరదాసుందరి పోయినతరువాత నామె యానందమయింగాంచి నిస్సంకోచముగా 'సోదరీ! నీభర్తయెవ్వరు? అని ప్రశ్నించెను.

ఆనం:— నానాథుఁడు కేవలము హిందువు!

హరిమోహిని మఱి మాటాడఁజాలకపోయెను. ఆనందమయి యామె హృదయ భావమును గ్రహించి సోదరీ! సమాజ మన్నిటికంటెను ప్రధానమై యున్నంతవఱకు సమాజనియమములనే గౌరవించితిని. కాని యొక్క నాఁ డాకస్మికముగ నాయింటఁ బరమేశ్వరుఁడు సాక్షాత్కరించెను. అప్పటినుండియు నేను సమాజమును లెక్క చేయు టలేదు. సర్వేశ్వరుఁడే స్వయముగవచ్చి నాజాతినపహరించుకొనిపోయెను. ఇఁక నెవ్వ రినిగూర్చి భయపడవలయును?'' అనియెను. హరిమోహిని కామాటలయర్థము బోధపడ లేదు. ఆమె మరల "సోదరీ! ఇది నీభర్త కిష్టమేనా?' అనియెను.

ఆనం:— ఇష్టములేదు. ఆయనకుఁ గోపమే—

హరి:— బిడ్డలకో?

ఆనం:— వారికి నిష్టములేదు. కాని, వారిసంతోషముకొఱకేనా నాబ్రతుకు? సోదరీ! ఈనామాట యితరులకు బోధపడునదికాదు! సర్వజ్ఞుఁడగు నీశ్వరుని కొక్కనికే తెలియును!

అని చెప్పుచు నానందమయి చేతులుజోడించి వందనముం గావించెను. ఏమిషనరీ యువతియో వచ్చి బోధించి యీమెను క్రిష్టియనుగాఁ జేసి వైచియుండునని హరిమోహిని భావించుకొనియెను. అప్పుడామె మనోమధ్యమునం దత్యంతము నొకవిధమగు సంశయ ముదయించెను!

లావణ్యయు లలితయు లీలయు సుచరితి వెంటనే తిరుగుచుండిరి. వారత్యుత్సాహముతో సుచరిత నూతనమందిరము నలంకరించుచుండిరి. కాని యాయుత్సాహములో నవ్యక్తవేదనామయం బగు నశ్రుజలము ప్రచ్ఛన్నమై యుండెను.

ఇన్నాళ్లవఱకును సుచరిత యెన్నియో విధములఁ బ్రార్థించి పరేశబాబున కుపచారములు చేయుచుండెను. పూలసజ్జలోఁ బువ్వులను నింపుట, బల్లపైఁ బుస్తకములను సవరించుట, స్వయముగాఁ బర్యంకము నెండలో వైచుట స్నానాహారసమయములను జ్ఞప్తికిఁ దెచ్చుట – అప్పుడీపనులలో విశేషమెవ్వరికిని గనఁబడలేదు. సామాన్యములుగనే తోఁచెను. కాని సామాన్యములైన యీపనులే —ఒకరుగాకున్న మఱియొకరైనఁ జేయుట కనువుపడియున్న యీయుపచారములే — చేయకున్నను నంతగా నిబ్బంది లేని యీసేవలే — ఇప్పుడిరువురి హృదయములను మథించివైచుచుండెను. ఇప్పుడు సుచరిత పరేశునింటికే చిన్నపని చేయుటకై వచ్చినను పరేశున కది పెద్దపనిగా నగపడుచుండుటచే నామెకుఁ గష్టముగా నుండెను. ఇఁక నీసేవ నేఁడుగాకున్న రేపైనఁ మఱియొకటి చేతికి లభించునుగదా యను తలంపునకు వచ్చినంతనే సుచరిత కన్నుల నీరు నిండిపోవుచుండెను.

సుచరిత నూతనగృహంబునకుఁ బోవునాఁటి ప్రాతఃకాలమునఁ బరేశుఁడు తన యుపాసనాగృహంబునకుఁ బోయి తనపీఠముచెంత సర్వసన్నద్ధమైయున్న పూలసజ్జను, సమీపమున పరీక్షించుచుఁ గూర్చుండియున్న సుచరితను గాంచెను. ఆతఁడు లీలాలావణ్యలఁ గూడ నుపాసనకు రావలయునని పిలిచెను. గాని లలిత వారి నచ్చటికిఁ బోనీయలేదు. పరేశుఁడు నిర్జనముగ నిర్మలముగ నుపాసనఁ గావించినచో సుచరిత కాతని యానందమయాశీర్వాదము లభించునని లలిత యాశ! నేఁటిప్రభాతమునం దట్టి యాశీర్వాదమును బడయుట సుచరిత కావశ్యమని భావించి లలిత తండ్రిగారి ప్రార్థనకు శాంతిభంగము కాకుండఁ జూచుకొనియెను.

పరేశుఁ డుపాసనానంతరమునఁ గన్నుల నీరు నించుచున్న సుచరితం గాంచి "అమ్మా! వెనుకకుఁ దిరిగి చూడకుము! ఏది ప్రాప్తించినను, ఏది నిన్నెదుర్కొనినను దానియందు సంపూర్ణముగ స్వశక్తిచే మంచినే గ్రహించెదనని శపథము చేసికొని పరమానందముతోఁ బ్రవర్తింపుము! ఈశ్వరునకే సంపూర్ణముగ నాత్మసమర్పణముం గావించుకొని యాతనినే యేకమాత్రసహాయునిగాఁ జేసికొనుము! అట్లయినచో మఱపు తప్పు లోపము నొందలగువానిలోఁగూడ నీకు లాభకర మగుమార్గము దొరకఁగలదు. నిన్ను నీవు విభాగించుకొని నీలోఁగొంత దేవునియెడలను, మఱికొంత మఱియొకచోటను వినియోగించినచో సమస్తమును దుస్సహమైపోవును! అత్యల్ప మగు మాయాశ్రయము నీకిఁక నంత యావశ్యకము కాకుండునట్లు దేవుఁ డనుగ్రహించుఁగాక!" అని బోధించెను.

అనంతరము వారిద్దరును బయటికి వచ్చునప్పటికిఁ గచేరిగదిలో హారానబాబు కూర్చుండి యుండెను. ఇఁక నెవ్వరియందు నెట్టినిర్భరభావము నుంచుకొననని ప్రతినఁ బూనియున్న సుచరిత యాతనిం గాంచి వినమ్రయై నమస్కరించెను. తత్క్షణమే హారానుఁడు కుర్చీపై నిలువుఁగ గూర్చుండి గంభీరస్వరముతో "సుచరితా! నీ విన్ని దినములనుండియు నాశ్రయించిన సత్యమునుండి వెనుకకు మరలుటచే నాకీదినము దుఃఖదినముగా నున్నది!" అనియెను. సుచరిత యెట్టి ప్రత్యుత్తరము నీయలేదు. కాని యామె హృదయాంతరమున శాంతికరుణాస్వర సమ్మేళనమున మొరసిపోవుచున్న సంగీతమునం దప్పుడొక యపస్వరము ప్రవేశించినట్లయ్యెను. అప్పుడు పరేశుఁడు "పానూబాబూ! ఎవ్వరు ముందటికిఁబోవుచుండిరో, యెవ్వరు వెనుకకు మరలుచుండిరో యా సంగతి యాయంతర్యామికే తెలియును. ఆవిషయమై మనము వెలుపలనుండి విచారించుట వృథాయాసమే యగును!' అనియెను.

హారా:— అట్లయినచో మీహృదయమున నెట్టియాశంకయును లేదా? పశ్చాత్తాపపడుట కెట్టి కారణమును లేదా?

పరే:— కాల్పనికంబు లగుసంశయమును నేను హృదయమునకుఁ దెచ్చికొనను! పశ్చాత్తాపకారణము ఘటిల్లకపోయినను బశ్చాత్తాప మెప్పుడు కలుగునో నేనెఱుంగుదును

హారా:— నీతనయ లలిత యొంటిగా వినయునితో స్టీమరుపై నెక్కి వచ్చిన సంగతికూడఁ గాల్పనికమేనా?

సుచరిత మొగ మెఱ్ఱనయ్యెను. పరేశుఁడు మృదుస్వరముతో "పానూబాబూ! ఇప్పుడు స్వహృదయమే మోగాని తీవ్రముగానున్నది. ఇప్పుడు నీతో నీవిషయమున మాటాడుట నిన్నగౌరవించినట్లగును!' అనియెను.

హారా:— నామాటలయందు దీవ్రభావ మేమియును లేదు. ఈవిషయమున నడుగవలసినబాధ్యత చాలకాలము నాయందున్నది. దీనికొఱకు మీరు విచారింపవలదు. నేనిప్పుడు ప్రత్యేకవ్యక్తిగా మిమ్ము నడుగుటలేదు. సమాజపక్షమున మాటాడుచున్నాను. మీరు గ్రుడ్డివారు కాకయున్నచో మీ లలిత వినయునితో నొంటిగాఁ దిరుగుటను బట్టి మీకుటుంబము సమాజధర్మములను త్యజించుట కుపక్రమించుచున్నదని తెలిసికొని యుందురు. ఇదికేవలము మీకుఁ బశ్చాత్తాపకారణముమాత్రమే కాదు. సమాజమునకుఁగూడ నగౌరవమే!

పరే:— నిందింపఁదలచినచో వెలుపలనుండియే నిందింపవచ్చును. కాని, విచారణ సేయఁదలచినచో లోపలఁ బ్రవేశింపవలసి యుండును. కేవల సంఘటనమును బట్టి మానవునిపై దోషారోపణము చేయరాదు.

హారా:— ఇది రిక్తసంఘటనము కాదు, దీనిని మీరు లోపలనుండియే పుట్టిల్లఁ జేసితిరి. మీరిల్లవారిని నాత్మీయులుగా మీకుటుంబమునఁ జేర్చి మీకుటుంబమువారిని సమాజమునకు దూరము చేయఁజూచుచున్నారు. ఎంతవఱకుఁ దెచ్చితిరో మీకుఁ బోధపడుటలేదా?

పరేశుఁడించుక విరక్తుఁడై “నాకునీతో ముఖాముఖి సంభాషణము కుదురదు” అనియెను.

హారా:— కుదురకపోవచ్చును! కాని నేనీ సుచరితనే సాక్షిగా నెంచితిని. ఈమెయే సత్యమును చెప్పును గాక! లలితతో వినయుని సంబంధము వట్టిబాహ్యసంబంధమా? అది వారి యంతరంగముల నెంతమాత్రమును స్పృశించుటలేదా? సుచరితా! నీవూరకతప్పించుకొని పోవుటకు వలనుపడదు. ఈప్రశ్నకుఁ బ్రత్యుత్తరమీయవలయును. ఇది ప్రధానవిషయము!

సుచ.— ఎట్టిప్రధానవిషయమైనను నిట్లు ప్రశ్నించుటకు మీకధికార మెంతమాత్రమును లేదు!

హారా:— అధికారము లేకున్నచో నేను కేవల మూరకుండుటయే కాక యీ విషయమున నాలోచనయే చేయకుందును. మీరుసమాజమును లక్ష్యముచేయకున్నను సమాజమునందున్నంత వఱకు మిమ్ములను సమాజము విచారింపక మానదు!

ఇంతలోఁ దుఫానువలె లలిత యచ్చటికివచ్చి సమాజము నిన్నే విచారకునిగా నియోగించినచో నట్టిసమాజమును త్యజించుటయే మాకు సర్వశ్రేయము!’ అనియెను. హారానుఁడు చటాలున లేచి “లలితా! నీవునువచ్చితివి సంతోషముగా నున్నది! నీతప్పు నీయెదుటనే విచారించుట యుచితము!” అనియెను. సుచరిత క్రోధప్రదీప్తనయనయై “పానూబాబూ! మీరు మీయింటికిఁబోయి మీవిచారణాలయమునకు మమ్ము

బిలిపించుకొనఁడు! క్రైస్తుల గృహమధ్యమున నవమానకరముగ మీయధికారమును జూపుట తగదు!—సోదరీ! లలితా! రమ్ముపోవుదము!' అనియెను.

లలిత యొక్కయడుగైనఁ గదపక 'వలదు సోదరీ! నేను భయపడిపోవుదానను గాను! హారానుబాబు చెప్పఁదలఁచిన దంతయు విని యే వచ్చెదను. చెప్పనిమ్ము! ఏమి చెప్పునో చూతము!'' అనియెను. హారానుఁడు నిర్విణ్ణుఁడైపోయెను. అప్పుడు పరేశుఁడు 'లలితా! వలదు! నేఁడు సుచరిత మనయింటినుండి తనయింటికిఁ బోవును. ఈ ప్రాతఃకాలమునం దట్టియశాంతికిని నేను సహింపఁజాలను! హారానబాబూ! మాతప్పెంతటిదైన నగుఁగాక! దయయుంచి క్షమింపుము!' అనియెను. హారానుఁడు మాటాడక గంభీరముగఁ గూర్చుండి యుండెను. సుచరిత యాతని వర్జించుచున్న కొలఁదియు నామెను దక్కించుకొన వలయుననుకోరిక యాతనికి వృద్ధియగుచునే యుండెను. అసామాన్యనైతికబలముచే విజయమును బొందవలెనని హారానుఁడు దృఢనిశ్చయుఁడై యుండెను.

ఇంకను జాతినియాశ వదలలేదు. ఇప్పుడు సుచరిత తనపెదతల్లితో నింకొక యింటికిఁ బోవనున్నది. అచ్చటికిఁ బోయినచో నిఁక నామె తనకుఁ దక్కుట దుర్లభమని యాతనికి భీతి కలుగుచుండెను. అందుచేతనే యాతఁడిప్పుడు తన బ్రహ్మాస్త్రములను బదను పెట్టుకొని తెచ్చియుండెను. ఏదో యొకసంగతి నేఁడే తేలిపోవలయునని యాతని యుద్దేశము. అతఁడు సమస్తసంకోచములను దూరముచేసికొని వచ్చియుండెను. కాని యెదుటిపక్షమున లలితా సుచరితలుకూడ నిస్సంకోచముగాఁ దూణములనుండి బాణములను వెలువరచి యాకస్మికముగా నెదురింతురని యాతఁడనుకొనలేదు నైతిక సంబంధమగు తనయాగ్నేయాస్త్రము మహాతేజముతోఁ బరపక్షము నాక్రమించునని యాతఁడు నిశ్చయించుకొనియెను. కాని, యట్లు జరిగినది కాదు—సమయము మించిపోవుచున్నది! అయినను హారానుఁడు నిరాశపడలేదు. అతఁడు తనలో 'సత్యమే జయమైనచో హారానునకే జయమగును! కాని విజయమూరక లభించునది కాదు. పోరాడవలయును!" అనిభావించుకొని హారానుఁడు సన్నద్ధుఁడై రణరంగమునఁ బ్రవేశించెను.

సుచరిత హరిమోహినికడకుఁ బోయి "దొడ్డమ్మా! నేఁడు నేనందరితోడను గలసిభుజించెదను. నీవుమఱియొకలాగనుకొనవలదు!" అనియెను. హరిమోహినిమాటాడలేదు. సుచరిత సంపూర్ణముగఁ దనయధీనయైపోయినదని హరిమోహిని మనసులో స్థిరపఱచుకొనియెను. ఇప్పుడు తనసంపత్తితోఁగూడ బ్రత్యేకగృహమున సుచరిత యుండుట కవకాశము కలిగెను. ఆకారణముచే సుచరిత తనదే యయ్యెననుటకు హరిమోహిని కెట్టి సంశయమును లేదు. అందుచేతనే యిప్పుడు సుచరిత యాచారమును

ద్యజించి యెల్లవారితోడను భుజించెదననుట హరిమోహిని కిష్టము లేకుండుటచే నామె యెట్టియంగీకారమును బ్రకటింపలేదు. సుచరిత యప్పుడు దొడ్డమ్మ మనోభావమును గ్రహించి "అమ్మా! నేను నిశ్చయముగఁ జెప్పుచున్నాను. దేవుఁడిందులకు సంతోషింపఁగలఁడు! నాయంతర్యామి యగు నీశ్వరుఁడు నన్నందఱితోడను గలసి భుజింపుమని ప్రబోధించుచున్నాఁడు! ఆమాట వినకున్నచో నాతని కాగ్రహము కలుగును! అతని కోపమునకు నేను నీకోపముకంటెను మిగుల భయపడుచుందును!' అనియెను.

వరదాసుందరి హరిమోహిని నవమానించుచున్నంతకాలమును నాకష్టమును బంచుకొనుటకై సుచరిత యామె కిష్టమగు నాచారమును బాలించినది. అయవమానమునకు నివృత్తి కలిగినప్పుడుకూడ సుచరిత తనస్వాతంత్ర్యమును నేల చంపుకొనవలయును? సుచరిత స్వభావమును హరిమోహిని సంపూర్ణముగ గ్రహింపలేదు. గ్రహించుటకామెకు శక్తియును లేదు. హరిమోహిని సుచరితకోరికను స్పష్టముగా నిషేధింపలేదు గాని మనసులోఁ గోపగించుకొని 'అయ్యో తల్లీ! మానవుల కిట్టి దుస్సంకల్పము లెట్లుపుట్టునో నాకు బోధపడుటలేదు ఎత్తినది బ్రాహ్మణజన్మముగదా!' అని యనుకొని కొంత సేపూరకుండి 'తల్లీ! నేనొక్కమాట చెప్పెదను నీవేమిచేసినను సరియేకాని రామదీనుని నీళ్ళనుమాత్రము త్రాగవలదు!'' అనియెను.

సుచ:— ఏమమ్మా! ఆతఁడు తనయావుపాలను బిదికి నీకిచ్చుటలేదా! నీ వుపయోగించుకొనుటలేదా?

హరిమోహిని విస్ఫారిత నయనయై 'చాలునూరకుండుము! పాలును నీళ్ళును నొక్కటియేనా!'' అనియెను.

సుచ:— (నవ్వుచు) మంచిదమ్మా! నేను రామదీనుని నీళ్ళను ద్రాగను. కాని సతీశునిమాత్రము నీవు జాగ్రత్తపెట్టుకొనుము! అతఁడెట్టితప్పుచేయునో?

హరి — సరే! వానిమాటకేమి?

మగవాండ్ర యాచార లోపముల కంతగాఁ దప్పులేదని హరిమోహిని యుద్దేశము.

౪౫

హారానుఁడు రణక్షేత్రమునఁ బ్రవేశించెను. లలిత వినయునితోఁ గలసి స్టీమరు నుండి వచ్చి నేఁటికి బదునేనదినము లయ్యెను. క్రమముగా నీమాట యీచెవి నుండి యాచెవికి మెల్లగా వ్యాపించుచుండెను. కాని యీరెండుదినములలోనను నావార్త జీర్ణారణ్యమున దావానలముంబోలి యొక్కసారిగా నంతట వలముకొనుచుండెను. బ్రాహ్మసమాజ నీతిధర్మములను బాలించువా రెల్లరు నిట్టిదురాచారములనునిర్మూలింప

వలయునని హారానుఁడెందఱకును బ్రబోధించుచుండెను. ఈపని చేయుటయం దాతని కంతకష్టము లేకపోయెను. సత్యమునను సరించి కర్తవ్యము ననుసరించి యితరుల యపరాధములను దిరస్కరించి శాసించుట కుద్యమించినప్పుడు సత్యకర్తవ్య నిష్ఠయను లక్షణము ం గాపించుట మనకంతకష్టముగా నుండదు. ఈవిషయమున బ్రహ్మసమాజమునందు హారానబాబు ప్రియసత్యఘోషణమును, కఠోరకర్తవ్యసాధనమును గావించుట కుద్యమించినంతనే యప్రియ కాఠోరతల యందలి భయముచే వారిని యుత్సాహముతో సాహాయ్యము చేయుటకు జాలమంది పరాఙ్ముఖులు కాఁజాలకపోయిరి. సమాజహితార్థులగు వారింటను బండ్లమీఁదను బల్లకులపైఁగను నొండొరు యిండ్లకుఁ బోయి యిట్టిదురాచారముల సహింపకున్నచో సమాజ మింకముం దంధకారావృతమైపోవునని చెప్పుకొనఁదొడఁగిరి. ఇంతేకాక సుచరిత హైందవమైనదనియు నామె యింక యజ్ఞభాగములతోడను, జపతపములతోడను, దేవపూజలతోడను గాలక్షేపము చేయఁగలదని కూడ నామాటలతోఁగలిపి చెప్పుకొనుచుండిరి. చాలదినముల నుండి లలితమనసులో మహారణము జరుగుచుండెను. ఆమె ప్రతిరాత్రియు శయనించుటకు ముందుగను బ్రతిప్రభాతమును నిద్రనుండి లేచినవెనుకను, "నేనిన్నాటికిని విజితను గాఁజాలను!' అని శపథము చేసికొనుచుండెను. ఈవిధముగా వినయుని చింతయే యామె హృదయమంతట నధికారము చేయుచుండెను. వినయుఁడు క్రిందఁగదిలోనికివచ్చి మాటాడుచున్నట్లు తెలిసినంతనే యామెగుండెలు కొట్టుకొనిపోవుచుండెను. అతఁడొకటిరెండుదినములు రాకున్నచో నామెహృదయము అభిమానముచేనిండిపోవుచుండెను. ఆమెతఱచుగా సతీశుని వినయునింటికిఁ బోవుటకుఁ బ్రోత్సహించుచుండెను. అతనివలన వినయుని సర్వవిషయములను దెలిసికొనుచుండెను. అట్లు చేయుట మానలేకున్నకొలఁదియు నామె పరాభవచింత మఱింతవర్ధిల్లి యామె నధీరురాలిఁజేసి వైచుచుండెను. గోరావినయులతోఁ బరిచయము కలుగుటకు కారణమిచ్చిన పరేశబాబుపైఁ గూడ నామెకొకప్పుడు కోపముకలుగుచుండెను. ఏమైనను తుదివరకు బోరాడవలెననియు విజితను గాననియు నామె ప్రతిజ్ఞచేసికొనియెను. జీవనయాత్రావిషయమై యామెహృదయమున నెన్నియో సంకల్పములు యాతాయాతములగుచుండెను. ఐరోపా నారీమణుల కీర్తిచరిత్రముల నన్నిటి నామె చదివియుండెను. అట్లుచరించుట యసాధ్యముకాదని యామెకుఁ దోఁచుచుండెను. ఒకనాఁడామె తండ్రికడకుఁ బోయి "బాబూ! నేనేదేనొక మహిళాకళాశాలకుఁ జదువుకొనఁ బోవుట మంచిదికాదా?' అని ప్రశ్నించెను. లలితముఖాతురహృదయవేదనచే సకరుణంబులగు విలోకనంబులతో నిట్లడుగుచున్నదని యామె మొగమువంకఁ జూచినంతనే పరేశుఁడు గ్రహించి స్నిగ్ధస్వరముతో 'అమ్మా! చదువుకొనకేమి? కాని యింతటికళాశాల

యెక్కడనున్నది? అనియెను. ఆదినములలో బాలికా కళాశాలలు విశేషించి లేవు—గొప్పయింటి యువతులు ఉపాధ్యాయినులుగా నుండుట కింకను ముందంజవైచుట లేదు అప్పుడు లలిత వ్యాకులహృదయముతో బాబా! కళాశాలయే లేదా?' అనియెను.

పరే:— లేదమ్మా!

లలి:—బాబా! అట్టికళాశాల నొకదానిని స్థాపింపఁగూడదా?

పరే:—అందులకెంతయో ధనము కావలయును! ఎంతయో జనసాహాయ్యము కావలయును!

లలిత, సత్కార్యమునందు సంకల్పమును స్థిరముగ నిలుపుటయే కఠినమని యెఱుంగును గాని దానిని సాధించుమార్గమున నెన్ని కష్టములున్నవో ముందుగ నూహించుకొనలేదు. ఆమె కొంతసేపటివఱకు మాటాడకూరక కూరుచుండి తరువాత మెల్లగా లేచి పోయెను. తనప్రియపుత్రికహృదయకష్ట మెంతతీవ్రముగనున్నదో పరేశుఁడట్లేకూర్చుండి భావించుకొనుచుండెను. హారానుఁడా నాఁడు వినయునిఁగూర్చి సూచించిన విషయ మిప్పుడు పరేశునకు స్మృతికివచ్చెను. నిట్టూర్పువిడిచి యాతఁడుతనలోనే 'నేననాలోచితముగఁ బనిచేసితినా?" అని ప్రశ్నించుకొనియెను. ఆతనికి దక్కినబిడ్డలంగూర్చి యంత యాలోచనయే లేదు—కాని లలిత సత్యజీవనము వినిర్మలమైనది! ఆమె దేనిని గూడ నసంపూర్ణముగఁ దెలిసికొనునది కాదు ఆమె సుఖదుఃఖములయందుఁ గొంత సత్యమును, గొంతసంశయము ననుమాట లేదు.

నాఁటి మధ్యాహ్నమే లలిత సుచరితయింటికిఁ బోయెను. ఆయింట విశేషాలంకారము లేవియును లేవు. ఒకగదిలో రెండు కంబళములు పఱుపఁబడి యుండెను అందొకవైపున సుచరితపర్యంకమును, మఱియొకవైపున హరిమోహిని శయ్యయునుండెను. హరిమోహిని మంచముపైఁ బరుండదు గావున సుచరితయు గ్రిందనే శయనించుచుండెను. ఒకవంకగోడపైఁ బరేశునిచిత్రపటము వ్రేలాడుచుండెను. ప్రక్కనున్న చిన్నగదిలో సతీశునిమంచమును, దానిప్రక్క నొకచిన్నబల్లయు, దానిపైఁ గలందానుపుస్తకములు, పలకలు చిందరవందరగా నుండెను. సతీశుఁడు బడికిఁ బోవుటచే నిల్లంతయు నిశ్శబ్దమైయుండెను.

హరిమోహిని భోజనము చేసి చాఁపపైఁ బరుండుట కుద్యుక్తయగుచుండెను. సుచరిత విశీర్ణకుంతలములు వెన్నునఁ జీరాడుచుండఁ గంబళముపైఁగూర్చుండి బాలీసు నొడిలోనుంచుకొని యేకాగ్రచిత్తముతో నేమియో చదువుకొనుచుండెను. లలిత యాకస్మికముగ వచ్చుటచే సుచరిత లజ్జితయై ముందుగఁ బుస్తకమును మూసివైచి తనసిగ్గుచేతనే సిగ్గుపడుచుకొని పుస్తకము నెప్పటివలెనే యుంచెను. అది గోరా యుపన్యాసముల సంపుటము!

హరిమోహిని చటాలున లేచి 'అమ్మా! లలితా! రమ్ము! మీయిల్లు విడిచివచ్చిన మొదలు లేమో కాని సుచరిత మనసు బాగుగలేదు. అందుచేతనే యీమె యేదియో చదువుకొనుచుఁ గూరుచుండును! నేనిప్పుడు శయనింపఁదలఁచి మీరెవ్వరైన వచ్చి బాగుగ నుండునని యనుకొనుచున్నాను. ఇంతలో నీవు వచ్చితివి! అమ్మా! నీ దీర్ఘాయుష్యమున్నది!'' అనియెను.

లలిత తనమనసులోని మాటను వెలువరించుట కారంభించి "సోదరీ! సుచరితా మన సమీపమున స్త్రీలకొఱకొక కళాశాలను నిర్మించుట యెట్లు?" అని ప్రశ్నించెను ఆమాటకు హరిమోహిని తెల్లబోయి మీరు విద్యాశాల స్థాపించి యేమిచేయుదురు అనియెను.

సుచ:—సోదరీ! అంతపని మనమెట్లుచేయఁగలము? మనకు సాయముచేయు వారెవ్వ నాయనగారి నడిగితివా?

లలి:—మనమిరువురము నుపాధ్యాయినులుగా నుండి పనిచేయగలము! పెద్దక్క కూడ దీని నంగీకరించు ననుకొనియెదను.

సుచ:—ఒక్క చదువు చెప్పుటతోనే తీరదు. పాఠశాలను గ్రమముగ నడి పద్ధతుల నెఱుంగవలయును. తగినగృహమును సంపాదింపవలయును. చదువుకొను లను సంగ్రహింపవలయును. మూలధనమును జేర్పవలయును. ఇదియంతయు ఆఁ వాండ్రమగు మనము చేయఁగలమా?

లలి:— అక్కా! ఇట్లు చెప్పినచో జరుగదు! ఆఁడువాండ్రమని చెప్పి మః బిగియఁబట్టుకొని మందిరమధ్యమున మడఁగి యుండవలసినదా? జగదుపకారక ప పనియేమియుఁ జేయనక్కఱలేదా?

లలిత మాటలలోని వేదన సుచరితహృదయ మధ్యమున ధ్వనించుచుండెను. ఆమె యేమియు బదులుచెప్పక యోచించుచుండెను. అప్పుడు లలిత "మనయిరుగు పొరుగుల నెందఱో బాలికలున్నారు. వారికి మనము చదువు చెప్పెదమన్నచో వారి తల్లిదండ్రు లానందించెదరు. అట్టి బిడ్డలను జేర్చుకొని మనయింటనే చదివించ వచ్చును! దీనికి ధనసహాయ మేల?'' అనియెను.

ఎవ్వరో యెఱుఁగని పిల్లలను దెచ్చి యీయింటియందుఁ జదివింతురనుమాట విని హరిమోహిని యుద్విగ్నురాలై పోయెను. ఆమె యీయింటఁ బరిశుద్ధాచారముతో గోపాలదేవార్చనము చేసికొనఁదలఁచి యుండెను. దానికి విఘాతము కలుగునని యామె వారి కోరికను నిరాకరింపఁదొడఁగెను. అందుపై సుచరిత "దొడ్డమ్మా! భయము లేదు. మేము పిల్లలను గ్రిందిగదిలోనుంచి చదివించుకొనుచుందుము. నీ మేడమీఁది గది కెట్టి యుత్పాతమును గలుఁగదు—సోదరీ! లలితా! ఎవ్వరైనఁ బిల్లలు చదువుకొనుటకు లభించినచో నట్లే చేయుదుము!'' అనియెను.

లలి:—మంచిది. ప్రయత్నించిచూతము!

హరి:—అమ్మా! మీ రెల్లవిషయములందును గిరిస్తానీలవలెఁ బ్రవర్తించెదరేమి? గృహస్థరమణులు బడిచదువుచెప్పుట నాతండ్రితాతల నాఁడెన్నఁడును నేను విని యుండలేదు!

పరేశుని మేఁడమీఁది యాఁడువాండ్రకును నిరుగుపొరుగు మేడలమీఁది యాఁడువాండ్రకును బరస్పరసంభాషణ పరిచయమున్నది. కాని పరేశుని యింటి యాఁడుబిడ్డలకు వయసువచ్చినను బెండ్లికాకుండుటఁగూర్చి పొరుగువారందఱును వింతగాఁ జెప్పుకొనుచుండిరి. అందుచే లలిత వారితో నంతగా మాటాడుట మానివైచెను. లావణ్యయొక్కతె మాత్రమే తఱచుగా మాటాడుచుండును. ఇరుగుపొరుగు సంగతులం దెలిసికొనుట యందామెకుఁ గుతూహలము మెండు! పొరుగిండ్లయందలి పరిధానాపరిధానవిషయము లన్నియును నిట్లోవచ్చి యామె చెవులఁబడుచుండును. ఆమెదువ్వెనతో దల దువ్వుకొనుచు సాయంకాలమున మేడమీఁద సభ సాగించుచుండును.

బడిపిల్లలను సమకూర్చుభారము లలిత లావణ్యపైఁ బెట్టెను. లావణ్య మేడమీఁద నుండియే యందఱను బిలిచెను. చాలమంది పిల్లలు నుత్సాహముతోఁ జేరుటకు సమ్మతించిరి. లలిత సంతోషముతో సుచరితయింటియందొక గదిని బాగుచేయించి సిద్ధముగా నుంచెను. కాని యాగది శూన్యముగనే యుండెను. తమపిల్లలను బ్రాహ్మ గృహంబులకుఁ బంపుటకు గృహయజమానులంగీకరింపరైరి. ఇంతేకాక వారు తమ యాఁడువాండ్రను బరేశునింటి యాఁడువాండ్రతో సంభాషింపకుండ నిర్బంధించి వైచిరి. అంతేకాని వారి సత్సంకల్పములను మన్నింపరైరి లావణ్యకిఁక మేడమీఁదికెక్కి పొరుగువారితో ముచ్చటలాడుట కవకాశము తప్పిపోయెను.

అట్లయినను లలిత తనపట్టువదలక 'చాలమంది పేదలగు బ్రాహ్మబాలికలకు దొరతనమువారి బాలికాపాఠశాలలోఁ జదువుట యసాధ్యముగా నున్నది. వారికిఁ జదువుచెప్పు భారము వహించినచో నుపకారముగా నుండును.' అని యావిషయమునందామె స్వయముగాఁ బ్రయత్నించుటయేకాక సుధీరునిఁగూడ నియోగించెను.

ఆకాలమునఁ బరేశునిబిడ్డల వైదుష్యము చాలవఱకుఁ బ్రసిద్ధమై యుండెను. ఆకీర్తి సత్యలోకమునగూడ దాఁటిపోయెను. అట్టివారు జీతము గైకొనకుండ జదువుఁ జెప్పెదరని విని చాలమంది తల్లిదండ్రులు సంతోషించిరి. మొదట రెండుమూడు దినములలోనే యైదారుగురుపిల్లలు చేరిరి. పరేశునితోఁగలసి పాఠశాలనుగూర్చి యాలోచించుటతోడను దీనికి నియమముల నేర్పరచుటతోడను, నిది వృద్ధియగు మార్గములరయుటతోడను లలిత కొకనిమిషమైనఁ దెరపిలేకుండెను. పాఠశాల క్రమముగా వర్ధిల్లుచుండెను. సంవత్సరమయ్యెను. పరీక్షాంతరమునఁ బిల్లలకిచ్చు బహుమానవిషయ

మనలలితా లావణ్యులకు వాదము జరిగెను. ఆమె చెప్పిన పుస్తకము లీమెకు నచ్చ లేదు; ఈమెయుద్దేశించిన పుస్తకములకామె యంగీకరింపలేదు. పరీక్షకులను నిర్ణ యించుటలోఁగూడ వాదము జరిగెను. లావణ్యకు హారానునియం దంతగా నిష్టము లేకున్నను నాతని పాండిత్యమునందు గౌరవమున్నది. అట్టివాఁడు తమపాఠశాలకుఁ బరీక్షకుఁడైనచో గౌరవముగా నుండునని యామెయుద్దేశము కాని లలిత హారానునకీ విద్యాలయముతో నెట్టిసంబంధముం గల్పించుటకు నిష్టపడలేదు.

రెండుమూఁడు దినములలోనే బడిపిల్లలరాక తగ్గిపోయెను. లలిత వట్టిబడిలోఁ గూర్చుండి యడుగులచప్పుడైనప్పుడెల్ల నదరిపడి చూచుచుండెను. రెండుజాములైనను నెవ్వరును రాలేదు. ఏదోగోల పుట్టినదని యామె యనుకొని సమీపమందున్న యొక బడిపిల్ల యింటికిఁ బోయెను. ఆమె యేడ్చుచు "అమ్మా! నన్ను బడికి రానిచ్చుటలేదు. అచ్చటికిఁ బోఁగూడదని మాయమ్మ చెప్పినది. కారణము చెప్పలేదు!" అనియెను. లలిత యభిమానవతి. ఒకరికిఁ గష్టముగా నున్నట్లు గ్రహించినచో దానికిఁ గారణ మరయఁజాలదు! ఆమె యాబాలికం గాంచి "అమ్మా! పోఁగూడదని చెప్పినప్పుడు నీవేమిచేయఁగలవు?" అనిచెప్పి మఱియొకయింటికిఁ బోయెను అప్పుడాయింటివారు 'సుచరిత హిందువై జాతిభేదమును బాటించుచున్నది! ఆయింట విగ్రహారాధనముకూడ జరుగుచున్నది!'' అని చెప్పిరి 'అది మీకిష్టములేకున్నచో బడి మా యింటికి మార్చెదను!' అని లలిత చెప్పెను. కాని యంతమాత్రముచే నంగీకారము కుదురలేదు. ఇంకను సంశయముగనే యుండెను. లలిత మఱియొకగృహమునకేఁగి సుధీరునిం బిలిచి "సుధీరా! దీనికిఁ గారణమేమో సత్యముగఁ జెప్పెదవా?'' అని యడిగెను.

సుధీ:— పానూబాబు మీకు విరుద్ధముగ నున్నాఁడు!

లలి:— సుచరితయింట దేవపూజ యగుచున్నదనియేనా?

సుధీ:— అంతేకాదు!

లలి:— ఇఁక నేమున్నదో చెప్పఁగూడదా?

సుధీ:— చాల సంగతులున్నవి.

లలి:— నన్నుఁగూర్చికూడ నేమైన సంశయమున్నదా?

సుధీరుఁడూరకుండెను. లలిత మొగమెఱ్ఱచేసికొని 'నాస్టీమరు ప్రయాణమునకిది శాస్తియా? తప్పుపని చేసియేయున్నచో మంచిపనిచేసి ప్రాయశ్చిత్తమునుగూర్చు పద్ధతి మనసమాజ మెంతమాత్రము నెఱుఁగదు. నేనుచేయు సత్కార్యములు కూడ నీసమాజమునకు నిషిద్ధములేనా? నాకును, సమాజమునకును నాధ్యాత్మికోన్నతికై మీరొనరించు పద్ధతు లివియేనా?" అనియెను.

సుధీ:—అందుకొఱకుఁ గాదు. వినయబాబున కీవిద్యాలయముతో సంబంధము కలుగునేమో యని వారిభయము!

లలిత నిలువున మండిపడుచు "అది భయము కాదు! భాగ్యమే! సౌభాగ్యతచే వినయబాబుతో సమానులగువా రీ సమాజమునం దెందఱున్నారు?" అనియెను. సుధీరుఁడు లలిత కోపముఁ గాంచి సంకుచితుఁడై 'ఆమాట నిజమే—కాని వినయబాబు—" అనియెను.

లలి:- అతఁడు బ్రహ్మసమాజికుఁడు గాఁడు. అందుచే బ్రహ్మసమాజమాతని శిక్షించుచున్నదా? ఇట్టి సమాజమునందు నాకించుకంతయు గౌరవ మగుపడుటలేదు.

సుచరిత బడిపిల్లలు గాకుండుటకు గారణమును దెలిసికొని యేమియు వానివిషయమున మాటాడక మేడమీఁద గూర్చుండి సతీశునకు రాఁబోవు పరీక్షాపాఠములను బోధించుచుండెను. లలిత సుచరితయొద్దకుఁ బోయి "అక్కా! అంతయును వింటివా?' అనియెను. సుచరిత చిఱునవ్వుతో 'వినలేదుగాని యంతయుఁ దెలిసినది!' అనియెను.

లలిత:— ఇదియంతయు మనము సహింపవలసినదేనా?

సుచ:—సహించినచో నవమాన మేమియును లేదు. తండ్రిగారన్నిటికి నెట్లు సహించియుందురో నీవు చూచుటలేదా?

లలి:- సహించి యూరకున్నచో నన్యాయము నంగీకరించినట్లగునని నాయుద్దేశము. అన్యాయమును సహింపకుండుటయే యుచితకృత్యమని నేననుకొనియెదను!

సుచ:—అయినచో నీవిప్పుడేమి చేయఁదలఁచితివో చెప్పుము!

లలి:—ఆవిషయమున నింకను నేనించుకంతయు నాలోచింపలేదు. ఏమి చేయఁజాలుదునో నెఱుంగను. కాని, యేదో ప్రతీకారము చేసితీరవలయును. మన వంటి యాఁడువాండ్రయెడల నీచోద్దేశములు కలవారు తామెంతగొప్పవారనుకొనుచున్నను నయోగ్యులే. వారిని నేనెంతమాత్రమును లక్ష్యముచేయను! వారేమి చేయగలరో చూతము!

అని లలిత భూభాగమునఁ బదాఘాతము గావించెను. సుచరిత మాఱుమాటాడక లలితచేతులను బట్టుకొని కొంతసేపైన తరువాత 'లలితా! ఒకసారి తండ్రిగారితో మాటాడిచూడుము!' అనియెను. లలిత చటాలున లేచి 'నేనిప్పుడే యాయన కడకుఁ బోయెదను.' అని బయలుదేరెను. ఆమె ద్వారమునొద్దకుఁ బోవునప్పటికి వినయుఁడు తలవంచుకొని వీధినుండి వచ్చుచు లలితం గాంచి యదరిపడి నిలిచిపోయెను. లలితతో నెట్లు మాటాడవలయునో యాతనికిఁ దోఁచుటలేదు. కాని యాతఁడు మనసు కుదురుపఱచుకొని యామె మొగమునంగఁ జూడకుండ నొక నమస్కారముం గావించి పెడమొగము పెట్టుకొని వెడలిపోయెను. లలిత కఠిన తప్తలోహ శలాకతోఁ గాల్చినట్లుండెను. ఆమె యతివేగముతో నింటికిఁ బోయెను.

అప్పుడు వరదాసుందరి జమాఖర్చు లెక్కలను జూచుకొనుచుండెను. ఆమె లలిత మెల్లగ ముంగాంచి నిల్వఁబడియెను. కాని లెక్కల పుస్తకమునుండి దృష్టిని మరలించుట యామెకుఁ గష్టముగానుండెను. ఒక్కయంకె తప్పినచోఁ గొంపమునిఁగిపోవునని యామెకు భయము! లలిత యొక కుర్చీనిలాగికొని యామె బల్లచెంతఁ గూర్చుండెను. అప్పటికిని వరదాసుందరి మొగ మెత్తకుండుటచే లలిత 'అమ్మా!' అనిపిలచెను.

వర:—కూరుచుండు మమ్మా! నేను పనిలోనున్నాను.

లలి:—అమ్మా! నేను నీకాలమును వ్యర్థముచేయను. ఒక్కమాట యడిగెదను. వినయబాబిచ్చటికి వచ్చినాఁడా!

వరదాసుందరి లెక్కలనుండి దృష్టి మరలింపకయే "వచ్చినాఁడు." అనియెను.

లలి:—అతనితో నీవు మాటాడితివా?

వర:—చాలసంగతులు మాటాడితిని.

లలి:—నామాట యేమైన వచ్చినదా?

వరదాసుందరి యిఁక మాటాడక తప్పదని యెంచి "అమ్మా! నీమాట యేను వచ్చినది క్రమముగా గందరగోళమగుచుండుటయు సమాజమునందపకీర్తి కలుగుటయు నాలోచించి యందులకుఁ దగిన యేర్పాటు చేయవలసివచ్చినది!' అనియెను లజ్జచే లలిత మొగమెఱ్ఱనయ్యెను. ఆమెతల తిరిగిపోవుచుండెను. అప్పుడు లలిత 'అమ్మా! తండ్రిగారు వినయబాబు నిచ్చటికి రావలదనిరా?' అని ప్రశ్నించెను.

వర:— ఆయనకీ గొడవయంతయుఁ గావలెనా? అట్లయినచో మొదటనుండియు బాగుగనే యుండును!

లలి:—హానూబాబు మనయింటికి వచ్చుచుండునా?

వర:—(ఆశ్చర్యముతో అదియేమే! హానూబాబు రాకేమి?

లలి:—వినయబాబు మాత్రమేల రాకూడదు?

వరదాసుందరి మరల లెక్కలఁ జూచుకొన నారంభించి "లలితా! నేను నీతో జాలలేనే! నాయొడలు మండింపకుము! నాకుఁ జాలఁగఁ బనియున్నది!" అనియెను.

లలిత సుచరితయింటికి బోయినప్పుడు వరదాసుందరి వినయునిఁ బిలిపించి యాతనితోఁ జెప్పవలసిన దంతయుఁ జెప్పివైచెను. లలిత కీ సంగతి తెలియదనియే యామె యనుకొనియెను కాని యాకస్మికముగ నింతలోనే తెలిసిపోవుట యామెకుఁ గష్టముగా నుండెను. ఇది చల్లగాఁ బరిణమింపదనియు, దీనికి సామాన్యముగా నిష్కృతి లేదనియు నామె యనుకొనియెను. అప్పుడామె కోపమంతయు నవివేచకుఁడగు మగనిపై బడియెను. ఇంతయజ్ఞానితోఁ గాఁపురము చేయుట యాఁడుదానికిఁ గష్టమని యామెకుఁ దోఁచెను. లలిత హృదయపరిపూర్ణమగు ప్రళయ ఝంఝామారుతమును వహిం

చుకొని క్రిందిగదిలో నుత్తరము వ్రాసికొనుచున్న తండ్రియొద్దకుఁబోయి 'బాబా! వినయబాబు మనతోఁ గలసియుండుటకుఁ దగినంత యోగ్యుఁడు కాఁడా?" అని ప్రశ్నించెను.

ఆప్రశ్నను బట్టి పరేశుఁడు సర్వమును గ్రహించెను. తన కుటుంబమునుగూర్చి సమాజమునం గలుగుచున్న యాందోళన మాతనికిఁ దెలియకపోలేదు! ఈవిషయమై యాతఁడు చాలవఱ కాలోచించుచునే యుండెను! వినయుని యెడల లలిత మనోభావముఁగూర్చి తనకు సంశయము కలుగకున్నచో నాతఁడితరులమాటలను జెవిని బెట్టువాఁడు కాఁడు. కాని లలితకు వినయునియం దనురాగమే కలిగినచో నప్పుడేమి చేయవలసి యుండునని పరేశుఁడు మాటిమాటికిని బ్రశ్నించుకొనుచుండెను. ప్రత్యక్షముగ బ్రాహ్మధర్మ దీక్షం గైకొన్న వెనుక నిన్నాళ్ళ కాతని కుటుంబమునం దిట్టి చిక్కు తటస్థించెను అందుచే నొకవంక నాతనిహృదయమున భయమును, గష్టమును బాధించుచుండెను. మఱియొకవంక నాతఁడు తన మనశ్శక్తినంతను జాగరితముగఁ జేసికొని 'నేను ధర్మదీక్ష గైకొను సమయమున నొక్క దేవునియందే దృష్టినుంచి కఠినపరీక్షయం దుత్తీర్ణుఁడనైతిని! సుఖము, సంపత్తి సమాజము మొదలగువానికంటె సత్యమే ప్రధానమైనదని యెంచి నాజీవితమును ధన్యముగఁ జేసికొంటిని అట్టి పరీక్షాసమయమగు నిప్పుడుకూడ నేనాయీశ్వరునియందే లక్ష్యముంచి యుత్తీర్ణుఁడయ్యెదను' అని నిశ్చయించుకొనుచుండెను. అప్పుడాతఁడు లలితప్రశ్నకుఁ బ్రత్యుత్తరముగా 'అమ్మా! వినయుఁడు చాల మంచివాఁడనియే నాయుద్దేశము! అతఁడెంతటి బుద్ధిమంతుఁడో యంతటి విమలచరిత్రుఁడు!' అనియెను.

లలిత యించుక సేపూరకుండి 'బాబా! గోరాబాబుతల్లి మొన్న మనయింటికి వచ్చినది. సోదరి సుచరితతోఁగలసి నేనొకసారి యామెయొద్దకుఁ బోవుదునా?' అని యడిగెను.

పరేశుఁడొక్కింతసేపటివఱకును బదులు చెప్పఁజాలకపోయెను. ప్రస్తుత మిట్టి రాకపోకల వలన నపవాదములు ప్రబలిపోవునని యాతఁడూహించెను. కాని యీ పని యన్యాయము కానప్పుడు నిషేధించుట యేటికని యాతని యంతరాత్మ బోధించుచుండెను. అందుచే నాతఁడు 'అమ్మా! మంచిది పోవచ్చును నాకుఁబనియున్నది. కాని లేకున్నచో నేనుకూడ మీతో వచ్చియేయుందును!" అనియెను.

౪౬

వినయుఁడిన్నాళ్లనుండియు నతిథివలెను, నాత్మీయులవలెను నిశ్చింతగా వచ్చుచుఁ బోవుచున్న స్థలమునందు సమాజసంబంధ మగు నగ్నిపర్వతము పగిలి మండునని కలలోనైన ననుకొనలేదు. పరేశునికుటుంబముతోఁ గలియుట యాతనికి మొట్ట

మొదట సంకోచముగనే యుండెను. అటునెంతవఱకుఁ జనవుజూపవచ్చునో తెలియక యాతఁడెప్పుడును భయపడుచుండెడివాఁడు! క్రమముగా నాసంశయము వదలుటే కాక యెట్టి భయాశంకయు లేకుండఁబోయెను. ఇప్పు డాకస్మికముగాఁ దనమూలమున లలితకు నిందకలుగుచున్న దని విని యాతనితలపైఁ బిడుగు పడినట్లుండెను. లలితయెడల నాతని హృదయసంబంధము సాధారణ స్నేహభావమును మించియుండెను. తామిరువురు నొక్కసమాజమువారు కానప్పుడు తన కట్టికోరిక యుండుట తప్పేయని వినయుఁ డెఱుంగును. అందుచేతనే యీవిషయమున నందరికంటెను వినయుని హృదయము క్షోభించుచుండెను. తానాయింటియందు విశ్వాసము గల యతిథివలెనే యుచితముగ వర్తించుట లేదనియు నొక్కవిషయమునఁ గపటముగా నుంటిననియు, నిప్పటికైనఁ దనమనోభావము వెల్లడియైనచో లజ్జాకరముగా నుండుననియు నాతఁడెన్నియోసారులు భావించుకొనుచుండెను.

ఇట్లుండ నొకనాఁటి మధ్యాహ్నమున వరదాసుందరి వినయునిం బిలిపించి "వినయబాబూ! నీది హిందూమతము కాదా?" అడిగెను.

విన:—ఔను.

వర:—నీవా మతమును విడఁజాలవు కాదా?

విన:—అసంభవము!

వర:—అట్లయినచో — నెందుచేత —

ఆమాటకు వినయునకుఁ బ్రత్యుత్తరము తోఁచలేదు. ఆతఁడొక్కసారిగఁ దల వంచుకొని కూర్చుండెను. తానుదొరకపోయితినని యీ సూర్యచంద్ర వాయువులకుఁ గూడ రహస్యముగ నుంచిన తనహృదయము బయలుపడిపోయిన దనియు గ్రహించెను. పరేశబా బేమనుకొనునో, లలిత యేమని భావించునో, సుచరిత యేమని తలంచునో యని యాతనికి మనోవేదన గలిగెను. స్వర్గమునుండి వచ్చిన దేవదూతగా నాతఁడింత వఱకును గౌరవింపఁబడుచుండెను. అట్టి యధికారప్రవేశమునకు లజ్జితుఁడై యాతఁ డప్పుడటనుండి తొలఁగిపోవలసిన వాఁడయ్యెను.

ఆట్లు పోవుచున్నప్పుడే ప్రప్రథమమున సుచరిత యింటియొద్ద లలిత నాతనిఁ గంటఁ బడియెను. అప్పు డాతఁడు లలితయొసఁగు దనయుపచారము నంగీకరించి తన పూర్వపరిచయమునకుఁ బ్రీతియ సమాధానముఁ గావించి కడపటి సెలవు గైకొనవలయు నని తలంచెను. కాని యందులకేమిచేయవలయునో యాఁతనికి తోఁచలేదు. అందుచేతనే లలిత మొగమువంకనైనం జూడక యొకనమస్కారముం గావించి యాతఁడు నడచిపోయెను.

ఆతఁడిదివఱకును బరేశునికుటుంబమునకు వేఱుగనే యుండెను. ఇప్పుడు నట్లే యుండెను. కాని యింతభేదమేమి? ఈయేర్పాటిప్పు డింతశూన్యముగ నున్నదేమి? ఆతని పూర్వ జీవితమున కట్టిలోపమును గలుగఁజేలేదు! ఆతని గోరా యున్నాఁడు! ఆనందమయి యున్నది! కాని యాతఁడిప్పుడు నీటినుండి వెలువడిన చేఁపవలె నుండెను. ఏవంకఁజూచిన నెచ్చటను జీవితావలంబనము దొరకుటలేదు. సౌధసంకులములును, జనాకీర్ణములునగు నాగరరాజవీధులందంతటను వినయుఁడు తన జీవితసంబంధమగు పాండుచ్ఛాయామయవినాశన చిహ్నమునే తిలకించుచుండెను! విశ్వవ్యాప్తమగునట్టి శుష్కత్వమును శూన్యత్వమును నాతని కాశ్చర్యము గల్పించుచుండెను. ఎందులకిట్లయ్యెనో, యెప్పుడిట్లయ్యెనో, యేమిచేయుటచే నిట్లయ్యెనో యని యాతఁడు హృదయహీనంబును, నిరుత్తరంబు నగుశూన్యమున నెదుట మాటిమాటికిని బ్రశ్నింపఁదొడంగెను.

"వినయబాబూ! వినయబాబూ!"

వినయుఁడు వెనుదిరిగి చూచెను. ఎదుట సతీశుఁడు! వినయుఁడాతనిఁ గౌఁగిలించుకొని "ఏమిసోదరా! ఏమిమిత్రమా!" అనియెను. వినయుని కంఠస్వర మశ్రుపూర్ణమై యుండెను. పరేశునింటి యందీబాలకుఁ డెట్టి యానంద మాధుర్యముంగూర్చెనో వినయుఁడిప్పు డనుభవించినట్లెప్పుడు ననుభవింపలేదు.

సతీ:—నీవు మాక్రొత్త యింటికి వచ్చుటలేదేమి? అక్కలావణ్యయు లలితయు నేఁడక్కడ భుజింతురు. దొడ్డమ్మ నిన్నుఁగూడ బిలుచుకొని రమ్మన్నది!

విన:— బాబూ దొడ్డమ్మకు వందనమని చెప్పుము! కాని నేనచ్చటికిరాఁజాలను.

సతీశుఁడు సానునయంబుగ వినయునిచేయి పట్టుకొని "ఏలరావు! తప్పక రావలయును నిన్ను విడువను" అనియెను.

సతీశుఁడింతపట్టుపట్టుటకుఁ గారణము లేకపోలేదు. బడిలో నావునుగూర్చి యాతనిచే నొకవ్యాసమును వ్రాయించిరి అదచనయం దేఁబదింటికి నలువదిమార్కులాతనకి వచ్చెను. దానిని వినయునకుఁ జూపవలయునని యాతనికోరిక! వినయుఁడు విద్వాంసుఁడనియు నాతనివంటి రసజ్ఞుఁడొక్కఁడే తనలేఖకు మూల్యమును గట్టఁగలఁడనియు నాతని యభిప్రాయము ఆతఁడుదానిని మెచ్చుకొనునప్పుడు లీలకూడ నుండును. గావున నామె యిఁక నెన్నఁడును దన్నుఁదిరస్కరింపదని సతీశుని యుద్దేశము! అందుచే సతీశుఁడే దొడ్డమ్మను వినయు భోజనమునకుఁ బిలచునట్లు చేసెను. వినయుఁడు తనలేఖను బ్రశంసించుట తనయక్కలుకూడ వినుదురుగదా యని సతీశుని యభిలాష! వినయుఁ డింతపిలిచినను రాకుండుటచే సతీశుఁడు బలవంతపెట్టెను. వినయుఁడాతనిం గౌఁగిలించుకొని 'బాబూ! నీవుమాయింటికిరమ్ము' అనియెను. తాను వ్రాసిన కాగితము తనజేబులోనే యుండుటచే సతీశుఁడు వినయుని యాహ్వానమును

ద్రోసివేయలేదు. కీర్తికాముఁడగు వాబాలకుఁ డాసన్న పరీక్షాభయముననైన లక్ష్యముచేయక వినయుని యింటికిఁ బోయెను

వినయుఁడు సతీశుని లేఖ నంతవఱకు మిగులఁ బ్రశంసించుటయేకాక బజారులో నాతనికి భక్ష్యమును గొనిపెట్టి యాతని యింటివఱకును దీసికొనిపోయి యనావశ్యకంబగు వ్యాకుల స్వరముతో 'సతీశబాబూ! ఇఁక నేను పోయెదను' అనియెను. సతీశుఁ డాతని చేయి పట్టుకొని లోనికి రమ్మని బలవంతము చేసెను. కాని వినయుఁడు పోలేదు.

స్వప్నావిష్టునింబోలి తూలుచు నాతఁడా నందమయి యింటికిఁ బోయెను గాని యామెను దర్శింపఁజాలక మేఁడమీఁద నిర్జనంబగు గోరాపడక గదిలోఁ బ్రవేశించెను. ఆగదియం దాతని బాల్యబంధుత్వముఁ గాంచిన సుఖమయదినంబులగు రేయింబవళ్ళెన్ని కోరగడచినవి! ఎన్నియో యానందాలాపములు; ఎన్నియో సంకల్పములు; ఎన్నియో గభీరాలోచనములు; ఎన్నియో ప్రణయకలహములు; ఎన్నియో ప్రణయకలహప్రణయసుధాపూర్ణావసానములు!— అట్టిపూర్వజీవిత మధ్యమున వచ్చి తన్నుఁదాను మఱచి యుండవలయునని వినయునివాంఛ! కాని మధ్యస్థలమున గొప్పాళ్ళండి యీనూతన పరిచయము మార్గనిరోధముం గాంచెను. జీవిత కేంద్ర మెప్పుడు చెదరిపోయెనో! సంకీర్ణపథమునం దెప్పుడు పరివర్తనము సంఘటిల్లెనో వినయుఁడు వ్యాళ్ళెఱుకను స్పష్టముగా గ్రహింపలేదు. ఎట్టిసంశయమును లేని యీపయనమునం దాతఁడు భయపడి పోవుచుండెను.

ఆరవైచిన వస్త్రములను దీసికొనుటకై యానందమయి మేడమీఁదికి వచ్చి గోరా గదిలో నున్న వినయునిం గాంచి యాశ్చర్యముతో 'ఏమిబాబూ! ఇట్లున్నావేమి? మొగమిట్లు వాఁడిపోయినదేమి?" అనియెను. వినయుఁడు లేచి కూర్చుండి "అమ్మా నేను మొట్టమొదటఁ బరేశునింటికిఁ బోవుచున్నప్పుడు గోరా కోపపడుచుండెను. నేనాకోపము నన్యాయముగా భావించితిని కాని యన్యాయమాతనిది కాదు. నాయంద మతిదే!" అనియెను. ఆనందమయి నవ్వుచు నీవు మహాబుద్ధిమంతుఁడవైనవాఁడవని నేననుటలేదు. కాని యిప్పుడు నీబుద్ధిదోష మెట్లు బయలుపడినది?' అనియెను.

విన.—అమ్మా! నేను నా సమాజమును త్యజించితినని యొక్కసారియైనను భావించుకొనలేదు. వారిస్నేహము వారితోడికలయికయు నాకానందముగను, నుపకారముగను భావించి వారిచే నాకర్షింపఁబడిపోయితిని. నాకితరచింతయే లేకుండ బోయినది.

ఆనం:—నీకేకాదు. నీమాటవినుచున్న నాకును లేకుండఁబోయినది!

విన:—నామూలమున వారిసమాజమునం దొకవిధమగు సన్

లోకులందఱు నెట్లు నిందించుచుండిరనగా నేనిఁక నటకుఁ బోవుట

వినం:—గోరా యొకప్పుడు చెప్పినమాట నాకు సత్యముగఁ దోఁచుచున్నది. లోపల నన్యాయమునుండి పైకి న్యాయముగాఁ గనఁబడునది యన్నిటికంటె నపాయకరమైనదని గోరా చెప్పియుండెను. బాబూ! వారి సమాజమునందు శాంతిగలిగినదని నీవేల పరితపింపవలయును? నీవు నీవ్యవహారమున సత్యముగా నుండినం జాలును.

ఇప్పుడు శేనిపయినను సందిగ్ధముగానుండెను. తన ప్రవర్తనము ఖండనీయమగునో కాదో యాతఁడు నిశ్చయించుకొనఁజాలకుండెను. పరమతస్థురాలగు లలితను బెండ్లియాడుట కవకాశము లేనప్పుడామెయెడల ననురాగము కలిగియుండుట గూడ పాపమని యాతఁడు ఖేదపడుచుండెను. ఆపాపమునకు దారుణప్రాయశ్చిత్త సమయ మాసన్నమైనట్లు గ్రహించి యాతఁడు క్షోభపడుచుండెను. అప్పుడు వినయుఁ డాకస్మికముగా "అమ్మా! శశిముఖిని నాకు బెండ్లిచేయుట కేర్పాటైనదిగదా! అదిత్వరలో జరిగిన బాగుగా నుండును! నాకుచితమగుతావున నేను బద్ధుఁడనైయుండి యెట్లును విడివడుట కవకాశము లేనివాఁడనై యుండుటే మంచిది" అనియెను. ఆనందమయి నవ్వుచు 'అనగా శశిముఖిని నీసహధర్మిణిగాఁ జేసికొనక పోయినను సంకెలగాఁ జేసికొందువు కాఁబోలును! అహా! శశిముఖి కెంతయదృష్టము' అనియెను.

ఇంతలో సేవకుఁడువచ్చి "పరేశునింటినుండి యిరువురు స్త్రీలు వచ్చినారు" అని చెప్పెను. ఆమాటవిని వినయునిగుండె గుభిల్లుమనియెను. వినయుని జాగ్రత్తగ నుంచుమని చెప్పుటకై వారానందమయి యొద్దకువచ్చి యుందురని యాతనికిఁ దోఁచెను. అతఁడు చటాలున లేచి "అమ్మా! నేనుపోయెదను!" అనియెను. ఆనందమయి లేచి యాతనిచేయి పట్టుకొని 'ఇల్లు విడిచి పోవలదు! క్రిందిగదిలో వేచియుండుము!' అనియెను.

వినయుఁడు క్రిందికిబోవుచు వీరితో నిఁక బని లేదు. అయినదేమో యైనది. ఇక జచ్చినను నేనచ్చటికిఁ బోఁజాలను. అపరాధమునకు శాస్తి యగ్నిజ్వాలవలె బ్రజ్వరిల్లినప్పుడది యపరాధి దగ్ధుఁడైపోయినను జల్లారదు!' అని యనుకొనియెను. వినయుఁడు గోరాపీఠికగదిలోఁ బ్రవేశించునప్పటికి మహిముఁడు తనపెద్దపొట్టమీఁది కోటుబొత్తములను సడలించుకొనుచుఁ గచేరినుండి యింటికివచ్చుచు వినయునిచేయి పట్టుకొని 'ఇదిగో! వినయబాబు! మంచిది! నేను నీకొఱకే చూచుచున్నాను!' అని చెప్పి యాతని గదిలోనికిఁ గొనిపోయి కుర్చీపై గూర్చుండఁజేసి జేబులోని డబ్బినుండి తాంబూలమును దీసి యాతనికిచ్చి తాను హుక్కాను దెప్పించుకొని పీల్చుచు 'వినయబాబూ! ఆవిషయమై యేమాలోచించితివి? ఇంకను—' అనియెను.

వినయుని భావము మునుపటికంటె సుఖముగానున్నట్లు మహిముఁడు గ్రహించెను. వినయుఁడుత్సాహముతో నుండుట కాక మిషపెట్టితప్పించుకొని పోవునట్లుగపడ

లేదు. మహిముఁ డప్పుడే స్థిరపరచుకొనవలెనని నిశ్చయించెను. అప్పుడు వినయుఁడు "గోరా యింతను రాలేదుగదా!" అనియెను. మహిముఁ డింక యూరట నంది "అతను త్వరలోనే వచ్చును! వినయబాబూ! ఫలహారమేమైనఁ దెప్పింతునా? అది యేమి నీ మొగ మంతగా వాడిపోయినది? అసౌఖ్యముగ లేదుగదా!" అనియెను.

వినయుఁడు ఫలహార మక్కఱలేదనుటచే మహిముఁడు తన క్షున్నివారణము చేసికొనుటకై లోనికిఁ బోయెను. వినయుఁ డప్పుడు గోరా బల్లపై నున్న యొక పుస్తకమును దీసి పుటలను దిరుగవైచుచుండెను. పిమ్మట నాతఁ డా పుస్తకము నెప్పటివలె నుంచి గదిలో నిటునటుఁ బచారము చేయుచుండెను. ఇంతలో సేవకుఁడువచ్చి 'వినయబాబూ! అమ్మగారు పిలుచుచున్నారు!' అనిచెప్పెను.

విన:—ఎవ్వరినిఁ బిలుచుచున్నారు?

సేవ:—మిమ్ములనే.

విన:—వారందఱు నున్నారా?

సేవ:—ఉన్నారు.

బడికిఁబోవు పిల్లవానివలె వినయుఁడు మేడమీఁదికి బోయి గది గుమ్మముకడ నిలిచి సంశయించుచుండగా సుచరితయెప్పటిసహజసౌహార్ద్రమధురకంఠస్వరముతో "వినయబాబూ! రమ్ము!'' అనియెను. వినయున కామాట యవాంఛాలబ్ధమగు రత్నాలమూట వలెనుండెను. లోపలఁ బ్రవేశించుచునంతనే వినయుని మొగముపంకిఁ జూచి లలితాసుచరిత లాశ్చర్యపడిపోయిరి ఆకస్మిక కఠినాఘాతము ననుభవించుచున్నట్లాతని ముఖలక్షణములు గానవచ్చుచుండెను. ఆతని సహాస్యవదనమండల మాకస్మికముగ మిడుతల గుంపుపడిన సరసశ్యామల సస్యక్షేత్రమువలె నగపడుచుండెను. అప్పుడు లలిత హృదయమునఁ గరుణావేదనలతోఁగూడి నొక్కించుక యానందరేఖకూడఁ బొడకట్టుచుండెను మరియొకప్పుడైనచో లలిత శీఘ్రముగా వినయునితో మాటలాడఁజాలకయేయుండును. కాని యిప్పుడామె వినయుఁడు గదిలోఁ బ్రవేశించినంతనే "వినయబాబూ! నీతో మాటాడుటకే మేము వచ్చియుంటిమి!" అనియెను

వినయునిహృదయమునం దాకస్మికముగ నొకశబ్దభేదియగు నానందబాణముఁ గుచ్చుకొన్నట్లయ్యెన! ఆతఁడుల్లాసకితుడైపోయెను. ఆతని విషణ్ణమానవదన మానిమిషమునందే ప్రదీప్తమైపోయెను.

లలి:—వినయబాబూ! మేము కొందఱము కలసి యొకచిన్న బాలికపాఠశాలను స్థాపింపఁదలచితిమి!

విన:—(ఉత్సాహముతో) చాలదినములనుండి నాకును నిట్టి యూహాయున్నది

లలి.—నీవీ విషయమున మాకుఁ దోడ్పడవలయును!

విన:—నాచేఁత నైనంతవఱకుఁ జేసెదను. నేనేమిచేయవలయునో చెప్పుము!

లలి:—మేము బ్రహ్మసమాజపువారమని హిందువులు మమ్ము విశ్వసించుట లేదు; నీవీవిషయమునఁ బ్రయత్నింపవలయును!

విన:—మీరీవిషయమున భయపడవలను. నేనున్నాను!

ఆనం:—అమ్మా! ఆపని యాతఁడు చేయఁగలడు! మాటలచే నితరులను వశపరచుకొనుటలో నీతనితో సమానులు లేరు.

లలి:—విద్యాలయ కార్యనియమముల నేర్పఱుపవలయును. సమయవిభాగము తరతమ విభాగము పాఠపుస్తక నిర్ణయము సమస్తమును నీవుచేయవలయును.

వినయున కీపని లెక్కలోనిది కాదు. కాని యాతనికిఁ గలవరముగా నుండెను. వినయునిఁ దనబిడ్డలతోఁ జేరవలదని వరదాసుందరి నిషేధించినట్లుగాని, యీవిషయమున సమాజమునం దపవాదములు బయలుదేఱుచున్నట్లుగాని లలితకుఁ దెలియదా? ఇప్పట్టునఁ దాను లలితకోరిక నంగీకరించినచో నది యామె కనిష్టకారణ మగు నేమో యని వినయుని హృదయము బాధపడుచుండెను. లలిత సత్కార్యము చేయుచుఁ దన సాయమును గోరినప్పుడాపని చేయకుండుటయు నాతనికిఁ గష్టముగా నుండెను.

ఈ విషయమున సుచరితకుఁగూడ నాశ్చర్యముగ నుండెను. బాలికాపాఠశాలకు లలిత వినయుని సాయమును గోరునని యామె కలలోనైన ననుకొనలేదు. వినయునింగూర్చి యిన్ని యపవాదములు పుట్టుచున్న యీసమయమున నూరక నీపనియేమి! లలిత యెఱింగియు, వినియుండియు మనఃపూర్వకముగ నిట్లు చేయఁదలంచుటకు సుచరిత భయపడియెను. లలితహృదయమున సమాజము నెడల విద్రోహభావ ముండునుగాక! పరాయియగు నీవినయుని నిట్టిచిక్కులలోఁ బెట్టుట యుచితమా? అందుచేతనే సుచరిత యుత్కంఠితయై "ఈవిషయమునుఁ దండ్రిగారితో నాలోచింప వలయును. బాలికాపాఠశాలకుఁ బరీక్షాధికార పదమునకై వినయబాబిప్పు డాశపడి యుండలేదు!" అనియెను.

సుచరిత నేర్పుగాఁ బ్రస్తావమును మార్చినదని వినయుఁడు గ్రహించెను. అందుచే నాతని హృదయమున మఱియొక యఘాత మయ్యెను. "ఈపనివలన నెట్టిచిక్కులు కలుగునో సుచరితకుఁ దెలిసినట్లు లలితకు దెలిసియుండవలయును కాని లలిత యాభావమునేల ప్రకటించుటలేదు?" అని వినయుఁ డాలోచించుకొను చుండెను.

లలి:—తండ్రిగారితో నాలోచింపవలసినదే. కాని వినయబాబు సమ్మతించినచో నాయనతో మాటాడవచ్చును: ఆయనయెన్నటికి నడ్డము చెప్పరు ఆయనయును

మన పాఠశాలయం దుండవలయును. (ఆనందమయింగాంచి) అమ్మా! మీరును మమ్ములను వదలఁగూడదు!

ఆనం:—(నవ్వుచు నేను మీపాఠశాలను దుడిచి శుభ్రపఱుపఁగలను! అంత కంటె నేనేమిచేయఁగలను?

విన:— అమ్మా! అంతే చాలును! అందుచేఁ బాఠశాల పరమపవిత్రము కాఁగలదు!

లలితా సుచరితలు వెడలిపోయినతరువాత వినయుఁడు కాలినడకతో నుద్యానమునకుఁ బోయెను. అప్పుడు మహిముఁ డానందమయి చెంతకువచ్చి "అమ్మా! వినయుడు చాలవఱకు సమ్మతించిన ట్లున్నాఁడు! కార్యము త్వరలోఁ దీర్చుకొనుట మంచిది తరువాత బుద్ధియెట్లుమారునో!" అనియెను. ఆనందమయి విస్మితయై "ఏమనియెదవు? వినయుఁడు మరల సమ్మతించెనా? నాతోఁ జెప్పలేదే" అనియెను.

మహి:—ఇప్పుడే నేవానితో మాటాడితిని. గోరా వచ్చినంతనే స్థిరపఱచుకొందమని చెప్పినాఁడు!

ఆనం:—మహిమా! నీకు లోకజ్ఞానము లేదు.

మహి:—నేనెంత మందమతినైనను స్పష్టవచనములనుగూడఁ దెలిసికొనఁజాలనంతటి పిల్లవాడను గాను!

ఆనం.—బాబూ! నీకు నామీదఁ గోపము కలుగునని యెఱుఁగుదును కాని యీమూలమున గోల పుట్టునేమో యని యనుకొనుచున్నాను.

మహి:— పుట్టినఁబుట్టనిమ్మ!

ఆనం:—నేను నీతల్లి నగుటచే నంతయు సహించెదను. కాని యశాంతిని సహింపఁజాలను! అట్లుండుట మీ బాగుకొఱకే!

మహి:—(నిష్ఠురముగా) మాబాగు చూచుకొను భారము మామీఁదనే యుండనిమ్మ! అట్లయినచో నీవేమాటయు వినవక్కఱలేదు! అదిమాకును సుఖముగనే యుండును. శశిముఖి పెండ్లియెట్లో జరిగిపోయినచోఁ దరువాత మాబాగు మాచుకొనవచ్చును. ఏమనియెదవు?

ఆనందమయి మారుమాటచెప్పక యొక్క నిట్టూర్పు విడచెను. మహిముఁడు జేబులోనితమలపాకులను దీసికొని నములుచు వెడలిపోయెను.

౪౭

లలిత పరేశుని చెంతకుఁబోయి "బాబా! మేము బ్రహ్మసమాజపువార మని హిందువు లెవ్వరును దమబిడ్డలను మాకడకుఁ జదువఁబంపుట లేదు. ఈపనిలో హిందువు

లెవ్వరైన నున్నచో బాగుగ నుండునని యనుకొనుచున్నాను! మీయభిప్రాయమేమి ? అనియడిగెను.

పరే:— మనకు సాయపడు హిందువు లెవ్వరున్నారు?

లలిత స్థిరపరచుకొనియే వచ్చెఁ గాని యాకస్మికముగ వినయుని పేరు చెప్పుట కామె సంశయించెను. ఎట్లో బలవంతముగ నామె సంకోచమును ద్యజించుకొని "లేకేమి? వినయబాబున్నాఁడు కాడా? కాని —' అనియెను. ఈ 'కాని' యను పదము కేవలము వ్యర్థప్రయోగమే – ఈయవ్యయపద మపవ్యయ మాత్రమే. దాని తోనే సమాప్తమైపోయెను

పరే:— వినయుఁడా? వినయుఁడంగీకరించునా?

లలితకు నభిమానమునకీమాట యాఘాతమయ్యెను. వినయుఁ డంగీకరింపఁడా? ఆతని సమ్మతింపజేయుట యసాధ్యముకాదని లలిత యెఱుంగును. కావుననే లలిత "బాబా! ఆతఁ డంగీకరించును!" అనియెను. పరేశుఁడు సుస్థిరుఁడై కూర్చుండి "బాగుగ నాలోచించుకొన్నచో నాతఁడెన్నఁటికిని సమ్మతింపఁడు!" అనియెను.

లలిత కర్ణమూలములు రక్తరంజితములైపోయెను. ఆమె తనచీరచెఱఁగునం గట్టిన తాళపుగుత్తిని గదలించుచు నూరకుండెను. పీడితహృదయయగు తనయ మొగము వంకఁ జూచి పరేశుని హృదయము సంక్షుభితమైపోయెను. కాని యాతనికట్టి స్వాంతవచనము దోఁచుటలేదు. లలిత కొంతసేపటికి మెల్లగ మొగమెత్తి 'బాబా! అట్లయినచో మాపాఠశాల యేవిధముగను జరుగదా? అని యడిగెను.

పరే:— ఇప్పుడు చాల నంతరాయము లున్నవి. ప్రయత్నించినచో నెన్నియో యప్రియములకుఁ దలయొగ్గవలసి యుండును!

"హానూబాబు పంతము నెగ్గును! అన్యాయములకు నిశ్శబ్దముగా నంగీకారము కలుగును. ఇది లలితకు దురంతదుఃఖకరముగ నేయుండెను. ఇది తండ్రిగారి శాసనమైనదిగాని మఱియొకరిమాట యైనచో నామె యప్పుడే తృణీకరించివైచును! ఎట్టి యప్రియమునకైనను భయపడనియామె యన్యాయమును నెట్లుసహింపఁగలదు? ఆమె మెల్లమెల్లగాఁ దండ్రికడనుండి లేచి తనగదిలోనికిఁ బోయెను. అప్పటికామె కొక యుత్తరము వచ్చియుండెను. హస్తాక్షరములను బట్టిచూడఁగా నదియామె బాల్యసఖి యగు శైలబాల వ్రాసినలేఖవలె నుండెను. ఆమెకుఁ బెండ్లియైనది ఆమె యప్పుడు భర్తయొద్ద బాంకిపురమునందుండెను. ఆయుత్తరమునం దిట్లున్నది— 'చెల్లీ! నీ సంగతులు చాలగవిని నామనసు చెడిపోవుచున్నది! చాలదినములనుండి నీకు జాబు వ్రాయవలయు ననుకొనుచుంటిని గాని, సమయము దొరకలేదు. నిన్నుఁగూర్చి యొకరి వలన నొకసంగతి విని నాతఁపైఁ బిడుగుపడినట్లయితిని. వారిపేరిందు వ్రాయలేదు.

కాని యీవ్రాసినవారు నమ్మఁదగినవారు కారు. ఇట్లు జరుగునని నేనెన్నఁడును నమ్మకొనలేదు. నీవొక హిందూయువకుని పెండ్లియాడఁ దలఁచితివట! ఈమాట నిజమైనచో’’

క్రోధముచే లలిత సర్వాంగకములును ప్రజ్వలించిపోయెను. ఆమె యొక్క నిమిషమైన నోర్వక తక్షణమే యిట్లు ప్రత్యుత్తరము వ్రాసెను— సఖీ! ఈమాటనిజమో కాదో తెలిసికొనఁగోరి నీవు జాబు వ్రాయుట నా కాశ్చర్యముగా నున్నది; ఈమాట బ్రహ్మసమాజమువారే చెప్పినప్పుడింకను సత్యము కాదేమో యను నీకేల సంశయము కలుగవలయును? తరువాత — నేను హిందూయువకుని పెండ్లియాడెదనను వార్త నీతలపైఁ బిడుగుపడినట్లుండెనని వ్రాసితివి! ఎట్టివారితో వివాహములని పాతముకంటె నతిదారుణముగ నుండునో యట్టి సువిఖ్యాత సాధుయువకులు బ్రహ్మసమాజమునందున్నారనియు నెట్టి యుత్తమ బ్రాహ్మ కన్యకలైనను వరింపఁదగిన ప్రఖ్యాతియువకులు హిందూ సమాజమునఁ గూడ లేకపోలేదనియు నిశ్చయముగాఁ జెప్పుచున్నాను నేనింతకంటె నీకు విశేషముగ వ్రాయఁదలఁచుకొనలేదు —”

ఈ దినమునఁ బరేశుఁ డేపనియును జేయుటలేదు; ఊరక కూర్చుండి యాలోచించుచుండెను. తరువాత నాతఁడు సుచరిత యింటికిఁ బోయెను. పరేశుని విచారవదనముం గాంచి సుచరిత హృదయము కలఁగిపోయెను! ఆతనికి విచారము కలుగకుండ జేయవలయుననియే యామె చాలదినముల నుండి జాగ్రత్తగ మసలుకొనుచుండెను. అప్పుడు పరేశుఁడు సుచరితను గదిలోనికిఁ దీసికొనిపోయి రహస్యముగా “అమ్మా! లలితవిషయమై యాలోచింప వలసిన సమయము వచ్చినది!’’ అనియెను. సుచరిత కరుణామయ విలోకనములతోఁ బరేశుంగాంచి “బాబా! తెలిసినది!” అనియెను.

పరే:— నేను సామాజికనిందను లెక్కించుటలేదు—లలితయెట్లు —

పరేశుని సంశయముంగాంచి సుచరిత స్పష్టముగాఁ జెప్పఁదలచి “బాబా! లలిత యేసంగతియు నాకడ దాఁచెడిది కాదు. కాని కొన్నాళ్ళనుండి యామె నా యొద్ద నట్లుండుట లేదు.’’

పరే:—లలితయభిప్రాయమును నేనామె నడిగికూడఁ దెలిసికొనఁదలఁపలేదు. ఆమె విషయమున నేనేమిచేసిన బాగుగనుండునో నాకుఁ దోచుటలేదు. నేను వినయుని దఱచుగా నింటికి రానిచ్చుట యామెకనిష్టముంగూర్చి నట్లయినదా యేమి?

సుచ:—వినయబాబునం దెట్టిదోషమును లేదని మీరే యెఱుఁగుదురు. అతఁడు నిర్మల స్వభావుఁడు. అట్టి సాధుపురుషులు లోకమున స్వల్పముగా నుందురు.

పరేశబాబు క్రొత్తసంగతి గ్రహించినట్లు “రాధా! నీవు సరిగఁ జెప్పితివి. వినయుఁడు మంచివాఁడగునో కాఁడో యంతర్యామియగు నీశ్వరుఁడే యెఱుంగును.

ఆతఁడు మంచివాఁడే! సంశయములేదు. ఈవిషయమున నేనాతని మాటిమాటికి వందనము చేసెదను" అనియెను.

ఒక్కచిక్కు వదలిపోయెను. పరేశున కూపిరితిరిగెను. పరేశుఁడు దేవుని యెదుట నన్యాయముగ మసలినవాఁడు కాఁడు. ఈశ్వరుఁడు మానవునిం దూచుటకై కూర్చిన త్రాసునందుఁ బరేశుఁడు నిత్యధర్మము వంకకే వ్రొగ్గుచూపియుండెను. సమాజసంబంధమగు కపటగౌరవము లభించుట లేదని యాతనికెంతమాత్రమును విచారము లేదు. ఇట్టి స్వల్పవిషయము నిప్పటివఱకును గ్రహింపఁజాలక యీవిధముగాఁ బరితపించుట యాతనికాశ్చర్యముగ దోఁచెను. అప్పుడాతఁడు సుచరిత యుత్తమాంగమున దక్షిణహస్తమునుంచి "అమ్మా! ఇప్పుడు నీవు నాకుఁ బ్రబోధమును గల్పించితివి!" అనియెను. సుచరిత తక్షణమే యాతనిపాదధూళిని శిరమునందాల్చి "కాదుకాదు! బాబా! అట్లనియెద రేమి?" అనియెను.

పరే:— సంప్రదాయ మెట్టిదనఁగా—తాను మానవుఁడనను సామాన్యజ్ఞానమును గూడ నది మఱపించివైచును; సమాజము కల్పించిన బ్రాహ్మ హిందూ విభేదమే విశ్వసత్యముకంటెను బ్రధానముగాఁ దోఁపజేయును. ఇంతవఱకు నట్టి యాసత్యమార్గము నందే తిరిగితిరిగి చచ్చుచున్నాను—లలిత బాలికాపాఠశాలను స్థాపించునుద్దేశమును మార్చుకొనలేదు. ఈవిషయమున వినయుని సహాయునిగాఁ జేసికొందునని యామె నన్నుఁ గోరినది!

సుచ:— బాబా! ఇప్పుడు వలదు. కొన్నాళ్ళు పోనిండు!

తాను నిషేధించినచో లలిత యుత్సాహమునకు భంగము కలిగించువట్లగు నేమో యని పరేశుని కరుణార్ద్రహృదయమునకుఁ గష్టముతోఁచుచుండెను. తేజస్విని యగు లలిత సమాజనిందలను లక్ష్యముచేయక యన్యాయమునకుఁ విరుద్ధముగఁ బోరాడుటకు సిద్ధముగనుండెననియు, నొక్కతండ్రి శాసనమునకుమాత్రమే తలయొగ్గి యుండెననియుఁ బరేశుఁడు స్పష్టముగ గ్రహించి యుండెను. అందుచేఁ బరేశుఁడు "రాధా ఇప్పుడేల యూరకుండవలయును?" అనియెను.

సుచ:— అమ్మకుఁ గోపముగా నుండునేమో?

ఆమాట సత్యమేయని పరేశునకుఁ దోఁచెను—ఇంతలో సతీశుఁడు వచ్చి సుచరిత చెవిలో నేమియో చెప్పెను. సుచరిత "వలదుబాబూ! ఇప్పుడు కాదు; రేపు!" అనియెను. సతీశుఁడు విమగ్నహృదయముతో "రేపుమాకు బడియున్నది!" అనియెను. పరేశుఁడు ప్రేమహాసముతో "బాబూ! సతీశా! ఏమి కావలయును?" అనియెను.

సుచ:— వాఁడు—ఒక

సతీశుఁడు వ్యస్తహృదయుఁడై సుచరిత నోటికిఁ జేయడ్డముచేసి "వలదు! చెప్పవలదు!" అనియెను.

పరే:— బాబూ! అదిరహస్యమైనచో సుచరిత కేల చెప్పితివి?

సుచ:— బాబా! ఆరహస్యమెట్లయిన మీ చెవిఁ బడవలయుననియే వినయుని యుద్దేశము!

సతీశుఁడు బిగ్గరగా "కాదు! నిశ్చయముగాఁ గాదు!" అని చెప్పుచు నొక్కపరుగున వెడలిపోయెను. వినయుఁడు తనవ్యాసముం జదివి వ్రాసియిచ్చిన ప్రశంసాపత్రమును సుచరితకుఁ జూపవలయునని సతీశుని యుద్దేశము. ఆసంగతి పరేశుని యెదుట రహస్యముగాఁ జెప్పుటలో సతీశుని యభిప్రాయమేమో సుచరిత వెల్లడించివైచినది. ఇంతసులభముగాఁ దనయూహ బయల్పడిపోవునని పాపము సతీశుఁ డెఱుఁగకపోయెను!

౪౮

నాలుగుదినములైనతరువాత నొకయుత్తరమును బట్టుకొని హారానుఁడు వరదాసుందరిచెంతకువచ్చెను. ఇప్పుడీక నాతఁడు పరేశునియెడల నాశవదలుకొని యుండెను. హారానుఁ డాయుత్తరమును వరదాసుందరిచేతికిచ్చుచు "నేను మొదటినుండియు మిమ్ములను హెచ్చరించుచునే యున్నాను. కాని యది మీకుఁ గష్టముగా నుండెను. లోలోపల నెట్టిసంగతులు జరుగుచున్నవో యీచీటి చూచినచో మీకే తెలియును!" అనియెను.

అది లలిత శైలబాలకు వ్రాసినయుత్తరము! వరదాసుందరి దానిని జదివి 'ఏమని చెప్పుదును! ఇట్లు జరుగునని నేనెన్నఁడు ననుకొనలేదు! ఇది నాతప్పు కాదని చెప్పుచున్నాను. మీరందఱును విశేషముగఁ బొగడుచు నామెకన్నులను దలకెక్కించితిరి. బ్రాహ్మసమాజమునం దట్టికన్య లేదంటిరి—ఆగాదగ్య కన్యకఁ దక్కఁ గీర్తి మీకనులయెదుటనే యున్నదిగదా! గోరావినయుల నామెయే యింటికిఁ దెచ్చినది! అయినను నేనెట్లో వినయుని నామార్గమునకుఁ ద్రిప్పుకొంటిని. దానిపై నెక్కడనుండియో హరిమోహినివచ్చి నాయింట విగ్రహారాధనమును దెచ్చిపెట్టినది; వినయుని నాకంటఁ గగపడకుండఁ జేసివైచినది! ఇన్నియున్నను మీసుచరిత చేసినపనులే. ఆమె యెంతటి యాఁడుదియో నాకు సంపూర్ణముగఁ దెలిసిపోయినది. కాని నేనిన్నాళ్లు నేమియు ననలేదు. ఆమెను బెంచి పెద్దదానినిఁ జేసినందులకే కాని, నాబిడ్డ యనుకొనుట కవకాశము లేకుండఁబోయినది. నాకుఁ దగినప్రతిఫలము కలిగినది! ఇప్పుడు నాకీయుత్తరము చూపు టెందులకు? మీయిష్టమువచ్చినట్లు చేసికొనుఁడు!' అనియెను.

హారానుఁడు తనతప్పు నంగీకరించి వరదాసుందరిని క్షమింప వేఁడుకొనియెను. అనంతర మామె పరేశు నలుకఁబిలిచి "ఇదిగోఁ చూచుకొనుఁడు!" అని యాయుత్తరము నాతనియెదుట బల్లపైఁ బడవైచెను. పరేశుఁడు రెండుమూఁడుసారు లాయుత్తర

మును జదివి 'ఇప్పుడేమైనది!' అనియెను. వరదాసుందరి యుత్తేజితస్వరముతో "ఏమైనదా? ఇంకేమి కావలయును? ఇంకను మిగిలియున్నదా? దేవపూజ, జాతిభేదము సర్వము సంప్రాప్తమైనది! ఇఁక హిందూయువకునితో బ్రాహ్మవివాహముకూడ జరుగును. తరువాతఁ బ్రాయశ్చిత్తము చేసికొని హిందూమతప్రవేశము! ఇఁక జెప్పవలసిన దేమున్నది?' అనియెను.

పరేశుఁడు మందహాసముతో 'నీవేమియుఁ జెప్పనక్కరలేదు. ఇదిచెప్పవలసిన సమయమునుగాదు. లలిత హిందూవివాహము చేసికొన నిశ్చయించుకొనెనని నీ వెట్లు స్థిరపఱచుకొంటివి? ఈయుత్తరమునందట్టి భావమేమియు నగపడుటలేదే!" అనియెను.

హార:— మీ కిట్లు కనఁబడుటకింకను నేమియుండవలయునో బోధపడుటలేదు. మీకుఁ దెలిసియున్నచో నింతవఱ కేలవచ్చును? ఈయుత్తరమునం దింతకంటె స్పష్టముగా నెవ్వరు వ్రాయుదురో చెప్పుఁడు!

వర:— ఈచీటి లలితకే చూపించి యామె యుద్దేశము నడుగుట మంచిదని తోఁచుచున్నది. మీకిష్టమున్నచో నేనే యామె నడిగెదను!

ఇంతలో లలిత తుపానువలె వచ్చి 'బాబా! బ్రహ్మసమాజమునుండి యొక యనామలేఖ వచ్చినది. చూడుడు!" అని యొకచీటీని తండ్రికిచ్చెను. పరేశుఁడు చదివెను. లలితావినయులకు వివాహము రహస్యముగ స్థిరపడుటంగూర్చి నిందలతోడను, నుపదేశములతోడను నాయుత్తరము నిండియుండెను. మఱియు వినయుఁడు మంచివాఁడు కాఁడనియు కొన్నాళ్ళకు బ్రాహ్మస్త్రీని ద్యజించి హిందూయువతిని బెండ్లియాడుటకును సంశయింపడనియు నందు సూచితమైయుండెను. పరేశుఁడు చదివిన తరువాత హారానుఁడుకూడ దానిని జదివి 'లలితా! ఈయుత్తరము చదివి నీవు కోపపడియెదవుగాని, యిట్టితరులు వ్రాయుటకుఁ గారణము నీవు కల్పించినదే కాదా? దానికేమి; ఇదిచూడుము! ఈచీటి స్వయముగ నీవేల వ్రాసితివి?" అనియెను.

లలిత స్తబ్ధయై కొంతసేపూరకుండి 'శైలబాలకును నాకును నుత్తరప్రత్యుత్తరములు జరుగుచున్నట్లు నీకుఁ దెలియునా? అనియెను. హారానుఁడామాటకు బదులు చెప్పక "ఆమె సమాజకర్తవ్యమునుబట్టి నీకీయుత్తరము వ్రాయుటకు బాధ్యయయ్యెను! అనియెను. లలిత సుస్థిరయై నిలిచి ఇప్పుడు సమాజ మేమనఁ దలఁచియున్నదో చెప్పుము!" అనియెను.

హారా:— వినయునితోడి నీసంబంధమునుగూర్చి సమాజమువారనుకొనుమాటల నన్నిటిని నేను విశ్వసించుటలేదు. కాని నీవలన సర్వమును వినఁదలచియున్నాను!

లలిత కన్నులనుండి నిప్పులొలుకుచుండఁ గుర్చీపైకిఁ గంపితకరమును జాచి

"సమాజమువారిమాటలే నీకు విశ్వసనీయములుగ లేవా?" అనియెను. పరేశుఁడు లలిత వెన్నునఁజేయుంచి దువ్వుచు "అమ్మా! ఇప్పుడు నీమనసు బాగుగ లేదు. తరువాత మాటాడవచ్చును. ఇప్పుడు వలదు!" అనియెను.

హారా:— పరేశబాబూ! మీరు ప్రస్తావమును మార్చ బ్రయత్నింపకుడు!

లలిత మరింత మండిపడి "తండ్రిగారు మాట మరలింప జూచుచుండిరా? ఆయన నీవలె సత్యమునకు భయపడువారు కారు. సత్యము సమాజముకంటెను ప్రధానమైనదని నాయనగారెఱుఁగుదురు! వినయుని పెండ్లియాడుట యసంభవమని గాని, యన్యాయమనిగాని నేనెంతమాత్రమును భావించుట లేదని నీకు నిశ్చయముగాఁ జెప్పుచున్నాను!" అనియెను.

హారా:— కాని యాతఁడు బ్రాహ్మధర్మమును వహించుటకు స్థిరపడియెనా?

లలి:— ఎంతమాత్రము స్థిరపడలేదు. దీక్షాగ్రహణము చేయవలయు ననునిర్బంధ మేమున్నది?

వరదాసుందరి యింతవరకును మాటాడుటలేదు. హారానుఁడు విజయుఁడై యిఁకఁ దనతప్పును బరేశునియెదుట నొప్పుకొని క్షమింపఁగోరునని యామెకుఁ దోఁచెను. ఇఁక నామె సహింపఁజాలక "లలితా! నీవుపిచ్చిదానవైతివా? అట్లనియెద వేమి?" అనియెను.

లలి:— అమ్మా! ఇవి పిచ్చిమాటలు కావు! నేనాలోచించియే మాట లాడుచున్నాను. నన్నీవిధముగా నలుదెసలనుండియు బంధించుటను నేనుసహింపఁజాలను. నేనీహారానబాబు సమాజమునుండి ముక్తినందెదను!

హారా:— ఉచ్ఛృంఖలత్వమే ముక్తియనుకొంటివా?

లలి:— కాదు! నీచాక్రమణమునుండి—యసత్యాసత్యమునుండి విడివడుటయే ముక్తియని చెప్పుచున్నాను; ఎట్టియన్యాయమును, నెట్టి యధర్మమును లేనిస్థానమున బ్రహ్మసమాజము నన్నెట్లు బంధింపఁగలదు. ఎట్లు స్పృశింపఁగలదు?

హారా:— పరేశబాబూ! చూచితిరా! తుదకిట్లగునని నే నెఱుఁగుదును! సాధ్యమైనంతవరకు మిమ్ములను హెచ్చరించుచునే యున్నాను! లాభము లేకపోయినది!

లలి:— హారూబాబూ! చూడుము! నీకుబోధింపవలసిన విషయ మొకటి యున్నది! నీకంటె నెల్లవిధముల నుత్తములగువారినిగూడ మందలింపవలయు నను నహంకారము నీమనసు నందుంచుకొనవలదు!

అని చెప్పిలలిత యటనుండి వెడలిపోయెను.

వర:— ఎంతపని జరిగినది! పరే—ఇఁక నేమిచేయవలయునో యాలోచింపుడు

పరే:— ఏదికర్తవ్యమో దానినే చేయవలయును. కాని యింతతొందరగ నాలోచించి కర్తవ్యనిశ్చయము చేయరాదు. నన్ను క్షమించి యిప్పుడు నాకీవిషయమున నేమియుఁ జెప్పవలదు నే నేకాంతత నభిలషించుచున్నాను.

౬౪

“ఎంతపని జరిగినది?' అని భావించుకొనుచు సుచరిత యొక్కింత సేపుండి లలితను కౌఁగిలించుకొని ,సోదరీ! నాకేమో భయముగానున్నది;అనియెను.

లలి:—భయ మేమి?

సుచ:— సమాజమందంతటను కగ్గోలముపుట్టినది. కాని తుదకు వినయబాబు బంగీకరింపకున్నచో—

లలి:— ఆతఁ డంగీకరించి తీరును!

సుచ:— నీ వట్లనుకొనుచున్నావు. కాని వినయుఁడు తనమతమును త్యజించి యీపెండ్లి కిష్టపడఁడని పానూబాబు మనయమ్మకు ధైర్యము చెప్పి పోయినాఁడు! సోదరీ! నీవు బాగుగ నాలోచింపకుండఁ బానూబాబుతో నట్లేలమాటాడితివి?

లలి:— అట్లు చెప్పితినని నాకిప్పటికిని విచారము కలుగుట లేదు! పానూబాబును, నాతని సమాజమువారును నన్నొక వేఁటజంతువుగా సముద్రపర్యంతమును దరుముకొని వచ్చితిమనియు, నిచ్చట నేను దొంకిపోవుదుననియు భావించుకొనుచున్నారు. వారి వేఁటకుక్కల భయముచే వారిపంజర మధ్యమున నిరికికొని యుండుటకు నేను భయపడుదును గాని, యీసముద్రమును లఘించుటకుఁగూడ భయపడనని మాత్రము వారెఱుంగరు!

సుచ:—ఒకసారి తండ్రిగారితో నాలోచించి జూడవలయును.

లలి:—నాయనగా రట్టికూ్రరులతో సంబంధము పెట్టుకొనరని నిశ్చయముగఁ జెప్పుచున్నాను! ఆయన మనల నెన్నఁటికి సంకెలతో బంధింపఁజూచుట లేదు. ఆయనతో నభిప్రాయభేధము కలిగినప్పుడు కూడ నాయన మనయెడలఁ గోపించుట లేదు. అట్టిచో సమాజచ్ఛలంబున మనల నదలించి మననోళ్ళను మూయించుటకుఁ బ్రయత్నించునా? ఇట్టివిషయములందమ్మకుఁ గోపము కలుగును గాని, తండ్రిగారు మన స్వతంత్రోద్దేశముల కెక్కడ భంగము కలుగునో యని భయపడుచుందురు. ఆయన యీవిధముగా మనలను బెంచి యింతవారినిజేసి తుదకు హారానునివంటి సామాజిక కారాగార భటునిచేతులలో నొప్పగించునా?

సుచ:— మంచిది. ఇందుఁ దండ్రిగారి యభ్యంతర మేమియు లేదు; ఇఁకఁ జేయవలసినదేమో చెప్పుము!

లలి:—మీ రేమియును జేయకున్నచో స్వయముగ నేనే—

సుచరిత తత్తరముతో లేచి "అక్కఱలేదమ్మా! నీవేమియుఁ జేయనక్కఱలేదు! నేనొకయుపాయ చేసెదను" అనియెను.

ఆసాయంకాలమున సుచరిత పరేశునికడకుఁ బోవఁజూచుచుండగాఁ బరేశుఁడే యచ్చోటికి వచ్చెను. ఈనడుమఁ బ్రతిదినమును సంధ్యాసమయములందుఁ బరేశుఁ డొంటిగ నుద్యానవనమునఁ దలవంచుకొని పచారు చేయుచు నేమేమో యాలోచించుకొనుచుండెను—సంధ్యాసమయపవిత్రాంధకారము మెల్లగ నాతని హృదయము నావరించుచుఁ గర్మమయదినసంబంధములైన కళంకములను గప్పివైచి యంతరంగమధ్యమున నిర్మలకాంతిం గల్పించి రాత్రివిశ్రామమునకై నాయత్త పఱచుచుండెను. నేఁడు పరేశుఁడట్టి సాయంకాల నిభృతధ్యానశాంతి సంభోగమును ద్యజించి చింతిత వదనముతో సుచరిత యింటికివచ్చెను. ఆఁడుకొనఁదగినబిడ్డ జబ్బుచే నూరక పడియున్నప్పుడు తల్లి హృదయ మెట్లుండునో యట్లే సుచరిత ప్రేమపూర్ణహృదయము పరేశుని మ్లానవదనముం గాంచి పరితప్తమై పోయెను. అప్పుడు పరేశుఁడు మృదుస్వరముతో "రాధా! అంతయు వింటివా?" అనియెను.

సుచ:— వింటిని బాబా! కాని మీకంతయాలోచనయేల?

పరే:— నాకేమియును లేదు! స్వయముగఁ దెచ్చికొన్న యీతుపాన దెబ్బను లలిత సహింపఁగలదా యనియే నాయాలోచన! ఉద్రేకముచే వదనములనుండి హృదయములనుండి తీవ్రభాషణములును, దీవ్రభావములును వెలువడుచుండును. కాని యవి క్రమముగా ఫలించుట కారంభించినప్పుడు వానిని సహించుశక్తి సన్నమైపోవుచుండును. లలిత యిట్టి సమస్తఫలాఫలములను బాగుగ నాలోచించుకొనియే తనకర్తవ్యమును నిశ్చయించుకొన్నదా?

సుచ:— సమాజమునుండి కలుగునెట్టి యుత్పీడనమునకును లలిత లొంగునది కాదని నేను నిశ్చయముగాఁ జెప్పఁగలను.

పరే:— లలిత కేవలమును గ్రోధముచేతనే యౌద్ధత్యముం జూపుటలేదని స్పష్టముగఁ దెలిసికొనవలయుననియే నాకోరిక.

సుచ:— లేదు బాబా! అట్లయినచో నేనామాట కెంతమాత్రమును జెవియొగ్గియే యుండను. ఆమె మనములోని యెంతటిగభీరభావమైనను గనపిన తనే బయల్పడి పోవుచుండును. లలిత యట్టి స్వభావము కలది. బాబా! వినయుబాబు చాలమంచి వాఁడుసుమా!

పరే:— అతఁడు బ్రాహ్మసమాజికుఁడగునా?

సుచ:— నేను సరిగాఁ జెప్పఁజాలను. ఒకసారి గోరాబాబు తల్లియొద్దకు బోయి వత్తునా?

పరే:— నీవొకసారి పోవుట మంచిదనియే నేనును భావించుచున్నాను!

౫౦

వినయుఁడు ప్రతిదినము నుదయమునం దొకసారి యానందమయి యింటినుండి తన యింటికి వచ్చుచుండెను. నేఁడాతఁ డింటికి చనునప్పటి కొకయుత్తరము వచ్చి యుండెను. అందు వ్రాసినవారిపేరు లేదు. లలితను బెండ్లియాడినచో నీకట్టి సుఖమును లేదనియు, నామెమూలమున నీ కమంగళ మగుననియు నిట్టియుపదేశములతో నాలేఖ నిండియుండెను. అందుఁ జిట్టచివర "నీవామెను బెండ్లియాడఁ దలఁచినచో నొకసంగతి యాలోచించుకొనుము! ఆమెకుఁ గాసరోగమున్నది—అది క్రమముగా క్షయక్రింద మారునని డాక్టరు లనుమానించుచున్నారు!" అనికూడ వ్రాయఁబడి యుండెను.

వినయుఁ డాయుత్తరమును జూచి హతబుద్ధి యైపోయెను

ఇట్టిమాటలూరక సృష్టింపఁబడునని యాతఁ డెన్నఁడు ననుకొనలేదు. సమాజ నియమములనుబట్టి తాను లలితను బెండ్లియాడుట యసంభవమని యందఱును దెలిసిన విషయమే. అందుచేతనే వినయుఁడు లలితను బ్రేమించుట తన యపరాధముగా భావించుకొనుచుండెను. ఈసంగతి సమాజ మంతటను వ్యాపించిపోయినదని వినయుఁ డాయుత్తరమునుబట్టి నిశ్చయించుకొనియెను. ఇది కారణముగా లలితకు సమాజమునం దవమానము కలుగుచున్న దను విచారముచే వినయుని హృదయము సంక్షుభితమైపోవుచుండెను. తన నామముతో లలితనామము కలసి ప్రజలనోళ్లనుండి వెలువడుట యాతనికి మిగుల లజ్జాకరముగ నుండెను. తనపరిచయమునుగూర్చి లలిత తిట్టుకొనుచు, నిందించుకొనుచు నుండెననియు నిఁక నామె తన్నుఁగన్నెత్తి చూచుటకైన నిష్టపడదనియు వినయునిహృదయము కేవలము బాధపడుచుండెను.

ఆహా! ఏమి మానవహృదయము! ఈయవస్థలలోఁగూడ వినయుని హృదయమధ్యమున నిబిడంబును, గభీరంబును, సూక్ష్మంబును, తీవ్రంబును నగు నొకయానంద రేఖ యీవైపునుండి యావైపునకు సంచారము సేయుచు నాతని సమస్తసంకోచములను సమస్తావమానములను దూరము చేసివైచుచుండెను! దానికి మరల నాశ్రయ మీయకుండవలయునని వినయుఁడు వరండాలో నటునిటు బచారు చేయుచుండెను. కాని యా ప్రభాత తేజమునుండి యొకవిధమగు నుద్రేకభావ మాతనిమనమున నుదయించుచుండెను. వీధులవెంట వస్తువుల నమ్ముకొనువారికేక లాతనికి మనశ్చాంచల్యమును గలిగించుచుండెను. బాహిరమగు లోకనిందయే గిరినిర్ఝరిణింబోలి లలితను దెచ్చికొనివచ్చి వినయుని హృదయతీరమున విడిచివైచెను. సమాజమునుండి కొట్టుకొనివచ్చిన యాలలితమూర్తి నాతఁడు త్యజింపఁజాలకుండెను. "ఈలలిత నాది! నాయొక్కనిదే!'' అని యాతనిమనసు బోధించుచుండెను. ఇంతదృఢముగా నాతనిమన సెన్నఁడును బోధిం

చుటకు సాహసింపలేదు. ఆకస్మికముగ బహిర్లోకమునం దిట్టిగోల వెలువడుటచే నాతఁడు తనహృదయమును మూసి యుంచుకొనఁజాలక పోయెను.

వినయుఁడట్లు చంచలుఁడై తిరుగుచు వీధిని వచ్చుచున్న హారానునిఁ జూ అతఁడు దనయొద్దకే వచ్చుచుండెననియు నీయనామకలేఖ వెంట నేమతిరోకి ? గోళము పుట్టనున్నదనియు వినయుఁడా క్షణమునందే నిశ్చయించుకొనియెను— వినయుఁడు మునుపటివలెఁ బ్రాగల్భ్యమును జూపఁజాలక హారాను నొకకు గూర్చుండఁజేసి మౌనముతో నాతనిమాటకొఱకెదురుచూచుచుండెను.

హారా:— వినయబాబూ! నీది హిందూమతమా?

విన:— ఔను, కాకేమి?

హారా:— నాయీప్రశ్నకుఁ గోపింపవలదు. అనేక సమయములందు వ మనచుట్టుపక్కల నున్న యవస్థల నాలోచింపక యంధులమై చరించుచుఁ గ లను సృష్టించుకొనుచుందుము. అట్టిసమయములందు "మన మెవ్వరము? మనహద్దె నున్నది? మనకార్యము లెంతదూరమువఱకును బరిణమించినవి? అని యెవ ప్రశ్నించినచో నది యప్రియముగ నున్నను వారిని మిత్రులుగనే భావింపవ

విన:— ఇంత యుపోద్ఘాత మెందులకు? అప్రియమగు ప్రశ్నకై కోపించి నెట్టి యత్యాచారమునైనను జేయుస్వభావము కలవాఁడను గాను! మీరు నిర్భ గా నన్నెల్ల విషయములను బ్రశ్నింపవచ్చును!

హారా.— నేను నీపై నిచ్ఛాపూర్వకముగ నెట్టియపరాధమునుగూర్చియు దోష ణము చేయఁదలఁచుకొనలేదు కాని వివేచనాలోపమువలనం గలుగుఫలము విష మగునను సంగతి నీకు వేఱుగఁ జెప్పనక్కఱలేదు.

విన.— (విరక్తభావముతో) అక్కఱలేనిమాట చెప్పనేవలదు. అసలు దేమో చెప్పుఁడు!

హారా:— నీవు హైందవుఁడవై హిందూసమాజమును విడువఁజాలనప్పుడు కుని బిడ్డలకు వారిసమాజమునం దపవాదము కలుగకుండునట్లు నీవాయింటి నుచిత మెలఁగవలసినది!

వినయుఁడు గంభీరభావముతో నించుక సేపూరకుండి "హారానుబాబూ! సమ వారు వేనినుండి యెట్టిమాటలను సృష్టించుచుందురో, యవియన్నియు వా స్వభావముల ననుసరించి యుండును; అట్టివాని కన్నిటికిని నేను బాధ్యుఁడను పరేశునిబిడ్డలతోడి సంబంధమునుగూర్చి నాసమాజమువారేమైన నిందించినచో నాసమాజముతప్పే గాని పరేశుని తనయలది యెట్లగును?" అనియెను.

హారా:— ఒకనొక్క తల్లిని విడిచి పరపురుషునితో నొంటిగా నాకారయాత్ర చేసినప్పుడా విషయంగూర్చి యోచించుటకు సమాజమున కధికారమే లేదనియా నీయభిప్రాయము!

విన:— బహిస్సంఘటనమునకు, నాంతరంగికాపగాధమునకును మీరుగూడ నొక్కటే స్థానమును బ్రసాదించుచున్నచో నిఁక హిందూమతమును విడిచి యీమతముఁ జేరవలసిన యావశ్యకమేమున్నది? ఏమైననేమి! హారాబాబూ! ఇట్టి తర్కవితర్కములతో నెట్టి యుపయోగమును లేదు! నాకర్తవ్యము నాలోచించి నేనే నిశ్చయించుకొందును! మీరిందు నాకెట్టి సాయమును జేయఁజాలరు!

హారా:— నీతో నేను విశేషముగా మాటాడఁదలంచుకొనలేదు నేనొక్కటే మాట చెప్పుచున్నాను. నీవిఁక దూరముగ నుండకున్నచోఁ గేవల మకర్తవ్యముగా నుండును. పరేశుని యింటఁ బ్రవేశించి కేవలము నొకవిధమగు నశాంతిని గల్పించి వారికెట్టి యనిష్టమును వర్ధిల్లఁజేసితివో నీవింకను గ్రహింపఁజాలకున్నావు.

అని చెప్పి హారానుఁడు వెడలిపోయెను. వినయుని హృదయమున శూలాఘాతమైనట్లుండెను. సరళహృదయుఁడు, నుదారచిత్తుఁడు నగు పరేశుఁ డత్యాదరముతో గోరా వినయులను దనకుటుంబ మధ్యమునఁ జేర్చుకొనియెను. వినయుఁడు తెలియక యాబ్రహ్మకుటుంబ మధ్యమున మాటిమాటికిని దనహద్దును మీరిపోవుచున్నను నొక్కనాఁడైనఁ బరేశుని స్నేహగౌరవములనుండి వంచితుఁడు కాలేదు. ఈపరివారిమధ్యమున వినయుని ప్రకృతికిలభించిన గంభీరత మాశ్రయము మఱియెచ్చటను లభింపలేదు! వారి పరిచయమైనకొనుకనే వినయున కొకవిధమగు విశేషసత్యము లభించెను. ఇట్టి యాదరము— ఇట్టియానందము ఇట్టియాశ్రయము నొసంగిన పరివారమునందు జిరకాలమువఱకు వినయుని ప్రశంసయే శ్రవణకంటకమైయుండెను! పరేశునితనయల కాతని మూలమున నవమానాశంకము కలిగినది. లలితభవిష్యజ్జీవితమున కంతకు నాతఁడొక పెద్దమచ్చను దెచ్చిపెట్టెను! దీనికి బ్రతీకారమేమైన యున్నదా? అహా! సమాజమనుశస్త్రము సత్యమధ్యమునం దెన్నసంశయములను గల్పించుచున్నది! లలితావినయుల సమ్మేళన మెట్టి సత్యవిరుద్ధమైనదియును గాదు లలిత సుఖసౌభాగ్యములకై వినయుఁడు తన సమస్తజీవితమును నెట్లర్పించుటకు సంసిద్ధుఁడై యుండునో లలితావినయుల యంతర్యామి యగు నీశ్వరుని కొక్కనికే తెలియును! అతఁడే ప్రేమాకర్షణముచే వినయుని లలిత కింతటిసమీపమునకుఁ దీసికొనివచ్చెను— అతని శాశ్వతధర్మవిధానమున కెచ్చటను నడ్డములేదుగదా! ఈదేవుఁడు బ్రహ్మసమాజమునందుఁ బానూబాబు వంటివా రుపాసించునట్టి దేవుఁడుగాక మఱియొకఁడా యేమి? అతఁడు మానవహృదయాంతర్యామియగు విధాత కాఁడా? అట్లయినచో లలితావినయుల సమ్మేళనమధ్య

స్థలమున దంష్ట్రికరాళవదనమును దెఱచుకొని నిలిచి కేవలసమాజమును మా పాటించుచు, సర్వమానవపరిభూఁడగు నీశ్వరునిగూడ లెక్కింపని యీ నిషేధము నిషేధము కాదా?

౫౧

వినయునికిఁ దఱువాత హారానుఁడు వచ్చినసమయమునందే యవినాశుఁ డానంద చెంతకుఁబోయి లలితా వినయులకుఁ బెండ్లి స్థిరపడెనని చెప్పెను.

ఆనం:— ఈమాట యెన్నటికిని సత్యముకాదు!

అవి:—ఏమి? వినయుఁ డంగీకరింపఁడనియా?

ఆనం:—నాకా సంగతి తెలియదుగాని, యింతటి ముఖ్యవిషయము నాతండును నాకుఁ దెలుపకుండ నుండఁడు!

అవి:—ఈమాట నేను బ్రహ్మసమాజము వారివలననే వింటిని. కావున యాసత్యము కాదు. వినయునియందిట్టి శోచనీయ పరిణామము కలుగునని నేనిది యనుకొంటిని. ఈవిషయమున గోరానుగూడ హెచ్చరించితిని!

అని చెప్పి యాతఁడు క్రిందికిఁబోయి మహిమునకుఁగూడ నీవార్తను వైచెను.

అనంతరము వినయుఁ డానందమయి కడకు వచ్చెను. అతని వదనముఁ గనంతనే సంక్షుభితంబగు నాతని యంతఃకరణము విస్పష్టముగఁ జూపడెను. ఆనంద యాతనికి భోజనము పెట్టి తనగదిలోనికిఁ దీసికొనిపోయి కూర్చుండఁజేసి "బాబ విట్లుంటివేమి?" అనియెను. వినయుఁడామె కాయుత్తరము నిచ్చెను. ఆనంద దానిం జదివిన తరువాత 'అమ్మా! పానూబాబు నేఁటియుదయమున మాయింటి నన్నెన్నియో విధముల నిందించి పోయెను!" అని చెప్పెను.

ఆనం:— ఎందుచేత?

విన:—నాప్రవర్తనము తమసమాజమునందలి పరేశుని తనయల కపవాద మయ్యెనని యాతఁడు నన్ను మందలించెను!

ఆనం:—నీకును లలితకును వివాహము స్థిరపడెనని లోకు లనుకొనుచున్న ఇందు నిందాకారణ మేమియు నాకగపడుట లేదు.

విన:—వివాహమున కవకాశమే యున్నచో నిందకుఁ గారణమే లేదు. యట్టి సంభావనమైన లేనిచోట నిట్టిమాటలు పుట్టుట యెంతయన్యాయము! ఓ లలితవంటి కన్యక యెడల నిట్టినింద కేవలము గాపురుషతయే!

ఆనం:—నీకుఁ బౌరుషమే యున్నచో నాతని హస్తములనుండి నీవు ననాయాసముగ రక్షింపఁగలవు!

వివ:—అమ్మా! అదియెట్లు?

ఆనం:—ఎట్లా నీవు లలితను బెండ్లియాడుము!

వివ:—అమ్మా! ఏమనుచున్నావు! నీవు వినయుని నెట్టివానిగాఁదలఁచుచున్నావు? — వినయుఁడు కేవలము నేనొక్కమాట చెప్పినచోఁ బెండ్లియాడుట కంగీకరించునని యు, నిఁక నెట్టిలోకనిందయు లేకుండ బోవునని యు నాయంగీకారము కొఱకే యాతఁడు వేచి యుండెననియు నీవనుకొనుచున్నట్లున్నది.

ఆనం:—నీకిన్నిమాటలను గూర్చి యాలోచింపవలసిన పని యేమున్నది? నీవు చేయవలసినపని చేసినచోఁ జాలును! నేను పెండ్లియాడుటకు సంసిద్ధుఁడనై యుంటినని చెప్పుము!

వివ:—నేనింత యసంగతముగఁ జెప్పినచో లలిత కవమానముగాదా?

ఆనం:—అసంగతమనియెద వేమి? మీవివాహమును గూర్చి ప్రవాద మెప్పుడు పుట్టెనో యప్పుడే యది నిశ్చయముగ సంగతమైపోయినది! నీ వెంతమాత్రమును సంశయింపనక్కఱలేదు.

వివ:—కాని, అమ్మా! ఈవిషయమున గోరామాటనుగూడ భావింపవలదా?

ఆనం:—(దృఢస్వరముతో) వలదు బాబూ! ఇందాతని మాటతోఁ బనిలేదు. ఆతఁడు కోపపడునని నేనెఱుఁగుదును. ఆతనికి నీపైఁగోపము కల్గింపవలయునని నా యుద్దేశము కాదు. కాని యేమిచేయుదుము! నీకు లలితయందు గౌరవమే యున్నచో నామెకు సమాజమునం దవమానము కలుగకుండునట్లు చేయవలదా?

కాని, యీమాటలు సామాన్యములైనవా? వినయుఁడిట్లు చేయఁగలఁడా? కారాబద్ధుఁడగు గోరాయెడల వినయుని ప్రేమ ద్విగుణీకృతమై యుండెను. అట్టిచో వినయుఁడు గోరాకు హృదయాఘాతముం గల్పింపఁగలఁడా? ఇంతేకాక సంస్కారము! సమాజమును మనసుచే లఘింపవచ్చునుగాని, కార్యరూపమునఁ ద్యజించునప్పుడనేకస్థలములయందుఁ గొలఁదిగనో గొప్పగనో యనేకాకర్షణములు బాధించుచుండును; అపరిచితంబు లగు నాతంకములను, ననభ్యస్తంబులగు ప్రతివాదములను గారణ మరయకుండ ననుసరించి పోవలసి యుండును!

వివ:—అమ్మా! నిన్నఁ జూచినకొలఁది నాకాశ్చర్యముగా నున్నది నీ మనసొక్కపారిగా నెట్లింత నిర్మలమైనది? నీవు పదప్రచారము చేయుటలేదు! ఈశ్వరుఁడు నీకు రెక్కలనిచ్చెనా యేమి? నీగమనమున కెచ్చోటను నించుకంతయైన నిరోధమే లేదు!

ఆనం:—బాబూ! ఈశ్వరుఁడు నాకట్టినిరోధమును లేకుండ నామార్గమంతయును బరిష్కృతముగఁ జేసివైచినాఁడు

విన:— కాని, అమ్మా! నేను నోటితో నేమిచెప్పినను, మనసుచే నిర్బంధింపఁబడుచునే యుందును. ఇంతచదువులు, నింతబుద్ధియును బాగుగ నాలోచింపఁగఁ గేవలము మూర్ఖత్వముగనే యాకస్మికముగ నామనసునకుఁ దోఁచుచుండును.

ఇంతలో మహిముఁ డచ్చటికివచ్చి లలితతోడి వివాహసంబంధము స్థిరపడిన సంగతింగూర్చి వినయుని దృఢముగఁ బ్రశ్నించెను. అందుచే వినయునిహృదయము సంక్షుభితమైపోయెను. అతఁ డెట్లో మనసు చిక్కబట్టుకొని మౌనముతోఁ గాలవంచుకొని కూర్చుండెను. అప్పుడు మహిముఁ డన్నిపక్షములవారినిఁగూడ నతితీవ్రభాషణములచే నిందించుచు నటనుండి వెడలిపోయెను. వినయుని వలలోఁ జిక్కించుకొని సర్వనాశనము గావించుటకే పరేశునియింట సిగ్గులేని ప్రయత్నములు జరుగుచుండెననియు బుద్ధిహీనుఁడగు వినయుఁ డావలలోఁ దగుల్కొనిపోయె ననియును గూడ మహిముఁడు నిందించియే పోయెను.

వినయుఁడు నలుదెసల నావరించియున్న యిట్టి యపవాదమూర్తిఁ గాంచి స్తబ్ధుఁడైపోయెను. అప్పు డానందమయి 'వినయబాబూ! నీ కర్తవ్య మేమో తెలిసినదా?' అని ప్రశ్నించెను. వినయుఁ డామె వంక మొగ మెత్తి చూచెను. ఆమె దృఢస్వరముతో 'బాబూ! నీవొకసారి పరేశునిచెంతకుఁ బోవుట మంచిది. ఆతనితో మాటాడినచో సమస్తమును బరిష్కారమైపోవును!' అనియెను.

౫౨

ఆనందమయి యాకస్మికముగ వచ్చుటఁ గాంచి సుచరిత యాశ్చర్యముతో 'అమ్మా! నేనిప్పుడే మీయింటికి రావలె ననుకొనుచున్నాను!" అనియెను. ఆనందమయి నవ్వుచు 'నీవు వత్తువను సంగతి నే నెఱుఁగనుగాని, యెందుకొఱకు రాఁదలచితివో యా సంగతి నాకుఁ దెలియుటచే నిలువఁజాలక నేనే వచ్చితిని!' అనియెను. ఆనందమయి కీసంగతి తెలిసినదని విని సుచరిత యాశ్చర్యపడియెను. ఆనందమయి మృదుస్వరముతో "అమ్మా! నేను వినయుని నాబిడ్డగనే చూచుకొనుచున్నాను. అతనినిబట్టియే మీసంగతి యెఱుఁగనప్పుడుకూడ నేను మిమ్ములను మనఃపూర్వకముగ నాశీర్వదించుచుంటిని. అట్టి నేను మీ కేదియో యన్యాయము జరిగినదని విని సహించియుండఁగలనా? నావలన మీ కెట్టి యుపకారమైన నగునో కాదో యెఱుంగను. కాని మనసు నిలుపుకొనఁజాలక యాతురముతో మీచెంతకు వచ్చితిని. అమ్మా! వినయుని వలన నేమైన నన్యాయము జరిగినదా?" అని ప్రశ్నించెను.

సుచ:— ఎంతమాత్రమును జరుగలేదు ఈగొడవ కంతకును లలితయే బాధ్యురాలు. లలిత యెవ్వరికిని జెప్పకుండ స్టీమరుపైఁ దనతోఁ బ్రయాణము చేయునని వినయబాబెన్నఁడు నూహించియైన నుండలేదు. కాని యూయిరువురకును రహస్యాలోచన

జరగియుండునని లోకు లనుకొనుచున్నారు. మఱియును లలిత తీవ్రస్వభావ! ఇందలి సత్యము నడిగి తెలిసికొనుట కామె యెంతమాత్రము నవకాశ మొసంగునది కాదు

ఆనం:— దీనికేదైన నుపాయ మాలోచింపవలయును. ఈసంగతి విన్నది మొదలు వినయుని హృదయమున కించుకంతయును శాంతిలేదు. అతఁడు తానే యపరాధి ననుకొనుచున్నాఁడు!

సుచరిత యారక్తవదనమండలము నించుక వంచి “అమ్మా! మీయుద్దేశము వినయ బాబు—” అని సంకోచపీడితయై పలుకుచుండఁగా నానందమయి యామాటల కడ్డము వచ్చి “అమ్మా! లలితకొఱ కేమిచేయుమన్నను వినయుఁడు చేయఁగలఁడు! అతని చిన్నతనమునుండియు నేను చూచుచున్నాను. వినయుఁడొకసారి యాత్మసమర్పణము గావించినచో నిఁక నేదియుఁ దనకొఱ కుంచుకొనువాఁడు కాఁడు! అందుచేత నే నాతనిహృదయము మరలించుకొనుట కవకాశము లేకుండ నెట్టితావున లగ్నమైపోవునో నేనుచాల భయపడుచుందును’ అనియెను. సుచరిత హృదయము నందలి యొక బరువు దిగిపోయెను. ఆమె యించుకధైర్యముతో ‘అమ్మా! లలిత సమ్మతికొఱకు మీ రాలోచింపనక్కరలేదు. ఆమె మనసు నే నెఱుఁగుదును. కాని వినయబాబు తన సమాజమును త్యజించుట కొప్పుకొనునా?” అనియెను.

ఆనం:— అమ్మా! సమాజ మాతని విడువవచ్చును. కాని ముందుగా నాతఁడు సమాజము నేల పరిత్యజింపవలయును? ప్రయోజన మేమైన నున్నదా?

సుచ:— అట్లనియెద వేమి తల్లీ! వినయబాబు హిందువుగ నేయుండి బ్రాహ్మకన్యను పెండ్లియాడునా?

ఆనం:— అతని కట్టితలంపున్నచో మీకేమైన నభ్యంతరమున్నదా?

సుచ:— అది యెట్లు సంభవమగునో నాకు బోధపడుటలేదు.

ఆనం:— అమ్మా! నాకుమాత్ర మిది సులభముగనే తోఁచుచున్నది. మాయింటి పద్ధతి చూడుము. నేను నా కులాచారములను గణించుటలేదు. అందుచే లోకులునన్ను క్రిస్టియనుగా భావించుచుందురు. కొన్నికొన్ని కర్మసమయములందు నే నిచ్ఛాపూర్వకముగ మాఱిపోవుచుందును. నీవు వినిన నవ్వెదువు! గోరా నాయింట నీళ్లైనఁ ద్రాగఁడు! అంతమాత్రముచే నీయిల్లు నాది కాదనియు, నీసమాజము నాది కాదనియు నేల చెప్పవలయును? అట్లనుటకుఁగూడ నాకిష్టములేదు. మంచి చెడ్డ లన్నిటిని భరించియే యీగృహమును, సమాజమును స్వీకరించితిని. అందుచేత నే యవి నన్నించుకంతయును బాధించుటలేదు. ఒకవేళ భరింపరానిబాధ కలిగినచో నప్పుడీశ్వరుఁడు తోఁపించిన త్రోవను బట్టి పోవుదును. కాని తుదివఱకును నాగృహ సమాజము

లను నావి యనియే చెప్పుకొనుచుందును. సమాజమువారు నన్ను స్వీకరింపకున్నచోఁ బోనిమ్ము! అది వారి యిష్టము!

సుచరిత కింకను సంశయము తీరక 'అమ్మా! సరే కాని బ్రాహ్మపద్ధతులను మాత్రము వినయబాబు—' అని మాట ముగింపకుండఁగనే యానందమయి 'వానిమతము కూడ నటువంటిదేనమ్మా! బ్రాహ్మమతమునిన సృష్టిలో లేనిమతము కాదు. మీపత్రికలలోని యుపదేశములను నేను తఱచుగఁ జదువుచునే యుందును. నాకెప్పటను భేద మగపడుట లేదు!'' అనియెను.

ఇంతలో 'సోదరీ!' అని పిలుచుచు లలిత యాగదిలోనికి వచ్చి యానందమయిం గాంచి సిగ్గు పడిపోయెను. ఇంతవఱకును దనమాటలే జరుగుచున్నవని యామె సుచరిత మొగము చూచినంతనే తెలిసికొనియెను. లలిత యటనుండి పారిపోవవలచెను గాని, యామె కట్టియవకాశము దొరికినది కాదు. ఆనందమయి యామెం గాంచి 'అమ్మా! లలితా! రమ్మా!' అని చేయి పట్టుకొని లలిత తనదేమైపోయినట్లుగా నామెను దగ్గఱఁగఁ గూర్చుండబెట్టుకొని సుచరితం గాంచి పూర్వప్రస్తావము నందుకొని 'అమ్మా! మానుము! మంచితోఁ జెడ్డ కలియుట యన్నిటికంటెను గదనమే— కాని ప్రపంచమునం దట్టికలయికయును జరుగుచునేయున్నది. అందువలన సుఖమును దుఃఖమును కలుగుచునే యున్నది. అందువలన నెల్లప్పుడును జెడ్డయే కలుగుటలేదు. మంచియును గలుగుట లేదు. అట్టి సమ్మేళనమే సంభవమైనప్పుడు కేవల మతభేద మున్నంతమాత్రమున నిరువురు మానవులసమ్మేళనమున కట్టి యభ్యంతరము కలుగునో నాకు బోధపడుటలేదు. మానవుల సమ్మేళనమునకుఁ గారణ మొక్కమతమేనా? — మీసమాజమునందును మానవులలోఁ బరస్పర సమ్మేళనము కుటలేదా! లోపలనుండి యీశ్వరుఁ డైక్యము చేసినవారిని వెలుపలనుండి మీసమాజము వేఱుచేయునా! అమ్మా! అల్పభేదములను బాటింపక యైకమత్యముచే సర్వసమ్మేళనముం గావించు సమాజ మెచ్చటను లేదా? ఈశ్వరునితో మానవుఁడు కేవల మిట్లు పోరాడుచుండవలసినదేనా? సమాజమనునది కేవల మిందుకొఱకేనా!'' అనియెను.

ఆనందమయి మీవిషయమున నింతతీవ్రముగ నపన్యసించుట లలితా వినయుల వివాహమునకుఁ గల యభ్యంతరమును దూరముచేయుటకేనా? సుచరిత మనములోని సంశయమును దీర్చుటకై యానందమయి తనసర్వశక్తిని వినియోగించుటయందు మఱియొక యుద్దేశమేమైన నున్నదా? సుచరిత యిట్టి సంస్కారములలోఁ జిక్కుకొని యుండుట యానందమయి కెంతమాత్రము నిష్టము లేదు. వినయుఁడు బ్రాహ్మమతమునఁ జేరకున్నచో వివాహము కాఁగూడదని సిద్ధాంతమైనయెడల, దుస్సహదుఃఖమయంబు లగు నీదినములలోఁగూడ నానందమయి హృదయమున వర్ధిల్లుచున్న యాశ

యింతయును నిర్మూలమై పోవును. నేఁటిదినమున వినయుఁడామె చెంతకు వచ్చి "బ్రహ్మసమాజ పట్టికయందు నా పేరు చేరవలసినదేనా!" అని యడిగినప్పు డామె యావశ్యకము లేదని చెప్పివైచినది.

సుచరిత యానందమయితో నెట్టివాదమును జేయక మౌనముతోఁ గూర్చుండి యుండెను. సుచరిత యుద్దేశ మింకను మాఱలేదని నిశ్చయించుకొని యానందమయి తనలో 'నేను కేవలము గోరాయందలి ప్రేమచేతనే నాసమాజ ధర్మముల నన్నిటిని వదలుకొంటిని- కాని సుచరిత హృదయ మింకను గోరాయందుఁ బూర్తిగ లగ్నమై కాలేదా? అయినచో నీచిన్న వినయ మింతగొప్పవిషయము కాఁజాలదు!'' అని భావించుకొనియెను. అందుచే నానందమయి హృదయము కొందలపడుచుండెను. ఇఁక రెండుదినములలో గోరా జైలునుండి వచ్చును. అతని కొక సుఖక్షేత్రము సిద్ధమై యున్నదనియు నీసారి యాతని నెట్లయిన బంధింపకున్నచో నచ్చట నెట్టికష్టము కలిగినను నాతని కాధారము లేకుండుననియు నామె భావించుకొనుచుండెను. కాని గోరాను బంధించుట స్త్రీజనసామాన్య మగుననియా? ఏహైందవకన్యనైన గోరాకుఁ బెండ్లిచేయుట యన్యాయమని యెంచి యతనికు లిచ్చెదమని చెప్పవచ్చినను నానందమయి యింతవఱకు నంగీకరింపలేదు. గోరా నాకుఁ బెండ్లియే యక్కఱలే దనుచుండెను. తల్లినై యుండియు నానందమయి యావిషయమున గోరాకు నోడకుండుట లోకుల కాశ్చర్యముగా నుండెను. ఈనడుమ గోరాహృదయమునం దోఁచిన యొకటి రెండు లక్షణములం గాంచి యానందమయి కానందముగా నుండెను. అందుకనే యిప్పటి సుచరిత నిశ్చలవిరుద్ధభావ మామెకు బాధాకరముగ నుండెను. కాని యామె సామాన్యముగఁ బట్టు వదలునది కాదు. ఆనందమయి తనలో "సరే! చూతము!" అని యనుకొనియెను.

౫౩

పరేశుఁడు వినయునిం గాంచి 'బాబూ! నీవు లలితను విపత్తునుండి యుద్ధరించుటకై దుస్సాహసకార్యముం గావించుట నాకిష్టములేదు. సామాజకప్రవాద మొక లెక్కలోనిది కాదు. నేఁడు దీనిగూర్చి యింతగోడవపుట్టినదో, కొన్నాళ్ళయిన తరువాత దానినందఱును మఱచి పోవుదురు'' అనియెను.

లలితకొఱకుఁ దన కర్తవ్యమును నిర్వహింపవలెనని వినయుఁడు నిస్సంశయముగ సంసిద్ధుఁడై వచ్చియుండెను. ఈవివాహము సమాజమునకు విరుద్ధమనియు నన్నిటికంటెను గోరాకుఁ గ్రోధకారణమనియు వినయుఁడెఱుంగును. కాని కర్తవ్యనిర్వాహణమునకై యాతఁడు సమస్తాప్రియ కల్పనలను మనసునుండి తోసివైచుకొనియెను. అట్టి స్థితిలోఁ బరేశుఁ డాకస్మికముగ నాతని కర్తవ్యనిశ్చయమును తోసివేయఁదలంచెను.

వినయుఁడు దానిని వినఁజాలక "నేను ప్రియఋణము నెట్లును దీర్చికొనఁజాలను నామూలమున మీకుటుంబమున లేశమాత్రమైన నశాంతి గలుగుచో నేను సహింపఁజాలను!" అనియెను.

పరే:— వినయా! నీవు నాయుద్దేశమును సరిగా గ్రహింపఁజాలకుంటివి. నీకు నాయెడల గౌరవమున్నందులకు నేనానందించుచున్నాను. కాని, నాయందలిగౌరవమునుబట్టి నీవు నాతనయను పెండ్లియాడఁదలంచుట నాతనయ కగౌరవము కాదా? అందుచేతనే యీకష్టము నీవింతకంతయైనను త్యాగము జూపవలసినంతటి గొప్ప కష్టము కాదని చెప్పుచున్నాను.

ఎట్లయిననేమి, వినయుఁడు కర్తవ్యబాధ్యతనుండి విముక్తుఁడయ్యెను. కాని, పంజరద్వారము తెఱవఁబడినంతనే పక్షి యెగిరిపోవునట్లతని హృదయము నిష్కృతి సంబంధమగు నిరాతంకపథమున విహరింపఁజాలకుండెను; ఇప్పటికిని వాఁడు కదలఁ దలఁచుకొనలేదు! కర్తవ్యముంగావించుటకై యాతఁడు చిరకాలబంధముల నన్నిటిని ద్రెంచుకొని సిద్ధపడియుండెను అతనిహృదయము పూర్వ మెచ్చట నడుగుపెట్టుటకైనను భయపడుచు నపరాధివలె మరలిపోవుచుండెనో యాస్థానమునందే యిప్పుడు స్థిరముగ నిలిచి లంకాకాండమును సాధింపఁజూచుచున్నది! ఇఁక దానిని మరలించుటెంతకష్టము! అతనిచేయి పట్టుకొని యంతవఱకును దీసికొనివచ్చిన కర్తవ్యబుద్ధి యిప్పుడు 'ఇచ్చట నేమియును బనిలేదు. పోవుదము రమ్ము!' అని బోధించుచుండెను. కాని యాతనిహృదయము మాత్రము 'మీరు లేకున్నచో మీరుపొండు! నేనిచ్చటనే యుండిపోయెదను!'' అనియెను

పరేశుఁడిచ్చటను నెట్టియడ్డమును లేకుండఁజేయుటచే వినయుఁడు "నేన కర్తవ్య నిరోధముచే నిట్లు చేయుచుంటినని మీరనుకొనవలదు. మీసమ్మతి కావలయును. నా కంతకంటెను సౌభాగ్యము వేఱొకటియును లేదు. కాని కేవలము నాభయ మేమనిన ఒకవేళ—" అనునంతలో ప్రత్యుత్తరముగ పరేశుఁడు "నీవు భయపడవలసిన పని లేదు. లలిత నీకుఁ బ్రతికూలముగ లేదని నేను సుచరితవలన వింటిని!" అనియెను

వినయుని మనోమధ్యమున నానందవిద్యుల్లేఖ నృత్యము సేయఁ దొడంగెను. లలిత మనసులోని గూఢోద్దేశము సుచరితకుఁ దెలిసినది. ఎప్పుడు తెలిసినది? ఎట్లు తెలిసినది? ఆభాసముగనో యనుమానముగనో యీసంగతి యాసఖీమణుల కిరువురకును దెలిసిపోయినదని యెఱుంగుటచే సుతీవ్రంబును, రహస్యమయంబును నగు సుఖము వినయుని వేధింపఁదొడంగెను. అప్పుడు వినయుఁడు "మీరు నన్ను యోగ్యునిగాఁ దలంచుటకంటె నాకానందము మఱియేమున్నది?" అనియెను.

పరే:— నీవిట కింకొంచెముసేపు వేచియుండుము. నేను మేడమీఁదికిఁబోయి వచ్చెదను.

అని యాతఁడు వరదాసుందరి కడకుఁ బోయి యామెయుద్దేశము నడిగెను. అందుపై నామె "వినయుఁడుఁ బ్రాహ్మదీక్షితుఁడు కావలయును!" అనియెను.

పరే:— అట్లే కావచ్చును!

వర:— ముందా సంగతి తేలవలయును. అతనిని పైకిఁ బిలువుఁడు!

వినయుఁడు మేడమీఁదికివచ్చినంతనే వరదాసుందరి 'అట్లయినచో దీక్షాదినము స్థిరపఱపవలయును!' అనియెను.

విన:— దీక్షాగ్రహణ మంతయావశ్యకమా?

వర:— కాదా? కాకున్నచో బ్రాహ్మసమాజమున నీకుఁ బెండ్లి యెట్లగును?

వినయుఁడు మౌనముతోఁ దలవంచుకొని కూర్చుండెను. వినయుఁడు తమతోడి సంబంధమునకు సమ్మతించుటచేతనే తమసమాజమునఁ జేరుట కొప్పుకొని యుండెనని పరేశుఁ డనుకొనియెను. అప్పుడు వినయుఁడు "బ్రాహ్మమత ధర్మములందు నాకు శ్రద్ధ యున్నది. నా యాచరణముకూడ దానికి వ్యతిరేకము కాదు. ఇట్టిచో విధాయకముగ దీక్షగైకొనవలసినపని యేమున్నది?' అనియెను.

వర:— మతమునఁ గలియఁదలఁచినప్పుడు దీక్ష గైకొన్నచో దోసమేమి?

విన:— హిందూసమాజముతో నాకెట్టి సంబంధమును లేదని నేను చెప్పఁజాలను.

వర — అట్లయినచో నీవిమయమునఁ బ్రయత్నించుట నీదే తప్పు! మాయందలి దయచే మాకుపకారము చేయుటకై మాబిడ్డను పెండ్లిచేసికొనుట కంగీకరించితివా?

ఈ ప్రస్తావము వారికిఁ గేవల మవమానజనకమై పోయెనని వినయుని హృదయము పరితపించిపోవుచుండెను. ఈనడుమ వెలువడిన సివిల్ వివాహశాసనమును ఖండించుచు, గోరావినయులు పత్రికలలోఁ దీవ్రముగఁ జర్చించియుండిరి. వినయుఁ డిప్పు డట్టిపెండ్లికి సమ్మతించి తాను హిందువును గానని చెప్పుకొనుట యెంతకష్టము! వినయుఁడు హిందువుగనే యుండి లలితను బెండ్లియాడఁ దలచెనని పరేశుఁ డనుకొనలేదు. అప్పుడు వినయుఁ డొక్క నిట్టూర్పు విడిచి లేచి వరదాసుందరీపరేశులకు నమస్కరించి 'నన్ను క్షమింపుఁడు! ఇఁక నే నెన్నఁడు నట్టితప్పు చేయను!' అని చెప్పి యాగదినుండి వెడలిపోయెను.

అతఁడు మెట్లకడకు వచ్చి యొక మూల బల్లపై నొంటిగ గూర్చుండి యుత్తరము వ్రాసికొనుచున్న లలితం గాంచెను. అడుగులచప్పుడు విని లలిత మొగమెత్తి వినయుని మొగమువంకఁ జిలకించెను. ఆ కటాక్షలేశ మొక్క నిమిషములో వినయుని హృదయమునంతను మథించివైచెను. వినయునకు లలిత నూతనపరిచిత కాదు! ఆమె యిదివఱ కెన్నిమారులో తనను జూచినది. కాని యిప్పు డామె దృష్టి మధ్యమునం దేదియో రహస్యము బయల్పడినది కాఁబోలును? సుచరిత లలిత మనసులోనియుద్దేశ

మును గ్రహించినది. ఆమనోభావ మప్పుడు లలితానీలనయనపల్లవచ్ఛాయను గరుణాప్రపూర్ణమైన జలస్నిగ్ధ మేఘముంబోలి వినయునికన్నులం బడియెను. అరుణదృష్టిమాత్రముననే వినయునిహృదయ మేదవ మెఱపు మెఱసినట్లయిపోయెను. వినయుఁడేమియు మాటాడకుండ లలితకు నమస్కరించి మెట్లనుండి దిగిపోయెను.

౫౪

గోరా జైలునుండి వెలువడినతోడనే ద్వారమునొద్ద వేచియున్న పరేశబాబును, వినయునిం గనుఁగొనియెను. ఒకమాస మంత దీర్ఘకాలము కాదు! అతఁడింత కంటె నెక్కువకాలమే యాత్మీయులను విడిచి ప్రచారము చేసియుండెను. కాని యిప్పుడొక నెలవఱకును జైలునం దుండి విడివడుటచే నాతనికిఁ బరేశవినయులను గాంచినంతనే పురాతనబంధుపరిచిత మగుసంసారమునఁ బునర్జన్మముం గాంచినట్లయ్యెను. ఆరాజమార్గమున, నావిస్తృతాకాశాంతరమున, నా ప్రభాతాలోకమధ్యమున శాంతంబును, స్నేహపూర్ణంబును, సహజసౌమ్యంబును నగు పరేశునివదనమండలముం గాంచి గోరా భక్త్యానందములచే నాతని పాదధూళిని శిరంబునం దాల్చెను. అతఁ డిదివఱకెన్నఁడు నట్లు చేయలేదు! పరేశుఁ డాతనిం గౌఁగిలించుకొనియెను.

గోరా వినయునిచేయి పట్టుకొని నవ్వుచు 'వినయా! బడిని బ్రవేశించినది మొదలొక్కవిధముగా నీతోఁ గలసి సమస్తశిక్షాలాభముం గాంచితిని కాని యీవిద్యాలయమునకు మాత్రము నిన్ను మోసముచేసి నేనొక్కఁడనే పోయితిని" అనియెను. వినయుఁడు నవ్వుటకుఁగాని మాటాడుటకుఁగాని శక్తుఁడు కాఁజాలకపోయెను. కారాగృహదుఃఖరహస్యమధ్యమునుండి యాతనిమిత్రుఁడు—మతియును బ్రాణబంధుఁడు విడివడి వచ్చియుండెను! ఆగంభీరసంభ్రమముచే నాతనికి నోటమాట వెలువడకుండెను! అప్పుడు గోరా "అమ్మయెట్లున్నది?" అని ప్రశ్నించెను.

వినః— అమ్మ సుఖముగనే యున్నది!

పరే:— బాబూ! రమ్ము! బండి సిద్ధముగా నున్నది!

ఆమువ్వురును బండి నెక్కఁబోవుచుండఁగా నంతలో నవినాశుఁడు వగర్చుకొనుచుఁ బాలకదళముతో నటకువచ్చుచుండెను గోరా యాతనిం గాంచి శీఘ్రముగఁ బండి నెక్కఁదలంచెను. గాని యంతకుముందే యవినాశుఁడు వచ్చి 'గౌరవమోహన బాబూ! కొంచె మాఁగుము!' అనియెను. ఇంతలో బాలకు లుచ్చస్వరముతో నిట్లు పాడ నారంభించిరి;—

"తేరి దుఃఖనిశీధిని ! తెల్లవారె
పారతంత్ర్యపాశమునకుఁ ! బట్టు జారె"

గోరా పెంగ మెట్టుకడిపోయెను. అతఁడు తీవ్రగర్జాస్వరముతో 'ఆగుఁడు!' అనియెను. బాలకులు విస్మితులై యూరకుండిరి. అప్పుడు గోరా 'అవినాశా! ఈవ్యాపారమంతయు నేమి?' అని ప్రశ్నించెను. అవినాశుఁడు తనశాలువనుండి యరఁటియాకున ముడిచి తెచ్చిన కుందకుసుమమాలికను బైకిఁ దీసెను. తోడనే యొకబాలకుఁడు స్వర్ణజలముద్రిత మగునొక కాగితమును దీసి యందలి కారాగృహవిమోచనాభినందనమును దనవీణాస్వరముతోఁ బఠింప నారంభించెను. గోరా యవినాశుని పుష్పహారమును గ్రహింపక క్రోధరుద్ధకంఠస్వరముతో "మీనాటక మారంభమైనట్లున్నదే? ఇప్పుడీనడివీధిలో నన్నుఁగూర్చి మీసమాజమున హాస్యనాటక మాడఁదలంచితిరా! ఈ నెలదినముల నుండియు మీరుచేసిన ప్రయత్నమిదియేనా!' అనియెను.

అవినాశున కీయూహ చాలదినములనుండియే యుండెను. ఇదిచాలనద్భుతముగా నుండునని యాతఁ డనుకొనియెను. ఆదినములలో నిట్టియభ్యంతరములు లేవు. అవినాశుఁడు వినయునితో నైన నాలోచింపక యీగొప్పతన మంతయుఁ దానే నిర్వహింపవలయునని లోభించెను. పత్రికలకువ్రాయఁబడిన సంగతులనుకూడ వ్రాసియుంచుకొనియెను. ఇటనుండి యింటికిఁ బోయినతరువాత వానినిఁ బ్రతిచేసి పంపుటకు స్థిరపఱచుకొనియెను. గోరా యిట్లు తిరస్కరించుటచే నవినాశుఁడు సంక్షుబ్ధుఁడై 'నీవన్యాయము చేసితివి. నీవు కారాగృహమునఁ బడినబాధకంటె మాబాధ తక్కువకాదు. ఈనెల దినములు ప్రతినిమిషమును మాహృదయములు దుఃఖానలములచే మండిపోవుచున్నవి!' అనియెను.

గోరా — అవినాశబాబూ! నీవు పొరఁబడుచున్నావు. ఇంచుక స్థిరహృదయముతోఁ బరీక్షించినచో నెట్టి యగ్నిజ్వాలలును నీహృదయమును బాధింపజాలవని బోధపడియుండెను!

అవి:— సరే దానిమాటకేమి! అధికారులు నిన్నవమానించినను నీవు భారతవర్షమున కంతకును ముఖ్యుఁడవైతివి. ఇట్టిచో మానసన్మానహారమును—

గోరా:— ఇఁక నాప్రశంస యెత్తవలదు.

అవి యవినాశుని, ఆతని దళమును నొకప్రక్కకుఁ ద్రిగించి "పరేశబాబూ! బండిపై నెక్కుఁడు!' అనియెను. పరేశుఁడు బ్రతికితి ననుకొని బండి నెక్కెను. గోరా వినయులును నాతని ననుసరించిరి

స్టీమరుపైఁ బ్రయాణముచేసి మరునాఁటియుదయమునకు గోరా తన యింటికి వచ్చెను. ఆతఁడు వచ్చునప్పటికి సమాజమువారందఱును ద్వారముకడ మూఁగి యుండిరి. వారి నెట్లో తప్పించుకొని గోరా యానందమయి యంతఃపురమునకుఁ బోయెను. ఆమె ప్రాతఃకాలముననే స్నానముచేసి సంసిద్ధయై యుండెను. గోరా

యామె పాదములకు సాష్టాంగప్రణామముం గావించుటయు నానందమయి నయనద్వయమునుండియు నశ్రుజలము ప్రవహింపఁ దొడంగెను. ఇంతకాలమునుండియు విరుద్ధమైయున్న యాయశ్రుజలమిప్పు డవరోధమును సహింపఁ జాలకపోయెను.

కృష్ణదయాళుఁడు స్నానము చేసి వచ్చినంతనే గోరా యాతనిఁ దర్శించి యాతని పాదస్పర్శనము చేయకుండఁగనే దూరమునందుండి ప్రణామముం గావించెను. కృష్ణదయాళుఁడును సంకోచముతో దూరముగ జరిగి కూర్చుండెను. అప్పుడు గోరా 'బాబా! నేను ప్రాయశ్చిత్తము చేయించుకొనఁ దలచుచున్నాను." అనియెను.

కృష్ణ:— అది యంత యావశ్యకముగా దోఁచుటలేదు.

గోరా:— నేను జైలునందు బెట్టికష్టమును లక్ష్యముచేయలేదు. కేవలము నేనశుచి నైపోతినిగదా యనిమాత్రమే విచారముగ నుండెను. అవిచార మింకను దీరుటలేదు. ప్రాయశ్చిత్తము చేసికొనియే తీరవలెను!

కృష్ణ:— వలదు వలదు. అంతగొడవలో నిమిత్తములేదు అదినాకిష్టములేదు.

గోరా.— సరే! పండితులతోఁగూడ నాలోచించెదను!

కృష్ణ:— ఇందెట్టి పండితాలోచనయు నక్కఱలేదు. నీకు బ్రాయశ్చిత్తముతో బ్రయోజనము లేదని నేను నియమించుచున్నాను!

కృష్ణదయాళునివంటి యాచారపరుఁడు గోరా యాచారముల నంగీకరింపకుండుట యేకాక దానికి విరుద్ధముగా నేల యుపదేశించుచుండెనో గోరా యింతవఱకును గ్రహించుకొనఁ జాలకయే యుండెను. నేఁడానందమయి భోజనగృహమున గోరా ప్రక్కననే వినయునకును వడ్డించుటంగాంచి గోరా 'అమ్మా! వినయునకు నాపంక్తిని వడ్డింప వలదు" అనెను

ఆనం:— ఏమిబాబూ! వినయుఁ డేమితప్పు చేసినాఁడు?

గోరా:— తప్పు వినయునిది కాదు నాది! నేనిప్పు డశుచినైయున్నాను.

ఆనం:— ఉండవచ్చునుగాని, వినయున కట్టిసంశయము లేదుగదా!

గోరా:— ఆతనికి లేకపోవచ్చును. కాని నాకుమాత్రమున్నది!

భోజనమైనతరువాత గోరావినయులు మేడమీఁదిగదిలోనికిఁ బోయి కూర్చుండిరి. కాని యెవరినోటను మాటలేదు. ఈమాసము దినములనుండియు నన్నిటికంటెను మించియున్న తనమనసులోని విషయము నిప్పుడు గోరా. కెటు దెలుపవలయునో వినయున కామార్గము బోధపడకుండెను. పరేశుని కుటుంబమువారింగూర్చి తెలిసికొనవలయు ననుకుతూహలము గోరామనసునందుఁగూడ నున్నది కాని యాతఁడు వెల్లడించుటలేదు. ఆప్రసంగమే వచ్చుటకొఱకే వినయుఁడు ప్రతీక్షించుచుండెను. బిడ్డలందఱును క్షేమముగ నున్నారా?'' అని గోరా యిదివఱకే పరేశుని బరామర్శించి

యుండెను. కాని యది కేవలము గౌరవప్రశ్నమాత్రమే— క్షేమమును తెలిసికొనుట యేకాక యింకను విశేషముల నెఱుంగవలయు ననుకోరిక యాతనిమనసులో లేక పోలేదు.

ఇంతలో మహిముఁడు గదిలోనికివచ్చి కూర్చుండి కొంతసేపటి వఱకు మెట్లు ఎక్కి వచ్చిన యాయాసముచే వగర్చుచు, నించుక శాంతించినతరువాత 'వినయ బాబూ! ఇన్నాళ్ళును గోరాకొఱకు వేచియుంటిమి. ఇఁక నెట్టి యభ్యంతరమును లేదు. ఈసారి మనము స్థిరపఱచుకొనవలయును. గోరా! నీ వేమనియెదవు? జరిగిన సంగతు లన్నియు నెఱుంగుదువుగద" అనియెను. గోరా యేమియు మాటాడక మందహాసము చేసెను

మహి:— అట్లున వ్వెద వేమి? అన్న యీమాట నింకను మఱచిపోలేదనియా? పెండ్లి కెదిగియున్నది. బిడ్డగాని పీడకల గాదుగదా! ఇది స్పష్టముగా నగపడుచున్న సత్యపదార్థము!—మఱచిపోవుట కవకాశమేమున్నది! నవ్వవలదు! గోరా! ఈసారి స్థిరపడి తీరవలయును!

గోరా:— స్థిరపఱచు కర్త చెంతనే యుండెనుగదా!

మహి: — ఎంతమాట! స్థిరపఱచుట కాతనికే స్థిరత్వము లేదు! నీవు వచ్చితివి. ఇప్పుడీభారమంతయు నీదే!

వినయుఁ డిప్పుడు గంభీరముగ మౌనమును వహించియుండెను. పరిహాసముగనైన నాతఁ డెట్టిమాటయు ననలేదు. అప్పుడు గోరా 'దాదా! ఆహ్వానించుభారము, నాహారపదార్థములను సమకూర్చు భారమే నాతిథ్యమును నెఱవేర్చుభారముగూడ నేనే వహింపగలను. కాని, వినయుఁడు నీతనయను బెండ్లియాడునట్లు చేయుభారమును మాత్రము నాపైఁ బెట్టుకొనఁజాలను. ఏ ప్రేమ నిర్బంధముచే సంసారమున సమస్త కార్యములును జరుగుచుండునో యా ప్రేమతత్త్వములఁగూర్చి నాకు విశేషపరిచయము లేదు. నేనుదానికి దూరమునందేయుండి సర్వదా నమస్కరించుచుందును!" అనియెను.

మహి:— నీవు దూరమున నున్నంతమాత్రమున నది దూరముగునని తలంపకుము.

అది యాకస్మికముగ నెప్పుడాక్రమించునో చెప్పఁజాలము! అది నీయెడల నెట్లు పనిచేయుచున్నదో చెప్పఁజాలను గాని యీవినయునిమాత్రము చాలవఱకుఁ గలఁచివైచినది. ఈవిషయమున నంతయును వినయునిమీఁద నే పెట్టి నీ వెంతమాత్రమును గల్పించుకొనకున్నచోఁ దుదకుఁ బశ్చాత్తాప పడవలసి వచ్చును

గోరా:— ఇతరులభారమును వహించుటకంటెఁ బశ్చాత్తాపమైనను నాకిష్టమే- అట్లు వహించియును బశ్చాత్తాపపడుట గష్టముగదా! అదిలేకుండుటకే నేను కోరుకొనుచున్నాను!

మహి:— ఒకబ్రాహ్మణకుమారుని కులగౌరవములన్నియును ధ్వంసమై పోవుచుండఁగా నీవూరక చూచుచుఁ గూర్చుండెదవా? దేశప్రజలం హిందూత్వమును రక్షించుటకై నిరాహారతులను త్యజించుచున్న నీవు నీమిత్రుఁడే జాతిభ్రష్టుఁడై బ్రాహ్మణత్వముఁ గలపివేయుచుండఁగా జాతి లోకులయెదుట నెట్లుతలయెత్తుకొని తిరుగఁగలవు?—వినయబాబూ! ఇది నీకుఁ గోపముగా నుండును ననుకొనియెదను! తెలిసినవారు నీవు లేనప్పుడైన నీసంగతులను గోరాకుఁ జెప్పకపోరు గాన నీయెదుటనే చెప్పివైచితిని. ఇది యుభయపక్షములకును మంచిది కాదా? నీవినయమునం గలిగిన ప్రవాదము మిథ్యయైనచో నీమాటతోఁ దీరిపోవును; సత్యమైనచో నీ కించుక బోధింపవలదా?

వినయుఁ డప్పటికిని మాటాడలేదు మహిముఁడు చటాలునలేచిపోయెను. అప్పుడు గోరా "వినయా! ఇది యంతయు నేమి?" అనియెను.

విన:— ఒకటిరెండుమాటలతో సర్వముం దెలుపుట కష్టము! అందుచేత నేక్రమక్రమముగా నీకంతయు నివేదింపఁదలఁచితిని. కాని యీప్రపంచమునం దెట్టి సంఘటనములును మన కనుకూలము లగునట్లు శాంతముగను, స్వస్థముగను ఘటిల్లవు. అవి క్రూరవ్యాఘ్రములవలెఁ జాటున దాఁగియుండి నాకస్మికముగఁ బైబడుచుండును. వానివార్త మొట్టమొదట నివురుగప్పిన నిప్పువలె నుండి క్రమముగా జాజ్వల్యమానమై దుర్నిరీక్ష్యముగా నుండును! అందుచేతనే కర్మమాత్రము త్యజించి స్థాణువువలె నుండుటయే మానవునకు ముక్తియైయుండునని నేనొక్కొక్కప్పుడు దలఁచుచుందును!

గోరా:— నీవొక్కఁడవును స్థాణువువలె నున్నంతమాత్రమున ముక్తి యెక్కడిది! నీతోఁ గూడ జగత్తంతయును స్థాణుత్వముం గాంచకున్నచో నందు నీకు స్థిరత్వ మెక్కడిది! అది మఱియు నుపద్రవముగా నుండును. జగత్తంతయును బనిచేయుచున్నప్పుడు నీవును జేయకున్నచో నది మోపరుగును కావున సంఘటనములు నీజాగ్రత్తను భంగము కలిగించి పోకుండునట్లు చూచుకొనుచుండవలయును. ఇట్లు చేయకున్నచో నీవు సంసిద్ధుఁడవు కాకుండఁగనే సమస్తమును బోవును.

విన:— ఈమాట నిజమే—నేనే సిద్ధముగ లేను! ఇప్పుడుకూడ నేను జాగ్రత పడి యుండలేదు. ఏవైపునుండి యేమివచ్చునో నాకుఁ దెలియుటయే తెలియదు కాని యెప్పుడేమి ఘటిల్లినను నేనుదానికి బాధ్యుఁడను కావలసి వచ్చుచున్నది! ఏది మొదట సంఘటిల్లకపోవుటయే బాగుగ నుండెనో, యది యిప్పు డప్రియమైనను విడువరానిదై పోయినది!

గోరా:— ఆఘటనయేమో తెలియకుండఁ దత్త్వాలోచనము చేయుటయెట్లు?

అనుటయు వినయుఁడు చటాలున “లలితకును నాకును గలిగిన సంబంధ మనివార్యఘటనాక్రమముచే నిప్పుడు నే నామెను బెండ్లియాడకున్నచో సమాజమునం దామె బ్రతికియున్నంతవఱకు నకారణాపవాదమునకు లోఁబడవలయునంతటి స్థితికి వచ్చినది!’ అని చెప్పివేసెను.

గోరా:— ఆస్థితి యెట్టిదో చెప్పుము!

విన:— చాలసంగతులున్నవి క్రమముగాఁ జెప్పెదను. కాని నీవంగీకరింపవేమో!

గోరా.— మంచిది. అట్లే యంగీకరింతును. కాని, ఘటన యనివార్యమైనప్పుడు దానివలనం గలుగుదుఃఖముకూడ ననివార్యమే యని చెప్పుచున్నాను. లలితకు సమాజమునం దవమానపడవలసియే యున్నచో నిఁక దాని కుపాయములేదు!

విన:— కాని యట్లు కాకుండఁ జేయు నుపాయము నాచేతిలో నున్నది.

గోరా:— ఉన్నచో మంచిదే. కాని సాహసించి యట్లు చెప్పినచో లాభము లేదు. అభావమున దొంగతనము చేయుట, హత్యచేయుటయును, మానవుని చేతిలోని పనులే! కాని యవి ధర్మములా? లలితగౌరవరక్షణమునకై యామెను బెండ్లియాడుటయే నా నీవిధాయక కృత్యము? సమాజముతో నీకుఁ బనిలేదా?

వినయుఁడు తాను తనసమాజనియమము ననుసరించి బ్రాహ్మవివాహము నంగీకరింపలే దను సంగతి చెప్పకుండఁగనే వాదించుట కారంభించి ‘గోరా! నేనీవిషయము మన నీతో నేకీభవింపఁజాలను. నేనొక్క వ్యక్తివంకనే చూచుచు సమాజమునకు విరుద్ధముగ మాటాడుటలేదు. వ్యక్తి, సమాజము నని నీరెంటిమీఁదనుగూడ ధర్మమొకటి యున్నది. ఆధర్మముమీఁదనే దృష్టి నుంచవలయును. ఏకవ్యక్తిగాని, యొకసమాజముగాని వర్ధిల్లఁ జేయుటయే మన ప్రధానకృత్యము కాదు. కేవల మేకమాత్రమగు ధర్మమును వర్ధిల్లఁజేయుటయే మనకుఁ బరమకర్తవ్యము!’ అనియెను.

గోరా.— వ్యక్తిసమాజములతో సంబంధములేని ధర్మమును నేనంగీకరింపను.

విన:— నేనంగీకరింతును. ధర్మమనునది వ్యక్తిసమాజభిత్తిపై నాధారపడి యుండలేదు. ధర్మభిత్తిమీఁదనే వ్యక్తిసమాజములు నిల్చియున్నవి. సమాజవాంఛితము లన్నియు ధర్మములే యనుట యవివేకము! న్యాయసంగతమును ధర్మబద్ధము నగు స్వాతంత్ర్యమును సమాజము నిరోధించినప్పు డట్టి నిరోధము నుల్లంఘించుటయే కర్తవ్యము! నేను లలితను బెండ్లియాడుట యధర్మము కానప్పుడు—ఉచితమైనప్పుడు—అది సమాజమునకుఁ బ్రతికూలమని యెంచి యకార్యమును ద్యజించినచో నే నధర్మము చేసినవాఁడ నగుదును

గోరా:— ధర్మాధర్మములు నీయొక్కనియందే యిమిడి యున్నవా! ఈవివాహము వలన నీకుఁ గలుగఁబోవు సంతానమున కునికి యెచ్చట నుండునో యాసంగతి నాలోచింపవలదా?

వినయ:— ఇట్టియూహలచేతనే మానవులు సామాజిక మగునధర్మమునకు శాశ్వతత్వముం గూర్చుచున్నారు. అట్లయినచోఁ బ్రతిదినమును బెద్దదొరగారి తన్నులనుదినను సహించుచున్న పేదయుద్యోగిని మన మేల నిందింపవలయును? అతఁ డట్లు సహించుట తనబిడ్డలకొఱకే గాదా?

పూర్వము వినయుఁడు గోరాతో నింతవఱకు వచ్చి వాదించుటలేదు. కొలఁది దినములనుండి యాతనిహృదయము సమాజవిచ్ఛేదముంగూర్చి శంకించుచు సంకుచితమై పోవుచుండెను. ఈవిషయమున వాఁ డింతకుఁ గేమియును వితర్కించుకొనలేదు. ఇప్పుడు గోరాతో వాదము సలుపుచున్నచో వినయునిహృదయము తనచిరసంస్కారానుసారంబగు ప్రవృత్తికి భిన్నముగ నేపోయియుండును కాని తర్కించుకొనుకొలఁదియు నాతని ప్రవృత్తికర్తవ్యబుద్ధిని దోడుచేసికొని ప్రబలముకాఁజొచ్చెను—క్రమముగా వాదము ప్రబలిపోయెను. ఇట్టివిషయములందు గోరాయుక్తులకొఱకుఁ జూచువాఁడు కాఁడు, అతఁడు బలవంతముగఁ దనయుద్దేశమునే చెప్పుచుండును. ఆబలముచేతనే గోరా యిప్పుడు వినయునియుద్దేశముల నన్నిటిని ఖండింపఁజూచెను. గాని సాగలేదు. ఒకవంక గోరాయును, మఱియొకవంక వినయుని మతముమాత్రమును నిలిచి పోరాడినంతకాలము వినయుఁడే యోడిపోవుచుండెను. కాని యిప్పుడు రెండు పక్షములందును వాస్తవముగా మానవులే యుండిరి—గోరా యిప్పుడు వాయుబాణములచే వాయుబాణమును నిరోధింపఁజాలకుండెను. ఇప్పుడు వాఁడిబాణము వచ్చిపడుచోటున వేదనాప్రపూర్ణమగు మానవహృదయమున్నది!— తుట్టతుదకు గోరా "వినయా! నేను నీతో విశేషముగ వాదింపఁ దలఁచుకొనలేదు. ఇదియనుచేఁ దెలిసికొనఁదగినదే గాని వాదింపఁదగినది కాదు. నీవు బ్రాహ్మకన్యకను బెండ్లియాడి నీదేశీయులతో వేఱుపడదలంచుట నాకు మిగులఁ గష్టముగా నున్నది. ఈపనినీవు చేయఁగలవు నేనెంతమాత్రమును జేయఁజాలను ఇచ్చటనే నీకును నాకును భేద మున్నది జ్ఞానమునందుగాని బుద్ధియందుఁగాని మనకు భేదములేదు. నేను ప్రేమించుచోట నీప్రేమ లేదు నీవు నీముక్తికొఱకు దేనిని నిర్భయముగా ఖండింపఁదలఁచితివో యది నాకు నాడీస్థానము! నేను నాభారతవర్షమునే వాంఛింతును. దానిని నీ వెంతదూషించినను నెంతతిట్టినను నేను దానినే కోరెదను. నాకంతకంటెఁ బ్రియమైన దేదియును లేదు, దానికి లేశమాత్రమైనను నష్టము కలుగుపని యేదియును నేనుచేయఁజాలను!' అనియెను.

వినయుఁడేదియో ప్రత్యుత్తరము చెప్పఁబోవుచుండఁగా గోరా మరల నందుకొని "వలదు వినయా! నీవు నాతో వృథావాదము చేయవలదు! ఈప్రపంచ మంతయు భారతవర్షమును ద్వేషించి యవమానించుచున్నను నేనాయవమాన పీఠమున భారతవర్షముతోఁ గలసి యాసీనుఁడ నయ్యెదను! జాతిభేదములును, కుసంస్కారములును, విగ్రహారాధనములును గల భారతవర్షమే నాకుఁ బ్రియమైనది! నీవు దీనికి భిన్నుఁడవు కాఁదలచినచో నాకును భిన్నుఁడవే!" అనిచెప్పి గదినుండి వెలుపలికి వచ్చి పచారు చేయుచుండెను.

వినయుఁడు మౌనముతోఁ గూర్చుండి యుండెను. ఇంతలో సేవకుఁడు వచ్చి చాలమంది పెద్దమనుష్యులు నీకొఱకు వేచియున్నారని గోరాకుఁ జెప్పెను. తప్పించుకొని పోవుట కుపాయము దొరికినదని యెంచి గోరా యటనుండి వెడలిపోయెను. అందఱితోఁగూడ గోరాను దర్శించుట కవినాశుఁడును వచ్చియుండెను. అవినాశునకుఁ గోపమువచ్చియుండునని గోరా యనుకొనెను గాని యాతనియందుఁ గోపలక్షణము లేవియు నగపడలేదు. అంతేకాక యుత్సాహముతో నవినాశుఁ డందఱియెదుటను గోరాను బ్రశంసించుచు "ఈగౌరమోహనబాబునందు నాభక్తిభావము ద్విగుణీకృతమైపోయినది. ఇంతకాలము వఱకు నేనీతని సామాన్యునిగాఁ దలఁచితిని. కాని నిన్నటిదినమున నీతఁడు మహాపురుషుఁడని తెలిసికొంటిని. మేమీతని సన్మానింపఁబోయినప్పు డీతఁడు స్పష్టముగా వలదని వారించెను. ఈకాలమునందట్లు చేయువారెందఱున్నారు? ఇది సాధారణ కృత్యమా?" అనియెను.

గోరా మనసిదివఱకే వికలమైయుండెను. దానిపైనవినాశుని యుత్సాహవాక్యములచే నాతనిమెదడు మండిపడిపోవుటయు, గోరా యసహిష్ణుఁడై "మీరుభక్తిరూపమున నన్నవమానింపదలచితిరి! యిట్టి లజ్జాకర మగుపద్ధతిని నేను నిషేధింతునని రైన మీరెఱుంగక పోయితిరి. ఇంతేకాక యానిషేధమునే మహాపురుషలక్షణముగా వినుతించుచుంటిరి. మీరందఱును మనయీదేశమును వేషధారి సమాజముగా భావించితిరా? ఇందందఱును బొట్టకొఱకు నటించుచున్న వారేనా? సత్యముగఁ బనిచేయువారిం దొక్కరును లేరా?—మీరు నాతోఁ జెలిమిచేసినను సరే—జగడమాడినను సరే—కానినన్నుఁగూర్చి యెంతమాత్రమును స్తుతిచేయవలదు!" అనియెను.

అవినాశుని భక్తి మఱియును వర్ధిల్లిపోయెను! అతఁడు నవ్వుచు గోరావాక్యములయందలి చమత్కారమచ్చట నున్న యందఱిహృదయముల నాకర్షించునట్లు భావప్రదర్శనము చేయుచు మహాపురుషా! "మేమందఱమును నీవలెనే నిష్కాములమై భారతవర్ష సనాతన గౌరవరక్షణమునకై యాత్మసమర్పణముం గావింపఁ జాలునట్లు మమ్ముల నాశీర్వదింపుము!" అనిపలుకుచు గోరా పాదధూళిని గైకొనఁ బోవుటయు

నాతఁ డించుక రోసరిల్లెను. అప్పు డవినాశుఁడు "బాబూ! నీవు మావలన నెట్టి సన్మానమును గైకొనలేదు! కాని మాయానందమునఁ గూడ విముఖుఁడవగుట యుచితమా? మేమందఱమును నీతోఁ గలసి భుజింపవలయునని నిశ్చయించుకొంటిమి. దీనికి నీవు సమ్మతింపవలయును!" అనియెను.

గోరా:—నేను ప్రాయశ్చిత్తము చేసికొనకుండ మీతోఁ గలసి భుజింపఁజాలను.

'ప్రాయశ్చిత్తమా!' అవినాశుని నయనద్వయమును ప్రదీప్తమైపోయెను. అప్పు డాతఁడు "ఈసంగతి మాకెవ్వరికిని దోఁచనేలేదు! కాని గౌరమోహనబాబు పాటింపని హిందూమత విధాన మొక్కటియును లేదే!" అనియెను. అది బాగుగనున్నది! ప్రాయశ్చిత్తదివసమునకే యాతనితోఁ గలసి భుజింపవచ్చును! ఆదివసముననే దేశము నందలి పెద్దపెద్దపండితుల నందఱను బిలువవచ్చును. హిందూధర్మ మింకను సజీవమై యున్నదని గోరాబాబు ప్రాయశ్చిత్తనిమంత్రణమువలెనే ప్రచారము గాఁగలదు!" అని యందఱును నిశ్చయించుకొనిరి.

ప్రాయశ్చిత్త మెప్పు డెక్కడఁ జేయవలయు ననుప్రశ్న కలిగెను. అప్పుడు గోరా "ఒక మిత్రుఁడు గంగాతీరోద్యానమున నీకార్యముం దీర్చుటకుఁ బ్రస్తావించెను. దీనికగు వ్యయమంతయు సమాజమువారే భరించునట్లు స్థిరమయ్యెను!" అనియెను. అందఱును వెడలిపోవునప్పు డవినాశుఁడు వారి నొక్కించుక యాఁపి "గౌరమోహన బాబునకుఁ గోపము వచ్చినను బొంగిపోవుచున్న యానందముచే నే నొక్క మాట చెప్పక యుండఁజాలను! పరమేశ్వరుఁడు వేదోద్ధరణమునకై పుణ్యభూమి యగు నీ భారతవర్షమున జన్మించెను; అట్లే మతోద్ధరణమునకై యీవిధముగా నవతరించెను. ఈప్రపంచమున మనభారతదేశమునందే యాఱుఋతువులును సమముగ జరుగుచున్నవి. ఇచ్చటనే కాలానుసారముగ నీశ్వరుఁ డవతరించుచున్నాఁడు! ఇంకను నవతరింపఁగలఁడు. ఈసత్యమిప్పుడు మనకు స్పష్టపడుటచే మనము ధన్యులము! సోదరులారా! కీర్తింపుఁడు గౌరమోహనునకు జయ!—మనియెను. అవినాశుని యుపన్యాసమువలన నుత్సాహముతో నందఱును జయధ్వనులం గావించిరి. గోరా పీడితహృదయముతో నటనుండి వెడలిపోయెను.

జైలునుండి విడివడిన మొదటిదినమునందే గోరాహృదయమును బ్రబల విచార మాక్రమించుకొనియెను. అతఁడు జైలులో నున్నప్పుడుకూడ నూతనోత్సాహముతో దేశముంగూర్చి పనిచేయవలయునని చాలసారులు సంకల్పించుకొనియుండెను. ఇప్పు డాతఁడు తనలో 'అయ్యో! నాదేశ మెక్కడనున్నది? అదికేవలమును నాయొక్కని చెంతనే యున్నదా? నాజీవిత సంకల్పము లన్నిటినింగూర్చి యాలోచించు నాబాల్య మిత్రుఁడగు వినయుఁ డిప్పుడొక యువతిని బెండ్లియాడుటకై తనదేశ సంబంధములగు

భూతభవిష్యములను దనరిగానట్లుగా వేఱుచేయుటకు సిద్ధపడియున్నాఁడు! తన సమాజములోనివాఁడవగు నన్నింత కాలమునుండి వీరందఱు వెలిఁగియుండియును ధర్మోద్ధరణమునకై జనించిన యవతారముగా భావించుచున్నారు! నేను కేవలమును శాస్త్రమూర్తి నేనా? భారతవర్షమున కిఁక నెచ్చటను స్థానమే లేదా? షడృతువులు! భారతవర్షమున షడృతువులున్నవి. ఆషడృతుషడ్యంత్రమునందే యవినాశుఁడు చెప్పిన ఫలము లభించినచో నందొకటిరెండు ఋతువులు తప్పిపోయినను నష్టము లేదు!" అని భావించుకొనుచుండెను.

ఇంతలో సేవకుఁడు వచ్చి యమ్మగారు రమ్మనుచున్నారని చెప్పెను. గోరా యదరిపడి తనలోఁదానే "అమ్మ రమ్మనుచున్నది" అని అనుకొనియెను. ఆపిలుపులో నాతనికొక నూతనార్థము వినఁబడియెను. అతఁడు తనలో ఏదియెట్లయినను నాకు మాయమ్మయున్నది! ఆమెయే నన్నుఁ బిలుచుచున్నది. ఆమెయే నన్నందఱితోడను గలుపుచున్నది! నావారందఱు నామె యింటనే నాకొఱకు వేచియుందురు. జైలునందున్నప్పుడు కూడ నేను మా యమ్మపిలుపును వింటిని; ఆప్రేమమూర్తిని దర్శించితిని! జైలు వెలుపలఁ గూడ మాయమ్మ నన్నుఁ బిలుచుచున్నది. ఆమె దర్శనమునకై పోవుచున్నాను!" అని యనుకొనుచు గోరా యాశీతకాలమధ్యాహ్న దినాకాశమువంకఁ బరిశీలించి చూచెను. ఒకవిధముగా వినయునియందును, మఱియొకవిధముగా నవినాశునియందును గోరాకుఁగల విరుద్ధభావము నిమిషములో మాయమైపోయెను. ఆమధ్యాహ్న సూర్యాలోకమున భారతవర్షము చేయెత్తి పిలుచుచున్నట్లుండెను. ఆసముద్రవిస్తృతంబులగు నదీపర్వత జనపదంబు లప్పుడు గోరాకుఁ బ్రత్యక్షంబు లయ్యెను. అనంతములగు దిగంతములనుండి యొక వినిర్మలతేజము వెలువడి యాభారతవర్షమును జ్యోతిర్మయముగఁ జేసి వైచుచుండెను. గోరాహృదయ మానందపూర్ణమైపోయెను. అతనికన్నులు మెఱసిపోవుచుండెను. గోరాహృదయమునం దెట్టి నిరాశయును లేకుండఁబోయెను. భారతవర్షము గూర్చిన దూరఫలదాయకంబగు ననంతపరిశ్రమమునకై యాతనిప్రకృతి యానందముతో సంసిద్ధమైయుండెను. ధ్యానముచేఁ గాంచుచున్న భారతమహిమను ప్రత్యక్షముగఁ గాంచఁజాలనైతినను విచారమాతనికి లేశమాత్రమును లేకుండెను. అప్పుడాతఁడు మాటిమాటికిని దనలో "అమ్మ నన్నుఁ బిలుచుచున్నది! ఆయన్నపూర్ణ ఆజగద్ధాత్రి వసించియున్న చోటికే - చాలకాలమునకైనను నిమిషములోనైనను, మరణానంతరమునైనను, జీవితమధ్యమునందైనను నేను పోయెదను. మహామహిమాన్వితమగు భవిష్యమిప్పుడు దీనంబును, హీనంబును నగు నావర్తమానమును సంపూర్ణ సార్థకముగను, సముజ్జ్వలముగను జేసియున్నది. నేనచ్చటికే పోయెదను. ఆయతిదూరమునుండి ఆయతిసమీపమునుండి మాయమ్మ నన్నుఁ బిలుచుచున్నది!" అని

యనుకొనుచుండెను. ఈయానంద మధ్యమున గోరా వినయావివాహుల సంయోగముం గాంచినట్లుండెను; వారాతనికిఁ బదులుగాఁ దోఁచుటలేదు. ఇప్పటి స్వల్పము లగు సకల విరుద్ధభావములును ననంతమగు చరితార్థతయం దెచ్చటనో విలీనములై పోయెను!

గోరా యానందమయి మందిరమునఁ బ్రవేశించెను. అప్పుడాతని వదన మానందోజ్జ్వలమై యుండెను. అతనిదృష్టి యెదుటనున్న సమస్తవస్తువులను దాఁటి యొకదివ్య మూర్తియందు లగ్నమై యుండెను! అందుచేతనే గోరా తనతల్లిచెంత నింకొకరు కూర్చుండియున్న సంగతి మొట్టమొదట నాకస్మికముగాఁ దెలిసికొనఁజాలకపోయెను!

సుచరిత చటాలున లేచి గోరాకు నమస్కరించెను. గోరా విస్మితుఁడై 'ఇదిగో నీ వెప్పుడు వచ్చితివి? కూర్చుండుము!" అనియెను. సుచరిత రాకకు విశేష కారణ ముండునని గోరా నిశ్చయించుకొనెను. ఒకప్పుడు గోరా సుచరితకు విముఖుఁడుగనే యుండెను. అతడు కష్టపడి పనిచేయుచుఁ దిరుగుచున్నంతకాలము సుచరితమాట తన మనసులోఁ బడకుండఁ జేసికొనియెను. కాని జైలునందున్నప్పుడు మాత్రము గోరా సుచరితనుస్మృతిపథమునకు దూరముగఁ జేయఁజాలకపోయెను! ఆతఁడు భారతవర్షమున స్త్రీలుకూడ నున్నారనుమాటయే భావించియెఱుఁగని దినములుకూడ నున్నవి! ఈసత్యమింతకాలమునకు సుచరితయందే నూతనముగ నుదయించెను ఒక్కనిమిషములో నింతటి పురాతనప్రబలసత్యము నాకస్మికముగ గ్రహించి దాని యాఘాతముచే గోరా బలిష్ఠ ప్రకృతియంతయును గంపితమైపోయెను. ఆతఁడు జైలునందుండి వెలుపలనున్న సూర్యాలోకమును, నిశాంతక వాయుప్రచారమును గాంచుచున్నప్పుడు జగమంతయును దన కర్మక్షేత్రముమాత్రమే కాదనియు, నది కేవలమును బురుష సమాజభూషితమే కాదనియుఁ దెలిసికొనియెను. అప్పుడాతఁడెట్లో ప్రయత్నించి సుందర మగు నీబహిస్సంసారమున నధిష్ఠించియున్న యిరువురు దేవతల ముఖమండలములనుమాత్రమే భావించిధ్యానించుచుండెను! సూర్యచంద్ర నక్షత్ర కాంతు లావదనములపైఁ బ్రసరించుచుండెను! సుస్నిగ్ధ సుందర నీలాకాశముఖములచే పరివేష్టించి యుండెను! అందొకటి యాతని కాజన్మపరిచితమగు మాతృవదనమండలము! మఱియొకటి నూతన పరిచితంబును, విజ్ఞానవిలసితంబును నగు వినమ్ర సుందరవదనమండలము!

జైలునందలి యానిరానంద సంకీర్ణతా మధ్యమునందుఁగూడ గోరాయీముఖస్మృతిని నిరోధింపఁజాలకుండెను. ఈధ్యానమువలనం గలిగిన పులకతయే యాతనికిఁ గారాగృహమును ముక్తక్షేత్రముగఁ జేసివైచుచుండెను; కారాగృహకఠినబంధన మాతనికిఛాయామయము మిథ్యాస్వప్నతుల్యమైపోవుచుండెను; ఆతనిస్పందితహృదయమునందలి యతీంద్రియ తరంగములు కారాగృహప్రాకారములను భేదించుకొని పోయి యాకాశమున విలీనములై యచ్చటి కల్పకుసుమ పల్లవములం దూఁగుచు మరలఁ బ్రాపంచికకర్మక్షేత్ర

మున విలాసవిహారంబు గావించుచుండెను!— ఇట్టి కల్పనామూర్తికై భయపడవలసిన పనిలేదని గోరా తలంచుకొనియెను. అందుచేతనే యాతఁడీ కొలఁదిదినములు నాప్రవృత్తిని నిషేధింపకుండెను. వాస్తవ పదార్థమునకు మాత్రమే భయపడవలయునని గోరా యూహ!

గోరా జైలువిడిచి వచ్చినంతనే పరేశునింగాంచెను. తోడనే యాతనిహృదయ మానందోచ్ఛ్వసిత మయ్యెను. ఆయానందము పరేశునిం గాంచుటచేతనే కలిగినది కాదు!— దానితోఁ గొలఁది దినములనుండి యాతని మనసునందున్న స్మృతియును, నాకర్షణమును సమ్మిళితములై యుండెను! ఈసంగతి యాతనికి మొట్టమొదటఁ దెలియ లేదు; కాని క్రమముగా బోధపడియెను. అతఁడు స్టీమరునుండి వచ్చుచున్నప్పుడే పరేశబాబు కేవలమును దనగుణములచే మాత్రమే నన్నాకర్షించుట లేదని స్పష్టముగాఁ దెలిసికొనియెను.

ఇన్నాళ్ళకు గోరా మరల నడుము కట్టుకొనినిలిచెను. అతఁడు స్టీమరుపైఁ గూర్చున్నప్పుడే 'ఇఁక నేనెవ్వరికిని లొంగను! నాహృదయమున కేనిధమగు సూక్ష్మ నిరోధమును గూడ లేనంత దూరమువఱకును బోయెదను' అని నిశ్చయించుకొనియెను.

ఇట్టి స్థితిలోనే గోరాకు వినయునితో వాదము కలిగెను. వినయోగాంతమునఁ గలసికొన్న మిత్రులతో నింతటి ప్రబల వితర్కము కలుగుట యసంభవము! కాని ఇప్పుడాతర్కమధ్యమునందాతఁడు తన్నుఁగూడ దర్శించుకొనుచుండెను. ఆతర్క మూలముననే గోరా తన ప్రతిష్ఠాస్థానమును దనలోనుండి స్పష్టముగాఁ గైకొనియెను. అందుచేతనే గోరా యప్పుడంత తీవ్రముగా మాటలాడెను. అట్టి తీవ్రభావముం జూపుట యాతని కావశ్యకమయ్యెను. ఆతీవ్రభావము వినయుని హృదయమున విరోధ భావమును విజృంభింపఁజేసినప్పుడు—గోరా యుద్దేశముల నన్నింటిని వినయుఁడు ఖండింపఁ దలంచియున్నప్పుడు గోరా నిర్బంధ మక్రమమని యెంచి వినయుని హృదయ మంతయును విద్రోహము పూరితమై పోయినప్పుడు గోరా తన్నుఁ గొట్టునని తన యఘాతమునకుఁ బ్రాబల్యముఁగల్పించెను! ఇట్లు జరుగునని వినయుఁ డనుమానించి యైన నుండలేదు!

వినయునితో వాదించుట యైనతరువాత గోరా తనలో 'నేనీరణక్షేత్రమునుండి యొకరిల్లినచో లాభములేదు! నాప్రాణభయముచే నేను వినయుని విడిచినచో నిఁక నాతనికి రక్షణములేదు!" అని నిశ్చయించుకొనెను.

౫౫

గోరా మనసిప్పుడు భావావిష్టమై యుండెను. ఇప్పుడాతఁడు సుచరిత నొక వ్యక్తిగాఁ జూచుట లేదు; భావమూర్తిగాఁ జూచుచుండెను. భారతనారీప్రకృతి యంతయును సుచరితయందు మూర్తీభవించి యాతనికిఁ బ్రత్యక్షమయ్యెను. భారత గృహమునఁ బుణ్యమును, సౌందర్యమును, ప్రేమను, మాధుర్యమును, పవిత్రతను

వర్ధిల్లఁజేయుటకే యీ యావిర్భావము! ఏలక్ష్మీదేవి భారతవర్షమునఁ బిల్లలను పెద్దలనుగాఁ జేయుచుండెనో, రోగుల కుపచారములు చేయుచుండెనో, ఆర్తుల నూఱడించుచుండెనో నీచులకుఁగూడఁ బ్రేమగౌరవస్థానమును బ్రసాదించుచుండెనో, ఏదేవి దుఃఖదుర్గతులయందుఁగూడ దీనతమునైనను ద్యజించి యవమానింపకుండెనో, ఏవిశ్వమూర్తి మనకుఁ బూజార్హమయ్యును మనలో నయోగ్యులఁగూడఁ బూజించుచుండెనో, ఏదేవీమూర్తి తన నిపుణసుందరహస్తద్వయమును సేవలకును మనకార్యముల కొఱకే వినియోగించుచుండెనో, చిరసహనశీలంబగు నే రాజేశ్వరి శాంతపరిపూర్ణ ప్రేమామృతమును బరమేశ్వరుఁడు మనకక్షయదానరూపమునఁ బ్రసాదించి యుండెనో యట్టి లక్ష్మీసంబంధమగు నొకతేజమే యిప్పుడానందమయి పార్శ్వమున మూర్తిధరించి యున్నట్లు గోరా కనుఁగొని యానందనిమగ్న హృదయుఁడైపోయెను. "మనమీమె వంకఁ జూచుటయే లేదు! ఈమె నన్నిటికంటెను వెనుకకుఁ ద్రోసివైచితిమి! ఇంతకంటెను మనకు దుర్గతియేమైననున్నదా? దేశమాత యనిన నీమెయే! సమస్తభారత నిగూఢస్థానమునఁ, బ్రాణనికేతనమున శతదళపద్మాసనాసీనయై యున్న దేవి యీమెయే! మనమే యీమెకు సేవకులముఁ దేశమున కీదుర్గతి యీమె నవమానించుటచేతనే ఈయవమానముంగూర్చి యుదాసీనుల మగుటచేతనే మనపౌరుషమిప్పుడిట్లు జీర్ణమై పోయినది!" అని భావించుకొనఁదొడఁగెను.

గోరా తనలోఁదానే యాశ్చర్యపడియెను. స్త్రీలతో సంబంధములేని యసంపూర్ణమగు భారతవర్షమునే తాను భావించుచున్నట్లు గోరా కింతవఱకుఁ దెలియదు. నారీమూర్తి కేవలము ఛాయామయమనియే భావించి యాతఁడు దేశసంబంధమునం గావించు కర్తవ్యములన్నిటియందును నెటులో యొకవిధమగు నభావమే యుండెను అందు శక్తియున్నదిగాని ప్రాణములేదు! అందు మాంసమున్నది గాని, నరములేదు. స్త్రీజనమును దృణీకరించి మన మెంతవఱకు దూరము చేయుచుందుమో మన పౌరుషముకూడ నంతవఱకు విశీర్ణమై వినష్టమైపోవునని గోరా యిప్పుడొక్క నిమిషములో గ్రహింపఁగలిగెను! అందుచేతనే గోరా సుచరితను నిప్పుడువచ్చితివని పరామర్శించెనది కేవలము గౌరవ పరామర్శయే కాదు! అతని జీవితమున నూతనలబ్ధమగు నొ యానందము సంపూర్ణముగ నిండియున్నది!

కారాగృహకష్టచిహ్నములు గోరాశరీరమున నగపడుచుండెను. అతఁడు మునుపటికంటెఁ జిక్కియుండెను. జైలుభోజనమాతనికి సరిపడక యీనెలయంతయును నుపవాసప్రాయముగనే యుండెను. అతనిదేహమున సముజ్జ్వలశ్వేతకాంతి యించుక మ్లానమైయుండెను. పొట్టిగఁ గత్తిరింపఁబడిన శిరోజములమూలమున నాతనిముఖకార్శ్యము మఱింత యధికముగఁ గానఁబడుచుండెను. గోరాశరీర కృశత్వము సుచరిత హృ

యమునందు వేదనం గల్పించెను. గోరాపాదములకుఁ బ్రణమిల్లి యాతని పాదధూళిని గైకొనవలయునని యామె కేలనో తోఁచెను. ధూమమును సమిధలనుగూడ నెంతమాత్రమును గానరాకుండ బ్రజ్వరిల్లుచున్న పవిత్రాగ్నిజ్వాలవలె గోరా యామెకన్నుల కగపడుచుండెను. కరుణామిళిత మగు భక్త్యావేశముచే సుచరిత హృదయము కంపించి పోవుచుండెను. అందుచే నామె యేమియు మాటాడఁజాలకుండెను.

ఆనందమయి "గోరా! ఒక యాఁడుబిడ్డ యున్నచో నెంతసుఖమో నేనీసారి బాగుగఁ దెలిసికొంటిని! నీవులేని దినములలో నీమె నాకెన్ని విధముల నూఱట కలిగించినదనుకొన్నావు! నాకిదివఱకీమె పరిచయమే లేదు! కాని—దుఃఖసమయము లీప్రపంచమున గొప్పవారితోడను, మంచివారితోడను బరిచయము గల్పించును. దుఃఖమునకు గూడ నిట్టిగౌరవ మొకటియున్నట్లు నేనిప్పుడు తెలిసికొనఁగలిగితిని! దుఃఖమునకు శాంతిని బరమేశ్వరుఁడెచ్చట దాఁచియుంచెనో యెల్ల సమయములయందును దెలిసికొనజాలకపోవుటచేతనే మనము దుఃఖము ననుభవించుచుందుము!— అమ్మా! నీవట్లు సిగ్గుపడియెదవు గాని, దుఃఖసమయమున నీవు నాకుఁ గల్పించిన సుఖమునుగూర్చి నీయెదుట నేచెప్పకుండ నెట్లుండగలను?—" అనియెను. గోరా గభీర కృతజ్ఞతాదృష్టితో సుచరిత లజ్జితవదనమువంక నొకసారి వీక్షించి యానందమయి నుద్దేశించి "అమ్మా! ఈమె నీదుఃఖసమయమున నీదుఃఖమును బంచుకొనుటకై వచ్చినది! మరల నీసుఖదినమున నీసుఖమును వర్ధిల్లఁజేయుటకై వచ్చినది! ఉదారహృదయుల యకారణ సుహృద్భావము లిట్టివే కావా!'' అనియెను.

వినయుఁడప్పుడు సుచరిత సంకోచభావముం గాంచి 'సోదరీ! దొంగ దొరకినప్పుడు శిక్షతప్పునా? ఇప్పుడు నీవిందఱియెదుటను బట్టుబడితివి! దానిఫలము ననుభవింపక యెట్లు తప్పించుకొనిపోయెదవు? నాకు నీసంగతి యిదివఱకే తెలియును. కాని వెల్లడింపక యూరకుంటిని. ఇదియెంతకాలము దాఁగదని నేనెఱుంగుదును!' అనియెను.

ఆనం:— (నవ్వుచు) నీ వెట్లూరకుందువు? ఊరకుండు స్వభావమా నీది!—అమ్మా! సుచరితా! వీనికి మీ పరిచయమైనది మొదలు మీ గుణకీర్తనముం గావించుట యందలి యాశ యింకను దీరుటయే లేదు!

విన.— సోదరీ! వింటివా! నేనెంతటి గుణగ్రాహినో, యెంతటి కృతజ్ఞుఁడనో యిప్పుడు సాక్ష్యము లభించుచున్నది!

సుచ:— అందువలనఁ గేవలము మీ గుణపరిచయమే యగుచున్నది!

విన:— నాగుణపరిచయము నామూలమున నెంతమాత్రము గానేరదు. నా గుణములను దెలిసికొనఁదలచినచో మాయమ్మయొద్దకుఁ బోవలయును. ఆమె యా

విషయమున నేనుగూడ నాశ్చర్యముచే స్తంభించి పోవునట్లుగాఁ జెప్పుచుందును. అమ్మరో నాజీవితచరిత్రమును వ్రాయదలంచినచో నేనతి శీఘ్రముగనే మరణించుటకు సిద్ధపడియున్నాను.

ఆనం:— వింటివా వీనిమాటలు!

గోరా.— వినయా! నీతల్లిదండ్రులు నీకు సార్థకనామకరణమును గావించియున్నారు!

విన:— వారు నావలన నెట్టిగుణమును వాంఛించి యుండలేదు గాఁబోలును! కేవలము వినయగుణమును మాత్రమే కోరియుందురు.

ఈవిధముగాఁ బ్రథమసంభాషణమునకు సంకోచము వదలిపోయెను. వెడలిపోవునప్పుడు సుచరిత వినయునింగాంచి "మీరొకసారి మాయింటికి రాఁగూడదా?" అనియెను. సుచరిత వినయుని రమ్మనినట్లు గోరాను రమ్మనజాలక పోయెను! గోరా యాభావమును గ్రహింపఁజాలకపోయెను. అదియాతనికి హృదయాఘాతమువలె నుండెను. వినయుఁడందఱితోడను జనఘనగుండును. కాని గోరా యట్లు మెలఁగఁజాలఁడు! అందుకొఱకు గోరా యిదివఱకెన్నఁడును విచారింపలేదు. ఇప్పుడాతని స్వభావమునం దట్టిసౌకర్యమభావమైయుండెనని గోరా తెలిసికొనియెను.

౫౬

లలిత వివాహమునుగూర్చి యాలోచించుటకే సుచరిత తన్నుఁబిలిచినదని వినయుఁడు తెలిసికొనియెను. ఈప్రస్తావమును ముగించినంతమాత్రమున నీవ్యాపారము ముగియలేదు. ఇది మిగిలియున్నంతకాల మేపక్షమువారికిని నివృత్తిలేదు. ఇవ్వాళ్ల వఱకును వినయుఁడన్నిటికంటె నెక్కువగా గోరా నొప్పించుట యెట్లను సంగతినె యాలోచించుకొనుచుండెను. గోరాయనిన గోరా మానవత్వము గాదు! అతని సమస్త జీవితము నాశ్రయించియున్న దృఢవిశ్వాసము! దృఢభావము! దానితోఁ బూర్తిగాఁ గలసిపోవుటయే వినయుని యభ్యాసము. అదియే యాతని కానందము. దానితో నెట్టి విరోధమైనను నది వినయునకుఁ దనతోడి విరోధమే!

కాని యావిషయమునఁ బ్రథమసంకోచము వదలిపోయెను. వినయుఁడు లలితను గూర్చి యొకవిషయమున గోరాతోఁ దీవ్రముగ వాదించియుండెను. శస్త్రచికిత్స చేయుటకుఁ బూర్వము రోగిభయమునకు భయంకర సంభావనలకును నవధియుండదు. కాని శస్త్రము చేయుట కారంభమైనప్పుడు బాధ యగపడుచున్నను నారోగ్యసుఖముండుటచే నిదివఱకు కలుగుచున్నంత భయము లేకుండబోవును—ఇవ్వాళ్ళవఱకును దనమనసుతో నైనను దర్కించుకొనఁజాలని వినయుఁడిప్పుడు తర్కద్వారమును

దెలిచివైచెను. ఇప్పుడాతని మనసులో గోరాతో నుత్తరప్రత్యుత్తరములు జరుగుచుండెను. ఇప్పుడాతఁడు గోరాయుక్తులను మనసులో గల్పించుకొని వాని నెల్లవిధముల ఖండించివైచుచుండెను. గోరాతో ముఖాముఖిని వాదించుట కలిగినచో నెంత యుత్తేజకము కలుగునో యంత శాంతి కలుగును. కాని గోరా యీ విషయమునం దుదికలుగను వాదించుట లేదు. అందుచే వినయుని హృదయము పరితపించుచుండెను. గోరా తానొప్పుకొనక యొప్పింపక కేవలమును దీవ్రభావమును జూపుచుండెను. ఆతీవ్రత్వమునకు వినయుఁడు వినతుఁడు కాఁజాలకుండెను! వినయుఁడు నేనెట్లయినను సత్యపక్షమున నుండెదననుకొని రెండుచేతులతోడను సత్యశబ్దమును దనహృదయమధ్యమునం దిముడ్చుకొనియుండెను గోరాకుఁ బ్రతికూలముగ నొక ప్రబలపక్షమును స్థాపించుట యావశ్యకము! అందుచేతనే వినయుఁడిప్పుడు సత్యమునే చరమావలంబనముగాఁ జేసికొనియెను. అట్టి సత్యము నాశ్రయింపఁగలిగితినిగదా యనియే వినయునకు విశేషముగ నాత్మగౌరవము కలిగెను. అందుచేతనే వినయుఁ డపరాహ్ణసమయమున సుచరిత యింటికి నిస్సంకోచముగాఁ దలయెత్తుకొని పోయెను. వినయుఁడు తాను నిలిచినది సత్యపక్షమో, మఱియే పక్షమో నిశ్చయించుకొనుటకుఁ దగినయవస్థలో లేఁడు!

హరిమోహిని వంటచేసుకొనుచుండెను. వినయుఁడు వంటయింటి గుమ్మముకడకు బోయి బ్రాహ్మణకుమారుఁడగు తనకు మధ్యాహ్న భోజనము పెట్టవలసిన బాధ్యతను సూచించి మేడమీదికిఁ బోయెను. సుచరిత యప్పుడు కుట్టుపని చేసికొనుచుఁ గన్నులను వంచి కరాంగుళులఁ గదలించుచునే యోచించి 'వినయబాబూ! అంతరంగికబాధ లేనప్పుడు బహిఃప్రతికూల్యము నేల లక్ష్యము చేయవలయును?' అనియెను.

గోరాతో వాదించునప్పుడు వినయుఁడీవిషయమున విరుద్ధయుక్తి ప్రయోగము గావించెను. ఇప్పుడు సుచరితతోఁగూడ నట్లే మాటలాడెను. ఇట్టిచో గోరాతో వినయునకభిప్రాయభేద మున్నదని యెవ్వరనుకొనఁగలరు? వినయుఁడు సుచరితంగాంచి "సోదరీ! బహిరంతరాయము లంత బాధాకరములు కావని నీకును దోఁచుచున్నదా?" అని ప్రశ్నించెను.

సుచ: — దానికి గారణమున్నది! మాయాతంకములు కేవలమును బాహ్యములే కావు. మాసమాజము మాధర్మవిశ్వాసముపై నిలిచియున్నది. కాని మీసమాజమున మీబంధము కేవలము సాంఘిక నియమము ననుసరించి యుండును! అందుచేతనే లలిత తనసమాజమును త్యజించుటచే నామె కెంతకష్టము కలుగునో మీరు మీసమాజమును విడుచుటచే నంతకష్టము కలుగదు!

మతమనునది మానవవ్యక్తిగతసాధనీయమనియు, దానిని సమాజముతో సమ్మేళనముచేయుట యనుచితము కాదనియు వినయుఁడు వాదింపఁ దొడఁగెను. ఇంతలో సతీశుఁడొక యంత్రమును, నొక వార్తాపత్రికను దీసికొని యచ్చటికి వచ్చి వినయునిం గాంచి యుత్సాహముతో నా శుక్రవారము నెట్లయిన నాదివారముగాఁ జేసికొనవలయునని కుతూహలపడుచుండెను. చూచుచుండఁగనే సతీశునకును వినయునకును సంభాషణము ముదిరిపోయెను. ఈయవకాశమునందు సుచరిత లలిత పంపినచీటిని, పత్రికను జదువఁదొడంగెను.

ఆవార్తాపత్రికయందు ‘ఒకప్రసిద్ధ బ్రాహ్మ కుటుంబము హిందూ కుటుంబముతో వివాహసంబంధమును గావించుకొనఁ దలఁచియుండెఁగా హిందూయువకుని యసమ్మతిచే నావ్యాపారము చెడిపోయినది!” ఆవిషయముం గూర్చి హిందూయువకుని నిష్ఠతో బ్రాహ్మకుటుంబ శోచనీయ దౌర్బల్యమును బోల్చి యాక్షేపోక్తులు ప్రకటింపఁబడి యుండెను.

సుచరిత యెట్లయిన నీవివాహమును సంఘటింప వలయునని నిశ్చయించుకొని యుండెను. కాని యది యీయువకునితో వాదించినంతమాత్రమున జరుగునది కాదు. అందుచేతనే యామె లలితనొకసారి రమ్మని చీటివ్రాసెను. వినయుఁ డిచ్చటనే యుండెనని యందు వ్రాయలేదు!— ఏపంచాంగమును, శుక్లపక్షతిథి సమ్మేళనమును శుక్రవారము నాదివారముఁగాఁ జేయఁజాలకుండుటచే సతీశుఁడు తప్పక బడికిఁ బోవలసినవాఁడయ్యెను. సుచరితయు ‘వినయబాబూ! స్నానముచేసి వచ్చెదను! ఇంచుక సేపాఁగుము.” అని చెప్పి వెడలిపోయెను.

వాదము చల్లారిపోయెను. అప్పుడు సుచరితగదిలో నొంటిగ గూర్చుండియున్న వినయుని యంతరంగమున యౌవనపౌరుషము జాగరితమగుచుండెను. తొమ్మిదిగంటలయ్యెను. వీధిలో జనకోలాహలములేదు. సుచరిత వ్రాఁతబల్లపైనున్న చిన్నగడియారము టిక్కుటిక్కుమనుచుండెను. ఆగృహసంబంధమగు నొకప్రభావ మాతని నాక్రమించుచుండెను. ఆగదియందలి ప్రతివస్తువునుగూడ నాతనిఁ బలుకరించుచున్నట్లుండెను. ఆచక్కనివ్రాఁతబల్ల, ఆపట్టుపనిచేసికొను కుర్చీ, దానిక్రింద బరుపఁబడిన కృష్ణాజినము, గోడపై వ్రేలాడుచున్న యొకటి రెండు చిత్రపటములు, వెనుక నెత్తి శాలువచే మూయఁబడిన పుస్తకములబీరువా—యివి యన్నియును వినయుని హృదయమధ్యమునం దొకవిధమగు వింతసంగీతమును ధ్వనింపజేయుచుండెను. ఆగదియందంతటను నేదియో యగోచరమగు సౌందర్యరహస్యము నిండియున్నట్లుండెను. ఆగదియందు నిర్జనమధ్యాహ్న సమయములందు లలితాసుచరితల కెన్నియో యేకాంతాలోచనములు జరిగినవి ఆయాలోచనల లజ్జాసుందరశక్తి యింకను బ్రచ్ఛన్నముగ నం

దండుఁ దోఁచుచున్నట్లే యుండెను. ఆయాలోచనలయందు వారెవ్వరెచ్చట నెట్లు కూర్చుండియుండిరో వినయుఁడు భావించుకొని చూచుకొనుచుండెను. 'లలిత నీకు బ్రతికూలము గ లేదని సుచరితవలన వినియుంటిని." అని పరేశుఁడు చెప్పినమాటను వినయుఁడప్పుడనేక భావములతో ననేకరూపములతో ననేకవిధములుగాఁ జూచుచుండెను. అప్పుడనిర్వచనీయంబగు నొక యావేగ మాతని మనోమధ్యమునఁ గరుణా ప్రాంతనస్వరంబున గానము చేయుచున్నట్లుండెను. అందలి ప్రతివస్తువునందును బిడంబును గభీరతమంబు నగునొకరూప మతని నిగూఢహృదయమధ్యమున ననిర్వచనీయంబగు నాభాసముం బోలి తోఁచుచుండుటయు దానినెట్టులుఁ బ్రత్యక్షముగ ననువదింపఁజాలక, కవినైనను, చిత్రకారుఁడైనను గాఁజాలక పోయితిఁగదా యని వినయుఁడు స్వాంతఃకరణములను జంచలుఁడై పోవుచుండెను. ఈచాంచల్యమును శాంతింపఁ జేయుటకు నుపాయము లేనట్లాతనికిఁ దోఁచుచుండెను. ఆతనియెదుట పడ్డముగ నుండి నతి సమీపమునుగూడ నతిదూరముగఁ జేసి వైచుచున్న తెర నానిమిషమునందే ధైర్యముతో నిలువఁబడి చించి పాఱవైచుటకు వినయునకుఁ దగినంతశక్తి లేదు!

ఇంతలో హరిమోహిని గదిలోనికివచ్చి 'కొంచెము ఫలాహారము చేసెదవా!' అని యడిగెను. వినయుఁడు వలదనియెను. హరిమోహిని గదిలో నొకచోఁ గూర్చుండెను. ఆమె పరేశుని యింట నున్నంతవఱకు వినయుని విశేషాదరముతోనే చూచెను. కాని సుచరితతోఁ గలసి ప్రత్యేకగృహమున స్వతంత్రముగ నున్నది మొదలు వినయుని రాకపోక లామెకత్యంతము ననిష్టములుగనే యుండెను. సుచరిత యిప్పుడు తన యాచారాదులను సంపూర్ణముగ మన్నింపకుండుట కిట్టివారి సహవాసదోషమే కారణమని యామె నిశ్చయించుకొనియుండెను. వినయుఁడు కేవలము బ్రహ్మసమాజము వాఁడు కాకపోయినను వానికి హిందూసంస్కార సంబంధమగు దృఢత్వము లేదని యామెకు స్పష్టముగాఁ దెలిసిపోయెను. అందుచేతనే యామె మునుపటివలె నీబ్రాహ్మణకుమారునికొఱకై స్వష్టపరిసాదనమును దుర్వ్యయముగఁ జేయఁజాలకుండెను. ఇప్పుడామె ప్రసంగవశమున వినయునుద్దేశించి 'బాబూ! నీవు బ్రాహ్మణకుమారుఁడవు కదా; నీకు సంధ్యార్చనము లేమియు నక్కఱలేదా?" అని ప్రశ్నించెను.

విన:— దొడ్డమ్మా! రేయింబవలు చదువులోనే మునింగి గాయత్రిని, సంధ్యను సమస్తమును గూడ మఱచిపోయితిని.

హరి:— పరేశబాబుమాత్రము చదివినాఁడు కాఁడా? అతఁడు తనధర్మానుసారముగా నేదో యొకవిధమున సంధ్యోపాసనము చేయుచునే యున్నాఁడు!

విన:— అతఁడు మంత్రము ముఖస్థము చేసికొని యుపాసించుట లేదు! అంతవాఁడ నైనచో నేను నట్లే చేయుదును.

హరి:— తీవ్రసంగముతో అంతవాఁడవు కాఁజాలకున్న నీతండ్రి తాతల మతమునఁ బోఁగూడదా? దీనికిని దానికినిఁ గూడఁ జెడియుండుట యేమిలాభము? మానవుఁడైన తరువాత నేదియో యొకమత పరిచయముండవలయును! రామా లేదు; గంగా లేదు; ఇట్లుండుట యెంత తప్పు!

ఇంతలో లలిత యచ్చటికి వచ్చి వినయునిఁ గాంచి యదరిపడి హరిమోహినిని నుద్దేశించి 'అక్క యెక్కడనున్నది?' అని ప్రశ్నించెను.

హరి:— రాధారాణి స్నానమునకుఁ బోయినది!

లలి:— అక్క నన్ను రమ్మని కబురుపంపినది!

హరి:— కూర్చుండుము! ఇప్పుడే వచ్చును.

హరిమోహినికి లలిత యెడలఁగూడ ననుకూలభావము లేదు. సుచరిత పూర్వబంధముల నన్నిటిని వదల్చివైచి యామెను సంపూర్ణముగఁ దనవానినిగఁ జేసికొనవలయు నని హరిమోహిని యిప్పుడూహించుకొనుచుండెను. పరేశబాబు బిడ్డ లెవ్వరు నిచ్చటికి మునుపటివలె వచ్చుటలేదు. ఒక్క లలితమాత్రమే యప్పుడప్పుడు వచ్చి సుచరితతో సంభాషించుచుండెను. అది హరిమోహినికి కిష్టముగ లేదు. ఆమె తఱుచుగా వారి సంభాషణమునకు భంగము కలిగించి సుచరితను నేదో పనికిఁ బిలుచుచుండెను. కాదేని మునుపటివలె నిప్పుడు సుచరితకు నిరాతంకముగఁ జదువు సాగుటలేదని యాక్షేపమైనఁ జేయుచుండెను. మఱియు సుచరిత చదువుకొనునప్పు డాడువాండ్రకింత చదువు నావశ్యకమనికూడఁ జెప్పుచుండెను. కాని యామె సుచరిత నెంతబలవంతముగాఁ దన వంకకుఁ ద్రిప్పుకొనఁదలఁచియున్నను నామె కది యెంతమాత్రము సాధ్యపడుట లేదు. అందుచేతనే యామె యొక్కొక్కప్పుడు సుచరిత మిత్రులం గూర్చియు, నామె యభ్యాసములం గూర్చియు దోషారోపణములం గావించుచుండెను!— లలిత వినయునితోఁ గలసి కూర్చుండుట హరిమోహినికి కిష్టముగ లేకుండుటే కాక యా యిరువురి మీఁదను నామెకు కోపముకూడఁ గలిగెను. లలితా వినయుల కేదియో యొక రహస్య సంబంధ మున్నదని యామె యనుమానించెను. అందుచేతనే యప్పుడామె తనలో "మీ సమాజవిధానము లెట్టివైనను మాయింటిలో నీసిగ్గులేని సమావేశములును నీ కిరస్తానీవ్యాపారములు జరుగుట నాకిష్టములేదు!" అని యనుకొనుచుండెను!

లలిత హృదయముకూడ విరుద్ధభావముచేఁ గంటకితమైపోవుచుండెను. ఆమె నిన్న సుచరితతో సానందమయిక డకుఁ బోఁదలంచెను. గాని యెట్లునుఁ బోలేకపోయెను! ఆమెకు గోరాయెడల విశేష గౌరవభావమున్నను, విరోధభావముకూడఁ దీవ్రముగా నుండెను. అతఁడెల్లవిధములఁ దనకుఁ బ్రతికూలుఁ డనుమాట యామె యేవిధమునను మఱవఁజాలకుండెను. గోరా విడుదలయైనది మొదలుగ లలితకు వినయుని

యెడలఁగూడ సంశయము కలుగుచుండెను. కొన్నాళ్ళనుండి వినయుఁడు గోరాకుఁ దనకు స్వాధీనుఁడగుచుండెనని యామె గర్వపడుచుండెను. కాని గోరాప్రభావము నాతఁ డెంతమాత్రమును దిరస్కరింపఁజాలఁడను సంశయముచేతనే యామె వినయునకు విరుద్ధముగా సంసిద్ధయై నిలిచియుండెను.

లలితను జూచినమాత్రముననే వినయుని మనోమధ్యమున సాందోళనము ప్రబలమై పోయెను. లలిత విషయమున వినయుఁడెంతమాత్రమును దన సహజస్వభావమును రక్షించుకొనఁజాలకుండెను. తనయిరువురి వివాహమునుగూర్చియు జనశ్రుతి సమాజమునఁ బుట్టినప్పటినుండియు, వినయుని మనసు లలితను జూచినంతనే వైద్యుతచంచలమగు చుంబకశలాకంబోలి స్పందితమై పోవుచుండెను. ఆయింట వినయునిం గాంచినంతనే లలితకు సుచరితపైఁ గోపము కలిగెను. ఈవినయుని ప్రతికూలభావము ననుకూలముగఁ జేయుటకే సుచరిత యాతని నిటకుఁబిలిపించి బోధింపఁదలఁచెననియు నీవంకరను సవరించుటకే యన్నఁగూడఁ బిలిపించెననియు లలిత యప్పు డూహించుకొని చటాలునలేచి హరిమోహినిం గాంచి "నాకాలస్యమగుచున్నది; మఱియొకప్పుడు వచ్చెదను. అక్కతో నీసంగతి చెప్పుము!" అనిచెప్పి "వినయునివంకఁ జూడకుండఁగనే యతివేగముగ వెడలిపోయెను. ఇఁక వినయునిచెంతఁ గూర్చుండవలసిన యావశ్యకము లేకపోవుటచే నింటిపనుల నెపంబున హరిమోహినియును లేచిపోయెను.

ప్రచ్ఛన్నాగ్నిం బోలియుండు లలిత ముఖభావము వినయున కపరిచితము కాదు! కాని చాలదినములనుండి యీలక్షణ మగపడుటలేదు. లలితతనపై నాగ్నేయాస్త్ర ప్రయోగముం గావించుచుండు దినములు సంపూర్ణముగఁ దిరిగిపోయినవనియే వినయుఁడు నిశ్చితుఁడై యుండెను. అస్త్రశాలనుండి వెలువరింపఁబడిన యా పురాతనాస్త్రము మరల నిప్పు డాతఁడు కనుఁగొనియెను. త్రుప్పుపట్టిన డాగొక్కటియు నందగపడలేదు! కోపమును సహింపవచ్చును గాని యవమానమును సహించుట వినయుని వంటి వానికి జాలకష్టము! గోరా కుపగ్రహమాత్రమే యని యెంచి లలిత యొకప్పుడు తన్నవమానించిన సంగతి వినయునకప్పుడు స్మృతికివచ్చెను. ఇప్పుడును లలిత తన్నసామాన్యునిగాఁ దృణీకరించిపోయెనని వినయుఁ డస్థిరుఁడైపోయెను. వినయుని కర్తవ్యబుద్ధి యందలి సంకోచమును లలిత పిఱికితనముగా భావించెను. ఈవిషయమున నొకటిరెండు మాటలాడుటకైన నవకాశ మీయక లలిత వెడలిపోవుట వినయున కసహ్యముగా నుండెను. వాదమున కవకాశమీయకుండుట వినయునకొక గొప్ప శిక్షగా నుండెను. ఏమనిన బాగుగ వాదించి యేపక్షమునైనను సమర్థించుశక్తి యాతనియొద్ద నున్నది. కాని జగడము పుట్టినప్పుడెల్ల లలిత వినయునకు వాదించుట కెట్టి యవకాశము నిచ్చుటలేదు. ఇప్పుడుకూడ నట్లే జరిగినది.

అప్పుడు వినయుఁడు బల్లపైనున్న వార్తాపత్రికఁదీసి యందుఁ బెన్సిల చుర్తుపెట్టఁబడినచోటఁ జదివి యందలి నీత్యుపదేశము తన యురవృత్తిగూర్చియే గ్రహించుకొనియెను. అందువలన లలిత తనసమాజమువారిచేఁ బ్రతిదినము నెట్లు నింపఁబడుచుండెనో వినయునకు స్పష్టముగాఁ దెలిసిపోయెను. మఱియు నిట్టి మానమునుండి లలిత నుద్ధరించుటకై తానెట్టి ప్రయత్నమును జేయక కేవలము స తత్త్వముంగూర్చియే సూక్ష్మతర్కముం గావించుచుంటిననియు, నిందువలన లలిత తేజస్విని యగు రమణీమణి తన్నవమానించుటతప్పు గాదనియుఁగూడ వినయు బోధపడియెను! అప్పుడు వినయుఁడు సంపూర్ణముగ సమాజము నుపేక్షించుచ లలిత సాహసమును దలంచుకొని యాదృప్తయువతితోఁ దన్నుఁబోల్చుకొని పడిపోయెను.

సుచరిత స్నానముచేసి సతీశునకు భోజనముపెట్టి బడికిఁబంపించి వచ్చి చూ నప్పటికి వినయుఁడు నిస్తబ్ధుఁడై కూర్చుండి యుండెను. సుచరిత మఱలఁ బూ బ్రస్తావము నెత్తలేదు. భోజనసమయమయ్యెను! వినయుఁడు గండూషమైనఁ గొనకుండ భోజనమునకు సిద్ధమగుటంగాంచి హారిమోహిని "బాబూ! నీవు హిఁ మతమున నెత్తమాత్రమును గౌరవములేదు! ఇట్టివో బ్రాహ్మమతమునఁ గలసిపో వచ్చో దోషమేమి?" అని ప్రశ్నించెను. వినయుఁడామాటకు మనసులో నొ కొనుచు "తినుట, త్రాగుట మొదలగువానిం గూర్చిన నిరర్థక నియమమే హిఁ మతమని నాకు బోధపడినప్పుడు నేను బ్రాహ్మసమాజికుఁడనో, క్రిష్టియను ముసల్మానునో, యెవ్వఁడనో యొకఁడనైపోవుదును. కాని హిందూమతమునం దీ నాకంతటి యశ్రద్ధ కలుగుటలేదు!' అనియెను.

అనంతరము వినయుఁడు సుచరిత యింటినుండి వెడలిపోయెను. అప్పు డా హృదయమత్యంతమును వికలమైపోయెను. ఆతనికప్పుడు నలుదెసలను బాధాకర మున్న నిరాశ్రయమగు శూన్యస్థాన మధ్యమునకు వచ్చి పడినట్లుండెను. అట్టి య భావికస్థితి కేలవచ్చెనని యాలోచించుకొనుచు నాతఁడు మెల్లమెల్లగా నడచిపోఁ నొక పుష్కరిణీతీరమునఁ జెట్టుక్రిందఁ గూలఁబడియెను. ఇంతవఱకును వినయు తన జీవితమునందు నల్పాతిత సంఘటనముల నన్నిఁటినిఁ గూర్చియుఁ దనమిత్రుఁ నాలోచించుకొని సమర్థించుకొనుచుండెను. ఇప్పుడాతని కాత్రోవ మూసి పోయెను! ఒక్కఁడే యాలోచించుకొనవలసి వచ్చెను!

సూర్యగతిమూలమున నిదివఱకు నీడగనున్నచోటు నెండవ్యాపించెను. అ వినయుఁడాస్థానమును వదలి మరల వీధిత్రోవను బట్టెను. అట్లు కొంతదూ

పోవునప్పటికి సతీశుఁడు 'వినయబాబూ!' అని పిలుచుచు వచ్చి యాతనిచేయి పట్టుకొని 'రమ్ము! మాయింటికి గమ్ము' అనియెను.

విన — సతీశబాబూ! నేను వచ్చుటయెట్లు?

సతీ:— ఏమి?

విన:— నేను తఱచుగా వచ్చుట మీయింటివారికి విసుఁగుగా నుండదా?

సతీశుఁడిప్పటి యీవినయుని యుక్తికి బదులు చెప్పుటకుఁ దా నర్హుఁడనని తెలిసికొని కేవలము బలవంతముగా 'ఏమియునుండదు! రమ్ము!' అనియెను.

వినయుని సంబంధము వలనఁ దమ కుటుంబమునం దెంతటి ఘనవిప్లవము తటస్థించినదో, పాపము బాలుఁడగు సతీశున కెంతమాత్రమును దెలియదు! అతఁడు కేవలమును వినయునిఁ బ్రేమించియుండెను. ఈసంగతి తలఁపులకు వచ్చినంతనే వినయుని హృదయము విచలితమైపోయెను. పరేశుని కుటుంబము వినయునియెదుటఁ గావించిన స్వర్గసృష్టియందీబాలుఁడొక్కఁడే యత్యుజ్జ్వలమగు నానందముచేఁ బరిపూర్ణుఁడైయుండెను. ఈపరిశయ సమయమునందుఁ గూడ నీతనిచిత్తమునందెట్టి సంశయ మేఘచ్ఛాయయును బడియుండలేదు! విసమాజాఘాతము నీతని బాధించుటలేదు! అప్పుడు వినయుఁడు సతీశునిఁ గౌఁగిలించుకొని 'తమ్ముఁడా! నడువుము! నేను నిన్ను మీయింటి గుమ్మమువఱకును బంపివచ్చెదను.'' అనిచెప్పుచుఁ జిన్నతనము నుండియు లలితా సుచరితల ప్రేమ వాత్సల్యములను సంపూర్ణముగ సంపాదించుకొనుచున్న యా సతీశునిఁ గౌఁగిలించుకొని యా ప్రేమవాత్సల్యముల మధురస్పర్శలాభము ననుభవించినట్లు వినయుఁడానందించెను. త్రోవయంతటను సతీశుఁ డసర్గళధోరణితో నెన్నియో యప్రస్తుత విషయములంగూర్చి భాషించుచు వక్తృత్వవర్షమును గురియించుచుండెను. ఆబాలకుని సరళహృదయ సంయోగమువలన వినయుఁడు తనజీవితము నంతను గ్రమ్ముకొనియున్న జటిలసమస్య నొక్కింతమాత్రము పూర్తిగా మఱచిపోయెను.

పరేశుని యింటిగుమ్మముగడ నుండియే సుచరితయింటికిఁ బోవలసియుండెను. పరేశబాబు కూర్చుండు మేడగది వీధిలోనికగపడుచుండెను. ఆయింటియొద్దకువచ్చిన తరువాత వినయుఁడొకసారి తలయెత్తిచూచుట మానఁజాలకపోయెను. చూచినంతనే బల్లచెంతనే నెమ్మదిగ గూర్చుచున్న పరేశుఁడాతనికంటఁ బడియెను. అతఁడు మాటాడుచుండెనో, లేదోమాత్రము తెలియుటలేదు. లలిత వీధివంకఁ వెన్నుంచి పరేశున కెదురుగ నొకబెత్తపుఁ గుర్చీపై బడిపిల్లవలె నిస్తబ్ధయై కూర్చుండెను. ఆమె సుచరిత యింటికడనుండి తిరిగివచ్చి తన హృదయమునం దోచిన దుస్సహాశాంతిక్షోభము నడంచుకొనుట కెట్టియుపాయమును గానక మెల్లమెల్లగా దండ్రియొద్దకు వచ్చి కూర్చుండియుండెను. అకల్మషురాలగు లలిత తనహృదయ చాంచల్యము నడఁగించుకొనుటకై

యప్పుడప్పుడు శాంతిపరిపూర్ణుఁడగు తండ్రిచెంతకు వచ్చి మౌనముతోఁ గూర్చు
చుండును! ఏల వచ్చితివని పరేశుఁడడిగినచో 'బాబూ! ఏమియును లేదు మీగ
మిగులఁ జల్లగానుండును! అని చెప్పుచుండును.

నేఁడు లలిత పీడితహృదయముతో వచ్చియుండెనని పరేశుఁడు స్పష్టము
దెలిసికొనియెను. ఆతనిహృదయమున దుస్సాధ్యమగు వేదన ప్రచ్ఛన్నము
నుండెను. అందుచేతనే పరేశుఁడు మెల్లమెల్లగా వ్యక్తిగతజీవితమునందలి తుచ్ఛ
దుఃఖభారముల నడఁగించుకొను పద్ధతులనుగూర్చి మాటలాడ నారంభించెను. ఆత
బిడ్డల యేకాంతాలోచనా దృశ్యముం గాంచినతనే యొక్కింతసేపు వినయునకు
నిరోధమయ్యెను—సతీశుని వాగ్ధోరణి యాతనిచెవులం బడకుండెను. సతీశుఁడప
యుద్ధపత్రముంగూర్చి ప్రసంగించుచు "చిన్నతనమునుండియుఁ బెద్దపులులను
యుద్ధవిద్య నేర్పి యొకగుంపుగా మన సేనాముఖమున నిలిపి పోరాడినచో నితరపక
వారేమిచేయఁగలరు?" అని ప్రశ్నించెను. అన్ని ప్రశ్నలకు నుత్తరము వచ్చి
ప్రశ్నకు రాకుండుటచే సతీశుఁడు వినయుని మొగమువంకఁ జూచెను. అప్పుడు
యుఁడు పరేశుని టేవంకఁ జూచుచుండుటచే నాతఁడును బైఁజూచి యుత్సాహ
తో "అక్కా! లలితా! ఇదిగో! చూడుము! నేనీ వినయుబాబును దోవలోఁబట్టు
కొని వచ్చితిని!" అని కేకవైచెను.

వినయుఁడు లజ్జాస్తంభితుఁడైపోయెను. లలిత కుర్చీనుండి చటాలున
నిలువఁబడియెను. పరేశుఁడు మొగమెత్తి వీక్షించి దిలకించెను. ఇఁకనేమున్న
వినయుఁడప్పుడే సతీశునకు సెలవిచ్చి పరేశునింటికిఁ బోయెను. ఆతఁడు వచ్చు
గాంచి లలిత వెడలిపోయెను. తన్నందఱు నశాంతిరుఁడని దస్యునివలెఁ జూచ
న్నారని యనుకొనుచు వినయుఁడు సంకోచముతోఁ గుర్చీపైఁ గూర్చుండెను. క
ప్రశ్నానంతరమున వినయుఁడారంభించి "నేను హిందూసమాజాచార విచారముల నె
మాత్రమును మన్నింపక ప్రతిదినము నుల్లంఘించుచునే యున్నాను. ఇట్టిచో హి
మతమును విడిచి బ్రహ్మసమాజము నాశ్రయించుటయే మంచిదని నాకు దో
చున్నది. అందుకొఱకు మీయొద్దనే దీక్ష గైకొనవలయునని నాకోరిక!" అని స
ముగాఁ జెప్పివైచెను. వినయుని హృదయమునం దీకోరిక—ఈసంకల్పము, అం
నిమిషములకుముందట స్పష్టమగు రూపముం దాల్చియుండలేదు! పరేశుఁడించుక
స్తంభితుఁడై "బాబూ! నీవన్ని సంగతులను బాగుగ నాలోచించుకొంటివా?"
ప్రశ్నించెను.

విన:— ఇందంతగా నాలోచింపవలసిన విషయమేమున్నది? అన్యాయమా
న్యాయమా యను సంగతి మాత్రమే భావింపవలయును. అది స్పష్టముగనే తెలియు

న్నది! ఇంచుక జ్ఞానముకలవారవిలంఘ్యము లగు నాచారములే ధర్మములని యెంత మాత్రమును నిష్కపటచిత్తముతో నంగీకరింపఁజాలరు. అట్టివదరుడిగల నేను హిందూ మతమును శ్రద్ధతో నాశ్రయించిన వారితోఁ గలసియుండుట మాటిమాటికిని వారికి బాధనుగల్పించినట్లే యగుచున్నది. ఇది యపచార మనుటకు నాకెట్టి సందేహమును లేదు. ఇట్టివో నెట్టివిచారమును లేకుండ నాతప్పును సవరించుకొనవలయు ననియే నేను సిద్ధపడియుంటిని. కాకున్నచో నేను నాయాత్మగౌరవమును నిలుపుకొనఁజాలను.

పరేశునకు సంగతి బోధపఱచుటకు కిన్ని మాటలు చెప్పనక్కఱలేదు! కాని వినయుఁడు తన కుద్రేకము కల్పించుకొనటకే యింతవఱకుఁ జెప్పెను. వినయుఁడిప్పుడు తాను స్వాధీనాస్వాధీన యుద్ధమధ్యమున జిక్కుకొంటివనియు, నింక సమస్తమును త్యజించి న్యాయపక్షమునే యవలంబించి విజయమును గాంచగలయు ననియుఁ దలంచి సుస్థిరుఁడై యెదిరించి నిలువఁబడి యుండెను. మానవత్వమునకుఁ గల మర్యాదను నిలుపుకొన వలయును!—

పరేశుఁడు వినయునింగాంచి 'ధర్మవిశ్వాసవిషయమున బ్రహ్మసమాజముతో నీకు మైత్రీక్యమున్నదా?" అని ప్రశ్నించెను. వినయుఁడించుక నేపూరకుండి "పరేశబాబూ! నేను సత్యము చెప్పుచున్నాను! పూర్వము నాకించుకధర్మ విశ్వాసమున్నట్లు తోఁచుచుండెను. అందుచేతనే నేనావిషయమున ననేకులతో ననేకవాదములం గావించియుంటిని. కాని యిప్పుడు నాజీవితమునందావిశ్వాస మెట్టిపరిణతిలాభమును గాంచియుండలేదని నాకు నిశ్చయముగా బోధయగుచున్నది. నాకులభించిన యీ స్వల్పజ్ఞానమైనను మీమూలమునఁ గలిగినదే. మతమునందు నాజీవితమున కెట్టి సత్యప్రయోజనమును నగపడలేదు. అందుచేదానియందు నాకెట్టి సత్యవిశ్వాసమును గలుగలేదు. కావుననే యుక్తికల్పనా కౌశలమున నేనిన్నాళ్ళును మా సమాజధర్మమునకు నానావిధ సూక్ష్మవ్యాఖ్యానములచేతను గేవల తర్కనైపుణ్యముచేతను మాత్రమే పరిణతిలాభమును గూర్చుచుంటిని. ఏమతము సత్యమైనదో తెలిసికొనవలసిన యావశ్యకము నాకు లేకపోయెను. కాని నామతము సత్యమైనదని వాదించి నిరూపించి విజయమును గాంచుటకే నేను ప్రయత్నించితిని. అట్లువాదించుచున్న కొలఁది నాకహంకారము బోధయగుచుండెను. నాహృదయమునం దెన్నఁడైన మతవిశ్వాసము సంపూర్ణ సత్యముగను, సహజముగను దోఁచినదో లేదో నేనిప్పటికిని జెప్పఁజాలను గాని, తదనుకూలావస్థలంగూర్చియు, దృష్టాంతములంగూర్చియు నాయాలోచనలు పోవుచున్న మాటమాత్రము నిశ్చయము! అంతరాంతరములనుండి యేది నాబుద్ధిని బీడించుచుండెనో దాని జయపతాకనే బ్రతికినన్నాళ్ళును వహించి తిరుగుచుండెడి హైన్యమును నేనింక సహింపఁజాలను" అనియెను.

పరేశునితో నిట్లు మాటాడుచు వినయుఁడు తన వర్తమానావస్థ కనుకూలములగు యుక్తుల కాకారము నిచ్చి ప్రదర్శించుచుండెను. ఆయుత్సాహముతో నాతఁడు తనచిరకాల తర్కవితర్కములవలనఁ దుదకిట్టి సిద్ధాంతమునకు వచ్చియున్నట్లు నిరూపించుకొనుచుండెను. అప్పటికిని పరేశుఁడి తను గొంతకాల మాలోచించుకొనుమని వినయుని బలవంతము చేసెను. అందువలనఁ దన దృఢసంకల్పముం గూర్చి పరేశుఁడు సంశయించుచున్నట్లు గ్రహించుటచే వినయునకు మఱింత తొందరకలిగెను. అప్పుడాతఁడు తనహృదయము నిస్సందిగ్ధస్థితియందు సుస్థిరముగ నిలిచియున్నదనియు, దానికిఁక నెన్నఁటికి నెట్టిచలనమును గలుగదనియు మాటిమాటికిని జెప్పఁదొడఁగెను. అప్పుడా యుభయులలో నెవ్వరునుగూడ లలితా వివాహప్రస్తావము నెత్తలేదు.

ఇంతలో గృహకృత్యమునకై వరదాసుందరి యటకువచ్చి వినయునిఁ జూడనట్లుగనే తనపనినిఁ జేసికొని వెడలిపోవుట కుద్యుక్తయగుచుండెను. వినయుఁడు తన మాతనోద్దేశమునుగూర్చి యప్పుడు వరదాసుందరితోఁ బరేశుఁడు చెప్పునని యనుకొనెను గాని, పరేశుఁడట్లు చేయలేదు. ఇది చెప్పవలసినసమయ మనికూడాతఁ బరేశుఁడు భావింపలేదు. ఈ సంగతి రహస్యముగ నుంచవలయుననియే యాతని యుద్దేశము! కాని వరదాసుందరి తనయెడల విస్పష్టముగఁ దిరస్కారమునుఁ గ్రోధమును బ్రకటించి పోవుచుండుటను వినయుఁడు సహింపఁజాలక, పోవుచున్న యామెపాదములకు సాష్టాంగ ప్రణామముంగావించి "నేను బ్రహ్మసమాజదీక్షితుఁడ నయ్యెదనని చెప్పుటకే మీసన్నిధికి వచ్చితిని. నేనయోగ్యుఁడనైనను మీరు నన్ను యోగ్యునిగా జేయుదురని ధైర్యముతో నున్నాను!" అనియెను.

వరదాసుందరి విస్మితయై వెనుకకుఁ దిరిగి మరల మెల్లగ గదిలోనికి వచ్చి కూర్చుండి జిజ్ఞాసుదృష్టితోఁ బరేశునిమోముఁ దిలకించుచుండెను. అప్పుడు పరేశుఁడు 'వినయుబాబు దీక్షాగ్రహణమునకై తొందరపెట్టుచున్నాఁడు!' అని చెప్పెను. ఆమాటకు వరదాసుందరి హృదయమున నొకవిధమగు విజయలాభగర్వము కలిగినది. గాని సంపూర్ణానందము కలిగినదికాదేమి?— పరేశున కిప్పటికైనఁ దగినశిక్ష గావలయునని యామె లోలోపల నెంతయో కోరిక గలిగి యుండెను. ఆమె తనభర్తనుద్దేశించి మీరిప్పటికైన దుస్సహమగు పశ్చాత్తాపము ననుభవింపక మానరని భావివృత్తాంతము ననేకపర్యాయములు ఘోషించియుండెను. అందుచేతనే సామాజికాందోళనమునకుఁ బరేశుఁడు చంచలుఁడు కాకుండుటం గాంచి వరదాసుందరి మనసునం దసహ్యపడుచుండెను. అందుచేతనే యాచితసమయమున సమస్తప్రాతికూల్యములకును ననుకూలవిధాన మేర్పడుట వరదాసుందరి కంతప్రీతికరముగా లేకపోయె

ను! అప్పుడామె గంభీరభావముతో "ఈపని కొలఁది దినములకు ముందే జరిగినచో మనకింతటి యవమానమును దుఃఖమునుగూడ లేకుండఁబోవునుగదా!" అనియెను.

పరే:— మన దుఃఖావమానములనుగూర్చి యెట్టి ప్రసంగమును లేకుండఁగనే వినయుఁడు దీక్షాగ్రహణమును వాంఛించుచున్నాఁడు!

వర:— కేవలము దీక్షాగ్రహణమేనా?

విన:— మీ దుఃఖావమానములు సమస్తమును నావిగనే భావించుకొనుచున్న సంగతి యంతర్యామి కొక్కనికే తెలియును!

పరే:— చూడుము వినయా! ధర్మదీక్షను గైకొనఁదలఁచిన నీవు దానియం దింకొక యవాంతరవిషయమును గల్పించుకొనవలదు! మేమేదియో యొకసాంఘిక విపత్తున మునిగియుంటిమను యుద్దేశముతో నీవిట్టి ఘన వ్యాపారమునందును బ్రవృత్తుఁడవు కావలదని నేనిదివఱకే నీకుఁ జెప్పియున్నాను!

వర:— ఆమాట నిజమే—కాని మనలనందఱును జిక్కులలోఁ బడద్రోసి యూరక చూచుచు గూర్చుండుటమాత్ర మీతనికి న్యాయమా?

పరే:— ఊరక కూరుచుండక చాంచల్యమును జూపినచో నాచిక్కు మఱింత బిగిసిపోవును! ఏదియో యొకపని చేయుటయే ముఖ్యము కాదు—చాలసమయము లందేమియును చేయకుండుటయే ప్రధానకర్తవ్యమై యుండును.

వర:— అట్లే కావచ్చును! మూర్ఖురాలనగు నేనన్ని సంగతులను బాగుగ గ్రహింపఁజాలను' సరే. ఇప్పుడేమి చేయుటకు స్థిరపఱచితిరి? నేనా సంగతిని మాత్రమే తెలిసికొని పోయెదను. నాకుఁ జాలపనులున్నవి!

విన:— నేను రేపాదివారమునాఁడే దీక్షను గైకొందును. నాకోరికయేమనిన— పరేశబాబు—

పరే— ఈ దీక్షాసంబంధమున నేదియో యొకఫలమును నాకులుంబనా రాసించుచున్నప్పుడు నేను నేకీభావము నొసంగఁజాలను. నీవు సమాజమునకు నివేదించుకొనుము!

అంతలోనే వినయుని హృదయము సంకుచితమైపోయెను. సనమునఁ దీప్పుడు బ్రహ్మసమాజవిధుల ననుసరించి దీక్ష గైకొనుటకై విన్నపము నంపుకొను నట్టి యవస్థలో లేఁడు! విశేషించి లలితవిషయమున బ్రహ్మసమాజమాతని ననేకవిధముల నిందించినది. ఇట్టిచో నేభావముతో నే మొగము పెట్టుకొని యాతఁడా సమాజమునకు విన్నపము వ్రాయఁగలఁడు? ఆయుత్తరము బ్రహ్మ పత్రికయందుఁ బ్రకటితమైనప్పు డాతఁ డెట్లు తలయెత్తుకొనఁగలఁడు? దానిని గోరా చదువును! ఆనందమయియును జదువును! అందుఁ బూర్వాపరచరిత్ర మేమియు నుండక కేవలము వినయుఁడు

బ్రాహ్మధర్మ దీక్షాగ్రహణమునకై యాకస్మికముగ వాంఛించుచున్నట్లు మాత్రమే ప్రకటింపఁబడి యుండును! కేవలమునదియే సత్యము కాదు! దానితోఁ బూర్వాపర సందర్భములు కలసియుండకున్నచో వినయుని మానరక్షణోపాయమగు నావరణలేశము లేకుండఁబోవును! వినయుఁడు మాఱుమాటాడకుండుటం గాంచి వరదాసుందరి భయపడి "నీవు బ్రాహ్మసమాజమునం దెవ్వరినిగూడ నెఱుంగవు. కావున సమస్తమును నేనే యేర్పాటుచేసెదను. నేను రేఁడే పానూబాబును బిలిపించెదను. ఇఁక వ్యవధి లేదు. ఆదివారము రేపేగదా!" అనిచెప్పుచు నప్పుడేవచ్చి మేడమీఁదికిఁ బోవుచున్న సుధీరునిం గాంచి 'సుధీరా! వినయుబాబు రేపు మనసమాజదీక్షం గైకొనును!' అనియెను.

సుధీరుఁ డత్యుత్సాహియయ్యెను. అతఁడు వినయుని కాంతరంగిక భక్తుఁడై యుండెను. వినయుఁడు బ్రాహ్మమతమునఁ జేరునని విని యాతఁ డానందపడియెను. అంతటి యాంగ్లేయభాషాభిజ్ఞుఁడు, అందటి విజ్ఞాననిధి బ్రాహ్మమతము నవలంబింపకుండుట యసంగతమని సుధీరుఁడనుకొనుచుండెను. వినయునివంటివాఁ డెట్లును బ్రాహ్మమతమునకు వెలుపల నుండఁజాలఁడని దృష్టాంతమును గ్రహించి సుధీరుఁడు పొంగిపోవుచు "రేపాదివారము వాఁడే నా? కాని యీసంగతి చాలమందికిఁ దెలియదు!' అనియెను. వినయుని దీక్షను దృష్టాంతముగ జనసామాన్యమునం దంతటను ఘోషింపవలయునని యాతని యభిలాష!

వర:— ఎట్లయినను రేపాదివారముననే జరుగవలయును! సుధీరా! నీవు పరుగెత్తుకొనిపోయి పానూబాబును శీఘ్రముగఁ దీసికొనిరమ్ము!

ఏనిర్భాగ్యుని దృష్టాంతముగఁ జూపి సుధీరుఁడు బ్రహ్మసమాజ మహిమకీర్తి పైనదని లోకమునఁ బ్రచారము చేయఁదలచి యుత్సాహితుఁడై యుండెనో, యా యధీరుఁడగు వినయుని హృదయమప్పుడు సంకుచితమై యొక్కసారిగా బిందుమాత్రమైపోవుచుండెను. కేవలము మానసికములగు నాలోచనలచేతను, యుక్తుల చేతను మాత్రమే కల్పింపఁబడి నిజముగా నెట్టియాకృతియును లేని వస్తు సంబంధమగు బాహ్యలీలను గాంచియే వినయుఁడప్పుడు వ్యాకులపడిపోవుచుండెను. వరదాసుందరి పానూబాబును బిలువనంపుటం గాంచి వినయుఁడు చటాలున లేచెను.

వర:— వినయుబాబూ! కొంచెమాగుము! పానూబాబిప్పుడే రాఁగలఁడు!

విన:— వలదు. నన్ను క్షమింపుము!

ఈ యావరణమునుండి యెట్లో తప్పించుకొని దూరముగఁబోయి బహిరంగస్థానము సమస్తవిషయములను బాగుగ నాలోచించుకొనుట కవకాశము దొరకినచో బ్రతుకుదునని వినయుఁడనుకొనియెను. వినయుఁడు లేచినంతనే పరేశుఁడును లేచి యాతని భుజముపైఁ జేయివైచి 'వినయా! నీవు తొందరపడి యేపనియును జేయవలదు

శాంతముగ, స్థిరముగ నన్ని సంగతుల నాలోచించి చూచుకొనుము. నీహృదయమును నీవు బాగుగఁ దెలిసికొనకుండ జీవితసంబంధమగు నింతటి ఘనకార్యమునఁ బ్రవేశింప వలదు" అనియెను.

వరదాసుందరి భర్తఁగూర్చి మనములో నసంతుష్టయై "ఇట్టిమెతకతనమెవ్వరును బాగుగా నాలోచించి పనిచేయుదురు. అనర్థములు తటస్థించిన తరువాత మెల్లఁగ గూర్చుండి యాలోచింపు మనుచున్నారు! మీరుస్థిరముగ గూర్చుండి యాలోచింప గలరు. కాని, మాప్రాణము లెగిరిపోవుచున్నవి.'' అనియెను.

ఆ సమయము వినయ సుధీరు లిరువురు నొక్కసారిగనే వెడలిపోయిరి. యేదో చిత్తముగ భుజింపక పూర్వమే రుచులను జూడవలయునను కోరికగలవానివలె సుధీరుఁడు చంచలుఁడైపోయెను. వినయుఁ డెట్లయిన నప్పుడే తనమిత్రబృందముకడకుఁ దీసి కొనిపోయి యీశుభవార్తను దెల్పవలయునని యాతఁడు తహతహలపడుచుండెను. కాని సుధీరుని యీ యుత్సాహతరంగఘాతముచే వినయుని మనసు మఱింత కుంగి పోవుచుండెను. అప్పుడు సుధీరుఁడు "వినయబాబూ! మన మిరువురము గూడఁ బాణూబాబు నొద్దకుఁ బోవుదము రమ్ము!'' అనియెను. వినయుఁడామాట చెవినిఁ బెట్టకయే యాతనిచేయి వదలించుకొని వెడలిపోయెను. కొంతదూరము పోవునప్పటికిఁ గొందఱితోఁ గలసి యుత్సాహముతోఁ బోవుచున్న యవినాశుఁ డాతని కగపడియెను అతఁడు వినయునింగాంచి "ఇదిగో! వినయబాబు! మంచిది రమ్ము! మాతోఁగూడ రమ్ము!" అనియెను.

విన:— ఎక్కడకు?

అవి: — కాళీపురోద్యానమునకు—అక్కడ గౌరమోహనబాబు ప్రాయశ్చిత్త సభ జరుగును.

విన:— వలదు. నాకిప్పుడు వచ్చుటకు నవకాశము లేదు.

అవి:— అదియేమిమాట! ఇది యెంతటిగొప్పవిషయమో మీకు బోధపడుట లేదా? కాకున్నచో గౌరమోహనబాబు బనావశ్యకముగ నేలచేయును? ఈ దినములలో హిందూ సమాజశక్తిని బ్రదర్శింపవలసియున్నది. ఈప్రాయశ్చిత్తముచే దేశమంతటను గొలఁదిగనో, గొప్పగనో యాందోళనము కలుగకమానదు. దేశదేశములందుఁగల గొప్పగొప్ప బ్రాహ్మణపండితుల నందఱ నాహ్వానించితిమి. ఇది హిందూసమాజమున కుపకారకర మగు ఘనకార్యము! మనమింకను బ్రతికియుంటిమనియు, హిందూసమాజ మింకను జావలేదనియు లోకమునకుఁ దెలుపవలయును!

వినయుఁడెట్లో యవినాశుని బారినుండి తప్పించుకొని పోయెను.

౫౭

వరదాసుందరి పానూబాబునకు సమస్తమును దెలిపెను. అప్పుడాతఁ డించుక సేపు గంభీరుఁడై కూర్చుండి యనంతరము "ఈవిషయమున నొకసారి లలితతో నాలోచించి చూడవలయును!" అనియెను. ఇంతలో లలితవచ్చుటయు, హారానుఁడు తన గంభీరభావమును బాహాటముగను సాగించి "లలితా! నీజీవితమున నొకగొప్ప బాధ్యతను గల్పించుసమయము వచ్చినది. నీమతమునకును నీప్రవృత్తులకును నడుమ నుండి యొకయనుకూలములకు మార్గమును నీవేర్పఱచుకొనవలసి యున్నది!" అని చెప్పి యించుక యాఁగి యాతఁడు లలిత మొగమువంకఁ దిలకించెను. హారానుఁడు తన న్యాయావల పరిదీప్తంబగు దృష్టియెదుటఁ బిటికితనము కుంఠితమగుననియు, గాపట్యము భస్మీభూతమగుననియుఁ, దేజోమయంబును, నాధ్యాత్మికంబును నగు తన దృష్టియే బ్రహ్మసమాజమున కమూల్యసంపత్తియనియు ననుకొనుచుండెను— లలిత యేమియు మాటాడకూరకుండెను

అప్పుడు హారానుఁడు 'లలితా! నీవువర్ధంగాంచితివో, మఱి యేకారణమునకో వినయుఁడు బ్రహ్మసమాజదీక్షఁ గైకొనుటకు సమ్మతించె ననుసంగతి నీకు దెలిసియే యుండు ననుకొనియెదను!" అనియెను లలిత కీసంగతి యిదివఱకుఁ దెలియలేదు ఆకస్మికముగ వినుటచేఁ గలిగిన తన హృదయభావమునుగూడ నామె ప్రకటింపలేదు, ఆమె నయనద్వయము పరిదీప్తమై ప్రకాశించు చుండెను. శిలాప్రతిమవలె నామె స్థిరభావముతోఁ గూర్చుండెను.

హా:— వినయుని యుక్తీకమునకుఁ బరేశబాబు మిగుల సంతుష్టుఁడై యున్నాఁడు. కాని యిది సంతోషవిషయ మగునో కాదో నీవేస్థిరపఱుపవలసి యుండెను. అందుచేతనే నేనిప్పుడు సమాజపక్షమున నిన్నడుగుచున్నాను నీవు నీయున్మత్తప్రవృత్తుల నొకవంకకుఁ ద్రోసి కేవలమును ధర్మమువంక దృష్టినిలిపి 'ఇందు సంతోషించుట కేదైన యథార్థకారణమున్నదా? లేదా!" అని నీహృదయమునఁ బ్రశ్నించుకొనుము!

లలిత యిప్పుడును మాటాడలేదు. హారానుఁడు తానేదో గొప్పపనిచేయుచున్నట్లు భావించుకొని ద్విగుణీకృతోత్సాహముతో 'దీక్ష! దీక్షయనునది జీవితమునం దెంతటిపవిత్రమహార్థమో నీవే చెప్పుము! అట్టిదీక్షను గలుషితముగఁ జేయవచ్చునా? సుఖేప్సితములయందలి యాసక్తిచే నాకర్షింపఁబడి మనమే సమాజమువందు అసత్యమునకు ద్రోవనిచ్చుచున్నాము. కాపట్యము నాదరించి యాహ్వానించుచున్నాము. లలితా! నీవే చెప్పుము! సమాజము నీజీవితములోఁ గూడ చిరకాలమువఱకును గళంకచరిత్రమ్మూర్తమై యుండవలసినదేనా?" అనియెను. ఈసారికూడ లలిత యేమియు మాటాడక కుర్చీచేతులపై నానుకొని స్థిరముగాఁగూర్చుండెను. హారానుఁడు మరల "లలితా!

ఆసక్తియును అపరిమితమున దౌర్బల్యము దుర్నివార్యమై మానవు నాక్రమించు కొనుట తెలిసికొనుచునే యున్నాము! అట్టి మానవుని దౌర్బల్యము నేవిధము గా క్షమింపవలయునో కూడ నే నెఱుంగుదును. కాని యట్టి దౌర్బల్య మొక్క వ్యక్తిజీవితమునే కాక శతసహస్రజీవితముల కాశ్రయస్థానము నొక్కసారిగా బాధించుచున్నప్పుడు—నీవే చెప్పుము! ఆబాధ నొక్క నిమిత్తమైనను సహింపగలమా? అంతటి సహనశక్తిని మనకీశ్వరుఁడు ప్రసాదించి యుండెనా?" అనియెను.

లలిత కుర్చీనుండి చటాలునలేచి "వలదు! వలదు! హారాన్‌బాబూ! మీరు సహింప వలదు. మీవిరోధమే మాయందఱకు వలనైపోయినది. మీ విరోధభావ మందఱకును కూడ సహ్యముగనే యుండునని తోఁచుచున్నది!" అనిచెప్పి యాగదినుండి వెడలి పోయెను.

వరదాసుందరి హారానునిమాటల కుద్విగ్నురాలైపోయెను. ఆమె యిప్పుడెట్లును వినయుని విడువఁజాలకుండెను. ఆమె యెన్నియోవిధముల వ్యర్థాలాపములతో హారా ను ననునయించుచుఁ దుదకుఁ గోపముతో శాంతినొందింపఁజూచెను. పరేశునిగాని, హారా నునిగాని, తనపక్షమున నిల్పుకొనఁజాలకుండుట యామెకుఁ గష్టముగా నుండెను. ఇట్టి యవస్థ నెవ్వరు నెన్నఁడును భావించియైన నుండలేదు. ఆమె కిప్పుడు సురల హారానుని వినయమునఁ దన యుద్దేశమును మార్చుకొనవలసిన సమయమువచ్చెను

దీక్షాగ్రహణ వ్యాపారమును వినయుఁడు తనలో నస్పష్టముగ భావించుచున్నంత వఱకు మిగులజోరుగనే తన సంకల్పమును బ్రకటించుచుండెను. కాని యీవిషయ మున సమాజమునకు విన్నప మంపవలయుననియు, హారానునితో నాలోచింపవలయు ననియు స్పష్టపడినంతనే యాతఁడు కుంఠితుఁడైపోయెను. ఎక్కడకుఁబోయి యెవ్వ రితో నాలోచింపవలయునో యాతనికిఁదోఁచుటలేదు. ఆనందమయి చెంతకుఁబోవుట కూడ నాతని కసంభవమయ్యెను. వీధులవెంటఁ దిరుగుటకుఁగూడ నాతనికి శక్తి లేకుండెను. అందుచే నాతఁడు తననిర్జనగృహ మధ్యమునకుఁబోయి మేడమీఁదిగదిలో నొకమంచముపైఁ బరుండి నిద్రించెను.

సంధ్యాసమయమయ్యెను. సేవకుఁడా చీఁకటిగదిలోనికి దీపమును దెచ్చుటను వినయుఁడు వలదని వారింప దలంచుచుండఁగా నింతలో "వినయబాబూ!" అను నొకపిలుపు వినఁబడియెను. వినయుఁడు బ్రతికితి ననుకొనియెను. ఆపిలుపాతని కెడా రిలో దాహజలము లభించినట్లుండెను. ఇట్టిసమయమున సతీశుఁడు తప్ప మఱియెవ్వరు నాతనికి శాంతినిగూర్పఁజాలరు! వినయుని నిర్జీవత్వము తొలఁగిపోయెను. "ఏమి బాబూ! సతీశా!" అనిపిలుచుచు వినయుఁడు చటాలున మంచముదిగి జోడైనఁ దొడుగు కొనకుండ నతివేగముగ మేడమెట్లను దిగిపోయి సోపానముల కెదురుగ నిలిచి

యున్న వరదాసుందరి పతితులను గనుఁగొనియెను—మరల నదియే వ్యాపారము! అదియే యుద్ధము! వినయుఁడు చంచలహృదయముతో వారిని మేడమీఁదికిఁ దీసికొని పోయెను.

అప్పుడు వరదాసుందరి "పతితా! నీవింటికి నేను వరండాలోఁ గూర్చుండుము!" అనియెను. దూరముగా నుండఁగలయునని. పతితునకు విశించిన యీ మాపిరియ శిక్షకు వినయుఁడు విచారించుచుఁ గొన్ని బొమ్మలపుస్తకములను పతితున కిచ్చి ప్రక్క గదిలో దీపము వెలిగించి యచ్చటనె కూర్చుండఁ జేసెను. అనంతరము వరదాసుందరి "వినయబాబూ! నీవు సమాజమువారి నెవ్వరి నెఱుఁగవు! నీవు నాకొక విన్నపము వ్రాసి యిచ్చినచో నేను రేపటి యుదయమునకే పోయి సంపాదకునితో నాలోచించి యాదివారమునాఁడే నీదీక్ష జరుగునట్టి యేర్పాటు చేసెదను. అందుకొఱకు నీవేమియు నాలోచింపనక్కఱలేదు!" అనియెను. వినయుఁడును మాఱుమాట చెప్పక యామె చెప్పినట్లుగనే యొక యుత్తరము వ్రాసి యామెచేతి కిచ్చివైచెను. ఎన్నఁటికిని తిరిగిపోవుటకుఁగాని సంశయించుటకుఁగాని యెట్టి యవకాశమును లేని యొకమార్గమున నేదో యొకవిధముగా బయలుదేరుట యాతని కిప్పుడావశ్యకమై యుండెను!

వరదాసుందరి వెడలిపోవునప్పుడు లలితా వినయుల వివాహమునుగూర్చి కూడఁ గొంతవఱకుఁ బ్రస్తావించియే పోయెను—అప్పుడు వినయుని హృదయమున విశేషముగా విసుఁగుదోఁచుచుండెను. లలిత సంబంధమగు స్మృతికూడ నప్పుడాతని మనోమధ్యమున నపస్వరమును మ్రోగించుచుండెను. వరదాసుందరి కావించు నీ యమంగళ చంచల కార్యాచరణమునఁ గొంతవఱకు లలిత యేకీభావముండునని యాతనికిఁ దోఁచుచుండెను. తనయందుఁ దనకే గౌరవము లేని వినయున కప్పు డెల్లవారి యందును గౌరవలోపమే కానవచ్చుచుండెను.

వరదాసుందరి యింటికిఁ బోయినంతనే లలిత నిప్పుడు సంతోష పెట్టవలయు ననుకొనియెను. లలిత వినయుని ప్రేమించియున్న సంగతి యామె నిశ్చయముగా నెఱుంగును. ఆ వివాహమునుగూర్చి సమాజమునందు గోలకూడ బయలుదేరెను. ఈ విషయమునఁ దానుతప్ప నందఱును తప్పుచేసినవారే యని యామె నిందించియుండెను. కొలఁది దినములనుండి యామె లలితతో మాటాడుట మానివైచెను! ఈ చిక్కును వదల్చుటకుఁ దగిన యవకాశము చాలకాలమునకు వరదాసుందరికే లభించెను. అందుచే నిట్టి తన గౌరవమును లలితకుఁ బ్రదర్శించి యామెతో సంధిచేసికొనవలయు నని వరదాసుందరి తొందరపడుచుండెను. లలిత తండ్రి సమస్తమును ధ్వంసము చేసెను. లలితయైనను వినయుని వశపరచుకొనలేక పోయెను. హారాణబాబు సాహాయ్యమైన లేకుండ

నిప్పుడు వరదాసుందరి యొక్కతెయే సమస్తనిర్బంధములను ద్రెంచివైచెను. అయిదుగురు పురుషులు గలసి చేయఁజాలని పని నొక్కతెయే చేయఁగలిగెను!

లలిత దురారోగ్యముచేఁ బరుండి యున్నట్లు వరదాసుందరి తెలిసికొనియెను. ఆమె లోలోపల నవ్వుకొనుచు 'నే నారోగ్యము గలిగించెదను" అని యొకదీపమును జేతఁబట్టుకొని లలితశయనగృహమునఁ బ్రవేశించెను. లలిత యింకను బఱపుపైఁ బరుండక పడక కుర్చీపై నొఱగియుండెను. ఆమె తల్లిఁ గాంచి చటాలున లేచి "అమ్మా! నీ వెక్కడకుఁ బోయితివి?" అని ప్రశ్నించెను. ఆప్రశ్నయం దొక తీవ్రభావమున్నది! తనతల్లి సతీశునితోఁ గలసి వినయుని యింటికిఁ బోయినట్లామెకుఁ దెలిసినది!

వర — నేను వినయుని యింటికిఁ బోయితిని

లలి: — ఎందుకొఱకు?

ఎందుకొఱకు!—వరదాసుందరి కించుక కోపమువచ్చెను 'నేను తనకుఁ గేవలము నా శత్రురాల ననుకొనుచున్నది కాఁబోలును! అకృతజ్ఞురాలు!—" అని!—వరదాసుందరి "లలితా! ఇదిగోఁ జూడఁగూడదా?" అని చెప్పుచు వినయుని యుత్తరమును లలితకన్నుల యెదుటఁ దెఱచి పట్టుకొనియెను. ఆచీటిని జదివి లలితమొగము వెల్లనై పోయెను. వరదాసుందరి తనసామర్థ్యమును బ్రకటించుకొనుటకై కొంచెము యత్యుక్తితో నాయుత్తరమును వినయునియొద్ద సంపాదించిన సంగతియంతయును జెప్పెను. ఇంతపని తాను తప్ప మఱి యితరులెవ్వరును జేయఁజాలరనికూడ గొప్పగాఁ జెప్పుకొనియెను.

లలిత రెండుచేతులతోడను మొగమును గప్పుకొని కుర్చీపైఁ బొరలఁబడియెను. లలిత తనయెదుట నామె ప్రబల హృదయావేగమును బ్రదర్శించుటకు సిగ్గుపడియెనని వరదాసుందరి యనుకొని యాగదినుండి వెడలిపోయెను.

మఱునాఁటి యుదయమున నామె సమాజమునకుఁ బోవఁ దలఁచి యుత్తరముకొఱకుఁ జూడఁగా నది యెవ్వరిచేతనో ముక్కలుముక్కలుగాఁ జించివేయఁబడియుండెను!

౫౮

అపరాహ్ణసమయమున సుచరిత పరేశుని దర్శింపఁబోవుటకు సిద్ధపడుచుండఁగా సేవకుఁడు వచ్చి యెవ్వరో బాబు వచ్చియున్నాఁడని చెప్పెను. 'వినయబాబా" అని సుచరిత యడిగెను. 'కాదు. తెల్లగా లావుగా నున్నాఁడు!" అని సేవకుఁడు చెప్పెను. సుచరిత అదరిపడి 'మేడమీఁదికిఁ దీసికొనిరమ్ము!" అని చెప్పెను. అప్పుడు సుచరిత తాను గట్టుకొన్నచీర యెట్లున్నదో యింతవఱకును భావింపకే లేదు అంగులోఁ జూచుకొనఁగా నది యేమియు బాగుగలేనట్లగపడియెను. కాని యిప్పుడు మా

ర్చుకొనుటకు నవకాశము లేదు! ఆమె యిప్పుడు కంపితకరములతోఁ దన చీరముడుతలను జీర్ణకుంతలమును నెట్లో సవరించుకొనుచు స్పందితహృదయముతో గదిలోపలఁ బ్రవేశించెను. తనవాశ్రితాల్లకై గోరా యుపన్యాస సంపుటములు పడియున్న సంగతి యామె మఱచియేపోయెను. సరిగా గోరావచ్చి యాబల్లయెదుట నున్న కుర్చీమీఁదనే కూర్చుండి యుండెను. ఆపుస్తకములు సిగ్గులేకుండ గోరా కన్నులయెదుటనే పడియుండెను. వానిని మూసియుంచుటకుఁ గాని తీసివైచుటకుఁ గాని యెట్టి యవకాశమును లేకపోయెను.

ఇప్పుడు సుచరిత "మా పెద్దమ్మ మిమ్ములను జూడవలయునని చాలదినములనుండి కుతూహలపడుచున్నది. ఆమెతోఁ జెప్పివచ్చెదను" అని సుచరిత గోరా గదిలోఁ బ్రవేశించినతోడనే వెడలిపోయెను. ఒంటిగా గోరాతో మాటాడఁగల ధైర్యమామెకు లేకుండెను. కొలఁది సేపటికే సుచరితా హరిమోహినులచటికి వచ్చిరి. గోరా మతము విశ్వాసము నిష్ఠ మొదలగువానింగూర్చి హరిమోహిని వినయునివలన విని యుండెను. తఱచుగా నప్పుడప్పుడు సుచరిత గోరా యుపన్యాసముల నామెకుఁ జదివి వినిపించుటకూడ నుండెను. ఆమె కందలివిషయములన్నియును దెలియకపోయినను, నాచరణ మామె నిరాక్షిణ్యమునకే యనుకూలములుగా నుండినను, దానివలన నామె గోరా శాస్త్రాచార పక్షమునందుండి యీకాలపు దురాచారులతోఁ బోరాడుచుండెనను సంగతిని మాత్రము తెలిసికొని యుండెను. ఆధునికాంగ్లభాషాభిజ్ఞుల పక్షమున నింతకంటె ప్రాశస్త్యమును, నింతకంటె గణనీయమగు నిమయము లేకున్నది! బ్రాహ్మసమాజ మధ్యమున మొట్టమొదట వినయుని గాంచినప్పుడుకూడ నామె కానందముగా నుండెను. కాని క్రమముగా నభ్యాసవశమున నిప్పుడామె కాభావము పోయి వినయుని సదాచారములే యామెకుఁ గానవచ్చుచుండెను. మొట్టమొదట నిరాశము కల్గుటచేతనే యిప్పుడామె తిరస్కారము లాతనియెడల వర్ధిల్లిపోవుచుండెను. ఆకారణమును బట్టియే యిప్పుడామె గోరాను జూచుటకుఁ గోరిక పడుచుండెను

గోరాను జూచినంతనే హరిమోహిని యాశ్చర్యపడియెను. బ్రాహ్మణుఁడనిన నితఁడే. ప్రజ్వలితహోమానలము వలె, సాక్షాత్కరించిన శుభాంగుఁడగు మహాదేవుని వలె నున్నాఁడు. ఆతనియందు భక్తికలుగుటచే నామె యాతని బ్రణామమును గ్రహింపఁజాలకపోయెను. అప్పుడు హరిమోహిని "బాబూ! నేను నీసంగతి చాల వఱకు వినియుంటిని. నీవు గౌరాంగుఁడవే ఆగౌరాంగుఁడవే నీవు! నేనిదివఱకు భక్తునివలన—

'గౌరమోహనునితనువున మలయజ
గంధముఁ బూసినవారెవరో

శారదరాకాచంద్రుని చలువకుఁ
జందన మేపాటిదని తలంపక"

అనుపాటను వినియుంటిని. ఇప్పుడు ప్రత్యక్షముగఁ జూచితిని! నిన్నాదొర యేగుండెతోఁ జైలునకుఁబంపఁగలిగెనని నేను భావించుచున్నాను!" అనియెను.

గోరా:— (నవ్వుచు) మీకు కలెక్టరుపని లభించినచో నప్పుడు చెఱసాల లన్నియును గబ్బిలములకు, నెలుకలకు మాత్రమే నివాసము లగుననుకొనియెదను.

హరి — కాదుబాబూ! ఈప్రపంచమున దొంగలకును హంతకులకును నభావ మున్నదా? నీవటువంటివాఁడవు కావే! నీ మొగము చూచినంతమాత్రముననే నీవు దేవ దూతవని తెలిసిపోవునే! చెఱసాల యున్నదని యందందఱను ద్రోసివైచుటయేనా? అయ్యో! యెంత యపచారము!

గోరా:— మానవుని మొగము చూచినచో నీశ్వరాకారము కన్నులఁ బడునను భయముచేతనే దొరగారు కేవలము శిక్షాస్మృతి సంపుటము వంకనే కన్నులుంచి పని చేయుచుండును. అట్లు కాకున్నచో మానవుని గొరడాలతోఁ గొట్టించి, జైలునకుఁ ద్రోయించి, ప్రవాసమునకుఁ బంపించి, యురితీయించినందుకు కాతనికన్నులకు నిద్రపట్టునా? ఆతని నాలుక కన్నము రుచించునా?

హరి:— నాకుఁ దెలిసియున్నప్పుడెల్ల రాధారాణిచే నీయుపన్యాసములను జదివించి వినుచుందును. ముఖస్థముగా నిప్పుడు నీవలన మంచిసంగతులను వినఁగలుగుదునో యని యిన్నాళ్లనుండి యాశతో నున్నాను. బాబూ! నేను మూర్ఖురాల నగు నాఁడుదానను! అతిహీనను దుఃఖార్తురాలను! సమస్త విషయములను గ్రహించుట గాని, మనమునఁ బట్టించుకొనుట గాని నాచేతఁ గాదు! కాని నీవలన వింటినేని జ్ఞానమును సంపాదింపఁగలుగుదునని నాసంపూర్ణవిశ్వాసమై యున్నది

గోరా వినయముతో నేమియును బదులు చెప్పక యూరకుండెను. హరి మోహిని మరల "బాబూ! నీకించుక యాతిథ్య మీయవలెంచితిని. చాలనాళ్ళనుండి నీవంటి బ్రాహ్మణకుమారులు లభించుటలేదు ఇప్పుడు నీవు నాయింటఁగల కొలఁది భుజింపుము. తరువాత నొక్కప్పుడు నిన్ను వినుటకుఁబిలిచెదను." అని యామె భోజనము నేర్పాటుచేయుటకు వెడలుటయు నొంటిగ నున్న సుచరితహృదయ మొక విధముగా నగుచుండెను. అప్పుడు గోరా చటాలున 'వినయుఁడిప్పుడిక్కడకు వచ్చెనా?' అని యడిగెను.

సుచ:— వచ్చెను!

గోరా:— ఈనడుమ నేను వినయునిం జూచుటలేదు! కాని యాతఁ డిటకేల వచ్చెనో నే నెఱుంగుదును!

అని గోరా యించుకసే పాఁగెను. సుచరిత మౌనముతో నుండెను. అప్పుడు మరల గోరా 'మీరు వినయునకు బ్రాహ్మవివాహము చేయుటకుఁ బ్రయత్నించు చున్నారు. ఇది మంచిపనియేనా?' అనియెను. ఈయెత్తిపొడుపు వలన సుచరిత మనసునందుగల లజ్జాసంకోచ సంబంధమగు మాంద్య మొక్కసారిగా దూరమై పోయెను. ఆమె గోరా మొగమువంక గన్నెత్తిచూచి "బ్రాహ్మవివాహము మంచిదికాదని నేను చెప్పుదుననియే మీరూహించుచున్నారా?" అనియెను.

గోరా:— నీయభిప్రాయము కొఱకు నే నెంతమాత్రము వేచియుండుట లేదని నిశ్చయము తెలియుము! సాధారణ సామాజికులకంటె నీయందు విశేషమున్న దనియే నేను భావించుచున్నాను. ఏదోయొక విధముగాఁ దమసమాజసంఖ్యను వర్ధిల్లఁ జేసికొనుట మతప్రచారకుల పని యైయున్నది. నీ వట్టిదానవు కావని నేను నిశ్చయముగాఁ జెప్పఁగలను. నీవు స్వయముగా నీకుచితమగు మతమును గ్రహింపవలయు ననియే నాకోరిక! ఇతరుల మాటలవలనఁ బొరపాటుపడి నీవు నిన్ను లోకువచేసికొన వలదు. నీ వేదియో యొకమతమునకుఁ జేరి వ్యక్తిమాత్రమే కాదనుసంగతి నీవు నీమనోమధ్యము నుండియే స్పష్టముగా గ్రహింపవలయును!

సుచరిత తన మనశ్శక్తి నంతను స్థిరపఱచుకొని హెచ్చరికతో దృఢముగఁ గూర్చుండి "మీరుకూడ నేసమాజమునకును జేరినవారు కారా?" అని ప్రశ్నించెను.

గోరా:— కాను. నేను హిందువును! హిందూత్వ మెట్టి సమాజమును కాదు. అది యొకజాతి. ఆజాతి యెంతగొప్పదియో దానికి జాతిత్వ మెట్లుకలిగెనో, దాని హద్దెచ్చటనో యే సంజ్ఞచేతను నిరూపించి చెప్పఁజాలము! తరంగములు సముద్రములు కానట్లు సమాజములు హిందూమతము కానేరవు.

సుచ:— సమాజమే కాని హిందూవులకు మరల సమాజములతోఁ బోరాటమేల?

గోరా:— మానవుఁడు తనకు బాధకలుగుచుండఁగా ప్రతీకారము చేయఁబూను టుండునుగదా? అతనికి ప్రాణమున్నది కావున! బాధలన్నిటిని సహించి యూరకుండుట కాతఁడు మట్టిబొమ్మ కాఁడుకదా!

సుచ:— మాకు ధర్మముగాఁ దోఁచుచున్న విషయము హిందువులకు బాధాకరముగఁ దోఁచుచున్నచో నప్పుడు మేమేమి చేయవలయునని మీయుద్దేశము?

గోరా:— మీకుఁ గర్తవ్యమని తోఁచినది హిందూజాతి యనునొక విశ్వశక్తికి వేదనాకరముగ నున్నప్పుడు మీలో నేదో పొరపాటు కలిగెననియో, సకలవిషయము లను సకలవిధముల నాలోచించుశక్తి శూన్యమైపోయెననియో మీరు బాగుగ నాలోచించుకొని నిశ్చయించుకొనవలయును. సమాజమువారు చేసిన సంస్కారములనే కేవ

లము నభ్యాసము చేయుచు నవివేకముచే నవియె సత్యములని చెప్పుచు నింతటి మహోత్పాతమును గల్పింపఁ బ్రయత్నించుట యుచితము కాదు. ఒక యెలుక యొకయోడను గొరికి దొలుచుచున్నప్పుడు తనకనుకూలమగు సంకల్పము ననుసరించియే పనిచేయును అంతటిగొప్ప యాత్రిమనుజులకు రంధ్రము కల్పించుట దానికనుకూలముగ తోఁచి నను దాని మూలమున నెందఱి కెంతకష్టము కలుగునో నీకు బోధపడుటలేదా? నేను కేవలమును నాసమాజమునుమాత్రమే చూచుకొనుచున్నానా? సమస్తజనులను గూర్చియు నాలోచించుచున్నానా?" అని నీలోనీవే భావించుకొనవలయును! సమస్త మానవులనిన నేమో నీకుబోధపడినదా? వారు వివిధ ప్రకృతులను వివిధ ప్రవృత్తులను వివిధప్రయోజనములను గలిగియుందురు! వారికొక్కటేమార్గము కాదు. ఒక్కచోటనే యునికి కాదు. కొందరియెదుటఁ గొండలు! కొందఱియెదుట సముద్రములు! కొందఱి యెదుట సమప్రదేశములు మఱియు నందెవ్వరును గూర్చుండువారు కారు! అందఱును జరించువారే. నీవు కేవలమును నీసమాజశాసనము నందఱియెడలను వినియోగింపఁ దలఁచెదవా? మానవులయందెట్టి వైచిత్ర్యమును లేదనియు, వారు కేవలము బ్రహ్మసమాజ పుస్తకమున నామలేఖనము చేయుటకే ప్రపంచమున జన్మించియుండిరనియు స్థూలదృష్టిచేతనే నిశ్చయింపఁ దలంచెదవా? దస్యుజాతి యంతయును భూమి యందలి సమస్తజాతులను జయించి తన యేకచ్ఛత్రాధిపత్యమును స్థాపించుటయే లోకకళ్యాణమని భావించినచో, మన బలగౌరవములఁ బాటింపని పరజాతుల యున్నతియే విశ్వహితంబునకుఁ గేవల మమూల్యవిధాన మని లోకమున దాసత్వమును వర్ధిల్లఁజేయు వారికిని మీకును భేద మెక్కడనున్నది?

సుచరిత యించుకసేపు యుక్తుల నన్నిటిని మఱచిపోయెను. గోరా వజ్రగంభీర కంఠస్వర మద్భుత ప్రాబల్యముచే నామె సమస్తాంతఃకరణములను నాందోళితములుగఁ జేసివైచెను. గోరా యేవిషయముంగూర్చి మాటాడుచుండెనో యామెకు బోధపడుటలేదు. గోరా మాటాడుచుండెనని మాత్రమే కేవలము నామెకుఁ దెలిసియుండెను.

గోరా:— ఈభారతవర్షమునందలి త్రింశత్కోటిప్రజలను మీసమాజమే సృష్టించి యుండలేదుగదా? అట్టిచో నేమార్గము వీరి కుపయుక్తమైనదో యేయాచార విశ్వాసము లీయందఱకును నాహారబలంబులఁ బ్రసాదించునో యట్టినియమములను విధించు భారము బలవంతముగఁ దనపైఁ బెట్టుకొని యీసమస్తభారతవర్షమును నొక్కసారిగా నొక్కలాగున నొక్కతరగతికిఁ దేవలయునని మీసమాజము తలంచుటకుఁ గారణ మేమి? ఈయసాధ్యకార్యమును సాధింపఁజాలకుండుచున్న కొలఁదిని మీకుఁ దేశముపై క్రోధము కలుగుచున్నది. అగౌరవము కలుగుచున్నకొలఁదిని హితము చెప్పెడివారి యెడల మీకసహిష్ణుతయు భేదభావమునుఁ గలుగుచున్నది! మఱియు నేయీశ్వరుఁడు

మానవులను వివిధప్రకృతులతో సృజించి యట్లే పాలించుచుండెనో యట్టి పరమేశ్వరుని నేను పూజింతునని మీరు చెప్పుచుందురు. అది సత్యమే యయినచో మీ రా యీశ్వరుని విధానమును స్పష్టముగా నేల గ్రహించుట లేదు? మీ బుద్ధిశక్తి యందలి గర్వముచేతను మీ సమాజమునందలి యహంభావముచేతను మీ రాతని యుద్దేశము నంగీకరించుట లేదా యేమి!

సుచరిత యేమియు నా బదులు చెప్పుటకుఁ బ్రయత్నింపక యూరక తన మాటలు వినుచుండుటఁ గాంచి గోరాకు దయ కలిగెను. అతఁడించుక యాఁగి మెల్లగా "నా మాటలు నీకు కఠోరములుగా నుండవచ్చును. కాని నేను ప్రతిపక్షి నని మాత్రము నీమనసులో నెట్టి వైరమును బెట్టుకొనవలదు. నేను నిన్నట్లు భావించియున్నచో నీతో నొక్కమాటయైన నాడియుండను. నీహృదయమునందుగల స్వాభావికమైన శక్తి! సమాజశాధ్యమునఁ జిక్కి సంకుచిత మైపోయినందులకు నాకుఁ గష్టముగా నున్నది." అనియెను. అప్పుడామె 'వలదు! వలదు! నన్నుఁ గూర్చి మీ రెంతమాత్రము నాలోచింపవలదు. మీరు చెప్పుచుండుఁడు! నేను బోధపఱచుకొనుటకుఁ బ్రయత్నించెదను!" అనియెను.

గోరా:— నేనిఁక చెప్పవలసినదేదియును లేదు. నీవు ప్రేమించుచున్న యీ నీభారతవర్షమును నీ సమాజపక్షపాతమునుండియే సమాజజ్ఞానము నుండియే చూచుచుండుము! (బ్రహ్మసామాజికులు కారనుద్దేశముతో నీవు భారతీయులను జూచినచో నప్పుడు నీదృష్టి యందు వికారముఁ దిరస్కారముఁ బూర్ణమైయుండును. అందువలనఁ గేవలమును నీవు వారిలోపమే యగపడుచుండును; ఏవిధముగఁ జూచిన వారి సంపూర్ణత్వము బోధపడునో యావిధముగఁ జూచినట్లు కాకుండఁబోవును. వివిధ భావములను, వివిధ వ్యాపారములను, వివిధవిశ్వాసములను, వివిధసంస్కారములను గల వీరి నందఱను బరమేశ్వరుఁడు మానవులుగనే సృజించెను. బాహ్యభేదము లెన్నియున్నను వీరందఱియందు నొక్క మానవత్వమే యున్నది. మన భారతవర్షమునందును, మనయందునుఁ గూడ నిమిడియున్న యొక వస్తువే వారియందును నిమిడియున్నది. వారియొక్క సత్యదృష్టినిఁ బరిగించినచో నది వారి క్షుద్రత్వము, నసంపూర్ణత్వము ననుబహిరావరణములను ఛేదించుకొని లోపల వారియందలి పరమాశ్చర్యకరమగు నొక మహత్తత్వమును గోచరింపఁజేయును. చిరకాలమునుండి సాధింపఁబడుచున్న సమస్త సాధనములుఁ బ్రచ్ఛన్నముగా వారిలో నగపడును; చిరకాలము నాటి హోమానలము భస్మమధ్యమునందుండి యింకను జ్వలించుచు క్షుద్రములగు దేశకాలముల నతిక్రమించి భూగర్భమునందుండి దన తీవ్రాగ్నిజ్వాలలనుఁ బ్రసరింపఁజేయుచున్నదని యే స్పష్టముగా బోధపడును! ఈ భారతవర్షమునందు మానవుఁడు చిరకాలమునుండి కావించుచున్న సదోప్రధనములను,

సత్కార్యములును, సమస్తమునుగూడ మిథ్యలేయని సంశయించుట సత్యమును గౌరవించుటకే యగుచున్నది. అదియే నాస్తికత్వము!

ఇంతవఱకును తల వంచుకొనియున్న సుచరిత యప్పుడించుక మొగ మెత్తి "అట్లయినచో మీరు నన్నిప్పుడేమి చేయుమని చెప్పెదరు?" అనియెను.

గోరా — నేను చెప్పవలసినదేమియును లేదు. హిందూమతము తల్లివలె నానా భావములును నానామతములును గల మానవుల నందఱను దనయొడిని జేర్చుకొనుటకుఁ బ్రయత్నించుచున్నది. అదియే జగత్తునందలి మానవు లందఱియందును మానవత్వ మంగీకరించుచున్నది; అంతేకాని వారిని ప్రత్యేకసామాజికులుగాఁ జూచుట లేదు. అజ్ఞానిని, మూఢునింగూడ మన్నించుచున్నది. అదియొకవిధమగు జ్ఞానమును మాత్రమే గౌరవించుటలేదు; జ్ఞానసంబంధము లగు సమస్త వికాసములనుగూడ నంగీకరించుచున్నది. క్రిస్టియనులు ఈ భిన్నభావము నంగీకరింపరు. ఒకవంక గ్రిష్టియనుమతమును మఱియొకవంక ననంతవినాశమునుండెననియు, నీరెంటికినడుమ మఱే యెట్టిభిన్నత్వమును లేదనియు వారు చెప్పుచుందురు. మనము వారియొద్దఁ జదివినవారము. కావున నేఁడు హిందూమతమునందలి భిన్నత్వమునకొఱకు సిగ్గుపడుచుందుము! హిందూమత మాభిన్నత్వము నుండియే యేకత్వమును జూపుటకుఁ బ్రయత్నించుచున్నదని మనము తెలిసికొనఁజాలకున్నాము! ఈ క్రైస్తవాభ్యాసమునుండి మనహృదయము సంపూర్ణముగ విముక్తినందకున్నచో మనహిందూమతమునందలి సత్యమును గ్రహించు గౌరవమునకు మన మధికారులము కాఁజాలము!

సుచరిత యిప్పుడు గోరామాటలను కేవలము వినుటయే కాదు; ఆమాటల రూపమును బ్రత్యక్షముగఁ గాంచుచున్నట్లుండెను. గోరాకన్నులలోని దూరభవిష్యన్నిబద్ధమగు నేకాగ్ర్యదృష్టి యాతనివాక్యములతో నైక్యమైయున్నట్లు సుచరితకు గోచరించుచుండెను. అప్పుడామె సిగ్గువిడచి, తన్నుఁగానే మఱచి భావోత్సాహప్రదీప్తమగు గోరాముఖమువంకఁ దదేకదృష్టిం గాంచుచుండెను. ప్రపంచమునందలి ఘన సంకల్పములను యోగబలముచే సత్యములుగాఁ జేయఁజాలు దివ్యశక్తి గోరాముఖమునం దామె కిప్పుడగపడుచుండెను. ఆమె తనసమాజమునందలి విద్వాంసులగు బుద్ధిమంతుల యొద్ద ననేక తత్త్వాలోచనములను వినియుండెను. కాని యిది తర్కమువలె లేదు; ఇది కేవలము గోరా సృష్టివలెనుండెను. సుచరిత యిప్పుడు వజ్రపాణి యగు నింద్రునిం విలోకించుచున్నట్లుండెను. వాక్యములు ప్రబల మంద్రస్వరములతో నామె కర్ణములం దాఁకి వక్షఃకవాటమును స్పందితముగఁ జేసివైచుచుండెను. వానితోఁగూడఁ దీవ్ర విద్యుజ్జ్వాలిక లామె రక్తనాళముల ననునిమిషమును నృత్యము చేయుచుండెను

గోరామతముతోఁ దనమత మెన్నటి కెంతవఱ కైక్యమయ్యెనో, యెంతవఱకుఁ గాలేదో స్పష్టముగా నాలోచించి చూచుకొనుశక్తి యామెకుఁ లేకుండఁబోయెను.

ఇంతలో సతీశుఁడచ్చటికి వచ్చి గోరాయునిన నాతనికి భయము కావున నింటికి యొకసరిల్లి సోదరిపార్శ్వమున నిలిచి మెల్లమెల్లగా "పానూబాబు వచ్చినాఁడు!" అని చెప్పెను. సుచరిత యదరిపడియెను. అకస్మికముగ నామె కాఘాత మైనట్లగుపడెను. ఆమె యిప్పుడెట్లయినఁ బానూబాబుబారినుండి తప్పించుకొనవలసిన యగత్యములో నుండెను. సతీశుని మెల్లనిమాట గోరాకు వినఁబడి యుండదని తలంచి యామె చటాలున లేచి తత్తరముతో మేడనుండి క్రిందికిదిగి పానూబాబు చెంతకుఁ బోయి "క్షమింపుఁడు! నాకిప్పుడు మీతోఁ మాటలాడుట కవకాశము లేదు!' అనియెను. కారణమేమని హారానుఁడు ప్రశ్నించెను. సుచరిత యామాటకు బదులు చెప్పక 'నేను రేపు ప్రాతఃకాలముననే తండ్రిగారియింటికి వచ్చెదను. అచ్చటమీరు నన్నుఁ జూడ వచ్చును!'' అనియెను.

హారా:— ఇప్పుడు నీయింట నెవరైన నున్నారా యేమి?

సుచరిత యామాటకును బదులు చెప్పక నాకిప్పుడు తీరిక లేదు. దయచేసి నన్ను క్షమింపవలయును!" అనియెను.

హారా:— నాకువీధిలో నుండఁగనే గోరాబాబు కంఠస్వరము వినవచ్చినది. ఆతఁడిచ్చట నున్నాఁడా?

సుచరిత యీప్రశ్నను దప్పించుకొనఁజాలక మొగము మొఱ్ఱఁజేసికొని "ఔను! వచ్చియున్నాఁడు." అనియెను.

హారా: - మంచిది. నా కాతనితోఁగూడ మాటాడవలసిన పనియున్నది. నీకేమి పనియున్నచో నది ముగియువఱకు నేనాతనితో మాటాడుచుండెదను

అనిచెప్పి యామె సమ్మతిని నిరీక్షింపకుండఁగనే మేడమెట్లెక్కఁదొడంగెను. తనవెంబ నన్న హారానుని వంకఁ జూడకుండఁగనే సుచరిత గదిలోనికిఁబోయి గోరా నుద్దేశించి దొడ్డమ్మ మీకొఱకు వంటచేయుచున్నట్టై పోయినది. ఆమె యేమి చేయుచున్నదో యొకసారి చూచివచ్చెదను" అనిచెప్పి చటాలున వెడలిపోయెను. హారానుఁడు గంభీరముగ నొకకుర్చీపైఁ దానే యధికారము వహించి కూర్చుండి గోరాబాబూ! మీరుకొంచెము చిక్కినట్లగపడుచున్నారు!'' అనియెను.

గోరా:— చిత్తము! చిక్కుటకేకొన్నాళ్లనుండి చికిత్స జరుగుచున్నది.

హారానుఁడు కంఠస్వరమును మృదులముఁజేసి అట్లయినచో మీరు చాలఁగష్టపడుచున్నారనుకొనియెదను!" అనియెను.

గోరా:— లేదు. అది నాకనుకొన్నంత కష్టములేదు.

హారా:— వినయబాబు విషయమున మీతో కొంత యాలోచింపవలసి యున్నది! రేపాదివారమున నాతఁడు మాసమాజమునఁ జేరుటకుఁ బ్రయత్నించుచున్నట్లు మీరు వినియే యుందురు.

గోరా:— లేదు. నేను వినలేదు.

హారా — మీకిది సమ్మతమేనా?

గోరా:— వినయుఁడు నాసమ్మతిని వాంఛించుట లేదు.

హారా:— అతఁడు సత్యవిశ్వాసముతోనే యిట్లుచేయుట కంగీకరించి యుండెననియేనా మీయుద్దేశము?

గోరా:— అతఁడు దీక్షగైకొనుటకు సిద్ధపడినప్పు డిప్పటి మీప్రశ్న కేవలము ననావశ్యకము!

హారా:— సంకల్పము తీవ్రమైనప్పుడు మనకువిశ్వాసమున్నదో, లేదో యాలోచించుకొనుటకైన కవకాశముండదు. మానవచరిత్రము మీకుఁ దెలియనిదా?

గోరా:— తెలియదు. నేను మానవచరిత్రముంగూర్చి వృథాలోచనము చేయువాఁడనుగాను!

హారా:— మతవిషయమునఁ గాని, సమాజవిషయమునఁగాని మీతో నాకేటి సంబంధమును లేకపోయినను నాకుమీయందు గౌరవమున్నది. మీవిశ్వాసము సత్యమే కానిండు; మిథ్యయే కానిండు. కాని యెవ్వరు నెట్టి ప్రలోభనములచేతను మిమ్ములను మీవిశ్వాసమునుండి కదల్పఁజాల రని నేను నిశ్చయముగ నెఱుఁగుదును—కాని

గోరా:— మీకు నాయందెట్టి గౌరవముకలదో యట్టి మీయమూల్య గౌరవమును బోగొట్టుకొనుట విషయమున కొక గొప్పనష్టమే! ఈప్రపంచమున మంచివస్తువులును, జెడ్డవస్తువులునుగూడ నశ్వరముగానుండును. మీరువానికి మీగౌరవాగౌరవములనుబట్టి మూల్యములను నిరూపింపవచ్చు. కాని లోకులందఱును మీనిర్ణయమునే గ్రహింపవలయు ననిమాత్రము చెప్పవలను!

హారా:— మంచిది. ఇప్పుడామాటకేమి! కాని మిమ్మొకసంగతి యడుగుచున్నాను. పరేశుని కుటుంబముతో వివాహసంబంధముం గావించుకొనఁదలఁచుచున్న వినయుని మీరు నిషేధింపలేదా?

గోరా:— హారానబాబూ! వినయుని సంబంధములగు నీసమస్త విషయములను నేను మీతో నాలోచింతు ననుకొంటిరా? అతఁడు నామిత్రుఁడుగాని మీమిత్రుఁడు కాఁడుగదా! నిరంతరమును మానవచరిత్రముంగూర్చియే యోచించుచుండు మీకింతమాత్రము బోధపడలేదా!

హారా:— ఈవ్యాపారముతో మాసమాజమునకు సంబంధమున్నది. కావున నేనీమాట నెత్తితిని. లేకున్నచో—

గోరా:— కాని బ్రహ్మసమాజముతో నెట్టిసంబంధమును లేని నాచెంత మీ యీ మనస్తాపము కేవలము నిరర్థకము కాదా?

అంతలో సుచరిత వచ్చుటయు హారానుఁ డామెం గాంచి "నీతో నా ముఖ్య విషయముం గూర్చి మాటాడవలసియున్నది!" అనియెను. ఆతడట్లనుట కెట్టి యావశ్యకమును లేదు. తనకును సుచరితకును విశేషసంబంధమున్నట్లు గోరాయెదుటం బ్రదర్శించుటకే హారానుఁడట్లు చెప్పెను. సుచరిత దాని కెట్టి ప్రత్యుత్తరము నీయలేదు. గోరాయును దనకుర్చీపై సుస్థిరముగఁ గూర్చుండెను; హారానుని రహస్య సంభాషణమున కవకాశముగ లేచిపోవు లక్షణమును బ్రకటింపలేదు. అప్పుడు హారానుఁడు "సుచరితా! నీతో నా కొకమాటయున్నది ఆగదిలోనికి వచ్చెదవా?" అనియెను. సుచరిత యామాటకు బదులు చెప్పక గోరావంక జూచి "మీయమ్మగారు క్షేమముగా నున్నారా?" అనియెను.

గోరా:— అమ్మగా రనారోగ్యముగ నుండుట నేనెన్నఁడును జూడలేదు!

సుచ:— ఆరోగ్యమును నిల్పుకొనుశక్తి యామెకడ నెంతసహజముగ నున్నదో నేనెఱుఁగుదును!

అని చెప్పి గోరా జైలందున్న సమయమునం దామె నొకసారి చూచిన సంగతి వానికి జ్ఞప్తికి దెచ్చెను. ఆసమయమున హారానుఁడు బల్లపై నున్న పుస్తకమును దీసి యందలి ముఖపత్రమునం గవిపేరు చదివి పత్రములను దిరుగవైచి యందందుఁ జదువుచుండెను. సుచరిత మిగుల మెత్తనైపోయెను. ఆగ్రంథమేమో తెలిసినవాఁడు కావున గోరా తనమనసులో నించుక నవ్వుకొనియెను. అప్పుడు హారానుఁడు "గౌరమోహనబాబూ! మీరీ గ్రంథమును మీచిన్నతనమునందు వ్రాసితిరి కాఁబోలు నేమి?" అనియెను. గోరా నవ్వుచు "నాచిన్నతన మిప్పటికిఁగూడ నున్నది! కొందఱి చిన్నతనము కొలఁదికాలములోనే వదలిపోవును. కొందఱికిఁ జాలకాలమువఱకు స్థిరముగా నుండును!" అనియెను.

అప్పుడు సుచరిత లేచి "ఈపాటికి వంటయగును. మీరాగదిలోనికిఁ బొండు! దొడ్డమ్మ పానూబాబున కగపడదు! ఆమె మీకొఱకు వేచియుండును!" అనియెను. హారానునకు మనఃక్లేశము కలిగించుటకే యామె యట్లు చెప్పెను. గోరా లేచెను. పరాభవమును నెఱుంగని పానూబా బప్పుడు "అట్లయినచో నేనించుక సేపు నిరీక్షించి యుండెదను" అనియెను.

సుచ:— ఊరక యేలకూర్చుండెదరు? వేళ మించిపోయినదిగాదా?

కాని హారానుఁడు లేవలేదు. సుచరితా గౌరమోహనులు వెడలిపోయిరి. ఆ యింట గోరానుజూచి యాతనియెడల సుచరిత ప్రవర్తనముఁజూచి హారానుని హృదయము శస్త్రధారాణముంగావించి నిలిచెను. "సుచరిత బ్రహ్మసమాజమునుండి యెట్లో విడివడి పోవలసినదేనా? ఆమెను రక్షింపువారెవ్వరును లేరా? ఎట్లయినను దీనికిఁ బ్రతీకారము చేసితీరవలయును!" అనిభావించి హారానుఁడొక కాగితమును దీసికొని సుచరితకుఁ లేఖవ్రాయుటకుఁ గూర్చుండెను. అతనికిఁగొన్ని స్థిరవిశ్వాసము లున్నవి. సత్యము నవలంభించి తా నితరుల నాజ్ఞ చేయుటపట్టునఁ దన తీవ్ర వచనములు నిష్ఫలము లగుట లేదనునదియు నాతని విశ్వాసములలో నొకటి! కేవలము వాక్యమే యేకమాత్ర వస్తువు కాదనియు, మానవహృదయ మను నొక పదార్థమున్నదనియు నాతని కాలోచనయే లేదు!

భోజనాంతరమున వారిమోహినితోఁ జాలసేపు మాటాడి గోరా తనకఱ్ఱను దీసికొనుటకై సుచరిత గదిలోనికి వచ్చెను. అప్పటికి సాయంకాలమయ్యెను. సుచరిత బల్లపై దీపము వెలుగుచుండెను హారానుఁడు వెడలిపోయెను. ఆబల్లపై సుచరిత నామముతో నొకచీటి పడియుండెను! అది గోరాకన్నులఁబడియెను. ఆలేఖంజూచినంతనే యాతని హృదయమునకుఁ గష్టమయ్యెను. అది హారానుఁడు వ్రాసె ననుటకు గోరాకట్టి సంశయమును గలుగలేదు. సుచరితయెడల నాతనికిఁగల విశేషాధికారమును గోరా యెఱుంగును. కాని యాయధికారమునకు వ్యత్యయము కలిగిన సంగతిమాత్ర మాతనికిఁ దెలియదు. నేఁడు సతీశుఁడువచ్చి హారానునిగూర్చి రహస్యముగఁ దెల్పుటయు, సుచరిత యాదరిపడి చటాలున వెడలిపోయి వెంటనే యాతని దీసికొనివచ్చుటయు గోరాహృదయమున నపస్వరముతో మ్రోగుచుండెను. తరువాత హారాను కొంటెగ నడిచి సుచరిత గావించిన వ్యాపారమంతయు వ్యతిరేకముగనే యుండెను! కాని దృఢతరమగు సాత్మీయత గలచోటఁ జనవుచే నిట్టిపనులు జరుగుచుండునని గోరా స్థిరపఱచికొనియెను. ఇప్పుడుగోరా యా చీటింగాంచి యూహాతుడైపోయెను. ఉత్తర మొక గొప్పరహస్యమగు పదార్థము. పైకి పేరుమాత్రము చూపించి సమస్తమును లోపల దాఁచుకొనుటచేతనే యది మానవు నత్యంతముగ బీడించుచుండును! అప్పుడు గోరా సుచరిత వంకమొగం బిలకించి "నేను రేపు వచ్చెదను!" అనియెను.

సుచరిత యవనత నయనములతో "మంచిది!" అనియెను. గోరా పోవుటకుద్యుక్తుఁడై యించుక యాఁగి భారతవర్ష సౌరమండల మధ్యమునందే నీస్థానము — నా దేశీయులరాల వలె నీవు నాదానవు — ఎట్టిధూమకేతు వైనను నిన్నుఁ దనపుచ్ఛముతో శూన్యపథమున కొంతమాత్రమును ద్రోసివైవఁజాలదు. నీయుచిత మగు స్థానమున నిన్ను నేను సుస్థిరముగఁ బ్రతిష్ఠించువఱకును విడువను. అస్థానమున నీవు నీసత్య

ధర్మములను బరిత్యజింపవలసి యుండునని నీవారు బోధింతురు! నీసత్యమును, నీధర్మమును కేవలము నీయుద్దేశముమీఁదగాని నీవంటి నలుగురైదుగురి యుద్దేశములమీఁదఁగాని నిలిచియుండ లేదు. అది యీప్రపంచమునందంతటను గల యసంఖ్యము లగు జీవసూత్రములతోఁ జిక్కుకొనియున్నది. నీ వెంతప్రయత్నించినను దాని నా మహావనమునుండి పెల్లగించి నీకుండీలోఁ బాతుకొనఁజాలవు — దానిని సముజ్జ్వలముగను సజీవముగను జేయఁదలఁచినచో — దాని సర్వాంగసౌందర్యమును సార్థకముగఁ జేయదలఁచినచో నీజీవితమునకు బహుపురాతన కాలము నందలి మానవసమాజ హృదయమధ్యమున నీకు నిర్దిష్టమై యున్న స్థానమున నీవు స్థిరముగా నిలువఁబడవలయును. వారికిని నాకును నెట్టి సంబంధమును లేదని నీ వెంతమాత్రమును జెప్పఁగూడదు! అట్లుభావించినచో నీసత్యమును, ధర్మమును శక్తియుఁగూడ నొక్కసారిగా మ్లానములై ఛాయామాత్రము లైపోవును. పరమేశ్వరుఁడు నిలిపినస్థానమునుండి నీమతము నిన్నుఁ దొలఁగించినచో నట్టి నీమతమునకు విజయము కలుగదని నీవు నిశ్చయముగా దెలిసికొనుము! నేను రేపు వచ్చెదను." అనిచెప్పి యాతఁడు వెడలిపోయెను. ఆగృహాభ్యంతరమంతయుఁ జాలసేపటివఱకును గంపించిపోవుచుండెను. సుచరిత చిత్రప్రతిమవలె నిస్తబ్ధయై కూర్చుండెను.

౫౯

వినయుఁడు ఆనందమయింగాంచి "అమ్మా! నేనిప్పుడు దేవతామూర్తికి వందనము చేసినను నామనసులో నేదో సిగ్గుగనే యుండెను. ఆసంశయమును మనసునందే యుంచుకొని విగ్రహారాధనమును గూర్చి యనేకప్రబంధములను వ్రాసియుంటిని కాని నేను నిజము చెప్పుచున్నాను. అట్లుప్రణమిల్లుట నాకు మనసులో నించుకంతయు నంగీకారము లేదు." అనిచెప్పెను

ఆనం:— నాయనా! నీహృదయము సామాన్యమైనదా? నీవు దేనిఁ గూడ స్థూల దృష్టితోఁ జూడవు అన్నిటిని సూక్ష్మదృష్టితో భావింతువు. అందుచేతనే సామాన్యమున నీకు విశ్వాసము గలుగదు!

విన:— ఔను నాకు విశ్వాసములేని విషయమునుగూడ సూక్ష్మబుద్ధిబలము వలన సూక్ష్మయుక్తులవలనఁ బ్రమాణీకరింపఁగలను. అట్టి సమయములందు నే నితరులను, నన్నునుగూడ మఱపించుచుందును. నే నిన్నాళ్లనుండియుఁ గావించుచున్న మతతర్కమంతయును మతపక్షమునుండి చేయుటలేదు కేవలసమాజపక్షమునుండియే చేయుచున్నాను.

ఆనం:— మతమునందు సత్యవిశ్వాసము లేనప్పుడిట్లే యగుచుండును! ఇట్టిస్థితిలో మతము కేవలమును కులగౌరవ భాగ్యములవలెనే యహంకారమును బుట్టించు వస్తువైపోవును.

విన:— కాను నేను మతసత్యమునఁగూర్చి భావింపక నాయొక్క మనసు కారణము చేతనే పోరాడుచున్నాను. అయినను నాతప్పు నాకుఁ దెలియకుండుట లేదు. విశ్వాసము లేనిచోట భక్తియున్నట్లు నటించుటచే నన్నుఁజూచి నేనే సంపూర్ణముగ సిగ్గుపడిపోవుచున్నాను.

ఆనం:— అదియేమో నాకు బోధపడుటలేదు. మీరీవిషయమున నితరుల కంటె నధికముగఁ దీవ్రభావముతోఁ బనిచేయుట చేతనే మీలో నేదియో యించుక లోప మున్నట్లు బోధయగుచున్నది. భక్తిసహజమై యున్నచో నంతతొందర యక్కర లేదు

విన:— అందుచేతనే నిన్నడుగుచున్నాను. విశ్వాసములేనిదానియందు విశ్వాస మున్నట్లు నటించుట యధర్మము కాదా?

ఆనం:— బాబూ! ఇప్పుడిట్లు ప్రశ్నించుట కంతయావశ్యక మేమున్నది?

విన:— అమ్మా! నేను రేపు బ్రహ్మసమాజదీక్షఁ గైకొనుచున్నాను

ఆనం:— (విస్మయముతో) అదేమిమాట వినయా! అట్లుచేయుటకుఁ గారణ మేమి!

విన:— అమ్మా! కారణమిప్పుడు చెప్పితినిగాదా?

ఆనం:— నీవిశ్వాసము నీలోనుంచుకొని యైనను నీవు మనసమాజమునం దుండఁ జాలవా?

విన:— ఉన్నచో మోసముచేసినట్లగును.

ఆనం:— మోసము చేయకుండ నుండుటకు ధైర్యములేదా? సమాజమునఁ గష్టముండవచ్చును. నీవు దానిని సహింపఁజాలవా?

విన:— నేను హిందూసమాజ విధులను పాటింపఁజాలనిచో నప్పుడు—

ఆనం:— ముప్పదికోట్లమంది ప్రజలకు సరిపడియున్న యీమతము నీకేల సరి పడలేదు?

విన:— అమ్మా! నాసమాజమువారే నన్ను హిందువునిగా నంగీకరింపకున్నప్పుడు నేనుబలవంతముగా హిందువునని చెప్పుకొనవలసి వచ్చుచున్నది!

ఆనం:— మనవారు నన్నుఁ గ్రైస్తవినిగాఁ బరిగణించుచున్నారు. శుభాశుభ కర్మములయందు నేను వారితోఁగలసి భుజించుటలేదు! అయినను వారునన్నుఁ గ్రైస్తవి యనుచుండఁగా నొప్పుకొనవలసిన యావశ్యకము నాకగపడలేదు. వారిమాట లనుబట్టి నాసత్య విశ్వాసమును విడుచుట నాకిష్టములేదు.

వినయుఁడు దానికిఁ బ్రత్యుత్తరము చెప్పఁబోవుచుండగా నానందమయి వారించి 'వినయా! నేనునీకు వాదమున కవకాశ మిచ్చుట లేదు. ఇది వారింపవలసిన

వివాహము కాదు. నీవు వారొకని నేమైనను దాఁపగలవా? అనఁగా నేమైనఁ గైకొని నీవిప్పు డెట్లో బలవంతముగ వాదించి నన్ను భ్రమింపఁజేయఁ జూచుచున్నావు! కాని యిట్టి కుటిలత వ్యాపారమునం దట్లు చేయుదమన్నా? అనియెను. వినయుఁడు తల వంచుకొని "కాని అమ్మా! నేను రేపు దీక్షఁగైకొందు నని యుత్తరమును బంపివైచితిని!" అనియెను.

ఆనం:-- ఇక నేమి? పరేశునితో నంతయును స్పష్టముగాఁ జెప్పినచో వారుఁ డే మాత్రమును బలవంతము సేయరు.

విన:— ఇం దాయన ప్రోత్సాహమేమియును లేదు. ఈ యనుష్ఠానమునం దాయ నెట్టి సంబంధమును గల్పించుకొనలేదు.

ఆనం:— సరే! అట్లయినచో నిబ్బందియే లేదు.

విన:— అమ్మా! అట్లు కాదు. ఒకసారిమాట స్థిరమైన తరువాత నిఁకఁ దిరిగి పోఁగూడదు!

ఆనం:— గోరాతోఁ జెప్పితివా?

విన:— అతఁడు నాకగపడలేదు.

ఆనం:— ఏమి? ఇంటిలో లేఁడా?

విన:— లేఁడు. సుచరిత యింటికిఁ బోయెనని తెలిసినది.

ఆనం — (విస్మయముతో) అతఁడు నిన్నఁగూడా నటకే పోయినాఁడు!

విన:— నేఁడును బోయినాఁడు!

ఇంతలోఁ బ్రాంగణమునుండి పల్లకిబోయీల కేకలు వినవచ్చెను. ఆనందబంధువులకు స్త్రీ లెవ్వరో వచ్చియుండిరని యెంచి వినయుఁడు వెలుపలకుఁ బోయెను. ఇంతలో లలిత వచ్చి యానందమయికి నమస్కరించెను! ఇప్పుడామె వచ్చునని యానందమయి యూహించియైన నుండలేదు. కావున విస్మితయై యామె వినయమువంకఁ జూచి వినయుని దీక్షం గూర్చి చిక్కులు కలిగెననియు నందుకొఱకే యామె వచ్చియుండుననియు గ్రహించెను. అప్పుడానందమయి సంభాషణమున కవకాశము కల్పించుటకై "అమ్మా! నీవిప్పుడు వచ్చుట చాలసంతోషముగానున్నది. ఇంతవఱకును వినయుఁడిచ్చటనే యుండెను. ఇంతవఱకును రేపటి యాతనిదీక్షం గూర్చియే ప్రస్తావము జరిగినది" అనియెను.

లలి:— అతఁడేల దీక్షను గ్రహింపవలయును? ప్రయోజనమేమైన నున్నదా?

ఆనం:— (ఆశ్చర్యముతో) అమ్మా! ప్రయోజనమే లేదా?

లలి:— ఉన్నట్లు నాకగపడుటలేదు.

ఆనందమయి లలిత భావమును గ్రహింపఁజాలక యామె మొగముకంకఁ దిలకించుచు నూరకుండెను. లలితయును దలవంచుకొని ఆకస్మికముగా నీవిధమున దీక్షగైకొనుట యాతని కవమానము! ఇట్టి యవమానము వారిఁడెందుకొఱ కంగీకరింపవలయును?" అనియెను

ఎందుకో అక్కా? ఈసంగతి లలితకుఁ దెలియదా? ఇంగులలిత కానందవిమయము మేమియును లేకలేదా?— అప్పుడానందమయి 'అమ్మా! దీక్షగైకొనుటకు రేపటి దినము స్థిరపడినయెడల నెప్పుడును దప్పిపోవుట కవకాశము లేదని యా విజయుఁడు చెప్పియున్నాఁడు!" అనియెను. లలిత దీప్తదృష్టితో నానందమయింగాంచి 'ఈసకలవిషయములందును స్త్రీసౌఖ్యములతో నిమిత్తము లేదు ఆవశ్యకమైనచో నభిప్రాయము మార్చుకొనవచ్చును.'' అనియెను

ఆనం:— అమ్మా! నీవు నాయొద్ద సిగ్గుపడక యంతయును స్పష్టముగాఁ జెప్పుము. నేను వినయునికి నీవిశ్వాస మెట్టున్నను సమాజమును విడుచుట యుచితము కాదనియు నావశ్యకమును గాదనియు నింతవఱకును బోధించియుంటిని. అతఁడు పైకెట్లు చెప్పినను లోపలఁ గష్టపడుచునే యున్నాఁడు. అతని వ్యాగ్రము నీకుమాత్రము తెలియదా తల్లీ? సమాజమును ద్యజించినఁగాని నీతో వివాహము జరుగదని యాతఁడు నిశ్చయించుకొనియెను. సిగ్గుపడకుతల్లీ! సరిగాఁ జెప్పుము! ఈమాట నిజమేనా?

లలి:— అమ్మా! నీయొద్ద నాకు సిగ్గేల? నాకిది సమ్మతము కాదని చెప్పియే యుంటిని. మానవులలోఁ బరస్పర వంపోగముఁ లభించుటకు మతమునుగాని, విశ్వాసమునుగాని, సమాజమునుగాని, మఱి దేనినిగాని త్యజింపవలసినయవసరము లేదని నేను బాగుగ నాలోచించి తెలిసికొంటిని. అట్లే యైనచో నొకహిందువుతో నొక క్రైస్తవునకు మైత్రి లేకుండఁబోవును. అట్లయినచో నొక్కొక్క సంప్రదాయము తనచుట్టును పెద్దపెద్ద గోడలను నిర్మించుకొని యూపడుమునే యుండవలసియుండును.

ఆనం:— అమ్మా! నీమాట నాకానందకరముగా నున్నది. నేనుకూడ నిట్లే చెప్పితిని. రూపగుణ స్వభావములచే నెంతమాత్రము నొకరితో నొకరికిఁ బోలిక యుండక పోయినను నిరువురు మానవుల సమ్మేళనమునకెట్టి యాటంకమును లేనప్పుడు మతవిశ్వాస భేదముచే నభ్యంతరము కలుగునట్టు లవకాశమేమున్నది? అమ్మా! విషయమును విమర్శించుచున్న నన్ను నీవు బ్రతికించితివి. అతఁడు తనహృదయమును, సమస్తమును నీకర్పించి యుండెనని నేనెఱుంగుదును. నీసంబంధమున కెట్టి యంతరాయము కలిగినను వాఁడు సహింపఁజాలఁడు. అందుచేతనే యాతని నిషేధించుటకు నేనెంత బాధపడుచుంటినో యంతర్యామియే యెఱుంగును. కాని యాతని యదృష్టము! ఇంత చిక్కులు సులువుగా విడిపోవుట సామాన్యమా తల్లీ! నేనొక్క మాట యడిగెదను. పరేశబాబున కీసంగతి తెలిపితివా?

లలిత సిగ్గుపడుచుకొని 'లేదు. కాని యాయన సమస్తమును సరిగాఁ దెలిసికొని యుండునని నేనెఱుంగుదును' అనియెను. అప్పుడానందమయి 'నీతండ్రి యంతటివాఁడు కాకున్నచో నింతటిబుద్ధియు, నింతటిధైర్యమును నీకెట్లు కలుగును? అమ్మా! నేను వినయునిఁ బిలిచెదను. నీవాతనితో ముఖస్థముగా మాటాడుచుంటివి, నీకీసమయమున నొకమాట చెప్పవలసియున్నది. వినయుని చిన్నతనమునుండియు నేనాతనిం జూచుచున్నాను. వాఁడు సామాన్యుఁడు కాఁడు వానికొఱకు నీవు పడుచున్న కష్టములన్నిటిని వాఁడు సార్థకములుగాఁ జేయునని నేను రూఢిగాఁ జెప్పఁగలను. వినయునిం బడయఁజాలు భాగ్యవతి యెవ్వతె యుండునని నేను చాల దినములనుండి భావించుచుంటిని. అప్పుడప్పు డెన్ని సంబంధములు వచ్చినను నేనంగీకరింపలేదు. ఇప్పుడు మావినయుఁడు భాగ్యవంతుఁడని నాకు నిశ్చయమైనది." అని చెప్పి లలితను ముద్దుపెట్టుకొని వినయునిం బిలిచి యతఁ గూర్చుండ నియోగించి లలిత కాహార సంయోజనము గావించు నెపంబున నానందమయి వెడలిపోయెను.

ఇప్పుడు లలితావినయులలో సంకోచమున కవకాశము లేకుండ, గోరాయు వారి జీవితములందు దోఁచిన కఠినసమస్యయే వారి సాహాయ్యించి వారి పరస్పర సంబంధమును సహజముగను, సంపూర్ణముగను జేసి చూపెను. అదృష్టిసత్యమునందలి కాంత్యావరణము నెట్టి యావేళ బొమ్మ బిందువును మాయించఁబలేదు. ఆయిరువురి హృదయములు నైక్యములైపోయెను. వారి జీవితప్రవాహములు గంగాయమునలంబోలి యొక పుణ్యతీర్థముగా నేకమగుటకు సంసిద్ధములై యుండెను. ఈ సంబంధ మెట్టి యాలోచనయు లేకుండఁగనే వారి విశ్వాసగంభీరభావమునందు ప్రశస్తముగా నంగీకృతమైపోయెను. ఏసమాజమును వారిని బిలువలేదు. ఏమతమును వారిని మేళగింపలేదు. వారిబంధము కృత్రిమము గాదు. ఈసంగతి గ్రహించియే వారు తమసమ్మేళనము కేవలధర్మసంగతమైనట్టిను భవముతోఁ దెచ్చుకొనిరి. అధర్మ మత్యంతము సత్యమైనది. అది యల్పవచనములఁ గైకొని వివాదపడునది కాదు. ఎట్టి పంచాయతీపండితులును దాని నాతంకపఱుపఁజాలరు! అప్పుడు లలిత తన ముఖవచనములఁ బ్రదీప్తములుగాఁజేసి, నీవు నీయాత్మగౌరవమును విడిచి నన్ను గ్రహింపఁదలంచుచున్నావు. ఈయగౌరవమును నేను సహింపఁజాలను. నీస్థానమున నీవు సుస్థిరుఁడవై నిలిచియుండవలయుననియే నాకోరిక!" అనియెను.

విని:— నీవుకూడ నట్లేయుండవలయును. మనప్రేమకు భిన్నభావమే లేనప్పుడు మనకీ ప్రపంచమునం బ్రభేద మెక్కడనుండును?

ఇరువది నిమిషములవఱకును జరిగిన వారిసంభాషణమునందలి సారాంశ మదియే. వారు హిందూ బ్రాహ్మ వాదమును మఱచిపోయిరి. ఇరువురము నేక మానవాత్మలమే యనుమాట వారిహృదయాంతరాళమున నిశ్చలప్రదీపశిఖంబోలి వెలుంగుచుండెను.

౭౦

పరేశుఁడుపాసనానంతరము నింటియెదుటి వరండాలో స్తబ్ధుఁడై కూర్చుండి యుండెను. అప్పుడే సూర్యాస్తమయ మగుచుండెను. ఇంతలో లలితాసహితుఁడై వినయుఁడటకు వచ్చి నమస్కరించెను. ఆయువురు నట్లు కలసి వచ్చుటం గాంచి పరేశుఁడు విస్మితుఁడై కూర్చుండుట కటుఁగుర్చీ లేకుండుటచే 'లోనికిఁబోవుదముగండు!' అనియెను. వినయుఁడు వలదని చెప్పి యచ్చటనే క్రిందఁ గూర్చుండెను. లలితయును దండ్రి పాదముల చెంతఁ గూర్చుండెను. అప్పుడు వినయుఁడు 'మే మిరువుర మొక్కసారిగా మీ యాశీర్వాదముం గైకొనుటకు వచ్చితిమి. అదియే మాజీవితములకు సత్యదీక్ష కాఁగలదు!" అనియెను పరేశుఁడు విస్మయముతో వినయుని మొగము వంకఁ జూచెను.

విన:— నియమబంధములతో, నియమవచనములతో నేను సమాజమునఁ బ్రమాణము చేయఁజాలను. మాకు మీ యాశీర్వాదమే మాజీవితములను వినతములుగను, సత్యబద్ధములుగను జేయఁజాలినదీక్ష యగుచున్నది. మాహృదయములు భక్తితో మీపాదములకుఁ బ్రణమిల్లి యున్నవి. ఈశ్వరుఁడు మాకు మీమూలముననే శుభములను బ్రసాదింపఁగలఁడు!

పరేశుఁడు కొంతసేపటి వఱకు నూరకుండి "వినయా! నీవు బ్రాహ్మదీక్షను గ్రహింపవా?' అని ప్రశ్నించెను.

విన:— గ్రహింపను. హిందూసమాజమునందే యుండెదను.

పరేశుఁడు లలితవంకఁ జూచుటయు నామె యాతని మనోభావమును గ్రహించి 'బాబా! ప్రతికూలమైనను, కష్టమైనను నేను సంపూర్ణముగ నామతమునందే యుండెదను. కాని నాకుఁ బ్రతికూలములగు నాచారములను విడిచినంత మాత్రమున నామతమునకు భంగము కలుగుననుమాట నే నెంతమాత్రము నంగీకరింపఁజాలను. నేను మొదటఁ గేవలము బ్రాహ్మసమాజమే లోకమనియు, దీనివెలుపల నంతయును ధ్వాంతమాత్రమే యనియు, దీనిని ద్యజించుట సత్యముల్లంఘించుటయే యనియు నమ్ముకొంటిని. కాని కొన్నాళ్లనుండి నాకాయుద్దేశము మాఱిపోయినది." అనియెను.

పరేశుఁడు మ్లానభావముతో మందహాసము చేసెను. లలిత మరల "బాబా! నాయందెట్టి ఘన పరివర్తనము కలిగినదో మీకుఁ దెలియుట లేదు. బ్రాహ్మసమాజికులందఱితోడను నాకు మతమునం దేకీభావమున్నదిగాని, వారితో మాత్రము నాకట్టి యైక్యమును లేదు. కేవలము బ్రాహ్మసమాజమను నొకనామము నాశ్రయించినంత మాత్రమున బ్రాహ్మసమాజికులే నావారని, ప్రపంచమునందలి యితరులనందఱను దూర

ముగ దోషినిజేయుట యిప్పుడు నాకుచితముగాఁ దోఁచుటలేదు' అనియెను. పరేశుఁడు దిగ్ర్భాంతస్వభావయగు లలితవెన్నుపైఁ జేతితో నిమురుచు 'అమ్మా! వ్యక్తిగత కారణముమూలముగ హృదయము తీవ్రమైపోయినప్పుడు సరియగు నాలోచనలు తోఁచునా? పూర్వపురుషులు మొదలు ప్రస్తుతసంతతివఱకును గల యొక్కటే పారంపర్యమువలన శ్రేయముం గూర్చుటయే సమాజమువలనఁ బ్రయోజనము. అది కృత్రిమమైనది కాదు. నీభావిసంతతివంటి యతిదూరయోజన వ్యాప్తమగు భవిష్యద్వార మంతయును దేనిపై నాధారపడియుండునో యదియే నీసమాజము! ఈసంగతి నీ వాలోచింపఁదగ వలదా?' అనియెను.

విన:— హిందూసమాజ మున్నదికాదా?

పరే:— అది మీ భారమును వహించుట కంగీకరింపకున్నచో నేమి కావలయును?

వినయుఁ డానందమయి మాటలను స్మృతికిఁ దెచ్చుకొని 'దానినంగీకరింపఁజేయు భారము మేము వహించెదము. హిందూసమాజము సంపూర్ణముగ సకలనూతన సంప్రదాయములకును నాశ్రయ మొసంగును. అది సకలమత సంప్రదాయములకును సమాజము కాఁగలదు!' అనియెను.

పరే:— బాబూ! ఒకవస్తువునుగూర్చి మాటలతో మఱియొక విధముగాఁ జెప్ప వచ్చునుగాని, ప్రత్యక్షముగా నట్లు చూపఁజాలముగదా! కాకున్నచో బుద్ధిపూర్వకముగాఁ బురాతనసమాజము నెవ్వరు వదలుకొందురు? మానవుని ధర్మబోధమును కేవల బాహ్యాచారములచే బంధించి నాతని నొక్కచోటనే యరికట్టఁదలంచుచున్న సమాజమును మన్నించినచో మానవుఁడు కేవలము కొయ్యబొమ్మవలె నుండవలసివచ్చును!

విన:— హిందూసమాజమున కట్టి సంకీర్ణావస్థ తటస్థించినచో దానిని దొలగించు భారము మనము వహింపవలయును. కొన్ని కిటికీలును, ద్వారములును గూర్చినచో వెలుగును గాలియుఁ గలుగుట కవకాశమున్నప్పు డింటిని నేలమట్టముగఁ జేయవలయునని యెవ్వరును దలంపరుగదా!

లలి — బాబా! నాకీమాట లేవియును బోధపడుటలేదు. ఏసమాజమునైన నుద్ధరించు భారమును వహింపవలయునని నాకెట్టి కోరికయును లేదు. కాని నలుదెసల నుండియు నాకుఁ గలుగుచున్న యన్యాయము నాప్రాణవాయువులను బంధించివైచుచున్నది. ఏకారణముచేతనైనను దీనినంతను వహించియుండుట నాకుచితముగ లేదు. ఉచితానుచితములనుగూడ నేను బాగుగా నెఱుంగను. కాని, బాబా! నేను సహింపజాలను!

పరే:— (వ్యాకులముగా) అమ్మా! ఇప్పుడు నీమనసు చెదరియున్నది! ఇంకను గొన్నాళ్లు నిరీక్షించుట మంచిదికాదా?

లలి:— అట్లు చేయుటకు నాయభ్యంతరము లేదు. కాని యసత్యమును నన్యాయమును, నత్యాచారమును గ్రమముగా వర్ధిల్లుచుండు నదియే నానిశ్చయము! అందుచేతనే యెప్పుడైన మీకుఁగూడ మనఃకష్టముం గూర్చుపని జేసినైతు నేమో యని నేను భయపడుచున్నాను. నే ననాలోచితముగఁ బనిచేయుచుంటినని మీరెన్నఁడు ననుకొనవలదు. ఒకవిధమగు సంస్కారమును, నభ్యాసమును గల నేను బ్రహ్మసమాజమును విడిచినచో ననేకకష్టముల ననుభవింపవలసి యుండునని బాగుగ నాలోచించి తెలిసికొనియే యున్నాను. కాని నేనందుకొఱకు కొంతమాత్రమును జంకుట లేదు. మీఁదుమిక్కిలి నాలో నొకవిధమగు ధైర్యమును నానందమును గూడ వర్ధిల్లుచుండెను. ఏపని చేసి యెప్పుడు మీకెట్టికష్టముం గూర్తునో యనిమాత్రమే నేను భయపడుచున్నాను.

అని లలిత మెల్లగా జనకునిపాదముల నొత్తుచుండెను. పరేశుఁడు చిఱునగవుతో 'అమ్మా! నేను నాయొక్కని బుద్ధియందుమాత్రమే యాధారపడి యున్నచో నాయిష్టమునకును, మతమునకును విరుద్ధమగు నెట్టికార్యమునైనను సహింపఁజాలకయుందును. ఇప్పటి నీహృదయావేగము కేవల మమంగళకరమైనదని నేను రూఢిగా నిశ్చయించుట లేదు. నేను నొకప్పుడు మంచిచెడ్డల నాలోచింపక విరుద్ధభావముతో నిల్లువిడిచి వచ్చినవాఁడనే!— సమాజవిషయమున నిప్పుడు జరుగుచున్న ఘాతప్రతిఘాతములలో నయ్యీశ్వరుని దివ్యశక్తియే పనిచేయుచున్నట్లు బోధ యగుచున్నది. అతఁడు నలుదెసలనుండి కూర్చి, మార్చి శోధించి యేవస్తువు నట్లు చేయఁదలంచెనో యెవ్వరెఱుంగఁగలరు? ఆతనికి బ్రహ్మసమాజమన నేమి, హిందూసమాజ మన నేమి! ఆతని కందఱు నొక్కమానవజాతియే!'' అని చెప్పి పరేశుఁడొక్కింతసేపు ముకుళితనయనుఁడై తన నిగూఢాంతఃకరణ మధ్యమునఁ దన్ను నిలుపుకొని స్తబ్ధభావముతో నుండి యనంతరము ''వినయబాబూ! మనదేశమునఁ బ్రతిసమాజమును సంపూర్ణముగ మతాచారములతో మిళితమై యున్నది. మతాచారములకు భిన్నులగువారి నేసమాజమును దనలోనికిఁ జేర్చుకొనఁజాలదు. ఇట్టిచో సమాజమును విడిచి మీరెట్లుందురో నాకు బోధపడుట లేదు!' అనియెను.

లలితకీమాట బాగుగ బోధపడలేదు. ఆమె యితరసమాజమునకును దన సమాజమునకును గలభేదము నెన్నఁడును బ్రత్యక్షముగఁ జూచియుండలేదు. హిందూసంఘమునకును దమకును నొక్కయాచారవిషయముననే తప్ప మఱియెట్టి భేదమును లేదని యామె యుద్దేశము. అందుచే హిందూవివాహము చేసికొనుట కామె కెట్టి యాక్షేపణమును దోఁచుట లేదు.

విన:— మావివాహము సాలగ్రామ సాక్షికముగా జరుగవలసియుండు నని యేనా మీయుద్దేశ్యము?

పరే:— ఔను. లలిత యిందుల కంగీకరించునా?

వినయుఁడు లలితవంకఁ జూచెను: ఆమె సర్వాంతఃకరణమును సంతు చితమైపోయినట్లుండెను. లలిత హృదయవేగముచేఁ దన కపరిచింతమును, కష్టసాధ్యమునగు స్థానమునకు వచ్చిపడియెను. అందువలన వినయుని హృదయము కృతజ్ఞాపూర్ణమయ్యెను. ఈకష్టమంతయును నేనే భరించెదను. ఇంతటి మహత్తర తేజము పరాభూతమై వెనుకకు మరలుట యెంతదుస్సహమో, దుర్గమ విజయోత్సాహముచే మృత్యుబాణమునకు వక్ష మొగ్గుట కూడ నంతటిదారుణమే. నేనీమెకు విజయమును రక్షణమునుగూడఁ గల్పించెదను!" అని వినయుఁడు నిశ్చయించు కొనియెను.

లలిత తలవంచుకొని కొంతసే పూరకుండి పిమ్మట వినయుని వంకఁ జూచి "మీరునిజముగా సాలగ్రామమును విశ్వసింతురా?" అనియెను. వినయుఁడు పరే శునివంకఁ జూచి "విశ్వసింపను! నాయుద్దేశముచే సాలగ్రామము దేవుఁడు కాఁడు. అదియొక సామాజిక చిహ్నము!" అనియెను.

లలి — మనసులోఁ జిహ్నమనియొంచి యుండియుఁ బైకి దేవతగా నంగీక రింపవలయునా?

వినయుఁడు పరేశు నుద్దేశించి "నేను సాలగ్రామము నుపయోగింపను!" అని యెను. పరేశుఁడు చటాలున లేచి వినయబాబూ! నీవేసంగతియును బాగుగ నాలో చించి చూచుటలేదు. ఇది నీయుద్దేశమును బట్టిగాని మతికొందఱి యుద్దేశమును బట్టిగాని జరుగుపనికాదు వివాహము కేవలము వ్యక్తిగతమే కాదు ఇది యొక సామాజికకార్యము! ఈమాట మఱచినచో నెట్లు! మీరింకను గొంతకాల మాలో చించుకొని చూడుఁడు! ఇప్పుడే స్థిరపఱచుకొనవలదు!" అని చెప్పి గదివిడిచి యుద్యానవనమునకుఁబోయి యొంటిగాఁ బజారుచేయుచుండెను.

లలితయును వెడలుట కుద్యమించి యంకను గూఁగి వినయునివంకఁ జూచి మన కోరిక యన్యాయము కానప్పుడు—అది యేసమాజ నియమములకును సంబంధించి యుండలేదను కారణముచేఁ దలవంచుకొని సిగ్గుపడవలసిన యావశ్యకము నాకెంత మాత్రము నగపడుటలేదు. సమాజమున మిథ్యావ్యవహారమునకేగాని, న్యాయాచరణమునకుఁ దావులేదాయేమి?' అనియెను. వినయుఁడు మెల్లమెల్లగా లలితచెంతకు వచ్చి "నే నేసమాజమునకును భయపడుటలేదు. మనమిరువురమును గలసి సత్యము నాశ్రయించినచో మనతో సమానమగు గొప్పసమాజ మింక నెక్కడనైన నుండునా!' అనియెను

ఇంతలో వరదాసుందరి తుపానువలె నటకువచ్చి "వినయా! నీవు దీక్షను గ్రహింపవా?" అనియెను.

విన:— నీసమాజము వలనను గాక నేను తగినగురువువలన దీక్ష గైకొందును.

వర:— (క్రోధముతో) ఈ తంత్రము—ఈ మోసము—ఇంతయేల? దీక్షను గ్రహించునట్లు నటించుచు రెండుదినములనుండి నన్నును, సమాజమువారినిగూడ భ్రమ పెట్టుట నీకు మంచిపనియా? లలితసర్వనాశనమునకు నీవే కారణుఁడవైయుంటివను సంగతి నీవాలోచించుకొనుట లేదా?

లలి:— ఈతని దీక్ష మీసమాజమువా రందఱకు ఇష్టములేనట్లు పత్రికలోఁ జదివితిని. ఇట్టిదీక్ష యేలగైకొనవలయును?

వర:— దీక్ష గైకొనకున్నచోఁ బెండ్లియగుటయెట్లు?

లలి:— ఏల కాఁగూడదు?

వర:— అయినచో నది హిందూవివాహ మైపోదా?

విన:— అట్లే కావచ్చును. స్వల్పవిరుద్ధ పద్ధతులున్నచో నేను వానిని లేకుండఁ జేసెదను.

వరదాసుందరికిఁ గొంతసేపటివఱకును నోట మాటలేకుండెను. పిమ్మట నామె రుద్ధకంఠముతో 'వినయా! నీవు లేచిపొమ్ము! ఇఁక నెన్నఁడును మాయింటికి రావలదు!" అనియెను.

౭౧

గోరా నేఁడు వచ్చునని తెల్లవారినప్పటినుండియు సుచరిత హృదయము కంపించి పోవుచుండెను. ఆమె హృదయమున నానందముతోఁగూడ భయముమిళితమై యుండెను. చిన్నతనమునుండియు నామె జీవిత మెచ్చట వేరుపాతుకొని బలపడి శాఖోప శాఖలచే వ్యాపించుచుండెనో యాస్థానమునుండి సుచరిత నిప్పుడు గోరా తనస్థానమున కాకర్షించుచుండెనని యామె యస్థిరయై యుండెను. అందుచేతనే నిన్న దొడ్డమ్మ యింట గోరా గోపాలమూర్తికి నమస్కరించుట సుచరితకుఁ గత్తితోఁ బొడిచినట్లుండె ను "ఊరకయే నమస్కరించెనా? నిజముగనే విశ్వాసమున్నదా?" అను నాలోచ నతో నామెకు శాంతిలేకుండెను. గోరాచేసిన పని సుచరిత ధర్మవిశ్వాసమునకు విరు ద్ధముగఁ దోఁచుటచే నామె హృదయము కంపించిపోవుచుండెను. ఈశ్వరుఁడామె నిట్టి రణరంగ మధ్యమునం ద్రోసివైచెను.

గోరా వచ్చెను. నవ్యమతాభిమాని యగు సుచరితకు వృత్తాంతము చూపుటకై హరిమోహిని గోరాను దన పూజామందిరమునకుఁ గొనిపోయెను; ఎప్పటివలె గోరా దేవునకుఁ బ్రణామముచేసెను. గోరా తనగదిలోనికి వచ్చినతరువాత సుచరిత యాతనిం గాంచి మీరీదేవునిఁ గొల్చెదరా?" అని ప్రశ్నించెను. గోరా యించుక యస్వా భావిక సాహసముతో "ఔను కొల్చెదను!" అనియెను.

సుచరిత విని తలవంచుకొని యూరకుండెను. ఆ వినమ్రనీరవవేదన గోరా హృదయమున కాఘాతమువలె నుండెను. అతఁడు తొట్రుపాటుతో "సుచరితా చూడుము! నేను నీకు సత్యముచెప్పుచున్నాను నేనీశ్వరమూర్తిని సేవించుచుంటినో లేదో చెప్పఁజాలను గాని నా దేశభక్తిని భజించుచుంటినని చెప్పఁగలను. సమస్తారాధనములును దేనికిఁ జెందుచున్నవో అదియే నాకుఁ బూజనీయమైనది. క్రైస్తవమత బోధకులవలె నేను దానివంక విమదృష్టిని బరగింపఁజాలను!" అనియెను.

సుచరిత యేమేమో యాలోచించుకొనుచు గోరా మొగమువంకఁ జూచుచుండెను. అప్పుడు గోరా "నామాటలు నీకు సరిగా బోధపడవని నే నెఱుంగుదును. ఒక్క సంప్రదాయమునందిడియే పెరిగియున్న నీకు సర్వవిషయములను సహజముగా గ్రహించు శక్తియుండదు. నీ దొడ్డమ్మయింట నున్న గోపాలమూర్తియందు నీకుఁ గేవలము శిలాస్వరూపమే యగపడును! నాకో! భక్తిపూర్ణంబునుఁ గరుణార్ద్రంబు నగు నామె హృదయమగపడును! ఆదృష్టితోఁ జూచు నాకుఁ గోపముగాని తిరస్కారముగాని యెట్లుకలుగును? ఆమె హృదయమునందలి దేవత కేవలము శిలామూర్తియనియేనా నీయుద్దేశము?

సుచ:— ఏదోయొకటి చేసినంత మాత్రమున భక్తికలుగునా? దేనిని భజింపవలయునో యాలోచించుకొనవక్కఱలేదా?

గోరా యించుక యుత్తేజిత హృదయముతో సీమాబద్ధమగు నొకవస్తువు నీశ్వరునిగాఁ దలంచి పూజించుట భ్రాంతియని నీవనుకొనుచున్నావు. కాని కేవలము దేశకాలములనుబట్టియే పరిమితిని నిర్ణయింపవలసినదా? ఈశ్వరసంబంధమగు వేదోక్త శాస్త్రవాక్యము స్మృతికి వచ్చినంతనే నీకు విశేషభక్తి కలుగుచున్నది. ఆవాక్యము వ్రాయఁబడిన పత్రమునుబట్టిగాని యందలి యక్షరములను బట్టిగాని, నీవావాక్యమహత్త్వమును నిర్ణయింతువా? బాహ్యవిస్తీర్ణతకంటె భావవిస్తీర్ణత యధికమైనది గాదా? చంద్రసూర్యతారాఖచితమగు ననంతాకాశముకంటెను మీదొడ్డమ్మ కా చిన్నగోపాలమూర్తి నిజముగ నసీమపదార్థమై యుండెను. పరిమాణగతమగు నిస్సీమమునే నిస్సీమముగ నెంచి నీవు కన్నులు మూసికొని దానిని భావించుచున్నావు. ఇందువలన లాభమున్నదో లేదో నేను చెప్పఁజాలను. కాని హృదయమునందలి యపారతను చిన్న వస్తువునందుఁగూడఁ గన్నులఁ దెఱచియే చూడవచ్చును. అట్లే కాకున్నచో సంసారసుఖములన్నియును నశించిపోయినను మీదొడ్డమ్మ యిప్పుడుగూడ నీగోపాలమూర్తి కొఱకింత కష్ట మెట్లు పడఁగలిగి యుండును?— ఒక్క చిన్నరాతిబొమ్మతో నాడుకొన్నంతమాత్రమున నామె హృదయమునందలి యంతటి శూన్యభావము వదలిపోవుట

కనకాశ మెట్లు కలుగును? భావమున కనంతప్రకాశము లేకున్నచో నంధకారమయ మగు మానవహృదయము తేజఃపూర్ణము కాఁజాలదు!' అనియెను.

ఇట్టి సూక్ష్మతర్కములకు సుచరిత ప్రత్యుత్తర మీయఁజాలదు. అయినను వానిని సత్యములుగా విశ్వసించుట యామె కసంభవముగానుండెను. అందుచేతనే కేవల భాషాహీనంబును, ప్రతీకారహీనంబును నగు నొకవేదన యామె హృదయమును బాధించుచుండెను. ప్రతిపక్షులతో వాదించునప్పుడు గోరాహృదయమునందెన్నఁడును దయ గలుగుటలేదు! కాఠిన్యమే విశేషించియుండెను. కాని నిరుత్తరయగు సుచరిత పరాభవమిప్పు డాతనికి విచారకరముగఁదోఁచెను. అతఁడు కోమలకంఠస్వరముతో "నేను మీమతమునకు విరుద్ధముగ మాటాడఁదలఁచుకొనలేదు. నీవు దేవుఁడు కాఁడని నిందించిన యీగోపాల విగ్రహము కేవల బాహ్యదృష్టిచేమాత్రమే గ్రహింపఁ బడునదికాదు! దానియం దెవ్వరిమనసు స్థిరమగునో, యెవ్వరిహృదయము తృప్తినొందునో యెవ్వరిజీవిత మాశ్రయముం గాంచునో వారికొక్కరికిమాత్రమే దానిసంగతి తెలియును. అది పూర్ణమో, చిన్మయమో, ససీమమో వారికే తెలియును. మన దేశమునం దేభక్తుఁడును సీమాబద్ధమగు పదార్థమును భజించుటలేదు. పరిమిత వస్తువు నందలి పరిమాణభావన లేకుండుటయే భక్త్యానందము!" అనియెను.

సుచ:— కాని, యందఱును భక్తులుకారు.

గోరా:— భక్తిలేకుండఁ బూజించుటవలన నేమిలాభము; భక్తిహీనుఁడగువాఁడు బ్రహ్మసమాజమునమాత్ర మేమి చేయఁగలఁడు! అతని పూజయంతయును శూన్యమధ్యమునఁ బడిపోవుచున్నది అతనికిఁ బక్షపాతమే దేవత; అహంకారమే పురోహితుఁడు! రక్తపాయియగు నిట్టి దేవతను బూజించుట మీసమాజమునం దెన్నఁడును జూడలేదా?

సుచరిత యామాటకు బదులుచెప్పక 'ఈధర్మబోధ యంతయును మీ యనుభవమును బట్టి చెప్పినదేనా?" అనియెను. గోరానవ్వుచు నే నెన్నఁడైన దేవుని భావించితినో లేదో నీవెఱుంగఁదలఁచితివి కాఁబోలును! లేదు! నామన సెప్పుడు నాతని వంకకుఁబోలేదు!" అనియెను. సుచరిత కామాట సంతోషజనకము కాకపోయినను నామెహృదయమునకు మాత్రము విశ్రాంతిని గల్పించెను. ఈవిషయమున నింతసాహసముతో మాటాడుటకు గోరా కధికారములేదని యామె యొకవిధముగా నిశ్చయించుకొనియెను.

గోరా:— ఎవ్వరికైనను ధర్మమును బోధింపవలసిన బాధ్యత నాకులేదు. కాని నాదేశీయుల భక్తిని నిందించినచో నేను సహింపఁజాలను. నీవు నీదేశీయులను మూఢులుగను, ప్రతిమామాత్రులుగను భావింతువు. నేను వారినందఱను జ్ఞానులుగను భక్తుల

గను భావింతును! మాధర్మతత్త్వమునం దెట్టి మహత్వ మున్నదో భక్తితత్త్వమునం దెట్టి గంభీరత్వ మున్నదో యచ్చటనే నాదేశహృదయమును శ్రద్ధతో నిలుపవలయునని నేను కోరుచుందును. నాదేశసంపత్తిగలచోటనే నాదేశాభిమానమును వెల్లడింపవలయునని నేను తలంచుచుందును. నేను నాదేశమునకుఁ దలవంపు కలుగనీయను—నాదేశము తన్నుఁదాను నిందించుకొనుటకుఁగాని తన సత్యమును గ్రహింపలేకుండుటకుఁగాని నేను సహింపఁజాలను. ఇదియే నాప్రతిజ్ఞ! నీయొద్దకుఁగూడ నేనిప్పుడందుకొఱకే వచ్చితిని. నిన్నుఁజూచినది మొదలు నాహృదయమునం దొకనూత్న భావము తోఁచుచున్నది. ఇంతవఱకు నేనాసంగతి తెలిసికొనలేదు. కేవల పురుషదృష్టియందే భారతవర్షము సంపూర్ణముగఁ బ్రత్యక్షమగుటలేదనియు స్త్రీదృష్టికూడఁ గలసినప్పుడే దానికి సంపూర్ణత్వ మగపడుననియు నాకిప్పుడు తోఁచుచున్నది. అందుచేతనే నీచూపులోఁ జూపుఁగలిపి నాదేశమును సంపూర్ణముగఁ బ్రత్యక్షముగఁ జేసికొనవలయునను కోరిక నన్నిప్పుడు బాధించుచున్నది. నాభారతవర్షమునంగాంచుటకై కేవల పురుషుఁడనగు నేను పరితపించుచుంటిని. కాని నీవు లేకున్నచో దీపమును వెలిగించి దానిని వెదకి కనుఁగొనుటయెట్లు? నీవుదూరమునందే యున్నచో నాభారతవర్షసేవ సర్వాంగసుందరము కాఁజాలదు

ఆహా! ఎక్కడభారతవర్షము! ఎక్కడిసుచరిత!—ఈభారతవర్ష సాధకుఁడు—ఈయాత్మవిస్మృతతపోధనుఁడు—ఎక్కడనుండి వచ్చెను? అందఱనుత్యజించి యాతఁడామె పార్శ్వముననే నిలువఁబడియెను! అందఱను విడిచి యాతఁడామెనే పిలిపించెను. ఎట్టి సంశయమును లేదు! ఎట్టి యడ్డమును లేదు! నీవులేకున్నచో గతిలేదు—నిన్నుఁగైకొనుటకే వచ్చితిని! నీవు పూనుకొనకున్నచో నాయజ్ఞము సంపూర్ణము కానేరదు! ఇదియే గోరాప్రార్థన!'-సుచరితకన్నుదమ్ములవిరళాశ్రుధారా సంసిక్తములైపోయెను. ఎందుచేతనో యామెకే బోధపడుట లేదు!

గోరా సుచరిత మొగమువంకఁ జూచెను. ఆదృష్టియెదుట నామె యశ్రుసిక్త నయనద్వయము వినతము కాలేదు. విచారహీనంబులగు శిశిరమండిత కుసుమములంబోలి యాకన్ను లాత్మవిస్మృతభావముతో గోరా మొగమువంకనే వికసితములై యుండెను నిస్సంకోచములును, నిస్సంశయంబులును. నశ్రుధారాప్లావితంబులు నగు సుచరిత యాకన్నులయెదుట భూకంపముచేఁ జంద్రశిలామయ రాజప్రాసాదము వలె గోరా సమస్త శరీరమును జలించిపోయెను. గోరా యతికష్టముతో నాత్మసంవరణము గావించుకొనుటకై మొగము మరల్చుకొని కిటికీవంకఁ జూచెను. అప్పటికి సంధ్యా సమయమయ్యెను. దూరమునందలి విశాలాకాశమున నీలశిలాసన్నిభంబగు నంధకారమునఁ జుక్కలు తోఁచుచుండెను. ఆయాకాశఖండమును, నందందుఁదోఁచుచున్న

చుక్కలును గోరా నప్పు డాతని సంసార బాధ్యతలను, చిరాభ్యస్తమైనందిన నిర్దిష్ట కర్మములను గూడఁ జాలదూరమునకును గొనిపోయెను. ఆనీలాకాశమండలమునందలి యాచుక్కలు బహుదూరమునందుండి యనేక రాజసామ్రాజ్యముల యుత్థానపతనములను, ననేక యుగయుగాంతర కష్టసుఖములను, ననేక ప్రార్థనములను నిర్లిప్త భావముతో నిరీక్షించుచుండెను. మఱియు నతలస్పర్శంబగు గభీరతామధ్యమునుండి యొక హృదయము మఱియొక హృదయమును బిలుచుచున్న పిలుపునందలి వాగ్విహీనం బగు నిగూఢజగద్వ్యాకులత్వ మనంతదూరాకాశమునందలి దూరతారకలను గూడఁ గంపింపజేయుచుండెను. కర్మతరంబులగు కలకత్తా వీథులయందలి బండ్లును, గుఱ్ఱములును, బధికులును గోరా కానిమిషమునకు ఛాయాచిత్రములంబోలి సత్త్వవిహీనము లైపోయెను. నగర కోలాహలమాతని చెవికడకు వచ్చుటయేలేదు. ఆతఁడిప్పుడు తన హృదయముననే పరిశీలించుకొనుచుండెను. అదియు నకాశ్యాకాశముంబోలి నిస్తబ్ధమును, నిశ్చలమును, నంధకారమయముంబును నైయుండెను. అందు సక్తము లగు నాపరలోకరహస్య పద్మములు మాత్రము నిర్నిమేషములై యనాదికాలము నుండి యనంతకాలమువఱకును బరిశీలించుచుండెను.

ఇంతలో హరిమోహిని వచ్చి "బాబా! కొంచెము తేనీరు త్రాగవా?" అనియెను. ఆకంఠస్వరము విని గోరా యులికిపడి ఇప్పుడు వలదు! క్షమింపుము! నేను పోవలయును." అని చెప్పి ప్రత్యుత్తరమున నపేక్షింపకుండఁగనే యతివేగముగ వెడలిపోయెను. హరిమోహిని విస్మితయై సుచరితవంకఁ జూచెను. సుచరితయు నాగదినుండి లేచిపోయెను. హరిమోహిని తలయూఁచుచు మరల నిదియేమి?" అని యాలోచింపఁదొడంగెను.

మఱికొంత సేపటికిఁ బరేశుఁడు వచ్చి 'రాధారాణియెచ్చట నున్నది?" అని ప్రశ్నించెను. హరిమోహిని విరక్తకంఠస్వరముతో ఏమో! ఇంతవఱకును గౌరమోహనునితో మాటాడుచు నేయున్నది ఇప్పుడు డాబామీఁద నొంటిగాఁ బచారుచేయుచున్నది కాఁబోలును!' అనియెను. పరేశుఁ డాశ్చర్యముతో 'ఈచలిలో నంధకారములో డాబామీఁదనా?' అనియెను. హరిమోహిని యాక్షేపముగా ఇప్పటి యాఁడువాండ్రకు శీతబాధ యంతగా లేదు!' అనియెను. హరిమోహిని మనసు చెడిపోయినది. క్రోధముచే నామె సుచరితను భోజనమునకుఁ బిలువలేదు. పాపమా సుచరితకు వేళ తెలియుటలేదు!

ఆకస్మికముగఁ బరేశుఁడు డాబామీఁదికి వచ్చుటంగాంచి సుచరిత లజ్జితయై "బాబా! క్రిందికిఁబోవుదము! మీకుఁ జలిగానుండును!' అనియెను. పిదప నిరువురును గదిలోనికి వచ్చిరి. దీపపు వెలుఁగునఁ బరేశుని యుద్విగ్నవదనముం గాంచి సుచ

రిత తల్లడపడిపోయెను. ఇంతకాలమునుండియు బిడ్డనిహీనయగు తనకుఁ దండ్రియు, గురుండును నైయున్న యాతనిచెంతనుండి నాస్తికవ సమస్త బంధములను ద్రెంచుకొని సుచరిత యిప్పుడు దూరమై పోవనైయున్నది! ఆమె యెంతమాత్రమును దన్నుఁదాను క్షమించుకొనఁజాలకుండెను. పరేశుఁడు శ్రాంతుడై కుర్చీపైఁ గూర్చున్న తరువాత సుచరిత తనయశ్రుగోపనముం గావించుకొనుటకై యాతనివెనుక నిలిచి మెల్లమెల్లగా నాతనిపలిత కుంతలములను గోములకరాంగుళులచే సవరించుచుండెను.

అప్పుడు పరేశుఁడు 'వినయుఁడు దీక్షను సమ్మతింపలేదు' అనియెను. సుచరిత మాటాడలేదు. పరేశుఁడు మగల 'ఆవిషయమున నాకిదివఱకే సంశయముగా నున్నది. అందుచే నాకిప్పుడది యత్యంతకష్టముగాఁ దోఁపలేదు. కాని దీక్షఁ గైకొనకున్నను వినయునిఁ బెండ్లియాడుట లలితకేమియును కష్టముగఁ దోఁచుటలేదు" అనియెను! సుచరిత తత్క్షణమే యతితీవ్రస్వరముతో "బాబా! అదియెట్లు జరుగును? ఎంతమాత్రమును జరుగదు!" అనియెను. సుచరిత యెన్నఁడు నింత తొట్రుపాటుతో మాటాడి యుండలేదు. ఆమెకంఠస్వరమునందలి యాకస్మికావేదనాప్రాబల్యమునకుఁ బరేశుఁడాశ్చర్యపడి "అమ్మా! ఎందుచేత జరుగఁగూడదు?" అని ప్రశ్నించెను.

సుచ:— ఏమతానుసారముగా జరుగును?

పరే:— హిందూమతానుసారముగనే —

సుచరిత సవేగముగఁ దలత్రిప్పుచు 'కాదు! కాదు! ఇదియేమి? ఇట్టిమాట మనసునందైనఁ దలంచుట యుచితముకాదు. తుదకు దేవతాపూజతో లలితకుఁ బెండ్లియా? ఇదియెంతమాత్రము నాచరణీయముకాదు!" అనియెను. గోరా సుచరిత హృదయము నిప్పుడు బలవంతముగ నాకర్షించుచుండుటచేతనే యామె హిందూ వివాహముంగూర్చి యిట్టి యస్వాభావికాక్షేపముం గావించియుండెను. ఆ యాక్షేపమధ్యమునందు 'నేను నిన్ను విడువను. ఎప్పటికిని నీసమాజమునందే నీమతమునందే యుండెదను. ఎంతమాత్రమును నీశిక్షానియమముల నతిక్రమించుదానను గాను!' అను సుచరిత మనస్సిరోద్దేశము గర్భీకృతమై యుండెను.

పరే:— ఈవివాహమున సాలగ్రామపూజ లేకుండఁ జేయుటకై వినయుఁడంగీకరించినాఁడు!

సుచరిత పరేశున కెదురుగఁ వచ్చి కుర్చీపైఁ గూర్చుండెను. పరేశుఁడామెం గాంచి "ఈసందర్భమున నీవేమిచెప్పెదవు?" అని ప్రశ్నించెను. సుచరిత యించుక సేపూరకుండి 'అట్లయినచో మన సమాజమునుండి సుచరితను దొలఁగింపవలసివచ్చును!'' అనియెను. పరేశుఁడు మృదుస్వరముతో 'ఈవిషయమై నేను చాలవఱకాలోచించితిని. ఒకవ్యక్తికి సంఘముతో భిన్నాభిప్రాయము కలిగినప్పుడు "ఏపక్షమున న్యాయము

న్నది! ఏపక్షమున బలమున్నది?” అని రెండుసంగతుల నాలోచించుకొనవలయును. సంఘము బలవంతమైనదనుట నిశ్చయమే కదా! అందుచే దానికి విరుద్ధముగఁ జరించు వ్యక్తికి కష్టములపాలు గావలసియుండును కాని నేనీమూలమున దుఃఖము ననుభవించుటకే సిద్ధపడుట లేదనియు, నాకిందానందమే బోధయగుచున్నదనియు లలిత మాటిమాటికిని జెప్పుచున్నది! ఇదియే సత్యమై, యిందెట్టియన్యాయమును లేనప్పుడు నేను లలితను నిషేధించుట యెట్లు?’ అనియెను.

సుచ:— కాని బాబా! ఇదియెంతకష్టము!

పరే.— దీనివలన నొకకష్టము కలుగునని నేనెఱుంగుదును కాని లలితకు వినయుని బెండ్లియాడు టెంతమాత్రమును దోషము కానప్పుడు—అది యుచితమే యైనప్పుడు కేవలసమాజనిర్బంధమునకు లోఁబడుట కర్తవ్యము కాదని నాయంతరాత్మ బోధించుచున్నది. మానవుఁడే సమాజాధికారమునకు లొంగియుండవలయుననుటయెన్నటికిని న్యాయము కాదు—సమాజమే మానవాధికారమునకుఁ లోఁబడి తన్నుఁదాను సుప్రశస్తముగాఁ జేసికొనవలయును. ఈవిషయమునఁ గష్టములకోర్చి పనిచేయువారిని నేను నిందింపఁజాలను!

సుచ.— బాబా! ఇందువలన నందఱికంటె మీకే యెక్కువకష్టము కలుగును!

పరే:— అది విచారణీయాంశము కాదు

సుచ:— బాబా! మీరంగీకరించితిరా?

పరే:— ఇంకను లేదు. కాని యంగీకరింపవలసినదే! ఇట్టిస్థితిలో లలిత నాశీర్వదించువారు నాకంటె నొరులెవ్వరున్నారు? దేవునికంటె నామెకు సాయపడువా రెవ్వరున్నారు?

అని చెప్పి పరేశుఁడు వెడలిపోయెను. సుచరిత స్తంభితయైపోయెను. పరేశుఁడు లలిత నెంతగా ప్రేమించుచుండెనో, యామె యెఱుంగును. లలిత నిరూఢమగు మార్గమును వదలి యనిర్దేశ్య పథమునఁ బ్రవేశించుట యాతని కెంతకష్టముగా నుండెనో యామె గ్రహించుకొనియెను. ఇట్టిస్థితిలో నీవయసునందు నిట్టివిప్లవమునకు సాయముచేయఁ జూచుట యెంతకష్టము! పరేశుఁడు మాటలలోఁ దనదీవ్రశక్తి నెంతమాత్రమును బ్రకటింపకపోయినను నది యాతనిలో ననాయాసముగ నాత్మగోపనముం గావించుకొని యున్నట్లు గోచరించుచునే యుండెను.

పరేశుని ప్రకృతియందలి వైచిత్ర్యముం గాంచుటకు సుచరితకిదివఱ కవకాశము లేదు చిన్నతనమునుండియు నామె యాతనిం జూచుచునే యుండెను. కాని కొలఁది నిమిషములకుఁ బూర్వము గోరా యభిఘాతములకు సహించియున్న యామె హృదయ మిప్పు డాయిరువురి స్వభావభేదములను స్పష్టముగా ననుభవమునకుఁ దెచ్చుకొనుచుండ

నుండజాలకపోయెను. గోరా కాంక్ష ప్రచండమైనది! అతఁడు తన విశ్వాసమును తీవ్రముగ నుపయోగించి యితరులను పరాజితులనుగాఁ జేయును. అతనిసంబంధమును గోరువారందఱు నాతనిమాటకుఁ దల యొగ్గవలసినదే. సుచరితయు నిప్పుడట్లే యయ్యెను. అదియామె కానందమునే కలిగించెను. ఆత్మసమర్పణముం గావించుకొని యొక మహద్వస్తువుం బడసినట్లుగా నామె కనుభవమయ్యెను. కాని, యిప్పు డామె తనగదియందలి దీపపువెలుఁగునఁ బడి చింతావనతవదనముతో వెలుపలి యంధకారమునం బడిపోవుచున్న పరేశుని, యౌవనతేజోదీప్తుఁడగు గోరాతోఁ బోల్చుకొనియును దనయంతరంగమునందలి భక్తిపుష్పాంజలిని విశేషించి పరేశుని పాదకమలములయందే సమర్పించెను ఆమె యట్లే ముకుళితకరకమలముల నొడియందుంచుకొని చాలసేపటి వఱకును శాంతభావముతోఁ జిత్రప్రతిమవలెఁ గూర్చుండియుండెను—

౭౨

గోరాయింట నేఁటియుదయము నుండియు నాందోళనముగా నుండెను. ముందుగా మహిముఁడు హుక్కా త్రాగుచు వచ్చి గోరానుజూచి "ఇన్నాళ్లకు మీ వినయుని సంకెలలు వదలిన వనుకొందును!' అనియెను. ఆమాట కర్థము బోధపడక గోరా యూరక చూచుచుండుటయు మహిముఁడు మరల నాయొద్దఁగూడ రహస్యమా? మీ మిత్రునిసంగతి దాఁగువడి కాదు! దేశమంతటను మ్రోగిపోవుచున్నది. ఇదిగో! చూడుము'' అని యొకవార్తాపత్రిక నాతనికిచ్చెను. అందు వినయుని బ్రహ్మసమాజదీక్షఁగూర్చి వ్రాయబడి యుండెను! "బ్రహ్మసమాజమునందలి యాఁడుబిడ్డల భారముగల కొందఱు పెద్దమనుష్యులు గోరా జైలులోనున్న సమయమును జూచి చంచలహృదయుఁడును దరుణవయస్కుఁడునగు వినయునాకర్షించి హిందూమతము నుండి తప్పించియున్నారు'' అను విషయము నెవ్వరో యనేక కటుభాషణములతో వ్రాసియుండిరి. గోరా కీసంగతి తెలియదనుట మొదట మహిముఁడు నమ్మలేదు. తరువాత నింతరహస్యముగా వ్యవహరించిన వినయునిగూర్చి యాశ్చర్యపడి వినయుఁడు మన శశిని బెండ్లియాడెదనని స్పష్టముగాఁ జెప్పియుండియు నామాట తప్పిపోవుటను బట్టియే యాతని సర్వనాశమునకు సూత్రపాతమైనట్లు మనము గ్రహింపవలసినది!'' అనియెను.

ఇంతలో నవినాశుఁడు వగర్చుకొనుచువచ్చి 'బాబూ! ఏమని చెప్పుదును? ఇట్లగునని కలలోనైన భావింపలేదు. వినయబాబుకూడను' అని యామాట ముగింపలేకపోయెను వినయునకుఁ గలిగిన యీయపఖ్యాతిమూలమున! దన మనసునందోఁచు నానందము నాతఁడు ప్రకటింపఁ జాలకపోయెను—క్రమక్రమముగా గోరా సమాజమునందలి ముఖ్యులగువారందరును వచ్చి వినయునిలోపముల ననేకవిధముల నుగ్గడించు

ము ‘ఈవిషయమున వింతపడనక్కఱలేదు. వినయుని హృదయమునకు సంశయమును, చాంచల్యమును గ్రొత్తగాఁ గలుగలేదు. అతఁడు మనసమా-జమునం దెన్నఁడును త్రికరణశుద్ధిగా నాత్మసమర్పణము చేసికొని యుండలేదు అతఁడు మొదటినుండియు గౌరమోహనునితో సమానముగ నుండఁదలఁచుట మాకందఱకు నసహ్యముగనే యుండెను! ఏమైననేమి? తుద కీవిధముగాఁ బరిణమించినది!’ అని నిందింపఁ దొడంగిరి. తుదకు వారందఱును బాబూ! మేము వినయునివలె విద్వాంసులము కాము మాకంతటి బుద్ధియును లేదు; మేమొక్క టేపద్ధతి ననుసరించి పోవుదుము. మాకు మనసులో నొకటియు, మాటలో నింకొకటియు లేదు. మేము నేఁడెట్లుందుమో రేపుగూడ నట్లే యుందుము. ఇందుకొఱకు మీరు మమ్ములను మూర్ఖులనినను, నజ్ఞానులనినను మఱియేమనినను సరియే!’ అని చెప్పఁదొడంగిరి. గోరా వారిమాటల కెట్టియుత్తరమును జెప్పక సుస్థిరుఁడై కూర్చుండెను!

వేళ యతిక్రమించుటచే నొక్కొక్కఁడు వెడలిపోవుచుండిరి. అప్పుడు వినయుఁడు వచ్చి మేడమీఁది కెక్కుచుండుటం గాంచి గోరా చటాలునలేచి వెలుపలకి వచ్చి ‘వినయా! అని పిలిచెను. వినయుఁడు గదిలోనికివచ్చెను. అప్పుడు గోరా ‘వినయా!’ నేను నీకెట్టి యపకారము చేసితిని! నీవు నన్నేల విడువఁదలఁచితివి?’ అని ప్రశ్నించెను. గోరాతో నేఁడు పోరాటమగునని యెంచి వినయుఁడు ముందుగనే మనసును గఠినముగఁ జేసికొని వచ్చియుండెను. కానియిప్పుడు గోరా మొగమున విచారచిహ్నమును, కంఠస్వరమున విషాదవేదనయు గోచరించుటచే వినయుని మన స్స్థైర్యమంతయు విచ్ఛిన్నమైపోయెను అప్పుడు వినయుఁడు ‘సోదరా! గోరా! నీవు నన్నుఁ బొరపాటుగ భావింపవలదు. జీవితమునం దనేక పరివర్తనములు ఘటిల్లును. అనేకవస్తువులను త్యజింపవలసివచ్చును! అంతమాత్రమున మిత్రత్వము నేల త్యజింపవలయును?” అనియెను. గోరా యొక్కింతసే ఊరకుండి ‘వినయా! నీవు బ్రాహ్మమతదీక్షను గ్రహించితివా?” అనియెను.

విన:— లేదు గోరా! గ్రహింపలేదు! గ్రహింపను. కాని నేను దానిపై నెట్టి భారము నుంచఁదలంచుకొనలేదు.

గోరా:— ఆవగా నీయభిప్రాయ మేమి?

విన:— బ్రాహ్మదీక్షను గ్రహించుటయా, గ్రహింపకుండుటయా యను నీవిషయమును విశేషముగఁ జర్చింపవలయు నను నుద్దేశము నాకిప్పుడు లేదు

గోరా:— ఈభావము నీకుఁ బూర్వమందే యున్నదా, యిప్పుడు కలిగినదా యని యడుగుచున్నాను.

విన: — పూర్వమెవ్వరైన హిందువులు బ్రాహ్మసమాజమునఁ గలసినచో వారి కెట్లయినఁ దగినశాస్తి చేయవలయునని నాకుఁ గోపము కలుగుచుండెడిది. కాని యిప్పుడట్లులేదు. మతమును మతముచేతను, యుక్తిని యుక్తిచేతనే, యెదుర్కొనవలయును గాని బుద్ధివిషయమును గ్రోధముచే దండించుట కేవలము నైచ్యమని నాకిప్పుడు తోఁచుచున్నది!

గోరా: — హిందువు బ్రాహ్మసమాజమునఁ జేరినచో నీకుఁ గోపము కలుగదు గాని బ్రాహ్మసామాజికుఁడు ప్రాయశ్చిత్తముచేసుకొని హిందువైనచో నీకిప్పుడు గోపముగా నుండవచ్చును.

విన: — ఇదినీవు నాపైఁ గోపముచేఁ జెప్పినదిగాని, యాలోచించి చెప్పినమాట కాదు

గోరా — ఇట్లుండుట యుచితమని నేను నీయందలి గౌరవముచేతనే చెప్పితిని! నేనైనచో నిట్లేయుందును. మతగ్రహణము, మతత్యాగము రంగులతో రూపమును మార్చినట్లే బహిరంగకమయ్యెనైనచో నింకఁ జెప్పవలసినదేలేదు. కాని మతమనునది యాంతరంగిక విషయమగుటచే దానిని జులకనగాఁ జూడఁజాలము! ఎట్టి యాతంకమును లేక, యెట్టి శిక్షయును లేకయే యున్నచో గురుతరమగు మతగ్రహణమునందును, మతపరివర్తనమునందును మానవుఁడంతగా దనబుద్ధినంతయు వినియోగించి యేల యోచింపవలయును? సత్యమును సత్యముగా గ్రహించెనో లేదో మానవుఁడు పరీక్షింపఁబడవలయును. అందుకొఱకు శిక్ష నంగీకరింపవలయును! మూల్యము లేకుండ సత్యరత్నము లభింపబోదు!

వాదించువారికి విశ్రాంతి యనుమాటలేదు. మాటలపై మాటలు బాణములపై బాణములవలె వచ్చిపడి పరస్పర సంఘాతముచే నగ్ని స్ఫులింగములు వర్షించుచునే యుండును. చాలసేపు వాగ్యుద్ధము జరిగినతరువాత వినయుఁడు లేచి "గోరా! నీప్రకృతికిని నాప్రకృతికిని మూలగతప్రభేదమున్నది. అదియింతవఱకు నెట్లో యడఁగియున్నది దానిని నేను తలయెత్తకుండఁ జేసియుంచితిని. ఏమనిన భిన్నాభిప్రాయులగువారితో సంధిచేసికొనుట నీవెఱుంగవు. ఒక్కసారిగా ఖడ్గహస్తుడవై లేచెదవు. అందుచేతనే నీమిత్రత్వమును రక్షించుకొనుటకై నేనింతవఱకును నాస్వభావము నడఁగించుకొంటిని అందువలన నెట్టిలాభమును లేదని నేనిప్పుడు తెలిసికొంటిని" అని యెను.

గోరా: — ఇప్పుడు నీయభిప్రాయమేమో స్పష్టముగాఁ జెప్పుము!

విన: — ఇప్పుడు నేనొంటిగనే యుండెదను సమాజమను రాక్షసుని శాంతింపఁ జేయుటకు మానవుఁడు ప్రతిదినమును బలియగుచుండవలయును; ఎంతటి ప్రాణసంకట

మైనను నాతని శాసనపాశమును గళబంధముగాఁ జేసికొని చరింపవలయును. ఇది నే నింతమాత్రము నంగీకరింపఁజాలను.

గోరా:— మహాభారతమునందలి విప్రకుమారునివలె గడ్డిపోచతో నీవా బకాసురుని జంపఁదలఁచితివా యేమి?

విన:— నేనాతని జంపఁగలనో లేనో యెఱుంగను గాని నన్నుఁ జంపుకొని తిను నధికార మాతనికున్నట్లు నేనంగీకరింపను.

గోరా:— నీవు సమస్తమును రూపకాలంకారముతోనే మాటాడుచున్నావే. గ్రహించుట కష్టము గానున్నది

విన:— నీకు గ్రహించుట కష్టము కాదు. సమ్మతించుట కష్టము! స్వభావము చేతను, ధర్మముచేతను స్వతంత్రుఁడగు మానవుని, మతసమాజము తినుట, నిద్రించుట వసించుట మొదలగు వానియందుఁగూడ నిరర్థకబంధములచే బంధించుచున్న సంగతి నీకుమాత్రము తెలియనిది కాదు. కాని యిట్టి నిర్బంధమును నిర్బంధముచేతనే నీవు గౌరవింపఁజూచుచున్నావు నేనిప్పుడెవ్వఁరి నిర్బంధమును లక్ష్యము సేయఁదలఁచు కొనలేదు. నాకుచితమగు బాధ్యతను గణించునంతవఱకు నేను సమాజమును మన్నింతును అది నన్ను మానవునిగాఁ దలంపక యంత్రప్రతిమగాఁ జేయఁదలఁచినచో నేను దానిని పుష్పచందనములతోఁ బూజింతునా?–లోహ యంత్రముగాఁ బరిగణింతును!

గోరా:— అనగా నీవు బ్రాహ్మదీక్ష గ్రహింతువా?

విన:— గ్రహింపను!

గోరా:— లలితను పెండ్లియాడెదవా?

విన:— పెండ్లియాడెదను.

గోరా:— హిందూవివాహమేనా?

విన:— ఔను.

గోరా:— పరేశునకిది యిష్టమేనా?

విన:— ఇదిగో! అతని యుత్తరము!

గోరా యాయుత్తరమును జదివెను. అందలివిశేషాంశమిట్లున్నది:—

'నాయిష్టానిష్టపద్ధతులంగూర్చి గాని, మీయనుకూల ప్రతికూలగతులం గూర్చి గాని నేనేమియుఁ జెప్పఁదలంచుకొనలేదు. నామతమును, నాసమాజమును మీ రెఱింగి నదే. ఏశిక్షాసంస్కారముల మధ్యనుండి లలిత పుట్టి పెరిగినదో యాసంగతియు మీ రెఱుంగనిది కాదు. అంతయు నెఱింగియుండియే మీరు మీమార్గమును నిశ్చయించు కొంటిరి. నేను చెప్పవలసినదేమియును లేదు. నేనుబాగుగ నాలోచింపకుండ

గనే నాబాధ్యత వదలుకొంటినని మీరనుకొనవలదు నాశక్తియంతయు నుపయోగించియే చేసాలోచించితిని. మీ సమ్మేళనమును నిషేధించుటకు ధర్మసంగత మగు కారణమేమియు నగపడలేదు మీయందు నాకుఁ బూర్ణగౌరవమున్నది. ఇప్పట్టున మీకు సమాజనిష్ఠ ధమునకు లోఁబడనక్కఱలేదు. నేనొక్కటేమాట చెప్పుచున్నాను. సమాజము నల్లంఘించవలెంచి నప్పుడు మీరు దానికంటె గొప్పవారు కావలయును. మీ ప్రేమయును, మీ సమ్మిళిత జీవనమును కేవల ప్రళయ శక్తిసూచన మాత్రముకే కాక సృష్టిస్థితి తత్త్వబోధకములై యుండవలయును. కేవల మీ యొక కార్యమువందే యాకస్మిక మున్నాహసమును జూపుటవలన లాభము లేదు. ఇంక ముందు మీ జీవితక్రియలన్నియును వీరనూతన గౌరవితములై యుండవలయును. అట్లు కాకున్నచో మీకత్యంతము పతనము కలుగును. సమాజము మిమ్ములను సర్వసాధారణముతో సమానస్థానమున నిలుపనీయదు! నీ యాత్మశక్తిచే మీరీసాధారణులను మించకున్నచో వీరికి మీరు లోఁబడవలసివచ్చును. మీభవిష్యత్సుఖదుఃఖముల గూర్చి నాకనేక సంశయములున్నవి. కాని యాకారణముచే మిమ్ముల నడ్డగించుటకు నాకట్టి యధికారము లేదు. ఈప్రపంచమునఁ దమ జీవితములను సాహసముతో నర్పించి నూతన విషయములను సిద్ధాంతముచే యుటకు సంసిద్ధులగువారి మూలముననే సమాజమునకు గౌరవము కలుగుచున్నది! కేవల నిజమములను బాటించువారు సమాజమును భరించువారు మాత్రమే యగుదురుగాని దానిని ముందటికి నడపించువారు కానేరరు. కావున నాపిఱికితనమును, సందేహమును గారణముగా నేను మీమార్గమును నిరోధింపఁజాలను. మీకు న్యాయమని తోఁచినదాని నెట్టి కష్ట మధ్యమునందైనను బరిపాలింపుఁడు! ఈశ్వరుఁడు మీకుఁ దోడగుఁగాక! ఈశ్వరుఁడొక్క యవస్థామధ్యమునందే తన సృష్టినంతను సంకెలలతో బంధించి యుంచలేదు; నవనవపరిణామ మధ్యమునం దాతఁడు దానిని జీవనవంతముగాఁ జేసి ప్రదర్శించుచున్నాఁడు! మీరా యుద్బోధనమునకు దూతలంబోలి మీ జీవితములను కాఁగడలను వెలిగించుకొని దుర్గమపథంబునం దగ్రగాములగుచున్నారు—విశ్వపథప్రవర్తకుఁడగు నీశ్వరుఁడే మీకుఁ దోవ జూపించును! నాత్రోవనే నడువవలయునని నేను మిమ్ములను శాసింపఁజాలను. నేనును మీ వయస్సునందే యొకప్పుడు నాయోడను గాలివాన కెదురుగా నడిపించితిని; ఎవ్వరి నిషేధమును బాటింపలేదు. ఇప్పటికిని నాకావిషయమునఁ బశ్చాత్తాపములేదు. అందుఁ బశ్చాత్తాపపడుటకుఁ గారణమేమున్నది? మానవుఁడు తప్పులను జేసి కష్టముల ననుభవించుచుండియు, నూరకుండక తనకుచితమని తోఁచిన పనియం దాత్మసమర్పణము చేసికొనుచునే యుండును. ఈవిధముగాఁ బవిత్రసలిలమగు సంసారవాహిని చిరకాలమునుండి ప్రవహించుచుండెను. దీనిమూలమున నెప్పుడైనఁ గూలములకు శైథిల

ము కలుగునను శంకచే నీప్రవాహము నడ్డగించినచో మృత్యుదేవత నాహ్వానించినట్లగు నని నేను నిశ్చయముగాఁ జెప్పఁగలను. అందుచేతనే మిమ్ముల ననివార్యవేగముతో సమాజమునుండి స్వచ్ఛందసుఖస్థానమున కాకర్షించుచున్న దివ్యశక్తికి నేను భక్తితో బ్రణమిల్లి మీ యిరువురినిఁగూడ నాతనిచేతులలో సమర్పించివైచితిని. అతఁడే మీ యపవాదకళంకమును, మీ బంధువిచ్ఛేదమును మఱపించి మీ జీవితములను సార్థకములుగాఁ జేయును! ఇంతటి దుర్గమపథంబునకు మిమ్ముల నాహ్వానించిన యాతఁడే మిమ్ములను గమ్యస్థానమునకుఁ గొనిపోవును!'

గోరా యంతయును విని యూరకుండుటయు వినయుఁడు 'గోరా! నీవును బరేశబాబువలెనే నీసిద్ధాంతానుసార మీ వివాహమును నంగీకరింపవలయును!' అనియెను. గోరా యాలోచించి 'వినయా! కూలములను భంగించు ప్రవాహమునందే యాతఁడుండెను. కావునఁ బరేశుఁడిందుల కంగీకరించెను. నా ప్రవాహము కూలములను రక్షించునది కావునఁ నే నట్లంగీకరింపఁజాలను. మా ప్రవాహకూలములం దభ్రభేదియగు కీర్తి శతసహస్ర వత్సరములనుండి ప్రతిష్ఠింపఁబడి యున్నది. అచ్చట ప్రకృతినియమమే పనిచేయుచున్నదని నే నిప్పటికినిఁ జెప్పఁజాలను. మా కూలములను మేము శిలాస్థగితములుగఁ జేసి కాపాడుకొందుము. అందుకొఱకు మమ్ము నిందించినను మఱియేమి చేసినను సరియే! ఆప్రదేశము మాకుఁ బురాతనపుణ్యక్షేత్రము. అందుఁ బ్రతి వత్సరము క్రొత్తమట్టి పడవలయునని గాని, వ్యవసాయకులు దున్ని కృషిచేయవలయునని గాని మా యుద్దేశము కాదు. అది మాకు నష్టమైనను సరియే. అది మా వాసస్థానము గాని వ్యవసాయక్షేత్రము కాదు. అందుచేతనే మీ వ్యవసాయశాఖవారు మా తాతిట్టిడగులను గరిసములని నిందించినను మాకవమానముగఁ దోఁచుటలేదు!" అనియెను.

విన:— అనఁగా, నీవీ వివాహమునకు సమ్మతింపవన్న మాటయేనా!

గోరా:— ఔను! నిశ్చయముగా!

విన.— తరువాత?

గోరా:— తరువాత నిన్నుఁగూడఁ ద్యజించుటయే!

విన:— నేను ముసల్మానుఁడనైనను నీకుమిత్రుఁడను గాఁగూడదా?

గోరా:— ఆమాట వేఱు. చెట్టునుండి కొమ్మవిరిగి వేఱైపోయిన తరువాత నెట్టియైనను చెట్టుదానిని మరల నెప్పటివలెఁ గైకొనఁగలదా? కాని వెలుపలనుండి తీఁగయొకటి వచ్చినచోఁ జెట్టుదాని కాశ్రయమీయఁగలదు. అదియొకవేళ గాలివానకు చెదరిపోయినను మరల నల్లుకొనుటకు నవకాశముండును. తనవాఁడు వెలివాఁడైనప్పుడు సంపూర్ణముగ నాతనిఁ ద్యజింపవలసినదే కాని గత్యంతరములేదు. అందుచేతనే యిన్ని విధినిషేధములు యిన్ని ప్రాణసంకటములు!

వినః— అందుచేతనే త్యాగకారణమునను, త్యాగవిధానమును నింతచులకనగా నుండుట యుచితముగాదు. చేయివిరిగినచో మరల నదుకుకొనదుగావుననే యది మాటిమాటికి విరుగుటలేదు. దానియెముక చాలగట్టిదై యుండును. ఇంచుక వ్యత్యాసముతో, చిన్నంతనే విచ్ఛేదముం గల్పించు సమాజము మానవుని స్వచ్ఛందకర్మములను, రాకపోకలనుగూడ నియమించుట యెంత కష్టమగుచుండునో యాలోచించిచూచితివా?

గోరా:— ఆభారమును నామీఁదలేదు. సమాజమే యీసకల విషయములను సంపూర్ణముగ నాలోచించుచున్నది. అందుకొఱకు నేనుసాహ్యమును వాంఛించుటలేదు. వేలకొలఁది యేండ్లనుండి యదియే బాగుగ నాలోచించుచు నాత్మరక్షణము చేసికొనుచు నున్నదని నావిశ్వాసము. ఈభూమండలము సూర్యునిచుట్టు ననుకూలముగనే తిరుగుచున్నదో, ప్రతికూలముగనే తిరుగుచున్నదో యాలోచింపకుండఁగనే నేనెందు నిర్భయముగా నున్నాను. అట్లే సమాజమునందుఁగూడ నున్నాను.

వినః— గోరా! ఇన్నాళ్లవఱకు నేనుగూడ నిట్టిమాటలు చెప్పినవాఁడనే. నేను మరల నీమాటలచేతనే బాధింపఁబడు దినము వచ్చునని యెవ్వరెఱుంగుదురు! ఊరక వాగినందులకు నాకిప్పుడు తగినశాస్తియైనది. తెలిసికొంటిని కాని వాదముతోఁబని లేదుఁ. నాకిప్పుడొక సంగతి స్పష్టముగాఁ దెలియుచున్నది. అది నాకిదివఱకుఁ దెలియదు. మానవజీవితప్రవాహవేగము మవేద్యరూపముతోఁ దానెన్నఁడును బ్రవహింపని నూతనమార్గముల ననుసరించి పోవుచుండుననియు, దానిగతి వైచిత్ర్యమును, దాని యభావనీయపరిణామమునుగూడ భగవదుద్దేశములే యనియు, దానిని నిర్బంధింపఁ జూచుట యసంగతమనియు, నాకిప్పుడు బోధపడినది. నాకీ సంగతి ప్రత్యక్షముగా ననుభవమైనప్పుడిఁక వాదముతోఁ బనియేమున్నది?

గోరా:— పతంగమగ్నిముఖమునఁ బడఁబోవునప్పుడు సరిగ నిట్లే నీవలెనే వితర్కించుకొనును. కావున, నేనిఁక నీకు బోధించుటకు వృథాశ్రమ పడఁదలఁచుకొనలేదు!

వినయుఁడు చటాలునలేచి "మంచిది. ఇఁక నేనుపోయెదను. ఒకసారి యమ్మను జూచివచ్చెదను!" అని వెడలిపోయెను. అప్పుడు మహిముఁడు మెల్లగా నాగదిలో బ్రవేశించి తాంబూలమును నములుచునే అనుకూలపడినదా? పడదు! వ్యతిరేకలక్షణములతోఁ యున్నరని నేనిదివఱకే చెప్పితినిగదా? నీవు వినిపించుకొనలేదు. అప్పుడెట్లో శశిముఖి నాతనికిఁ బెండ్లిచేసినచో నింతగొడవలేకపోవును. కాని యాలోచన యెవ్వరికున్నది? ఇప్పుడు వినయుఁడు మీసమాజమునుండి విడిపోవుట సామాన్యలోపమా?" అనియెను గోరా యేమియు మాటాడకుండుటంగాంచి మహిముఁడు మరలఁ వినయుని నిఁక మరలించుట కుపాయము లేదుగద! అతనితో శశి

ముఖి వివాహముం గూర్చి చాలగొడవయైపోయినది. ఏమైననేమి? ఇఁక శశిపెండ్లి కాలస్యము చేయఁగూడదు. మనసమాజమునకు దయలేదు. ఏమాత్రము తప్పుచేసినను మనలనది గంగలోనో, కన్నీటిలోనో ముంచివేయును. కావున నిప్పుడొక వరుని— నీవు భయపడనక్కఱలేదు. పెండ్లికూర్పు భారము నీపైఁ బెట్టలేదు! నేనే స్థిరపరచుకొన్నాను!" అనియెను.

గోరా:— వరుఁడెవ్వరు?

మహి:— మీయవినాశుఁడే

గోరా:— ఆతఁ డంగీకరించెనా?

మహి:— ఇంకను లేదు— కాని యాతఁడు వినయునివంటివాఁడు కాఁడు. సంఘమునందు నాకు నిజముగా భక్తుఁడైన వాఁడవినాశుఁడొక్కఁడే. స్త్రీకుటుంబముతో సంబంధమనుమాట విన్నంతనే యాతఁడది తనకెంతో గౌరవముగను; భాగ్యముగను దలంచి పొంగిపోయినాఁడు! కట్నముమాట యడుగఁగా నాతఁడు కర్ణములను మూసికొని యీమాట నాయొద్దఁ జెప్పవలదన్నాఁడు. నీతండ్రితో నాలోచించెద నని చెప్పి నేనాతని యొద్దకుఁగూడఁ బోయి యడిగితిని. ఆతండ్రికిని బిడ్డకు నెంతెంతో భేదమున్నది. కట్నముమాట కాతఁడు చెవులు మూసికొనలేదు. కాని యాతనిమాటలకు నేనే యట్లు చేయవలసి వచ్చినది! ఎట్లయినను బిల్లవాఁడు పితృభక్తుఁడు ఆతనికిఁ దండ్రియే దేవుఁడు! అట్టివానిని మధ్యస్థునిగా నుంచుట మంచిది కాదు. ఈసారి కంపెనీ కాగితములను మార్చుకొనకతప్పదు. ఏమైనను నీవుకూడ నవినాశున కొకటిరెండు మాటలు చెప్పుము! నీ వుత్సాహపెట్టినచో—

గోరా:— అంతమాత్రమునఁ గట్నము తగ్గదు

మహి:— ఆతఁడు తండ్రిమాట కడుగుదాఁటుఁడని నే నెఱుంగుదును!

గోరా:— సంబంధము స్థిరపడినదా?

మహి:— ఆ!

గోరా:— ప్రధానముహూర్తమెప్పుడు?

మహి:— మాఘపూర్ణిమనాఁడే! ఎన్నాళ్లో లేదు. వరునితండ్రి రత్నభూషణములు వలదనియు, బంగారునగలే కావలయుననియుఁ గోరినాఁడు. తక్కువ మూల్యముతో నెక్కువతూనిక వచ్చునట్లుగా వస్తువులను జేయుటకై నేనిదివఱకే కంసాలితో నాలోచించి సిద్ధముచేసి యుంచితిని.

గోరా:— కాని యింతతొందరపడుటేల? ఈలోపుగా నవినాశుఁడు కూడ బ్రహ్మసమాజమునఁ జేరునేమో యని భయమా?

మహి:—లేదు! లేదు! కాని యిప్పుడు తండ్రిగారి కారోగ్యము చెడిపోయినది మీరు కనిపెట్టుటలేదు. వైద్యులు వలదన్న కొలఁదియు నాయన నియమములు వర్ధిల్లి పోవుచున్నవి. ఇప్పుడు ఓంకారానందస్వామి యాతనిని మూఁడువేళల స్నానము చేయించి హఠయోగము నభ్యసింపఁజేయుచున్నాఁడు! అందుచేతఁ దండ్రిగారి శరీర స్థితి యంతయు మారిపోయినది. ఆయన బ్రతికియుండఁగనే యీ పెండ్లి చేయుట మంచి దని నాయుద్దేశము! తండ్రిగారి పెన్షను సొమ్మంతయు నాసన్యాసి చేతిలోఁ బడక ముందే యీ పెండ్లి జరిగినచో నిఁక విచారము లేదు. నేను తండ్రిగారి నడిగితిని. ఆయన సామాన్యముగ సొమ్మిచ్చునా? ఆసన్యాసికిఁ గొన్నాళ్లు గంజాయినిచ్చి వశ పఱచుకొని యాతనివలన నెట్లయిన నీపనిచేయించుకొనఁ దలఁచితిని. ధనముతో నావ శ్యకమున్న గృహస్థుల మగు మనకుఁ దండ్రిగారిధనము ననుభవించునదృష్టము లేకుండఁ బోయినది. ఎవరి తండ్రిసొమ్మో యడుగుచున్నట్లుగా సొమ్ముమాట విన్నంతనే నా తండ్రి ప్రాణాయామమునకుఁ గూర్చుండుట నాకుఁ గష్టముగానున్నది. నేనీ పదు నొకండేండ్ల బిడ్డను మెడకుఁగట్టుకొని గంగలోఁబడి చావవలసినదేనా?

౬౩

హరి:— రాధారాణీ! రాత్రి నీవుభోజనము చేయలేదేమి?

సుచ — (విస్మయముతో) చేయకుండ నెట్లుంటిని!

హరి:— ఎక్కడభుజించితివి? ఇక్కడ కేపడియుంటివి.

సుచరిత రాత్రిభోజనము మాటయే తోఁచలేదు! హరిమోహిని యాత్మస్వరూప ముతో 'ఇది యేమియు బాగుగలేదు. మీ పరేశబాబున కీగొడవ యంతయు నిష్టమే యని నేననుకొనను. అతని జూచినంత మాత్రముననె ట్టి వానికైనను శాంతి కలుగును. ఇప్పటినీప్రవర్తన మంతయుఁ దెలిసినచో నాతఁడేమనునో నీవేచెప్పుము!' అనియెను. హరిమోహినిభావము సుచరితకుఁ దెలిసిపోయెను. గోరాకును దనకునుగల సంబంధము సాధారణ స్త్రీపురుష సంబంధముతో సమానముగా నపవాదదృష్టికి లోఁబడునని సుచరిత యెన్నఁడును భావించియైన నుండలేదు. అందుచేతనే హరిమోహిని కటుభాష ణముల కామె కుంఠితయైపోయెను. తోడనే యామె తనపని మానివైచి స్థిరముగఁ గూర్చుండి హరిమోహినివంకఁ దిలకించుచుండెను. గోరానుగూర్చి తా నెవ్వరియొద్దను సిగ్గుపడఁగూడదని యంతలో నిశ్చయించుకొని సుచరిత 'దొడ్డమ్మా! రాత్రిగోరాబాబు వచ్చినట్లు నీవుఁగూడ నెఱుఁగుదువు. అతనితో సంభాషించిన విషయమింకను నామన మునందే యున్నది. అందుచే నాకు రాత్రిభోజనముమాట తోఁచలేదు. నీవుకూడ నప్పుడున్నచో నెన్నియో సంగతులు వినియుందువు' అనియెను.

గోరామాటలలో హరిమోహిని కిష్టమగువిషయము లేవియు లేకుండెను. ఆమెకు భక్తినిగూర్చినమాటలే కావలయును, గోరామాటలలో భక్తిభావమంత సరళముగను సరసముగను గాన్పింపదు. ఎదుటనున్న ప్రతిపక్షిపక్షమును ఖండించుచున్నట్లుగా నాతఁడెప్పుడును మాటాడును. తెలియనివారికిఁ దెలుపుటయే యాతనికోరిక. గోరా కుద్రేకము కలుగువిషయమునందు హరిమోహిని కంత యిష్టములేదు. బ్రహ్మసమాజమువారు హిందూసమాజమునకు వేఱుపడియుండుటచే నామెకట్టి క్షోభమును లేదు. తన ప్రియజనములోఁ దనకు విచ్ఛేదము లేకుండుటయే చాలునని యామె నిశ్చింతయై యుండెను. అందుచే గోరామాటలామెకు రసవంతములుగాఁ దోఁచుటలేదు. గోరా సుచరిత హృదయము నాకర్షించుచుండెనని సంశయము తోఁచినప్పటినుండియు నామె కాతనియందు మఱింత యసహ్యముగా నుండెను. సుచరిత యార్థికవిషయమునను, మత విశ్వాసమునను స్వతంత్రయై యుండుటచే హరిమోహిని యామెను వశపఱచుకొనఁజాల కుండెను. ఈశేషకాలమునందామెకు సుచరితయే యేకైకావలంబన మైయుండెను. అందుచే సుచరిత పరేశునకుఁ దక్క మఱియెవ్వరి యధికారములకైనను లోఁబడి యుండుట హరిమోహినికిఁ గష్టముగాఁ దోఁచుచుండెను. గోరా కృత్రిమస్వభావుఁడనియు సుచరితహృదయము నెట్లయిన నాకర్షించుటయే యాతని ప్రధానోద్దేశమనియు నామె యనుకొనెను. సుచరిత యైశ్వర్యమునందుఁగూడ నాతఁడు లుబ్ధుఁడై యుండెనని హరిమోహిని యనుమానించెను. గోరాతనకుఁ బ్రధానశత్రుఁడని స్థిరపఱచుకొని యామె యాతని నెదిరింపవలయునని సంసిద్ధయై యుండెను.

నేఁడు గోరావచ్చెదనని చెప్పియుండలేదు. గోరా స్వభావమున సంశయమనునది చాలతక్కువ. ఆతఁడు పనిచేయుటయే కాని యూరక యాలోచింపఁడు! హరిమోహిని పూజ చేసికొనుచుండఁగా గోరావచ్చెను. అప్పటికి సుచరిత గదిలోని బల్లపైనున్న పుస్తకములను సవరించుచుండఁగా సతీశుఁడు వచ్చి గౌరమోహనబాబు వచ్చెనని చెప్పెను. ఇంతలో గోరాయును వచ్చెను. ఆతఁడు వచ్చునని స్థిరపఱచుకొన్నదానివలెనే సుచరిత యప్పుడెట్టి యాశ్చర్యమును బ్రకటింపలేదు. గోరా కుర్చీపైఁ గూర్చుండి "తుదకు వినయుఁడు మమ్ములను విడిచిపోయినాఁడు!" అనియెను. సుచరిత మృదుస్వరముతో "విడుచుటయేమి? ఆతఁడు బ్రాహ్మదీక్షను గ్రహింపలేదే!" అనియెను. గోరా తీవ్రముగా "ఆతఁడు బ్రహ్మసమాజమునుండి వేఱుపడినచో మాకింతకంటె దగ్గఱగనే యుండును. కాని యాతఁ డింకను హిందూసమాజమును జంకఁబెట్టుకొనుట యన్నిటికంటెను కష్టముగా నున్నది. ఆతఁడు హిందూసమాజమును సంపూర్ణముగఁ ద్యజించినచోఁ జాలబాగుగ నుండును!" అనియెను. సుచరిత కామాటలు కష్టముగఁ దోఁచుటయు "సమాజమునే మీరంత ప్రధానముగఁ జూ

చెదరేమి? దానియందింతటి విశ్వాసమును స్థాపించుట మీ స్వభావమేనా? కాక మీ మనసునం దుత్సాహము కల్పించుకొనుటకై యిట్లు చేయుచున్నారా?' అనియెను.

గోరా:— ఇట్టి యవస్థలో నదియును స్వభావమే. కాలిక్రిందిమట్టి జారుచున్నప్పుడు దేనినైనను గట్టిగా నానుకొని నడువవలయును. అందుచేతనే నలువంకలఁ బ్రతికూలముగ నున్న యీసమయమున మాటలయందును, క్రియలయందును దీవ్రత్వము చూపవలసి వచ్చుచున్నది. ఇది యస్వభావము కాదు.

సుచ:— ఈవిరుద్ధభావ మంతయు నన్యాయమే యనియు, ననావశ్యకమే యనియు మీరేల భావింపవలయును? సమాజము కాలగతిని విరోధించినచోఁ దానే బాధ పడవలసివచ్చును

గోరా — జలతరంగములవంటి కాలతరంగములవలన సమాజకూలములకు భంగము కలుగవచ్చును. కాని యాభంగము నంగీకరించుటయే కూలములకుఁ గర్తవ్యమని మాత్రము చెప్పకొనను. నేను సమాజ శుభాశుభముల నెంతమాత్రమును యోచించుట లేదని నీవనుకొనవలదు అది యిక్కాలపు బాలురకుగూడ సులభమైన పనియే! కాని ప్రతి విషయమును శ్రద్ధతో సమగ్రముగ గ్రహించుటమాత్రము చాలఁగష్టము.

సుచ:— శ్రద్ధవలన మనము కేవలమును సత్యమునే గ్రహింతుమా! దానివలన నవిచారముచే నసత్యమునుగూడ గ్రహింపవచ్చును. ఒక్కమాట యడుగుచున్నాను. మనము విగ్రహమును సత్యమని విశ్వసింపవచ్చునా? మీరట్లు విశ్వసింతురా?

గోరా:— యించుకసే పూరకుండుడి నేను నీకు నిజము చెప్పుచున్నాను. నేను చిన్నటినుండియు హిందూసంస్కారములు సత్యములనియే విశ్వసించియున్నాను. వీనికి విరుద్ధముగ నైరోపీయ సంస్కారముల ననుసరించి వాదించువాదములకు నేను బదులు చెప్పదలఁచుకొనలేదు. నాకు మతవిషయములం దంతగా ననుభవము లేకపోయినను, శాలాపూజయు విగ్రహారాధనము నొక్కటే యనియు, మూర్తిపూజవలన భక్తిభావమునకుఁ జరమపరిణామము కలుగదనియుఁ జెప్పుమాటల ననాలోచితముగ నంగీకరింపఁజాలను. శిల్పసాహిత్య విజ్ఞానేతిహాసములయందు మానవుని కల్పనావృత్తికి స్థానమున్నప్పు డొక్క మతమునందుమాత్రము లేదనుట నాకు సమ్మతము కాదు. ధర్మమధ్యమునందే మానవుని సమస్తభావములును సంపూర్ణముగఁ బ్రకాశించుచున్నవి. మూర్తిపూజామూలమున భక్తిజ్ఞానములతో భావము నైక్యముగఁ జేయఁ బ్రయత్నించుట చేతనే మనదేశమునందలి మతము పరదేశమతములకంటె సంపూర్ణముగ సత్యమైనదని బోధపడుట లేదా?'' అనియెను.

సుచ:— రోమునందును గ్రీసునందునుగూడ మూర్తిపూజయున్నది!

గోరా:— ఉన్నది. కాని యచ్చటిమూర్తిపూజయందు మానవభావము సౌందర్యబోధము నాశ్రయించినట్లు భక్తిజ్ఞానముల నాశ్రయించుటలేదు; మనదేశమునందో, భక్తిజ్ఞానములతో గభీరతమముగ మిశ్రితమై యుండును. మన రాధాకృష్ణులైనను, గౌరీశంకరులైనను, కేవల మైతిహాసికపూజావస్తువులే కాదు! ఆమూర్తులయందు మానవసంబంధమగు సనాతనతత్త్వజ్ఞానము నిబిడీకృతమైయున్నది. అందుచేతనే రామప్రసాదుని భక్తియుఁ జైతన్యునిభక్తియు నిట్టిమూర్తుల నవలంబనముగఁ జేసికొనియే సంపూర్ణముగఁ బ్రకాశించెను. భక్తిసంబంధమగు నింతటి సంపూర్ణప్రకాశము గ్రీసు రోము చరిత్రములం దెచ్చటనున్నది?

సుచ:— కాలగతిని బట్టి మతమును సమాజమునుగూడఁ బరివర్తనముం గాంచవలయునని మీ రంగీకరింపరా?

గోరా:— అంగీకరింపకేమి? కాని యట్టి పరివర్తనము పిచ్చితనముగా నుండఁ గూడదు. మానవపరివర్తనము మానవపద్ధతి ననుసరించియే ఘటిల్లవలయును. పిల్లవాఁడు పెద్దవాఁడై క్రమముగ ముసలివాఁడు కావచ్చునుగాని, యాకస్మికముగఁ బిల్లియుఁ గుక్కయుఁ గాఁగూడదు! భారతపరిణామము భారతపద్ధతినే యగుట నాయుద్దేశము. అంతేకాని యాకస్మికముగ నాంగ్లేయపద్ధతి ననుసరించినచో నంతయు నిరర్థకమై పోవును. ఏదేశమునందలి శక్తిసంపద లాదేశమధ్యమునందే యుండునని నీకు బోధించుటకే నేను నాజీవితము నంతయు వినియోగించుచున్నాను. నామాట బోధపడినదా?

సుచ:— బోధపడినది. కాని యీసంగతులన్నియు నేనిదివఱకెన్నఁడును విని యుండలేదు; భావింపనులేదు. క్రొత్తచోటఁ బడినప్పుడు తెలిసిన వస్తువునుగూడ గ్రహించుటకించుక యాలస్యముపట్టును! ఇప్పుడు నాయవస్థ యట్లున్నది. నేనాఁడుదానను గావున నాకంతటి సూక్ష్మగ్రాహణశక్తి లేదనుకొనియెదను

గోరా:— ఎన్నఁటికి నట్లుకాదు. నేను జాలమంది పురుషులతో నీవిషయములను బ్రస్తావించితిని. తెలిసినట్లుగా నూరకుండుటయే కాని నీవలె ననుభవముచే గ్రహించినవా రందొక్కరును నాకగపడలేదు. అంతటి గభీరగ్రాహణశక్తి నీలో నున్నదని నిన్నుఁ జూచినప్పుడే నేను గ్రహించితిని. అందుచేతనే నేను నా చిరకాలోద్దేశములన్నిటితోడను నీచెంతకు వచ్చితిని. నీయెదుట నాజీవితమును బ్రత్యక్షముగఁ జేయుటకు నాకెట్టి సంశయమును లేదు.

సుచ:— మీరిట్లు చెప్పుటచే నామనసు వ్యాకులపడుచున్నది. నేను మీరనుకొన్నంత దాన నగుదునో కాదో, నాకెట్టిశక్తియున్నదో, నాభావేగమున నెట్టి ప్రకాశమున్నదో నేనించుకంతయు నెఱుంగను. మీకు నాయందుఁగల గౌరవవిశ్వాస

ములు కేవలము భ్రాంతిమంతము లని వీరు గ్రహింపఁగల దిన మెప్పుడైన వచ్చునేమో యని నేను భయపడుచున్నాను

గోరా:— ఇది యెన్నటికి భ్రాంతి కాదు! నీలో నెట్టి శక్తియున్నదో నేనే నీకు జూపించెదను. నీ వెంతమాత్రమునుఁ దొందరపడవలదు. నీయోగ్యతనుఁ బ్రకటించు భారము నాపైనున్నది నాయందే నీవాధారపడి యుండుము!

సుచరిత యేమియు మాటాడలేదు. కాని యాధారపడుట కెట్టి సంశయమును లేదని నిశ్శబ్దతచేతనే తెలిసిపోయెను. గోరాకూడ నూరకుండెను. ఆయింటఁ జాలసేపటిఁ దనుక నిశ్శబ్దముగా నుండెను. వెలుపలవీధిలో జలతాళుగిన్నె లమ్ముకొనువాఁడు కేకలవైచుచు ద్వారము చెంతనుండి పోవుచుండెను హరిమోహిని పూజ ముగించుకొని వంటయింటికిఁ బోవుచు సుచరితగది నిశ్శబ్దముగా నుండుటచే నందెవ్వరును లేరనుకొనియెను. కాని యాకస్మికముగ నింటివంకఁ జూచినంతనే గోరాసుచరితలు మౌనముతోఁ గూర్చుండియున్నట్లామెకు కగపడియెను. తోడనే యామె క్రోధానలము బ్రహ్మరంధ్ర పర్యంతమును విద్యుద్వేగముతో జ్వలించిపోయెను ఆమె యెట్లో దాని నడంచుకొని ద్వారముకడ నిలిచి "రాధారాణీ!" అనిపిలిచెను.

సుచరిత లేచి తల్లి చెంతకు వచ్చెను. అప్పుడు హరిమోహిని మృదుస్వరముతో "నేఁడేకాదశి; నాయొడలు బాగుగలేదు. నీవుపోయి వంటచేయుము. అంతవఱకును నేను గోరాబాబుచెంత నుండెదను!" అనియెను. సుచరిత యామె భావమును గ్రహించి యుద్విగ్నయై వంటయింటికిఁ బోయెను. హరిమోహిని గదిలోనికి వచ్చినంతనే గోరా యామెకు నమస్కరించెను. ఆమె కొంతసేపటివఱకు నేమియు మాటాడక కూర్చుండి పిమ్మట 'బాబా! నీవు బ్రాహ్మసామాజికుఁడవు కావుగదా!' అనియెను.

గోరా.— కాను!

హరి:— మాహిందూమతమును నీవు విశ్వసింతువా?

గోరా:— విశ్వసింపకేమి?

హరి:— అట్లయినచో నీవ్యాపారమంతయు నేమి?

హరిమోహిని యభియోగమును గోరా యించుకంతయు గ్రహింపఁజాలక యామె మొగమువంక నూరక చూచుచుఁ గూర్చుండెను. అప్పుడు హరిమోహిని 'రాధారాణి వయోవతి; నీవామె కాత్మీయుఁడవు కావు. ఆమెతో నీకింతగాఢత యేల? యామె యాఁడుది; ఇంటిపనులను జేసికొనవలసినది. ఆమె కీమాటలతోఁ బ్రయోజనమేమున్నది? ఇవి యామెకుఁ బరధ్యానము కలిగించును. నీవు జ్ఞానవంతుఁడవు; లోకు లందఱును నిన్నుఁ బ్రశంసించుచున్నారు! ఇట్టి వ్యాపారము లెన్నఁ

డైన మనదేశమునందున్నవా? ఏశాస్త్రమందైన వ్రాయఁబడి యున్నవా?" అని యెను.

గోరా కదియొక యాఘాతమువలె నుండెను. సుచరిత సంబంధముంగూర్చి యే పక్షము వారివలననైన నిట్టిమాట పుట్టునని యాతఁ డనుమానించినదైన నుండలేదు. ఆతఁ డించుకసే పూరకుండి "ఈమె బ్రాహ్మకన్యక. ఈమె యందఱితోడను గలసిమెలసి యుండుటను జూచితిని. అందుచే నాకిట్టి సంశయమును లేకపోయినది?" అనియెను.

హరి:— మంచిది. ఆమె యట్టిదే యనుకొందము. కాని నీకిట్టినదవడి యిష్టము లేదు గాదా? నీయుపదేశములచే విద్యాలయువా రెందఱో విజ్ఞానులై యున్నారు. అట్టివారు నీయీపరివర్తనముఁ గాంచి యేమనుకొందురు? నిన్న రాత్రివఱకు నామెతో మాటలాడితివి. అయినను నీసంభాషణ ముగియలేదు. మరల నేఁడు తెల్లవారకుండ వచ్చితివి. ఇంతవఱకు నామె వంటయింటికిఁ బోలేదు; వంటచేయలేదు; ఈయేకాదశి నాఁడు నాకుఁ దోడ్పడవలయునని యామెకుఁ దోఁచనేలేదు. ఇదియేనా నీవామె కుపదేశించునది! మీయింటఁ గూడ నాఁడు బిడ్డలుందురు. వారికిపనులన్నియును గట్టిపెట్టించి వారికి నీవిట్లే బోధింతువా? అట్లెవ్వరైన బోధించినచో నీవు సహింతువా?

గోరాపక్షమున నీమాటలకుఁ బ్రత్యుత్తరమే లేదు! కాని యాతఁడు సాహసముగా "ఆమె యిట్టి యభ్యాసములతోఁ బెరిగినది కావున నేనీవిషయమున నంతగా నాలోచింపలేదు!' అనియెను. అప్పుడు హరిమోహిని ఈమె కిట్టి యభ్యాసము లున్నను నాయొద్ద నున్నంతవఱకు, నేను బ్రతికియున్నంతవఱ కాపద్ధతులు సాగవు. నేనీమెనుఁ జాలవఱకు మగళించితిని. పరేశునింట నాయొద్దనున్నప్పుడే యీమె హిందు వైపోయినదని వాదు పుట్టినది. ఇచ్చటికి వచ్చినతరువాత వినయునిమాటలవలన మగల నీమె మనసు తిరిగిపోయినది. వినయుఁడిప్పుడు బ్రాహ్మవివాహముకూడఁ జేసి కొనఁ దలఁచినాడు. నేనెట్లో కష్టపడి యాతనిని వదల్చుకొంటిని. ఇక నొక హారాణుఁ డున్నాఁడు. ఆతఁడు వచ్చినంతనే నేనామెను దీసికొనిపోయి మేడమీఁది గదిలోఁ గూరుచుండుదును. ఈవిధముగా నేను సుచరితకొఱకుఁ గష్టపడుచున్నాను. బాబూ! నీ యెదుటఁ జేతులు జోడించి వేఁడుకొనుచున్నాను. ఈప్రపంచమున నాకీబిడ్డల కంటె నింకెవ్వరును లేరు. వీరికిని నాకంటె నాత్మీయు లెవ్వరును లేరు! నాయనా! ఈమెను నీవు విడిచిపెట్టుము! పరేశునింట నెందఱో కన్యలున్నారు. లావణ్యయున్నది; లీల యున్నది! వారును బాగుగఁ జదివినబుద్ధిమతులు! నీవేమైనఁ జెప్పవలసి యున్నచో వారికిఁ జెప్పుము! నిన్నెవ్వరు నడ్డగింపరు!' అనియెను.

గోరా స్తంభితుఁడై యూరకుండెను. హరిమోహిని మరల 'బాబూ! ఈమెకు వయసు వచ్చినది. పెండ్లికావలయును. ఎల్లకాలము నిట్లే కన్యయై యుండునా? ఇందు

దానికి గృహాధ్యక్షతయే యావశ్యకమైనది!' అనియెను—సాధారణముగా గోరా యుద్దేశము లిట్టివే కాని యాతఁడెన్నఁడును దనయుద్దేశములను సుచరితయెద్దఁ బ్రకటింపలేదు సుచరిత గృహిణియై యంతఃపురమునందుండి గృహకార్యములను నిర్వర్తించునను భావనయే యాతనికిఁ గలుగలేదు! ఆమె యెప్పుడు నిట్లేయుండునని యాతని యుద్దేశము.

గోరా.— ఈమె పెండ్లిగూర్చి మీరేమైన నాలోచించుచున్నారా?

హారి:— నేనాలోచింపకున్నచో నీమె కింకెవ్వ రున్నారు?

గోరా.— ఈపెండ్లి హిందూసమాజమునందే జరుగునా?

హారి.— అ-ట్లే ప్రయత్నము! ఏమియు గొడవపుట్టక సరిగా నున్నచో నీమె కన్నియను స్థిరపఱిచెదను నేనంతయును నిశ్చయించుకొనియే యున్నాను. ఇంతవఱకు నీమె నడవడినిఁబట్టి యేమిచేయుటకును సాహసించుటలేదు. రెండుదినములనుండి యీమె మనసు స్థిరముగానుండుటం గాంచి నేను ధైర్యముతో నున్నాను!

ఈవిషయమున నింకిఁ బ్రశ్నించుట మంచిదికాదని యనుకొనియును గోరా యూరకుండఁజాలక 'వరుఁడెవ్వరైన నాలోచనయందున్నాఁడా?' అని ప్రశ్నించెను. హారిమోహిని 'ఆ! వరుఁడు చాలమంచివాఁడు! నాచిన్నమఱఁది కైలాసుఁడు. అతని ప్రథమభార్య మరణించినది. తగిన పెద్దపిల్ల దొరకక యింతవఱకునున్నాఁడు కాకున్నచో నట్టివరుఁడు దొరకునా? అతఁడు రాధారాణికిఁ దగినవాఁడు!' అనిచెప్పెను.

మనసులో బాధ కలుగుచున్నకొలఁదియు గోరా కైలాసునిగూర్చి ప్రశ్నించుచుండెను—హారిమోహిని మఱఁదులలోఁ గైలాసుఁడొక్కఁడే బాగుగఁ జదివినవాఁడు ఎంతవఱకుఁ జదివెనో యామెయే చెప్పలేకపోయెను. కుటుంబములో నాతఁడే చదువినవాఁడని ప్రఖ్యాతియున్నది. అతఁడూ గ్రామమునందలి పోస్టుమాస్టరుపై రిపోర్టు చేసెను దానిపై నెవ్వఁడో గొప్పయధికారి స్వయముగా వచ్చి విచారించి పోయెను. ఇందువలన గ్రామస్థులందఱును కైలాసుని ప్రజ్ఞను మెచ్చుకొనిరి ఇంతవాఁడైనను నాతఁడు హిందూమతాచారములందు నిష్ఠకలిగి యుండెను కైలాసుని చరిత్ర మిది—గోరా యంతయును విని హారిమోహినికి నమస్కరించి మఱేమియు మాటాడకుండ బయలుదేరెను. అతఁడు మేడమెట్లును దిగి వచ్చుచుండగా వంటయింటిలోఁ బని చేసికొనుచున్న సుచరిత యాతనిపదశబ్దమును విని ద్వారముచెంతకువచ్చి నిలువఁబడియెను గోరా యీవంకను జూడక వెడలిపోయెను సుచరిత యొక్కనిట్టూర్పు విడిచి మరలఁ దనపనిలోఁ బ్రవేశించెను.

గోరా సందుచివరకుఁ బోవునప్పటికి హారానుఁడాతని కగపడి నవ్వుచు 'ఉదయముననే బయలుదేఱితిరే!'' అనియెను. గోరా మాటాడలేదు. హారానుఁడు మరల నవ్వుచు "మీరక్కడికే పోయితిరనుకొందును! సుచరిత యింట నున్నదా?"

అని యడిగెను. 'ఉన్నది' అని చెప్పి గోరా శీఘ్రముగ వెడలిపోయెను. హారానుఁడు సుచరితయింటికిఁ బోయి వంటయింటిలోనున్న సుచరితం గాంచెను. ఆమెకిఁక దప్పించుకొనుట కవకాశము లేకపోయెను; సమీపమున హరిమోహినియైనను లేదు!

హారా — గోరాబాబు నాకిప్పుడే యెదురుపడినాఁడు. అతఁడింతవఱకు నిచ్చటనే యుండె ననుకొందును!

సుచరిత బదులుచెప్పక పనిలోఁ బ్రవేశించి యూపిరి తిరుగనంత పనియున్నట్లు నటించెను. కాని, హారానుఁడు విడువలేదు. అతఁడు వంటయింటికెదుట నున్న వసారాలో నిలువఁబడి మాటలాడుట కారంభించెను హరిమోహిని మెట్లపై నిలువఁబడి యొకటి రెండు సారులు దగ్గెను. ఏమియును లాభములేకపోయెను. హరిమోహిని హారానుని యెదుటికే వచ్చియుండును. కాని యొకసారి యాతని యెదుటఁబడినచో నాతని దుర్దమోత్సాహ కృత్యములనుండి తానుగాని సుచరితగాని యాత్మరక్షణము చేసికొనుట కవకాశము లేకుండఁబోయెను. అందుచేతనే హరిమోహిని హారానునినీడ చూచినంత మాత్రముననే మేలిముసుఁగు సవరించుకొని తప్పించుకొని పోవుచుండును. అట్లామె వధూవయసునందుఁ గూడఁ జేసి యుండదు!

హారా:— సుచరితా! మీ రేత్రోవపట్టితిరో, యెక్కడకుఁ జేరితిరో చెప్పఁగలవా? లలిత వినయునితో హిందూవివాహము చేసికొనునని నీవు వింటివనుకొందును! దీనికి బాధ్యులెవ్వరో నీవెఱుఁగుదువా?

సుచరిత మాటాడలేదు. హారానుఁడు వతస్వరముతో గంభీరముగా 'నీవే బాధ్యురాలవు!' అనియెను — ఇంతటి ఘననిందారోపణమును సుచరిత సహింపఁజాలదని యాతఁడనుకొనియెను. కాని నిర్లక్ష్యముగనుండి మాటాడకుండఁ దపసుచేసికొనుచుండుటయు నాతఁడు తీక్ష్ణతతో నామెను బెదరించుచు సుచరితా! నీవే బాధ్యురాలవని నేను మరలఁ జెప్పుచున్నాను. ఈవిషయమున నాయపరాధమేమియు లేదని నీవు గుండెలపైఁ జేయుంచి చెప్పఁగలవా?" అనియెను. సుచరిత నిశ్శబ్దముగనే కూరగిన్నెలోఁ దైలమును బోసెను. అది చిటచిట ధ్వనించుచుండెను. హారానుఁడు మరల 'నీవే గోరావినయులను నీయింటికిఁ దెచ్చి నీసమాజమిత్రులకంటె నధికముగ గౌరవించితివి. దాని ఫలమేమైనదో చూచితివా? నేను మొదటినుండియుఁ జెప్పుటలేదా? తుదకేమైనది? ఇప్పుడు లలిత నెవ్వరు దిద్దఁగలరు? యీయాపదయింతయు లలితతోఁ గొట్టుకొనిపోయినదని నీవూహించుకొనుచున్నావు. అట్లు కాదు. నేననిన్ను హెచ్చరించుటకే వచ్చితిని ఇప్పుడిక నీవంతువచ్చినది నీవిప్పుడు లలిత దుర్ఘటనమునుగూర్చి విచారించుచుంటివి గాని నీయధఃపతనమునకు సమయము సమీపించుచున్నదని యెంతమాత్రమును బరితపించుటలేదు. కాని సుచరితా! ఇప్పుడైననుఁ

దప్పించుకొనుట కవకాశమున్నది. మన మొకప్పు డెంతటి యాశలతో మనలను మేళగించుకొంటిమో, మన జీవితముల నెంతటి యుజ్జ్వలములుగాఁ జేసికొనఁ దలంచితిమో మనయెదుట భవిష్యద్బ్రహ్మసమాజ మెంతయుదారభావముతో వగపడియెనో, మన కెన్నెన్ని సంకల్పములు కలిగెనో, మన మెంతటిపాథేయమును బ్రతిదినమును సంగ్రహించితిమో యొక్కసారి భావించుకొనుము! అవియన్నియు నశించిపోయె ననుకొంటివా? లేదు. మనయాత్రాక్షేత్ర మింకను సిద్ధముగనే యున్నది. ఒకసారి తిరిగి చూడుము! ఒకసారి వెనుకకు రమ్ము!' అనియెను.

అప్పుడు సుచరిత తిప్పతైలమునఁ గూరముక్కలను వైచి గణగణ గరిటెతోఁ ద్రిప్పుచుండెను. హారానుఁడు ప్రత్యుత్తరమునకై నిశ్శబ్దముగ వేఁచియున్నప్పుడు సుచరిత పొయిమీఁదినుండి కూరగిన్నెను దింపి మొగముత్రిప్పి దృఢస్వరముతో 'నేను హైందవిని!' అనియెను. హారానుఁ డాకస్మికముగ హతబుద్ధియై 'నీవు హైందవివా?' అనియెను. సుచరిత యౌనని చెప్పి మరల వంటపని చూచుకొనుచుండెను. హారానుఁడు కొంతసేపటికిఁ గుదురుపడి తీవ్రస్వరముతో అట్లయినచో 'గౌరమోహన బాబు నీకుఁ బ్రాతస్సాయంకాలమందు మతబోధ చేయుచున్నాఁడనుకొందును!' అనియెను. సుచరిత మొగము త్రిప్పకుండగనే 'ఔను. నేనాతనియొద్ద దీక్ష గైకొంటిని ఆతఁడు నాగురువు!' 'నియెను. ఇన్నాళ్లవఱకును హారానుఁడు తానే సుచరిత గురువనుకొనుచుండెను. ఇప్పుడు సుచరిత గోరాను ప్రేమించుట యాతని కంతకష్టముగా లేదు! కాని తన గురుత్వాధికారము గోరాకిచ్చినట్లు సుచరిత చెప్పిన మాట యాతనికి శూలపుఁ బోటువలె నాటెను.

హారా:— మీగురు వెంతో గొప్పవాఁడు కాకున్నచో నిన్ను హిందూసమాజమునఁ జేర్పఁగలఁడా?

సుచ:— నాకు సమాజవిషయ మేమియుఁ దెలియదు. నాకుఁ దెలిసినది నేను హిందువు నని మాత్రమే!

హారా:— ఇంతకాలము వఱకును పెండ్లి లేకుండుటచే హిందూసమాజమునందు జాతిభ్రష్టత కలుగునని కూడ నీకుఁ దెలియును!

సుచ: – మీ రావిషయమున వృథావిచారము నందవలదు. ఎట్లయినను నేను హైందవినే!

హారా:— నీపూర్వగురుఁడగు పరేశుని యుపదేశము లన్నియును నీ నూతన గురుఁడగు గోరాపాదములచెంత విసర్జించితివా?

సుచ:— నాధర్మ మెుక్క దేవుఁడే యెఱుంగును. నేనావిషయమున నెవ్వరితోడను నాలోచింపఁ దలఁచుకొనలేదు. కాని నేను హైందవినని మీరు తెలిసికొనుఁడు.

హారా:— నీ వెంతటి హైందవి వైనను నీ కెట్టిలాభమును లేదని చెప్పుచున్నాను. మా గోరాబాబు వినయునివంటివాఁడే యని తలఁపకుము! నేను హైందవినని నీ వెంత గొంతుచించుకొనినను నాతఁడు నిన్ను గ్రహించునని యాశ పెట్టుకొనవలదు! అతఁడు గురుత్వము నొసఁగవచ్చును గాని నిన్నింటికిఁ గొనిపోయి గృహకృత్యములను జేయించు పనిమాత్రము నీవు కలనైన ననుకొనవలదు!

సుచరిత వంటపని మానివైచి విద్యుద్వేగముతోఁ దిరిగి నిలువఁబడి ‘ఈగొడవ యంతయు మీ కేల?’ అనియెను. అప్పుడు హారానుఁడు ‘గోరా నిన్నెన్నటికిని బెండ్లి యాడఁడని చెప్పుచున్నాను!’’ అనియెను. సుచరిత కన్నులెఱ్ఱఁజేసి ‘పెండ్లియా? అతఁడు గురువని నేను మీతోఁ జెప్పలేదా?’ అనియెను. హారానుఁడు ‘ఔను! చెప్పితివి! నీవు చెప్పని మాటనుగూడ నేను గ్రహించితిని’’ అనియెను

సుచ:— మీరు నన్నవమానింపక యిటనుండి వెడలిపొండు! నేనిప్పుడే చెప్పుచున్నాను! ఇఁక మీరు నాయెదుటఁ బడవలదు!

హారా:— ఎదుటఁబడుట యెట్లు? ఇప్పుడు నీ వవరోధకన్యవు! హైందవరమణివి! అసూర్యంపశ్యవు పరేశబాబు పాపమిప్పటికిఁ బండినది! ఈముప్పుగాలమునం దాతఁడు కర్మఫలము ననుభవించుఁగాక! సెలవు!—

సుచరిత గుభాలున వంటయింటితలుపు మూసివైచి క్రిందఁగూర్చుండి పైట చెఱఁగు మొగమునకడ్డము చేసికొని పొంగిపొరలుచున్న దుఃఖావేగము నతికష్టముతో నడంచుకొనుచుండెను. హారానుఁడు మ్లానవదనముతో వెడలిపోయెను. హరిమోహిని వారిమాటల నన్నిటిని వినియే యుండెను. సుచరిత యిట్లు చెప్పునని యామె యనుకొనలేదు ఆమె యానందస్ఫీతవక్షురాలై ‘కాదా మఱి! నాగోపీవల్లభుని పూజాఫల మూరకపోవునా?’ అని భావించుకొని తత్క్షణమే పూజాగృహమునకుఁ బోయి గోపాలమూర్తికిఁ బ్రణామముచేసి నేటినుండి భోగము విశేషముగఁ జేసి నివేదించెదనని మ్రొక్కుకొనియెను. ఇంతకాలమువఱకు శోకసాంత్వన స్వరూపముతో నామె యారాధనము శాంతమై యుండెను. ఇప్పుడో స్వార్థసాధనరూపముఁ దాల్చి యత్యుగ్రమును, నత్తప్తమును క్షుధాతురమునై పరిణమించెను.

౭౪

సుచరితతో మాటాడినవిధముగా గోరా యెవ్వరితోడను మాటాడి యుండలేదు. అతఁడింతవఱకు నితరులచెంతఁ దనలోనున్న వాక్యములను, మతమును, నుపదేశములను మాత్రమే వెలువరించుచుండెను. ఇప్పుడు సుచరితవద్ద నాతఁడు తనలోనుండి తన్నే బయటఁ బెట్టుకొనియెను. ఈయాత్మప్రకాశసంబంధమగు నానందమున నాతని మతసంకల్పములు కేవలశక్తిమంతము లగుటయేకాక రసపూర్ణములై పోయెను.

ఆతని జీవితము నొక సౌందర్య శ్రీ యావరించినట్లు, నాతని తపస్సున దేవతె లాకస్మి
కముగ నమృతవర్షమును గురియించినట్లు నుండెను.

ఈ యానందోద్వేగము చేతనే గోరా గొన్నాళ్లనుండి ప్రతిదినము ననాలోచి ముగా సుచరిత యింటికి వచ్చుచుండెను. కాని హరిమోహిని మాటలవలనఁ దా నొ ప్పుడు వినయుని యనురూపముగ్ధత్వమునకై నిందించి పరిహసించిన సంగతి యాకస్మి ముగ గోరాకు స్మృతికివచ్చెను. ఇప్పుడు తెలియకుండఁ దనకే యట్టి యవ కలుగుటం గాంచి యాతఁడదరిపడియెను. ఈప్రపంచమునందలి యెన్నియో గొప్ప జాతులు నశించిపోయెనవియు, భారతజాతిమాత్రము కేవల సంయమముచే ద్ఫ భావముతో నియమపాలనము చేసికొనుచు వేలకొలఁదియేండ్లనుండి ప్రతికూలాఘాతవ ల కెన్నిటికో సహించి యింతవఱకును దన్ను రక్షించుకొనుచున్నదనియు గో మాటిమాటికిని జెప్పుచుండును! ఆ నియమము శిథిలము కాఁగూడదని గోరాయుద్దేశవ భారతవర్షము నందలి సమస్తమును దారుమారై పోయినను నందలికఠిన నియమ సం మాంతరమునఁ బ్రచ్ఛన్నముగా నున్న ప్రాణపురుషుని శరీరమునమాత్ర మేయతా చారియు నేరాజపురుషుఁడును గూడ హస్తక్షేపము చేయఁజాలఁడని యాతఁడు చా చుండును. మనము పరజాతికి లొంగియున్నంతకాలము మననియమములను దృఢముగ గాపాడుకొనవలయు ననియు, దాని మంచిచెడ్డలను విమర్శించు సమయమిది కాదని యాతని యుద్దేశము! అట్టిగోరాకు హరిమోహిని తిరస్కారవచనము గజాఘాతమ కం కపుఁ బోటువలె నుండెను.

గోరా యింటికిఁ బోవునప్పటికి మహిముఁడు వీధిగుమ్మము వెలుపల నొకబల్లపై కూర్చుండి తంబాకు సేవించుచు; లోనికిఁ బోవుచున్న గోరానుబిలిచి గదిలోని దీసికొనిపోయి "గోరా! కోపపడవలదని ముందే చెప్పుచున్నాను! నీకుఁగూడ యుని వెఱ్ఱియే పుట్టినదా? ఆవైపునకుఁ దఱచుగ బోవుచున్నావు!" అనియెను. గో తెల్లబోయి "భయములేదు" అనియెను.

మహి:— ఈపద్ధతి బాగుగలేదు. ఇదియూరక తిని ద్రిగి తిరిగివచ్చు మాత్రమే యని నీవనుకొనుచున్నావు. దీనిలోపల నొకసంకెల యున్నట్లు నీమిత్రు యవస్థంబట్టి తెలియుట లేదా?—పోయెదవేమి? ముఖ్యవిషయము చెప్పనే లే వినయునకు బ్రహ్మసమాజముతో సంబంధము స్థిరపడినట్లు వినియుంటిని. ఇఁక కాతనితో నెట్టి సంబంధము నుండఁగూడదని ముందుగనే చెప్పుచున్నాను.

గోరా — అట్లే కానిమ్మును.

మహి:— కాని, అమ్మదీనికి సమ్మతింపనిచో గందరగోళముగా నుండు మనము గృహస్థులము; అఁదు బిడ్డకుఁ బెండ్లిచేయవలసి యున్నది. ఇంటిలో బ్ర సమాజమున్నచో నేనీయిల్లు విడిచిపోవలసి వచ్చును.

గోరా:— అక్కఱలేదు. అట్లు జరుగదు.

మహి: - శశిపెండ్లి చాలనాళ్ళకు స్థిరపడినది. మా క్రొత్తవియ్యంకునకుఁ గోడలికంటె బంగారమునందే యాశయెక్కువ! మానవుఁడు ఐశ్వర్యపదార్థమనియు, బంగారమంతకంటె శాశ్వతవస్తువనియు నాతనియుద్దేశము! ఔషధముకంటె ననుపానమునే యాతఁడధికముగ వాంఛించును. నేనాతనివలనఁ జాలసంగతులను నేర్చుకొంటిని. వానిని నాకుమారుని వివాహసమయమున వినియోగింపవలయును. నేను మరల నొకసారి యీదినములలోఁ బురుషజన్మమెత్తి యీవిధముగాఁ బెండ్లి చేసికొనవలయునని వాంఛించుచున్నాను. ఈజన్మను కొంచెమైనను సార్థకము కాలేదు. ఇదియా పౌరుషము! కన్యాదాతను గట్టెలపైఁ బెట్టింపవలెనా? బాబూ! నేను నీతోఁగలసి రేయింబవలు గొంతుచించుకొని హిందూసమాజమునకు జయధ్వనులు చేయఁజాలను. నాకుమారున కిప్పుడు పదునాలుగు మాసములవయసు! అతని పెండ్లి యగువఱకును నీవు నీమిత్రులతోఁగలసి హిందూసమాజము నిట్లే నిలిపియుంచుము! తరువాత వీరందఱును, గిరస్తానీలైనను సరియే ముసల్మానులైనను సరియే! నాకేమియును విచారములేదు. అందుచేత నే శశిపెండ్లికి వినయుని బిలువవలదని చెప్పితిని. అప్పుడాలోచించుట మంచిదికాదు. ఇప్పటినుండియు నీమాట యమ్మతోఁ జెప్పవలయును!

గోరా యటనుండి తల్లికడకుఁ బోయెను. ఆనందమయి యాతనిం గాంచి 'బాబూ; కూర్చుండుము! ఒకసంగతి యాలోచింపవలయును! వినయుని పెండ్లిమాట విన్నావా?' అనిప్రశ్నించెనుఁ. గోరా మాటాడలేదు. ఆనందమయి మరల వినయుని పినతండ్రికిఁ గోపమువచ్చినది. వారెవ్వరును రారు. ఈపెండ్లి పరేశునింట జరగుటకూడ సంశయమే. అన్ని పనులును వినయుఁడే చేసికొనవలసివచ్చినది. మనయింటి యుత్తరభాగమున నున్న మేడ రెండవయంతస్తుపై వినయుని పెండ్లి జరిగించిన బాగుగనుండును' అనియెను.

గోరా:— అదియెట్లు?

ఆనం:— నేను లేకున్నచో వివాహము జరిగించువారెవ్వరు? ఇక్కడనే పెండ్లియైనచో నే నన్నిపనులను జూచుకొనుట కవకాశముండును. వినయున కంతకష్టము కలుఁగదు.

గోరా:— అట్లు జరుగదమ్మా!

ఆనం:— జరుగకేమి? మీతండ్రిని నేనొప్పింతును!

గోరా:— వలదమ్మా! ఈపెండ్లియిక్కడఁ జేయవలదు. నామాటవినుము!

ఆనం:— ఏమి! వినయుఁడు బ్రాహ్మమతము ననుసరించి పెండ్లియాడుటలేదే!

గోరా:— ఈవాదమంతయు నేల? వినయుని కిష్టమగుఁగాక! ఈపెండ్లి మా కిష్టములేదు. కలకత్తాలో నిండ్లే దొరకవా? అతనికిఁగూడ నొకయిల్లున్నదికాదా?

చాలయింష్లున్నదని యానందమయికిఁ దెలియకపోలేదు. కాని వినయుఁడు బంధువులచేఁ ద్యజింపఁబడి నిర్భాగ్యునివలె నేయింటనో పెండ్లిచేసికొనుట యామెకుఁ గష్టముగా నుండెను. అందుచేతనే యామె తనయింట నీవివాహము జరిగింప నిశ్చయించుకొని యుండెను. గోరా యంగీకరింపకుండుటం గాంచి యామె నిట్టూర్పు విడిచి 'మీరొప్పుకొనకున్నచో మఱియొక యిల్లద్దెకుఁ దీసికొనవలసివచ్చును. కాని యందువలన నాకు శ్రమకలుగును! కానిమ్ము! మీకిష్టము లేనప్పుడు నేనేమి చేయఁగలను! అనియెను.

గోరా:— అమ్మా! నీవీపెండ్లిలోఁ జేరవలదు!

ఆనం. – అదేమిమాట గోరా? నావినయుని పెండ్లి నేనుగాక మఱి యెవ్వరు చేయుదురు?

గోరా: — అట్లు చేయఁగూడదమ్మా!

ఆనం:— గోరా! వినయునితో నీమతము కలియకపోవచ్చును గాని నీ కాతనిపై శత్రుత్వమేల?

గోరా యించుక యుత్తేజితుఁడై "అమ్మా! నీవన్యాయముగ మాటాడుచున్నావు! వినయుని పెండ్లితో సంబంధము లేకుండఁజేసికొనుట నాకుమాత్రము సుఖముగా నుండెననుకొంటివా? నాకు వినయునియం దెంత ప్రేమ యున్నదో నీకంటెను దెలిసినవారెవ్వరున్నారు? కాని యిది ప్రేమవిషయము కాదు. దీనియందు శత్రుమిత్రత్వము లేశమాత్రమును లేవు. వినయుఁడు మంచిచెడ్డలన్నిటి నెఱింగియుండియే యిక్కార్యమునఁ బ్రవేశించెను. మేమాతనిఁ ద్యజింపలేదు. ఆతఁడే మమ్ములను ద్యజించెను. ఈ విచ్ఛేదము వలన నాతఁడనుకొన్న దానికంటె నెక్కువకష్టము ననుభవించుటలేదు!" అనియెను

ఆనం:— గోరా! ఈపెండ్లిలో నీసహాయ ముండదని వినయుఁడు గ్రహించియుండును. ఈమాట నిజమే కాని యీశుభకార్యమునందు నేనాతని నెంతమాత్రమును ద్యజింపనని కూడ నాతఁడు నిశ్చయించుకొనియుండును. వినయుని వధువును నే నాశీర్వదింపనని యాతనికి సంశయమే కలిగినచోఁ బ్రాణముపోయినను నాతఁడీపెండ్లి చేసికొనఁజాలఁడు! బాబూ! నేను మాత్రము వినయుని మనసు నెఱుంగనిదాననా?

అనుచుండఁగనే యానందమయి నయనాంచలములనుండి యొకటిరెం డశ్రుబిందువులు జాఱెను. గోరామనోమధ్యమున వినయునింగూర్చిన గభీరవేదన యాలోడితము కాఁజొచ్చెను. అయినను నాతఁడు "అమ్మా! నీవు సమాజమునం దుంటివి. దానికి ఋణపడియుంటివి! ఈమాట యాలోచించుకొనుము!" అనియెను.

ఆనం — సమాజముతోడి సంబంధము నాకుఁ జాలదినములనుండి దూరమై యున్నట్లు నీకుఁ బలుమాఱు చెప్పియేయున్నాను. అందుచేతనే సమాజము నన్ను నిందించుచున్నది; నేనును దానికి దూరమైయున్నాను

గోరా:— అమ్మా! నీయీమాట నా కన్నిటికంటెను బాధకరముగా నున్నది!

ఆనందమయి యశ్రుపూర్ణ స్నిగ్ధావలోకములతో గోరా సర్వాంగములను స్పృశించుచు "బాబూ! నిన్నీ బాధనుండి తప్పించుట నాకసాధ్య మను సంగతి యీశ్వరునకు మాత్రమే తెలియును!' అనియెను. గోరా చటాలున లేచి 'అమ్మా! నేనిప్పుడే వినయునిచెంతకుఁ బోయి నీవు సమాజమును వదలుకొంటివి గాన నీ పెండ్లిపనులను స్వయముగనే చేసికొనుమనియు, మా సహాయమును గోరుట యధర్మమును, స్వార్థపరత్వము నగుననియు నాతనితోఁ జెప్పెదను!'' అనియెను. ఆనందమయి నవ్వుచు నీయిష్టము వచ్చినట్లు చేయుము! తరువాత నా సంగతి చూచుకొనియెదను.' అనియెను.

గోరా వెడలిపోయినతరువాత నానందమయి చాలసేపటివఱకు నాలోచించి మెల్లమెల్లగా సాధునిమహాలునకుఁబోయెను. నేఁడేకాదశి కావునఁ గృష్ణదయాళుఁడు స్వయంపాక ప్రయత్నములో లేఁడు, అతఁడు కృష్ణాజినముపైఁ గూర్చుండి మతగ్రంథమును జదువుకొనుచు నానందమయింగాంచి యించుక వ్యస్తహృదయుఁ డయ్యెను ఆనందమయి యాతనికించుక దూరముగ నొకచోఁ గూర్చుండి 'చాల నన్యాయముగాఁ దోఁచుచున్నది" అనియెను. సాంసారిక న్యాయాన్యాయములకు దూరమైయున్న కృష్ణదయాళుఁ డుదాసీనభావముతో 'అన్యాయమేమి?' అనియెను. ఆనందమయి మృదుస్వరముతో 'ఇఁక గోరాసంగతి రహస్యముగ నుంచుట కవకాశము లేదు. స్థితిగతులు చాల చిక్కుగానున్నవి!" అనిచెప్పెను. గోరా ప్రాయశ్చిత్త ప్రస్తావ సమయమునందే కృష్ణదయాళున కీ యూహతోఁచెను కాని యోగసాధన ప్రక్రియలలో నాతఁడీసంగతి మఱచిపోయెను.

ఆనం: – మనశశిపెండ్లి యీనెలలో జరుగును. నేనిదివఱ కిట్టికార్యములు వచ్చినప్పుడేదో వంకపెట్టుకొని గోరాతో నెక్కడకో పోవుచుంటిని. ఇంతపెద్ద శుభకార్యము లీనడుమ మనయింట జరుగుటలేదు కాని శశి పెండ్లిలో గోరాను మనతో నుంచుకొనుట యెట్లో చెప్పుఁడు! నాకు శాంతి యొసంగుమనియు, నాయపచారమును క్షమింపుమనియు నేనీశ్వరునిఁ బ్రార్థించుచునే యున్నాను. ఇంకను దాఁచియుంచినచో గోరావలనఁ జాలగొడవలు పుట్టును. అతనికి సర్వమును వెల్లడించుటకు నీవను మతింపవలయును!

కృష్ణదయాళుని తపస్సున కిందుకుఁ దంతరాయము గూర్చినట్లుండెను. అతఁడు వాయుసాధనము చేయుచుండెను; క్రమముగా నాహారము తగ్గించెను. పొట్ట వెన్ను

వంచుకొనుట కిఁక నెంతయో కాలము విలంబము లేదు. ఇట్టి సమయములో నీయుత్సాహమా?— ఆతఁ డానందమయింగాంచి నీకు మతిపోయినది! ఇప్పుడా సంగతి వెల్లడించినచోఁ గొంప మునుఁగదా? జరుగవలసిన దేదో జరిగిపోవును. సాధ్యమైనంత వఱకు నీవు జాగ్రత్తగా నుండుము! ఊరకున్నను దోషము లేదు!" అనియెను. తాను జీవించియున్నంతవఱ కేమియు వెల్లడి కాఁగూడదనియుఁ దరువాత నేమైనను మంచిదే యనియుఁ గృష్ణదయాళుఁ డనుకొనియెను. ఆనందమయి యేమి చేయుటకుం దోఁచక లేచి యించుకసేపు నిలిచి 'మీ శరీరస్థితి యెట్లున్నదో చూచుకొనుచున్నారా' అని ప్రశ్నించెను. ఆనందమయి యీమూఢత్వమునకుఁ గృష్ణదయాళుఁడు పకాలున నవ్వి 'శరీరమా-?' అనియెను.

ఈవిషయముపై యాలోచించుట ముఖ్యము గాదనియెంచి యాతఁడు మరలఁ దనపుస్తకమును జదువుకొనఁదొడఁగెను! ప్రక్కగదిలో సన్యాసిచెంత మహిముఁడు కూర్చుండి గృహస్థులకు ముక్తియున్నదా లేదా యను విషయమును బ్రశ్నించి యాయ తిందుప్రిని ప్రత్యుత్తరమునకు భక్తిభావముతో నెదురుచూచుచున్న వానివలె వినమ్రుఁడై కూర్చుండియుండెను. గృహస్థునకు ముక్తిలేదనియు వారికి స్వర్గ ముండుననియుఁ జెప్పి యెట్లో మహిముని శాంతింపఁజేయవలెనని సన్యాసి ప్రయత్నించెనుగాని మహిమఁ డంతమాత్రమున నూరకుండక 'మహాత్మా! నాకు ముక్తియే కావలయును. స్వర్గముతోఁ బ్రయోజనము లేదు. ఏదోవిధముగా బిడ్డ పెండ్లిచేసుకొని మీపాదసన్నిధిని ముక్తిసాధనము చేసికొనఁదలంచియున్నాను. కాని కన్యావివాహము సులభసాధ్యమా? దానికి మీదయ కావలయును!' అని విన్నవించుకొనఁదొడఁగెను!

౭౫

నడుమ నడుమ నాత్మవిస్మృతి కలుగుచుండెనని తెలిసికొని గోరా మునుపటికంటెను సాహసముతో మెలగుచుండెను. సమాజమును మఱచి మోహాభిభూతుఁడనగుటచేతనే నియమశైథిల్యము కలుగుచున్నదని యాతఁడు స్థిరపఱచుకొనియెను. ఆతఁడు సంధ్యాకృత్యములను దీర్చుకొని గదిలోనికిఁ బోవునప్పటికిఁ బరేశుఁ డటఁ గూర్చుండి యుండుటచే గోరా గుండె గుభిల్లుమనియెను. పరేశునితోఁ దనజీవిత మేకసూత్రగ్రథితమగు నిగూఢాత్మీయతాసంబంధము కలిగియున్నట్లు గోరా సర్వాంతఃకరణములను విశ్వసించియుండెను. ఆతఁడు పరేశునకు నమస్కరించుటయుఁ బరేశుఁ డాతనింగాంచి "వినయుని పెండ్లిమాట నీవు వినియే యుందువు! ఆతఁడు బ్రాహ్మమతానుసారము పెండ్లిచేసికొనఁ దలఁపలేదు!' అనియెను. గోరాతత్క్షణమే "అయినచో నాతఁడీపెండ్లి మానుకొనుటయే మంచిది!" అనియెను. పరేశుఁడీవిషయమున వాదింప దలఁపక నవ్వుచు "సమాజమువా రెవ్వరు నీపెండ్లికి రారు! వినయుని యాత్మీయు

అను రారఁట! కన్యాదానము చేయుటకు నేనొక్కఁడనే యున్నాను. ఇఁక వినయుని పక్షమున నీకంటె నెవ్వరున్నారు? ఈవిషయమై నీతో నాలోచించుటకే వచ్చితిని." అనియెను. గోరాతలత్రిప్పుచు 'ఈప్రయత్నమున నేను లేనప్పుడు మీకు నాయాలోచనయేల?' అనియెను.

పరేశుఁడు విస్మితుఁడై గోరావంక నించుకసేపు చూచి 'నీవు రావా?' అనియెను. పరేశుని విస్మయమునకు గోరా యొకింతసేపు సంకుచితుఁడై యంతలోనే ద్విగుణ స్థైర్యమును వహించి "ఇందు నాసంబంధ మెట్లుండును?" అనియెను. పరేశుఁడు శాంతముగా "నీవాతని మిత్రుఁడవు! మిత్రప్రయోజన మన్నిటికంటె నధికమైనది గాదా?" అనియెను.

గోరా:— నే నాతని మిత్రుఁడనే కాని యీప్రపంచమునం దీసంబంధ మొక్కటియే యన్నిటికంటెను నాకు ఘనబంధము కాదు.

పరే:— నీకు వినయుని ప్రవర్తనమునం దేమైన నధర్మ మగపడినదా?

గోరా:— నిత్యమనియు, లౌకిక మనియు ధర్మమిటు రెండంగములై యుండును. అందు సమాజనియమములచేఁ బ్రకాశమానమగు ధర్మమును దిరస్కరించినచో సంసారము విధ్వస్తమైపోవును.

పరే:— నియమము లసంఖ్యములై యుండును. సకలనియమములందును ధర్మము ప్రకాశించుచుండు నని నిశ్చయింపవచ్చునా?

ఈ విషయమునందే గోరాహృదయ మింతవఱకును మథింపఁబడి యొకసిద్ధాంతమును గ్రహించెను. అందుచేతనే గోరా యిప్పు డెంతమాత్రమును జలింపక తీవ్రభావముతో 'నియమపూర్వకముగ మనము సమాజమునకు లోఁబడకున్నచో సమాజాంతరమునందలి గభీరతమోద్దేశమునకు భంగము కలుగును. ఆయుద్దేశము నిగూఢమైనది. దానిని స్పష్టముగా గ్రహించుట ప్రత్యేకవ్యక్తికి సాధ్యము కాదు. అందుచేతనే యాలోచన చేయకుండ సమాజమును విశ్వసించుటకుఁ దగినశక్తిని మనము సంపాదింపవలయును!' అనియెను.

పరేశుఁడు గోరామాటలను తుదివఱకును విని యాతఁడు తన ప్రాగల్భ్యమున కించుక సిగ్గుపడినట్లు గ్రహించినతరువాత 'గోరాబాబూ! నేను నీ ప్రధానోద్దేశమును విశ్వసించెదను. ప్రతిసమాజమధ్యమునను బరమేశ్వరుని విశేషాభిప్రాయ మున్న దనుట సత్యమే! అదియెల్లరకును స్పష్టము కాదనుటయు నిజమే. కాని, దానిని స్పష్టముగ తెలిసికొనఁ బ్రయత్నించుటయే మానవకర్తవ్యము! చెట్లవలె నచేతన స్వభావముతో నియమపాలనము జేయుటమాత్రమే సార్థకత్వము కాదు!" అనియెను.

గోరా:— సమాజనియమములను సంపూర్ణముగ నవలంబించినచో సమాజోద్దేశము స్పష్టముగా బోధపడునని నా యుద్దేశము! దానితో విరోధించినచో దాని నాతంకపఱచుటయే కాక పొరపాటునకు గుఱిచేసినట్లుకూడ నగును.

పరే — ఆతంకములును, విరోధములును లేకుండ సత్యపరీక్ష కాఁజాలదు. ఆసత్యమేదో ప్రాచీనకాలమున నెవ్వరో కొందఱు జ్ఞానులచే గ్రహింపఁబడి యెప్పటికిని నొక్కతీరుననే యుండుటలేదు ప్రత్యేకకాలమునందు వివిధవిరోధాఘాతమధ్యమునందుండి లోకులయెదుట నాసత్యము నూత్ననూత్నముగాఁ బ్రత్యక్షమగుచుండును. ఎట్లైనను నేనీవిషయమున వాదింపఁ దలఁచుకొనలేదు. నేను మానవుని వ్యక్తిగత స్వాతంత్ర్యమును విశ్వసింతును. ఏది నిత్యసత్యమో, యేది యనిత్యకల్పనమో తెలిసికొనఁ గలిగిన జ్ఞానమునందే సమాజోన్నతి యాధారపడి యుండును.

అని పరేశుఁడు లేచెను! గోరాయును లేచెను. అప్పుడు పరేశుఁడు 'వినయుని మిత్రుఁడవగు నీవి కార్యమును జరిగింతువని యెంచి సమాజవిరోధమువలన నేను తప్పుకొనఁ దలంచితిని. ఇట్టిచో నాత్మీయులకంటె మిత్రులధికులుగదా! కానివినయుని త్యజించుటయే నీకుఁ గర్తవ్యమని తోఁచినప్పుడీభారమంతయు నామీఁదనే పడినది కావున నికార్యమును నేనొక్కఁడనే నిర్వహింపవలసివచ్చినది!" అనియెను. ఒక్కఁడనే యను పరేశుని మాటలో నెంతయర్థమున్నదో గోరా యప్పు డూహింపలేదు. వరదాసుందరి యాతనికి విరుద్ధముగా నుండెను! ఇంటిలోనిబిడ్డల కిష్టములేకుండెను! హరిమోహిని యొప్పుకొనదని పరేశుఁడు సుచరితను పెండ్లికిఁ బిలువలేదు. ఒకవంక సమాజమువారందఱును ఖడ్గహస్తులైయుండిరి వినయుని పినతండ్రియు, నాత్మీయులు నాతని ననేకవిధములఁ దిట్టుచు నుత్తరములను వ్రాసిరి!—

పరేశుఁడు వెడలిపోయినంతనే యనివాసుఁడును మఱికొందఱు సామాజికులును వచ్చి పరేశునుద్దేశించి యాక్షేపింప నారంభించుటయు గోరా 'వలదు. ఆతఁడు పూజ్యుఁడు. ఆతనిని మీరు గౌరవింపఁజాలకున్నచో నాతని నిందింపవలయునను మీ నీచోద్దేశము నైనను మానుకొనుఁడు' అనియెను. గోరానుచరులఁ దనసంఘము వారితో నెప్పటివలె సమావేశము కలిగెను కాని యభిరుచిలేదు! ఇదియేమియును గాదు. ఇదియొక పనియని చెప్పుటకవకాశములేదు దీనియందు జీవములేదు. ఇట్లే కేవలము వ్రాయుట, యుపన్యసించుట, గుంపుచేయుట మొదలగువానివలన లాభములేదు! నష్టమే!' అను నుద్దేశ మాతనిహృదయము నదివఱకెన్నఁడును బాధింపలేదు. నూతనశక్తిచే విజృంభించు నాతనిజీవితము పూర్ణభావముతోఁ బ్రవహించుటకు సత్యపథమును పరీక్షించుచుండెను. ఇది యేమియు నాతనికి బాగుగఁ దోఁచుటలేదు.

ఒకనాఁడు ప్రాయశ్చిత్తసభకుఁ బ్రయత్నము జరుగుచుండెను. ఇది గోరా యుత్సాహమే. ఇది కేవల మశుచి ప్రాయశ్చిత్తమే కాదనియు, దీనివలన నొక్కసారిగా సంపూర్ణ నూతన నిర్మలదేహముతోఁ గర్మక్షేత్రమున నవజన్మలాభముం గాంచవలయునని గోరాయుద్దేశము! దీనికి దినన్నిర్ణయమయ్యెను! పూర్వ పశ్చిమవంగ పండితుల కందఱకు నాహ్వానము లంపఁబడుచుండెను. ధనము సమకూర్పఁబడియెను. ఇది దేశోపయోగకరమగు కార్యమని సంఘమువారందఱు ననుకొనుచుండిరి. అవినాశుఁ డందఱితోడను రహస్యముగ నాలోచించి పండిత సభలో గోరాకు "హిందూధర్మప్రదీపకుఁ" డను బిరుదమునిచ్చుట కేర్పఱచు కొనియెను. ఈవిషయమున సంస్కృత శ్లోకములతో స్వర్ణాక్షరములతో ముద్రించిన సన్మానపత్రమును గూడ నర్పింపఁ దలచెను. మాక్సుముల్లరు దొరవారి ఋగ్వేదాంగ్లేయ భాష్యగ్రంథమును గూడ విలువగల మొరాకో బైండు చేయించి యాతనికి బహుమాన మిచ్చుట కేర్పఱచుకొనియెను. ఈవిధముగా సంఘములో ననేకవిధము లగు నాలోచనలు జరుగుచుండెను.

౭౭

హరిమోహినికి మఱఁది యొద్దనుండి యుత్తరము వచ్చెను. అందు క్షేమసమాచారములను, దరువాత నిట్లు వ్రాయఁబడి యుండెను. "అమ్మా! మీరు వ్రాసిన సంగతులన్నియును బాగుగఁ దెలిసికొంటిని. 12, 13 ఏండ్ల కన్య యున్నదనియు, నెదిగిన పిల్లవలెనగపడుననియు నైనను బాధకము లేదనియు వ్రాసితిరి. ఆమెకుఁ గలసంపత్తి జీవితస్వత్వమో చిరస్వత్వమో తెలిసికొని వ్రాసినచో నన్నగారితో మాటాడి యాయనయుద్దేశము తెలిసికొందును. ఆయనయును సమ్మతించుననుకొందును. కన్యకు హిందూమతనిష్ఠ యున్నదని వ్రాయుటచే సంతోషముగా నున్నది. కాని యామె బ్రహ్మసమాజమునఁ బెరిగిన సంగతిమాత్ర మెచ్చటను వెల్లడి కాకుండఁ జేయవలయును. రాఁబోవు చంద్రగ్రహణమునకు గంగాస్నానమునకు వచ్చెదను. వీలైనచో వచ్చి కన్యను జూచెదను.'

మరల నెప్పటికైన నత్తవారిల్లు చూచుభాగ్యము కలుగునను నాశ హరిమోహిని కింతవఱకును లేకయేయుండెను. శ్వశురగృహత్యాగ దినమప్పు డామెకు మృతదినము వలెనుండెను. ఇప్పుడిట్లయిన సుచరిత మూలమునఁ దన సౌభాగ్యము లభించు ననియామె యాశపడుచుండెను. అయినను దొందరపడుట కామెకు సాహసము లేకుండెను. ఎంతసమీపమునందున్నను సుచరిత హృదయోద్దేశమును హరిమోహిని గ్రహింపఁ జాలకుండెను. ఆమె సమయమును నిరీక్షించుచు సుచరితను బాగుగఁ బరీక్షించుచుండెను. హరిమోహిని క్రమముగాఁ దనపూజను స్వల్పకాలములోనే ముగించుకొనుచు నెప్పుడును సుచరితను దనకంటియెదుటనే యుంచుకొనుచుండెను.

గోరా రాక యాకస్మికముగ నాగిపోవుటచే దొడ్డమ్మ యాతని కేమైన వచ్చెనో యని సుచరిత యనుకొని "మంచిది ఆతఁడు రాకపోయినను, నాతడే నాకు గురుఁడు! నాకు గురుఁడు!' అని నిశ్చయించుకొనియెను. పరిత్యక్తుగురునికంటె నపరిత్యక్తుగురుని యాకర్షణమే తీవ్రమైనది. ఏమనిన—అప్పుడు గురుసందర్శనాభావము గలదైనను తీర్చుకొనవలయునని హృదయము పరితపించుచుండును. సుచరిత యిదివఱకు గోరాతోఁ దర్కించుచు విషయముల నిప్పుడాతని గ్రంథములనుండి చదువుకొని ప్రతివాదము లేకుండఁగనే బోధపఱచుకొనుచుండెను. ఏదైనఁ దెలియనప్పు డాతఁడుండి బోధించును గదా యని యనుకొనుచుండెను. కాని యాతని తేజోమూర్తిం గాంచలేకయున్నదనియు, నాతని గంభీరభాషణముఁ నాలకింపవలయుననియు నామెకుఁ గల కోరిక యెట్లు తీరుట లేదు. ఇట్లు నిరంతరము నామె యాంతరిక కౌతుక్యము నిరంతరము వర్ధిల్లుచు నామె శరీరమును శుష్కింపఁజేయుచుండెను. గోరా దర్శన మనేక కనాయాసముగ లభించుచున్న దనియు, వారిక దానిమూల్యమే తెలియ దనియు దలఁచుకొని, తలఁచుకొని సుచరిత బాధపడుచుండెను ఒకనాఁటి యపరాహ్ణ సమయమున లలితవచ్చి యామెను గౌఁగిలించుకొని 'అక్కా! సుచరితా!'' అనియెను.

సుచ: – ఏమే సోదరీ! లలితా!

లలి: — అంతయు స్థిరమైనది.

సుచ:— వివాహ మెప్పుడు?

లలి: – సోమవారము.

సుచ:— ఎక్కడ?

లలి:— తండ్రిగారికే కాని నాకుఁ దెలియదు.

సుచరిత తన బాహువులతో నామెను బరివేష్టించి "సోదరీ! ఆనందముగా నున్నదా?" అనియెను. లలిత నవ్వుచు "ఆనందము కాకేమి?'' అనియెను. సుచరిత నవ్వుచు 'నీకోరిక తీరినది. నీకిఁక నెవ్వరితోడను జగడమాడుట కవకాశము లేదు. అందుచే నీయుత్సాహ మెక్కడఁ దగ్గిపోవునో యని నాకు భయముగా నున్నది' అనియెను. లలిత నవ్వుచు జగడమాడు మనుష్యుల కభావమేమున్నది. ఇప్పుడిఁక నట్టివారికొఱకు వెలుపల వెదకికొన నక్కఱ లేదు!" అనియెను సుచరిత లజ్జతో లలితబుగ్గపైఁ బొడుచుచు 'అలాగ! ఇంతటితో నీవడితగ్గునని యంటిని. అట్లయిన వానమాయకుఁడగు వినయునితో జాగ్రత్తగా నుండుమని చెప్పెదను!' అనియెను

లలి:— మీయమాయకునకు కిఁక జాగ్రత్తపడుట కవకాశము లేదు! ఆతనికిఁక రక్షణము లేదు. ఆతని జాతకఫలము సిద్ధించినది. ఇఁక నెంత విచారించినను లాభము లేదు.

సుచ: — సోదరీ! నే నెంత యానందపడుచుంటినో చెప్పఁజాలకున్నాను. వినయునివంటి స్వామికి నీవు తగినదానవు కావలయుననియే నా ప్రార్థనము!

లలి.— సరే. కాని నావంటిభార్యకుఁ దగినవా రెవ్వరును గానరాకున్నారే? నీవినయమును గూర్చి యాతనినొకసారి యడిగి యాతని యుద్దేశము వినుము! అట్లయిన నో నట్టి విచిత్రపురుషుని యాదరము నింతకాలము వఱకును గ్రహింపఁజాల నందులకు నీవు విచారపడక మానవు!

సుచ:— ఎట్లయిన నేమిఁ ఇంతకాలమునకుఁ గొక రత్నవర్తకుడు లభించెను రత్నమునకు నీకుఁ దగినమూల్యము నిచ్చుచున్నప్పుడింక విచారము లేదు, ఇఁక నీకు మావంటి సామాన్యుల యాదరమును యాచింపవలసినపని లేదు.

లలి:— అట్లు కాదు! తప్పక కావలయును; నీయాదర మంతయు నాకుండే చూపవలయును! నాకిన్నఁగప్పి దానిని మఱియొచ్చటను వినియోగింపఁగూడదు

సుచరిత లలితకపోలమునఁ గపోలము నుంచి సోదరీ! నాయాదరము నీకే యెవ్వరికి నొసంగను!" అనియెను.

లలి:— ఎవ్వరికి నీయవా? నిజముగా నెవ్వరికి నీయవా?

సుచరిత యూరక తలయూఁచెను. లలిత యంచుక వెనుకకు జరిగి "అక్కా! నీ వెవ్వరినైన నాదరించుట నే నెన్నఁడు సహింపఁజాలనని నీవే యెఱుంగుదువు! నేనిన్నాళ్లవఱకును జెప్పలేదు. ఇప్పుడు చెప్పుచున్నాను! గోరాబాబింకను మన యింటికి వచ్చుచుండుట బాగుగ లేదు. ఏమాటయు నీయొద్ద దాఁపఁజాలని నే నేమో కాని యీసంగతి యింతవఱకును జెప్పలేక పోయితిని. అతఁడు క్రొత్తగా వచ్చినప్పుడే నాకుఁగోపము కలిగినది. నాకుఁ దెలియదనుకొంటివా? నీవు నాయొద్ద నాతని పేరైన నెత్తకుండుట నాకు మఱింతకోపముగా నుండెను. నీవు నాకంటెను నాతనినధికముగఁ బ్రేమించుట నాకసహ్యముగా నుండెను అందుచే నే నెంతకష్టపడుచుంటినో నీ కెట్లు చెప్పఁగలను? ఇప్పుడుగూడ నాయొద్ద నీవాతనిపే రెత్తుట లేదని నేననుకొనుచున్నాను. నీయుద్దేశమది కాదని చెప్పినచో నాకిఁక గోపము లేదు. ఎంతో సంతోషముగా నుండును. కాని సోదరీ! నీవొకవేళ—" అనుచుండఁగనే సుచరిత తత్తరముతో నామె నోటిని మూసి "సోదరీ! నీపాదములపైఁ బడియెదను! ఆమాటమాత్రమనవలదు! ఆమాట విన్నచో నాకు భూగర్భమున మునిఁగిపోవలయునని తోఁచును!" అనియెను.

లలి: - ఏమి సోదరీ! అతఁడు—

సుచరిత వ్యాకులస్వరముతో "వలదు! వలదు. పిచ్చిమాటలాడకుము. లలితా! తలఁచుకొనుటకైనఁ గూడనిమాట నోటితోఁ బలుకవచ్చునా?" అనియెను. సుచరిత యొక్క సంకోచమునకు లలిత విరక్తురాలై "సోదరీ! ఇదియంతయు నీయెటువంటి గాని నేనెంత

యును గ్రహించియే యున్నాను. నేను నీకంతయు నిశ్చయముగాఁ జెప్పఁగలను—' అనుచుండఁగా సుచరిత లలితచేయి వదలించుకొని గదినుండి యవ్వలకుఁ బోయెను. లలితయు వెనుకనే పోయి యామెను బట్టుకొని "సరే! మంచిది! అక్కా! ఇఁక నే నేమియు మాటాడను" అనియెను

సుచ:— ఎన్నఁడు నీమాట యెత్తవుగద?

లలి:— అంతగొప్ప ప్రతిజ్ఞ చేయఁజాలను! ఆవశ్యకమైన సమయమైనచో నీమాట యెత్తెదను; లేనిచో లేదు! ఇట్లు ప్రమాణము చేయఁగలను.

కొన్నాళ్లనుండి హరిమోహిని సుచరితను విడువక యామె వెనువెంటనే మసలుచుండెను. ఆమె యిట్లు సంశయముతోఁ బరిశీలించుచుండుట సుచరిత హృదయము నతి భారముగానుండెను. కానిలోపల నెంతబాధగానున్నను నామె పైకేమియు ననఁజాలకుండెను. మఱియు నిప్పుడు లలిత వెడలిపోవుటచే నతిక్లాంతహృదయ యగు సుచరిత బల్లపై రెండుచేతులవడుమఁ దల నుంచుకొని యేడువఁదొడఁగెను; దీపము వెలిగింపవచ్చిన సేవకుని వలదని వారించెను. అప్పుడు హరిమోహినికిఁ బూజాసమయమైనను సుచరిత క్రిందికి దిగిపోవుటం గాంచి యామె సుచరిత గదిలోనికిఁ బోయి 'రాధారాణీ' అనిపిలిచెను. సుచరిత తెలియకుండఁ గన్నీరుతుడుచుకొని చటాలున లేచి నిలువఁబడియెను. హరిమోహిని 'అదియేమి?' అని ప్రశ్నించెను. సుచరితమాటాడలేదు. మరల హరిమోహిని కఠోరస్వరముతో "ఇది యంతయు నేమో బోధపడుట లేదు!' అనియెను.

సుచ:— దొడ్డమ్మా! నీవు రేయుంబవలు నన్నిట్లు పరీక్షించుచుంటివేమి?

హరి:— కారణము నీకు బోధపడుటలేదా? నీవు నిద్రాహారములు లేక విచారించుచుంటివి. ఈలక్షణము లన్నియు నేమి? నేను చంటిబిడ్డనా? ఈమాత్రము నాకుఁ దెలియదా!

సుచ:— అమ్మా! నీకేమియును దెలియదు. నాకుఁ బ్రతినిమిషమును నసహ్యమగు నంతటి యన్యాయమగు దారుణసంశయము నీలోఁ బుట్టినది!

హరి:— నేను పొరపాటు పడినచో నీవు నాకు నిజముచెప్పరాదా?

సుచరిత ధైర్యముతో సంకోచమంతయును విడిచి 'అమ్మా! నేను నాగురుని చెంత నొకనూతన విషయమును గ్రహించితిని. దానిని సంపూర్ణముగ గ్రహించు శక్తి లేకుండుటచే నేను దానికొఱకుఁ బ్రయత్నించుచుంటిని గాని కేవలము నీతో దగవు పెట్టుకొనఁదలఁచుట లేదు. కాని నీవు మాసంబంధమును వికృతముగఁ జూచి యాతని నవమానించి పంపివైచితివి! నీవాతనితోఁ జెప్పినదంతయుఁ బొరపాటే! నీకు నాయందుఁగల సంశయమును మిథ్యయే! నీపని బాగుగలేదు. నీవాతని నగౌరవింపఁ

జాలవు! నాయెడల నింతక్రూరముగ మెలఁగుటకు నేను నీకేమి చేసితిని?" అనిచెప్పుచు స్వరము రుద్ధమైపోవుచుండుటచే నామె మరియొకగదిలోనికిఁ బోయెను. హరిమోహిని హతబుద్ధియై "అయ్యో గౌరాబాబూ! ఇట్టివింతలు నేనెన్నఁడును వినలేదు!' అని యనుకొనెను.

సుచరిత యించుక శాంతించినసమయము చూచి హరిమోహిని యామె నన్నమునకుఁ గూర్చుండఁబెట్టి 'అమ్మా! నేను చిన్నదానను గాను బాల్యమునుండియు హిందూధర్మములను బాలవలెను వినియుంటిని నీకేమియుఁ దెలియదుగావుననే గోరా నీకుగురువై నిన్ను భ్రమపెట్టుచున్నాఁడు! నేనాతనిమాటలు వింటిని. అందు విశేషమేమియు లేదు. అతని శాస్త్రమంతయు నాతఁడు కల్పించుకొన్నదే. ఈసంగతి యంతయు నాకుఁ దెలిసిపోయినది. నేనును గురూపదేశముం గాంచితిని. నాగురువట్టి వాఁడుకాఁడు! సమయము వచ్చినప్పుడు నీకాతనిచే మంత్రోపదేశము చేయించెదను. నీకేమియు భయములేదు. నేను నిన్ను హిందూసమాజమునఁ జేర్చెదను. నీవు బ్రాహ్మగృహమునం దున్నను లెక్కలే! ఈసంగతి యెవ్వరికిఁ దెలియును? నీవు పెద్దదానివలె నగపడెద వనుమాట నిజమే. కాని నీజాతకమును జూచినవారెవ్వరు? డబ్బున్నచో నంతేచాలును. అన్నియును దొరికిపోవును! అదియున్నచోఁ నైవర్తకన్య కాయస్థకన్య యైపోవును. ఇట్టివెన్నిగనో నేను నాకన్నులతోఁ జూచితిని హిందూసమాజమున నిషేధముకల్పించుట సమాజకర్తలగు సద్బ్రాహ్మణులయింట నే నీకు సంబంధముం గూర్చెదను. గురువుగారి కింతగాఁ బరితపించుటయు నింతగా దుఃఖపడుటయు నీకక్కఱలేదు!' అని యీవిధముగా బోధించుచున్న కాలఁదియు సుచరిత కాహారమునం దరుచి కలుగుచుండెను. ఆమెకొకముద్దయైనను బోవుటలేదు కాని యామె మౌనముతో బలవంతముగా భోజనము చేయుచుండెను. అన్నము తినకున్నచో హరిమోహిని కింకను నెట్టియనుమానము కలుగునో యని యామెకు భయము!

సుచరిత యేమియు మాటాడకుండుటం గాంచి హరిమోహిని తనలో హిందువునా గావలెనని యెప్పటియే కాని చెప్పినమాట వినిపించుకొనదు. ప్రాయశ్చిత్త మక్కఱలేదు. పరిదేవన మక్కఱలేదు. కొంచెముసొమ్ము ఖర్చుచేసి యనాయాసముగ సమాజమునఁ జేరవలయు నను నుత్సాహమైన లేకుండ నేను హిందువును గావలయు నను కొన్నంతమాత్రమున నేమిలాభము!" అని భావించుకొనుచుండెను. గోరా కపటి యనియు, నాతఁడిట్లు కపటనటనము చేయుటకు సుచరిత ధనరూప యౌవనములే కారణములనియు నామె నిశ్చయించుకొనియెను. అతిశీఘ్రముగాఁ గంకేపీకారణములతోఁగూడ సుచరితను దన యత్త వారింట బంధించుట మంచిదని యామె యుద్దేశము. సుచరిత మనసు మెత్తఁబడినఁగాని యీపని సాగదు. అందుచేతనే యామె తనయుక్తిం

టి గౌరవముం గూర్చి సుచరితకు తెలియంబఱచు బోధించుచుండెను; వారిసామర్థ్యముం గూర్చియు, సమాజమునందలి వారి పలుకుబడిం గూర్చియు, వారికిఁ బ్రతికూలురైనచో నిష్కళంకులైనను నిషేధింపఁబడుటం గూర్చియు బలిష్ఠులైనను వారి కనుకూలురైనచో సమాజమున గౌరవింపబడుటం గూర్చియు నుదాహరణపూర్వకముగా నామెకు బోధించుచుండెను.

సుచరిత తనయింటికి రాకుండవలయునని వరదాసుందరి యుద్దేశము రహస్యమై యుండలేదు. తనవ్యవహారమంతయు స్పష్టముగ నుండవలయుననియే యామె యభిమానము ఆమె యితరులను కఠినముగ నిందించునప్పుడు తనకిది స్వభావమని ముందుగనే చెప్పుచుండును. అందుచే సుచరిత వరదాసుందరియింట నెట్టి యాదరమును లేకుండఁబోయెను తాను తఱచుగ నటకుఁ బోవుచున్నచోఁ బరేశునకుఁ గూడ నశాంతికలుగునని సుచరిత భావించుకొనియెను. ఇందుచేతనే యింటిలో పని యున్నప్పుడు గాని సుచరిత యటకుఁ బోవుటలేదు. ఇందుచేతనే పరేశుఁడు దినమునకొకటిరెండు సారులు సుచరిత యింటికేవచ్చి మాటాడి పోవుచుండెను.

కొన్నాళ్లనుండి యాలోచనలచేతను బనులచేతను పరేశుఁడు సుచరితయింటికి వచ్చుటలేదు. ప్రతిదినము నాతనిరాకకు నిరీక్షించుచుండుటచే సుచరితహృదయమున సంకోచమును గష్టమును దోఁచుచుండెను. పరేశునితోఁ దనకుఁగల గభీరత మశుభ సంబంధమెన్నటికిని విచ్ఛిన్నము కాఁజాలదని సుచరిత యెఱుంగును. గాని, యొకటి రెండు బహిస్సూత్రము లామెను బలవంతముగ నాకర్షించుచుండుటచే నామె బాధకు విశ్రాంతిలేకుండెను. ఒకవంక హరిమోహిని తనజీవనము నసహ్యముగఁ జేసివైచుచుండెను అందుచే సుచరిత వరదాసుందరిచేయు నగౌరవమునకైన నంగీకరించి పరేశునింటికిఁ బోయెను.

అపరాహ్ణశేష సూర్యుఁడు పశ్చిమాకాశమునఁ గ్రిందికిదిగిపోయి యారెండంతస్తుల మేడనీడ నతిదీర్ఘముగ విస్తరింపఁజేయుచుండెను. ఆమందిరోద్యానమునందా నీడను బరేశుఁడు తలవంచుకొని యొంటిగా బచారు చేయుచుండెను. సుచరిత యాతని చెంతకుఁ బోయి “బాబా! క్షేమముగ నున్నారా?” అని ప్రశ్నించెను. పరేశుఁ డాకస్మికముగఁ దనయాలోచనను విడిచి సుచరితవంకఁ దిలకించి “అమ్మా! సుఖముగ నే యున్నాను!’ అని “సోమవారమునాఁడే లలిత వివాహము!” అనియెను.

తన్నుఁ బిలువకుండుటకును, దనతో నాలోచింపకుండుటకును గారణ మేమని సుచరిత యడుగఁదలఁచెను గాని తనయందుగూడ నొకతాప మగపడుచుండుటచేఁ గుఁదకొరైపోయెను. మునుపటివలె నన్నచో నామెకుఁ బిలువలేదను విచారమే లేక యుండును. ఆమె మనసులోని విచారమునకు సరిగాఁ బరేశుఁడప్పుడు ‘రాధా!నిన్ను

సారి పిలువఁజాలకపోయితిని' అనియెను. సుచరిత తెల్లపోయి "ఏమిబాబా?" అనియెను. ఆమాటకు బదులుచెప్పక పరేశుఁడామెవంక నిరీక్షించుచుండెను. సుచరిత యిఁక సహింపఁజాలక తలవంచుకొని "నామనసులో నొకవిధమగు పరివర్తనము కలిగినదని మీరుభావించియుందురు!'' అనియెను. పరేశుఁడు మృదులముగా 'ఔను! అందుచేతనే నిన్ను నిరోధింపరాదని యనుకొంటిని!" అనియెను.

సుచ:— బాబా! నేనుమీకింతయుఁ జెప్పదలఁచితిని. కాని మీదర్శనము లభింపలేదు. అందుచేతనే నేనిట్లువచ్చితిని. నామనోభావము మీకు స్పష్టముగాఁ దెలుపఁదగిన సామర్థ్యము నాకులేదు. సరిగాఁ జెప్పలేనేమో యని భయపడుచున్నాను!

పరే:— ఇది స్పష్టముగాఁ దెల్పుటకు సులభమైన విషయము కాదని నేనెఱుఁగుదును. నీవు నీభావమధ్యమునం దొకవస్తువును గ్రహించి యనుభవించుచుంటివి. కాని దాని యాకారప్రకారములు నీకుఁ బరిచితములగుట లేదు.

సుచరిత యించుక విశ్రాంతిగొంది 'ఔను అది నిజమే కాని నాయనుభవమెంత ప్రబలమైనదో యెట్లుచెప్పఁగలను? నూతన చైతన్యముతో నూతన జీవనముం గాంచినట్లుంటిని. నన్ను నే నిట్లెన్నఁడును భావించుకొనలేదు. నాకిదివఱకు నాదేశసంబంధమగు నట్టి భూతభవిష్యత్సంబంధము లేకయుండెను; కానియిప్పు డాఘనసంబంధము ప్రబలసత్యమైనదను జ్ఞానము నాహృదయాంతరమునం దద్భుతముగాఁ దోఁచుచున్నది. నేనిఁక దానినెట్లును మఱువఁజాలకున్నాను బాబా! నేను సత్యము చెప్పుచున్నాను. నేను హైందవినని యిదివఱకెట్లును నానోటితోఁ జెప్పఁజాలకుంటిని. కాని యిప్పుడు నాహృదయ ముత్సాహముతో నిస్సంశయముగా నట్లుచెప్పఁ జూచుచున్నది! ఇందువలన నాకానందమే బోధయగుచున్నది!" అనియెను.

పరేశుఁడు మెల్లగ 'అమ్మా! ఇందలి ప్రతిభాగమును, ప్రత్యంశమును నీవు బాగుగ భావించి గ్రహించితివా? అనియెను. సుచరిత వినీతభావముతో 'నాకింతగా భావించుటకు శక్తియున్నదా? కాని యెన్నిటినో గ్రహించితిని. ఎంతయో యాలోచించితిని! ఇది యింతటిదని నేను గ్రహింపఁజాలనప్పుడు హిందు వనినంతనే వారి యందలి స్వల్పలోపములను మాత్రమే గొప్పగాఁ జేసి చూచుచు వారియెడఁ దిరస్కారభావము కలిగియుంటిని!'' అనియెను. పరేశుఁ డామాటలనువిని విస్మితుఁడై సుచరిత హృదయమునం దొక ప్రబోధము కలిగెననియు, నామెయొక సత్యపదార్థమును గ్రహించి నిస్సంశయముగ ననుభవించుచున్న దనియు, ముగ్ధవలె నేమియుఁ దెలియకుండఁ గేవల మస్పష్టావేగముచేఁ దూలిపోవుట లేదనియు భావించుకొనెను.

సుచ:— బాబా! నేను నాదేశమును, జాతినిత్యజించినయొక నీచురాల నని యేల చెప్పుకొనవలయును? నేను హైందవినే యని యేలచెప్పుకొనఁగూడదు?

పరేశుఁడు నవ్వుచు "అమ్మా! అనఁగా — నేనట్లేల చెప్పుకొనుటలేదని నీవునన్ను ప్రశ్నించుటకాదా? బాగుగ నాలోచింపఁగా నట్లు చెప్పుకొనకుండుటకు విశేష కారణ మేమియును లేదు. దీనికి హిందువులు నన్ను హైందవునిగాఁ నంగీకరింపకుండు టొక కారణము. నాసమాజమువారు నన్ను హైందవునిగాఁ బరిచితుని జేయకుండుట రెండవ కారణము! ఇవి యంతటి ప్రధాన కారణములు కావు; బాహ్యకారణములుమాత్రమే! వీనిని బాటింపకున్నను నష్టములేదు. కాని లోలోపల నొక గభీర కారణమున్నది. హిందూసమాజమునఁ బ్రవేశించుట కెట్టి ద్వారమును లేదు విశేషించి ప్రధానద్వారము లేకున్నను గిటికీలుమ్మములైన నుండవచ్చును! మఱియు నిది సకలమానవులకును సమాజముకాదు. ఇదికేవలమును దైవవశమున హిందువులై పుట్టినవారి సమాజము మాత్రమే!' అనిచెప్పెను.

సుచ:— అన్ని సమాజములు నట్టివే కావా?

పరే — కావు ముసల్మాను సమాజద్వార మెల్లమానవులకును దెఱవఁబడియుండును. క్రైస్తవ సమాజ మెల్లవారి నాహ్వానించుచుండును. క్రైస్తవసమాజాంతర్భాగములన్నియు నట్టివే. నేనాంగ్లేయుఁడను గాఁదలంచినచో నది యసంభవముకాదు ఇంగ్లాండున నివసించి, యానియమముల ననుసరించినఁ జాలును. అందుకొఱకు నేను క్రైస్తవుఁడను గూడఁ గానక్కఱలేదు. అభిమన్యుఁడు వ్యూహమునఁ బ్రవేశింపఁ గలఁడు గాని, వెలుపలకు రాఁజాలఁడు. హిందూసమాజ మాపద్ధతికి వ్యతిరేకము!

సుచ:— బాబా! అట్లయినచో నిన్నాళ్లయినను హిందువులు నశింపలేదే!

పరే:— సమాజక్షేమమునకుఁ జాలకాలను పట్టును. హిందూసమాజ గవాక్షద్వారము లిదివఱకుఁ దెఱవఁబడి యుండెడివి. అప్పుడీదేశమునందలి యనార్యులందు ప్రవేశించి యొక గౌరవమును బడసిరి. మొగలాయి ప్రభుత్వమున దేశమునందలి హిందూరాజులును, జమీందారులును దమ ప్రభావముచే సమాజమునుండి యెవ్వరును వెడలకుండునట్లు శాసనములనుఁ జేసి యుండిరి. ఇప్పు డాంగ్లేయ ప్రభువు లెల్లర నేక శాసనమునఁ బాలించుటచే మునుపటివలెఁ గృత్రిమోపాయముతో సమాజద్వారమును రక్షించుకొనుట కవకాశము లేకున్నది. అందుచేతనే భారతవర్షమునఁ గొన్నాళ్లనుండి హిందూజనసంఖ్య తగ్గి ముసల్మానుల సంఖ్య హెచ్చుచున్నది. ఈవిధముగ జరిగినచో నీదేశమున ముసల్మానులే ప్రధానులైపోవుదురు! అప్పుడు దీనిని హిందుస్థానమని చెప్పుటయే యన్యాయమగును!

సుచరిత వ్యథితహృదయముతో 'బాబా! దీనిని నివారించుట మన కందఱకును గర్తవ్యముకాదా? మనముకూడ హిందువులను పరిత్యజించి వారి వినాశనమును వర్ధిల్లఁజేయుట న్యాయమా? ఇది హిందూసమాజమును బ్రాణములనైన నర్పించినిలుప

బలసిన సమయముకాదా?' అనియెను. పరేశుఁడు సప్రేమముగ సుచరిత వెన్నుపైని జేయుంచి దువ్వుచు "మనము తలఁచుకొన్నచో నెవ్వరినైనను రక్షింపఁగలము కాని రక్షింపఁబడుటకొక జగన్నియమమున్నది! ఆస్వభావ నియమమును త్యజించువా రాత్మరక్షణమునుగూడఁ ద్యజింపవలసినదే. హిందూసమాజము మానవు నవమానించి, వర్జించుచుండుటచే నీదినములలో దాని కాత్మరక్షణము దుస్సాధ్య మగుచున్నది. ఇప్పుడది యేకాంతముగ నుండఁజాలకున్నది. నలుదెసలను వివృతమార్గములనుండి యనేకులువచ్చి దానిపైఁ బడుచున్నారు. శాస్త్రసంహితలను ప్రాకారములను బదిల బఱచుకొని యెట్టి సంపర్కమును లేకుండఁ జేసికొనుటకు దానికిప్పు డవకాశము లేదు. తనలోఁ దానిమిడి యుండుటకు శక్తిచాలక యిప్పుడది క్షయరోగమును వాశ్రయించు టచే మానవుల యవిలంఘ్య సంపర్కము దానికి సాంఘాతికాఘాతముగాఁ బరిణమించు చున్నది!" అనియెను.

సుచరిత వేదనా పరిపూర్ణహృదయముతో 'నేనీ యంగము లేమియు నెఱుంగను. కాని యిదియే సత్యమై దీనినందఱుఁ ద్యజింపఁదలఁచియున్నచో నీదినములలో నేను దీనిని విడువఁజాలను. మనమందఱమును దీని దుర్దిన సంతానులమని చెప్పుకొనుచు నిప్పుడు దీని తలాఁపిదిక్కున నిలువఁబడవలయును'' అనియెను. పరేశుఁడు మెల్లగా 'అమ్మా! నేను నీభావమును నిరోధింపఁజాలను. నీవుశాంతచేసి స్థిరచిత్తమున నీలోని సత్యముతో, శుభాదర్శముతో నేకీభవించి సమస్తము నాలోచించుకొనుము. క్రమ ముగా నీకంతయు విస్పష్టమైపోవును. సర్వశ్రేష్ఠమగువస్తువు నే దేశమునకంటెను, నేమానవునికంటెను దక్కువగాఁ జూడవలదు! అదినీకుఁగాని, దేశమునకుఁగాని శ్రేయముకాదు. నేనీయుద్దేశముచే నేకాగ్రచిత్తముతో నాపరమ పదార్థమున కాత్మ సమర్పణము చేసికొనఁదలఁచినచో నప్పుడు నాకు దేశమునందును దేశీయులందును గల సంబంధము సత్యమైనది కాఁగలదు'' అనియెను.

ఇంతలో నెవ్వఁడోవచ్చి పరేశున కొకయుత్తరము నిచ్చుటయు "అమ్మా! నులోచనములు లేవు. వెలుతురు తగ్గినది. దీనిని జదువుము!" అని సుచరిత కాచీటి నిచ్చెను. సుచరిత చదివి వినిపించెను. అది బ్రాహ్మసమాజమునుండి వచ్చినది దాని క్రింద ననేక నామములతో సంతకములున్నవి. అందలి విషయములివి—'పరేశుఁ డబ్రాహ్మ మతానుసారముగాఁ గన్యాదానము చేయుటకు సిద్ధపడియున్నాఁడు. సమాజము నాతని నికఁ సభ్యునిగా నెంచఁజాలదు. అతఁడేమైనఁ జెప్పుకొనవలసి యున్నచో నాదివారమునకు ముందే కమిటీవారి కందునట్లు విన్నప మంపుకొనవల యును. ఆదినమున నాలోచించి బహుజనాభిప్రాయమునుబట్టి తీర్పు చేయఁబడును!'

పరేశుఁడా చీటిని గైకొని జేబులో నుంచుకొనియెను. సుచరిత తన కోమల కరముతో నాతని దక్షిణహస్తముం బట్టుకొని యాతనితోఁబచారు చేయుండెను.

క్రమముగా సంధ్యాంధకారము ఘనీభూత మగుచుండెను. ఉద్యానదక్షిణభాగము నందలి సందులో నొకవీధిదీపము వెల్గింపఁబడియెను. అప్పుడు సుచరిత మృదుస్వరముతో "బాబా! మీయుపాసనాసమయమైనది! నేను నేఁడు మీతోఁగలసి యుపాసించెదను." అని యాతని నుపాసనాగృహమునకుఁ దీసికొనిపోయెను. పరేశుఁడు నేఁడు చాలసేపటివఱకును నిశ్శబ్దముగా నుపాసించెను. తుట్టతుదనొక ప్రార్థనముం గావించి యాతఁడు లేచి ద్వారముచెంతల లలితావినయులు నిశ్శబ్దముగాఁ గూర్చుండి యుండుటం గాంచెను. ఆతనిం గాంచి వారిరువురును నమస్కరించి పాదధూళిం గైకొనిరి. ఆతఁడును వారి మస్తకములందు హస్తముంచి మనసులోనే యాశీర్వదించి సుచరితం గాంచి "అమ్మా! నేను రేపు మీయింటికివచ్చెదను. నేఁడు నా కార్యమును నిశ్చయించుకొందును" అనిచెప్పి తనగదిలోనికిఁ బోయెను.

అప్పుడు సుచరితకన్నుల నీరునిండిపోయెను. ఆమె చిత్రప్రతిమవలె నిస్తబ్ధమై యంధకారమున వరండాలో నిలువఁబడిపోయెను. లలితావినయులు చాలసేపటివఱకు నేమియు మాటాడలేదు. సుచరిత కదలిపోఁజూచుటయు వినయుఁడామె చెంతకుఁ బోయి మృదుస్వరములో 'అక్కా! నీవు మమ్మాశీర్వదింపవా?' అని లలితతోఁ గలసి యామెకుఁ బ్రణామము చేసెను. అప్పుడు సుచరిత యశ్రురుద్ధకంఠముతో నేమని యాశీర్వదించెనో యంతర్యామియొక్కఁడే వినఁగలిగెను.

పరేశుఁడు తనగదిలోనికివచ్చి బ్రహ్మసమాజమున కిట్లుత్తరము వ్రాసెను:— 'లలితకుఁ బెండ్లి నేనే చేయవలసియుండెను. ఇందుకొఱకు నన్నుఁ ద్యజించినచో నది మీకన్యాయము కాదు. నన్ను సమస్త సమాజాశ్రయమునుండియు వెలువరించి తన చరణ సాన్నిధ్యమునందే యాశ్రయ మొసంగవలయునని నేనిప్పు డీశ్వరునింగూర్చి యొక్కటే ప్రార్థనముం గావించుచున్నాను!—'

౭౨

సుచరిత పరేశునియొద్ద విన్నమాటలను గోరాకుఁ జెప్పవలయునని యత్యంతమును వ్యాకులపడుచుండెను. తనయెదుట నిలచి తనదృష్టిని హృదయమును గూడఁ బ్రేమచే నాకర్షించుచున్న భారతవర్ష మిప్పుడు కాలవశమున క్షయోన్ముఖమై పోవుచున్న దనుసంగతి గోరా యూహించుటయే లేదా? అది యింతవఱకును దన యాంతరిక వ్యవస్థాబలముచే నాత్మరక్షణము చేసికొనియుండెను. అందుచే దేశీయులకు శ్రమపడ నక్కఱ లేకపోయెను. ఇంకను నట్టి నిశ్చింతతో రక్షించుకొనుట కవకాశమున్నదా? ఇప్పు డెప్పటివలె! కేవల పూర్వవ్యవస్థలనే యాశ్రయించి గృహమధ్యమునఁ గూర్చుండుట కుపాయమున్నదా?— సుచరిత తనలో "దీనిలో నాకును నొక పని యున్నది. ఆపని యెట్టిది? గోరా యిప్పుడు నాయొద్దకు వచ్చి బోధించి నాకు

మార్గమును జూపించుట యావశ్యకమై యున్నది. అతఁడు నన్ను సమస్తారంభముల నుండియు, నపవాదములనుండియు నుద్ధరించి యుచితస్థానమున నిలిపినంతమాత్రమున లాభ మేమున్నది?" అని భావించుకొని యాత్మగౌరవ ప్రపూర్ణహృదయముతో "అతఁడు నన్నేల పరీక్షించుటలేదు? అసాధ్యసాధనమునకు నన్నేల నియోగించుటలేదు? అతఁడు తనసంఘమునందలి పురుషులందరికంటెను నేనే తగినదానని తన సమస్తమును నాయందే సమర్పించునా? ఈయాత్మత్యాగాకాంక్షవలన నేమైనఁ బ్రయోజనముండు ననియే యాతని యుద్దేశమా?— నన్ను లోకావమాన మధ్యమునఁ, గర్మహీనతా మధ్యమునఁ ద్రోసివైచి పోయినచో దేశమున కేమియును నష్టములేదా?— ఇట్లు నన్నాతఁడు త్యజించుట యెన్నఁటికిని జరుగదు! అతఁడు వెదకుకొనుచు నాయొద్దకు వచ్చితీరును! అతఁడెంత శక్తిసంపన్నుఁడగు మహాపురుషుఁడైనను నావలన నాతనికి బ్రయోజనమున్నది. ఈమాట యాతఁడే యొకప్పుడు చెప్పియున్నాఁడు. తుచ్ఛమగు దొడ్డమ్మ తిరస్కారముచే నాతఁడీమాట నెట్లు మఱవఁగలఁడు!" అని యనుకొను చుండెను. ఇంతలో సతీశుఁడు పరుగెత్తుకొనివచ్చి "అక్కా!" అని పిలిచెను. సుచరిత యాతనిఁ గౌఁగిలించుకొని 'ఏమిబాబా!' అనియెను.

సతీ:— అక్క లలితకు సోమవారమునఁ బెండ్లి! అంతవఱకును నేను వినయ బాబుయింట నుండెదను. అతఁడు నన్నుఁ బిలిచినాఁడు.

సుచ:— దొడ్డమ్మ నడిగితివా?

సతీ:— అడిగితిని. నాకుఁ దెలియదు; మీయక్కనడిగి యామె చెప్పినట్లు చేయుమన్నది. అక్కా! నీవడ్డు పెట్టకుము! నాచదువున కక్కడ లోపముజరుగదు. ప్రతిదినమును వినయబాబు నొద్దఁ జదువుకొందును.

సుచ:— అక్కడఁ బెండ్లిపనులు గావలసియుండెను. నీవటనుండి యల్లరిచేయు చున్నచోఁ బనులుసాగవు.

సతీ:— అక్కా! నేనేమి నల్లరిచేయుదును!

సుచ:— నీకుక్కనుగూడఁ దీసికొనిపోయెదవా?

సతీ:— ఆ. వినయబాబు దానినిఁగూడ దీసికొని రమ్మన్నాడు. సపరివారముగ రావలయునని దానిపేరుతో నొక యాహ్వానపత్రమునుగూడఁ బంపినాఁడు!

సుచ:— దానికిఁ బరిజనులెవ్వరు?

సతీ:— ఏమి! నేనే యని వినయబాబుచెప్పినాఁడు. సంగీతపుఁ బెట్టెనుగూడ దెమ్మని చెప్పినాఁడు. అక్కా! నాకదియొకసారియిమ్ము! దానిని బగులఁగొట్టనులే!

సుచ:— పగులగొట్టినచో నేను బ్రతికిపోవుదును. నాకింకను దెలియనేలేదు! పెండ్లిలో సంగీతము పాడుటకా వినయబాబు నిన్నుఁ బిలిచినది?

సతీ:— కాదు! కాదు! వినయబాబు నన్నుఁ దోడుపెండ్లికొడుకు జేసెద నన్నాఁడు! అక్కా! తోడుపెండ్లికొడుకు కేమిచేయవలయును?

సుచ:— దినమంతయు నుపవాసము చేయవలయును.

సతీశుఁడామాటను సంపూర్ణముగా విశ్వసించెను; సుచరిత యాతని నొడిం జేర్చుకొని "మంచిది! బాబూ! నీవు పెద్దవాఁడవైనచో నేమిచేసెదవో చెప్పుము!" అనియెను. సతీశునకుఁ బ్రత్యుత్తరము సిద్ధముగాలేదు. ఆతనియుపాధ్యాయుని యసాధారణపాండిత్య సామర్థ్యములే సతీశున కాదర్శములై యుండెను. అందుచే నాతఁడు పెందటినుంటియు పెద్దవాఁడనై యుపాధ్యాయుఁడను గావలయునని కోరుకొనుచుండెను. సుచరిత తమ్మునిం గాంచి "బాబూ! చేయవలసిన పను లెన్నియో యున్నవి. మనయిరువురి పనులను మనము కలసిచేసికొందము. ఏమనియెదవు? ప్రాణముల నర్పించియైన మనదేశమును గొప్పదానిగాఁ జేయుదము. చేయుటయేమి? దీనికంటె నుత్కృష్టమైనది మఱియేమున్నది? దేశసేవవలన మనజీవితములను సార్థకములుగఁ జేసికొనవలయును తెలిసినదా?" అనియెను. సతీశుఁడు తెలియకుండ సమ్మతించువాఁడు కాఁడు. అతఁడుత్సాహముతో సరే!" అనియెను.

సుచ:— మనదేశమును, జాతియు నెంతగొప్పదియో యెఱుఁగుదువా? ఏమని చెప్పుదును! ఇదియొక యద్భుతదేశము! వేలకొలఁది యేండ్లనుండి యార్యులుఁ డీదేశమును సర్వశ్రేష్ఠముగఁ జేయుటకై ప్రయత్నించుచున్నాఁడు దేశవిదేశములనుండి యనేకులీపనికి సాయపడుచున్నారు. ఈదేశమందెందఱో మహాపురుషులు జన్మించిరి. ఎన్నియో మహారణములు జరిగినవి; ఎన్నియో మహావాక్యములు వెలువడినవి; ఎందఱో తపస్సులు ఫలించినవి; ఎన్నియోరీతుల ధర్మము పరిశీలింపఁబడియెను; ఎన్నియో విధముల జీవితవిషయము సిద్ధాంతీకరింపఁబడియెను. మన భారతవర్షమన నిట్టిది సోదరా! ఇది మహోత్తమమైనదని యెఱుంగుము! ఎన్నటికిని దీనిని మఱవవలదు! నిందింపవలదు. నేనిప్పుడు చెప్పినమాట క్రమముగా నిప్పటికైన నీకే తెలియును. ఇప్పుడైనను నీకుఁ దెలియలేదని నేననుకొనుటలేదు నేను గొప్పదేశమున జనించితి ననియు నీదేశమును మనఃపూర్వకముగఁ బ్రేమింపవలయుననియు, దేశారాధనమునకై సమస్తజీవితము నర్పింపవలయు ననియు నిశ్చయించుకొనవలయును.

సతీశుఁ డించుక సేపూరకుండి "అక్కా! నీవేమిచేయుదువు?"

సుచ.— నేనుకూడ నీపనియేచేసెదను. నీవు నాకు సాయపడెదవా?

సతీశుఁ డానందోత్సాహముతో 'సాయపడెదను' అనియెను. సుచరితహృదయమునిండి మాటలుపొంగిపోవుచుండెను. చెప్పికొనుటకింక నెవ్వరును లేరు అందుచేతనే చిన్నతమ్మునియెదుటఁ దనహృదయావేగ మంతయు నొక్కసారిగా వెలువరించి

వైచెను. ఈమాటలు బాలునినోటఁ జెప్పవలసినవి కావు. కాని సుచరితకట్టిసంకోచముగలుగలేదు. మనమనందరి యుత్సాహముచేఁ దోఁచిన సంగతులన్నియును సంపూర్ణముగ బోధించినచోఁ జిన్నవారును, పెద్దవారును దమతమ శక్త్యనుసారముగా గ్రహింపఁగలరనియు పిన్నటివారిబుద్ధి శక్తులననుసరించి యీవిషయములను బోధించినచో సత్యము వికృతమైపోవుననియు నామె యనుకొనియెను—సతీశుఁడు భావోద్రేకముచే ‘అక్కా! నేను పెద్దవాఁడనై చాలధనము సంపాదించినతరువాత—’ అనుచుండగనే సుచరిత ‘వలదు వలదు. డబ్బుమాట యెత్తవలదు. తమ్ముఁడా! మనయిరువురకును ధనముతో నిమిత్తములేదు. మన పనిలో భక్తి కావలయును. ప్రాణము కావలయును.’ అనియెను.

ఇంతలో గదిలోని కానందమయి వచ్చుటయు సుచరిత హృదయరక్తము పొంగిపోవఁ దొడఁగెను. ఆమె యత్యానందముతోఁ బ్రణామముచేసెను. ప్రణామము చేయుట సతీశునకుఁ జేతకాదు. అయినను ఎట్లో యాతఁడును జేసివైచెను. ఆనందమయి సతీశు నొడిం జేర్చుకొని శిరంబున ముద్దిడుకొని సుచరితం గాంచి ‘నీతో నొక సంగతి యాలోచింపవలసి యున్నది. నీకంటె నాకెవ్వరు నగపడలేదు. వినయుఁడి పెండ్లి తనయింట జరుగవలయునని చెప్పెను. నవాబు వలెనీవు మాబిడ్డను నీయింటికిఁ గొనిపోయి పెండ్లి చూడెదవాయని నేనాతని వారించి నేనొక యిల్లద్దెకుఁ దీసికొంటిని. అది మీయింటికెంతో దూరములేదు. నేనిప్పుడటనుండియే వచ్చితిని. నీవు పరేశునితోఁ జెప్పి యొప్పింపవలయును’' అనియెను.

సుచ:— తండ్రిగా రంగీకరించెదరు

ఆనం:— తరువాత అమ్మా! నీవును రావలయును. సోమవారమే పెండ్లి. ఈలోపుగా నచ్చటనుండి యన్నిపనులను తీర్చుకొనవలయును. వ్యవధిలేదు. నేనొక్కతెనే యన్నిపనులను నిర్వహింపఁగలనుగాని నీవురాకున్నచో వినయునకుఁ గష్టముగా నుండును. మొగమోటముచే నాతఁడు నిన్ను బలవంతపెట్టఁజాలకున్నాఁడు. ఆతఁడు నావద్దఁగూడ నీపేరెత్తుటలేదు. అందుచేతనే యాతనికిఁ గష్టముగానున్నట్లు నేను గ్రహించితిని. నీవు తప్పించుకొనుటకు వీలులేదు. లలితకుఁగూడఁ గష్టముగానుండును.

సుచ:— (విస్మితయై) అమ్మా! నీవీ పెండ్లిలోఁ జేరుదువా?

ఆనం:— అదేమి సుచరితా! నేను చేరకుండుటెట్లు? నేను పరాయిదాననా! ఇది నా వినయుని పెండ్లికదా! అంతయు నేనే నిర్వహింపవలయును. నేను నీపక్షము కాదు; కన్యపక్షమున నుందునని వినయునితో నప్పుడే చెప్పితిని! ఆతఁడు మాలలితను బెండ్లాడుటకై మాయింటికి వచ్చును.

తల్లియుండియు నిట్టి శుభసమయమున లలితను త్యజించుటచే నానందమయికి జాలి కలిగెను. అందుచేతనే యీ పెండ్లిలో నిట్టిలోపమును లేకుండఁ జేయవలెనని యామె పూనుకొనెను. తానే లలితకుఁ దల్లివలెనుండి యామె నలంకరించుటకును వరవరణ వ్యవస్థకుఁ దోడ్పడుటకును, పెండ్లికి వచ్చిన బంధుమిత్రులను సత్కరించుటకును లలితకుఁ గొఱతయిల్లుగాఁ దోఁచకుండునట్లద్దియింటి నన్ని విధముల నలంకరించుటకును బూనుకొని యుండెను.

సుచ:— అమ్మా! నీవిందుఁ జేరినచో నీయింట గందరగోళము పుట్టదా?

ఆనం:— పుట్టవచ్చును. అంతమాత్రమున భయమేమి? మాటాడకూరకున్నచో కొన్నాళ్లకంతయును బోవును.

గోరా కీపెండ్లితో సంబంధముండదని సుచరిత యెఱుంగును. అతఁ డానందమయిని వారించెనో లేదో తెలిసికొనవలయునని కుతూహలపడుచుండెను. గాని, స్పష్టముగా గ్రహింపజాలకపోయెను. ఆనందమయి గోరా పేరైన నెత్తలేదు. ఇంతలో హరిమోహిని మెల్లగా గదిలోనికి వచ్చి యానందమయింగాంచి 'సోదరీ! క్షేమమా? దర్శనమే లేదు. కబురైనను లేదు' అనియెను. ఆనందమయి యీ యభియోగమున కుత్తరము చెప్పక 'నేనిప్పుడు నీకుమార్తెను వెంటఁబెట్టుకొనిపోవుటకై వచ్చితిని' అనియెను.

హరిమోహిని యప్రసన్నయై కొంతసేపూరకుండి "తరువాతఁ జెప్పెదను. నేనీ విషయమునఁ గలుగఁ జేసికొనఁజాలను" అనియెను

ఆనం:— అట్లు కాదు సోదరీ! నేను నిన్ను రమ్మని కోరలేదు! సుచరితకొఱకు నీవు వెంగపెట్టుకొనవక్కఱలేదు. నేనీమెను నాయొద్దనే యుంచుకొందును.

హరి:— మంచిదే కాని యీమె యందఱియెదుటను హిందువునని చెప్పుకొనుచున్నది. ఈమె మతిగతులిప్పుడు హిందూత్వము ననుసరించుచున్నవి. ఇట్టిస్థితిలో జాగ్రత్తగనుండుట మంచిది. నేనీమెను గొన్నాళ్ళు నాయొదుట నుంచుకొనఁదలఁచితిని. ఈమెను జూచినంతనే యింకను పెండ్లి కాలేదేమని లోకులనుకొనక మానరు. ఆవాదు లేకుండ జేసికొన్నఁగాని మంచివరుఁడు లభించుటకష్టము. ఇంతేకాదు ఈమె వేయితోవల బోవుచున్నచో నేనన్నిటిని చూచుకొనఁగలను? నీవుమాత్రము హిందూస్త్రీవి కావా? అన్నియును, దెలిసియుండియు నేమెంగము పెట్టుకొని యిట్లడిగితివి? నీకన్నబిడ్డను నీవీపెండ్లికిఁ బంపఁగలవా? ఇట్లున్నచో సుచరితకుఁ బెండ్లియగుట కష్టమని నీవు భావింపవలదా?

ఆనందమయి విస్మితయై సుచరితవంకఁ దిలకించెను. సుచరిత వెంగ మెత్తినదై పోయెను. అప్పుడానందమయి "నేను బలవంతము సేయఁదలఁచుకొనలేదు. సుచరిత

రావన్నదో—" అనునంతనే హరిమోహిని నీయుద్దేశమేమో నాకు బోధపడుట లేదు. నీకొడుకీమెకు హిందూమతమును బోధించుచుండెను, నీవేమో క్రొత్తగా నాకాశమునుండి యూడిపడినట్లుగా మాటాడెదవేమి?' అనియెను.

పరేశునింట నవగాఢభీసురాలైయుండి యితరుల గుణశీలములను మాత్రమే గ్రహించి యాదరించుచుండు నాహరిమోహినియేనా?— తన యధికారమును నిలుపుకొనుటకై యామె యిప్పుడు పెద్దపులివలె నిలిచియుండెను. నలుదెసలనుండియు సుచరితను దనయధీనమునుండి తొలగించుటకు బలవత్ప్రయత్నములు జరుగుచుండెనను సంశయమామెను బాధించుచుండెను. హితులెవ్వరో, యహితులెవ్వరో తెలిసికొనఁజాలక యామె కొట్టుకొని పోవుచుండెను. ఇదివఱ కామె యెట్టి యాశయునులేక వ్యాకులహృదయముతో దేవు నాశ్రయించియుండెను. ఇప్పుడామె కాదేవపూజయందును స్థిరబుద్ధిలేకుండెను. ఆమె యొకప్పుడు సంసారిణియై యుండెను. దారుణశోకముచే వైరాగ్యము కలిగినప్పుడు మరల నెప్పటికైన సంసారాసక్తి తన్నుబాధించునని యామె యూహించుకొనియైన నుండలేదు. కాని యిప్పుడామె మనసులోని గాయము మానుటచే మరల సంసార మామెకు ప్రత్యక్షమై యాకర్షించుచుండెను. మరల నాశాకాంక్షలు చిరపిపాసపూర్ణములై విజృంభించుచుండెను. ఆమెకుఁ బూర్వముకూడ నింత సంసారావేగము లేదు. కొలఁది కాలములోనే యామెముఖ నష్టవభావభంగు లభావనీయ పరిణామము నందుటంగాంచి యానందమయి యాశ్చర్యపడియెను. మఱియు సుచరితంగూర్చి యామె ప్రేమ కోమలహృదయము పరితపించి పోవుచుండెను. ఇంతగాడవయున్నదని యెఱింగినచో నామె సుచరితను విడిచియే యుండదు. సుచరిత కట్టికష్టమును గలిగింపకుండవలయు ననియే యానందమయి యుద్దేశము.

హరిమోహిని గోరాప్రశంస యెత్తినతోడనే సుచరిత లేచిపోయెను. అప్పుడానందమయి 'అక్కా! నీకుభయములేదు. నాకీసంగతి తెలియదు. నేనీమెను బలవంతపెట్టను లెమ్ము! నీవును నేమియు ననవలదు. ఈమెకుఁ మొదటినుండియుఁ గల పద్ధతి నిప్పుడొక్కసారిగా మార్చుటకువీలులేదు." అనియెను. హరిమోహిని తక్షణమే 'ఆసంగతి నాకుఁ దెలియదా? నేనామె నెప్పుడైనఁ గష్టపెట్టితి నేమో నీయెదుటనే చెప్పుమనుము! ఆమె యిష్టమునకు నేనెన్నడు నడ్డము చెప్పుటలేదు. ఈశ్వరుడామెను జిరంజీవినిం జేయవలయునని మాత్రమే నాకోరిక! నాబ్రతుకింకను నెట్లగునో యనియే భయముచే నాకునిద్రయైనఁ బట్టుటలేదు!" అనియెను.

ఆనందమయి పోవుచుండఁగా సుచరితవచ్చి యామెకుఁ బ్రణామముచేసెను. ఆనందమయి యామెను ప్రేమతో స్పృశించుచు 'తల్లీ! నేను మరల వచ్చి నీకన్ని

సంగతులను దెలిపెదను. ఏవిఘ్నములును లేకుండ నీశ్వరానుగ్రహమున శుభకార్యము సంపన్నము కాఁగలయును.' అనియెను. సుచరిత యేమియు మాటాడలేదు.

మఱునాఁటి యుదయమున ఆనందమయి లక్ష్మి దాసిచేఁ బెండ్లియిల్లు బాగు చేయించుచుండఁగా సుచరిత వచ్చెను. ఆనందమయి పరమానందముతో నామెను కౌఁగిలించుకొనియెను. పరేశుఁడు ఖర్చులకొఱకు కొంతసొమ్ము సుచరితకిచ్చి పంపించెను. ఆనందమయియు సుచరిత యాలోచించి యాసొమ్ముతోఁ గావలసినవస్తువులను గొనుటకేర్పాటు చేసికొనిరి. ఇంతలోఁ బరేశుఁడుకూడ లలితను వెంటఁబెట్టుకొని యటకు వచ్చెను. తన యిల్లంతయు లలితకు శూన్యముగా నుండెను. ఎవ్వరు నామెతో మాటాడుటకు సాహసింపకుండిరి కాని యానిశ్శబ్దమే యామెకుఁ గష్టముగా నుండెను. వరదాసుందరికి సహానుభూతిం దెలుపుటకై బంధుమిత్రులనేకులు ప్రతిదినమును వచ్చుచుఁ బోవుచుండిరి. ఇఁక లలిత నిటనుంచుట యుచితము కాదని పరేశుఁడు నిశ్చయించుకొనియెను. లలితవచ్చినప్పుడు తల్లికిఁ బ్రణామము చేసెనుగాని యామె పెడమొగము పెట్టుకొని, లలిత వెడలిపోయిన తరువాత నేడువఁదొడంగెను. లీలాలావణ్యలకు లలిత పెండ్లిగూర్చి సంతోషమేయుండెను. ఏమాత్ర మవకాశమున్నను వారికిఁ బెండ్లికి గావలయుననియే యున్నది. కాని, లలితబయలుదేఱునప్పుడు బ్రాహ్మ సమాజకర్తవ్యమును స్మరించుకొని వారు గంభీరముగా నూరకుండిరి. ద్వారము నొద్దకు వచ్చినప్పటికి లలితకు సుధీరుఁడగపడియెను. కొంతమంది సామాజికులతోఁ గలసియుండుటచే లలిత యాతనితో మాటాడలేదు. లలిత బండి యెక్కెను. బండిలో నొక కాగితపుబంగి యామెకగపడియెను. దానినిఁ విప్పిచూడఁగా నందొక జర్మనీవెండి పూలదా నుండెను. దానిలో "ఈదంపతుల నీశ్వరుడాశీర్వదించుఁగాక!" అను నక్షరములతో నొక కార్డుండెను. అందు సుధీరుని నామమును సూచించునక్షరమొకటి కూడనుండెను. పితృగృహమునుండి వెడలునప్పుడు కన్నీరు పెట్టుకొనరాదని లలిత గుండెరాయిచేసుకొనియుండెను. కాని యప్పుడు తనబాల్యమిత్రుని ప్రేమోపహారమును గాంచినంతనే యామెకన్నీరు మున్నీరై పోయెను. పరేశబాబు ముద్రితనయనములతో సుస్థిరుఁడై కూర్చుండెను.

ఆనందమయి "తల్లీ! రమ్మా!" అనిచెప్పుచు రెండుచేతులతో నామెను బట్టుకొని యామెకొఱకు నిరీక్షించుచున్న దానివలెనే లోనికిఁ దీసికొనిపోయెను. పరేశుఁడు సుచరితను "పిలిపించి తల్లీ లలిత యొక్కసారిగా మాయిల్లువిడిచి వచ్చినది" అని కంపితకంఠముతోఁ దెలిపెను. సుచరిత యాతనిచేయి పట్టుకొని ఇక్కడనైనను నీమె స్నేహపాలనము కెట్టిలోపము లేదు. బాబా!' అనియెను.

పరేశుఁడు పోవఁజూచుచుండఁగా నానందమయి మేలిముసుఁగు సవరించుకొని వచ్చి యాతనికి నమస్కరించెను. పరేశుఁడు తొట్రుపడుచుఁ బ్రతినమస్కారముం గావించెను. అప్పుడానందమయి 'మీరు లలితకొఱకై విచారము నుంచుకొనవలదు. మీరీమె నెవ్వరిచేతుల సమర్పింతురో యాతనివలన నీమె కట్టికష్టమును కలుగదు. నాకాడుబిడ్డలు లేరు. ఈశ్వరుఁడు నాకింతకాలమున కట్టియభావమును దూరముగఁ జేసినాఁడు. వినయుని సహధర్మిణిమూలమున నాకుఁ బుత్రిక లేని దుఃఖము తీరునని నేనాశపడుచుండఁగా గరుణామయుఁడగు నీశ్వరుఁడు నాకోరికను ఫలింపఁ జేసినాఁడు! నాకింతటి యదృష్టము పట్టునని నేననుకొనలేదు.

లలిత వివాహాందోళన మారంభమైన తరువాతఁ బరేశుని హృదయము సంసారమునం దొకపోఁకూలముం గాంచి యథార్థసాంత్వనముం గావించుట కిదియే ప్రథమ సమయము.

౬౮

కారాగారగృహమునుండి వచ్చినప్పటినుండియు గోరాయొద్ద కనేకులు వచ్చి ప్రతిదినమును స్తుతిపాఠములు చేయుచు నాలోచించుచు నూపిరితిరుగకుండ మాటలాడుచు, విసిగించుచుండుటచే గోరా కింటియందుండుట యసహ్యముగాఁ దోఁచుచుండెను. అందుచే గోరా మునుపటివలె జనపదసంచారము నారంభించెను. ప్రాతఃకాలమున భుజించి బయలుదేఱి రాత్రి కింటికి వచ్చుచుండెను. ఆతఁడు దివమున నొకపల్లెకుఁ బోయి యందలి కుమ్మరి, తెలుకులి, జాలరి మొదలగువారి యిండ్లకుఁగూడఁ బోయి వారి యాదరముం గైకొనుచుండెను. అట్టియుత్తమబ్రాహ్మణుఁడు తమయిండ్లకు వచ్చి తమకష్టసుఖములం గనుఁగొనుచుండుటకుఁ గారణమెఱుఁగఁజాలక వారందఱు నిదియేమని సంశయించుచుండిరి కాని గోరా యెట్టిసంశయమును లేకుండ వారితోఁగలసి మెలసి తిరుగుచుండెను.

ఇట్లు జరుగుచున్న కొలఁదియు నాతనిహృదయమునం దొకయుద్వేగము బలపడుచుండెను. సమాజబంధము చదువుకొన్న వారిలోకంటెఁ బల్లెటూరివారియందే యెక్కువగా నగపడుచుండెను. ప్రతిగృహమునను రేయింబవలు జరగు ప్రతికార్యమును అప్పవాళ్ళిప్పని సమాజదృష్టులలోనే జరగిపోవుచుండెను. అందఱకును లోకాచారములం దొక్కటే విశ్వాసము. ఆవిషయమున నెవ్వరికి నెట్టి సంశయమైనను లేదు. కాని, ఈనియమములును, నాచారనిష్ఠలును వారికిఁ గర్మక్షేత్రమునం దెట్టిబలమును గలిగించుట లేదు. ఇంతటి భీరువులును, నిస్సహాయులును, నాత్మహిత విచారశూన్యులును మఱియొకచో నుండరనుట సందేహమే. ఆచారమును బాలించుటకంటె వీరికట్టియుత్తమ కర్మమును లేదు. దండముకంటెను, దగవులాటకంటెను, నిషేధమే బలవంతమైనదని

వారికిఁ దెలిసిన విషయము! ఈ నిషేధ శాసనమూలమున వారి ప్రకృతి యాపాదమస్తకము నొక జాలముచే బంధింపఁబడిపోయెను. ఈ జాలము ఋణజాలము; ఈ బంధము మహాజనబంధము; అంతేకాని రాజశాసనము కాదు. కష్టసుఖములయందు కలయికం గూర్చునట్టి ఘనతరైక్యభావమును దీనియందు లేదు. ఈ యాచారాస్త్రముచే మానవుఁడు మానవుని రక్తశోషణముం గావించి నిష్ఠురభారముతో నిస్సత్త్వముం గూర్చుచుండెనని గోరా యోచింపకుండ నుండఁజాలకపోయెను. సమాజకర్మములం దొకరి యొడల నొకరెట్టిదయయును జూపకుండుట యాతఁ డెన్నియోసారులు చూచెను. ఒకని తండ్రి దీర్ఘరోగియయ్యెను. ఆతని చికిత్సలకై తనయుఁడు సర్వస్వమును వ్యయించివైచెను. ఊరువారాతనికి సాయపడుటయే లేదు. మీఁదుమిక్కిలి యజ్ఞాతపాపమునకై మీ తండ్రికిఁ బ్రాయశ్చిత్తము చేయింపవలెనని నిర్బంధించిరి. అతని దారిద్ర్య మందఱకును దెలిసినదే. కాని యెవ్వరికిని దయలేదు! బందిపోటుకంటెను, పోలీసు విచారణ పల్లెటూళ్లకెట్లు భయంకరమో యట్లే తల్లిదండ్రుల చావుకంటెను శ్రాద్ధము పెట్టుట బిడ్డలకంత దుస్సహముగా నుండెను. శక్త్యనుసారమునఁ దప్పదు. నిర్దయముగు సమాజవిధిని సంపూర్ణముగ నెఱవేర్పవలసినదే. ఈ సమాజము మానవుని కవశ్య సమయముల సాయపడుట లేదనియు, విపత్సమయముల ధైర్యము నొసంగుట లేదనియుఁ గేవలమును శాసనమూలమున లోఁబఱచుకొని విపన్నునిం జేయుచున్నదనియును గోరా గ్రహించుకొనియెను.

శిక్షితసమాజమధ్యమున గోరా యీ లోపమును గనిపెట్టలేదు. ఏలనిన — అందు సాధారణ జనక్షేమము కొఱకైక్యముం గూర్చు శక్తి బహిరంగముగఁ బనిచేయుచుండును. అందట్టి యేకీభావ ప్రయత్నములే కానవచ్చుచుండును. కాని పల్లెలయందట్టి బహిశ్శక్తి యంతగాఁ బనిచేయుటలేదు. అచ్చట విశ్లేషతామధ్యమున భారతవర్షగభీరతమ దుర్బలస్వరూపమును, గోరా స్పష్టముగా గనుంగొనియెను. ఏ ధర్మము సేవారూపమునను, కరుణారూపమునను త్యాగరూపమునను, శ్రద్ధారూపమునను నెల్లవారికిని బలమును, ప్రాణమును, కల్యాణమును గూర్చుచుండునో యాధర్మ మచ్చట నాతని కగపడలేదు. కేవలమును విస్తరించుచు విభాగములై పీడించుచు, బుద్ధికి దౌర్బల్యమును, భీరుతకు వికారమును గల్పించుచుండు నాచారములు మాత్రమే యందెల్ల విషయములందును బాధాకరములై యుండెను. పల్లెలయం దట్టి మూఢ నియమానుష్ఠానము వలనం గలుగుచున్న యనర్థకము లనేకవిధముల నాతని కగపడుచుండెను. అవి మానవ స్వాస్థ్యమును జ్ఞానమును, ధర్మబుద్ధిని, సకలకర్మములను గూడ సంపూర్ణముగ నాక్రమించుకొనియుండెను.

పల్లెలయందలి నీచజాతులలో స్త్రీసంఖ్య తక్కువయగుటచేతనో, మఱియేకారణమువలనో గాని కన్యాశుల్కము విశేషించి యుండుట గోరా మొట్టమొదటనే తెలిసి

కొనియెను. పురుషులు చాలమంది చిరకాలమువఱకు నవివాహితులైయుండిరి. ఇట్టిచో విధవావివాహముకూడ నిషిద్ధమై యుండెను. ఇందువలనం గలుగు కష్టములను బ్రత్యేకముగ నందఱు ననుభవించుచునే యుండిరి. ఈకష్టము ననుభవించుటే కాని దీనికిఁ బ్రతీకారము చేయవలయునను నూహ యెవ్వరికిని దోఁచుటలేదు. శిక్షితసమాజమున నెంతమాత్రము నాచారము నగౌరవింపని గోరా యిప్పుడాచార భంజనముం జేయఁదలంచి యొకపురోహితుని వశపఱచుకొని పనిచేసెను. కాని లోకులెవ్వరునంగీకరింపలేదు. బ్రాహ్మణులు విధవావివాహము చేసికొన్నచో మేమును జేసికొందుమని వారు క్రోధముతో నెదిరించిరి ఈతఁడు మమ్ములను హీనజాతిగా భావించి మాకు హీనాచారమును బోధించుచుండెననియే వారికోపమునకుఁ బ్రధానకారణము.

పల్లీసంచారమువలన గోరా యింకొక విషయమును గ్రహించెను. ముసల్మానులలో సర్వైక్యమంగూర్చు నొకవస్తువున్నదనియు, నాపత్సమయములందు వారందఱు నొక్కటిగాఁ జేరుకొందురనియు, హిందువులలో నట్టియైక్యము లేదనియు గోరా తెలిసికొనియెను ఒక్కచోటనే యున్న యీరెండుజాతులలోను నింతటి ప్రభేదమేలకలిగెనని యాతఁడు బాగుగ నాలోచించెను ప్రత్యుత్తరము తోఁచినదిగాని దానిని విశ్వసించుట కాతని కెంతమాత్రము నిష్టములేదు. వారుమతముచేతనే యైక్యమై యుండిరిగాని యాచారముచేఁ గాదను విషయ మంగీకరించుట కాతని హృదయము పరితపించుచుండెను. ఆచారములువారి సమస్తకర్మలను నిరర్థకముగ బంధించుటలేదు. ధర్మబంధమే వారియెడల ఘనిష్ఠమై యున్నది. ఏదియసత్యము కాక, సత్యమై యుండెనో యేది ఋణాత్మకము కాక ధనాత్మకమై యుండెనో దేని కొఱకు మానవులందఱు నొక్క కేకవైచినంతమాత్రమున నొక్క నిమిషములో నొక్కటిగాఁ జేరి యనాయాసముగఁ బ్రాణములనైన నర్పించెదరో యట్టి ధర్మమునే వారందఱు నేకమై యేకభావముతో విశ్వసించియుండిరి.

శిక్షిత సమాజమధ్యమున గోరా యువకులకు బోధించుటకును వారినిఁ దనవంకకు ద్రిప్పుకొనుటకును దనభావములను మనోహర సువర్ణరంజితములుగఁ జేసి వాదములను నుపన్యాసములను గావించియుండెను. స్థూలవిషయములను సూక్ష్మవ్యాఖ్యానములచే విపులీకరించెను; అనావశ్యక భగ్నావశేషములకు భావచంద్రాలోకముచే లోకమోహాకృతులం గల్పించెను. దేశమునందలికొందఱు దేశాభిమానము లేక దేశమును తృణీకరించుచుండిరని యెంచి దేశానురాగియగుగోరా స్వదేశము నీయవమానమునుండి రక్షించి యత్యుజ్జ్వలభావావరణమధ్యమున నిలిపియుంచుటకై యహోరాత్రములు పాటుపడుచుండెను. ఇది యాతని కభ్యాసమైపోయెను. అన్నియును మంచివే; చెడ్డవానిలోఁ గూడ నెచ్చటనో మంచియుండును; అని యీవిధముగా వకీలువలె గోరా పరిశీలించు

చుండుటే కాక మనఃపూర్వకముగ విశ్వసించుచుండెను. అసంభవ విషయములంద
గూడ నాతఁడిట్టి విశ్వాసమును స్పర్ధతో జయపతాకంబోలె వహించి పరిహాస పర
యణులకు ప్రతికూలురెదుట సుస్థిరుఁడై నిలిచియుండెను. స్వదేశమునందు స్వదే
యులకు విశ్వాసమును మరలఁ గలిగింపవలయు ననియే యాతని యేకమాత్రోద్దేశవ
దానితరువాతనే తక్కిన పనులన్నియును!

కాని పల్లెలలో నాతని యుపన్యాసములను వినువారెవ్వరును లేకుండిరి. అత
యుక్తుల కుపయోగము లేకపోయెను; అసమానత్వముల నడగించుటకై తన శ
వంతను జూపవలసిన ప్రయోజనమును లేకపోయెను. ఇందుచే సత్యమాతని కస్పష్ట
గా లేకపోయెను. అతని ప్రబల దేశానురాగమే యాతనిసత్యదృష్టిని ప్రదీప్తము
జేసివైచెను.

౬౫

ఒకపట్టుకోటు తొడిగి మెడకొక శాలువఁజుట్టుకొని, రైలునుంచి చేతఁబ
కొని కైలాసుఁడు వచ్చి హరిమోహినికిఁ బ్రణామముచేసెను. ఆతనివయసు ముప్ప
దైదేండ్లకు దగ్గఱగా నుండెను. క్షౌరకర్మాభావముచేఁ గుశాంకురమువలె నొత్తు
బెరిగియున్న వెండ్రుకలతో నాతనిమొగము దుబ్బులబీటిం బోలియుండెను. చా
కాలమున క్రొత్తయింటి యాత్మీయునిం గాంచి హరిమోహిని యాతని నాదరముతో న
చాపపైఁ గూర్చుండఁజేసి "కాలుచేతులు కడిగికొనుము!" అనియెను. కైలాస
డక్కఱలేదని చెప్పి 'మీశరీరము నందారోగ్యముగా నున్నదా?" అని ప్రశ్నించె
హరిమోహిని శరీరమునుగూర్చి విసుఁగును సూచించుచు 'ఆరోగ్యమెట్లుండును?'
అనేక వ్యాధులనామము లేకరువుపెట్టి 'నేనీపాటికి మరణించిననే బాగుగనుండు
కాని నాకుఁ జావురాకున్నది!" అనియెను.

కైలాసుఁడామాటకు నొచ్చుకొనుచు 'వదినే! అన్నగారు లేక పోయి
మీరుండుటంబట్టియే నేనీకలకత్తాకు వచ్చి యిచ్చట నాశ్రయముంగాంచితిని.
న్నచో నెట్లువత్తును?" అనియెను. తరువాత గ్రామస్థులంగూర్చి యనేక పరావ
లు జరిగెను. కైలాసుఁడు సంభ్రమముతో నలువంకలఁ దిలకించి ఈయిల్లా మెదే వా
అని ప్రశ్నించెను.

హరి:— ఔను.

కైలా:— చాలమంచియిల్లే.

హరిమోహిని యాతనియుత్సాహమును వర్ధిల్లఁజేయుచు 'కాకేమి? చాల
యిల్లు!" అనియెను.

కైలాసుఁ డాయింటి పనితనము నంతను బాగుగఁ బరీశీలించెను. తలుపులు ద్వారములు గోడలు మొదలగువాని దిట్టతనమును సున్నితమును జూచి యానందించెను. మేడమీఁదను గ్రిందను నెన్నెన్ని గదులున్నవో యడిగి తెలిసికొనియెను. ఆయిల్లు గట్టుట కెంతసొమ్మగునో గ్రహించుట కాతనికి శక్తిచాలదు. అతఁడు బాగుగ నాలోచించుకొని పది పండ్రెండువే లగునని నిశ్చయించుకొని కొంచెము తక్కువగ నే చెప్పవలయునని యెంచి ‘వదినే! ఈయిల్లు కట్టుట కేడెనిమిదివే లగునను కొందును!” అనియెను. హరిమోహిని కైలాసుని పల్లెటూరితనమునకు వింతపడుచున్నట్లు ప్రకటించి “ఇరువదివేల రూపాయలకుఁ దక్కువకాదు!’ అనియెను.

కైలాసుఁడు జాగ్రత్తగా నాయిల్లంతయును బరీక్షించి యంగీకార సూచకముగాఁ దలయూచుచు నీసుందరభవన మేకేశ్వరప్రభు నిర్మితమై యుండవలయును. గాని యితరులిట్లు నిర్మింపఁజాలరని యపరిమితానందభరితుఁ డయ్యెను. తరువాత నాతఁడు ‘వదినే! అంతయు బాగుగనే యున్నది! కాని కన్యక యేదీ?” అని ప్రశ్నించెను.

హరిమోహిని తొట్రుపాటుతో ‘మేనత్తగారి యింటికి వెళ్లినది. రెండుమూడు దినములలో వచ్చును!’’ అనిచెప్పెను.

కైలా:— అట్లయినచో నేనాఁగు టెందులకు? నాకుఁ గోర్టుపని యున్నది. రేపు మరల వచ్చెదను.

హరి:— వ్యవహారముమాట యటుంచుము. ఇచ్చటపని తీరువఱకును నీవు పోవలదు.

కైలాసుఁడు బాగుగ నాలోచించి ‘నేనుపోకున్నచో వ్యాజ్యము డిక్రియగును అయిన నేమి? అలాభమిక్కడ లేదా?’ అని నిశ్చయించుకొని యిల్లంతయుఁ బరీక్షించుచు హరిమోహిని పూజామందిరమున నీరు నిలచియుండుటం గాంచి “వదినే! ఈ యిల్లు ‘బాగుగలేదు. ఇచ్చట నీరు నిలచుచున్నది. ఇట్లుచేసినచోఁ జెమ్మచే గోడలకు భంగముకలుగదా’ అనియెను.

హరి:— ఏమిచేయుదును బాబూ!

కైలా: — ఏమైనను సరియే. ఈయింటిలో నింతగా నీటిని వాడఁగూడదు!

హరిమోహిని యూరకుండెను. తరువాతఁ గైలాసుఁడు కన్యారూపముం గూర్చి ప్రస్తావించుటయు, హరిమోహిని యాతని ప్రథమభార్యకంటెను జాల నందమైనదని చెప్పెను! ఆకన్య సౌందర్యమును దనపెద్దభార్య సౌందర్యముతోఁ బోల్చి చెప్పుట కైలాసున కుత్సాహముగ లేకపోయెను. అప్పు డాతఁడొక యదృష్టపూర్వం బగు మూర్తిని మనసులో భావించుకొని దిగ్భ్రాంతుఁడై పోల్చుకొనుచుండెను.

ఒకపక్షము స్థిరపడినదని హారిమోహిని నిశ్చయించుకొనియెను. ఇంకఁ గన్యా పక్షమున నించుక సామాజికలోప మున్నను నదియొక యసాధ్యవిషయము కాదని కూడ నామె సమాధానపడియెను.

గోరా ప్రాతఃకాలమందే యిల్లువిడిచి పోవుచుండెనను సంగతి తెలిసికొని వినయుఁడింకను జీఁకటియుండఁగనే సోమవారమునాఁ డుదయమునవచ్చి మేడమీఁది గదిలోనికిఁ బోయి చూచెను గోరా యగపడులేదు. సేవకు నడుగఁగా గోరా పూజా గృహమునందున్నట్లు చెప్పెను. వినయుఁ డాశ్చర్యముతోఁ బూజామందిరమునకుఁ బోయి చూచెను. గోరా పట్టుబట్టలు కట్టుకొని పూజచేసికొనుచుండెను. అతఁడు జోళ్ళ చప్పుడువిని వెనుకకుఁ దిరిగి వినయునింగాంచి తత్తరముతో "లోనికి రావలదు!" అనియెను. వినయుఁడు "భయములేదు! నేను లోనికిరాను. నీతో మాటాడవలసి వచ్చితిని' అని చెప్పెను గోరా బయటకివచ్చి మూడవయంతస్తు గదిలోనికి వినయుని దీసికొని పోయెను.

వినః— సోదరా! గోరా! నేఁడు సోమవారము.

గోరా.— ఔను సోమవారమే. పంచాంగము పొరఁబడినను నీవు మాత్రి మా విషయమును మఱచిపోవు! ఎట్లయినను నిది మంగళవారముమాత్రము కాదు. ఈమాట యథార్థము.

వినః— నీవు రావని యెఱుంగుదును గాని, నీతో నొకసారి చెప్పకుండ నే నీ కార్యమునఁ బ్రవేశింపఁజాలకున్నాను. అందుచేతనే తెల్లవారకుండ నీయొద్దకుఁ వచ్చితిని! గోరా యేమియు మాటాడలేదు. వినయుఁడును మాటాడలేదు. అప్పుడు గోరా తనహృదయవేదనను సంపూర్ణముగ గోపనముచేసికొని నవ్వుచు "నేమర యున్న నేమి? నీవే జయించితివి! నీవమ్మను దీసికొనిపోయితివి. ఎంతకష్టపడినను నేనామె నాఁపఁజాలకపోయితిని! తుట్టతుదకు మాయమ్మమూలముననే నేను నీకోడిపోయితిని. వినయా! ఒక్కొక్కరే కలసిపోయినారు. నేనొక్కఁడను మాత్రమే మిగిలియున్నాను! అనియెను. వినయుఁడు వినయముతో "సోదరా! నీవు నాపైఁ దప్పు పెట్టవలదు. నా పెండ్లికి రావలదని నే నమ్మకెన్నియో సారులు జెప్పితిని. అమ్మ నాతో "వినయా నీ పెండ్లికిరానివారు నీవు పిలిచినను రారు; వచ్చువారు నీవు వలదన్నను మానరు. కావున నీ వెవ్వరిని బిలువను వలదు! నిషేధింపనువలదు! మాటాడకూరకుండుము" అని చెప్పినది. గోరా! నీవు నాకు లొంగితివా? అమ్మకు లొంగితివి! సహస్రపర్యాయములు లొంగితివి అట్టితల్లి యింక నెవ్వరికున్నది?" అనియెను.

గోరా యెంత వలదనినను వినక యాతనిక్రోధమును లక్ష్యము చేయక యానందమయి వినయుని పెండ్లికిఁ బోయెనని గోరా విచారించుటలేదు. విశేషించి యానం

దించుచునే యుండెను. వినయునకుఁ దల్లిగారి యపరిమేయ ప్రేమలేశము లభించెనని యు, వానికిఁ దనతో నెంతటివిచ్ఛేదము కలిగినను, మాతృప్రేమ సుధారసమునుండి యాతఁడు వంచితుఁడు కాలేదనియు గ్రహించుటచే గోరాహృదయమునం దొకవిధమగు సంతుష్టియు, శాంతియు నుదయించెను. అన్నివిషయముల యందును గోరా వినయు నకు దూరమైపోవుచున్నను నక్షయమగు మాతృస్నేహబంధము నిగూఢరూపముతోఁ జిరబంధమై చిరకాలమువఱకు నయ్యిరువుర నతిసమీపవర్తులనుగనే చేసివైచుచుండును.

విన:— సోదరా! నేఁ బోయెదను. ఇష్టముగ లేకున్నచో నీవు రావలదు. కాని మనసులో మాత్రము మఱియొకలా గెంచుకొనవలదు. ఈసమ్మేళనము నాజీవితము నెంతటిసార్థకము గాఁ జేసెనో నీవించుక భావింపఁగలిగినచో నీ వెంతమాత్రము నావివాహమునకు విముఖుడవు గాఁజాలవని సాహసించి చెప్పఁగలను.

అని చెప్పి వినయుఁడు లేచుటయు గోరా "కూర్చుండుము. నీ పెండ్లి రాత్రి కదా ఇప్పటినుండియుఁ దొందరయేల?" అనియెను. వినయుఁడు తలఁచుకొనియైన నుండని గోరాయాగ్రహమునకు విగళితహృదయుఁడై కూర్చుండెను. క్రమముగా వారిప్పటివలె మాటాడుకొనఁదొడంగిరి. ఈదినములలో వినయునిహృదయవీణ పంచమస్వరము నెంత హెచ్చుగా మ్రోయించుచుండెనో యంత హెచ్చుగనే గోరా దానడ్డగించు చుండెను. వినయుఁడు విడువకుండ మాటాడుచుండెను. వినయునిముఖమునుండి యకించిత్కారములును, బరిహాసోపహాసపాత్రములునగు చిన్నచిన్న విషయములుగూడ మధురగానములం బోలి మధురరసోచ్ఛ్వసితములై వెలువడుచుండెను. ఇప్పుడాతని హృదయ మధ్యమునం దోచుచున్న యాశ్చర్యలీలను రసవంతముగఁ జేసి వినయుఁడు నిపుణభావనములతోఁ సూక్ష్మముగను, గభీరముగను, హృదయంగమముగను వర్ణింప నారంభించెను. ఇంతటి 'యపూర్వవిజ్ఞానము! ఇంతటి యనిర్వచనీయ పదార్థమును హృదయపూర్వకముగఁ జేసికొనుట యెల్లరకును సాధ్యమగునా? లోకమునందలి సాధారణ స్త్రీపురుష సమ్మేళనమునం దిట్టి మధుర సంగీతము వినఁబడదనియు, వన్నితరులతోఁ బోల్పవలదనియు వినయుఁడు చెప్పెను. అట్టిసంఘటన మెన్నఁడు నెచ్చటను ఘటిల్లి యుండదనియే యాతని యుద్దేశము. ఎల్లయెడల నిట్టి సంఘటనమే కలిగినచో వసంత పవనాంకురమున నవపల్లవపులకితమగు వనముంబోలి జగమంతయు నవజీవనకళావిలసితము కాదా? మానవులయం దున్న సమస్త సౌందర్యమును, సమస్త శక్తులును సహజముగనే వివిధవర్ణములతో వివిధాకృతులతో విజృంభింపవా? ఈస్వర్ణకిరణస్పర్శము నెవ్వ రుపేక్షింపగలరు? దీనిమూలమున సామాన్యు లసామాన్యులగుదురు! అట్టి యసామాన్యత్వమును జీవితమునం దొక సారియైన రుచిచూచినవారే ధన్యులు!

వినః— గోరా! నిజము చెప్పుచున్నాను. మానవస్వభావమును నిమిషములో మేల్కొల్పునది ప్రేమయొక్కటియే. ఏకారణముచేతనో యది మనలో దుర్బలమై యున్నది. అందుచేతనే మనకు బరిపూర్ణప్రాణశక్తి లేకుండఁ బోవుచున్నది. మనలో నేమున్నదో మనకుదెలియుటలేదు. మనలోని రహస్యమును మనము ప్రకటింపఁజాలకున్నాము. మనసంచితమును మనము వ్యయింపఁజాలకున్నాము. అందుచేతనే నలుదెసలను మనకీ నిరానందము! అందుచేతనే మనలోని మహాత్మ్యము కేవలము నీవంటివారొకరిద్దఱికే తప్ప సాధారణుల కందఱకును దెలియకుండఁ బోవుచున్నది.

ఇంతలో మహిముఁడు పడకనుండి లేచినశబ్దము వినవచ్చుటయు వినయున కుత్సాహభంగమయ్యెను. అతఁడు గోరాయొద్ద సెలవుగైకొని పోయెను. గోరా డాబా మీఁద నిలువఁబడి పూర్వసంధ్యాకాశమువంకఁ జూచి యొక్క నిట్టూర్పు విడిచెను. అతఁడు చాలసేపటివఱకు నచ్చటనే పచారుచేయుచుండెను. గోరా యెంత ప్రయత్నించినను దనమనోరథమును సఫలముగఁ జేసికొనఁజాలకుండెను. గోరాయొక్కఁడే కాక యాతని సమస్తజీవితక్రియలును నాకసమువంకఁ జేతులెత్తి సముజ్జ్వలమును, సుందరము నగునొక తేజమును వాంఛించుచుండెను. సమస్తోపకరణములును సంసిద్ధములై యుండెను. సమస్త సంపత్తియు సమకూర్పఁబడి యుండెను. కాని కేవలము నాశాపాంత్యనోద్భాసితమును, స్నిగ్ధసుందరారుణరాగరంజితంబును నగు నాతేజ మెచ్చటనున్నది? ఉన్నదానిని వర్ధిల్లఁజేయుటకై ప్రయత్నించుటవలన నుపయోగములేదు. కాని దానిని సముజ్జ్వలముగను, సౌందర్యమయముగను బ్రకాశింపఁజేయవలయుననియే యాతనివాంఛ! ఒకసుముహూర్తమున స్త్రీపురుషులు ప్రేమ నాశ్రయించి యనిర్వచనీయంబగు నున్నతిం గాంతురని వినయుఁడు చెప్పినప్పుడు గోరా మునుపటివలె నామాటను ద్రోసివైవఁజాలకపోయెను. ఆసమ్మేళన మసామాన్యమైనదనియుఁ, బూర్ణమైన దనియు నట్టిసంపర్క మమూల్యమైనదనియు, నది భావములకు రూపమును; రూపమునకుఁ బ్రాణమును బ్రసాదించుననియు, దానిమూలమునఁ బ్రాణమధ్యమునఁ గదలికయు, మనోమధ్యమున మననమును ద్విగుణీకృతము లగుటయే గాక యవి నూతన రససంసిక్తములుకూడ నగుననియు గోరా మనఃపూర్వకముగ నంగీకరించెను.

ఈసామాజిక విచ్ఛేదదినమున వినయుని హృదయము గోరా హృదయముపై నఖండమగు నేక తానమున నొకసంగీతమును మ్రోగించి పోయెను. వినయుఁడుపోయినను వేళమించిపోయినను నాసంగీతము మాత్రము మ్రోగుచునే యుండెను. సముద్రాభిముఖమగు నదీద్వయము మిళితముంబోలి వినయుని ప్రేమప్రవాహ మిప్పుడుగోరా ప్రేమప్రవాహమునఁ బ్రవేశించి తరంగములచేఁ దరంగములను ఘోషితములుగాఁ

జేసి వైచుచుండెను. గోరా యిన్నాళ్లవఱకును బంధించి క్షీణింపఁజేసి, యగపడకుండఁ జేయవలయునని ప్రయత్నించిన యావాహినియే యిప్పుడు కూలముల నొరసి సుస్పష్టాకృతితోఁ బ్రబలవేగమునఁ బ్రవహించుచుండెను. దానినిప్పుడు నిందించుటకుఁగాని నిషేధించుటకుఁగాని యాతనికి శక్తి లేకుండెను— దినమంతయు నీవిధము గాఁగడచెను. తుదకపరాహ్ణము సాయాహ్నమున విలీనమగునప్పుడు గోరా యిల్లు విడచిపోవుచు 'ఏది నాదియో దానిని చేతఁ గైకొనవలయును. రాకున్నచో బ్రపంచమున నే నసంపూర్ణుడను వ్యర్థుఁడను నై పోవుదును!' అని భావించుకొనియెను. ఈప్రపంచ మధ్యమున సుచరిత యాతనిపిలుపునకే వేచియున్నదను విషయమున గోరా కెట్టి సంశయమును లేదు. నేఁటిసాయంకాలమే యీకోరిక నాతఁడు సఫలముగ జేయవలయును.

ఆతఁడు జనాకీర్ణమగు వీధినిఁబడి యాతని నెవ్వరు ననుసరింపఁజాలనంతటి వేగముతోఁ బోవుచుండెను. ఆతనిహృదయ మాత శరీరము నతిక్రమించి యేకాగ్రమై యెక్కడికో పోయియుండెను. ఆతఁడు సుచరిత యింటియొద్దకుఁ బోవునప్పటికి ద్వారము మూయఁబడి యుండెను. కొంతసే పాలోచించి పిమ్మట నాతఁడు తలుపు గొట్టి పిలిచెను. సేవకుఁడు తలుపుతీసి గోరానుజూచి "అక్కయ్యగారింటిలో లేరు" అని యడుగకుండఁగనే చెప్పివైచెను.

గోరా:— ఎక్కడికిఁ బోయెను?

సేవ:— ఆమె కొన్నాళ్లనుండి లలితాసోదర వివాహప్రయత్నములలో నున్నది.

ఆమె వినయుని పెండ్లికిఁ బోయియుండునని గోరా నిమిషములో గ్రహించెను. ఇంతలో లోపలనుండి కైలాసుఁడు వచ్చి "ఆర్యా! ఏమి కావలయును?" అని ప్రశ్నించెను. గోరా యాతని యాపాదమస్తకమును జూచి ఏమియునక్కఱ లేదు! అనియెను. కైలాసుఁ డొంటిగ నుండుటచే నేమియుఁదోఁచక యించుకసేపు కూర్చుండుఁడని బలవంతము చేసెను. గోరా నాకుఁ బనియున్నదని చెప్పి యతివేగముగ వెడలిపోయెను. తన జీవితమునందలి సంఘటనములు చాలవఱకుఁ గేవలము దనయిచ్ఛచేతనే సాధింపఁబడునని మాత్రము కావనియు, నందేదో భగవదుద్దేశ ముండుననియు స్వదేశ విధాతయగు నీశ్వరుని యేయుద్దేశమునో నిర్వహించుటకై తాను జన్మించితిననియు గోరాకు దృఢవిశ్వాసము కలదు.

అందుచే గోరా తనజీవిత సంఘటనములను బాగుగఁ బరిశీలించుకొనుచుండును. తా నత్యంతోత్సాహముతో వచ్చినప్పుడు సుచరిత యింటితలుపు మూసి యుండుటయు, నామె లేదని తెలియుటయు నాతనికి భావపూర్ణ సంఘటనముగ దోఁచెను. ఈజీవితమున సుచరిత తలుపిట్లే మూయఁబడి యుండుననియు, నామె నీకు లభింప

దనియుఁ దనజీవిత విధాయకుఁ డీవిధముగాఁ సూచించెనని గోరా యనుకొనియె. గోరావంటివానికి వాంఛాముగ్ధుఁడై యుండుటకు నవకాశములేదు. ఆతనికి స్వకీయ లగు సుఖదుఃఖములు లేవు. ఆతఁడు భారతవర్ష బ్రాహ్మణుఁడు. భారతదేవతారా ధనమే యాతనికర్తవ్యము; భారత తపస్సే యాతనిపని; ఆసక్తియు, ననురక్తి నాతనికి లేవు. ఆతఁడు తనలో జగద్విధాత నాయెదుట నాశక్తిస్వరూపమును బ ర్శించెను. అది శుభ్రశాంతస్వరూపము కాదు. మద్యముంబోలి రక్త తీవ్రస్వరూ పమైనది. అది బుద్ధికిఁ జాంచల్యముం గూర్చుటయే కాక రూపమునే మార్చివేయు. నేను సన్యాసిని నాసాధనమధ్యమున దానికిఁ దావులేదు' అని భావించుకొనియె

౨౧

చాలకాలమున కీదినములలోనే సుచరిత కానందమయి చెంత నెన్నఁడు ననుభవి నంతటి విశ్రాంతి లభించెను. అపరిచితవని గాని, పరాయిదానవని గాని సుచరితకెన్నఁ డు నెంతమాత్రమును దోఁచకుండునంతటి వాత్సల్యముతో నానందమయి యా నాదరించెను. ఆనందమయి సుచరిత మనసంతయు నెట్లు గ్రహించెనో యట్లే య మాటయుఁ జెప్పకుండఁగనే యామె కూరటం గల్పించెను. 'అమ్మా! అను శబ్దము సుచరిత యిదివఱ కెన్నఁడు నింత హృదయపూర్వకముగా నుచ్చరింపలేదు. ప్రయో జనము లేకున్నను నానందమయి నమ్మాయని పిలుచుటకై సుచరిత యనేకావకాశ ములు గల్పించుకొనుచుండెను. లలితవివాహము సంపన్నమయ్యెను సుచరిత యాయా సముతో శయనించి 'అమ్మను విడిచి నేనెట్లు పోఁగలను!" అని భావించుకొను దన్నఁదానే "అమ్మా! అమ్మా!" అని పిలుచుకొనుచుండెను. అప్పు డామె హృదయ వికసించి కన్నులనుండి యశ్రుధారలు వెలువడుచుండెను. అప్పు డాకస్మికముగా నందమయి వచ్చి దోమతెరను సడల్చి పరుపుపైఁ గూర్చుండి సుచరిత నెమ్మేను ని రుచు "అమ్మా! నన్నెందులకు పిలుచుచున్నావు?" అనియెను.

అప్పుడు సుచరితకుఁ దెలివివచ్చుటచేఁ దానమ్మాయని పిలుచుచున్నట్లు బో పడియెను. అప్పుడు సుచరిత ప్రత్యుత్తర మీయజాలక యానందమయి యొడి బోరగిలఁబడి యేడువఁదొడఁగెను. ఆనందమయియును మఱియేమియు మాటా యారాత్రి యామె చెంతనే శయనించెను

వినయుని పెండ్లి యైపోయినను నానందమయి యింటికిఁ బోక 'వీరింకను గృ హకృత్యములను జక్కఁజేసికొనఁజాలరు. కొన్నాళ్లుండి వీరికిఁ దగినయేర్పాటు చే యకుండ నేనెట్లుపోఁగలను?" అనియెను. అప్పుడు సుచరిత 'అమ్మా! ఈకొన్నాళ్ళు నేనుగూడ నీతో నుండెదను' అనియెను. లలితయు నుత్సాహముతో "ఔనమ్మ అక్కకూడ మాతోఁ గొన్నాళ్ళుండవలయును" అనియెను. అంతలో సతీశుఁ

గంతులు వైచుచు వచ్చి 'అక్కా! నేనుకూడ నీతోనుండెదను.' అనుటయు సుచరిత 'నీచదువో బాబూ?" అని ప్రశ్నించెను. నేను వినయబాబునొద్దఁ జదువుకొందునని సతీశుఁడు చెప్పెను. సుచరిత నవ్వుచు 'వినయబాబు నీకుఁజదువు చెప్పలేఁడు!" అనియెను. ప్రక్కగదిలోనే యున్న వినయుఁడు తత్క్షణమే "చెప్పగలను. యెన్నిరోరాత్రులు నిద్రలేకుండఁ జదివిన చదువంతయు నొక్కనాఁటికే మఱచిపోవుదు నను కొంటివా?" అనియెను.

ఆనం:— మీదొడ్డమ్మ కిష్టముండునా?

సుచ:— నేనామె కుత్తరము వ్రాసెదను.

ఆనందమయి 'నీవు వలదు! నేను వ్రాసెదను.' అనియెను. అట్లు సుచరిత వ్రాసినచో హరిమోహిని కామెపైఁ గోపము కలుగుననియు దనపైఁ గోపము కలిగినను నష్టము లేదనియు నానందమయి యూహించుకొని 'లలిత కింటిపనులు నేర్పుటకై కొన్నాళ్లు నేనిటనుండెదను సుచరితనుగూడ నుంచుకొనుటకు నీవనుమతించినచో లలితకు విశేషోత్సాహముగా నుండును" అని హరిమోహిని కుత్తరము వ్రాసెను.

ఆయుత్తరమువలన హరిమోహినికిఁ గోపమే కాక యొకవిధమగు సంశయము గూడఁ గలిగెను. ఈవిషయమునఁ దల్లిబిడ్డలు బాగుగ నాలోచించుకొని యెట్లయిన సుచరితను దమవలలోఁ జిక్కించుకొనుటకుఁ బ్రయత్నించుచుండిరని యామె యనుమానించెను. హరిమోహిని కెట్లయిన శీఘ్రముగ సుచరితను విఖ్యాతరాయలకుటుంబమునఁ జేర్పవలయునని యుండెను. కైలాసుఁడుకూడఁ గొన్నాళ్లనుండి వేచి యున్నాఁడు— ఉత్తరము చేరిన మఱునాఁటి యుదయముననే హరిమోహిని పల్లకి నెక్కి వినయుని యింటికివచ్చెను. అప్పుడు క్రిందిగదిలో లలితాసుచరితలు, నానందమయి యును వంటప్రయత్నములను జేయుచుండిరి. పైగదిలో సతీశుఁ డింగ్లీషుపాఠమును వల్లించుకొనుచుండెను. ఇంటిలో నంతగట్టిగాఁ జదువవక్కఱలేదు కాని తాను చదువుచున్నట్లందఱకును దెలియుటకై యాతఁడు బిగ్గఱగాఁ జదువుచుండెను.

ఆనందమయి హరిమోహిని నత్యాదరముతో సత్కరించెను. హరిమోహిని యా గౌరవము పాటింపక "నేను రాధారాణిని దీసికొనిపోవుటకై వచ్చితిని' అనియెను. 'అట్లే తీసికొనిపోవచ్చును కొంచెము సేపాగుము!' అని యానందమయి చెప్పుటయు హరిమోహిని 'నాకుఁ బూజవేళ దాఁటిపోవును. ఇక్కడఁగూర్చుండుటకు నాకిక కాలము లేదు.' అనియెను. సుచరిత యేమియు మాటాడక సొరకాయను దఱుగుచుండెను. హరిమోహిని యామెం గాంచి 'వినఁబడినదా? వేళ మించిపోవుచున్నది.' అనియెను. లలితయు, నానందమయియును మాటాడక కూర్చుండిరి. సుచరిత చటాలున లేచి 'దొడ్డమ్మా! రమ్ము' అనియెను. హరిమోహిని పల్లకివైపునకుఁ బోవుచుం

డఁగా సుచరిత యామెచేయి పట్టుకొని గదిలోనికిఁ దీసికొనిపోయి "దొడ్డమ్మా! నా కొరకు వచ్చిన నిన్నిందరియెదుట నూరక తిరిగి పంపింతునా? నేను నీతోనే వచ్చెదను. కాని రెండుజాములైనతరువాత మరల నేనిక్కడకు రావలయును!" అని చెప్పెను.

హరిమోహిని కటుస్వరముతో 'అదేమిమాట!! ఎప్పుడు నిక్కడనే యుందువని చెప్పరాదా?'' అనియెను. సుచరిత మెల్లగా 'అట్టిభాగ్యము లేకుండచేతనే యవకాశ మున్నంతవఱకు నామెచెంత నుండఁదలంచి యామెను విడువఁజాలకున్నాను!' అనియెను. ఆమాటకు హరిమోహినియొడలు మండిపోయెను గాని యప్పుడేమనుటకు నామె కుచితముగాఁ దోఁచలేదు. సుచరిత యానందమయి చెంతకువచ్చి నవ్వుచు 'అమ్మా! నేనొక సారి యింటికిఁ బోయి వచ్చెదను' అనియెను. ఆనందమయి యేమియుఁ బ్రశ్నింపక 'వెళ్లుము తల్లీ!' అనియెను.

నేను రెండుజాములకు మరల వచ్చెదనని సుచరిత లలితచెవిలోఁ జెప్పి పల్లకి యొద్దకుఁ బోయి నిలువఁబడి 'సతీశా!' అని పిలిచెను. సతీశుఁడుకూడ నున్నచోఁ దనబసుల కాతంకముగా నుండునని యెంచి హరిమోహిని యాతని నిచ్చటనే యుంచుమనియెను. ఇరువురును బల్లకి నెక్కి పోవుచున్న సమయమున హరిమోహిని తన భావి ప్రబంధమునకు భూమికగా "అమ్మా! లలితకుఁ బెండ్లియైనది. పరేశున కొకయాఁడుబిడ్డవిచారము వదలిపోయినది. ఇంటిలో నీడువచ్చినకన్య యుండుట గృహస్థునకెంత కష్టమనుకొన్నావు! ఏమని చెప్పుదును. నాకితర చింతయేలేదు! భగవన్నామము చేసికొనుచుండఁగా నాకీవిచారమే తోఁచుచుండును. నాకు మునుపటివలె దేవపూజ జరుగుటయేలేదు. గోపీవల్లభుఁడు నాకు మరల నూతనబంధమును గల్పించినాఁడు'' అని యేమేమో చెప్పదొడంగెను.

హరిమోహిని కిది కేవలము సాంసారికోత్కంఠయే కాదు. ఇది యామెముక్తి పదమునకుఁగూడ నంతరాయమైయుండెను. ఆమెకుఁగల యింతటి దుస్సహవిచారమును వినియును, సుచరిత యూరకుండెను. హరిమోహినికి సుచరితయుద్దేశము బోధ పడుటలేదు. మౌనమే సమ్మతిసూచికమనియు, సుచరితహృదయమించుక మెత్తబడియెననియు హరిమోహిని తనకనుకూలముగా భావించుకొనియెను.

పల్లకి యింటియొద్దకుఁవచ్చెను. ఇరువురును దిగి లోపలఁ బ్రవేశించుచుండఁగాఁ బ్రక్కగదిలో నెవ్వడో యొకయపరిచిత పురుషుఁడు తల యంటుకొనుచున్నట్లు కనుంగొని సుచరిత నిస్సంశయముగా నాతనివంక దృష్టిప్రసారము గావించి మేడమీఁదికిఁ బోయెను. అక్కడ హరిమోహిని తన మఱదివచ్చిన సంగతి సుచరితకుఁ దెలియఁజేసెను. హరిమోహిని పూర్వభూమికంబట్టి సుచరిత యీసంఘటనమున కర్థమును గ్రహించుకొనియెను. అప్పుడు హరిమోహిని 'అమ్మా! మనయింట నతిథి యుండఁగా

నీవు మధ్యాహ్న మిల్లు విడచి పోవుట మర్యాదగా నుండునా?' అనియెను. సుచరిత దృఢస్వరముతో "కాదు దొడ్డమ్మా! నేనుపోయి తీరవలయును.' అనియెను. హరిమోహిని మెల్లగా 'అట్లే పోదువుగాని—కొంచెముండి రేపు పోవచ్చును" అనియెను సుచరిత యంగీకరింపక 'నేనిచ్చట స్నానముచేసి తండ్రిగారియింట భుజించి యటనుండి లలితయింటికిఁ బోయెదను' అనిచెప్పెను. అప్పుడు హరిమోహిని స్పష్టముగా 'అతఁడు నిన్నుఁ జూచుటకే వచ్చినాఁడు!" అనియెను.

సుచ: — నన్నుఁజూచుటకుఁ బ్రయోజన మేమున్నది?

హరి — ఈదినములలో నిదియొక పద్ధతి ఇదిపూర్వము లేదు. నా పెండ్లికిపూర్వము మీ పెదనాయన నన్ను జూడనేలేదు! ఇప్పుడిది యందఱకును సాధారణమైపోయినది. అయినను నింతగంత యుత్పాత మేమున్నది? అయిదునిమిషములు! ఒకసారి చూచి చక్కఁబోవును.

సుచ:— వలదు.

వలదను నీ తీవ్రస్పష్టవచనము హరిమోహినిని వెనుకకు గెంటివైచెను. అప్పుడు హరిమోహిని 'అమ్మా! ఇదియంత యావశ్యకమే కాదు. అయినను కైలాసుఁడీకాలపువాఁడును, జదివినవాఁడును, మీవలెనే పూర్వపద్ధతులను విశ్వసింపనివాఁడు గావునఁ గన్యను స్వయముగాఁ జూడఁదలంచెను. నీవైనను పెవ్వరికంటను బడకుండ నింటనుండుదానవు కావుగనుక నిన్నుఁ జూపింతు నని నేవానితోఁ జెప్పియుంటిని. ఇందు నీవు సిగ్గుపడవలసినపని యేమున్నది?'' అనిచెప్పి కైలాసుని గుణగణంబులను దృష్టాంతపూర్వకముగా నామెకుఁ దెలుప నారంభించెను. అతనికి హిందూసమాజము వంగల వంశగౌరవమునుగూడ విశేషించి చెప్పెను—అట్టి యూతని గౌరవమును భంగించుటకు సుచరిత యెంతమాత్రము నంగీకరింపదయ్యెను. ఆమె స్వలాభమునుగాని, స్వగౌరవమునుగాని చూచుకొనక హిందూసమాజమునఁ దనకుఁ దావు దొరకకున్నను విచారము లేనిదానివలె నుండెను. హరిమోహిని శ్రమపడి కైలాసుని సమ్మతింపఁ జేయుట సుచరిత తనకట్టి యుపకారముగను భావించుట లేదనుసంగతి సాధురాలగు హరిమోహిని గ్రహించుకొనలేకపోయెను. సుచరిత యిదియంతయుఁ దనకవమానముగనే భావించుకొనియెను. ఆధునిక విపరీత వ్యాపారములందు హరిమోహిని హతబుద్ధియై యుండెను. అప్పుడామె గోరానుద్దేశించి నిందింపఁ దొడఁగెను—గోరా తానెంత హిందువని చెప్పుకొనుచున్నను సమాజమునందాతని కట్టి గౌరవమున్నది? అతఁడు లోభించి యేబ్రాహ్మణకన్యకనైనను బెండ్లియాడి మరలఁ దనసమాజములోనే యుండునంతటి సామర్థ్యమాతనికున్నదా?'' ఇట్లే—

సుచ:— దొడ్డమ్మా! నీకీమాటలన్నియు నేల? వీనికేమైన మూలమున్నదా?

హరి:— నేను మాటలచే మఱపించునంతటి పసిదానను గాను. నాకును కన్నులున్నవి; చెవులున్నవి. అన్నియును జూచుచు వినుచు నూరకె కూర్చుండి యున్నాను. గోరా నిన్నెట్లయినఁ బెండ్లి యాడవలయు ననుచు దుద్దేశముతో నున్నాఁడు. ఈవిషయము మన వాఁడును తల్లితోఁ గూడ నాలోచించియుండును. నీవు మారాయవంశముతో సంబంధముం గూర్చవలయు నని నేను కోరుచున్నాను.

సుచ:— నీవేవంశముం గూర్చి చెప్పితివో వారియందు నాకు గౌరవమున్నది. అది యసామాన్య సంబంధమని నీవే చెప్పితివి కావున వారితోడి సంబంధమునకు నాకెట్టి యవకాశమును లేదు. నేనిప్పుడిటనుండి పోయెదను. నీమనసు శాంతించినప్పుడు మరలవచ్చి నీతోఁగలసి యుండెదను.

హరి:— గోరాను నీవు పెండ్లి యాడఁదలంచకున్నచో నీకైలాసునితోడి సంబంధమునుగూడ నేల త్యజించెదవు? నీవెప్పుడు కన్యకగనే యుండవుగదా!

సుచ:— ఉండకేమి? నేను పెండ్లిచేసుకొనను

హరి:— వృద్ధవయఃపర్యంతము నిట్లే యుందువా?

సుచ:— ఆ మృత్యుపర్యంతమును—

౭౨

ఈ దెబ్బతో గోరా మనసునకుఁ బరివర్తనము కలిగెను. సుచరిత తనమనసును నాకర్షించుటకుఁ గారణము నాఁడిప్పుడు తెలిసికొనియెను!— అతఁడామెతో సహవాసము చేసెను; తనకుఁ దెలియకుండఁ దన్నామెతోఁ గలిసికొనియెను. నియమసీమను దంభభావముతోఁ నుల్లంఘించెను— ప్రతిమానవుఁడును ప్రత్యేకముగఁ నియమపాలనము చేసికొనకున్నచోఁ దెలిసియో, తెలియకో, స్వయముగ ననిష్టముల పాలగుటయే కాక పరహితముం గూర్పఁజాలు విశుద్ధశక్తినిగూడ గోల్పోవును. సంసర్గముచే వివిధములగు స్వాభావికవృత్తులు ప్రబలి జ్ఞాననిష్ఠాశక్తులను బలవంతముగ నావరించుకొనెను.

గోరాకీ సత్యజ్ఞానము కేవల బ్రాహ్మకన్యా సహవాసముచే మాత్రమే కలుగలేదు! అత డీనడుమ గావించిన పల్లీసంచారమునఁగూడ నొక సుడిగుండమునం బడి యాత్మవిస్మృతుఁడగుట ప్రారంభించెను. అతనికి మాటిమాటికిని దయ కలుగుచుండెడిది. అందుచేతనే "ఇదిపాపము; ఇదియన్యాయము; దీనిని సవరింపవలయును" అని తోఁచుచుండెను. కాని యిట్టి దయావృత్తియే మంచిచెడ్డలను నిర్ణయించు శక్తికి వికారముం గల్పించుటలేదా? దయచూపవలయు ననునుద్దేశము వర్ధిల్లుచున్నకొలఁదియు మనకు సత్యమును గ్రహించుశక్తి సన్నమైపోవుచుండును. అందుచేతనే సకలహిత భారమును వహించువారు నిర్లిప్తులై యుండవలయునని పెద్దలు విధించియున్నారు.

ప్రజలతో నిరంతర సమ్మేళనముండిననే కాని రాజునకుఁ బ్రజాపాలన మసంభవమను మాట కేవల మమూలకమైనది. రాజునకుఁ బ్రజాసంబంధమున నుపయోగించుజ్ఞానము నిరంతర ప్రజాసంపర్కముచేఁ గలుషితమై పోవును. అందుచేతనే ప్రజలు రాజును దమకు దూరముగాఁ జేసికొని యుందురు. రాజుకూడఁ బ్రజలకు సహచరుఁడైయున్నచో రాజప్రయోజనము లేకుండఁ బోవును. బ్రాహ్మణుఁడుకూడ నట్లే దూరస్థుఁడైనచో నిర్లిప్తుఁడగును. పరహితాచరణమే బ్రాహ్మణధర్మము. కావుననే యాతఁ డెవ్వరి సంపర్కమును లేకుండ నుండవలయును.

గోరా యిట్లనుకొనియెను. "నేను భారతవర్షమునం దట్టి బ్రాహ్మణుఁడను. పదిమందితోఁ గలసి ప్రబల వ్యవసాయ పంకమునం బొరలుచుఁ బాపపు ధనలోభముచే బానిసలుబ్ధులై శూద్రత్వపాశమును మెడకుఁ దగుల్చుకొని యుద్బంధనముచే నుక్కిరిబిక్కిరియై పోవుచుండువారీ భారతవర్షమున సజీవపదార్థములుగాఁ బరిగణింపఁబడరు. వారు కూఁడలకంటెను అధమాధములు—శూద్రుఁడు శూద్రత్వముచేతనే తన్ను రక్షించుకొనుచున్నాఁడు. కానిబ్రాహ్మణులు బ్రాహ్మణత్వాభావముచే జచ్చుచు నపవిత్రులగుచున్నారు. అట్టి యపవిత్రాశౌచముచేతనే భారతవర్షమిప్పుడు దీన భావముతో దినయాపనము చేయుచున్నది. నేనిప్పుడు నాలోనున్న బ్రాహ్మణ సంజీవన మంత్రమును సాధించెదను. నేను నిరతిశయశుచిమంతుఁడనై యుండవలయును. నే నందఱితోడను సమానక్షేత్రమున లేను. బంధుత్వము నాకుఁ బ్రయోజనీయవస్తువు కాదు. నేను స్త్రీసాహాయ్యము నపేక్షించు మానవశ్రేణిలోనివాఁడను గాను. సాధారణ జనసంసర్గము నాకు వర్జనీయమైనది! భూదేవి వర్షములకు దూరాకాశమువంక జూచుచున్నట్లే శ్రేయముకొఱకు బ్రాహ్మణునివంక నిరీక్షించుచున్నది. నేను సామాన్యులతోఁ గలసినచో వారిని రక్షించువారెవ్వరు?"

గోరా యిదివఱకు దేవపూజయందు మనసు పెట్టలేదు. హృదయము సంక్షుభితమై యశక్తమై, కర్మశూన్యమై జీవనము పగమై, బాధాకరమై తోఁచుచుండుటచే నిప్పుడాతఁడు పూజయందు మనసు నిల్పుటకుఁ బ్రయత్నించుచుండెను. ప్రతిమయెదుట సుస్థిరుఁడై కూర్చుండి మూర్తియందుఁ జిత్తమును నేకాగ్రతం గూర్చుట కభ్యసించుచుండెను. కాని యేయుపాయముచేతను నాతఁడు తద్భక్తి నిశ్చలముగఁ జేసికొనలేకపోయెను. అతఁ డీశ్వరునకూర్చి బుద్ధిచేఁ దర్కించుకొనియెను; ఒకమూర్తిగాఁ జేసికొన్నఁగాని గ్రహించుట యసాధ్యముగా నుండెను. కాని మూర్తియందు హృదయ సంబంధమగు భక్తినిలుచుటలేదు. ఆధ్యాత్మిక ప్రబోధమును బూజించుట కుపాయ మగపడుటలేదు. పూజలేకుండ నింటఁగూర్చుండి తనలోఁదానుగాని, మఱియొకరితోఁగాని తర్కించుచు భావప్రవాహమున్నచో వాక్యలను దేలించివైచు

ఇప్పుడే యాతనికొకవిధమగు నానందమును, భక్తిరస సంచారము నగుచుండెను. అయినను గోరా విశేషించి యది యొకనియమముగాఁ బ్రతిదినమును బూజచేయుచుండెను. భావనామాత్రముచే సర్వసమ్మేళనముం గావించుశక్తి చాలనప్పుడు నియమమాత్రముచే గ్రహింపవలయునని యాతనియుద్దేశము గోరా పల్లెలయందలి దేవాలయములకుఁ బోయి, యివియే మాకు విశేషస్థానములనియు, భగవంతునకును, భక్తునకును నడుమ బ్రాహ్మణుఁడు సేతువువలె నిలిచి యుభయసంయోగమును రక్షించు నని చెప్పుచుండును. క్రమముగా నాతనికి భక్తియనునది సామాన్యులకే గాని బ్రాహ్మణునకు దానితో నిమిత్తము లేదనికూడఁ దోఁచెను. భక్తునకును భక్తికిని నడుమ జ్ఞానసేతువున్నగనియు, నదియే వానిపరస్పర సంబంధమును, నుభయసీమలను రక్షించు ననియు, నీశ్వరునకును భక్తికిని నడుమజ్ఞానమను వ్యవధానము లేకున్నచో సమస్తమును వికృతమై పోవుననియు, నిందుచేతనే భక్తివిహ్వలత్వము బ్రాహ్మణునకనావశ్యకమనియు బ్రాహ్మణుఁడు జ్ఞానశిఖరమునం దుండి సామాన్య జనోపయోగమునకై భక్తిరసమును నిర్మలముగఁ జేయుటకుఁ దపోనిరతుఁడై యుండవలయుననియు, బ్రాహ్మణునకు సంసారమున సుఖభోగము లేనట్లే దేవార్చనమున భక్తిభోగమును లేదనియు, నిదియే బ్రాహ్మణగౌరవమనియు, సంసారమున బ్రాహ్మణునకు నియమసంయమములును, ధర్మసాధనమున జ్ఞానమును మాత్రమే యావశ్యకములని యు నాతని యభిప్రాయము.

హృదయము గోరా నుల్లంఘించుటచే నాతఁడు దానికిఁ బ్రాయశ్చిత్తము విధించెను. కాని యీశాసనము నమలుజరుపుట కాతనికిఁ దగిన సేనాబల మెచ్చటనున్నది?

23

ప్రాయశ్చిత్తసభకుఁ బ్రయత్నములు జరుగుచుండెను ఇవి సామాన్యులకు ధర్మజ్ఞానముం గల్పించుటకుఁగాని కేవలము గోరా శుద్ధికొఱకే కాదనియుఁ గోరా యెప్పుడును బరిశుద్ధుఁడే యనియు, నీసభ దూరమున గంగాతీరమున జరుగుటకంటె నగర మధ్యమున జరుగుటయే యుచితముగా నుండుననియు నవినాశుఁడు తలంచెను. వేదమంత్రములతోడను, హోమములతోడను నీపని జరుపవలయును గావున దీనికిఁ దపోవనమే యుచితస్థానమని గోరాచెప్పెను. స్వాధ్యాయము ముఖరితమును, హోమానల ప్రదీప్తము నగు పవిత్రగంగాతీరమునఁ బ్రాచీన భారతవర్ష జగద్గురు నాహ్వానించి స్నానముచేసి పవిత్రుఁడై యాతనియెదుట నవజీవనదీక్షం గైకొనవలయునని గోరా వాంఛించుచుండెను

అందుచే నవినాశుఁడు పత్రికల నాశ్రయింపవలసి వచ్చెను. ఆతఁడీ విషయములను బత్రికలలో విపులముగఁ బ్రకటించుటయే కాక సంపాదక వ్యాసములలో

గోరా యప్రతిమాన ప్రభావముంగూర్చి వ్రాయించుచు నిది భావతత్త్వ ప్రాయశ్చిత్తముగాని; గోరాకు ప్రాయశ్చిత్తము కాదనుసంగతిని స్పష్టముగాఁ బ్రకటింపఁజేయుచుండెను. మనదేశము దురదృష్టవశమున విదేశీయుల కారాగారమున దుఃఖపడుచుండుటచే గోరాకూడ నట్టి దుఃఖము నే స్వీకరించెననియు, దేశాభిమాని యగు వాఁడు దేశమునందలి యనాచారముల కీవిధముగా నిప్పుడు ప్రాయశ్చిత్తముం గావింపఁదలఁచె ననియు నవినాశుఁడుకూడ స్వయముగ బత్రికలకు వ్రాయుచుండెను. ఈవ్రాతలకు గోరా విరక్తుఁడగుచునే యుండెను గాని, యవినాశుని మాన్పించుట కట్టి యవకాశమును లేకుండెను. అతఁ డెంత తిట్టినను లెక్కించుటలేదు.

అవినాశుని చేష్టలచే నీప్రాయశ్చిత్త సమాచార మంతటను వ్యాపించిపోయెను. గోరాను దర్శించుటకును వానితో సంభాషించుటకును జనులు గుంపులు గుంపులుగా వచ్చుచుండిరి. అతనికిఁ బ్రతిదినము లెక్కలేకుండ వచ్చుచుండు నుత్తరములను జదువుటకుఁ దెరపియే లేకుండెను. ఇది యంతయుం గాంచి గోరా యీవ్యాపారము తన సాత్త్వికత్వమునకు భంగము కలిగించి రాజసికవ్యాపారముగాఁ బరిణమించుచున్నదనియు, నిది కాలసంబంధ మగు దోషమనియు భావించుచుండెను. కృష్ణదయాళుఁ డిప్పుడు పత్రికలను జదువుటలేదు అయినను జనశ్రుతి యాతని సాధనాశ్రమమున గూడ వ్యాపించెను. సుపుత్రుఁడగు గోరా పవిత్రమగు తండ్రి మార్గమునే యనుసరించి యేకకాలమునందే సిద్ధపురుషుఁడయ్యెనని కృష్ణదయాళుని యన్నమును దినుచున్న యాశ్రితులందఱును జెప్పుకొనఁ దొడంగిరి.

కృష్ణదయాళుఁడు పట్టుబట్టలను విడిచి నూలుబట్టలను గట్టుకొని గోరాయింటికిఁ బోయి చూచెను. గోరాలేఁడు. పూజామందిరమున దేవపూజ చేయుచున్నాఁడని సేవకుఁడు చెప్పెను. కృష్ణదయాళుఁడు వ్యస్తహృదయముతో నచ్చటికిఁ బోయిపూజ చేయుచున్న గోరానుజూచి బిగ్గఱగాఁ బిలిచెను. గోరా తండ్రిరాక కాశ్చర్యపడి చటాలున లేచి నిలుచఁబడియెను. కృష్ణదయాళుఁడు తన సాధనాశ్రమమున నొకదేవతా ప్రతిష్ఠం గావించి వైష్ణవులచేఁ బూజ చేయుచుండెను. అతఁడిప్పుడు శాక్తేయమతము నవలంబించుటచే నాదేవాలయమునకుఁ బోవుటలేదు. అతఁడు గోరానుజూచి 'రమ్ము! ఈతలకు రమ్ము!' అఁపిలిచి గోరా వెలుపలికి వచ్చినతరువాత "ఇదేమిపని! ఇక్కడ నేమి చేయుచున్నావు?' అని ప్రశ్నించెను. గోరా మాటాడలేదు. అప్పుడు కృష్ణదయాళుఁడు 'పూజకుఁ బ్రాహ్మణుడున్నాఁడు. అతఁడు పూజచేసినచో నింటివా రందఱును జేసినట్లే! ఈపనిలో నీవేల ప్రవేశించితివి?" అని ప్రశ్నించెను. 'ఇంత మాత్రమున దోషమేమున్నది?'' అని గోరా బదులు చెప్పెను.

కృష్ణ:— దోషము లేదా? కావలసినంత దోషమున్నది. లేని యధికారమును గల్పించుకొనుట దోషము కాదా? అది నీయొక్క నిదేనా? ఇంటివారందఱిని గూడ బాధించును.

గోరా:— భక్తిభావమును బట్టి చూచినచో నెట్టి యల్పునకైనను దేవుని యెదుట గూర్చుండుట కధికార మున్నదని చెప్పవచ్చును. కాని మీ యభిప్రాయ మేమి? రామహరి కాపూరునకే గాని పూజాధికారము నాకు లేదనియా?

దానికట్టి యుత్తర మీయవలయునో కృష్ణదయాళుఁ డాకస్మికముగ భావించుకొనఁజాలక కొంతసేపాఁగి "పూజచేయుట యాతనికి జాతిధర్మము. అతని పూజయందపచార మైనను దేవుఁడు సహించును కాని నీకట్టి యధికారము లేదు. అట్టిచో నీవీ పనియందేల ప్రవేశించితివి?' అనియెను. గోరావంటి యాచారవంతుఁడు కూడ దేవపూజకుఁ దగఁడని కృష్ణదయాళునివంటివాఁడు చెప్పుట యసంగతముగా నుండెను. అయినను గోరా సహించి యేమియు మాటాడక యూరకుండెను. కృష్ణదయాళుఁడు మరల "గోరా! నేనొక మాట విన్నాను. నీవు ప్రాయశ్చిత్తము చేయించుకొనవలయునని పండితుల నాహ్వానించితివా?' అని ప్రశ్నించెను. 'ఔ' నని గోరా చెప్పెను. కృష్ణదయాళుఁడు తీవ్రస్వరముతో "నేను బ్రతికియుండగా నిట్టిపని జరుగఁగూడదు" అనియెను. గోరా ప్రతికూలభావముతో 'ఏమి!" అని ప్రశ్నించెను.

కృష్ణ:— ఏమా! ప్రాయశ్చిత్త మక్కఱలేదని నేనొకప్పుడు నీతోఁ జెప్పలేదా?

గోరా.— చెప్పితిరిగాని కారణము చెప్పలేదు.

కృష్ణ:— కారణము తెలుపవలసిన పనిలేదు. గురుజనానుమతికంటె నెట్టి శాస్త్రవిధులును ప్రధానములు కావు. నేను నీకు గురువును; మాన్యుఁడను. ఈ ప్రాయశ్చిత్తమునఁ బైతృకకర్మ కూడ నుండునని యెఱుఁగుదువా?

గోరా:— ఉన్నంతమాత్రమున బాధయేమి?

కృష్ణ:— కావలసినంత బాధ యున్నది. అది జరుగుటకు నేనంగీకరింపను.

గోరాకది హృదయాఘాతమువలె నుండెను. అతఁడు దృఢస్వరముతో "తండ్రీ! నా పవిత్రతకొఱకు నేను చేసికొనుచున్న పనిలో మీకింతకష్టమేల' అనుటయుఁ గృష్ణదయాళుఁడు 'గోరా! నీవూరక యెల్లవిషయములను గూర్చియు వాదించుచుందువు. ఇది వాదవిషయము కాదు. ఇందు నీకు బోధపడని సూక్ష్మవిషయమున్నది. నీవు హిందూధర్మమునఁ బ్రవేశింపఁ గోరుట కేవలమును బొరపాటు. అది నీకు సాధ్యము కాదు. నీపాదములు మొదలు తలవఱకును గల ప్రతిరక్తకణమునకు నది ప్రతికూలమై

నది. ఎంతకొట్టుకొన్నను నాకస్మికముగ హిందువునగుట కవకాశములేదు. దానికి జన్మజన్మాంతర సుకృతము కావలయును.' అనియెను.

గోరా వివర్ణవదనముతో 'తండ్రీ! జన్మాంతరములమాట కేమి కాని, ప్రస్తుతము మీ వంశరక్తమునం దేయధికారము ప్రవహించుచున్నదో దానియందు నాకెట్టి స్వత్వము లేదా? అనియెను. కృష్ణదయాళుఁడు విసుఁగుతో 'మరల దర్కమా? నాతో వాదించుటకు నీకు సంశయములేదా? నేను హిందువునని చెప్పుకొన్నంత మాత్రమున విదేశోన్మాద మెక్కడకుఁ బోవును? నామాటవిని యిదియంతయును గట్టిపెట్టుము!' అనియెను. గోరాతలవంచుకొని యించుకసేపూరకుండి ప్రాయశ్చిత్తము కావున్నచో శశిపెండ్లిలో నాకందఱితోడను గలసి భుజించుట కవకాశముండదు!' అనియెను. కృష్ణదయాళుఁ డుత్సాహితుఁడై అంతమాత్రమునఁ దప్పేమి? నీపీట వేఱుగా వేయుదురు" అనియెను గోరా సంశయముతో అట్లయినచో సమాజము నన్నుఁ బ్రత్యేకించి నట్లు కాదా?" అని ప్రశ్నించెను. కృష్ణదయాళుఁడు గోరాకు సమాధానముగా 'అయిన నేమి? నాతో నిప్పుడెవ్వరు కలసి భుజించుచున్నారు? నన్నెవ్వరు పిలుచుచున్నారు? నాకేమైన సమాజముతో సంబంధమున్నదా? శాంతముగఁ గాలముం గడుపుకొనుటకై కోరుకొనుచున్న నీకీమార్గము నవలంబించుటే శ్రేయము' అని చెప్పెను.

ఆ మధ్యాహ్నమునఁ గృష్ణదయాళుఁ డవినాశుని బిలిపించి మీరందఱును గలసి మాగోరా వాదించుచున్నారా?" అనికోపపడుటయు నవినాశుఁడు 'అతఁడే మమ్మందఱ వాదించుచున్నాఁడు. కాని యాతఁ డాపుటయే లేదు." అనియెను. కృష్ణదయాళుఁడు మెల్లగాఁ 'బాబూ! ఈప్రాయశ్చిత్తము నాకిష్టముగ లేదు. ఎలాగో మానివైచిన బాగుగనుండును.'' అనియెను. అవినాశుఁడు తనలో చాలమంది తండ్రులు తమబిడ్డలశక్తిని దెలిసికొనఁజాలకయున్నట్లు చరిత్రలవలనఁ దెలియుచున్నది. ఈతఁడుకూడ నట్టివాఁడుగనే తోఁచుచున్నాఁడు. ఈతఁడూరక సన్యాసివలె గాలక్షేపము చేయుట కంటెఁ గుమారుని బోధనలను వినుచున్నచో బాగుగనుండును!' అనిభావించుకొనియెను. అవినాశుఁడు వాదమువలన ఫలములేనిచోట వృధావాగ్వ్యయము చేయువాఁడు కాఁడు. అతఁడు మృదుస్వరముతో 'అయ్యా! ప్రయత్నమంతయు జరిగిపోయిన తరువాత మీకిష్టము లేనంతమాత్రమున మానుటకు వీలులేదు. ఇఁక వ్యవధికూడ లేదు. ఇకార్యము తప్పక జరుగవలసినదే యుండెను. గోరామాట యటుండనిమ్ము. ఆనాఁడు మేమందఱమును ప్రాయశ్చిత్తము చేసికొందుము. దేశజనులలోఁ బాపమున కభావము లేదు.' అనియెను. ఈ యాశ్వాసవాక్యమునకుఁ గృష్ణదయాళుఁడు నిశ్చింతుఁడయ్యెను.

గోరా యెన్నఁడును కృష్ణదయాళుని మాటను లక్ష్యముచేయలేదు. నేఁడు కూడ నాతని శాసనము పాలింపవలయునని గోరా యనుకొనలేదు. సాంసారిక జీవితముకంటె నధిక ప్రధానమగు జీవితవిషయమునఁ దల్లిదండ్రుల నిషేధమును పాటించుట గోరా కంగీకారముకాదు. కాని నేఁటి దినమంతయు గోరామనసు పరితపించుచునే యుండెను. కృష్ణదయాళుని మాటలలో నేదియో యొక సత్యము గూఢముగా దాఁగియున్నట్లాతనికిఁ దోఁచుచుండెను. తన్ను బాధించుచున్న యనిరాకార దుస్స్వప్నము నాతఁడు వదల్చుకొనఁ జాలకుండెను. నలుదెసలనుండియు నెవ్వరో వచ్చి తన్నెత్తి దూరముగ విసరివైవఁజూచుచున్నట్లుగా నాతనికి బోధయగుచుండెను. తన యేకాకిత్వము చిరకాలమువఱకును సుస్థిరమై యున్నట్లిప్పు డాతనికిఁ దోఁచుచుండెను. అతనియెదుటఁ గర్మక్షేత్ర మతివిశాలమై యుండెను. కార్యములును విశేషించి యుండెను. కాని యాతని పార్శ్వమునం దెవ్వఁడును నిలువఁబడి యుండలేదు.

౭౪

రేపు ప్రాయశ్చిత్తము కావున నేఁటిరాత్రియే గోరా గంగాతీరోద్యానమునకు బోవలసియుండెను. అతఁడు బయలుదేఱుచున్న వేళకు సరిగా హరిమోహిని యటకు వచ్చుటయు గోరా యప్రసన్నుఁడై "నేనొక పనికై పోవఁదలంచుచుండగా మీరు వచ్చితిరి. అమ్మ కొన్నాళ్లనుండి యింటలేదు. మీ రామెతో మాటాడఁదలఁచి—" అనుచుండగనే హరిమోహిని 'అక్కఱలేదు బాబూ! నేను నీకొఱకే వచ్చితిని ఇంచుకసే పాఁగుము. ఆలస్యముచేయను'' అనియెను. గోరా కూర్చుండెను. హరిమోహిని సుచరితమాట యెత్తి "బాబూ! నీమూలమున నాకెంతో యుపకారమైనది. ఆమె యిప్పుడు నాయాచార పాలనము చేయుచున్నది! బాబూ! నాకొక చిన్నకోరికయున్నది నీవామెను మంచి మార్గమునకు మరలించితివి. ఇట్టియుపకారముం గావించిన నిన్ను బరమేశ్వరుఁ డనుగ్రహించుఁగాక! సుచరితకు వయసు వచ్చినది. ఇంకఁ బెండ్లి చేయకుండుట యుచితముకాదు. హిందూగృహమునందే యున్నచో నీపాటి కామె బిడ్డలతల్లి కావలసినది! నేనెంతో శ్రమపడి యసాధ్యసాధనముం గావించి నామఱఁదియగు కైలాసుని సమ్మతింపఁజేసి తీసికొని వచ్చితిని. అంతయు స్థిరపఱచితిని. ఎట్టి కష్టమును లేకుండ నెట్టి సంకటమును బడకుండ నే నాతని నొప్పించితిని. ఇట్టి స్థితిలో సుచరిత యెంత చెప్పినను సమ్మతింపకున్నది. ఆమె యుద్దేశమేమో, యామెకెవ్వరు బోధించిరో యామె హృదయ మెవ్వరిపై లగ్నమైనదో యా యీశ్వరునికే యెఱుక—కాని బాబూ! నేను నీకు స్పష్టముగాఁ జెప్పుచున్నాను. అదినీకుఁ దగినది కాదు. పల్లెటూరి సంబంధమైనచో నామె సంగతి యెవ్వరికిని దెలియకుండఁ బోవును. ఈనగరమునందుండి నీవామెను బెండ్లియాడినచో నీకుఁ దలయెత్తుకొనుట కవకాశముండునా?' అనియెను.

ఆమాటకు గోరా క్రోధోద్దీప్తుఁడై 'ఈమాట లన్నియు నేల? నేనామెను పెండ్లి యాడెదనని మీతో నెవ్వరు చెప్పినారు?' అనియెను. హరిమోహిని మృదుస్వరముతో "నాకెట్లు తెలియును బాబూ! ఈసంగతి పత్రికలలోఁ బడినట్లు విని నేను సిగ్గుచేఁ జచ్చిపోవుచున్నాను' అనియెను. హారానుఁడో యాతని మిత్రులో యిట్లు ప్రకటించి యుందురని గోరా యూహించుకొని బద్ధముష్టియై 'అసత్యము! అంతయు నసత్యము!' అనియెను. హరిమోహిని యాతని గర్జాస్వరమునకు బెదరిపడి 'నా యూహ కూడ నదియే. బాబూ! నీవు నామాటవిని యిప్పుడొకసారి మా రాధారాణి చెంతకు రావలయును!" అనియెను.

గోరా — పనియేమి?

హరి: — నీవొకసారివచ్చి యామెకు బోధింపవలయును.

ఈయవకాశమును బట్టి యొకసారి సుచరితను జూచి రావలయుననెడు నాకాంక్షముతో గోరా హృదయమిప్పుడు "ఒకసారి కడపటి దర్శనము చేయవలయును. రేపే నీ ప్రాయశ్చిత్తము. తరువాత నీవు తపస్వివయ్యెదవు. ఈయొక్క రాత్రిమాత్రమే నీకవకాశమున్నది. ఇందువలన నేపాపమును లేదు. ఉన్నచో రేపటి ప్రాయశ్చిత్తముతో నంతయు భస్మమైపోవును!' అని బోధించుచుండెను— గోరా యించుకసేపాలోచించి 'ఆమెకు నేనేమని బోధింపవలయును?" అని ప్రశ్నించెను. హరిమోహిని చల్లగా ఏమియు నక్కఱలేదు. హిందూధర్మానుసారముగ నీవు వెంటనే పెండ్లి చేసికొనవలెననియు, హిందూసమాజమునఁ గైలాసునివంటి వరుఁడు నీవంటి దానికి లభించుట సౌభాగ్యమనియు సుచరితకు బోధింపవలయును!' అనియెను. ఆమాట గోరా హృదయమున బల్లెపుఁబోటువలె నుండెను. తోడనే యాతని కానాఁడు సుచరిత ద్వారమునొద్దఁ గాన్పించిన పురుషుఁడు స్మృతికివచ్చెను. ఆతనికి సుచరిత లభించునని భావించుటకూడ గోరాకు దుస్సహముగా నుండెను. ఆతనికప్పుడు సహస్రవృశ్చికదంశనమైనట్లుండెను. 'వలదు! ఎన్నఁటికి నట్లుకాఁగూడదు." అని యాతని హృదయము వజ్రనాదము చేయుచుండెను.

ఇఁక నెవ్వరితోడను సుచరిత సమ్మేళన మసంభవము. ఈప్రపంచమున గోరా యెదుటఁ దప్ప మఱియెవ్వరి యెదుటను గభీరభావ ప్రపూర్ణంబగు సుచరిత నిస్తబ్ధ గభీరహృదయము విస్పష్టముగాఁ బ్రకటితముకాలేదు. ఎన్నటికి నట్లు ప్రకటితము కాఁజాలదు. ఆహా! అది యెంతటి దుర్లభమైనది. రహస్య నికేతనమునందలి యంతర్మందిరమునందున్న యనిర్వచనీయశక్తి కన్నులఁ బడియెను! మానవజీవితము నందిట్టి దుర్లభ సందర్శన మెన్నిసారులు లభించును? సుచరిత నంతటి ప్రగాఢ సత్యస్వరూ

పముగఁ జూచి సమస్తాంతఃకరణముల చేతను ననుభవించినవాఁడు మాత్రమే యామెను బడయఁగలఁడు. ఇతరులకట్టి యవకాశ మెక్కడ నున్నది?

హరి:— ఆమె యెప్పుడును గన్యగనే యుండునఁట! ఇది యెన్నఁడైన నెక్కడ నైన నున్నదా?

అదియును నిజమే. రేపు గోరా ప్రాయశ్చిత్తము చేసికొని సంపూర్ణముగ శుచియై బ్రాహ్మణుఁ డగుచున్నాఁడు. కాని సుచరిత చిరకాలమువఱకు నవివాహితయై యుండఁగలదా? చిరజీవన వ్యాప్తమగునంతటి భారమునామెపై నెవ్వరు పెట్టఁగలరు? స్త్రీలోకమున కింతకంటెను ఘనభారము మఱియేమున్నది?

హరిమోహినిమాట లేవియును గోరాచెవులఁ బడుటలేదు. గోరా తనలో 'తండ్రిగారు నా ప్రాయశ్చిత్తమును నిషేధించుటలో నర్థమేమియును లేదా? నేను వాంఛించుచుండు నాభవిష్యజ్జీవనము కల్పనామాత్రమేనా? స్వాభావికము కాదా? ఆ కపటభారమువహించి నేను కుంటువడిపోవుచున్నాను. ఆభారముచే నేను సమాజమునం దెట్టికార్యమును దీర్పఁజాలకున్నాను. నా హృదయము మాకోరికలతో నిండిపోయినది! ఈబరువు నెచ్చట దించుకొనవలెను? నేను బ్రాహ్మణుడనుగాని, తపస్విని గాని కాఁజాలననియే తండ్రిగారెట్లో గ్రహించియుందురు. కాకున్నచో నింత సాహసించి యేల నిషేధింతురు? నేనిప్పుడేపోయి నాలోని లోపమేమో యాయన నడిగి తెలిసికొనవలయును. ఆయన యంతయును స్పష్టముగ నెఱింగించినచో నిఁక నేనా మార్గమును వదలుకొందును!' అని నిశ్చయించుకొని హరిమోహినింగాంచి "మీరించుక సేపాఁగుఁడు. నేనిప్పుడే వచ్చెదను" అని చెప్పి తత్తరముతోఁ దండ్రియొద్దకుఁ బోయెను.

సాధనాశ్రమద్వారము బద్ధమై యుండెను. గోరా యొకటి రెండుసారులు తలుపుగొట్టెను. ఎవ్వరును దలుపు తెఱువలేదు; పలుకలేదు. లోనుండి ధూపగంధము వీతెంచుచుండెను! నేఁడు హరదయాళుఁడు సన్యాసితోఁ గలసి నిగూఢంబును, దురూహ్యంబునగు నొకయోగము నేకాంతముగ నభ్యసించుచుండెను. ఈరాత్రి యచ్చటకుఁ బోవుట కెవ్వరికి నధికారములేదు.

౭౩

'ప్రాయశ్చిత్తము రేపుకాదు. నేఁడే యారంభమైనది? రేపటికంటె నధికముగ నగ్నిజ్వాల యిప్పుడే విజృంభించినది. నానవజీవనారంభమునందొక గొప్ప నాహుతి నీయవలయు ననియే విధాత నాహృదయమునం దింతటి ప్రబలవాంఛితమును గల్పించియున్నాఁడు. కాకున్నచో నీయద్భుత సంఘటనమేల? నాకు వీరితోఁ గలియుట

కట్టి లౌకికసంభావనయును లేదు. ఇట్టి విరుద్ధ సమ్మేళన మీ ప్రపంచమునం దెచ్చటను లేదు. ఈ సమ్మేళనము నావంటి యుదాసీనుని హృదయమునంగూడ దుర్జయా కాంక్షను కల్పించునని యెవ్వరును భావించియైన నుండరు! ఆకాంక్షయే నాకిప్పు డుపకరించి నది. నా సర్వస్వమును నేను దేశమునకు సులభముగనే సమర్పించివైచితిని. నా కెత్యాగమును గష్టముం దోచలేదు. దేశీయులందఱు నట్లేల చేయజాలకుండిరో నాకింకను బోధ పడకున్నది! కాని యీ మహాయజ్ఞ మింతటి సులభదానములను వాంఛించుట లేదు. దుఃఖమునే వాంఛించుచున్నది! నాడీచ్ఛేదముం గావించుకొని నేను నవజీవన లాభముం గాంచవలయును. రేపు సభలో నాకు లౌకికప్రాయశ్చిత్తమగును! అంతకు ముందీరాత్రియే నా జీవన విధాత వచ్చి నా తలుపు గొట్టుచున్నాడు! అంతరంగ మధ్యమున నంతస్తమ ప్రాయశ్చిత్తము కాకున్నచో నేను రేపు విశుద్ధుడ నగుటయెట్లు? నాకుం ద్యజించుటకు గష్టముగం దోచు వస్తువును నేను దేవునకు సంపూర్ణముగ సమర్పించినచో నేను పవిత్రుండనై నిస్స్వార్థుడను కాంగలను. అప్పుడే నేను నిజముగా బ్రాహ్మణుండనగుదును' అని గోరా భావించుకొనుచు హరిమోహిని చెంతకువచ్చెను.

రి:— బాబా! నీవొకసారి నాతో రమ్ము. నీవు వచ్చి యొకమాట చెప్పినచో నంతయుం బరిష్కారమగును.

గోరా.— నేనేల రావలయును? నాకామెతో నేమిపని?

హరి:— నిన్నామె దేవునివలెం బూజించుచున్నది: గురువువలె గౌరవించుచున్నది.

విద్యుత్తప్తంబగు వజ్రసూచిక గోరా హృత్పిండమునం దీవలనుండి యావలకుం గసిక్కున గ్రుచ్చుకొన్నట్లగుటయు నాతఁడు "నేను రావలసిన ప్రయోజన మగపడుట లేదు. ఆమెను జూడవలయునని నాకట్టి యుద్దేశమును లేదు'' అనియెను. హరిమోహిని సంతోషముతో 'ఆమాటనిజమే! ఈడువచ్చిన యాడుబిడ్డను దఱచుగఁ జూడం బోవుచుండుటయును మంచిదికాదు. కాని యీచిక్కు మాత్రము నీవు తప్ప మఱియెవ్వరును దీర్పం జాలరు. ఈపని దీర్చినచో నింక నిన్ను నేనెన్నఁడును బిలువను' అనియెను. గోరా తల త్రిప్పుచు ఇంక నేనురాను. అంతయు ముగిసిపోయినది. నన్ను నేనీశ్వరున కర్పించుకొంటిని. ఇంక నానిర్మల జీవితమునం దెట్టిమచ్చయు నుండంగూడదు. నేను రాంజాలను'' అనియెను. హరిమోహిని గోరానిశ్చయముం గ్రహించి నీవు రాకున్నచో నొక్కపనిచేయుము. నీవామెకొక చీటిని వ్రాసియిమ్ము' అనియెను. గోరా తలఁ త్రిప్పుచు నేనట్టిపని నెంతమాత్రమును జేయను' అనియెను. హరిమోహిని మృదుస్వరముతో 'మంచిది. నాకొక్క రెండు పంక్తులను వ్రాసియిమ్ము. నీవు సకలశాస్త్రవేత్తవు నేను నీయొద్ద ధర్మసూత్రమును గ్రహింపవచ్చితిని" అనియెను.

గోరా:— ఏవిషయమున?

హరి:— హైందవకన్య యుక్తవయస్సునఁ బెండ్లియాడి గృహధర్మమును దీర్చుట యన్నిటికంటె నుత్తమధర్మము కాదా?

గోరా కొంతసేపాలోచించి నీవూరక నాకిట్టిగొడవ తెచ్చిపెట్టవలదు. ధర్మనిర్ణయమునకు నేను పండితుఁడనుగాను" అనియెను. హరిమోహిని తీవ్రభావముతో "నీయుద్దేశమేమో స్పష్టముగాఁ జెప్పగూడదా?" మొట్టమొదట నీచిక్కు పెట్టినవాఁడవు నీవే. ఇప్పుడు నేను గానను చున్నావు. దీనియర్థమేమి? ఆమె స్వేచ్ఛగా నుండుట నీకిష్టములేదు. ఇంతేనా?" అని ధిక్కరించెను.

ఈమాటలకు మఱియొకప్పుడైనచో గోరా మండిపడవలసినదే. ఇట్టి పత్యాపవాదమునుగూడ వాఁడు సహించియుండఁడు. కాని నేఁడాతనికిఁ బ్రాయశ్చిత్త మారంభమయ్యెను. కోపమంతయును బోయెను. అతఁడు విమర్శించుకొని హరిమోహిని చెప్పినమాట నిజమే యనుకొనియెను. అతఁడు సుచరితతోడి బంధమును వదలుకొనుటకు కుద్యుక్తుఁడుగనే యుండెను. కాని యవేద్యమగు నొక సూక్ష్మసూత్రమును మాత్ర మాతఁడు త్రెంపదలచుకొనలేదు. ఇంకను వాఁ డాత్యాగమును జేయఁజాలకుండెను — కాని కృపణత్వమును ద్యజింపవలయును. ఒకచేతితో దానముచేసి రెండవచేతితోఁ గట్టిగఁ బట్టుకొన్నచో నేమిలాభము?— అప్పుడాతఁడొక కాగితమును దీసి సాహసించి పెద్దయక్షరములతో వివాహమే నారీజీవనమునకు సాధనపథము. గృహధర్మమే యామెకు బ్రధానధర్మము. వివాహము కళ్యాణ సాధనముకొఱకుఁ గాని, వాంఛాపూర్తికొఱకుఁగాదు. సుఖమైనను దుఃఖమైనను, సంసారము నేకాగ్రచిత్తముతో భావించుచు రమణీమణి సాధ్వియుఁ బవిత్రయునై మూర్తీభవించిన ధర్మదేవతలవలె నుండుటయే యామె వ్రతము" అని వ్రాసెను. దానింగాంచి హరిమోహిని 'కైలాసుని గూర్చి కూడ నించుక వ్రాసిన బాగుగనుండును' అనియెను. గోరా విరక్తుఁడై "నేనాతని నెఱుంగను. ఆతనిగూర్చి వ్రాయుటయెట్లు?" అనియెను

హరిమోహిని యాకాగితమును మడచి చెంగునఁగట్టుకొని యింటికిఁబోయెను. సుచరిత యింకను నానందమయితో లలితయింటనే యుండెను. అక్కడకుఁ బోయి మాటాడుట మంచిది కాదని యెంచి హరిమోహిని రేపు మధ్యాహ్నమున కింటికి రావలనని సుచరితకుఁ గబురుపంపెను. సుచరిత మరునాఁడింటికిఁ బోయెను. ఆమె హృదయ మంతయును వికలముగా నుండెను. మరల నీ వివాహపుమాటలే వచ్చునని యనుకొనియెను. ఇఁక నెన్నఁడు నట్టిప్రశ్న కలుగకుండఁ దగిన సమాధానము చెప్పవలయునని సుచరిత నిశ్చయించుకొనియెను. భోజనమైన తరువాత హరిమోహిని సుచరితంగాంచి నిన్న సాయంకాలము నేను నీగురునియొద్దకుఁ బోయితిని!" అని చెప్పెను.

సుచరిత కుంఠితయై "దొడ్డమ్మా! మరల నామాట యెత్తి నన్నవమానింపదలంచితివా?" అనియెను.

హరిమోహిని మృదుస్వరముతో 'అమ్మా! భయము లేదు. నేనాతనితో జగడమునకుం బోలేదు. ఆతనియొద్ద నొకటిరెండు మంచిమాటలు వినగావలయునని నేనాలోచించుకొని పోయితిని. ఆప్రసంగములో నీమాటకూడ వచ్చినది' ఆఁడుబిడ్డ చాలకాలము వఱకుఁ గన్యయైయుండుట మంచిది కాదనియు నది యధర్మమనియు, దొరలలోనే గాని మనలో నది లేదనియు నాతఁడు చెప్పినాఁడు. నేను కైలాసుని గూర్చి చెప్పినాను. బాగుగనే యుండునని యాతఁడన్నాఁడు!" అని చెప్పెను. సుచరితహృదయ మవమానదుఃఖముచే నుడికిపోవుచుండెను. అప్పుడు హరిమోహిని నీవాతని గురునిగా గౌరవించుచుంటివి గాన నాతనియాజ్ఞను పాలింపవలయును!" అనియెను. సుచరిత మాటాడలేదు. హరిమోహిని మరల 'ఆమె నామాట నమ్మదు గావున నీవొకసారి వచ్చి యామెకు బోధింపుమని యడిగితిని నేనిఁక నామెను జూచుట మంచిదికాదని గూడ నాతఁడు చెప్పెను దీనికుపాయ మేమన నేనడుగుటయు నాతఁడీచీటిని వ్రాసి యిచ్చెను." అని యామె మెల్లగా నాచీటిని సుచరిత కిచ్చెను. సుచరిత చదివెను. ఆమె నిశ్వాసము రుద్ధమైపోవుచున్నట్లుండెను. అట్లే యామె కొయ్యబొమ్మవలెఁ గూర్చుండిపోయెను

ఆచీటిలో నూతనమును, నసంగతమును నగు విషయ మేదియును లేదు. ఆమాటలలో సుచరిత కభిప్రాయభేద మేమియును లేదు. కాని యది హరిమోహినిచేఁ దనకు బంపుటనుగూర్చి సుచరితహృదయ మనేకవిధముల బాధనొందుచుండెను. "గోరా యిప్పు డిట్లాదేశించు టేల? నా పెండ్లియాడుటనుగూర్చి గాని పెండ్లినిగూర్చి గాని గోరా కింతటి యావేగ మేల? నాసంబంధమున గోరా చేయఁదగినపని యంతయు ముగిసి పోయినదా? నేనాతని కర్తవ్యమునకుఁ గాని, జీవితపథమునకుఁ గాని యాతంకము గల్పించితినా? ఆత్మసమర్పణము చేసికొని యాతనిచెంత వాంఛింపవలసినది నాకేదియును లేనే లేదా?' అనియీవిధముగా సుచరిత భావించుకొనుచు నెట్లయిన నీహృదయ వ్యథను దూరము చేసికొనవలయునని ప్రయత్నించుచుండెను. కాని యామెకెంత మాత్రము నూఱటగలుగుట లేదు.

హరిమోహిని సుచరిత కాలోచించుకొనుటకు సమయమిచ్చి యలవాటు ప్రకారము నిద్రింపఁబోయెను. ఆమె నిద్రలేచి వచ్చి చూచునప్పటికిఁ గూడ సుచరిత యెప్పటివలెనే కూర్చుండి యుండుటయు 'అమ్మా! ఇంతయాలోచన మెందులకో చెప్పుము! ఇందాలోచింప వలసిన దంతగా నేమున్నది? గోరాబాబేమైన నధర్మముగ వ్రాసెనా?" అనియెను. సుచరిత శాంతస్వరముతో "లేదు. ఆతఁ డుచితము

గనే వ్రాసెను!" అనియెను. హరిమోహిని మెల్లగా 'హిందూసమాజమున నీవు పెండ్లియాడుట మీపరేశబాబున కిష్టముండదు కాని మీగురువు—' అనియెను. సుచరిత యసహ్యభావముతో "దొడ్డమా! మాటిమాటికి నీవిట్లే యనుచుంటివేల? నాపెండ్లినిగూర్చి యాలోచించుటకే నేనాతనియొద్దకుఁ బోవుచుండుట లేదు ఇప్పుడు నేనొకసారి యాతనియొద్దకుఁ బోయెదను' అనియెను.

పరేశుని సాన్నిధ్యమే సుచరితకు సాంత్వనస్థానమై యుండెను! సుచరిత వెంటనే పరేశునియింటికిఁ బోయెను. అతఁడప్పుడు పెట్టెలో బట్టలు మొదలగునవి సరదుకొనుచుండెను. సుచరిత యంతయుం గాంచి 'బాబా! ఇదియేమి?" అని ప్రశ్నించెను. పరేశుఁడు నవ్వుచు 'నేనుకొంతకాలము సిమ్లాయందుండ దలఁచితిని. రేపటి బండిమీఁదఁ బోయెదను:' అని చెప్పెను. పరేశుని యీనవ్వులోఁ బ్రచ్ఛన్నమైయున్న దారుణవిప్లవేతిహాసము సుచరితకు గోచరమై యుండలేదు. ఇంటిలో భార్యాపుత్రికలును, వెలుపలబంధుమిత్రులును నాతని శాంతిని నిలువనిచ్చుటలేదు. కొన్నాళ్ళాతఁడు దూరమైపోవకున్నచో నాతని కింటియందలి సుడిగుండములలోఁ బడి కొట్టుకొన వలసివచ్చును. రేపాతని ప్రయాణము. అతనిబట్టలనైన సర్ది యిచ్చువారా యింట నెవ్వరును లేకుండిరి. అతఁడే స్వయముగఁ జూచుకొనుచుండెను. ఇది యంతయు సుచరిత హృదయమునకుఁ జాల బాధాకరముగా నుండెను. అప్పుడు సుచరిత యాపనినుండి పరేశుని మరలించి స్వయముగా నాతనిబట్టలను బుస్తకములను నితరవస్తువులను యథోచితముగఁ బెట్టెలో సవరించెను; ఆపని ముగిసినతరువాత సుచరిత 'బాబా! మీరొక్కరే పోయెదరా?' అని ప్రశ్నించెను.

వేదనాసూచకమగు నీసుచరిత ప్రశ్నయందలి భావము గ్రహించి పరేశుఁడు 'అమ్మా! నాకిందుకష్టమేమున్నది?' అనియెను. సుచరిత మెల్లగా 'బాబా! నేనుగూడ నీతో వచ్చెదను.' అనుటయుఁ బరేశుఁడు సుచరిత మొగమువంకఁ జూచెను. అప్పుడు సుచత 'బాబా! నేను నీకెట్టికష్టమును గలిగింపను నన్నుఁగూడఁ దీసికొనిపొమ్ము!' అనియెను

పరే:— అదేమిమాట తల్లీ! నాకు నీ వెప్పుడైనఁ గష్టము గల్పించితివా?

సుచ:— నీయొద్ద లేకున్నచో నాకుఁ దోఁచదు బాబా! నాకేమియును దెలియదు. నీవుబోధింపకున్నచో నేనేమియు నిశ్చయించుకొనఁజాలను. స్వబుద్ధియందే నిబ్బరముతో నుండవలయునని నీవు నాకు బోధింతువు. కాని నాకంతటి బుద్ధిలేదు. నామనసునందంతటి దార్ఢ్యమును లేదు. నన్నుఁగూడ నీవెంటఁ దీసికొనిపొమ్ము బాబా!

అని యామె పరేశునకుఁ బ్రణామముం గావించెను. ఆమె కన్నులనుండి యారక యశ్రుధారలు ప్రవహించు చుండెను.

౭౬

గోరా చీటివ్రాసి హరిమోహినికిచ్చినప్పుడు సుచరితంగూర్చి త్యాగపత్రమును వ్రాసి యిచ్చినట్లుగా నాతని మనసునకుఁదోఁచెను. కాని పత్రము వ్రాసియిచ్చినంత మాత్రమునఁ బని ముగియలేదు. ఆతనిహృదయము నాపత్రము నంగీకరించుటలేదు. ఆ పత్రమునందాతఁడు వ్రాసినది సాహసముతోడి హస్తాక్షరములే కాని విశ్వాసముతోడి హృదయాక్షరములు కావు. అందుచేతనే యాతనిహృదయ మబాధ్యమై యుండెను. అట్టి దుస్సాహసమున నబాధ్యత యారాత్రియే గోరాను సుచరితయింటికిఁ బయనింప వలసినదే! కాని యప్పుడే గంటస్తంభమునఁ బదిగంటలు కొట్టెను. తోడనే గోరాకుఁ జైతన్యము కలిగి యిది యెవ్వరియింటికిని బోయి చూడఁదగిన సమయము కాదని తోఁచెను. తరువాత గంటలవన్నిటిని గోరా వరుసగా వినుచు నేయుండెను.

మఱునాఁటి యుదయమున కాఁకు గంగాతీరోద్యానమునకుఁ బోయెను. ఆతఁడు నిర్మలదృఢహృదయముతోఁ బ్రాయశ్చిత్తము చేసికొనఁ దలంచియుండెను. కాని యట్టి హృదయావస్థ యిప్పుడే కూడినది— పండితులనేకులు వచ్చియుండిరి. ఇంకను వచ్చువారలు తోఁచుచుండెను. గోరా యందఱను సమ్మానసంభాషణలతో గౌరవించుచుండెను. ఆతని సనాతనధర్మనిష్ఠకై యందఱును సాధువాదములఁ జేయుచుండిరి. క్రమక్రమముగాఁ దోఁటయంతయుఁ గోలాహలపరిపూర్ణమైపోయెను. గోరా జాగరూకుఁడై నలుదెసలఁ దిరుగుచుండెను. ఆకోలాహలమధ్యమున గోరా నిగూఢహృదయాంతరమున "అన్యాయము చేసితివి! అధర్మము చేసితివి!" అనుమాట లనుభవగోచరమగుచుండెను. ఆ యన్యాయమేమో స్పష్టముగా నాలోచించి తెలిసికొనుట కాతని కవకాశము లేకుండెను. కాని యాతఁడా గభీరహృదయాంతర్ముఖము నెంతమాత్రమును బంధింపఁజాలకుండెను. ఆ యనుష్ఠాన విపులాయోజనమధ్యమున నాతని హృదయవాసియగు నంతర్యామి యాతనికి విరుద్ధముగా 'అన్యాయము జరిగిపోవుచున్నది!' అని సాక్ష్యమిచ్చుచుండెను. ఆ యన్యాయము నియమలోపము కాదు. మంత్రలోపము గాదు. శాస్త్రలోపమును గాదు — అది ప్రకృతిలోననే సంఘటిల్లినది. అందుచేతనే గోరా సర్వాంతఃకరణములను ననుష్ఠానోద్యోగమునకు విముఖములై పోవుచుండెను.

సమయము సమీపించెను. సభాస్థలము సంసిద్ధము చేయఁబడియెను. గోరా గంగా స్నానము చేసి యార్ద్రవస్త్రములను విడుచుచుండఁగా జనసమాజమును త్రోసికొనుచు నవినాశుఁడు దీనవదనముతోఁ వచ్చి "కృష్ణదయాళుబాబు రక్తము గ్రక్కుకొనుచున్నాఁడఁట! నిన్ను శీఘ్రముగ నింటికిఁ దీసికొనిపోవుటకై బండివచ్చినది!" అని చెప్పెను. గోరా తత్తరముతో వెడలిపోయెను. అవినాశుఁడుఁ గూడ నాతని వెంబడిం

చుటయుగోరా 'నీవు రావలదు. నీవిటులేకున్నచో నీవచ్చినవారి నభ్యర్థించుట జరుగదు!'' అనిచెప్పి గోరా యతివేగముగ నింటికిఁబోయెను.

కృష్ణదయాళుఁడు శయ్యపైఁ బరుండియుండెను. ఆనందమయి పాదముల నొత్తుచు నాతనిచెంతఁ గూర్చుండియుండెను. గోరా యుద్విగ్నుఁడై యాయిరువురి మొగములవంకను జూచెను. కృష్ణదయాళుఁడు తనప్రక్కనున్న కుర్చీపైఁ గూర్చుండు నట్లాతనికి సంజ్ఞచేసెను. గోరా కూర్చుండి తల్లింగాంచి 'అమ్మా! ఎట్లున్నది?' అని యడిగెను. ఆనందమయి మెల్లగా "కొంచెము నెమ్మదిగనే యున్నది. డాక్టరు దొరగారికిఁ గబురువెళ్ళినది.'' అనియెను. ఆయింట శశిముఖియు నింకొక సేవకుఁడును గూడ నుండిరి. కృష్ణదయాళుఁడు వారిని బొమ్మని సంజ్ఞచేసెను. వారుపోయిరి. అప్పుడు కృష్ణదయాళుఁ డానందమయి మొగమువంక నించుకసేపు చూచి గోర నుద్దేశించి మెల్లగా 'నాకుఁగాలము సమీపించినది. నేనింతకాలమువఱకు నీసంబంధమున దాఁచియుంచిన విషయము నిప్పుడు నీకుఁదెలుపకున్నచో నాకు ముక్తిలేదు' అనియెను!

గోరా ముఖము వివర్ణమైపోయెను. అతఁడు నిస్తబ్ధుఁడై కూర్చుండెను. కొంతసేపటివఱకెవరును మాటాడలేదు. అప్పుడు కృష్ణదయాళుఁడు "గోరా! అప్పుడు నాకుఁ దెలియలేదు. అందుచేతనే యింతగొప్పపొరపాటుపని చేసితిని. తరువాత దానిని సవరించుకొనుటకు మార్గము లేకపోయినది' అనిచెప్పి మరల నూరకుండెను. గోరాకూడ నేమియుఁ బ్రశ్నింపక నిశ్చలుఁడై యుండెను. కృష్ణదయాళుఁడు మరల ఇట్లే జరిగిపోవలయుననియు, నీసంగతి నీకెప్పటికిని జెప్పవలసిన యావశ్యకమే లేదనియు నేననుకొంటిని. కానియది యుక్తముకాదని నాకిప్పుడుతోఁచినది బాబూ! నా మరణానంతరమున నీవు శ్రాద్ధమును గావించుటయెట్లు?" యీప్రమాదభావనా మాత్రముచేతనే కృష్ణదయాళుఁడు వడఁకిపోయెను ప్రధానవిషయము తెలిసికొనవలయునని గోరా తొందరపడిపోవుచుండెను. అతఁ డానందమయి వంకఁజూచి 'అమ్మా! ఆసంగతి యేమో నీవుచెప్పుము! శ్రాద్ధముచేయుటకు నాకధికారమే లేదా?'' అని యడిగెను.

ఇంతవఱకును నిశ్చేష్టురాలై తలవంచుకొని కూరుచున్న యానందమయి గోరా ప్రశ్న కించుక తలయెత్తి యాతనివంకఁజూచి 'లేదుబాబూ! నీకధికారములేదు' అనియెను. గోరా యదరిపడి 'నేనీతని తనయుఁడను గానా?'' అనిప్రశ్నించెను. ఆనందమయి భగ్నకంఠముతో 'కావుబాబూ!' అనియెను. అప్పు డగ్నిపర్వతము నందలి యనలోచ్ఛ్వాసముంబోలి గోరావదనమునుండి 'అమ్మా! నీవు నాతల్లివి కావా?" అను సంతాపప్రశ్నము వెలువడియెను. ఆనందమయిగుండె పగిలిపోయెను. ఆమె యశ్రుహీనవేదనామయ కంఠస్వరముతో 'బాబూ! గోరా! నీవు పుత్రవిహీన నగు

నాకు పుత్రుఁడవు. నీవు నాకుఁ గన్నబిడ్డకంటెను నధికుఁడవే బాబూ!' అనియెను. అప్పుడు గోరా కృష్ణదయాళునిం గాంచి 'నేను మీకెట్లు లభించితిని?' అని ప్రశ్నించెను. కృష్ణదయాళుఁడు హీనస్వరముతో 'అప్పుడు మ్యూటినీ జరుగుచుండెను. ఎటావా యందు మేమున్నప్పుడు మీయమ్మ సిపాయిల భయముచేఁ బరుగెత్తుకొని మాయింటికి వచ్చి యొకరాత్రి మాయింటనుండెను. అంతకుముందే మీతండ్రి యుద్ధములో మరణించెను—ఆతని పేరు—"

అనినంతనే గోరా గర్జాస్వరముతో "అక్కఱలేదు. ఆతని నామముతో నాకు నిమిత్తములేదు.' అనియెను. కృష్ణదయాళుఁడు గోరా యుద్రేకమునకు విస్మితుఁడై యూరకపోయెను. తరువాత మరల మెల్లగా 'ఆతఁడైర్లండు దేశీయుఁడు. ఆరాత్రియే మీయమ్మ నిన్నుఁ బ్రసవించి తోడనే మరణించినది. అప్పటినుండియు నీవు మాయింటనే పెరిగి పెద్దవాఁడవైతివి.'' అని చెప్పెను. ఒక్క నిమిషములోఁ దన జీవితమంతయు నద్భుతస్వప్నముగా మారిపోయినట్లు గోరా కగపడియెను. చిన్నతనమునుండియు నిర్మించుకొనుచున్న నాతని జీవితభిత్తియంతయు నొక్కసారిగా విలీనమై పోయినది. ఆతని స్థానమేదియో బోధపడకుండెను. ఆతని వెనుకభాగమున నతీత కాలమను నెట్టివస్తువును లేదు. ఎట్టయెదుట నింతకాలమువఱకు నాతని యేకాగ్రలక్ష్యము నందుండి సుస్పష్టంబగుచున్న భవిష్యముకూడ నాకస్మికముగ లోపించిపోయెను. ఆతఁడు కేవలము క్షణకాలికంబగు పద్మపత్రాంతర్జల బిందువుం బోలియుండెను. ఆతనికిఁ దల్లిలేదు; తండ్రిలేఁడు; దేశములేదు; జాతిలేదు; పేరులేదు, గోత్రము లేదు; దేవుఁడులేఁడు! ఆతనికిఁ గేవలము లేదనుమాటయే యున్నది! ఆతని కాశ్రయమేమున్నది? పనియేమున్నది? మరల నెక్కడ దారంభింప వలయును? దేని యందు లక్ష్యముంపవలయును? ప్రతిదినము క్రమక్రమముగాఁ గార్యోపకరణముల నెక్కడనుండి సంగ్రహింపవలయును? దిగ్భ్రాంతింగూర్చు నీయద్భుత శూన్యమధ్యమున గోరా వాగ్విహీనుఁడై కూర్చుండి యుండెను. ఆతని మొగముచూచి యెవ్వరును మఱి మాటాడుటకు సాహసింపలేదు.

ఇంతలోఁ గుటుంబవైద్యునితోఁ గలసి డాక్టరుదొరగారు వచ్చి రోగినిఁ జూచెను. అల్లే యాతఁడు గోరానుగూడఁ జూడకుండఁజాలకపోయెను. ఈతఁడెవ్వఁడని డాక్టరనుకొనియెను. అప్పుడు గోరా మొగమున గంగామృత్తికాతిలక ముండెను. ఆతఁడు పట్టుబట్టలను గట్టియుండెను. కంచుకము లేకుండుటచే నుత్తరీయాంతరమునం దాతని ప్రకాండశరీరము స్పష్టముగఁ గనబడుచుండెను. పూర్వమైనచో నింగ్లీషు డాక్టరనిన గోరాకుఁ గోపము గానుండునా! ఇప్పుడా డాక్టరు రోగిని బరీక్షించుట గోరా

కుతూహలముతోనే చూచుచుఁ దనలోఁ "ఇక్కడివా రందఱికంటెను నీతఁడేనా నా కాత్మీయుఁడు?" అని ప్రశ్నించుకొనియెను.

డాక్టరు రోగిని పరీక్షించి 'విరుద్ధలక్షణము లంతగాఁ గోఁచుటలేదు. నాడి యందును దోషములేదు శరీరస్థితియందు వికృతియేమియును లేదు. కొంచెము జాగ్రత్తగా నున్నచో నీకనట్టి జబ్బుచేయదు' అని చెప్పి వెడలిపోయెను. గోరాకూడా నేమియు మాటాడకుండ లేచుట కుపక్రమించెను! డాక్టరు వచ్చుటచే లోనికిఁబోయిన యానందమయి చటాలునవచ్చి గోరాచేయి పట్టుకొని 'బాబూ! గోరా! నాపైఁ గోపపడ కలదు. అట్లయినచో నేను బ్రతుకజాలను" అనియెను గోరా మనస్తాపముతో "ఇన్నాళ్లవఱ కేల చెప్ప లేదు? చెప్పినచో నీకట్టి కష్టమును లేదే!" అనియెను.

ఆనందమయి తప్పంతయును దనమీఁద నే పెట్టుకొని 'బాబూ! నిన్నుఁ బో గొట్టుకొందు నేమో యను భయముచే నేనింతపాపము చేసితిని! తుదకుఁ జెప్పక తీరినది కాదు. ఇది యెవ్వరితప్పును గాదు. నాదే. గోరా! ఇదినాకు మరణశిక్ష యైనది బాబూ!' అనియెను. గోరా యేమియు మాటాడక 'అమ్మా!' అనియెను. ఆపిలుపుతో నింతవఱకును శుష్కములై యున్న యానందమయి కన్నులనుండి యశ్రుధారలు పొంగిపొరల నారంభించెను. అప్పుడు గోరా 'అమ్మా! ఇప్పుడు నేనొకసారి పరేశ బాబునింటికిఁ బోయెదను!' అనియెను.

ఆనందమయి గుండెలలోని బరువు దిగిపోవుటయు నామె 'వెళ్లుము బాబూ!' అనియెను. కృష్ణదయాళుఁడు తనకు శీఘ్రమరణసంశయము లేకుండుటయు, గోరా రహస్యమంతయు వెల్లడియైపోయినదని భయపడి 'గోరా! ఈసంగతు లెవ్వరియొద్దను వెల్లడింపవలసిన పనిలేదు. నీవుకొంచెము జాగ్రత్తగా నున్నచో నీసంగతి యెవ్వరికిని తెలియఁబోదు!. అనియెను. గోరా యెట్టిప్రత్యుత్తరమును జెప్పక వెడలిపోయెను. కృష్ణదయాళునితోఁ దన కెట్టి సంబంధమును లేదనుమాట తలంచుకొని యాతఁడు విశ్రాంతుఁడయ్యెను. గోరా బయలుదేరి పోవుచుండఁగా మహిముఁ డగపడి 'గోరా! ఎక్కడకుఁ బోయెదవు?'' అని ప్రశ్నించెను.

గోరా.— శుభవార్త! డాక్టరువచ్చినాఁడు. భయములేదని చెప్పినాఁడు.

మహిముఁ డానందముతో 'బ్రతికితిమి. ఎల్లుండి శశివివాహము. నీవు కొంచెము పాటుపడవలయును. వినయుఁ డాదినమున మనయింటికి రాఁగూడదు. తనపెండ్లి కిట్టివారు రాఁగూడదని యవినాశుఁడు కూడఁ జెప్పియున్నాఁడు. సోదరా! ఒక్క మాట చెప్పుచున్నాను. ఆదినమున మాకచేరి పెద్దదొరలను బిలువఁగలఁచితిని. నీవు మాత్రము గందరగోళము చేయకుముసుమా! ఏమంతకష్టమున్నది? ఒకసారి తలవంచి 'గుడ్ ఈవినింగ్ సార్' అన్నంతమాత్రమున హిందూధర్మము చెడిపోవునాయేమి? చూడు

వారు రాజవంశజులు! వారికించుక లొంగినట్లున్నచో నది మనకొక యవమానము కాదు' అనిచెప్పెను. మహిముని మాటకు బదులుచెప్పకుండఁగనే గోరా వెడలి పోయెను.

౭౭

తన కన్నీరు పరేశున కగపడకుండ సుచరిత బట్టలుసవరించుచున్నట్లు పెట్టెపైనొరగి యున్న సమయమునందే గౌరమోహనబాబు వచ్చెనను కబురువచ్చెను. సుచరిత పని ముగించి చటాలునలేచెను. అంతలో గోరాయును వచ్చెను. గోరా మొగమునం దిలక మింకను నట్లేయున్నది. అతఁడు పట్టుబట్టలతోడనే వచ్చెను. అప్పుడు సుచరితకుఁ బ్రథమమున గోరానుజూచినదినము స్మృతికివచ్చెను. అప్పుడాతఁడు యుద్ధసన్నద్ధుఁడై వచ్చెనని సుచరితయెఱుఁగును-ఇప్పుడుగూడ నదియే వేషము!

గోరా వచ్చినతోడనే తల నేలపైఁ బొరలించుచుఁ బరేశునకు సాష్టాంగప్రణామముచేసి యాతని పాదధూళిని గైకొనియెను. పరేశుఁడు వ్యస్తభావముతో నాతని లేవనెత్తి 'కూర్చుండుము! బాబూ! కూర్చుండుము!' అనియెను. గోరా చటాలున 'పరేశబాబూ! ఇప్పుడు నాకెట్టిబంధమును లేదు!!' అనియెను.

పరేశుఁడాశ్చర్యముతో 'ఎట్టిబంధము' అనియెను.

గోరా — నేను హిందువును గాను.

పరే: — హైందవుఁడవే కావా?

గోరా:— కాను. మ్యూటినీసమయమున దొరికినబిడ్డనని నాకిప్పుడు తెలిసినది. నాతండ్రి యైర్లండు దొరయఁట! భారతవర్షమున నుత్తరమునుండి దక్షిణమువఱకును గల దేవమందిర ద్వారములన్నియు నిప్పుడు నాయెదుట రుద్ధములై పోయినవి. ఇప్పుడీ దేశమధ్యమునం దెట్టి పంక్తియందును నాభోజనమునకుఁ దావులేదు.

సుచరితా పరేశులు స్తంభితులైపోయిరి. పరేశున కేమిచెప్పుటకును దోఁచుట లేదు. అప్పుడు గోరా 'పరేశబాబూ! నేనిప్పుడు ముక్తుఁడనైతిని. పతితత్వమునకుఁ గాని, భ్రష్టత్వమునకుఁగాని నేనిఁక భయపడవలసినపని లేదు. నాకిఁక నడుగడుగునకు నేలచూపులు చూచుచు శుచిత్వమును రక్షించుకొనవలసిన నిమిత్తము లేదు' అనియెను. సుచరిత యేకాగ్రదృష్టితో గోరా ప్రదీప్తవదనమును గాంచుచుండెను. అప్పుడు గోరా మఱల 'పరేశబాబూ! నేనింతకాలమునుండియు భారతవర్షమును బడయుటకై ప్రాణముల నర్పించి ప్రయత్నముచేయుచుంటిని—ఎక్కడనో యొకతావున బంధితుఁడనై యుంటిని. ఆబంధముతో నాశ్రద్ధను సమ్మేళనము చేయుటకై రేయింబవలు నాజీవితముల నర్పించి పాటుపడితిని. ఆశ్రద్ధాభిత్తులను విస్తరింపఁజేయుచుండె మగ్నుఁడనై నేనిఁక నెట్టికార్యమును జేయఁజాలనైతిని. అదియే నాకుఁ బ్రధానకార్యమయ్యెను. అందుచేతనే వాస్తవభారతవర్షమును సత్యదృష్టితోఁ గాంచి సేవింపఁబోయియు నేనెపర్యా

యాములు భయముచే వెతుకకుమరలితిని. నిష్కంటకమును, నిర్వికారంబునగు భారత వర్షమును మనమున భావించుకొని యాయభేద్యదుర్గమధ్యమున నా భక్తిని నిరపాయముగ రక్షించుకొనుటకై నాచుట్టుప్రక్కల నంతటను మహావరణము గావించితిని ఇప్పుడొక్క నిమిషములో నాభావదుర్గము స్వప్నరాజ్యమువలె మాయమైపోయినది. నేనాకస్మికముగఁ ద్రోసివేయఁబడి యనంత సత్యమధ్యమునకు వచ్చిపడితిని. సమస్త భారతవర్షమునందలి మంచిచెడ్డలును, సుఖదుఃఖములును, జ్ఞానాజ్ఞానములును నొక్కసారిగా నాహృదయమధ్యమునకు వచ్చిపడినవి ఇప్పుడు నేను సత్యమును సేవించుట కధికారి నైతిని. సత్యసంబంధ మగు కర్మక్షేత్రము నాయెదుటికి వచ్చిపడినది. అది నామనోమధ్యమునందలి క్షేత్రము కాదు — అది వెలుపలనున్న త్రింశత్కోటి ప్రజలకును సంబంధించిన యథార్థ కళ్యాణక్షేత్రము!

నూతనలబ్ధంబగు గోరా యనుభవోత్సాహవేగము పరేశునిగూడ నాందోళితునిం గావింపఁదొడఁగెను. అతఁడింక కూర్చుండఁజాలపోయెను. కుర్చీనుండి చటాలున లేచి నిలువఁబడియెను.

గోరా— నామాటలు మీకు బాగుగ దెలిసినవా? నే నెట్టివాడను గావలయునని రేయుంబవలు గోరుకొనుచుఁ గాలేకపోయితినో, యట్టివాఁడ నిప్పటికిఁ గాఁగలిగితిని. నేనిప్పుడు భారతవర్షీయుఁడను. నాహృదయములో నిప్పుడు హైందవ, మహమ్మదీయ, క్రైస్తవాది సమాజములయం దెట్టి విరుద్ధభావమును లేదు. ఇప్పుడీ భారతవర్షమునందలి యన్ని జాతులును నాజాతియే. అందఱియన్నమును నాయన్నమే. నేను బంగాళమునందలి యన్ని జిల్లాలను దిరిగితిని. చిన్నపల్లెలయందుఁగూడ నాతిథ్యమును గ్రహించితిని. నేను కేవలమును బట్టణసభలయందే యుపన్యసించువాఁడనని మీరనుకొనవలదు. కాని సామాన్య జనులందఱితోడను సమానముగఁ గలసియుండఁజాలక పోయితిని. ఇంతకాలమువఱకును నేనస్పష్టముగా నొకవిధమగు ప్రత్యేకత్వమును గల్పించుకొనియే తిరుగుచుంటిని. ఆభావమును మరల్చుకొనఁజాలక పోయితిని. అందుచేత నే నాహృదయాంతరమునం దత్యంతమును శూన్యభావముండెను. అదియున్న ట్లంగీకరింపకుండుటకై నేననేకవిధములఁ బ్రయత్నించుచుంటిని ఆ శూన్యత్వము ననేకచిత్రాలంకారములతో నలంకరించి సుందరముగఁ జేయుఁ బ్రయత్నించుచుంటిని. ఏమనిన— నేను భారతవర్షమును బ్రాణముకంటె నధికముగఁ బ్రేమించితిని. నేను దానియం దేభాగమున కట్టిలోపము కలదనుటను సహింపజాలకుంటిని ఇప్పటికి నే నాయలంకార రచనమునందలి వృథా ప్రయత్నమునుండి నిష్కృతిం గాంచి బ్రదుకఁ గలిగితిని పరేశబాబూ!

పరే:— మనము సత్యమును గ్రహింపఁగలిగినప్పుడు మనసమస్తాభావములును సంపన్నములు కాకపోయినను నాత్మసంతృప్తి కలుగును—దానిని మిథ్యోపకరణములచే నలంకరింపవలయునను నిచ్ఛామాత్రమైనను మనకుఁగలుగదు.

గోరా:— పరేశబాబూ! చూడుము! నాకు రేపు ప్రాతఃకాలమునకు నవజీవన లాభముం బ్రసాదింపుమని నిన్నటిరాత్రి నేను దేవునిఁ బ్రార్థించితిని. నేను చిన్నతనము నుండియు నిప్పటివఱకు నజ్ఞానాశౌచలముచే నావృతుండనై యుంటిని. ఇప్పుడా యావరణము నిశ్శేషముగ నశించుటచే నాకు నవజన్మలాభము కలిగినది. నే నేభావముతోఁ బ్రార్థించితినో యాభావము నీశ్వరుఁడాలింపలేదు—అతఁ డాకస్మికముగాఁ దనసత్యమును నాచేతులలోఁ బెట్టి నన్నొక్కసారిగా నానంద పులకితునిం గావించినాఁడు. ఆతఁ డిట్లు నాయపవిత్రతను సమూలముగ నశింపఁజేయునని నేను స్వప్నమందైనను ననుకొనలేదు. నేనిప్పుడు చండాలగృహమునందైనను నపవిత్రతా భయము లేనంతటి శుచిమంతుడనైతిని. పరేశబాబూ! నేను నేఁటి ప్రాతఃకాలమున సంపూర్ణముగ నావరణనిర్విశిష్టంబగు చిత్తముతో నొక్కసారిగా భారత వర్షోత్సంగము నాశ్రయింపఁగలిగితిని. ఇంతకాలమునకు నేను మాతృక్రోడనివాససుఖ మన నేమో సంపూర్ణముగ గ్రహింపఁగలిగితిని.

పరే:— గోరాబాబూ! నీమాతృక్రోడనివాస సౌఖ్యాధికార మధ్యమునకు మమ్ములనుకూడ నాహ్వానించి తీసికొనిపొమ్ము!

గోరా:— నేనిప్పుడు ముక్తిలాభముం గాంచి ప్రప్రథమమున మిమ్ములదర్శింప వచ్చితినో యెఱుఁగుదురా?

పరే:— ఎందుకోయి?

గోరా:— ఆముక్తిమంత్రము మీయొద్దనే యున్నది—అందుచేతనే మీ కేసమాజమునందును స్థానము దొరకలేదు. నన్ను మీరు మీశిష్యునిగా ననుగ్రహింపుఁడు! ఎవ్వడు హిందువులకును, ముసల్మానులకును, క్రైస్తవులకును, బ్రాహ్మసామాజికులకును గూడ సముఁడైయుండెనో యెవ్వని మందిరద్వార మన్నిజాతులకును నందఱు వ్యక్తులకును గూడ నేదినమునందైనను మూయఁబడియుండదో, యెవ్వఁడు కేవలము హిందువులకుమాత్రమే దేవుఁడు కాక భారతవర్షమున కంతకును దేవుఁడైయుండెనో యాదేవుని దివ్యమంత్రమును మీరు నాకిప్పు డుపదేశింప వలయును.

పరేశుని నయనకమలమున గంభీర భక్తిరసపరిప్లుతము లగు సుస్నిగ్ధ మధురచ్ఛాయలు మిలమిల మెఱసిపోవుచుండెను—అతఁడు వినిమీలిత నయనుఁడై నిశ్శబ్దముగ నేలవంకఁ జూచి యుండెను.

www.ingramcontent.com/pod-product-compliance
Lightning Source LLC
LaVergne TN
LVHW020115220825
819277LV00036B/435

* 9 7 8 1 0 2 1 5 1 3 6 4 9 *